የደበዘዘው ደማቅ ታሪክ ሲገለጥ

(አማራጭ መፍትሔ)

አላምረው ታደገ ገዳሙ

የመጀመሪያ ዕትም 2026 ዓ•ም እ.ኢ.አ

First edition 2025 as G.C

አላምረው ታደገ ገዳሙ

ስልክ ቁጥር፡ 09 83 25 69 62

Email፡ alamirewtadege326@gmail.com

2026 ዓ.ም

ISBNs:

979-8900195742 ኢ-መጽሐፍ
979-8900195759 የወረቀት ወረቀት
979-8900195766 የወረቀት ወረቀት

LCCN: 2026900637

ማስታወሻነቱ

የዚህ መጽሐፍ ማስታወሻነቱ መረጃ በማሰባሰብ፡ ጽሑፉን ወደ ኮምፒውተር በመገልበጥና በመሳሰሉት ተግባራት አስተዋፅጸ ላበረከታችሁ አካላት በሙሉ፡ ለቅማንት ጥያቄ መሪ ታጋዮችና ተቆርቋሪዎች፡ በገንዘብ፡ በሐሳብ፡ በግምገማ እና በመሳሰሉት ተግባራት ተሳትፎዋችሁ እጅግ ከፍተኛ ለነበራችሁ፡ ለህዝቡ ነጻነት ሲሉ በሰው ሐገር ለሚንከራተቱ ታጋዮች፡ በየማጎሪያ ጣቢያው ለታጎሩ፡ ጫካ ለጫካ ለሚንከራተቱ ታጋዮች፡ በየጊዜው በሚፈጠረው ጦርነት የመጀመሪያው ገፈት ቀማሽ ለሚሆኑት አዛውንቶች፡ መነኮሳት፡ እናቶች፡ ህጻናት እና በችግሩ ምክኒያት በየጫካው እና በየዋሻው ለተወለዱ ህጻናት በሙሉና የመጽሐፉን አዘጋጂ ጨምሮ ለእናንተው ለሁላችሁ ይሁንኝል።

መታሰቢያነቱ

ቅማንትነት ወንጀል ሆኖባቸው በጅምላ ተጨፍጭፈው በጅላ ለተቀበሩ፡ በግለሰብ ደረጃ በየሰርቻው እና በየእስር ቤቱ ተወሰደው ተገለው እስከ አሁንም ድረስ አስከሬናቸው እንኳን ተነሰቶ ላልተቀበረው ንጹሐንና ከጠላት ጋር ሲፋለሙ በጦር ሜዳ ለተሰው ጀግኖች ሁሉ ይሁንልኝ።

ምስጋና

1፡ አስቀድሜ እውቅትንና ጥበብን በልግስና የሚሰጠውን ፈጣሪ ፍጥረታት አምጻዒ ዓለማት እያመሰገንኩ፡ ከዚህ በመቀጠል መጽሐፉ ለዚህ እንዲበቃ በባለቤትነት ስሜት በመጽሃፉ ስራ ላይ አሻራችሁን ላሳረፋችሁ በሙሉ በታላቅ አክብሮት የላቀ ምስጋናየን አቀርባለሁ።

2፡ በመረጃ መሰብሰብና የተወሰነውን ጽሁፍ ወደ ኮምፒውተር በመገልበጥ ለረዳችሁኝ ወንድሞቸ እና ቃለ መጠይቅ እንዳደርግላችሁ ፈቅዳችሁ ሙሉ የሆነ መረጃ ለሰጣችሁኝ አካላት፡ በሐሳብ፡ በምክርና በገንዘብ ለረዳችሁኝ አካላት በሙሉ ምስጋናየ የላቀ ነው።

3፡ ጊዜያችሁን፡ እውቀታችሁን እና ጉልበታችሁን ሰውታችሁ መጽሐፉ ከዚህ እንዲደርስ ንድፍ ሐሳቡን(ፕሮፖዛሉን) አይታችሁ ገምግማችሁ መጽሐፉ በዚህ መልክ እንዲያልቅ አቅጣጫ ለሰጣችሁኝ አካላት ሁሉ ምንጋናየ እጅግ የላቀ ነው። ለየት ባለ መልኩ ከጎንደር አይከል ወደ አዲስ አበባ መጥቸ ይህንን ስራ ሳከናውን በፋይናንስ እጥረት ምክኒያት ቤት መከራየት ባለመቻሌ ከሰምንት ወራት በላይ ከቤትህ ላቆየኸኝ የልጅ ደግ ለሆንከው ወንድሜ ምስጋናየ እጅግ የላቀ ነው።

4፡ መጽሐፉን ለመገምገም ጊዜህን፡ ጉልበትክንና እውቀትክን ሳትሰሰት ለገመገምክልኝና በሁሉም ነገር ምክረ ሐሳብክን ለምትሰጠኝ ወንድሜ አቶ ይዘንድር ኪዴ መንገሸ የላቀ ምስጋናየ ይድረስህ።

5፡ መጽሃፉ ታትሞ ሐገር ውስጥ እንዲከፋፈል ማሳተሚያ ገንዘብ ለረዳችሁኝና አሁን ደግሞ በምክር እና በተለያየ እገዛ ከጎኔ ላልተለያችሁት አቶ አለሙ ሽቤ ጥሩሰው እና ሰምክን ላልጠቀሰኩት ወንድሞቸ ምስጋናየ እጅግ የላቀ ነው።

6፡ የመጽሃፉን ሽፋን ለሰራህልኝ፡ በአማዞን ገቢያ ላይ መጽሃፉ ለአንባቢያን እንዲደርሰ ሙሉ ሐላፊነት ወሰደህ ኢሜልና የባንክ ቡክ በመክፈት ለረዳኸኝ ወንድሜአዱሱ መርሻ ዘነበ ምስጋናየ እጅግ የላቀ ነው። የመጽሃፉን ሽፋን ምን መምሰል እንዳለበት ንድፈ ሐሳቡን ለሰራኸው ወንድሜ ምስጋናየ ይድረስህ።

7፡ በምክርና በሐሳብ ላልተለየሽኝ እና እኔ የሆንኩትን ሁሉ ሁነሽ ከጎኔ በሁሉም ነገር ላልተለየሽኝ የሒወቴ ማጣፈጫ ቅመም ለሆንሽው ውድዋ ባለቤቴ ሰለሁሉም ነገር አመሰግንሻለሁ። ሁሉንም የመከራ ወጀብ ተቋቁመህ ውቂያኖሰ ከሆነው የቅማንት ታሪክ ውስጥ በአቅምህ ልክ በእንቁላል ቅርፊት ጨልፈህ መጽሃፉን በዚህ መልኩ ለሰራኸው አላምረው ታደገ ገዳሙ ምስጋናየ ይድረስህ።

ይዘቶች

መግቢያ

በዚህ የጥናት ዳሰሳ መጽሐፍ ውስጥ የምንመለከተው የኢትዮጵያን ሕገረ መንግሥስት አመጣጥና ከድሮ እስከ ዘንድሮ በሐገሪቱ እና በህዝቦች ላይ ያለውን ተጽዕኖ፡ ይህንን ተጽዕኖ ለመገርሰስ በየዘመናቱ የነበረውን እና ያለውን የሐገሪቱን ህዝቦች ትግል ይሆናል። ይህ የጥናት መጽሐፍ ከዚህ በፊት በአብዛኛው በተለመዱት የታሪክ ጸሐፍት መንገድ የተሰራ ሳይሆን በታሪካዊና በሐይማኖታዊ ፍልስፍና ጥመረት የተሰራ ነው። የሐገራችን ችግሮች ከታሪክነታቸው ተነሰቶ ከተለያየ አቅጣጫ በመተንተን መፍትሔ የሚላቸውን ነገሮች ሁሉ ያስቀምጣል።

ስራው በአንድ ነጥብ ዙሪያ ብቻ የሚያጠነጥን ሳይሆን በየደረጃው ችግሮችን እያነሳ እስከ እህጉር ዘልቆ የጭቆና፡ የፍትህ፡ የእኩልነት፡ የነጻነትና የመሳሰሉትን ችግሮች አንስቶ መፍትሔዎችን ያስቀምጣል። መጽሐፉ በአምስት ክፍሎች የተደራጀ ሲሆን በየክፍላቱ በርከት ያሉ የተለያዩ ምዕራፎች ተካተውበታል።

የክፍል አንድ ምዕራፎች አብዛኛውን ጊዜ በቅማንት ህዝብ ታሪክ እና በህገ ልቦና ሐይማኖት ዙሪያ ያጠነጥናል። በዚህ ክፍል ውስጥ የቅማንትን ህዝብ መነሻ የዘር ሐረግ ሙሉ ታሪክ እና የህገ ልቦናውን ሐይማኖት በሚገባ ያስረዳል። በክፍል ሁለት ውስጥ

ደግሞ በዋናነት የቅማንትን ህዝባዊ ትግልና የክልሉ መንግሥት የሰጠውን መልስ እንመለከታለን። በዚህ ክፍል ውስጥ ቅማንት የሚባል ህዝብ የለም ከተባለበት ጊዜ ጀመር ነገሩ እንዴት ሆኖ ከድጡ ወደ ማጡ እየሔደ እስከ ዘር ማጥፋት እንደደረሰና የደረሰውን የንብረት ውድመትና የኢኮኖሚ ድቀት እናያለን።

በክፍል ሶስት ውስጥ ደግሞ የምንመለከተው በሐገራችን በዘመናት ውስጥ ሲደረግ የኖረውን የሐይማኖታዊ ፖለቲካዊ እንቅስቃሴና ያደረሰውንና እያደረሰ ያለውን የጥፋት ውጤት እንመለታለን። የክፍል አራት ምዕራፎች ደግሞ አብዛኛውን ይዘታቸው በዘመናት ውስጥ በሐገራችን የተፈጠረውን ችግር መንስኤና ውጤት ይተነትናል። የክፍል አምስት ምዕራፎች ደግሞ ለተፈጠሩ ሐገራዊ ችግሮች መፍትሔው ላይ አተኩሮ ተሰርቱዋል።

በጠቅላላው የኢትዮጵያ ሐገረ መንግሥት ከድሮ እስከ ዘንድሮ አመሰራረቱና አመጣጡ ምን እንደሚመስል እና የሐገሪቱ ህዝቦች ከጊዜ ወደ ጊዜ የፖለቲካዊ ተሳትፎቸው እየተሻሻለ መምጣቱ ያመጣቸውን ውጤቶች እጥር ባለ መልኩ ሙሉ ሁኖ ቀርቡዋል። የቅማንት ህዝብ ታሪክ ከህገ ልቦናው ሐይማኖት ተለይቶ የማይታይ ስለሆነ በዚህ መንገድ የሌሎችንም የተሳሳተ ትርክት ባረመ መልኩ ተብራርቶ ቀርቡዋል። ይህንን መንገድ የመረጥኩበት ምክኒያት

የህዝቡን ትክክለኛ ታሪክ ከማሳየቱ በተጨማሪ የሌሎችንም ጸሐፍት የተሳሳተ ትርክት እንደሚያርምልኝም ጭምር በመተማመን ነው።

ለዚህም ማሳያ የሚሆነው የህዝቡን የወምበር የአስተዳደር ስርዓት፣ የዘመን አቆጣጠር እና ሌሎችን ጠቅላላ መልካም እሴቶች ስንመለከታቸው ከህገ ልቦናው እምነት ስርዓት ጋር ከፍተኛ የሆነ ትስስር ያላቸው መሆናቸው ነው። በሐገራችን የሐይማኖት እንቅስቃሴ ምን ይመስል እንደነበር፣ የሐይማኖታዊ እንቅስቃሴው በሐገሪቱ ፖለቲካ ላይ ያመጣው አወንታዊ እና አሉታዊ ታሪካዊ ተጽዕኖ ምን እንደሚመስል በደንብ ተብራርቶ ቀርቡዋል።

ይህ የሐይማኖት እንቅስቃሴ በየጊዜው ለሚታየው የፖለቲካ ውጥረትና የብሔር ግጭት ምክኒያት ከመሆኑ በላይ በሐይማኖት ስም ስለተመሰረተው የአማራነት ማንነት በማስረጃና በአመክኒወ ላይ ተመስርቶ በቂ ማብራሪያ አስቀምጡዋል። ይህ ሐይማኖትን መሰረት አድርጎ የተፈጠረው ማንነት እና ፖለቲካ በሐገሪቱ ብሔር ብሔረሰቦች ላይ ያደረሰው ጭቆና የወለደውን የቅማንትን ህዝብ የነጻነት ትግል እና በየደረጃው የነበሩና ያሉ የክልሉ መንግሥት የተሳሳቱ ውሳኔዎችና ያስከተለውን ውጤት በሚገባ ተብራርቶ ቀርቡዋል።

የቅማንትን ህዝብ ትግል ተከትሎ የክልሉ መንግሥት የወሰደውን እስከ ዘር ጥፋትና የንብረት ውድመት የመጨረሻ ጥግ

የደረሰ ተግባር ተተንትኖ ቀርቡዋል። ይህንንም ዘርን ከምድረ ገጽ የማጽዳት ዘመቻ እና የንብረት ውድመት ወደ ተግባር የመለወጡ ስራ በማን መሪነት ይከናወን እንደነበር ተጥቅሶዋል። የኢትዮጵያ የታሪክ የጦርነት አዙሪት፡ አሁን ያለውን የብልጽግና እና የግብር አበሮቹ ወለድ የእርስ በእርስ ጦርነት፡ የሁለት ዓመቱ በትግራይ ህዝብ ላይ የተደረገው የተጣመረ ጦርነት እና የቅማንት ህዝብ አሁናዊ ትግል ምን እንደሚመስል ተነስቱዋል።

ታሪካዊና አሁን በሐገሪቱ ያለውን ችግር ከመተንተን ባለፈ መፍትሔው ምን መሆን እንዳለበት በየደረጃው በምክኒያታዊነት ላይ ተመስርቶ ተተንትኖ ቀርቡዋል። የፌደራሊዝም ስርዓቱን ተከትሎ የገጠመን ችግር ምንድን ነው የሚለውን ሐሳብ መልስ ለመስጠት መፍትሔዎች ተቀምጠዋል። ከዚህ ጋር በተያያዘ ሐይማኖትን መሰረት ያደረገው የብሔር ግጭትም ተተንትኖ እስከመፍትሔው ቀርቡዋል። በመጨረሻም አፍሪካ እንደ ሐጉር ያለባትን ችግር አንስቶ ምጥን የሆኑ የመፍትሔ አቅጣጫዎችን ተንትኖ አስቀምጡዋል።

የዚህ ጥናታዊና ታሪካዊ የአማራጭ መፍትሔ መጽሃፍ የትኩረት ማዕከሉ የሐገራችን ፖለቲካዊ ታሪክ ጠገብ ችግሮችን፡ የብሔሮችን ከድሮ እስከ ዘንድሮ ያለባቸውን ጭቆና፡ የቅማንትን ህዝብ ታሪክ ጠገብ የጭቆና ቀንበርና ትግል፡ የሐገራችንን የእርስ በእርስ ጦርነት

እና የመሳሰሉትን ነገሮች መሰረት ያደረገ ስለሆነ እና እነዚህ ሁሉ ችግሮች ደግሞ መነሻቸው የተለያየ ስለሆነ የጥናት መጽሃፉም አንድ ወጥ የሆነ ቀጥ ያለ መዳረሻ መሰመር ያለው ብቻ ሳይሆን ከተለያዩ አቅጣጫዎች እየተነሱ ወደ ዋናው የሐገራችን ማዕከላዊ ችግር የሚሔድ ሳይንሳዊ ትንታኔና የመፍትሔ አቅጣጫዎችን የያዘ መሆኑን መረዳት ያስፈልጋል። ይህም ማለት ሐሳቦቹ ከያሉበት ወደ አንድ ነጥብ የሚሔዱ ሐሳቦች ሆነው በእንግሊዘኛው convergent የሚባለው የሐሳብ ፍሰት አይነት ማለት ነው። ምንም እንኳን እያንዳንዱ ምዕራፍ እና እያንዳንዱ ክፍል በየደረጃው የየራሱ የተነሳበት ነጥብ፣ ሒደትና የመድረሻ ነጥብ ያለው ቢሆንም በጠቅላላው የጥናት መጽሃፉ ግን ከተለያየ አቅጣጫ ተነስቶ ወደ አንድ ማዕከላዊ ታሪካዊ ሐገራዊ ችግር የሚያመራ እና የመፍትሔ ሐሳቦችን የሚያስቀምጥ ነው። በጥናታዊ ስራው ውስጥ የሚፈጠሩባችሁ ጥያቄዎች ካሉ ጠቅላላ የጥናት ስራውን ስትረዱት መልሱን ታገኙታላችሁ።

አስተውሉ፦ ሐገራችን(ሐገር) እያልኩ ስጽፍ በአብዛኛው የተጠቀምኩት ሀሌታውን "ሀ" ሳይሆን ሐመሩን "ሐ" ነው። ምክኒያቱም የአማርኛ ፊደላት የየራሳቸው የሆነ ትርጉም ስላላቸው ነው። በዚህ መሰረት ሀሌታው "ሀ" አንድ ስለሆነ እሱን ከመጠቀም ይልቅ ሐመሩ "ሐ" ን ብጠቀም የተሻለ ትርጉም ይሰጣል ብየ

በማሰብ ነው። ማለትም "ሐ" ሶስት መሰመሮችን ይዞ ግን አንድ ፊደል ነው። ስለሆነም አንድነትን እና ብዝሐነትን ይገልጽልኛል ብየ አሰባለሁ። በዚህ መሰረት ሐገራችን(ሐገር) ብየ "ሐ" ን ተጠቅሜ ሰጽፍ ብዝሐ ህዝብ፡ ብዝሐ ቋንቋ፡ ብዝሐ ባህል ወዘተ ማለቴ መሆኑን እንባቢያን እንድትረዱልኝ ሰል በትህትና እጠይቃላሁ። በአጠቃላይ መጽሐፉ በቅኔዊ፡ በዘይቤዊና በምሳሌዊ አነጋገሮች እና በግጥም የተዋዛ መጽሃፍ ነው።

ይህ •••••• ምልክት በመጽሐፉ ውሰጥ በተለያየ ቦታ ላይ ተቀምጡዋል። ይህ ማለት የቀረ ወይም ያላሰገባሁት ሐሳብ አለ ለማለት ነው። ከዚህ በተረፈ ግን ይህ ጥናታዊ ጽሑፉ ገና የመጀመሪያየ ሰለሆነ የተሳሳትኳቸው ሰህተቶች ሰለሚኖሩ አንደኛ ማንኛውም በሰራ ውሰጥ ያለ ሰው እንደሚሳሳተው ሁሉ ልሳሳት ሰለምችል፡ ሁለተኛ ደግሞ ከልምድ ማነሰ እንጻርም ልሳሳት እችላለሁና አሰቀድሜ ግን ለሰህተቶች ይቅርታ እጠይቃለሁ።

ኢትዮጵያ ለዘላለም ትኑር

መልካም ንባብ

እመኛለሁ

ክፍል - አንድ

የቅማንት ህዝብ ታሪክ እና የህገ ልቦና ሐይማኖት

ምዕራፍ አንድ - የቅማንት ህዝብ ታሪክ

ምዕራፍ ሁለት - የቅማንት ህዝብ የህገ ልቦና ሐይማኖት

ምዕራፍ ሶስት - ግራም ሐንኮክ ስለ ህገ ልቦና ሐይማኖት

ምዕራፍ አራት - የቅማንት ህዝብ ታሪክ እና የማንነት ጥያቄው

ምዕራፍ አምስት - የቅማንት ህዝብ መልካም እሴቶች

ምዕራፍ አንድ

የቅማንት ህዝብ ታሪክ

በዚህ ጥናታዊ መጽሐፍ ውስጥ የቅማንትን ህዝብ ታሪክ እንደሌሎች ፀሐፊያን በቀጥታ ከመተረክ ይልቅ በህገ ልቦናው ሐይማኖት በኩል መተረክን መርጫለሁ። ለዚህ ደግሞ ሁለት መሰረታዊ መነሻ ምክኒያቶች አሉኝ። የመጀመሪያው የህዝቡን ከየት እስከ የት እና ከመቸ እስከ መቸ የሚለውን ሙሉ ታሪክ ለማወቅ ይህ መንገድ ተመራጭ ነው ብየ ስላሰብኩ ነው። ማለትም የቅማንት ህዝብ የህገ ልቦና ሐይማኖት ለአዳም ከተሰጠው ትዕዛዝ ስለሚጀምርና የቅማንትም ህዝብ ታሪክ ይህንን የህገ ልቦና እምነት መሰረት ያደረገ ስለሆነ ማለት ነው።

ሁለተኛው ምክኒያቴ ደግሞ በተለመደው መንገድ የህዝቡን ታሪክ ከመድገም ይልቅ በሌላ መንገድ ትንታኔ መስጠት ተጨማሪ ሌላ እይታ ይሰጣል ብየ ስላመንኩ ነው። በዚህ መሰረት የህዝቡ ታሪክ በአብዛኛው የተገለጸው በእምነቱ በኩል ነው ማለት ነው። አቶ ነጋ ጌጤ ስለቅማንት ህዝብ ጥንታዊነት ሲገልጹ "የቅማንት ህዝብ መጀመሪያ በአበሽከው(አባት አገር) ሥርዓት በኋላም ኢትዮጵያ ከተባለው አገሩ የኖረ ቀደምት ሕዝብ ነው"፡ ብለው ገልጸውታል።

አባት አገር ማለት እናት ሐገር እንደ ማለት ነው። የፀሐፊው ሐሳብ በጠቅላላው ያሚያመላክተን ነገር የቅማንት ሕዝብ ኢትዮጵያ፡ "ኢትዮጵያ" ተብላ ከተመሰረተች በኋላ ብቻ ሳይሆን በመጽሐፍ ቅዱስ ከመጠራቱዋም በፊት የነበረ ቀደምትና ነባር ህዝብ መሆኑን ነው። ምክኒያቱም "..........በኋላም ኢትዮጵያ በተባለው አገሩ የኖረ ቀደምት ሕዝብ ነው"፡ የሚለው ሐረግ የሚያሰረዳን ነገር የቅማንት ህዝብ ኢትዮጵያ እንደ ሐገር ከመመሰረቱዋ በፊት የነበረ ህዝብ መሆኑን ነው። ከዚህ በተጨማሪ የቅማንት ህዝብ ከኢትዮጵያ ቀደምት ነባር ህዝቦች አንዱ መሆኑን የተለያዩ ፀሐፍት በሰራዎቻቸው ገልጸውት እናገኛለን።

በዚህም መሰረት የቅማንት ህዝብ በሐገሪቱ ከካም ዘመን ጀምሮ መንግሥት መሰርቶ ሲተዳደር የኖረ ህዝብ ነው። ለዚህም እንደ መነሻ ማሰረጃ የሚሆነን ከጥፋት ውሃ በኋላ የመጀመሪያው ህዝብ ኖህ መሆኑና ሁለተኛው ደግሞ የኖህ ሚሰት የእሜቴ አይከል መቃብር በጭልጋ ወረዳ መገኘቱና የቦታው ሰያሜም በሰሙዋ ተሰይሞ መገኘቱና የኖህ መቃብርም የቅማንት ዕርሰት እምብርት በሆነችው የጎንደር ከተማ ውሰጥ በባሲለደሰ(በፋሲለደሰ) ቤተ መንግሥት ሰር መገኘቱ እና የቅማንት ህዝብ ታሪክም ከዚህ ጋር የተያያዘ መሆኑ ነው። ለዚህ ሐሳብ አንዱ ተጨማሪ ማሳያ የሚሆነን የቅማንትን ህዝብ ታሪክ ከሚያሳዩት በዓላት ውሰጥ አንዱ ከ7517

ዓመታት በላይ በቅማንት ህዝብ ዘንድ ሲከበር የመጣው የኸረመኪ - ሸምኩላ በዓል ነው። ይህም ማለት ኢትዮጵያ እንደ ሐገር በመጽሐፍ ቅዱስ ውስጥ ከመጠቀሱዋ በፊት የቅማንት ህዝብ ነበረ ማለት ነው። ምክኒያቱም ኢትዮጵያ የሚለው ሰም በመጽሐፍ ቅዱስ የተጠቀሰው በኦሪት መጽሐፍ ነው። የቅማንት ህዝን ግን ከዚያ በፊት በህገ ልቦና ሐይማኖት አምላኩን እያመለከ የኖረ ህዝብ ነው።

ኢትዮጵያ በመጽሐፍ ቅዱስ ከተጠቀሰች በኋላ ነው እንደ ሐገር "ኢትዮጵያ" ተብላ የተጠራችው። ከዚያ በፊት ግን የቅማንት ህዝብ "ይቶቢያ" ብሎ ሰይሞ የኖረባት ሐገሩ ናት። በዚያን ወቅት ነባሩ የቅማንት ህዝብ ሐገሪቱን ቆርቁሮ ጫካውን መንጥሮ አቅንቶ ቀደምት እና ነባር የኢትዮጵያ ህዝብ ለመሆን በቅቱዋል። አንድ ሐገር "ሐገር" ለመባል ቢያንስ ሶስት መሰረታዊ ነገሮችን መያዝ አለበት። እነሱም የድንበር ወሰን ያለው መሬት፡ ህዝቡ እና መንግሥት ናቸው። በዚህ መሰረት ከካም ዘመን ጀምሮ በኢትዮጵያ መሬት ላይ መንግሥት መሰርቶ እየተዳደረ የኖረ ህዝብ ነው የቅማንት ህዝብ። ወደ ዋናው ሐሳቤ ልመለሰና ኢትዮጵያን እንደ ሀገር ቆርቁረው ጫካ መንጥረው ከአቀኑዋት ህዝቦች መካከል አንዱ የቅማንት ህዝብ መሆኑን አይተናል።

በዚህም መሰረት ቆርቁሮ ያቀናትን ሐገር አንድነትዋ አደጋ ውስጥ በገባ ቁጥር የቅማንት ልጅ አስፈላጊውን መስዋዕት እየከፈለ

የሐገሪቱን አንድነት አስጠብቆ እዚህ ዘመን ላይ ደርሶዋል። በዘመነ መሳፍንት የተከፋፈለች ኢትዮጵያን አንድ ለማድርግ አቅጣጫ አስቀምጦ ያን ያረጀ፡ ያፈጀ፡ የበሸቀጠ፡ የሻገተ እና የሸተተ ስርዓት በመገርሰሰ ለዛሬይቱ ኢትዮጵያ መሰረት የጣለው በአጼ ቴዎድሮሰ መሪነት የቅማንት ህዝብ ነው። የቅማንት ህዝብ ጀግና፡ ታታሪ በሁሉም የሐገር ወረራዎች ላይ ለሐገሩ የተዋደቀ ባለደማቅ ታሪክ ህዝብ ነው፡ ፡

ለምሳሌ፡- በሱዳን በኩል ሲመጡ ከነበሩ ወራሪወች ጋር፡ ከፋሽሰት ኢጣሊ ወራሪ ጋር፡ ከእንግሊዝ ወራሪ ጋር፡ ከሱማሊያ ወራሪ ጋር እና ሌሎችንም መጥቀስ ይቻላል። ይህ ብቻ ሳይሆን የቅማንት ህዝብ በሐገር ውስጥ የነበሩ አሃዳውያንን እና ወታደራዊ ሰርዓትን ለመገርሰሰ የተዋደቀ ታላቅ ህዝብ ነው። የቅማንት ህዝብ የራሱ የሆነ ሐይማኖት፡ የአሰተዳደር ሰርዓት፡ ባህል፡ ቋንቋ፡ የዘመን አቆጣጠር እና ሌሎችም መልካም እሴቶች ያሉት ህዝብ ነው። ሰለቅማንት ህዝብ ታሪክ መሰረታዊ እውቀት ለመያዝ መጀመሪያ ሰለ ህገ ልቦና ሐይማኖት መረዳትና መሰረታዊ እውቀት መያዝ የማይታለፍ ጉዳይ ነው።

1፡ 1 የቅማንት ሐይማኖት

ወደ ዋናው ሐሳቤ ከመግባቴ በፊት ግን "የተከለከለው የኢትዮጵያ ታሪክ" በሚለው መጽሐፍ ውስጥ "የኢትዮጵያ ህገ ልቦና አመጣጥ" በሚል ርዕስ ስር የተብራራውን ሐሳብ የተወሰነ ነገር ብየ ልለፍ። እንዲህ ይላል ትንታኔው፡ "ቀደም ባለው ትውፊት ቅማንቶች ከከናዕን እንደመጡ ይታመን ነበር። ብዙወች ቅማንቶች ግን ይህንን ታሪክ አይቀበሉትም። አብዛኛወች ቅማንቶች የከናዕንን ታሪክም ሆነ የክብረ ነገሥትን የሰለሞናዊነት ትረካ የማይቀበሉ ሲሆን ከየትም ያልመጡ የኢትዮጵያ ነባር እና መሰራች ህዝቦች እንደሆኑ ይናገራሉ።

ቅማንት የሚለው ቃልም ትክክለኛ ምንጩ "ክምአንት" ማለት እንደሆነ እና ትርጉሙም "ከምአንተ" ማለት እንደሆነ ያሰረዳሉ። ይህም ካማዊ መሆናቸውን የሚገልጹበት ታሪክ ነው። ሳይንሳዊው ጥናትም ቢሆን ቅማንቶች ከየትም ያልመጡ ነባር እና ቀደምት ኢትዮጵያዊያን መሆናቸውን የሚመሰክር ነው። በልሳን ምድብ ደረጃም ቢሆን የቅማንት ህዝብ በማዕካላዊው ኩሽ(ሴንትራል ኩሽቲክ) የሚመደበው የአገወኛ ቋንቋ ተናጋሪወች ሲሆን በዘየ ደረጀ ደግሞ ኸምራ አገወች ጋር በጣም ተቀራራቢ እንደሆነ የስነ ልሳን ጥናቶች አሳይተዋል። ህገ ልቦና እንደ እምነትም ቢሆን ቅማንቶች የኢትዮጵያ ነባር እና ጥንታዊ ህዝቦች የመሆናቸውን ያህል እድሜ ጠገብ ሐይማኖት ነው"፡ ይላል ሐተታው።

በጠቅላላው በጽሁፉ ውስጥ የተንሻፈፉ ሐሳቦች አሉበት። ስለሆነም የተወሰኑትን ነጥቦች እንሰቸ መልሰ ሰጥቸ ልለፍ፡ የመጀመሪያው የተንሻፈፈ ሐሳብ "አብዛኛው የቅማንት ህዝብ ከከናዕን ምድር መምጣቱን አይቀበልም"፡ የሚለው ነው። ይህ አባባል በመጀመሪያ በራሱ ስህተት ነው። ምክኒያቱም የቅማንት ህዝብ ከከናዕን የዘር ሐረግ ነው የመጣነው አለ እንጅ ከከናዕን ምድር አላለም። ከከናዕን ምድር ከተባለማ ሳይንሳዊ የሆነውን የኢትዮጵያን የሰው ልጅ መገኛነት እራሱ የሚጻረር ነው የሚሆነው።

ኖህ እኮ ከጥፋት ውሃ በኋላ ያረፈው ኢትዮጵያ ውስጥ ነው። በጥፋት ውሃ ወቅት የኖህ መርከብ ያረፈችው በአራራት ተራራ ላይ ነው። ይህንን ሐሳብ ፍሰሃ ያዜ በመጽሐፋቸው እንዲህ አሰፍረውት እናነባለን። "••••• የኖህ መርከብ ወዲያ ወዲህ እያለች ስትንሳፈፍ ቆይታ ውሃው ሁሉን አጥፍቶ ሲጨርሰ ከምድር ላይ እየነጠፈ በመሔዱ መርከቡዋ አራራት በተባለ ቦታ ላይ አረፈች"፡ ይላል። ሙሉ ታሪኩን ለመረዳት መጽሐፉን ተመልከቱት። ይህ ተራራ ደግሞ የሚገኘው በኢትዮጵያ በጣና ውስጥ ነው። ይህንን ደግሞ እውነት የሚያደርገው የኖህ መቃብር በጎንደር ከተማ የባለቤቱ የእሜቴ አይከል መቃብር ደግሞ በጭልጋ ወረዳ በአይከል ከተማ ውስጥ መገኘቱ ነው።

እነዚህ ሰዎች ኢትዮጵያ ውስጥ ካልኖሩ በስተቀር በምን ሒሳብ ነው መቃብራቸው ኢትዮጵያ ውስጥ የተገኛው? ነው ወይስ ልጆች አስከሬን ተሸክመው መጡ ልንል ነው? ኖህ ካምን ወለደ፡ ካም ኩሽን፡ ከናዕንን እና ሌሎችንም ወለደ፡ ስለሆነም ቅማንት የሚነሳው ከከናዕን የዘር ሐረግ ነው ማለት ነው ታሪኩ። አቆጣጠሩንም የቅማንት ሊቀ ካህናት እንደሚከተለው አድርገው ንጥር አድርገው ይቆጥሩታል። ኖህ ካምን ወለደ፡ ካም ከናዕንን ወለደ፡ ከናዕን አርዋዲን(አራዲወንን) ወለደ፡ አርዋዲ አደረይኪን ወለደ፡ አደረይኪ ደግሞ የቅማንት ህዝብ አባት ነው። ይህ ደግሞ ማንም የማይክደው መሬት ላይ ያለ እውነታ ነው። አሁን ያሉት ወምበር እስከ እራሳቸው ድረስ እንዲህ አድርገው አመጣጡን ጥርት አድርገው ቆጥረው ያስረዳሉ።

"አደረይኪ ክብርዋን ወለደ፡ ክብርዋ ገዶን ወለደ፡ ገዶ ልትውን ወለደ፡ ልትው ትንክበገናን ወለደ፡ ትንክበገና ገብተገናን ወለደ፡ ገብተገና አሸቪን ወለደ፡ አሸቪ ፍርዶን ወለደ፡ ፍርዶ ይዚያን ወለደ፡ ይዚያ ምዝገኒን ወለደ፡ ምዝገኒ ሾኪያን ወለደ፡ ሾኪያ ሙዞን ወለደ፡ ሙዞ ፍዛደርን ወለደ፡ ፍዛደር ወርቄን ወለደ፡ ወርቄ ዘውዱን ወለደ፡ ዘውዱ መርሻን ወለደ፡ መርሻ ሙሉነህን ወለደ፡ ሙሉነህ አማረን ወለደ"፡ በማለት ጥረት አድርገው ቆጥረው ያስረዳሉ።

ከላይ እንዳየነው ከአደረይኪ ጀምረን ወደ ኋላ ስንቆጥር ደግሞ መጨረሻው በከናዕን በኩል አድርጎ ወደ ኖህ ይሆናል፡ ይህ ደግሞ የቅማንትን ህዝብ ከናዕናዊነት ቁልጭ አድርጎ ያሳያል። ወምበሩ ጨምረው ሲገልጹ፡ "የቅማንት ህዝብ የሚባለው መነሻ ግንዱ ይህ መንገድ ነው"፡ ይላሉ። ታዲያ ቅማንት ኩሽ ነው የሚሉን አካላት የት ተነሰተው ነው?

በኢትዮጵያ ውስጥ የመነሻ ሐረጉን እንዲህ አድርጎ ጥርት ባለ መንገድ ቆጥሮ የሚያሰረዳ ከቅማንት ውጭ አንድም ህዝብ የለም። ቅማንት ኩሽ ነው ለማለት በመጀመሪያ የኩሽን ተዋረድ በትክክል ቆጥሮ መድረሰን እና ማሰረዳትን ይጠይቃል። ሌላው በፅሁፉ ውስጥ ያለው የቅማንትን ህዝብ አጣብቂኝ ውስጥ የሚያስገባ ሐሳብ ነው። የቅማንትን ህዝብ የኢትዮጵያ ነባር ህዝብ ለመባል የግድ ከናዕናዊ መባል እንደሌለብት የሚገልጽ ሐሳብ አለው። በዚህ ሐሳብ መሰረት ሐሳቡ ለቅማንት ህዝብ ከናዕናዊነትን ወይም ነባር ኢትዮጵያዊነትን የመምረጥ አይነት እሳቤን አሰቀምጡዋል። በዚህ አይነት መንገድ ከሔድን የቅማንትን ህዝብ ብቻ ሳይሆን መላ የኩሽን ህዝብም ጥያቄ ውስጥ የሚያስገባ ሐሳብ ነው። ምክኒያቱም ሁሉም የካም ልጆች እና የኢትዮጵያ ነባር ህዝቦች ሰለሆኑ።

ልዩነቱ ያለው ከኩሽ የመወለድ እና ከከናዕን የመወለድ ላይ ብቻ ነው። ለማንኛውም የቅማንት ህዝብ ከላይ በተገለጸው መልኩ

የከናዕን ልጅ እና የኢትዮጵያ ቀደምት ነባርና ሐገር መሰራች ህዝብ መሆኑ እውነት ነው። ሌላው ደግሞ የቅማንትን ህዝብ የአገው አንድ ክፍል አድርጎ የመተረክ ነገር አለው። ይህ ግን የተሳሳተ ታሪክ ነው፡ ምክኒያቱም ቅማንት ከከናዕን፡ አገው ደግሞ ከኩሽ ስለሚነሱ ወንድም ህዝቦች እንጅ ቅማንት አገው አይደለም። በድጋሚ የቅማንቱ አመጣጥ እንዲህ ይቆጠራል። ኖህ፡ ካም፡ ከናዕን፡ አርዋዲ፡ አደረይኪ፡ የቅማንት ህዝብ ወዳ ኋላ ተመልሳችሁ ተመልከቱ፡ ከዚህ በተጨማሪ በኢትዮጵያ ብሔረሰቦችን የሚገልጥ ጥናታዊ መዘከር በሚለው መጽሐፋቸው ዶክተር ፍስሐ አሰፋው ስለቅማንት ህዝብ እንዲህ አሰፍረውታል። "ቅማንት የአገው ዝምድ ቡድን ነው"፡ ይሉታል። ዝምድ ማለት ቅማንት አገው ነው ማለት አይደለም። ይህ ደግሞ እውነት ነው፡ የአንድ የካም ልጆች ናቸውና። እንዲህ አይነት እውነተኛ መረጃዎች እያሉና ህዝቡ የራሱን መነሻ ጠንቅቆ እየተናገረ የተጣረሰ እና የተጣመመ ታሪክ መጻፍ ትክክል አይደለም። የቅማንት ህዝብ ከናዕን ለመሆኑ እኮ ከከናዕኑ ልጅ የካህኑ የመልከ ጸዴቅን እምነት እና የአስተዳደር ሰርዓት ይዞ መገኘቱ እራሱ አንዱ ማስረጃ መሆን ይችላል።

ማለትም በታሪክ እንደሚታወቀው ካህኑ መልከ ጸዴቅ ካህንም ንጉሥም ነበር። ክህነቱ በህገ ልቦናው ሐይማኖት፡ አስተዳደራዊ ሰርዓቱ ደግሞ አሁን የወምበር ሰርዓት የሚባለው የቅማንት

የአስተዳደር ስርዓት ነው። ይህ አስተዳደራዊ ስርዓት ደግሞ በቀጥታ ከህገ ልቦናው ሐይማኖት ጋር ተያይዞ የመጣ መሆኑ የታወቀ ነው። ዛሬም በቅማንት ህዝብ ዘንድ የህገ ልቦናው ሊቀ ካህን የሐይማኖት መሪነቱንም የአስተዳደር ስርዓቱንም አጣምረው የያዙ ካህን ናቸው። ይህ ደግሞ በቀጥታ ከካህኑ መልከ ጸዴቅ ክህነትና አስተዳደራዊ ስርዓት የመጣ ነው።

መሬት ላይ ያለው እውነታ የሚያሳየን ይህንን ነው። የቅማንትን ህዝብ ታሪክ በሚገባ ለመረዳት የህዝቡን የህገ ልቦና ሐይማኖት መነሻ፡ ትርጉሙን እና ሒደቱን ማወቅ አስፈላጊ ነገር ነው። አቶ ነጋ ጌጤ ስለቅማንት ህዝብ ሐይማኖት እንዲህ ብለው አስቀምጠዋል። "የሰው ልጅ ሁሉ ፈጣሪው ጠፍቶበት በጣዖት አምልኮ ስር ወድቆ በነበረበት ዘመን ቅማንቶች ግን ሰማይን እና ምድርን እንዲሁም ፍጥረታትን ሁሉ የፈጠረውን ሐያል ንጉሥ የአብርሃም እና የይስሐቅን አምላክ እግዚአብሔርን አምላካቸውን በጽናት አምልከው ከ5 ሺህ ዓመታት በላይ ያስቆጠረ እንጸባራቂ የሰልጣኔ ታሪክ ያላቸው ከመሆናቸውም በላይ ለሕገ ሙሴ እና ለሕገ ክርስትና ሐይማኖቶች መፈጠር መነሻ ወላጅ አባቶች ናቸው። ይህም ሐቅ የተሰወረ ሳይሆን በገሐድ የሚታይና ተጨባጭ ነው"፡ በማለት አስቀምጠውታል። ፕሮፌሰር ሲጋምሰት ደግሞ ስለቅማንት ሰልጣኔ እንዲህ ሲሉ አሰፍረው እናነባለን።

"በዚህ እና በሌሎች ምክኒያቶች የቅማንት ሰልጣኔ እኛ ካለን ዘመናዊ የኢዱስትሪያል ከተማ ሰልጣኔ አሰቀድሞ የነበረውን የህብረተሰብ ሰልጣኔ የሚወክል ነው"፡ በማለት። ይቀጥሉና "የቅማንት ሐይማኖት ጥንታዊና ልዩ ልዩ ዕምነቶችን ያካተተ ሐይማኖት በመሆኑ የተለየና ትኩረትን የሚሰብ ነው"፡ ይሉታል። የቅማንት ህዝብ ምንም እንኳን አሁን ተጠምቆ ኦርቶዶክሰ ቢሆንም እምነቱ ግን ህገ ልቦና ነው። ይህንን ጉዳይ በተመለከተ የአገላለጽ ችግር ይሰተዋላል፡ ሲጠመቅ ክርሰቲያን ሆነ ይላሉ። ሲጠመቅ ክርሰያን ሳይሆን ኦርቶዶክሰ ነው የሆነው፡ ክርሰቲያንማ በፊትም ክርሰቲያን ነው የነበረው። ይህንን ግልጽ ለማድረግ ሐይማኖትን መሰረት አድርገን ሰናይ ሶሰት ክፍሎችን ነው የምናገኘው።

የመጀመሪያው ከህገ ልቦና እሰከ ህገ ወንጌል ያለውን የመገለጥ ደረጃ ለመረዳት መጽሐፍ ቅዱሰን መሰረት አድርጎ የሚነሳውን መንገድ እንይ። በዚህ መንገድ ውሰጥ ያሉ ሁሉም የእምነት ንዑሰ ክፍፍሎች ክርሰቲያን ነው የሚባሉት። ሁለተኛው ደግሞ ቅዱሰ ቁራንን መሰረት አድርጎ የሚነሳው እና በውሰጡ የተለያዩ ንዑሰ ክፍፍሎችን የያዘው እንዳለ በሙሉ ሙሰሊም ይባላል። ሌላው ሶሰተኛው ደግሞ ከእነዚህ ከሁለቱ ውጭ የሆነው በሙሉ እምነት የለሽም ሊሆን ይችላል፡ ምንም ሊሆን ይችላል እንደ አንድ መንገድ መውሰድ እንችላለን።

በዚህ መሰረት የቅማንት ህዝብ መጀመሪያም ክርስቲያን ነበር ማለት ነው። በነገራች ላይ በዓለማችን ላይ የመጀመሪው ሐይማኖት ህገ ልቦና ነው። ሁሉም ከዚህ ምንጭ ነው እየተቀዱ የወጡት። ሁሉም የዓለማችን ህዝብ ሲከተል የነበረው የህገ ልቦናን እምነት ነበር፡ አሁንም ወደ ፊትም የህገ ልቦና እምነት በውስጡ አለው። ምክኒያቱም የህገ ልቦና እምነት ማለት ስትፈልግ የምትቀበለው ሳትፈልግ ስትቀር ደግሞ የምትጥለው ሳይሆን መጀመሪያውኑ በፈጣሪ በውስጥህ ይዘኸው የምትፈጠረው እምነትም ስለሆነ። ይህ ማለት ግን አንድ ሰው በልቡ የሚያወጣውን የሚያወርደውን ዝርው የሆነ ልብ ወለዳዊ ሐሳብ ማለት አይደለም። ህገ ልቦና ማለት አንድ ጊዜ በፈጣሪ የተሰጠ ሊቀየር የማይችል የተዳራጀ በነፍስ ልብ ላይ የተጻፈ የፈጣሪ ህግ ማለት ነውና።

1፡ 2 የህገ ልቦና ሐይማኖት

ወደ ዋናው ሐሳቤ ከመግባቴ በፊት ግን፡ "የተከለከለው የኢትዮጵያ ታሪክ" በሚለው መጽሐፍ ውስጥ "ህገ ልቦና እምነት በኢትዮጵያ" በሚል ርዕሰ ያሰፈረውን እንመልከት። "ከናዕናዊ በመባል ከሚታወቀው የህገ ልቦና እምነት ጋር ቅርርብ ያለው አንድም የዘመናችን ሐይማኖት በየትኛውም የዓለም ክፍል በጥናት ተለይቶ አልታወቀም። ከአንዲት ሐገር ውጭ፡ ይህችም ሐገር ኢትዮጵያ ናት። ለዚህ አባባል ትልቅ ማሳያ ተደርጎ ሊወሰድ የሚችለው

ማህበረሰባዊ አምልኮ ከሰያሜው ጀምሮ እራቱን የአብርሃም ስርዓተ እምነት መገለጫዎች በምሉዕነት የሚያንጸባርቀው የቅማንት አገወች ህገ ልቦና ነው፡፡

ይህ እምነት እና ተያያዥ ማህበረሰብ ዛሬ ለመጥፋት የተቃረበ ቢሆንም በዘመን ብዛት ሳይደበዝዝ እንደ ኦሪት፡ የአዲስ ኪዳን እና ምን አልባትም ባዕድ ተግባራት ከመቀላቀሉ በስተቀር ዛሬም ድረስ በቅማንት ማህበረሰብ በተግባር ላይ የሚገኝ እምነት ነው"•••••• እያለ ይቀጥላል፡፡ በእኔ አረዳድ ከላይ የሰፈረው ሐሳብ በአብዛኛው ትክክል ሆኖ የተሳሳተ ትርክትም አለው፡፡ በዓለም ላይ የህገ ልቦና እምነት በኢትዮጵያ ውስጥ በቅማንት ህዝብ ዘንድ ብቻ እንደሚገኝ የተገለጸው ሐሳብ ትክክል ነው፡፡ የቅማንትን ህዝብ ከሌላው የዓለም ህዝብ የተለየ ከሚያደርጉት መገለጫዎችም አንዱ ይህ ሐይማኖት ነው፡፡ የቅማንትን ህዝብ በአገው በኩል የመቁጠሩ አባዜ ግን አሁንም ተደግሞ ተንጸባርቋል፡፡ ይህ የተሳሳት ታሪካዊ አካሔድ መስተካከል እና መታረም አለበት፡፡ ሌላው የቅማንትን ህዝብ "ማህበረሰብ" ሲል ገልጾታል፡፡ ይህ አገላለጽ እራሱ ስህተት ነው፡ ምክኒያትም የቅማንት ህዝብ ማህበረሰብ ሳይሆን ብሔረሰብ ስለሆነ፡፡ ሲቀጥል ሐሳቡ ሌሎች ተጨማሪ ሁለት የተቃረኑ ሐሳቦችም አሉት፡፡

እምነቱን የከናዕን ይልና የእምነቱን ባለቤት የቅማንትን ህዝብ ደግሞ አገው እንደሆነ አድርጎ ይገልጻል። ይህ ሐሳብ በመሰረታዊነት ብዙ ተፋልሶዎች አሉበት። የመጀመሪያው ቅማንት አገው ከሆነ የከናዕንን እምነት እንዴት ሊወርስ ቻለ ለሚለው ጥያቄ መልስ የለውም። ሁለተኛው ደግሞ ቅማንት አገው ከሆነ፣ የአገው ህዝብ ለምን ይህንን የከናዕን እምነት ይዞ አልተገኘው ወይም አልተከተለም ለሚለውም መልስ የለውም።

ምክኒያቱም ቅማንት አገው ከሆነና የከናዕን እምነት ተከታይ ከሆነ አገውም የዚህ እምነት ተከታይ መሆን ነበረበት። ነገር ግን የአገው ህዝብ ይህንን እምነት እንኳን ሊከተል ይቅርና ከጅምሩ አያውቀውም። ታዲያ የቅማንት ህዝብ እንዴት አገው ሊሆን ይችላል? ምክኒያቱም በዛን ወቅት እምነት እንደ አሁኑ ዘመን በስብከትና በፍላጎት ሳይሆን በድሮው ዘመን እምነት በታሪክ ሲወርድ ሲዋረድ የሚመጣና የሚወረስ ነው የነበረው። ለዚህ ደግሞ ዋናው ምክኒያት በዛ ወቅት ከህገ ልቦናው ውጭ ሌላ አማራጭ እምነት ያልነበረ መሆኑ ነው፡ የአባቶቻችን እምነት እየተባለ የሚተረከው ትርክት ለዚህ ጥሩ ማሳያ ነው።

በእርግጥ ፈጣሪ ያልባረካቸው የተለያዩ ባዕድ አምልኮዎች ነበሩ። በዚህ ባዕድ አምልኮ ምክኒያት ህዝቡም ሲቀጣ እንደነበር መዛግብት ያስረዳሉ። አሁን እያወራን ያለነው ደግሞ ፈጣሪ

ሰለሰጠው ትክክለኛ እምነት ነው። በዚህ ምክኒያት የህገ ልቦና እምነት፡ በእምነትነቱ ብቻ ሳይሆን የቅማንትን ህዝብ የከናዕንነትን ታሪክ፡ ይዞት የመጣውን የህዝቡን የአሰተዳደር ሰርዓት እና መልካም እሴቶቹን ሁሉ ቁልጭ አድርጎ ያሳያል ማለት ነው። ለዚህ ነው የቅማንትን ህዝብ ታሪክ በህገ ልቦናው እምነት በኩል መተንተንን የመረጥኩት። በእርግጥ ይህ እምነት የቅማንትን ህዝብ ብቻ ሳይሆን ከጥፋት ውሃ በኋላ የኖህን ማረፊያ ቦታም በማመላከት የኢትዮጵያን የዚህ ታሪክ ባለቤትነት ያሰረግጣል።

እውነታው ግን ቅማንት ሲወርድ ሲዋረድ የመጣውን የአባቱን የከናዕንን እምነት የተከተለና አሰከብሮ ይዞ እዚህ ዘመን ላይ የደረሰ ህዝብ መሆኑ ነው። ይህ መሆኑ ደግሞ ቅማንት አገው እንዳልሆነ ቁልጭ አድርጎ የሚያሳይ ማስረጃ ነው። ከዚህ እውነታ ለመሸሽ በሚመስል መልኩ ግን ጸሐፊው "......ቅርርብ ያለው....." በሚል ሐሳብ ገልጾታል። ፍለጋው እውነትን ማግኘት ከሆነ ያለውን እውነት መቀበል ግድ ነው፡ ታሪክ በዘመናት ሒደት ውሰጥ የተከናውነ ሳይንስ እንጂ ፖለቲካ አይደለምና። ሌላው ደግሞ ከህገ ልቦና እምነት ላይ የኦሪት እና የአዲሰ ኪዳን ተቀላቅሎበታል የሚለው ሐሳብ ነው። ይህ ሐሳብ ሲጀመር መገለጽ ያለበት መቀላቀል በሚል ሳይሆን ሲጀመር ለኦሪት እና ለአዲሰ ኪዳን መሰረታቸው ህገ ልቦናው መሆኑ ነው። ህገ ልቦናው ከሌለ እነሱ መሰረተ ቢሰ ናቸው። ለምን እንዲህ

እንደሆነ ወደ ፊት እናየዋለን። ከዚህ በተጨማሪ ሐተታው ባዕድ ተግባራት እንደተቀላቀለበት ይገልጻል። ይህ እይታ የመጣው በእውነት ከመረጃ እጥረት የመጣ የተሳሳተ ትርክት ነው።

ይህንን ሐሳብ ያመጣው እንዲሁ በአፈ ታሪክ እምነቱን እና ህዝቡን ዝቅ አድርጎ ለመግለጽ ሲባል የነበረውን የተሳሳተ ትርክት መነሻ በማድረግ ነው። የቅማንትን የህገ ልቦና እምነት ለማሰጣል ስንት ነገር ተብሎዋል። እነዚህን የተሳሳቱ አፈ ታሪኮች እንደ እውነተኛ ማስረጃ አድርጎ መነሳት የተዛባ ድምዳሜ ላይ ያደርሰና መጨረሻው ህዝብን ማደናገር እና የታሪክ ተወቃሻ መሆን ይሆናል። እውነቱንና ሐሰቱን መለየት ያስፈልጋል።

እውነትን መፈለግና ማግኘት የሚቻለው በእውነተኛ መረጃ ላይ ተመስርቶ ነው። ይህም ለእውነት መስራት ከተፈለገ አባ ወምበሩን(ሊቀ ካህኑን) አግኝቶ ማረጋገጥ ይቻላል። ከዚህ ወጭ ግን ውሸት እየጻፉ የታሪክ ተወቃሽ መሆን አያስፈልግም። ከዚህ ውጭ ግን ህገ ልቦና ሐይማኖት ምንም አይነት የተቀላቀለበት ባዕድ አምልኮ ወይም ተግባር የለም። ይህንንም ከዚህ ቀጥሎ ባለው ትንታኔ ማየት ይቻላል። የህገ ልቦና ሐይማኖት የመጀመሪያው እና ለአዳም የተሰጠው ሐይማኖት ነው።

ፈጣሪ ለአዳም ትእዛዝ ሲሰጥ ይህንን ብላ፡ ይህንን ደግሞ አትብላ ከሱ በበላህ ጊዜ የሞት ሞትን ትሞታለህ ያለው በቃል ነበር

እንጅ በጽሁፍ ወይም በሌላ ነገር አልነበረም። ስለሆነም ምንም አዳም ትእዛዙን ባያከብርም የተቀበለው ግን በህገ ልቦና(በልብ ህግ) ነበር። ስለሆነም ትእዛዙ ህገ ልቦና ወይም የልቦና ህግ ተባለ። አሰተውሉ ልቦና ተባለ እጂ ልብ አልተባለም፡ እንመለሰበታለን። አዳም በተቀበለው የልቦና ትዕዛዝ ውሰጥ አራት መሰረታዊ ነገሮች አሉት። እነሱም፥ ትዕዛዝ፡ ነጻነት፡ ምርጫ እና ሐላፊነት ናቸው።

1፡ ትዕዛዝ፦ ትዕዛዝ ማለት ከበላይ አካል ለበታች አካል እንዲጠብቀው፡ እንዲያከናውነው፡ በተገባር እንዲገልጸው ወዘተ የሚሰጥ በውሰጡ ማሰጠንቀቂያ ያዘለ መልዕክት ማለት ነው።ነው

2፡ ነጻነት፦ ነጻነት ማለት የበላይ አካል ለበታች አካል የሚኖረውን የተዕጽኖ ክነውን መሰረት አድርጎ የሚገለጽ የትግበራ ውጤት ማለት ነው።

3፡ ምርጫ ፦ ምርጫ ማለት የታችኛው አካል ከላይኛው አካል የተሰጠውን ትዕዛዝ እና ነጻነት ተጠቅሞ ትዕዛዙን የመፈጸም እና እድልን የመጠቀም ወይም ያለመጠቀም ክነውን ውጤት ማለት ነው።

4፡ ሐላፊነት፦ ሐላፊነት ማለት በምድራዊ ሒወታችን ስልጣንን እና የበላይነትን የሚያመላክት ሲሆን በሰማያዊ ሒወታችን ግን ትዕዛዝን ተቀብሎ የተሰጠውን ነጻነት ተጠቅሞ የፈለገውን

መምረጥ እና መርጫውን ተከትሎ የሚመጣውን ውጤት ግን ያለማቅማማት በሐላፊነት መቀበል ማለት ነው።

በምድራዊ መንግሥታት ትዕዛዛት ጉድለት አለባቸው፡ ነጻነትም ሙሉ አይደለም፡ ምርጫውም የተጭበረበረ ነው፡ ሐላፊነትን መውሰድም በሁሉም በኩል እዚህ ግባ የሚባል አይደለም። በህዝብ የተመረጠ አካልም ሐላፊነትን በአግባቡ ሲከውን አይታይም። በሌላ በኩል ደግሞ በፖለቲካው ምርጫ ወቅት የፈለከውን ፓርቲ ብትመርጥ አሸናፊው አካል ያስተዳድርሃል። አልመረጥከኝም ብሎ አያገልህም፡ በእርግጥ ይህ ሀሳብ ባላደጉ ሐገራት ውስጥ አይሰራም።

በሰማያዊው መንግሥት ግን እንደዚህ አይደለም፡ ትዕዛዙ ፍጹም ነው፡ ነጻነቱ ሙሉ ነው፡ የመረጥከው ምርጫም ይጠበቅልሃል። የምርጫው ክልልም በ180° ዲግሪ ከሲዖል እስከ ገነት ነው። በምርጫህ መሰረት የመረጥከው ምርጫ ውጤቱ ምንም ይሁን ምን በሐላፊነት መሸከም ግን ግዴታ አለብህ ነው ነገሩ። ወደ ዋናው ቁም ነገር ልመለስና በህገ ልቦና የተሰጠው ትዕዛዝ አትብላ ከበላህ የሞት ሞትን ትሞታለህ(በነፍስም በስጋም መሞት ማለት ነው) የሚለው ነው።

እዚህ ላይ አዳም ትዕዛዝ ተሰጥቶታል የመብላት እና ያለመብላት ሙሉ መብት(ነጻነት)ግን አለው። ከሁለቱ አንዱን

የመምረጥ ሙሉ መብትም አለው። መብልን መረጠና ትዕዛዙን አፍርሶ በላ የሞት ሞትን ሞተ ማለት ነው። ይህ ማለት የሞትን ሐላፊነት መሸከም አለበት ማለት ነው። ነገር ግን አዳም የሞትን ሐላፊነት መሸከም ስለከበደው ወዲያውኑ እየየ ማለቱን ተያያዘው። ሰው ማለት እንዲህ ነው፡ የሆነ ድርጊት አከናውኖ ውጤቱ ካማረ ይፎክርበታል ካላማረም ለችግሩ ሌላ ሐላፊነቱን የሚወስድ አካል ይፈልግለታል።

ለዚያ ነው አዳም ለምን በላህ ሲባል ሔዋን አሳሳተችኝ አለ፡ ሔዋን ለምን አሳሳትሽው ሰትባል እባብ አሳሳተኝ አለች፡ እባብ ለምን አሳሳትካት ሲባል ሰይጣን አሳሳተኝ አለ። ሁሉም ሐላፊነትን መግፋት ነው የተያያዙት። ለማንኛውም የህገ ልቦናው ትዕዛዝ ሳይከበር ቀረ። ስለሆነም ፈጣሪ ከህገ ልቦና በተጫማሪ ከ10ቱ ትዕዛዛት ላይ ጨምሮ በአጠቃላይ ትዕዛዛቱን በሚነበብ ነገር በጽሑፍ አድርጎ አቀረበ። እዚህ ላይ ልብ በሉ ህገ ልቦናው አልተሻረም አድጎ እና ተደራጅቶ ነው የቀረበው።

ትዕዛዙ በጨመረ ቁጥር ግን ሐላፊነት የመውሰዱ ሁኔታም አብሮ ይጨምራል። ያም ሆኖ የሰው ልጅ አሁንም መሳሳቱ አልቀረም። ስለሆነም ፈጣሪ በአካል ተገልጦ አስተመረ እና 6ቱን ቃላተ ወንጌል ጨምሮ ትዕዛዛቱን ወደ 16 አሳደገ። ስለሆነም ከላይ በጠቅላላው የምንረዳው ህገ ልቦና መቅረቱን ሳይሆን ህገ ኦሪት የህገ ልቦና

ጠቅላላ የጽሁፍ ማሰረጃ ወይም ማብራሪያ ሲሆን ህገ ወንጌል ማለት ደግሞ የሁለቱ ምልከታ/የተግባር ትምህርት(demonstration) ማለት ነው። ይህም ማለት አንድ መምህር በቃል ያስተምራል በጽሁፍ ያጽፋል በተግባር ያሳያል እንደ ማለት ነው።

ህገ ልቦና የቃል ትዕዛዛዊ ትምህርት ነው።

ህገ ኦሪት የጽሑፍ ትዕዛዛዊ ትምህርት ነው።

ህገ ወንጌል የተግባር ውጤት ትምህርት ነው።

አንድ ጥያቄ እናንሳ እስኪ ህገ ልቦና የተባለው ምክኒያቱ ምንድን ነው?

1፡ 3 ህገ ልቦና (የልብ ህግ)

ስለህገ ልቦና ለማውራት ስለ ሰው ልጅ አፈጣጠር በተወሰነ መልኩ መረዳት ያስፈልጋል። የሰው ልጅ አፈጣጠር በእንስሳት እና በመላኢክት መካከል ሆኖ በፈጣሪ አምሳል እንደሆነ መጽሐፍ ቅዱስ እና የተለያዩ መረጃዎች ያትታሉ። ስለሆነም የሰው ልጅ በአፈጣጠሩ ከምድር እስከ ሰማይ ነው ማለት ነው። ለዛም ነው ሰው ሁለንታ ነው የሚባለው። የሰው ልጅ በአፈጣጠሩ አራት የሰጋ እና ሶስት የነፍሰ ባህሪያትን በድምሩ ሰባት ጠቅላላ ባህሪያትን የያዘ አስገራሚ እና አስደናቂ ፍጡር ነው።

1፡ 4 የስጋ ባህሪያት

የሰው ልጅ ስጋ ለባሽ ስለሆነ ይታያል፣ ይዳሰሳል፣ ይጨበጣል •••••። እነዚህ ባህሪያት ከእንስሳት ጋር የሚጋራቸው በህሪያት ናቸው።ለጊዜው የስጋ ባህሪያትን ትተን የነፍስ ባህሪያትን ብቻ እንመለከታለን። የምንፈልገው ነጥብም ያለው እዛ ውስጥ ስለሆነ።

1፡ 5 የደመ ነፍስ ባህሪያት

ሳሙኤል ፍቃዱ በነገረ ሐይማኖት መጽሐፋቸው ላይ ስለ ደመ ነፍስ እንዲህ ሲሉ ገልጸውታል። "ነፍስ ለስጋ ሕይወት ነው። ይኸውም እስትንፋስ ወይም ነፍስ እየተባለ የሚጠራው ነው። ደመ ነፍስ መባሉዋም በደም ላይ ስለምታድር ነው። ለዚህ ነው የእንስሳትም ሆነ የሰው ደም ፈሶ ሲያልቅ የሚሞተው"፣ በማለት አስፍረዋል። በዚህ አገላለጽ መሰረት ሰው ደመነፍሳዊ ባህሪ እንዳለው ነው። እውነትም የሰው ልጅ በተፈጥሮው የደመ ነፍስ ባህሪ አለው። ይህች ነፍስ የምትኖረው ደም ላይ ስለሆነ ደሙ ፈሶ ሲያልቅ ሰውየው ይሞታል። ደመ ነፍስ የሰው ልጅ ከእንስሳት ጋር የሚጋራት ባህሪ ናት። ለዚያ ነው ሰው ሁኖ በፈጣሪ አምሳል የተፈጠረ አካል በደመ ነፍስ ምክኒያት የእንስሳትን ተግባር ሲያከናውን የምንመለከትው። ደመ ነፍስ ከስሜታዊነት ጋር የተያያዘ ነው። ስሜት ከተቆጣጠርነው ሙቀት፣ ሐይል እና ብርታት ሆኖ ይጠቅመናል እርሱ

ከተቆጣጠረን ደግሞ ልጓም የሌለው ፈረስ ስለሆነ ተሸክሞን ገደል ይገባል። በግለሰብም ይሁን በቡድን ደረጃ የሚከሰቱ አብዛኛው ችግሮች(ግጭቶች) ከደመ ነፍስ ስሜት(ባህሪ) ጋር የተያያዙ ናቸው።

1፡ 6 ህሌናዊ ባህሪያት

ህሌና ማለት ልክ እንደ ነፍስ የማይታይ የማይጨበጥ በአዕምሮ ላይ የሚከናወን የአስተሳሰብ ውጤት ማለት ነው። የሰው ልጅ ህሌና ከህገ ልቦና ጋር እየተገናዘበ እና እየተናበበ መልካሙን እና ክፉውን ለመለየት ያስችላል። ሰው መጥፎ ተግባር ሲያከናውን "ህሌና ቢስ" የሚባለው ለዚህ ነው። በባለፈው ፊልድ ማርሻል ብርሃኑ ጁላ ሁለት ዓመት ትግራይን ከቀጠቀጠ በኋላ፡ "በዚህ ህዝብ ላይ ሌላ ጦርነት ማሰብ ህሌና ቢስነት ነው"፡ ያለው ይህንን ለመግለጽ ነው። የሰውየው ንግግር ከአንገቱ ነው ወይንስ ከአንጀቱ ነው ወይስ ምንድን ነው ምክኒያቱ የሚለው እንደተጠበቀ ሆኖ ማለት ነው። ህሌና ቢስነት ከደመ ነፈስ ጋር የተያያዘ ነገር ነው።

1፡ 7 የህያዊት ነፍስ ባህሪያት

የሰው ልጅ ህያዊት ነፍስ አለው። በዚች ህያዊት ነፍስ አማካኝነት የሰው ልጅ ከሰማያዊን አካላት ጋር የአንድነት ህብረት ይፈጥራል። ይህች ነፍስ ሶስት አካላት አላት። እነሱም፡-

ሀ፡ ልብ፦ እዚህ ላይ ነው ዋናው ነጥባችን ያለው። የነፍስ ልብ ለሰው ልጅ ልባዊነትን፡ አስተዋይነትን እና ግንዛቤን ይሰጣል። እነዚህ ነገሮች አሉ ማለት ደግሞ የተፈጥሮ ህግ ወይም ህገ ልቦና በሰው ልጅ ውስጥ የነፍስ ልብ ውስጥ አለ ማለት ነው። ይህ ማለት ደግሞ የሰው ልጅ እውቀትን እና ጥበብን ገንዘብ ማድረግ ይችላል ማለት ነው። ለዚያ ነው በመጽሃፍ ቅዱስ ውስጥ በተለያየ ቦታ ላይ ስለልብ ተጠቅሶ የምናገኘው። እነዚህ የመጽሃፍ ቅዱስ ጥቅሶች እንደሚያሳዩት መለክቱ ለነፍስ ልብ እንጅ ለስጋ ልብ ደም ለሚረጨው አካል አይደለም። ይህንን ለማረጋገጥ ከመጽሃፍ ቅዱስ ሁለት ጥቅሶችን አንስተን እንመልከት።

1፡ በማቲዎስ ወንጌል እና በመዝሙረ ዳዊት ላይ "መልካም ሰው ከመልካም ልቡ መዝገብ መልካም ነገርን ያወጣል፡ ክፉ ሰው ከክፉ ልቡ መዝገብ ክፉ ነገርን ያወጣል"፡ ይላል። ይህ አባባል በቀጥታ የሚያመለክተው የነፍስ ልብን እንጅ የስጋ ልብን አይደለም። ምክኒያቱም የስጋ ልብ እንደ ሌሎች የሰውነት አካላት ነው። በሌላ አባባል የስጋ ልብ ምንም አይነት የማይታይ ክንውን የለውም ማለት ነው። ያማ ከሆነ እነ ኩላሊት እና ጭንቅላትም አሉ እኮ።

2፡ በኦርት መጽሃፍ ላይ "እግዚአብሔር ልብን ለወጠለት" ይላል። ታዲያ ይህ አባባል የሰውነት ክፍል የሆነውን ልብ አውጥቶ ወርውሮ ሌላ ልብ አስገባለት ማለት አይደለም። ይህ ከሆነማ ነገሩ

ቀዶ ጥገና ሆነ ማለት ነውኮ። በዚህ አገላለጽ መሰረት ልብን ለወጠለት ማለት አስተውሎትን ሰጠው፡ ገለጸለት፡ አሰገነዘበው እንደ ማለት ነው። በሌላ አባባል ይህ ማለት ደግሞ ለነፍስ ልብ እንጅ ለስጋ ልብ አይሰማማም። "መማሩንስ ተምረሃል ማስተዋሉን ግን ረስተሃል"፡ ይባላል እኮ።

ምን አልባት ደም የሚረጨው የስጋ ልብ፡ ህሌና በጭንቅላት ወይም በአዕምሮ ላይ ሆኖ እንደሚሰራ ሁሉ ነፍስም በስጋ ልብ ላይ ሁና እንድትሰራ ሊያገለግል ይችል ይሆናል። ይህም እራሱ ያልተረጋገጠ ስለሆነ ሰፊ ጥናት ያስፈልገዋል። ይህ ህገ ልቦና ወይም የልብ ህግ ግን የተደራጀ የፈጣሪ ህግ እንጂ ዝርው የሰው እሳቤ ማለት አይደለም።

ለ፡ ቃል፡- የሰው ልጅ ህያዊት ነፍስ ቃል አላት።

ሐ፡ እስትንፋስ፡- የሰው ልጅ ህያዊት ነፍስ እስትንፋስ አላት።

በእነዚህ ሶስቱ አካላት ምክኒያት የሰው ልጅ ህያዊት ነፍስ ልባዊት፡ ቃላዊት(ነባቢት) እና ህያዊት ትባላለች ማለት ነው።

5፡ መንፈስ፡- የሰው ልጅ መንፈስ አለው፡ ይህ መንፈስ ደግሞ የሰውን ልጅ ከፈጣሪው ጋር ያገናኘዋል። ማለትም የስጋ ህይወት ነፍስ ናት፡ የነፍስ ህይወት መንፈስ ነው። መንፈስ ደግሞ መለኮታዊ ነው። ስለሆነም የሰው ልጅ በዚህ መልኩ ከፈጣሪው ጋር ግንኙነት

ያደርጋል ማለት ነው። ስለሰው ልጅ ህያዊት ነፍስም ሆነ መንፈስ፡ ነገረ ሐይማኖትን በገጽ 78 እና 79 ላይ ይመልከቱ።

በነገራችን ላይ ስለሰው ልጅ ባህሪያት በሌላ የፍልሰፍና መጽሃፍ ላይ በደንብ አብራርቸ እቀርባለሁ። አሁን የተፈለገው ነጥብ ስለሰው ልጅ የህገ ልቦና ሐይማኖት ማንሳት ነው። አንድ ጥያቄ ላንሳ በአጸደ ገነት ያሉ ጻድቃን እና መላኢክት የተጻፈ መመሪያ አላቸው እንዴ? እና በምን መልኩ ነው የፈጣሪን ትዕዛዝ የሚፈጽሙት ወይም የሚጠብቁት? መልሱን ለእናንተ እተዋለሁ። በልቦና አስተውሎ(አሰቦ)፡ በአዕምሮ አስልቶ፡ በህሌና እውነቱን እና ሐሰቱን ለይቶ እውነት ላይ መድረሰ ያስፈልጋል። ህገ ልቦና ማለት የፈጣሪን ትዕዛዝ ለመቀበል እና ለመጠበቅ ብቻ ሳይሆን ከተፈጥሮ ጋር ተግባብተን ለመኖር ዋናው መንገድ ነው። ይህም ማለት ህገ ልቦና የሰው ልጅ ከሰማያዊ አካላት ጋር ህብረት የሚፈጥርበት መሰረታዊ መንገዱ፡ ለፈጣሪው የሚታዘዝበት ህጉ እና ከተፈጥሮ ጋር የሚግባባበት ቋንቋው ነው።

አስተውል፡ ልብ በል፡ ልብ ግዛ እና የመሳሰሉት አባባሎች የነፍስን ወይስ የስጋን ልብ ያመላክታሉ? ለመሆኑ ገቢያ ላይ የሚል ልብ አለ እንዴ? እነዚህ እና ሌሎች አባባሎች በህገ ልቦና የሚከናወኑ ተግባሮች ናቸው። ይህ ማለት ደግሞ ህገ ልቦና ሐይማኖት የእኛን ተግባር ብቻ አይገልጽም ማለት ነው። በእርግጥም ከእኛ ቁጥጥር

ውጭ የሆኑ የተፈጥሮ ህግም ማለት ጭምር ነው። ይህ የተፈጥሮ ህግ ደግሞ በፈጣሪ የተሰጠ በህገ ሰርዓት የሚከወን ነገር ማለት ነው፡፡

እዚህ ላይ ግን አንድ ነገር መታወቅ አለበት፡ ህገ ልቦና ማለት እንዲሁ ማንም ሰው በውስጡ የሚያውጠነጥነው ዝርው የሆነው ህግ አልባ ሐሳብ ማለት አይደለም። ምክኒያቱም ህገ ልቦና ማለት በሰው የነፍስ ልብ ውስጥ በፈጣሪ የተሰጠ የተደራጀ ህግ ነውና። ስለሆነም የቅማንት ህዝብ ህገ ልቦና ሐይማኖትን ከድሮ ጀምሮ ይዞት የመጣውና በፈጣሪ ተደራጅቶ የተሰጠው ሐይማኖታዊ ህግነው ማለት ነው፡፡

ምዕራፍ ሁለት

የህገ ልቦና ሐይማኖት ከመቸ እስከ መቸ

የህገ ልቦና ሐይማኖት ማለት ምንም አይነት የተጻፈ ነገር ሳይኖረው የፈጣሪን ህግጋት በልብ በመያዝ መመራት እና ሐይማኖታዊ እና አስተዳደራዊ ተግባራትን ማከናወን ማለት ነው። ይህ ሐይማኖት የአብርሃም ሐይማኖትም በመባል ይታወቃል። ሐይማኖቱ በፊት የተሰጠው ለአዳም መሆኑ እየታወቀ የአብርሃም የተባለበት ምክኒያት አብርሃም በህገ ልቦና በመመራት አምላኩን ማግኘት ስለቻለ ነው። የዓለም ማህብረተሰብ ዛሬ ይህንን ሐይማኖት የቀረ ወይም የተወሰኑ የህብረተሰብ ክፍሎች የሚከተሉት እንጅ በተግባር ላይ የማይውል አድርጎ ይመለከተዋል። እውነታው ግን ህገ ልቦና በሁላችንም ውስጥ በፈጣሪ በተፈጥሮ የተገጠመለን እና አብሮን የሚኖር የተደራጀ ተፈጥሮዊ ህግም ጭምር መሆኑ ነው፡ ማለትም ፈጣሪ በነፍስ ልባችን ውስጥ ህግጋቱን ሰጥቶናል።

2፡ 1 የህገ ልቦና ሐይማኖት ተሽሩዋል ወይስ አልተሻረም?

ህገ ልቦና እምነት ተሽሩዋል ወይስ አልተሻረም የሚለውን ጥያቄ ለመመለስ የተወሰኑ የመጽሃፍ ቅዱስ ቃላትን አንስተን እንመልከት።

ይህንን ጥያቄ መመለስ ያስፈለገበት ዋናው ምክኒያት ህገ ልቦና ሐይማኖት የቀረ ወይም የተሻረ እና ባዕድ ነገር የተቀላቀለበት ወይም በባዕድ ተግባራት የሚከናወን ለሚመስላቸው መልስ ለመስጠት ነው።

1፡ ህገ ልቦና ማለት በልብ ያለ የተደራጀ የፈጣሪ ትዕዛዝ ማለት ነው። በመጀመሪያ ህገ ልቦና የሚለው የእምነቱ መጠሪያ ስም ከሁለት ቃላት የተመሰረተ ነው። እነዚህም ህግ እና ልቦና የሚሉት ናቸው። ህግ ማለት የማይጣስ፡ የሚከበር፡ ትዕዛዝ፡ መተዳደሪያ፡ የማይታለፍ እና የመሳሰሉትን የመግባቢያ ሐሳቦች መጥቀስ እንችላለን። ልቦና ማለት ደግሞ ማስተዋል፡ መገንዘብ፡ መረዳት የሚሉትን እና የመሳሰሉትን ሐሳቦች ማንሳት እንችላለን። በነገራችን ላይ ልብ እና ልቦና የተለያዩ ነገሮች ናቸው።

ልብ ማለት አንድ የስጋ የሰውነት አካል ክፍል የሆነውና ደም የሚረጨው፡ የሚጨበጠው፡ የሚዳሰሰው፡ የሚታየው አካል ማለት ሲሆን ልቦና ማለት ግን ከነፍስ ልብ አካል አንዱ ከሆነው ከልባዊነት ጋር የተያያዘ እና የማይታይ፡ የማይዳሰስ፡ የማይጨበጥ ነገር ማለት ነው። ልቦና ከፈጣሪ ጋር የምንገናኝበት ህግ እና ከተፈጥሮ ጋር የምንግባባበት ቋንቋዊ መንገድ ማለት ነው። ይህ ጉዳይ በሌላ ቦታ በደንብ ስለተብራራ በቦታው መመልከት ይቻላል። ስለሆነም በእምነቱ አተረጓጎም መሰረት ህገ ልቦና ማለት በነፍስ ልብ ውስጥ

የተያዘ የፈጣሪ ህግ ማለት ነው። የፈጣሪ ህግ ማለት ደግሞ የፈጣሪ ቃል ማለት ነው። የፈጣሪ ቃል ማለት ደግሞ የማይሻር፡ የማይሻሻል እና ማንም በሰው አቅም የማያስተካክለው ከዘመን ጋር አብሮ የሚቀጥል ዘመን የማይሽረው ማለት ነው። ለዚያ ነው "ሰማይ እና ምድር ያልፋሉ ቃሌ ግን አያልፍም" ያለው። ለምሳሌ 10ቱ ትዕዛዛት በህገ ልቦናም፡ በህገ ኦሪትም በህገ ወንጌልም ዘመን ሳይሽራቸው እና ሳያሻሽላቸው የዘለቁ የፈጣሪ ቃላት ናቸው። ስለሆነም የህገ ልቦና እምነት አይሻርም ማለት ነው። ምክኒያቱም ዘመን የማይሻረው፡ ምንም ነገር በምንም መንገድ የማይለወጠው የፈጣሪ ህግ (ቃል) ነውና።

2፡ 10ቱ ትዕዛዛት፡ 10ቱ ትዕዛዛት የሚባሉት በህገ ልቦናው ትዕዛዝ መሰረት ቅደም ተከተላቸው እራሱ ትርጉም ያለው ነው። እነዚህ ትዕዛዛት ከህገ ልቦናው ሰርዓት በቃል ሲተገበሩ ቆይተው በህገ ኦሪቱ ደግሞ በጽሁፍ የቀረቡ ትዕዛዛት ናቸው። ለዚህም ማስረጃ ምስክር የሚሆነን አሁንም ድረስ እነዚህ ትዕዛዛት የህገ ልቦናው እምነት ህግጋት መሆናቸው ነው። ይህንንም ሒዶ አይቶ ማረጋገጥ ይቻላል።

3፡ የአብርሃም ታሪክ በመጽሃፍ ቅዱስ ውስጥ መኖሩ፡ አብርሃም የፈጣሪን ቃል የሚሰማና የሚያከብር በዚህም ምክኒያት ሥላሤን ከመኖሪያ ድንኳኑ ተቀብሎ ለማስተናገድ የበቃ በኋላም አንድ ልጁን

እንኳን ሳይሰስት ለፈጣሪ መስዋዕት አድርጎ ያቀረበ የእግዚአብሔር ሰው ነው። ይህ ሰው ፈጣሪውን ያገኘው በህገ ልቦና ተመራምሮ እንጂ ማንም ነግሮት(አስተምሮት) ወይንም አንብቦ አልነበረም። ምክኒያቱም በዛን ወቅት እምነት በህገ ልቦና ብቻ ስለነበረ ነው። አሁን በመጽሃፍ ቅዱስ ውስጥ ተጽፎ የምናገኘው የአብርሃም ታሪክ በህገ ልቦና የነበረው ነው። በዚህም መሰረት ህገ ልቦና እምነት ሳይሻር ለህገ ኦሪቱ መሰረት ሆኖ በጽሁፍ ቀረበ ማለት ነው። የህገ ልቦና እምነት ሲነሳ ቀድሞ የሚታሰው ሰው አብርሃም መሆኑ የታወቀ ነገር ነው።

4፡ በቤት ክርስቲያን ውስጥ የሶስቱም ህግጋት ትምህርት መስጠቱ። በቤተ ክርስቲያን አስተምህሮ መሰረት ሶስቱ ህግጋት የሐይማኖቱ የመገለጥ ሒደት አምድ ናቸው። እነዚህም ህገ ልቦና፡ ህገ ኦሪት እና ህገ ወንጌል ናቸው። በቤተ ክርስቲያን ውስጥ ያሉ አባቶች ህገ ልቦናን የህገ ኦሪት እና የህገ ወንጌል የመጀመሪያው መነሻ ነጥብ አድርገው ጠቅሰው ሲያስተምሩ ወይም ሲናገሩ እንጂ የሚደመጡት አንድም ቀን ህገ ልቦና ድሮ የቀረ ነው ሲሉ አይደመጡም። እንዲያውም ሊቃውንቱ ሀገራችን ኢትዮጵያ በሐይማኖት ከህገ ልቦና ወደ ህገ ኦሪት ከዛም ወደ ህገ ወንጌል የተሸጋገረችበትን ሒደት ምን ይመስል እንደነበር ነው የሚያነሱት። በቤተ ክርስቲያን ውስጥ ያሉ የተለያዩ መጽሃፍትም ይህንን ጉዳይ

ያትታሉ። ቤተ ክርስቲያን የረዥም ዘመን ታሪክ አላት ተብሎ የሚነገረውም እኮ ከህገ ልቦናው ጀምሮ ተቆጥሮ ነው።

5፡ ካህኑ ዮቶርን እና ካህኑ መልከፀዴቅን የመሳሰሉት እና ሌሎችም ካህናት የህገ ልቦና እምነት ካህናት መሆናቸውና እስከ አሁንም ድረስ የእነሱ የተቀደሰ ስራ በቤተ ክርስቲያን ውስጥ የሚታሰብና በትምህርት የሚሰጥ መሆኑ። የህገ ልቦና እምነት የተሻረ ቢሆን ኑሮ እነዚህ አባቶች እና በጎ ስራቸው እየተነሳ ለመማሪያና ማስተማሪያ ሳይሆን የሚሆን የነበረው የክፉ ምሳሌዎች ተደርገው ነበር የሚነሱት። ነገር ግን የእነዚህ ሊቃውት አባቶች የእምነት አስተምህሮቸው እና የኑሮ ሒወታቸው በቤተ ክርስቲያን ውስጥ እስከ ዛሬ ድረስ በአራያነት ለመማር እና ማስተማር እየዋለ ይገኛል።

እንዲያውም የእነዚህ ሊቃውንት አባቶች የእምነታቸው ደረጃ ከፍተኛ እንደነበር ነው የሚገለጸው። እምነታቸው ደግሞ ህገ ልቦና ነበረ። ስለሆነም የእነዚህ ቅዱሳን አባቶች አስተምህሮ እና ሒወት በቤተ ክርስቲያን በአራያነት መጠቀሱ ህገ ልቦና እምነት ለኦርቶዶክስ ሐይማኖት መሰረት መሆኑን ያሰረዳል ማለት ነው። ምክኒያቱም የእነዚህ ሊቃውንት አባቶች እምነት ህገ ልቦና ነበርና ነው።

6፡ ህገ ልቦና እምነት ባዕድ አምልኮ ተቀላቅሎበታል ወይ? አንዳንድ አዋቂወች ነን ባይ አካላት የህገ ልቦና እምነት ባዕድ

አምልኮ እንደተቀላቀለበት አድርገው ሲፅፉ እና ሲናገሩ ይስተዋላል። ይህ አገላለጽ ግን በፍጹም ስህተት ነው። ምክኒያቱም የህገ ልቦና እምነት ከእነ አብርሃም የእምነት መንገድ የተለየ ምንም የተቀላቀለበት ባዕድ ነገር ስለሌለው ነው። ይህንንም ወደ ቦታው አቅንቶ ማረጋገጥ ይቻላል። ማየት ማመን ነውና ሒዳችሁ አረጋግጡ። የህገ ልቦና እምነት ባዕድ አምልኮ ተቀላቅሎበታል የሚሉ አካላት የቤተ ክርስቲያንን መሰረት እየናዱ መሆኑን ቢረዱ መልካም ይሆናል፡ ምክኒያቱም ህገ ልቦና የቤተ ክርስቲያን መሰረት ነውና።

7፡ የህገ ልቦና እምነት አምነው በሚከተሉት ህዝቦች ብቻ የሚወሰን ነው ወይ? የሚሉትን እና የመሳሰሉትን ሐሳቦች በመጥቀስ መልሰ መሰጠት ይቻላል። በሌላ አስተውሎት ሲታይ ህገ ልቦና ማለት በእምነቱ ተከታዮች ውስጥ ብቻ ሳይሆን በሁሉም የሰው ልጅ ልብ ውስጥ የሚገኝ ከፈጣሪ በተፈጥሮ የሚሰጥ ህግ ማለት ነው። ይህ በፈጣሪ የሚሰጥ የልብ ህግ ሰውየው እስካለ ድረሰ አብሮ የሚኖር በብሔር እና በሚከተሉት እምነት የማይወሰን የፈጣሪ ስጦታ ነው። በዚህ አረዳድ መሰረት ህገ ልቦና ከእምነት ውጭም የራሱ ትርጉም አለው ማለት ነው። ይህም በፈጣሪ የተሰጠና በነፍስ ልብ ላይ የተጻፈ ህግ ነው።

8፡ ትውፊት፡ ሊቃውንት እንደሚሉት ከሆነ የሐይማኖት ማስረጃወችን በሶስት ይመድቡዋቸዋል። እነሱም ዶግማ፡ ቅኖና እና ትውፊት ናቸው። ዶግማ ማለት ማንም ሊያሻሽለው እና ሊያስተካክለው የማይችለው ስለሆነ ዝም ብሎ መቀበል ነው ይላሉ። ቅኖና ደግሞ ቅዱሳን አባቶች እንደሁኔታው "ዘመኑን ዋጁት" በሚለው ቃል መሰረት የሚያስተካክሉት ነገር ነው። ትውፊት ማለት ደግሞ ምንም ሌላ ነገር ሳይጨመርበት ወይም ሳይቀነስ ከሐይማኖት አባቶች እንደወረደ ከድሮ ጀምሮ እየተነገረ የመጣ እውነተኛ ታሪክ ማለት ነው። አብዛኛው የቤተ ክርስቲያን ትውፊት ከህገ ኦሪቱ በፊት ከነበረው ከህገ ልቦናው እምነት የመጣ ነው። ምክኒያቱም በህገ ልቦና እምነት መሰረት የፈጣሪን ቃል በነፍስ በልብ ጽላት ላይ መያዝ ብቻ ስለሆነ ነው።

በጥቅሉ ሲታይ ግን ህገ ልቦና እምነት ተሽሩዋል ወይም ባዕድ አምልኮ ተቀላቅሎበታል ማለት የፈጣሪ ህግ ይሻራል ወይም ጉድለት አለበት ማለት ነው። ይህ ደግሞ ክህደት ነው። ከክህደት በላይ ደግሞ ሐጺያት(ሐጢያት) የለም። ፈጣሪ ይቅር ይበለን። ከላይ ከተነሱት ሐሳቦች በተጨማሪ በሌላ መንገድ የህገ ልቦና ሐይማኖት ቀርቱዋል ወይስ አልቀረም የሚለውን ሐሳብ ከማየታችን በፊት ጊዜን መሰረት አድርገን በሶስት መንገድ ከፋፍለን ማየት ያስፈልጋል። ጊዜ(time) እና ቦታ(space) ሁሉም ነገር ናቸውና።

2፡ 2 ያለፈው ጊዜ

የአለፈውን ጊዜ ለመተንተን ከመጀመሪያው ሰው አዳም እስከኛ ያለውን ጊዜ ያጠቃልላል፡ ይህም በሶሰት ክፍለን ማየት እንችላለንና እንደሚከተለው እንመልከተው።

ሀ፡ የህገ ልቦና ዘመን፦ በዚህ ክፍለ ዘመን ውስጥ ፈጣሪ ለሰው ልጅ ህግጋቱን በቀጥታ በቃል ብቻ የሰጠበት ዘመን ነው። የሰው ልጅ ግን በቃል የተሰጠውን ትዕዛዝ መጠበቅ አልቻለምና አፍርሶ ወደቀ።

ለ፡ ህገ ኦሪት፦ በዚህ ክፍለ ዘመን ውስጥ ደግሞ ፈጣሪ ለሰው ልጅ በቃል የሰጠውን ህግጋት ሊቀ ነብያት ሙሴን በማስነሳት በቀጥታ በጽሑፍ መልክ የሰጠበት ጊዜ ነበር። ለዚህም ምስክር ይሆን ዘንድ 10ቱን ትዕዛዛት ብንመለከት በህገ ልቦናም በህገ ኦሪትም ውስጥ አሉ። በዚህም መሰረት ህገ ልቦና ተጨምሮበት እና በተደራጀ መልኩ በጽሑፍ ተደራጅቶ ህገ ኦሪት ተባለ እንጅ የቀረ እና የተቀየረ ነገር የለም ማለት ነው። "በቃል ያለ ይረሳል በወረቀት ያለ ይወረሳል"፡ የሚለው አባባል ለዚህ ጥሩ ማጠናከሪያ ይሆናል።

ሐ፡ ህገ ወንጌል፦ በዚህ ክፍል ደግሞ የምናየው የሰው ልጅ በጽሑፍ የተሰጠውን ህግጋት ማክበር እና በስራ ላይ ማዋል ሳይችል ቀረ። ይልቁንም ይባስ ብሎ ወደ ባዕድ አምልኮ ገባ። ፈጣሪ በዚህ

ጊዜ በነብያት ያስነገረውን ተግባራዊ ለማድረግ በአካል ተገልጦ በማስተማር ህገ ወንጌልን ሰጠን። ዋናው ነጥብ ያለው እዚህ ላይ ነው። ህገ ልቦና ተሽሩዋል ወይስ አልተሻረም የሚለዉን ማየት የምንችለው አሁን ነው። ለዚህ ደግሞ እየሱስ ክርስቶስ ለሐዋሪያት የተናገረውን እና በወንጌል ተጽፈው የሚገኙትን ሐሳቦችን እናነሳለን። "ህግን እና ኦሪትን ልፈጽም እንጅ ልሽር አልመጣሁም"፡ ይላል። ህግ ማለት ህገ ልቦና ማለት ነው። ስለዚህ ህግን አልሽርም ማለት ህገ ልቦናን አልሽርም ማለት ነው። በሌላ አገላለጽ ደግሞ ከላይ ህገ ልቦና በጽሑፍ መልኩ ወደ ህገ ኦሪት ተሸጋገረ ብለናል። ስለሆነም ህገ ኦሪት አልተሻረም ማለት ህገ ልቦናም አይሻርም ማለት ነው። ሌላም ዓርፈተ ነገር እንጨምር። ዘወትር በቅዳሴ ላይ የሚነበብ ነገር አለ። ይህም "ሰማይ እና ምድር ያልፋል ቃሌ ግን አያልፍም አለ ጌታ ለደቀ መዛሙርቱ"፡ የሚለው ነው። ይህ ከሆነ እውነቱ የጌታ ቃል ለአዳም ከተሰጠው የትዕዛዝ ቃል ይጀምራል። ለአዳም የተሰጠው የትዕዛዝ ቃል ደግሞ የመጀመሪያው የህገ ልቦና ሐይማኖት መሰረት የሆነ ቃል ነው። ስለሆነም የህገ ልቦና ሐይማኖት ይፈጸማል እንጅ አያልፍም ማለት ነው።

በአጠቃላይ ሶስቱንም ሰናያቸው አንድ መምህር በቃል ያስተምራል፡ በቃል ያስተማረውን በጽሑፍ ያስይዛል፡ በጽሑፍ ያስያዘውን ደግሞ በቤተ ሙከራ ያሳያል እንደማለት ነው። በሌላ

አገላለጽ ህገ ልቦና ለህገ ኦሪት እና ለህገ ወንጌል መሰረት ነው ማለት ነው። ልክ እንደ ህንጻ ማለት ነው። አንድ ህንጻ መሰረት አለው፡ ከላይ ደግሞ ሽፋን ወይም ቆርቆሮ አለው። በመሰረቱ እና በሽፋኑ መካከል ዋናው የህንጻው አካል አለ። ነገር ግን ለዋናው የህንጻው አካልም ሆነ ለሽፋኑ መቆሚያ መሰረታቸው የታችኛው መሰረቱ ነው። መሰረቱ ከሌለ ሁሉም ነገር የለም። በሐይማኖትም ህገ ልቦና ከሌለ ህገ ኦሪትም ሆነ ህገ ወንጌል ተግባራዊ መሆን አይችሉም። ምክኒያቱም ሁሉንም ነገር መረዳት የምንችለው በነፍስ ልብ በህገ ልቦና ነውና።

2፡ 3 አሁን ያለው ጊዜ

አሁን ያለው ጊዜ ስንል የእኛውን የትውልድ ጊዜ ብቻ ማለታችን ሳይሆን በየትውልዱ የነበረውን ጊዜ፡ ያለውን ጊዜ እና ወደ ፊት የሚኖረውን ጊዜ ጭምር ማለታችን ነው። ማለትም የአለፈው ጊዜ ለአለፈው ትውልድ አሁን ነበረ። የአሁኑ ያለው ጊዜ ለአሁኑ ትውልድ አሁን ነው። የሚመጣው ጊዜ ደግሞ ለሚመጣው ትውልድ አሁን ይሆናል ማለት ነው። ስለሆነም በየጊዜው ያለው ትውልድ የአመነበትን ሐይማኖት አክብሮ የሚከተለው እውነት በትክክል ተሰብኮለት ገብቶት ሳይሆን እንዲሁ በህገ ልቦና ይሆንልኛል ብሎ በማመን ነው።

ክርስቲያኑ ወደ ቤተ ክርስቲያን የሚሄደው፡ ሙስልሙ ወደ መስጊድ የሚሄደው ሁሉም ሰው መጽሃፍ ቅዱስ እና ቅዱስ ቁራን በትክክል ተምሮ ገብቶት ሳይሆን እንዲሁ ይሆንልኛል ብሎ በህገ ልቦና በማመን ነው። ስለሆነም ህገ ልቦና ማለት ፈጣሪ እንዲሁ በተፈጥሮ የቸረን ጊዜ የማይሽረው እና ምንም ነገር የማይሸረሽረው በውስጣችን የተፈጠረ ውስጣዊ እምነትም ጭምር ነው ማለት ነው። በዚህ አገላለጽ መሰረት ሐይማኖታችን ምንም ይሁን ምን ህገ ልቦናዊ እምነት በውስጣችን አለ ማለት ነው። አንድ ምሳሌ እናንሳ በኦርቶዶክስ ሐይማኖት ተከታዮች ህገ ልቦና ሐይማኖት የቀረ፡ የተሻረ የሚመስለው በጣም ብዙ ሰው አለ። ፈጣሪ በመጀመሪያ ህጉን በቃል ሰጠ፡ ከዚያ ህግጋቱን አደራጅቶ በጽሁፍ አቀረበ፡ በመጨረሻም እርሱ እራሱ በአካል ተገልጦ አስተማረ። በዚህ ሁሉ ሒደት ውስጥ በተለያየ ጊዜ የተሳሉ የተለያዩ ስዕል አድኖዎች በቤት ክርስቲይያን ውስጥ ይገኛሉ። ይህ ሒደት የአስተማሪው ከማስተማር እስከ ቤተ ሙከራ ካነሳነው ሀሳብ ውስጥ ይመደባል። ከስዕል አድኖ ፊት ለፊት ቀርበን የምንፈልገውን ተማጽኖ የምናቀርበው በህገ ልቦና አስበን፡ በህሌና አሰልተን፡ በመንፈስ ቅዱስ ተነጥቀን፡ በተመስጦ ወደ ፈጣሪ ደጅ የምንቀርብበት መንገድ መሆኑ የታወቀ ነገር ነው። ስለሆነም በዚህ ውስጥም የህገ ልቦና እምነትን እንመለከታለን ማለት ነው።

2፡ 4 የሚመጣው ጊዜ

በክርስትናው የእምነት ዓለም ይህ ዓለም መጨረሻ እንዳለው እና ወደ መጨረሻውም ችግር እና መከራ ከጊዜ ወደ ጊዜ እየጨመረ እንደሚመጣና በመጨረሻም የዓለም መጨረሻ እንደሚሆን ይነገራል። ይህ ሐሳብ በማቲዎስ ወንጌል እና በራይ ዮሐንስ ላይ በግልጽ ተቀምጦ እናገኘዋለን። ታዲያ በዚያ ጊዜ በጋራ ሁነው ስለሐይማኖታቸው መማማርና መነጋገር ስለማይችሉ እምነታቸውን በልባቸው ይዘው እንደሚኖሩ ይታመናል። ለዚህም ማረጋገጫ የሚሆነን ከላይ የተገለጹትን ሁለቱን ሐሳቦች በሚገባ መረዳት እና ፋካሬ እየሱሰን መመልከት በቂ ማሰረጃ ሊሆን ይቻላል። ሐይማኖትን በልብ ይዞ ማመን ደግሞ የህገ ልቦና ሐይማኖት ይባላል።

በአጠቃላይ ከህገ ልቦና በኋላ ተከታትለው የመጡት ህገ ኦሪት እና ህገ ወንጌል የሰው ልጅ በየጊዜው ወደ ስህተት ሲገባ ከስህተቱ ታርሞ የፈጣሪውን ትዕዛዝ ጠብቆ ለተፈጠረበት ዓላማ እንዲበቃ መጀመሪያ በጽሁፍ በኋላም ከጽሁፍ በተጨማር በቀጥታ አምላኩን በአይኑ ተመልክቶ በትዕዛዙ እንዲጸና ተደረገ እንጂ የመጀመሪያውና ፈጣሪ የሚውደው እምነት የህገ ልቦናው ሐይማኖት ነው። ይህንንም እውነት መሆኑን ለማየት የአብርሃም እምነት በፈጣሪ ዘንድ የነበረውን ተወዳጅነት ማየቱ በቂ ነው። ይህ ማለት ግን ህገ ኦሪትና

ህገ ወንጌል ፈጣሪ የማይወዳቸው እምነቶች ናቸው ለማለት አይደለም።

2፡ 5 ለማጠቃለል ያክል የህገ ልቦና ሐይማኖት

1፡ ሊሻር እና ሊቀር(ሊቀየር) የማይችል መሆኑን፡ በቦታ፡ በጊዜ እና በማንኛውም ነገር የማይሻር መሆኑን።

2፡ የመጀመሪያው ሰው የአዳም ሐይማኖት መሆኑን እና አዳም ደግሞ በዓለም ላይ የሁሉም ሰው አባት እንደ መሆኑ መጠን የአዳም እምነት በቡድንም ሆነ በግለሰብ ደረጃ በሁሉም ሰው ውስጥ ያለ እምነት መሆኑን፡ እምነታችንም ዘራችንም ከአዳም ነውና መፍለቂያው ማለት ነው።

3፡ አመንም አላመንም የትኛውንም ሐይማኖታዊ ተቋም እንከተል ህገ ልቦና በተፈጥሮ የተሰጠን የተደራጀ ሊሻር፡ ሊሻሻል እና ሊቀር የማይችል የፈጣሪ ህግ መሆኑን እና ሌሎችም ተረድተናል።

በአጠቃላይ ከላይ የተገለጸውን ከህገ ልቦና እስከ ህገ ወንጌል ያለውን እንደ ሰንሰለት የተያያዘ እና የተደጋገፈ እምነት በመረዳት በትክክል በተግባር ላይ አውሎ እየተከተለ የሚገኛው በዓለማችን ላይ የቅማንት ህዝብ ብቻ ነው። ማለትም በዓለማችን ላይ በህገ ልቦና የሚያምን ህዝብ ከቅማንት ውጭ የለም። በህገ ኦሪት ብቻ

የሚያምን ህዝብ አለ፡ በህገ ወንጌል ብቻ የሚያምን ህዝብም አለ፡ በህገ ኦሪት እና በህገ ወንጌል የሚያምን ህዝብም አለ።

የቅማንት ህዝብ ግን ከዚህ ሁሉ በተለየ መልኩ ሙሉ የሆነውን የእምነት ትዕዛዝ በመረዳት እውነተኛውን መንገድ እየተከተለ ፈጣሪውን የሚያመልክ የዓለማችን ብርቅየ እና ድንቅየ ህዝብ ነው። ነባር እምነት በነባር ህዝብ ሲታይ እና ሲገለጽ እንደዚህ ነው።"ነገርን ከስሩ ውሃን ከጥሩ"፡ ይሉሃል ይህ ነው። እውነትን ለማግኘት በእውነት መቆምና ለእውነት መስራት ያስፈልጋል። በመስረቱ ህገ ልቦና ተሻረ ማለት ጠቅላላ የቤተ ክርስቲያን መስረት ተናጋ ማለት ነው። ምክኒያቱም የቤተ ክርስቲያን መስረት ህገ ልቦና ነውና። ለዚህም የቤተ ክርስቲያንን መስረቶች እንመልከት። ቤተ ክርስቲያን ሶስት መስረቶች ወይም ምሰሶዎች አሉዋት። እነሱም፡-

1፡ የመጀመሪያው ዶግማ የሚባለው ነው። ዶግማ ማለት እውቀህ የምትቀበለው ነገር ግን ማንም ተነስቶ መቀየር እና ማስተካከል የማይችለው ነገር ማለት ነው። እንዲያውም አልፎ አልፎ መጠየቅ አይቻልም ዝም ብለህ መቀበል ነው ይላሉ። ነገር ግን መጠየቅ እና እውነትን መረዳት ይቻላል፡ እንዲያውም የጥበብ እና የእውቀት የመጨረሻ ጥያቄወች የሆኑትን ለምን? እና እንዴት? የሚሉትን አንስተህ ለምን ዝም ብለህ መቀበል እና እንዴት መቀበል

እንዳለብህ ትረዳለህ። ለምን እንደማይቀየር እና እንደማይስተካከልም ይገባሃል ማለት ነው።

2፡ ሁለተኛው ቅኖና የሚባለው ነው። ቅኖና ማለት በተለያየ ጊዜ የሐይማኖት አባቶች የደነገጉት ስርዓት ስለሆነ መስተካከልም ሆነ መቀየር ይችላል። ነገር ግን ለማስተካከልም የራሱ የሆነ ህግ አለው።

3፡ ሶስተኛው ትውፊት የሚባለው ነው። የቤተ ክርስቲያን ትውፊት ማለት የተጻፈ ነገር የሌለው ከአዳም ጀምሮ በቃል የሚተላለፍ ነገር ነው። ይህ ክፍል በአብዛኛው የህገ ልቦና አባቶች ከሚተርኩት ታሪክ ጋር ተመሳሳይ ነው። እነዚህ ነገሮች በጠቅላላው የቆሙት ህገ ልቦናው ላይ ነው። ለምሳሌ ስለ አብርሃም ቤተ ክርስቲያን በዶግማም፡ በቅኖናም፡ በትውፊትም የምትናገረው ቀድሞ በህገ ልቦና ሲተረክ የመጣውን ነው። ስለሆነም ህገ ልቦናው ለእነዚህ ነገሮች መሰረት ነው ማለት ነው።

በአጠቃላይ ቤተ ክርስቲያን ስለሶስቱ ህግጋት ታስተምራለች፡ ጸሐፍትም ስለእነዚህ ህግጋት ጽፈዋል፡ ተናግረዋል። ስለ አብርሃም ጽፎ፡ ተናግሮ እና አስተምሮ ስለህገ ልቦና አልጻፍኩም፡ አልተናገርኩም፡ አላስተማርኩም ማለት አይቻልም። እነዚህ ህግጋት ህገ ልቦና፡ ህገ ኦሪት እና ህገ ወንጌል ናቸው። ታዲያ እነዚህ አካላት ስለ ህገ ልቦና ሲጽፉ፡ ሲያስተምሩ እና ሲናገሩ ህገ ልቦና ሐይማኖትን በጽናት እስከ አሁን ይዞ የዘለቀውን የቅማንትን ህዝብ ምን ነው

እውቅና ነፈጉት? ለምሳሌ እስተምረው፡ ጽፈውና ተናግረው ሲጨርሱ ሐይማኖቱ በቅማንት ህዝብ ዘንድ ህልውናው ተጠብቆ እንዳለ ቢናገሩ ችግሩ ምኑ ላይ ነው?

የከርከሩ የመጨረሻ ወምበር፡ ወምበር ጎንጥ አሰረሳ

2፡ 6 የተለያዩ ሐይማኖታዊ ክንዋኔዎች

አንድ ሐይማኖት እንደ ሐይማኖት የተለያዩ የአፈጻጸም ሰርዓቶች አሉት። ልክ እንደሌሎቹ ሐይማኖቶች የህገ ልቦና ሐይማኖትም የራሱ የሆነ የተለያየ የአፈጻጸም ሰርዓት አለው።

2፡ 6፡ 1 አራቱ የዓመት በዓላት

እነዚህ አራቱ የቅማንት የዓመት በዓላት በጣም ታላላቅ የሆኑ እና በወምበሩ ቤት በታላቅ ድግስ የሚከበሩ በዓላት ናቸው። እነዚህ በዓላት የሐይማኖቱ መሰረት ስለሆኑ በምንም መልኩ የማይስተጓጎሉ በዓላት ናቸው። ምክኒያቱም ከእነዚህ በዓላት አንዱ በሆነ አጋጣሚ ቢስተጓጎል ዓመቱን ሙሉ ምንም አይነት ሐይማኖታዊ ስነ ስርዓት አይደረግም። ለዚህ ደግሞ ዋናው ምክኒያት "ኪዱስ" ማለት ስለማይቻል ነው። ስለሆነም የተስተጓጎለው በዓል በዓመቱ ሲመጣ ሐይማኖታዊ ስርዓቱ በአዲስ ይጀመራል ማለት ነው። በዓላቶቹ በመስከረም፡ በታህሳስ፡ በመጋቢት እና በሰኔ ይከበራሉ።

የታህሳሱ በዓል ክብርዋ ሲባል ሌሎቹ ግን በተመሳሳይ ማወራ ይባላሉ። እነዚህ በዓላት በአማካኝ በየሶስት ወሩ(በ91 ቀናት) ልዩነት የሚውሉ ሲሆኑ አራቱን የዓመት ወቅቶች መሰረት አድርገው የሚሔዱ እና በቀጥታ ከፀሐይ ዙሪት ጋር የተያያዘ ትውፊታዊ ሳይንስ ያላቸው ናቸው። በሌላ በኩል ደግሞ እነዚህ በዓላት መስከረም ውስጥ እንደ አበቅቴና መጥዕቅ፡ ግበርሁ ምዝገናን መሰረት አድርገው በከፍተኛ ሒሳባዊ ስሌት ተሰርተው የሚወጡ እና የማይንቀሳቀሱ ስለሆኑ በጨረቃ ዙሪት መሰረት የሚሰሩም ናቸው።

እንደሚታወቀው አበቅቴና መጥዕቅ ማለት የባህረ ሐሳብ እና የአቡሻህር መሰረታዊ አርዕስቶች ናቸው። እነዚህ የቅማንት በዓላት ከዚህ ጉዳይ ጋር ግንኙነት አላቸው ማለት ምን ያህል የህዋ ሳይንስን የተሸከሙ እንደሆነ መገመት አያዳግትም። በሌላ በኩል ደግሞ ግበርሁ ምዝገና በቀጥታ ከሔኖክ የህዋ ሳይንሳዊ ፍልሰፍና ጋር የተያያዙ ስለሆነ የማይንሸራተቱ በመሆናቸው የዓመቱ አራቱ በዓላትም ወቅታቸውን ለቀው አይንሸራተቱም። እንደሚታወቀው በቤተ ክርስቲያን ሁለት አይነት የጊዜ አቆጣጠር ዘዴዎች አሉ። የመጀመሪያው የሔኖክ የጊዜ አቆጣጠር ሲሆን ወራት እና ዓመታት ሲቀያየሩ ወይም ሲዘዋወሩ አይንሸራተቱም ወይም አያስግሩም። ማለትም ቀኑ የነበረውን ዕለት አይለቅም።

ይህ ብቻ ሳይሆን በዚህ አቆጣጠር አንድ ዓመት 364 ቀናትን የያዘ ነው። ሁለተኛው የጊዜ አቆጣጠር የባህረ ሐሳቡ እና የአቡሻህሩ ሲሆን የተለመደው የጊዜ አቆጣጠራችን ማለት ነው። ይህ አይነት የጊዜ አቆጣጠር ወራትና ዓመታት ሲዘዋወሩ ያስግራሉ። ከዚህ በተጨማሪም አንድ ዓመት 365 + 1/4 ቀናትን የያዘ ነው። የቅማንት የበዓላት ቀናት አቆጣጠር በአብዛኛው ከሔኖኩ የጊዜ አቆጣጠር ጋር የተያያዘ ሆኖ ከባህረ ሐሳቡና ከአቡሻህሩ አቆጣጠር ጋርም ግንኙነት አለው። ስለሆነም የቅማንትን የበዓላት አቆጣጠር ወደ ፊት

ማምጣት ማለት የህዋውን ሳይንስ ማሳደግ ማለት ነው። ወደ ፊት በዚህ ዙሪያ ሰፊ የሆነ ጥናት ማድረግ ያስፈልጋል።

2፡ 6፡ 2 የሽምኩላ(የደብረ ዘይት) በዓል

ደብረ ዘይት ማለት በቅማንት ቋንቋ "ሽምኹላ" ማለት ነው። ይህ በዓል በቅማንት ህዝብ ዘንድ ከ7517 ዓመታት በላይ ያስቆጠረና ከፍተኛ የሆነ ሐይማኖታዊ ክብረ በዓል ነው። በመጨረሻው ዘመን የዓለም ፍጻሜ በዚህ ቀን ይሆናል ተብሎ ስለሚታሰብ ቀኑ ይዘከራል(ይከበራል)። ቤተ ክርስቲያንም ይህንን ቀን ነው የዓለም ፍጻሜ(ምጽዓት) ይሆናል ብላ የምታሰበው። ይህም የሚያሳየን በቀጥታ ከህገ ልቦናው የተወሰደ መሆኑን ነው። ምክኒያቱም ቀዳሚውና መሰረቱ ህገ ልቦናው ስለሆነ። በቅማንት ቤት የበዓሉ አዘገጃጀት የሚጀምረው ዓርብ ማታ ነው። የዓርብ ማታው በዓሉ "ኸረመኪ" ይባላል።

በኸረመኪ በዓል የሚቀርበው የማይቃጠል መስዋዕት ነው። ለምሳሌ የሽንብራ ቂጣው፡ እልበቱ፡ ማሩ፡ ጠላው ••••••• እና የመሳሰሉት ይዘጋጃሉ። ቅዳሜ ዕለት በህገ ልቦና ሐይማኖት ዘንድ በጣም ከባድ በዓል ስለሆነ ምንም አይነት ስራ አይሰራም። በዚህ ዕለት በእልበት ተበልቶ ይዋልና እሁድ ጥዋት ሁሉም ሰው ከእየቤቱ ያለውን አርዶ ቤቱን ካቋደሰ በኋላ ተሰብስቦ ወደ ወምበሩ ቤት

ይሔድና ከ 2፡ 00 ሰዓት እስከ 3፡ 00 ሰዓት የሚደርስ ጸሎት ከተደረገ በኋላ የእርድ ስነ ሰርዓት ይከናወናል። ከዚህ በኋላ እልበቱ፡ ቂጣው፡ ቆሎው፡ ጠላው፡ ማሩ፡ ስጋው፡ እየተበላ እና እየተጠጣ በዓሉ ይከበራል ማለት ነው። ከሰዓት እንደገና ጸሎት ይደረገና የሰብል ዘር የምረቃ ስነ ሰርዓት ይከናወናል።

2፡ 6፡ 3 የሰብል ዘር ምረቃ ስነ ሰርዓት

በመጀመሪያ ፈጣሪ የሚቀጥለውን ተግብ ዘሩን ከመሬቱ፡ ገበሬውን ከበሬው እና ሁሉንም ነገር አሰማምቶ ይስጥ ዘንድ ጸሎት ይደረግና ሁሉም የአዝርዕት አይነቶች ቀርበው በጸሎት ከተባረኩ በኋላ ወምበሩ በሬ ጠምደው ከምዕራብ ወደ ምስራቅ አንድ ጊዜ ብቻ ያርሱ እና እዛው በሬውን አቁመው ተመልሰው ወደ ምዕራብ ይሔዱና ዘር ከያዙት ካህናት ደርሰው ዘሩን በተቀደደው ሶር ላይ ሶስት ቦታ ጥለው ወምበሩ በእጃቸው ዘሩን እያዳፈኑ በሮች ካሉበት ቦታ ላይ ከመጨረሻው ሲደርሱ በቃ ይጨርሳሉ ማለት ነው። የዛሬው በዘመናዊ መልክ የመጣው የምርጥ ዘር አዘራርም መነሻው ይህ ሊሆን ይችላል። ምክኒያቱም ዘመናዊ ሳይንስ የሚነሳው ከባህል እና ከልምድ የመጣ ስለሆነ።

2፡ 6፡ 4 ጾም

የቅማንት ህዝብ በዓመት ሁለት ጾሞች አሉት። እነሱም አንደኛው አርባ ጾም ላይ እስከ ደብረ ዘይት ያለው ጊዜ ሲሆን፡ ሁለተኛው ከነሐሴ አንድ እስከ ጳጉሜ መጨረሻ ያሉትን ቀናት የሚያጠቃልል ጾም ነው።

2፡ 6፡ 5 የዕለት በዓላት

የቅማንት ህዝብ ከሌሎች በዓላት በተጨማሪ የራሱ በዓላት አለው። እነሱም ግበርሁ ምዝገና ይባላሉ። እነዚህ በዓላት በየሁለት ሳምንቱ ሐሙስ ዕለት ይውላሉ። በዓላቱ እንዴት እንደሚውሉ ለማወቅ ግን የራሱ የሆነ ሒሳባዊ ስሌት አለው።

2፡ 6፡ 6 የዝናብ ጸሎት

በህገ ልቦናው ሐይማኖት እምነት መሰረት ዝናብ ሲበዛ ወይም ሲያጥር(ድርቅ ሲሆን) የሚደረግ ጸሎት አለ። ይህ ጸሎት በተወሰኑ ሰዓታት ውስጥ ውጤት ያሳያል። ይህንን ማመን ይከብዳል ለማመን ወደ ቦታው በመሔድ በተግባር መመልከት እና ማመን ይቻላል። ሁሉም በእምነት ይቻላል ነውና ነገሩ።

ወንበሩ
ከመዘናዎች
ምዕመናን
"ሐይማኖታዊ ክንውኖችን ሲያደርጉ"

ሐይማኖታዊ ስነ-ስርዓት በበዓላት ወቅት

2፡ 6፡ 7 የህገ ልቦና ሐይማኖታዊ ቅዳሴ

በህገ ልቦና ሐይማኖት ውስጥ በጣም ብዙ እና የተለያዩ የቅዳሴ አይነቶች አሉ። ከእነዚህ ውስጥ የተወሰኑትን ጠቅሰን እንለፍ።

1ኛ፡ አንዱና የመጀመሪያው ለቅዱስ እግዚአብሔር የሚቀርብ ምስጋና በመዝሙር(ኪዱስ ምዝገና) ነው።

2ኛ፡ ለቅዱስ እግዚአብሔር የሚቀርብ ልመና(ሺወን) በመዝሙር።

3ኛ፡ ምረቃት ወይም ገውተን።

4ኛ፡ እግዚኦ ማህረነ ወይም ሳኹዊላ በመዝሙር።

በመጨረሻም ተንበርክኮ በመሰገድ የቅዳሴ ስርዓቱ እንዳበቃ ለቅዱስ እግዚአብሔር የሚቀርብ መሰዋዕት ዶሮ፡ በግ፡ ወይም ወይፈን/በሬ/ አቅም እንደፈቀደ እርድ ታርዶ ሥጋው ከዚያው ተጠብሶ ይበላል። ከዚህ ሌላ በለቅሶ፡ በተዝካር ጊዜ በቄሶች በኩል ወርብ እስከ ሰባት የሚደርስ ውዝዋዜ በዜማ ይቀርባል።

2፡ 6፡ 8 የህገ ልቦና ሐይማኖት የመመሪያ ህግጋት

የህገ ልቦና ሐይማኖት የራሱ የሆነ የፈጣሪ የመመሪያ ህግጋት የሚፈጸምበት የአፈጻጸም ስርዓት አለው። የመመሪያ ህግጋቱ 10ቱ ትዕዛዛት ሲሆኑ በትምህርት የሚሰጡ ሲሆን የአፈጻጸም ስርዓቱ ደግሞ የወምበሩን፡ የአፈ ሊቁን እና የገላለካውን ደረጃ ጠብቆ ሐይማኖታዊ ስርዓቱን በተግባር የማዋል ክንውን ነው። በህገ ልቦናው አስተምህሮ መሰረት 10ቱ ትዕዛዛት በውስጣቸው ሶስት ክፍፍል አላቸው። የመጀመሪያው አምልኮታዊ ስርዓት ሲሆን ሁለተኛው ደግሞ ለሰጋ ጠቀሜታ የሚጠበቅ እና ሶስተኛው ደግሞ ማህበራዊ መስተጋብርን የሚመለከት ነው። 10ቱ ትዕዛዛት ያላቸው ቅደም ተከተል እራሱ ትርጉም ያለው እና ምክኒያታዊ እንደሆነ ይነገራል በህገ ልቦናው እምነት መሰረት።

1፡ የመጀመሪያው ህግ "እግዚአብሔር አምላክህ እኔ ነኝ"፡ የሚለውን ቃል ፈጣሪ ለአዳም መጀመሪያ የነገረውና የሰጠው

ትዕዛዝ ነው። ምክኒያቱም አዳም በዛ ወቅት ማንንም ስለማያውቅ የፈጠረው አምላክ ተገልጦ አምላኩ እንደሆነ ነግሮት ትዕዛዝ አድርጎ ሰጠው ይላሉ፡ የሐይማኖቱ አባቶች።

2፡ ሁለተኛው ትዕዛዝ ደግሞ "ከእኔ በቀር ሌሎች አማልክት አይኑርህ"፡ የሚለው ቃል ሲሆን አዳም ከፈጣሪው ውጭ በዙሪያው ያሉ ነገሮችን እንዳያመልክ የተሰጠ ትዕዛዝ ነው። ምክኒያቱም አዳም እየቆየ በሔደ ቁጥር በአካባቢው አብረውት ከአሉት ነገሮች ጋር እየተግባባና እየተለማመደ ስለሚሔድ እነዚህን ነገሮች እንዳያመልካቸው እና እንዳይሰግድላቸው የተሰጠው ትዕዛዝ ነው በማለት ያስተምራሉ።

3፡ ሶስተኛው ህግ ደግሞ "የአምላክህን ስም በከንቱ አትጥራ"፡ የሚለው ቃል ሲሆን የሰው ልጅ ቁጥሩ እየጨመረ ሲመጣ የተለያዩ ስህተቶችን እየሰራ ስለመጣ የተሰጠውን ህግም፡ ትዕዛዝም ጣሰ። ስለዚህም ትዕዛዝ እየጣሰ የአምላኩን ስም በከንቱ እንዳይጠራ ታዘዘ ይላሉ። ከዚህ በላይ ያሉት ሶስቱም ትዕዛዛት በቀጥታ ከአምልኮተ እግዚአብሔር ጋር የተያያዙ የፈጣሪ ትዕዛዛት ናቸው በማለት ያስተምራሉ ካህናቱ።

4፡ አራተኛው ትዕዛዝ "የሰንበትን ቀን ትቀድሰው ዘንድ አሰብ"፡ የሚለው ቃል ሲሆን የሰው ልጅ ጥሮ ግሮ መብላት ሲጀምር እንዳይሰት የተሰጠ ትዕዛዝ ነው። ምክኒያቱም ፈጣሪ በዚች ቀን

አርፎባታልና። ይህ ትዕዛዝ ፈጣሪን ለመምሰል እና በስጋ ለማረፍ የተሰጠ ትዕዛዛ መሆኑ ይነገራል፡ በሐይማኖቱ አስተምህሮ መሰረት።

5፡ አምስተኛው ትዕዛዝ ደግሞ "አባትክን እና እናትክን አክብር"፡ የሚለው ቃል ሲሆን በአንድ በኩል ከፈጣሪ በታች ወላጅን ማክበር እንደሚገባ የሚነገር ትዕዛዝ ሲሆን በሌላ በኩል ደግሞ ማህበረሰባዊ ግንኙነትን ወይም መስተጋብርን መሰረት የሚጥል ትዕዛዝ ነው በማለት ያስተምራሉ።

6፡ ስድስተኛው ትዕዛዝ "አትግደል"፡ የሚለው ቃል ሲሆን የሰው ልጅ ከጊዜ ወደ ጊዜ ቁጥሩ እየበዛ ሲመጣና ፍቅሩ ሲቀንስ አንዱ በአንዱ ላይ በመግደል እንዳይነሳ የተሰጠ ትዕዛዝ ነው በማለት ይናገራሉ።

7፡ ሰባተኛው ትዕዛዝ "አታመንዝር(የሰውን ሚስት አትመኝ)"፡ የሚለው ቃል ሲሆን የሰው ልጅ ከጋብቻ በፊ ዝሙት እንዳይሰራና ካገባ በኋላም ከትዳር ውጭ እንዳይሔድ የተሰጠ ትዕዛዝ ነው። ይህም ከሰው ምኞት መብዛት ጋር የሚመጣ ጥፋትን ለመቀነስ የተሰጠ ትዕዛዝ ነው።

8፡ ስምንተኛው ትዕዛዝ "አትሰረቅ"፡ የሚለው ቃል ሲሆን የሰው ልጅ እየሰራ ሐብት ንብረት እያፈራ ሲመጣ አንዱ አላግባብ የአንዱን

እንዳይወሰድ የተሰጠ ትዕዛዝ ነው። በላብህ ጥረህ ግረህ እደር ነውና ትዕዛዙ።

9፡ ዘጠነኛው ትዕዛዝ "በሐሰት አትመስክር"፡ የሚለው ቃል ሲሆን ይህ ትዕዛዝ አንድ ሰው ከላይ የተሰጡትን ትዕዛዛት ሳይጠብቅ ቢቀርና ወንጀል ቢሰራ ለእሱ በሐሰት በመመስከር ሌላ ተጨማሪ ወንጀል እትሰራ በሚል የተሰጠ ሌላ ትዕዛዛ ነው ይላሉ።

10፡ አሰረኛው ትዕዛዝ "ጓደኛህን እንደራስህ ውደድ"፡ የሚለው ቃል ሲሆን ይህም በመጨረሻው ዘመን ፍቅር ይቀዘቅዛል የሚለውን ቃል ተከትሎ ለሚመጣው የፍቅር መቀዝቀዝ የተሰጠ ትዕዛዝ ነው። ይህም አሁን ያለውን ዘመን የሚያመላክት ቃል ነው።

በአጠቃላይ ሲታይ ከ5ኛ እስከ 10ኛ ድረስ ያሉት ትዕዛዛት የማህበረሰብን እድገት ተከትሎ የሚመጣውን የሰው ልጅ ፍላጎት ለማረቅ የተሰጡ ትዕዛዛት ናቸው። ስለሆነም እነዚህ 10ቱ ትዕዛዛት በህገ ልቦናው እምነት እንዲህ ሁነው ቅደም ተከተላቸው እራሱ በትርጉም ይተነተናል ማለት ነው።

ከዚህ በላይ የተዘረዘሩትን አሰሩንም ህግጋቶች በቀጥታ በመጽሐፍ ቅዱስ ውስጥ በዘፀዐት ላይ በምዕራፍ 20 እናገኛቸዋለን። እንደሚታወቀው ህገ ልቦና ከህገ ኦሪት በፊት የነበረ ሐይማኖት ነው። ስለሆነም በህገ ልቦና በቃል የነበረው ህግጋት

በጽሁፍ ሁኖ ወደ ህገ ኦሪት ተሸጋገረ ማለት ነው። ለዚህ ነው ህገ ልቦና አልተሻረም በጽሁፍ ሆኖ ወደ ህገ ኦሪት ተሸጋገረ እንጂ እያልን ያለነው።

አቶ ነጋ ጌጤ ህገ ልቦናን ህገ ኦሪት ብለው ያስቀመጡትም ለዚህ ነው። እንዲህ ይላሉ "•••••• በመጀመሪያ እግዚአብሔር ለአዳም እና ሔዋን የሰጠው የእምነት ሕግ ሕገ ኦሪት የሚባለው ነው። ••••• ይህ አብርሃምና ዘሮቹ የሚከተሉት ሐይማኖትም ህገ ልቦና የተባለው እና እኛም እስከዛሬ የምንከተለው ሐይማኖት ነው"፡ ይላሉ። በእርግጥ አቶ ነጋ ያስቀመጡት ከ6ኛ እስከ 10ኛ ያሉትን ትዕዛዛት ብቻ ነው። ስለ አምስቱ ህጎች ሲተነትኑም "ስለዚህ የህገ ልቦና ሐይማኖታዊ ሕጎችን በምናስተውልበት ጊዜ ከአንድ እስከ ስድስት ተራ ቁጥር የተጠቀሱት ሕጎች የቅማንት ሕዝብ ጥንታዊ አንድነቱን በእነዚህ ሥነ ሥርዓቶች አስከብሮ ከትውልድ ወደ ትውልድ እንዲሸጋገር አድርጓል"፡ በማለት አሰቀምጠውታል።

እዚህ ላይ አምስቱ ከላይ ከ6 እስከ 10 ያሉት ትዕዛዛት ሲሆኑ 6ኛው ግን የቅማንት ህዝብ የራሱ የሆነ አንድ ተጨማሪ ህግ ስላለው ነው። ማለትም ሌላውና ብቸኛው የቅማንት ህዝብ ብቻ ህግ ተብሎ የሚታወቀው አቶ ነጋ ጌጤ ስድስተኛ ብለው ያስቀመጡት ሕግ ሲሆን ይህም "አንድ ሰው ጥፋት ወይም ወንጀል ሲሰራ ብታገኘው አሳልፈህ

ለአረመኔ ገዥዎች አትሰጠው"፡ የሚለው ትዕዛዝ ነው። ስለዚህ ትዕዛዝ በአቶ ነጋ ጌጤ መጽሐፍ ውስጥ እንዲህ ሰፍሩዋል።

"በስድስተኛ ተራ ቁጥር ላይ የተቀመጠው ሕግ ግን ከእነዚህ ለየት ያለበት ምክኒያት የቅማንት ሕዝብ በየዘመኑ እየተፈራረቀ ለሚመጣውና ለአለው የአገዛዝ ሥርዓት ሂደት የራሱን ወሰን መለየትንና እየተፈፀመበት ከመጣው የገዥ መደቡ ኢ- ሰባዊ አገዛዝና የተዛባ የአስተዳደርና ፍትህ አፈጻጸም ወጥመድ ላይ የቅማንት ልጆች እንዳይወድቁ መከላከል የግድ አስፈላጊ ሆኖ በመገኘቱ ነው"፡ ይሉታል።

በአጠቃላይም አቶ ነጋ ጌጤ ስለቅማንት ህገ ልቦና ሐይማኖት መሪወች ሲገልጹ፡ "ሌላውና በመጨረሻ ደግሞ የሕገ ልቦና ሐይማኖት መሪወች ዓለም ከተፈጠረ ዘመን ከተቆጠረ እንስቶ የሰው ልጅ በሐይማኖት ለውጥ ሂደት በአራት ደረጃ ማደጉን የማስረዳት ችሎታ ያላቸው መሆኑ ነው። ከዚህ ከህገ ልቦና ቀጥሎ ሕገ ሙሴ፡ ቀጥሎ ሕገ ክርስትና እና ሕገ ቁራን መጡ በማለት የሐይማኖቶችን እድገት አስረድተውናል"፡ ይላሉ ከሊቀ ካህኑ ጋር የነበረውን ውይይት። በአጠቃላይ የቅማንት ህዝብ በአምላኩ ትዕዛዝ አምላኩን እያመለከ፡ ማህበረሰባዊ እድገትን እየቃኘ፡ እየገራና እያስተዳደረ እዚህ ዘመን ላይ የደረሰ ህዝብ ነው።

2፡ 7 በዩኔስኮ (UNESCO) መመዝገብ ያለባቸው የቅማንት ህዝብ የሚዳሰሱ እና የማይዳሰሱ ቅርሶች

1፡ የህገ ልቦና ሐይማኖት፡ ይህንን በዓለም ላይ በቅማንት ህዝብ ዘንድ ብቻ የሚገኘውን የሰው ልጅ የመጀመሪያ የሆነውን እውነተኛ እምነት የህገ ልቦና ሐይማኖት በማይዳሰስ ቅርሰነት በዩኔስኮ ለማስመዝገብ በየደረጃው መሰራት ከሁሉም የሚመለከተው አካል ይጠበቃል። ምክኒያቱም ይህ ሐይማኖት ለቅማንት ህዝብ ብቻ ሳይሆን ለኢትዮጵያም ለዓለምም ስለሚጠቅም ማለት ነው። እንደ ሐገር ሰናሰብ ይህንን ሐይማኖት ይዞ መገኘት በራሱ ለኢትዮጵያ ታላቅ ኩራት ነው።

2፡ መስከረም 17 ቀን የሚውለው የቅማንት የደመራ በዓል።

3፡ በጣም ብዙ ለቱሪስት መስህብነት የሚውሉ የህገ ልቦናው ሐይማኖት የተቀደሱ ቦታዎች ሁሉ ማስመዝገብ ያስፈልጋል።

4፡ አራቱ ታላላቅ በወምበሩ ቤት የሚከበሩ የዓመት በዓላት።

5፡ የዘመን አቆጣጠሩ፡ የቤተኛ አቆጣጠሩና የጋብቻ ስነ ስርዓቱ እና ሌሎችም ብዙ ቅርሶች አሉ እነዚህ ሁሉ መጠናትና መታወቅ አለባቸው።

ምዕራፍ ሶስት

ግራም ሐንኮክ ስለቅማንት ህገ ልቦና ሐይማኖት

በዚህ ምዕራፍ ውስጥ የምንመለከተው የተከበሩ ወምበር ሙሉነህ መርሻ እና ግራም ሐንኮክ ያደረጉትን ቃለ ምልልስ ነው። ይህንን ቃለ ምልልስ መረዳት ማለት ስለቅማንት ህዝብ ታሪክ፡ ሐይማኖት እና ባህል በሚገባ መሰረታዊ እውቀት መያዝ ማለት ነው። በቀጥታ ወደ ቃለ ምልልሱ ከማለፌ በፊት ግን ፕሮፌሰር ሲ ጋምሰት ስለቅማንት ህዝብ ታሪክ በመጽሃፋ የተሳሳታቸው የተወሰኑ ታሪካዊ ስህተቶች ስላሉ ለስህተቶቹ ማስተካከያ ስጥቸ ማለፍ እፈልጋለሁ።

ስለአንድ ጉዳይ ስንገልጽ ምን አልባት በተለያየ ምክኒያት የተሳሳተ መረጃ ላይ መሰረት አድርገን በተሳሳተ መንገድ ልንገልጽ እንችላለን። የተፈጠረው ስህተት ግን ምን አልባት በቀላሉ የሚስተካከል ወይም በቀላሉ የማይስተካከል፡ ታሪካዊ ስህተት ወይም ጊዜዊ ስህተት ወይም ሌላ ሊሆን ይችላል። ፕሮፌሰር ሲጋምሰት የተባለ የውጭ እጥኝ ስለቅማንት ህዝብ ታሪክ ሲጽፍ በተሳሳተ መረጃ ላይ በመመሰረት ይመስላል የተለያዩ ስህተቶችን በሰራው ውስጥ አካቱዋል። የእነዚህ ስህተቶች እስከፊነት በቃላት

ደረጃ ወይም በዓርፍት ነገር ደረጃ ወይም በአንቀጽ ደረጃ አለመሆናቸው እና ታሪካዊ ስህተቶች መሆናቸው ነው። ምክኒያቱም በአንዱ የተሳሳተ ሐሳብ መነሻነት በጣም ብዙ የተሳሳቱ ነገሮች ሊጻፉ ስለሚችሉ ነው። አንድ በአንድ እንያቸው።

1፡ የቅማንትን ህዝብ አረማዊ ኦሪታዊ አድርጎ ነው ያቀረበው። ነገር ግን የቅማንት ህዝብ ሁለቱንም አይደለም። ምክኒያቱም አረማዊ ማለት ትርጉሙ እምነት የለሽ ማለት ነው። የቅማንት ህዝብ ደግሞ እምነት አለው፡ ያውም ደገኛይቱ በፈጣሪ ዘንድ የተወደደው እና አድናቆትን ያተረፈው የአብርሃም እምነት። ኦሪታዊ ማለት ደግሞ ከሊቀ ነብያት ሙሴ በኋላ እስከ እየሱስ ክርስቶስ መምጣት ድርስ ያለው ነው። የቅማንት ህዝብ ግን የሚከተለው ከመጀመሪያው ለአዳም ከተሰጠው የእምነት መንገድ ጀምሮ ነው። ይህ ሐሳብ በህገ ልቦና ርዕስ ዝርዝር ውስጥ በሰፋት ስለተገለጸ ለአሁኑ በዚህ ይብቃን።

2፡ ሁለተኛው የተሳሳተ ሐሳብ ስለቅማንት ህዝብ ታሪካዊ ክዋኔ ደግሞ ለሞት በሚያጣጥር ሰው ላይ ያነሳው ሐሳብ ነው። የቅማንት ህዝብ በታሪኩ ፈሪሐ እግዚአብሔር ያደረበት ስለሆነ እንኳንስ ለሰው ልጅ ይቅርና ለእንሰሳትና ለጽዋትም ከፍተኛ የሆነ ክብር ያለው ህዝብ ነው። ይህ ሐሳብ የሚያሳየን ነገር ቢኖር አጥኚው ግለሰብ ምን ያህል በተሳሳተ መረጃ ላይ የተመሰረተ መሆኑን ነው።

"ነገርን ከስሩ ውሃን ከጥሩ"፡ ይላሉ አባቶች። ችግሩ የተፈጠረው ከትክክለኛ መረጃ እጥረት ነው።

3፡ ሶስተኛው ታሪካዊ ስህተት ደግሞ ስለ ጾታዊ ግንኙነት ወይም ስለ ጋብቻ ያስፈረው ሐሳብ ነው። እንዲያው አለማወቅ ነው እንጅ የቅማንት ህዝብ በታሪኩ ከ7 ቁጥር በታች የሚከውነው ክንዋኔ የለውም። መሰሪያ በ7 የሰው ቁጥር፡ ሽምግልና በ7 የሰው ቁጥር፡ ቤት ሲሰራ በ7 ወጋግራ፡ ዘር ሲቆጥር እስከ 7 ትውልድ •••••••• አረ ስንቱን እናንሳ።

የቅማንት ህዝብ ከ7 ቁጥር ጋር ያለው ታሪካዊ የክዋኔ ግንኙነት ከፈጣሪው ጋር ያለውን ከፍተኛ ትስስር ያሳያል። ምክኒያቱም የፈጣሪ ስራወች በአብዛኛው ከ7 ቁጥር ጋር ግንኙነት ያላቸው ናቸው። ለምሳሌ 7ቱ ዕለታት፡ 7ቱ ሰማያት፡ 7ቱ አጽዋማት፡ 7ቱ ሚሥጥራተ ቤተ ክርስቲያን እያለ ይቀጥላል። በዚህ አጋጣሚ 7 ቁጥር እንደ አንድ የጥናት መስክ ተይዛ እየተጠናች ነው። ስለሆነም አጥኝወች ስለ7 ቁጥር የተሻለ መረጃ ለማግኘት የቅማንት አባቶችን ወይም አባ ወምበሩን እንደ አንድ የመረጃ ምንጭ አድርገው ቢጠቀሙ የተሻለ ጥናት ሊሰሩ ይችላሉ ብየ በግሌ አምናለሁ።

4፡ አራተኛው ስህተት ደግሞ የቅማንትን ህዝብ በኩሽ የዘር ሐረግ በኩል አድርጎ በመቁጠር የአገው አንድ ቅርንጫፍ አድርጎ ማቅረቡ ነው። በእርግጥ ይህንን ስህተት ብዙ ሰወች እየፈጸሙት

ነው። በሌላ በኩል ግን የቅማንት ህዝብ ከከናዓን የዘር ሐረግ የሚመዘዝ መሆኑን ጸሐፊያን ያመላክታሉ። ከጥፋት ውሃ በኋላ የኖህ ልጅ ካም ኩሽን፡ ከናዓንን እና ሌሎችንም ይወልዳል። ዘፍ፡ 10 ፡ 6 - 20። ይህ ከሆነ ደግሞ ኩሽ እና ከናዓን ወንድማሞች ናቸው ማለት ነው።

ስለሆነም የቅማንት ህዝብ ለሌሎች የኩሽ ዘሮች ወድም ህዝብ ነው እንጂ እራሱ የኩሽ ልጅ አይደለም። ምክኒያቱም የቅማንት መነሻው ከናዕን ስለሆነ ነው። አቆጣጠሩም እንዲህ ይቆጠራል። ኖህ ፡ ካም ፡ ከናዕን ፡ አርዋዲ ፡ አይነር፡ አደረይኪ፡ •••••••እያለ ይቀጥላል። ከዚህ በኋላ ከግራም ሐንኮክ ጋር ወደ ሚደረገው ቃለ ምልልሱ እንለፍ። በጣም ደስ ይላል መልካም ማዳመጥ ይሁንላችሁ።

3፡ 1 ወምበር ሙሉነህ መርሻ እና ግራም ሐንኮክ

በዚህ ርዕሰ ስር የምንመለከተው የተከበሩ ወምበር(ሊቀ ክህን) ሙሉነህ መርሻ ግራም ሐንኮክ ከተባለ የጥናት ባለሙያ ጋር ያደረጉትን ቃለ ምልልሰ መሰረት አድርጎ መተንተን ነው። ግራም ሐንኮክ ያሰፈራቸውን ቀድመን እያየን እንተነትናለን። "ከ 1270 ዓ•ም ጀምሮ ቀዳማዊ ሐይሰላሴ እሰከ ወደቁበት 1974 ዓ•ም ድረሰ ለ600 ዓመታት ከአንድ ንጉሰ በሰተቀር የኢትዮጵያ ነገሥታት

አማሮች ነበሩ። አፍ መፍቻቸው የአማርኛ ቋንቋም የአገሪቱ የስራ ቋንቋ ተደርጓል። የክርስትና እምነትን መሰረት ያደረገው የአማራው ባህል በሌሎች ብሔር ብሔረሰቦች ላይ ከፍተኛ ተዕጽኖ አሳድሯዋል። ባለፉት ጥቂት ምዕተ ዓመታት ብዙ ብሔር ብሔረሰቦች የአማራውን ባህል እና ቋንቋ እንዲቀበሉ ተደርጉዋል። በመሆኑም በዚህ ሁኔታ ውስጥ ፈላሾች መኖራቸው ብቻ ሳይሆን የራሳቸውን መለያ ይዘው መቆየታቸው የሚያስደንቅ ነው"፡ ይላል። ከላይ በተመለከትነው አገላለጽ መሰረት ለ600 ዓመታት ያህል ጊዜ የአንድ ብሔረሰብ ተወላጆች ብቻ የሐገሪቱን በትረ ስልጣን ተቆጣጥረው እንደነበር እና የዚህ ብሔር ቋንቋም የሐገሪቱ የስራ ቋንቋ መሆኑን ይገልጻል። ይህ ቋንቋ እንግዲህ የሐገሪቱ የስራ ቋንቋ ለመሆን የቻለው አማካኝ ወይም የጋራ የመግባብያ ቋንቋ ስለሆነ ሳይሆን ሐይልን መሰረት በማድረግ ብቻ ነበር ማለት ነው። ምክኒያቱም የነበረው ስርዓት ቆራጭ ፈላጭ ስለነበር ነው።

በሐይል ለመሆኑ መሬት ላይ ያለው ማሳያ ደግሞ እንኳን በዚያ ዘመን ይቅርና አሁን እራሱ ከአማርኛ ይልቅ በኦሮሞኛ ቋንቋ አፋቸውን የሚፈቱ ህጻናት በጣም ብዙ ናቸው። በዚህም ምክኒያት ህዝቡ ጥያቄ አንስቶ ቋንቋየ የስራ ቋንቋ በመሆን ይከበርልኝ እያለ ህገ መንግሥታዊ ጥያቄ እየጠየቀ ነው። ነገር ግን አሁንም ድረስ ችግሩን መቅረፍ ተስኖን የሐገሪቱ የስራ ቋንቋ አማርኛ ብቻ ነው። ይህ

ደግሞ ከድሮው የልምድ አሰራር ብቻ የተነሳ ነው። ይባስ ብሎ አሁን በቅርቡ አዲስ አበባ ላይ ለምን በኦሮሞኛ ቋንቋ መዝሙር ተዘመረ ተብሎ ያዙኝ ልቀቁኝ ሲባል ነበር።

ይህ ሐሳብ "በማን ላይ ቁመሽ እግዜርን ታሚያለሽ"፡ ይባላል። እረ እንዲያው ለመሆኑ አማርኛ የማን ቋንቋ ነው? እስኪ እንዴ መለስ ብለን ኮረኔል መንግስቱ ሐይለማርያም ስለ አማርኛ ቋንቋ የተናገሩትን አዳምጠን እንመለስ። "አማርኛ የተሰኘውን ወይም የተባለውን ቋንቋ እንውሰድ ወይም እንመልከት። ይህ ቋንቋ በመሰረቱ የአንድ ብሔር ወይም የህዝብ ቋንቋ አይደለም። ይህ ቋንቋ ከግዕዝ፡ ከኢብራይስጥ፡ ከአረበኛ እና ከተረቀሩት የሐገሪቱ ልዩ ልዩ ብሔረሰቦች ቋንቋ የተቀመረ ሲሆን በየጊዜው ከየብሔረሰቡ የተወለዱ እና ለስልጣን የታደሉ ወይም ስልጣን የያዙ ነገሥታት የሚጠቀሙበት የቤተ መንገሥት ቋንቋ ነው። የአንድ ብሔረሰብ ቋንቋ አይደለም።

ይህ ቋንቋ በዚህ ምክኒያት በአጭር ጊዜ ውስጥ አድጎ እና በልጽጎ የኢትዮጵያ የጋራ ቋንቋ ከመሆኑ ባሻገር በዓለምም የታወቀ ለማስተማር እና ለስነ ጽሁፍ የበቃ ብቸኛ አፍሪካዊ ቋንቋ ነው። ሐቁና ታሪኩ ይህ ነው"፡ ይላሉ ኮረኔል መንግስቱ። ይህ ከሆነ እውነቱ አማርኛ የእኛ ብቻ ቋንቋ ነው በማለት የራሳቸውን የበላይነት ለማረጋገጥ የሚፈልጉ አካላት ከምን ተነስተው ነው? ከዚህም

አልፈው ከአማርኛ ውጭ ሌላ ቋንቋ በሐገሪቱ እንዳይነገርም ይፈልጋሉ። እነዚህ አካላት የሌሎችን ቋንቋዎች ለማንቋሸሽ ከሚጠቀሙባቸው መንገዶች የተወሰኑትን ጠቅሸ ልለፍ።

"የአገውችን ቋንቋ ሰይጣን ነው ያስተማራቸው"፡ "የእናንተ ቋንቋ ወንዝ አያሻግርም"፡ "የእናንተ ቋንቋ የወፍ ቋንቋ ነው"፡ ይላሉ። ይህ የተሳሳተ አረዳድ ደግሞ የህዝቦችን አብሮነት ይሸረሽራል። መጽሐፍ ቅዱስ እንዲህ ይላል፡ "ከሰው አይን ያለውን ጉድፍ ታይ ዘንድ በፊት ከአንተ አይን ያለውን ምሰሶ አውጣ የሌላውን አጥርተህ ለማየት ይጥቅምሃልና"፡ ይላል። በአገሬው አባባልም "እንዱዋን ጣትህን ወደ ሌላ ሰው ስትቀስር የተቀሩት ጣቶችህ ወደ አንተ ይቀስራሉ"፡ ይባላል። ሁለቱም አባባሎች ወደ ሌሎች ከመሔድህ በፊት እራስክን ተመልከት ለማለት ነው። በዚህም መሰረት የሌሎችን ባህል፡ እምነት፡ ማንነት እና ቋንቋ ከማጣጣላቸው በፊት እራሳቸውን ቢያዩ መልካም ነበር።

እነሱ እራሳቸው ታሪካቸው እንደሚያሳየው የነገሥታቱ እና የካህናቱ አገልጋይ የሆኑት የራሳቸውን ባህል፡ እምነት፡ ማንነት እና ቋንቋ ተቀምተው እርግፍ አድርገው በመተው ነገሥታቱ የሰጡዋቸውን ደባል ማንነት ተሸክመው የሚኖሩ ናቸው። በታሪካቸው ከድሮ እስከ ዘንድሮ ነገሥታቱ መጠቀሚያ እንደሚያደርጓቸው እንኳን አይገባቸውም። ሁል ጊዜ ተለጣፊነትና

ጥገኝነት፡ ሁል ጊዜ ቀረርቶ እና ፋከራ። እውነት የዚች ሐገር አንድነት የሚያሳሰበን ከሆነ ብዙ ተናጋሪ ህዝብ ያላቸው ቋንቋዎች የመንግሥት የስራ ቋንቋ መሆን ብቻ ሳይሆን ለሳይንስ እና ቴክኖሎጅ ጥናት እና ምርምር መዋል መቻል አለባቸው።

እምነትን መሰረት ያደረገው የአማራው ባህል በሌሎች ብሔረሰቦች ላይ ምን ያህል ተጽዕኖ እንዳደረሰ ተገልጹዋል። ይህ ደግሞ የሆነው በአማራው ተስፋፊ ሐይል ነው። ይህ የተስፋፊው ሊህቃን አድራጎት ሁለት መሰረታዊ ችግሮችን ፈጥሩዋል። አንደኛው በወቅቱ ተስፋፊው እራሱን ለማስፋፋት በሌሎች ብሔር ብሔረሰቦች ላይ ያደረሰው በደል እስከ አሁን ድረስ በሐገሪቱ ውስጥ ለሚፈጠሩ ጦርነቶች ምክኒያት መሆኑ አልቀረም። ምክኒያቱም በሐይማኖት ሰም ታፍነው አማራ ተብለው የነበሩ ሕዝቦች እስከ ዛሬ ድረስ የነጻነት ትግል ላይ ናቸውና። ሁለተኛው ሐይማኖታዊ ዘር ማጥፋት ተካሒዱዋል።

በዚህ መንገድ ተስፋፊው ቡድን በአንድ ድንጋይ ሁለት ወፍ መምታት ችሉዋል። እሱም በአንድ በኩል የሌሎችን ሐይማኖት በማጥፋት የራሱን ሐይማኖት በሐይል ይጭናል በሌላ በኩል ደግሞ በተመሳሳይ ጊዜ እነዚህ ሐይማኖታቸውን በሐይል የተነጠቁ ህዝቦች አማራ ተብለው ወደ አማራነት እንዲቀላቀሉ ተደርጓል። ይህ አሁን በሐገሪቱ ውስጥ በአንድ በኩል ሐይማኖቱን ተቀብለው የራሳቸው

አድርገው ስለብሔራቸው ነጻነት ብቻ የሚታገሉ በሌላ በኩል ደግሞ እስከ አሁን ድረስ የራሳቸውን ሐይማኖት ይዘው የዘለቁ እና ስለብሔራቸው ነጻነትም ስለሐይማኖታቸውም እየታገሉ ያሉ አሉ። በዚህም መስረት በፈላሾች ላይ ይደርስ የነበረው ሁለቱንም መስረት ያደረገ ነበር ማለት ነው።

ጠቅለል ባለ መልኩ ስንመለከተው የተሰራው ታሪካዊ ስህተት ተደምሮ አሁን በሐገሪቱ እና በቤተ ክርስቲያኒቱ ላይ ከፍተኛ የሆነ ችግር ደቅኑዋል። አጥኚው እንዲህ እያለ ይቀጥላል፡ "በተጨማሪም ትኩረቴን የሳቡት ከለንደን ወደ ኢትዮጵያ ከመምጣቴ በፊት ባደረኳቸው ጥናቶች ከፈላሾች ሌላ በጎንደር አካባቢ የሚኖሩ ቅማንቶች የሚባሉ የአይሁድና የአህዛብ እምነት የሚታይባቸው ህዝቦች ናቸው። ፍሬደርክ ጋምስት በተባለ አሜሪካዊ ምሁር በ 1969 ዓ•ም በተጻፈ መጽሃፍ ውስጥ የሚከተለውን አንብቤ ነበር። በቅማንቶች ውስጥ የሚታየው የዕብራውያን ልማድ ባለፉት ሁለት ሺ ዓመታት ውስጥ በአይሁድ ሐይማኖት ላይ የተደረገው ለውጥ የነካው አይመስልም።•••••••••ፈላሾች የቅማንት ጎረቤቶች እና አንዳንዴም ጥቁር አይሁዶች ይባላሉ"፡ ይላል። ወደ ዋናው ትንታኔ ከመግባቴ በፊት ሶስት ነገሮች ላይ ማስተካከይ ስጥቸ ማለፍ እፈልጋለሁ።

በመጀመሪያው በጎንደር አካባቢ የሚኖሩ ተብሎ የተገለጸው አገላለጽ የቅማንትን ህዝብ እንደ ሁለተኛ ዜጋ የሚያሳይ ነው። ነገር ግን የቅማንት ህዝብ የጎንደር ባላባትም፡ ባለርስትም፡ ባለቤትም ቀደምት ህዝብ መሆኑ መታወቅ አለበት። ሁለተኛ ፈላሾች እንደ ሌላ ሀገር ዜጋ ነው የተገለጹት። ነገር ግን አንዳንድ መረጃወች እንደሚያሳዩት ከሆነ ፈላሾች የቅማንት ህዝብ አካል እንደሆኑ ነው። ሶስተኛ የቅማንትን ህዝብ የአህዛብ እምነት የሚታይባቸው የሚለው ነው። የቅማንት ህዝብ የሚከተለው የመጀመሪያውን የአዳም እምነት ህገ ልቦናን እንጂ የአህዛብ እምነት አይከተልም።

አህዛብ ማለት ከሐዲ ማለትም ጭምር ስለሆነ ማለት ነው። በእርግጥ የአህዛብ እምነት ማለት የህዝብ እምነትም ማለት ጭምርም ነው። ምክኒያቱም የእግዚአብሔር ህዝብ የተባሉት ስራኤላዊያን አህዛብ ተብለዋልና። ከምንባቡ መረዳት እንደሚቻለው የቅማንት ህዝብ የዘር ሐርግ ከኖህ የዘር ሐርግ የሚለውን ሐሳብ ያረጋገጠ እና የሚከተሉት የእምነት አይነትም የአይሁድ እምነት መሆኑን ገልጹዋል። የአይሁድ እምነት ደግሞ ቀደምት እምነት ነው። ይህ ሐይማኖት አይሁዶች በቀጥታ ከፈጣሪ ጋር ይገናኙበት የነበረ እምነት ነው። ይህ እምነት ከአዳም ጀምሮ የመጣ እምነት ነው። የቅማንት እምነትም የአዳም እምነት ነው።

የአዳም እምነት ደግሞ በቀጥታ ከፈጣሪ የተሰጠ እና በቀጥታ ከፈጣሪ ጋር የሚያገናኝ እምነት ነው። የአዳም ሐይማኖት በጽሁፍ ወይም በሌላ ነገር የተሰጠ ሳይሆን በቀጥታ በቃል ብቻ በህገ ልቦና የተሰጠ ነበር። የቅማንት እምነትም ያው ህገ ልቦና ነው። እኔን ያሳዘነኝ ጉዳይ በጎንደር አካባቢ የሚኖሩ ቅማንቶች የሚባሉ የሚለው ዓርፍተ ነገር ነው። ምክኒያቱም አሁን እንኳን ሙዋሸሾ፡ ሙዋሸሾ በሰሜን ጎንደር ድሮ ነበሩ ከሚባሉት ጥቂት ቁጥር ከነበራቸው የተወሰኑ ጎሳወች ውጭ አብዛኛው የቅማንት ህዝብ ነበር። አማራ የሚባለው ህዝብ በጭራሽ አልነበረም። አሁንም ቢሆን ከሌላ ቦታ በተለያየ ምክኒያት ወደ ዚያ ሒዶ ከሰፈረው አማራ ነኝ ባይ ውጭ ሌላው የቅማንት ህዝብ የነበረ ነው። ማንነትን መሰረት አድርገን አሁን ባለው ሁኔታ የጎንደርን የቅማንት ህዝብ በሶስት ከፋፍለን ማየት እንችላለን።

ሀ፡ የመጀመሪያው ቅማንትነቱን የረሳ እና አማራ ነህ ሲሉት አወ አማራ ነኝ እያለ የሚነፋለትን ጥሩንባ ወይም ቱልቱላ ተከትሎ የሚያንጨበጭብ የጠፋ ህዝብ ነው። እነዚህ አካላት፡ "እናቴን ያገባው ሁሉ አባቴ ነው"፡ የሚሉ አይነት ሰዎች ናቸው።

ለ፡ ሁለተኛው ቅማንት መሆኑን እያወቀ ነገሩ አያዋጣኝም ብሎ ሰላመነ ብቻ እራሱን ደብቆ ጊዜውን ማሳለፍ የፈለገ ነው። እነዚህ አካላት፡ "የተወረወረውን ድንጋይ ዝቅ ብሎ ማሳለፍ"፡ በሚለው

ምሳሌዊ ንግግር የሚያምኑ ናቸው። ችግሩ "ችግር" የሚሆንባቸው የተደበቁበት ጉድጓድ ድረስ ከመጣ ነው።

ሐ፡ ሶስተኛው አወ ቅማንት ነኝ ብሎ የሚያምን እና ለተግባራዊነቱ መስዋዕት የሚከፍል ነው። ይህ አካል "በተወረወረብህ ድንጋይ ቤትህን ስራ"፡ የሚለውን ፍልስፍና የሚከተል ነው። ሌላው ከምንባቡ የምንረዳው በፈረንጆች በ1969 ዓ•ም የተደረገው ጥናት የሚያሳየው በአለፉት ሁለት ሺ ዓመታት የቅማንት እምነት እንዳልተነካ ያሳያል። እነዚህ ጥናቶች እያሉ ነው እንግዲህ በኢትዮጵያ አቆጣጠር በ1999 ዓ•ም ቅማንት የሚባል ህዝብ የለም የተባለው። በምን አይነት አመክኒወ(ሎጅክ) ይሆን በዚህ አጭር ጊዜ ውስጥ ቅማንት የጠፋው? ግራም ሐንኮክ ሰለ ቅማንት በ1960ወቹ ባደረገው የመሰክ ጥናት የረዱት የቅማንት መንፈሳዊ መሪ የሆኑት ወምበር ሙሉነህ መርሻ ናቸው። አጥኚው ሲቀጥል፦

"የክብር መጠሪያቸው ወምበር ይባላል። ወምበር ማለት በቅማንት ቋንቋ ሊቀ ካህን ማለት ነው። መጀመሪያ ፈልጌ ማግኘት የነበረብኝ እነኚህን ሰው ነው። ምክኒያቱም ጋምሰት እንደ ጻፈው ሰውየው የማይነጥፉ የመረጃ ምንጭ ናቸው። አይከል እንደ ደርሰን ወምበር ሙሉነህ እንደሚጠብቁን ስለተነገረን ይገኙበታል ወደተባለው ጎጆ አቀናን። የጎጆው ወለል ተለቅልቋል፡ ስንደልም

ይጨሰበታል፡ ወምበር ሙሉነህ በነጭ ሻሽ እራሳቸውን ጠምጥመዋል፡ ነጭ ልብስ ለብሰዋል፡ በላዩ ጥቁር ካባ ደርበዋል። ቤቱ ውስጥ ከተደረደሩት ወንበሮች አንዱ ላይ ተቀምጠው የነበሩት ወምበር ሙሉነህ ወደ ውስጥ እንደዘለቅን ብድግ ብለው ተዋወቅን ተጨባበጥን።

ስለሐይማኖታችሁ ለማወቅ በጣም እፍልጋለሁ አልኳቸው።

የእኛ ሐይማኖት የድሮ ነገር ሁኑዋል፡ ማንም በተግባር አያውለውም። ቅማንቶች ዛሬ ክርስቲያኖች ናቸው።

እርስው ክርስቲያን አይደሉም?

አይደለሁም እኔ ወምበር ነኝ። የጥንቱን መንገድ ነው የምከተለው። ጥቂት ዛፎች እና ድግና የተባሉ ለዓመታዊ በዓላት ብቻ ይውላሉ። የቅማንት ቀደምት የሐይማኖት መሪ በህልማቸው በተነገራቸው መሰረት በተፈቀደ ቦታ የተተከሉ ናቸው።

ፈላሾች ይህን የአድባር አምልኮ ያውቁ እንደሆነ ጠየኳቸው። የለም አያውቁም።

የእነሱ ሐይማኖት ከእናንተ ጋር የሚመሳሰልበት ሁኔታ አለ? አወ በብዙ መንገድ እንመሳሰላለን። የቅማንቶች የሐይማኖት መሰራች አነይር ይባላል። ወደ ኢትዮጵያ የመጣው ድሮ ነው። አገሩ ለሰባት ዓመታት ረሃብ ስለነበር ልጆቹን እና ሚስቱን ይዞ ተሰደደ። በመንገድ

ላይ ሳለም ከፈላሻ የሐይማኖት መሰራች ጋር ተገናኘ። እርሱም ከልጆቹ እና ከሚሰቱ ጋር እየተጓዘ ነበር።

አነይር እና የፈላሾች የሐይማኖት መሰራች ከአንድ አገር ነው የመጡት ማለት ነው? አወ ነገር ግን የተለያዩ ናቸው። በጋብቻም አልተጣመሩም።

የትውልድ ሐገራቸውስ አንድ ነው? አወ።

የት እንደሆነ ያውቃሉ? ሩቅ ነው፡ መካከለኛው ምስራቅ።

የአገሩን ሰም ያዉቁታል? የከነዓን ምድር ይባል ነበር። አነይር የካም ልጅ የሆነው የከነዓን የልጅ ልጅ ነው። ኖህም የካም አባት ነበር። ሁለቱም ነገዳቸው ፈላሾች እና ቅማንቶች መነሻቸውን መካከለኛው ምስራቅ እደሆነ ነው የሚናገሩት።

አብርሃም እና ሣራ ከከናዕን በመሸሽ ወደ ደቡብ ያደረጉት ረዥም ጉዞ ከረሃብ ጋር በተያያዘ መሆኑን አስታወሰኩኝ።

በአንድ አምላክ ያምናሉ ወይንስ በብዙ አምላኮች ነው የሚያምኑት?

በአንድ አምላክ እናምናለን። ነገር ግን እርሱ በመላእክቶች ይደገፋል። የመላክቶች ሰም ጀከረንታ፡ ክብርዋ፡ አደራይኬ፡ ቅድሰቴ፡ መዝጋኒ፡ ሸማኒ፡ እንዛታቴራ ይባላል። ሁሉም የየራሳቸው ሰራ አላቸው።

ሐይማኖታችን ጠንካራ በነበረ ጊዜ ቅማንት ሁሉ ተሰብስቦ ወደ እነዚህ ቦታወች በመሔድ እነዚህ መላክቶች ከእግዚአብሔር ጋር እንዲያማልዶቸው ይለምኑ ነበር። ጆከረንቲ ከሁሉም የተከበረ ነበር። መዝጋኒ እና አንዛታቴራም እንዲሁ።

የቅማንት አምላክ ሰምስ አለው? በሚገባ ይደራ ይባላል።

የት ይኖራል? በሁሉ ሰፍራ"። ቃለ ምልልሱ ይህን ይመሰል ነበር።

ከዚህ በተጨማሪ አጥኚው በሚበሉ እና በማይበሉ እንሰሳትና የአተገባበሩን ስርዓት እና በሰንበት አከባበር ዙሪያ በቅማንቶች እና በአይሁዶች መካከል ያለውን መመሳሰል አንስቱዋል። "የቅማንቶችን የዛፍ ሰር አምላክ አብርሃም በቤርሳቤህ የታማራሰክ ዛፍ ተከለ እና የዘላለም አምላክ ለሆነው ለእግዚአብሔር ሰገደ የሚል በዘፍጥረት የተጠቀሰውን ድርጊት የተከተለ ይሆናል የሚል ግምት አደረብኝ"፡ ሲል ያብራራል።

መንፈስ ጠንካራው ወምበር ሙሉነህ መርሻ

ወደ ዋናው ትንታኔ ከመግባቴ በፊት ሶስት ነገሮችን ማጠናከሪያ ስጥቸ ማለፍ እፈልጋለሁ። "ይደራ" በሁሉ ቦታ እንደሚገኝ ተገልጹዋል። ህገ ኦሪትም ህገ ወንጌም ይህንን ያጠናክራሉ። መላኢክት እንደሚያማልዱ ተገልጹዋል። ህገ ኦሪትም ህገ ወንጌም ይህንን ያጠናክራሉ።

አጠቃላይ የሐይማኖታቸው መነሻ ከመካከለኛው ምሰራቅ መሆኑ ተብራርቶ ቀርቡዋል። ይህንን የሚያጠናክር ሐሳብ በአምደ ሐይማኖት መጽሐፍ ውስጥ እናገኛለን። የሐይማኖት ክፍፍል እንዴት ሊጀመር ቻለ በሚል ርዕስ ተነስቶ ሲተነትን እንዲህ ይላል። "በዘመናችን ከፍተኛ የሆነ የፖለቲካ ውጥረት ያለባት መካከለኛው ምሰራቅ ስትሆን ቀደም ብሎም የፖለቲካ ብቻ ሳይሆን የሐይማኖት

መዲናም ነበረች። የተለያዩ እምነቶች ምንጫቸው ከዚህ ክልል መሆኑ ከሁላችንም የተሰወረ አይደለም። ለአምልኮተ እግዚአብሔር ቀደምትነት ያላቸው እስራኤላዊያንም በዚሁ ክልል ውስጥ የሚኖሩ ናቸው"፡ ይላል ሐተታው።

ከከናዕን ምድር በሰደት የመጡ ናቸው የሚለው አፈታሪካዊ አባባል ግን ከአሉት እውነተኛ ታሪኮች ጋር የተጣረሰ ሐሳብ ስላለበት ከፍተኛ የሆነ ጥናት ይፈልጋል። ምክኒያቱም ይህ ሐሳብ የቅማንትን ህዝብ ብቻ ሳይሆን የኖህን የመጨረሻ ማረፊያ ቦታ የሆነችውን የአራራትንም ተራራ ታሪክም ጭምር ስለሚያጠፋ ነው። ስለዚህ ታሪክ የፍስሃ ያዜን መጽሐፍ ተመልከቱት። እነዚህ ሰወች ከከናዕን ምድር ነው የተሰደዱት የሚለውን ትውፊታዊ ታሪክ ትክክል ነው ብለን ከተቀበልን የአባታቸው የኖህ መቃብር በጎንደር እና የእናታቸው የእሜቴ አይከል መቃብር በአይከል እንዴት ሊገኝ ይችላል? ከዚህም በተጨማሪ ከናዕን የወለዳቸው ልጆች የተወሰኑት ኢትዮጵያን መሰርተው ሲኖሩ ሌሎች ደግሞ ወደ መካከለኛው ምስራቅ በመሔድ የከናዕንን መሬት እንደመሰረቱ ይነገራል።

ይህንን ታሪክ መቀበሉ ከአሉት ተጨባጭ ታሪኮች አንጻር እውነትነት አለው። ምክኒያቱም ኖህ እስከ ቤተሰቦቹ ኢትዮጵያ ውስጥ አረፈ ኖሮም ሙቶ መቃብሩ ኢትዮጵያ ውስጥ ይገኛል ከሚለው እውተኛ ታሪክ ጋር ስለሚሰማማ ነው። በሌላ በኩል

በአመክኒወ ስንመለከተው ወደ መካከለኛው ምስራቅ የሔዱት የከናዕን ልጆች ምን አልባት ምድራቸውን በአባታቸው ስም የከናዕን ምድር ብለው ሊሰይሙ ይችላሉ። ይህ ጉዳይ በቅማንት ህዝብ ታሪክም ሰናየው አባት አገር፡ አባት ምድር እየተባለ የተለመደ ታሪካዊ አመጣጥ አለ። "አቢሰኒያ" ማለትም እኮ በቅማንተኛ ቋንቋ አባት ሐገር፡ የአባታቸው ሐገር ማለት ነው።

በጥናቱ እንደተመላከተው ወምበሩ የማይነጥፉ የመረጃ መንጭ መሆናቸው ተመላክቱዋል። ይህ የሆነበት ዋናው ምክኒያት ህገ ልቦና በቀጥታ ከተፈጥሮ ጋር የተቀናጀ እና የተሰናሰለ ስለሆነ ሁሉንም ነገር ከተፈጥሮ እና ከልምድ መማር ስለሚቻል ነው። ለዚህም ማስረጃ ይሆነን ዘንድ አብርሃም አምላኩን ለማግኘት የተጠቀመው በህገ ልቦና ተመራምሮ ተፈጥሮን እና በተፈጥሮ ውስጥ ያሉ አካላትን ነበር።

ሊቀ ካህኑ "የኛ ሐይማኖት የድሮ ነገር ሆኑዋል"፡ ብለዋል። የድሮ ማለት የመጀመሪያ፡ የቀደመ፡ በፊት የነበረ ነገር ግን አሁን በተግባር ላይ የማይታይ እንደ ማለት ነው። በእርግጥም ህገ ልቦና የመጀመሪያ እምነት ነው ምንም እንኳን አሁን በተለያየ ምክኒያት የተከታይ እጥረት ቢገጥመውም። ሊቀ ካህኑ ሲቀጥሉ "ቅማንቶች ዛሬ ክርስቲያኖች ናቸው" ብለዋል። ወምበሩን(ሊቀ ካህኑን) ከዚህ

አነጋገራቸው በመነሳት ከአማራው ሊህቃን በእውነትም በእውቀት የተሻሉ እንደነበሩ ያሳያል።

ምክኒያቱም ቅማንቶች ክርስቲያኖች ናቸው አሉ እንጂ ቅማንቶች ዛሬ አማሮች ናቸው አላሉም። አስተውሉ በህገ ልቦና ተመራምሮ ከተፈጥሮ ጋር መስተጋብር መፍጠር ማለት መረጃን ወደ እውቀት፡ እወቀትን ከብልሐት ጋር አዋህዶ የጥበብ ባለቤት መሆን ይሉሃል ይህ ነው። ጥበብ የጎደለው ሊህቃን ተጠምቆ ክርስቲያን የሆነ ሁሉ አማራ ነው እያሉ ያምሱናል። ወምበሩ አሁንም ይቀጥሉና "የጥንቱን መንገድ ነው የምንከተለው"፡ ይላሉ። የጥንቱን መንገድ ማለታቸው የመጀመሪያውን ማለታቸው ነው።

"መንገድ"፦ መንገድ ማለት የነገሮች ወይም የሁኔታወች ቅደም ተከተል ሲሆን በመጽሐፍ ቅዱስ ውስጥ በተለያዩ ቦታውች በቀጥታም ይሁን በተዘዋዋሪ መንገድ ተጠቅሶ እናገኘዋለን። "በመንገድ ላይ ቁሙ ተመልከቱም የቀደመችውንም መንገድ ጠይቁ መልካሚቱ መንገድ ወዴት እንደሆነች ዕወቁ"፡ ይላል ኤር፡ 6 ፥ 16 ላይ። ከዚህ በተጨማሪ በተለያዩ የጥበብ መጽሐፍት የአባቶችህን መንገድ ተከተል የሚሉ እና የመሳሰሉትን እናነባለን። በሌላ በኩል ሐይማኖት ማለት እግዚአብሔር ወደ ሰው ልጅ ያደረገው መንገድ ወይም ጉዞ ሲሆን በፈጣሪ እና በሰው ልጆች መካከል ያለውን ግንኙነት ያመላክታል።

ስለሆነም ሊቀ ካህኑ መናገር የፈለጉት ይህንን አገላለጽ መሰረት አድርገው ነው። ከዚህ ጋር በተያያዘ በፈላሾች እና በቅማንቶች መካከል ስላለው ታሪካዊ አንድነት እና ልዩነትም እንሰቱዋል። እዚህ ላይ አንድ ጥያቄ እናንሳ። የሰውየው ዋና ዓላማ የቃል ኪዳኑን ታቦት አድራሻ አፈናፍኖ ማገኘት ነው። ይህ ከሆነ እውነቱ ስለቅማንት እና ስለፈላሻ ማጥናት ለምን አስፈለገው? እነዚህ ህዝቦች ቀደምት በመሆናቸው እና እምነታቸውም ህገ ልቡና ስለሆነ ለህገ ኦሪቱና ለሌሎች ክስተቶች እንግዳ አይሆኑም ብሎ በማሰብ እንደ ዋና መረጃ ሊጠቀምባቸው ስለፈለገ ነው።

እንባብያን ሆይ ከዚህ ርዕሰ ብቻ ሳይሆን ከመጽሐፌ ዋና ይዘት ውጭ ወጥቸ አንድ ሐሳብ ለማንሳት ልገደድ ነው። ምክኒያቱም ግራም ሐንኮክ አንድ ያነሳው ሐሳብ ስላለ ምንም እንኳን ለአሁኑ ከምሰራው ስራ ጋር ባይሔድም በጉዳዩ ዙሩያ ጥናት ለሚያደርጉ አካላት ግን በተለያዩ የጥናት መረጃወች ያሉትን ሐሳቦች አስቀምጬ ማለፍ ስለፈለኩ ነው። ሰውየው ያነሳውን ሐሳብ አስቀድሜ ላስቀምጥ እና ተከታዩን ሐሳብ አስከትላለሁ።

•••••••• "በአባይ ወንዝ ውስጥ በምትገኘው ኤላፋታይን ደሴት ላይ ነበር። እንዲያውም ባሁኑ ወቅት ደሴቲቱ ላይ የአርኪወሎጂ ቁፋሮ እየታካሔደ ነው። ቤተ መቅደሳቸው ተደምሰሶ ነበር። 5ኛው ምዕተ ዓመት ቅድመ ልደተ ክርስቶስ በዚያች ደሴት ላይ ይኖሩ የነበሩ

አይሁዶች ከዚያን ጊዜ በኋላ የት እንደደረሱ አይታወቅም። አስገራሚው ነገር ይህ ነው"፡ ይላል አጥኚው አካል።

ይህንን ሐሳብ የሚያጠናክር አቶ ነጋ ጌጤ ከሊቀ ካህናት ገዳሙ መልኬ ጋር የተደረገውን ውይይት እንዲህ አሰፍሮት እናገኛለን። "••••••በመጀመሪያ የእየሩሳሌም ቤተ ምኩራብ በተለያዩ ጊዜ አደጋ ደርሶበት እንደወደመ ይነገራል። በተደጋጋሚ ከሚደርሰው አደጋ ለማምለጥ ከእሥራኤል ልጆች መካከል አንዱ ዳን የተባለው በጣም አዋቂ ስለነበር ልጆቹ የልጅ ልጆቹ ተራብተው የዳን ነገድ ተብለው ሳለ በእየሩሳሌም የመጨረሻው አደጋ ሲደርስ ፅላተ ሙሴን ደብቀው ይዘው በመሸሸ ወደ ግብፅ በመግባት በዚያው በግብፅ ባህር ውስጥ ከሚገኝ ደሴት ላይ ብዙ ዓመት ተቀምጠው እየቀደሱባት እንደቆዩ ከፅላቱዋ ጋር የተሰደዱ የሕገ-ሙሴ ሐይማኖት ተከታዮች አይሁዶች የሆኑት የዳን ነገዶች በቁጥራቸው ብዙ እንደነበሩ ይነገራል"፡ ይላል።

እነዚህ ህዝቦች ናቸው እንግዲህ የት ደረሱ የተባሉት። በእውነት እዚያች ደሴት ላይ የነበሩ የአይሁድ ሕዝቦች የት ሔዱ? ነገሩ አጠያያቂ ነው። ይህንን ጉዳይ በየትኛውም ሳይንሳዊ እና ቴክኖሎጂዊ መንገድ መልሱን ማግኘት አይቻል ይሆናል። በእምነት ግን ይቻላል። ነገሩ እንዲህ ነው። በመሬታችን ዙሪያ በአራቱም አቅጣጫ አንዳንድ አለማት አሉ ተብሎ ይነገራል። እነሱም፡-

1፡ ገነት ከዚህ አለም በሞት የተለዩ ጊዜዊ የጻድቃን መኖሪያ ወይም ማረፊያ ቦታ ናት፡ የምትገኘውም ከመሬት በስተምሥራቅ ነው።

2፡ ሲኦል ከዚህ አለም በሞት የተለዩ ጊዜዊ የሐጣን መኖሪያ ወይም ማረፊያ ቦታ ናት፡ የምገኘውም ከመሬት በስተምዕራብ ነው።

3፡ ብሔረ ሔዋን እስከ ስጋቸው የተሰወሩ ጻድቃን የሚኖሩባት ቦታ ናት። ለምሳሌ ሔኖክ፡ መልከጸዴቅ፡ ኢሊያስ፡ ዮሐንስ ወንጌላዊ፡ ቅዱስ ያሬድ እና የመሳሰሉን መጥቀስ ይቻላል፡ የምትገኘውም ከመሬት በስተሰሜን በኩል ነው ተብሎ ይነገራል።

4፡ ብሔረ ብጹዓን ልክ እንደ መሬት ያለች ቦታ ናት። ሐጥያት የሚባል ነገር ግን አይሰራባትም። የሚኖሩባት ሕዝቦች ሶስት ልጆችን ይወልዳሉ ሁለቱ ወንዶች ናቸው፡ አንድዋ ሴት ናት። ከወንዶች የመጀመሪያው የፈጣሪ አገልጋይ ይሆናል። አንዱ ወንድ እና ሴቱዋ ደግሞ ትውልዱን ለማስቀጥል አግብተው እንዲሁ ሶስት ልጆችን ይወልዳሉ ማለት ነው።

በዚያች የተለየች ዓለም የሚኖሩባት በችግር እና በመከራ ሁነው በደሴቱዋ ውስጥ የነበሩ አይሁዳዊያን በፈጣሪ ወደዚያ ተወሰደው ነው ተብሎ ይታመናል። የምትገኘውም ከመሬት በስተደቡብ ነው። አዳም ወደ ዚህ ምድር እንደመጣ ሁሉ እነሱም ወደዚያ ተወሰዱ ማለት ነው። ይህ ግን በእምነት ብቻ ነው የሚታወቀው። ይህንን

ሐሳብ ለማረጋገጥ "አባዜሰማሰ እና ማሪያም ግብጻዊት" የሚለውን በሐይቅ እስጢፋኖስ ውስጥ የተደረሰውን መጽሐፍ መመልከት ይቻላል።

3፡ 2 የቅማንት ህዝብ ታሪክ ከኢትዮጵያ ውጭ

የትውፊት ታሪክን መሰረት አድርገው የቅማንት ህዝብ የህገ ልቦና ሐይማኖት አባቶች እና የአስተዳደር መሪዎች(ወምበሮች ወይም ሊቀ ካህናት) እንደሚናገሩት የቅማንት ህዝብ ከኢትዮጵያ ውጭ ታሪክ አለው። ለምሳሌ ከብዙዎች ውስጥ ጥቂቶችን መጥቀስ እንችላለን። በእስራኤል ሐገር ሶስት የጸሎት ዲግናዎች አሉት ብለው ያሰረዳሉ።

1፡ የመጀመሪያው ቤሻ ባህር የሚባል የፀሎት ዲግና ነው።

2፡ ሁለተኛው ቁም ወልወል የሚባል የፀሎት ዲግና ነው።

3፡ ሶስተኛው ለማኸቢ የሚባል የፀሎት ዲግና ነው።

ለአሁኑ በዓለም ዙሪያ የኢትዮጵያ አድባራት እና ገዳማት መመሰረት መነሻው ይህ ሊሆን እንደሚችል መገመት ይቻላል። ምክኒያቱም የኦርቶዶክሱ መሰረትም እራሱ የህገ ልቦና ሐይማኖት ስለሆነ ማለት ነው።

ምዕራፍ አራት

የቅማንት ህዝብ ታሪክ እና የማንነት ጥያቄው

በዚህ ምዕራፍ ውስጥ የምንመለከተው የሰላም አምባ ሳደሩ አቶ ነጋ ጌጤ እና የአዲስ አድማስ ጋዜጣ አዘጋጅ የሆነው አቶ አለማየሁ አንበሴ ስለቅማንት ህዝብ ታሪክና የትግል እንቅስቃሴው ዙሪያ ያደረጉትን ውይይት እንመለከትና የተወሰኑትን ነጥቦች እንሰተን እንተነትናለን። ስለዚህ ምዕራፍ ምን አልባት ለምን የቅማንትን ህዝብ ታሪክ ከሚያወሩ ምዕራፎች ጋር አብሮ ለምን ቆራርጦ እየቦታው አላሰገባውም የሚል ጥያቄ ልታነሱ ትችሉ ይሆናል። ቆራርጬ በየቦታው ያላሰገባሁት ግን ቃለ መጠየቁ እራሱ ታሪካዊ ስለሆነ ታሪኩን ጠብቆ እንዲቆይ ስለፈለኩ ነው። በቀጥታ ወደ ውይይቱ እንሸጋገር።

4፡ 1 አቶ ነጋ ጌጤ እና አለማየሁ አንበሴ አዲስ አድማስ ጋዜጣ ላይ

"አማርኛ ቋንቋ በጣም የጠራውና በእግሩ የቆመው ጎንደር ላይ ነው። የይኩኖ አምላክንም፣ የነአኩተ ለአብንም አማርኛ አይተነዋል፤

የተሰባበረ አማርኛ ነበር። ነገር ግን አማርኛ በእግሩ የቆመው ጎንደር ላይ በቅማንት ህዝብ ጀርባ ላይ ነው። ስለዚህ ቅማንት ለኢትዮጵያ ቅርስ ነው። ቅማንትን ማጥፋት ማለት ትልቅ ቅርስን ማጥፋት ማለት ነው። ነገ ቅማንት ራሱን ሲያስተዳድር ጉዱ ይታያል፡ የታፈኑ እውነቶች ይወጣሉ።

በአሁኑ ጊዜ በሐገራችን የብሔር እውቅና ጥያቄ ከሚያነሱ ህዝቦች መካከል በአማራ ክልል ጎንደርና አካባቢዋ ነዋሪ የሆኑት "ቅማንቶች" ተጠቃሽ ናቸው። ይህን የቅማንቶች ታሪክና የብሔር ጥያቄ ለመጀመሪያ ጊዜ ወደ አደባባይ ይዘው ብቅ ያሉት ደግሞ ከኒውዮርክ "ዩኒቨርሳል ፒስኮርፕ ኮርፖሬሽን" የሰላም አምባሳደርነት ማዕረግ ያገኙት አቶ ነጋ ጌጤ ናቸው። "የአማራ አቀፍ ልማት ማህበርን ካቋቋሙት አንዱ ነኝ" የሚሉትና በጎንደር የፋርማሲ ባለቤት የሆኑት አቶ ነጋ፤ ከ1984 ዓ.ም ጀምሮ የቅማንትን ብሔረሰብ ለማስተዋወቅና የብሔር ጥያቄያቸው እንዲመለስ ብዙ መስዋዕትነት እንደከፈሉ ይናገራሉ።

ምላሽ ለማግኘት ያልገቡበት የመንግሥት መዋቅር እንደሌለም የሰላም አምባሳደሩ ይገልፃሉ። የፌዴሬሽን ምክር ቤት የብሔረሰቡን የእውቅና ጥያቄ ተቀብሎ ከመረመረ በኋላ በድጋሚ እንዲጠና ትዕዛዝ ማስተላለፉን አቶ ነጋ ጌጤ ይናገራሉ። "የብሔረሰቡ ጥያቄ መቼም ተዳፍኖ አይቀርም፤ ቅማንት፡ ቅማንት ነው፤ ማንም

አይሸረውም” ባይ ናቸው። የአዲስ አድማስ ከፍተኛ ሪፖርተር አለማየሁ አንበሴ ለስራ ጎንደር በቆየበት ወቅት ከአቶ ነጋ ጌጤ ጋር በብሔረሰቡ ማንነት፣ ባህልና ቋንቋ ዙሪያ ተወያይተዋል።

4፡ 2 "እስኪ ስለቅማንት ብሔረሰብ ማንነት በዝርዝር ይንገሩኝ?

የቅማንት ብሔረሰብ ቀደምት ህዝብ ከሚባሉት ውስጥ አንዱ ነው። መገለጫው በኛ በቅማንቶች አባት፣ እሚታ፣ አያት፣ ቅድመ አያት - ቅማንት - ምንዥላት - እንጅላት ብለን 7ኛ ቤት ድረስ ይሄዳል። 6ኛው ዙር ምንዥላት የሚባለው አሁን ጠፍቷል። አሁን ያለው የመጨረሻው ቅማንት ነው። እነዚህ ከአባት ተጀምሮ ወደ ላይ የሚጠሩት የዘር ተዋረዶች ናቸው። ኢትዮጵያዊ ህብረተሰብ “እሚታ”ን አያውቀውም።

ሰም ከነአያት እየተባለ ነው የሚፃፈው። በኛ ግን ከአባት ቀጥሎ እሚታ፣ ከእሚታ ቀጥሎ አያት ይከተላል። አሁን እኔ ሰጠራ ነጋ ጌጤ ለምለሙ ተሰፋዬ ነው። እናንተ ግን ስትጠሩኝ ነጋ ጌጤ ተሰፋዬ ብላችሁ ነው። ምክኒያቱም እሚታዬን ፃፍ አላላችሁኝም። በብሔረሰቡ አጠራር የአባት ሰም መጀመሪያ ይሆንና የልጅ ሰም ይከተላል። ለምሳሌ የእኔ “ጌጤ ነጋ” ነው በብሔረሰቡ አጠራር። እንግዲህ ቅማንት ማለት ሰንተረጉመው፤ “ከመንታ” ማለት ነው።

ከመንታ ማለት “አንተ ካም ነህ” ማለት ነው። በመፅሃፍ ቅዱስ የምናውቃቸው ኖህ፣ ሶስት ልጆች አሏቸው - ሴም፣ ያፌት፣ ካም ይባላሉ። አፍሪካውያን የካም ልጆች ናቸው። የካም ልጆች ደግሞ ኩሽ፣ ምዝራይብ፣ ፋጥ እና ከነዓን ናቸው።

ከዚህ መሃል የኛን ዘር የምናወጣው ከከነዓን ልጆች ነው። አራዲዮን - አደረይኪን ወለደ። አደረይኪ ሶስት ሚስቶችን አገቡ፡ አንደኛዋ ሚስታቸው አንዛኩና ትባላለች፣ ሁለተኛዋ ሚስታቸው ፌይኖባኩላ፣ ሶስተኛዋ ሚስታቸው ሰሜንድራ ትባላለች። ከአንዛኩና ቅማንትን፣ አገውን እና ቢሌንን(ኤርትራ ውስጥ ያሉ) ይወለዳሉ። ከሁለተኛ ሚስታቸው ካይላን፣ ሞረትን፣ አርጎባን እና ጋፋትን ይወልዳሉ፣ ከሶስተኛ ሚስታቸው ሰራሁን፣ አከላጉዙ፣ ሐማስን፣ ሞንአሞርን፣ ቤጃን ይወልዳሉ። ከእነዚህ ሶስት እናቶች የተወለዱ ልጆች ታላቁን አባት ሐገር የሚባለውን ይመሰርታሉ። “ታላቁ አባት ሐገር” የሚባለው በቅማንት ቋንቋ አቢሲኒያ ነው። አቢሲኒያ ማለት በቅማንት ቋንቋ “አባት ሐገር” ማለት ነው።

እንግዲህ ይሄ ሁሉ የዘረዘርነው ዘር እየተዋለደ ተበተነ፤ ቅማንት ግን እንዳለ አለ፣ አገው፣ አርጎባ፣ ሞረት፣ ብሌን፣ ከይላ(ፈላሻ) አሉ። ጋፋት አሁን ጠፍቷል፤ በቆዳ መፋቅ ነበር የሚተዳደሩት። ሞረት ደግሞ ሸማና የእጅ ጥበብ ስሪ ናቸው፤ ሰሜን ሸዋ ውስጥ ይኖራሉ። አርጎባ ደግሞ በተለያዩ ክልሎች ተበጣጥሶ

የተቀመጠ ነው። አገውም ደቡብና ሰሜን አገው ተብሎ ተበታትኖ አለ። መሃል ላይ ያለው እንግዲህ ቅማንት ነው። ቅማንት ከዘረዘርናቸው ብሔሮች በቁጥር በብዛት ይበልጣል። በጎንደር ውስጥ በ4 ወረዳዎች ከሚሊዮን በላይ የሆኑ ቅማንቶች አሉ። ግን በጣም የታፈነ ብሔር ነው። እንዲታወቅ አይፈለግም፡ ከባድ ጫና አለብን።

4፡ 3 ለምንድን ነው እንዲታወቅ የማይፈለገው?

ለኛም ሚሰጢር ሆኖብናል፡ ወደፊት ይህን ሚስጥር እናወጣው ይሆናል። አሁን እያጠናነው ነው። የክልሉ መንግሥት ለኛ እውቅና ለመስጠት የሞት ያህል ነው የሆነበት፣ ለምን እንደሆነ አይገባንም። በታሪክ ሂደት እየቀነሰ መጣ እንጂ ይህ ብሔር ከቀደምት የአፍሪካ ብሎም የኢትዮጵያ ዘሮች የፖለቲካና ማህበራዊ ሰፋት የነበረው ብሔር ነው። እኛ ቅማንትን ስንገልፅ ከመጀመሪያው የዘር መነሻ ጀምረን ነው። አማራዎች የዘር መነሻችሁን ግለፁ ብንላቸው የዘር መነሻ የላቸውም።

አማራነት የተስፋፋው ከክርስትና ሐይማኖት መስፋፋት ጋር ተያይዞ ነው። የተጠመቀ አማራ ተባለ። አገው፣ ቅማንቱ፣ ካይላው ወዘተ ሲጠመቅ አማራ ተባለ እንጂ እገሌ፣ እገሌን ወለደ እያልክ የአማራን የዘር መነሻ አታስቀምጠውም። ይሄ ችግር ስላለ ቅማንት

ስሙ እንዳይነሳ ይፈለጋል። እኛ ስለ ጎንደር፣ ስለፋሲል ግንብ የሚወራውን ሁሉ በሬዲዮ እየሰማን ከመሳቅ ውጪ በአሁኑ ሰዓት ምንም ማለት አንችልም። ስለፋሲልና ስለጎንደር መናገር የሚችለው ቅማንት ብቻ ነበር፡ ሌላ ማንም ሊናገር አይችልም ነበር። ግን ማንም ተነስቶ ሲዋሽ ስታየው ደምህን ያፈላዋል።

4፡ 4 የጎንደር ነገሥታት የቅማንት ብሔር አባላት ናቸው ነው የሚሉት?

ባይሆንም ስለታሪኩ መናገር የሚችለው ቅማንት ነው። እርግጥ እነዚህ ነገሥታት ከሸዋ ተሰደው የመጡ ናቸው። በዚያ ሰዓት ደግሞ ሸዋም ቢሆን ቅማንት ነው የነበረው። ነገር ግን አስቀድሞ ወደ ክርስትና የተለወጠ በመሆኑ፣ ቅማንትነትን እየተወ አማራ ተባለ። እነዚህ ሰዎች ወደ ጎንደር ለመግባት ሲሞክሩ፣ ቅማንት አላስገባ ብሏቸው 70 ዓመት ፈጅቶባቸዋል። በኋላ ነው በስንት መከራ የገቡት። ቅማንት እንግዲህ የሰሜን ኢትዮጵያን ከፈጠሩት አንዱ ነው። ከከነዓን ቅማንት ሲወጣ፣ ከኩሽ ደግሞ የኦሮሞ ብሔርን እናወጣለን። ለእኛ ወንድሞቻችን ናቸው። ምዝራይብ የሚባለው ደግሞ መነሻው ካይሮ ነች። ጥንት ምስር ተብላ ትጠራለች። በዚያ አካባቢ ያሉት ህዝቦች የምዝራይብ ዘሮች ናቸው።

አሁን የቀሩት ጥቂት ናቸው። በአልጄሪያ የ"በርበር" ህዝቦች የሚባሉት ማለት ነው። የ"ፋጥ" ደግሞ ፍልስጤማውያን ናቸው። አረቦች ከፐርሺያ፣ ከኢንዶኔዢያና ከሩቅ ምስራቅ የመጡ ህዝቦች ናቸው። የአረብ ምድር የኛ ነው፤ ሰዎቹ የመጀመሪያዎቹን ሰዎች አጥፍተው ኖሩበት እንጂ የእነሱ አይደለም። በቅማንትኛ "አረቢያ" ማለት የእህል ምድር ማለት ነው። ከውሃ ጥፋት በኋላ ሰምጦ ምድረ በዳ ይሁን እንጂ ከዚያ በፊት የበግ፣ የፈረስ፣ የእህል ምድር ነው።

4፡ 5 የቅማንት ሐይማኖት ምንድን ነው?

አሁን ከብሔረሰቡ 98 በመቶ የሚሆነው የተለያዩ የክርስትና እምነቶች ተከታይ ነው፡ ሙስሊምም አለ። የቀድሞውን ህገ ልቦናም የሚከተሉ አሉ። የእነ አብርሃም ሐይማኖት የሆነው ህገ ልቦና የቅማንቶች ቀዳሚ እምነት ነው። የህገ ልቦናው መሰረቶች የሆኑትን 5 መመሪያዎች ይከተላሉ።

4፡ 6 5ቱ መመሪያዎች ምንድን ናቸው?

በአይሁድ እምነት ካሉት 10 ትዕዛዛት 5 ያህሉ ማለት ነው። ሙሉ ለሙሉ ባላስታውሳቸውም አትሰረቅ፣ አትግደል፣ አታመንዝር ወዘተ የሚባሉት ናቸው። ቄሶች አሉ፣ በጫካ ውስጥ ሆነው የአብርሃምን ቅዳሴ ይቀድሳሉ።

4፡ 7 ለቅማንት ብሔር መዳከም ምክንያቱ ምንድን ነው?

በሌላው የሚደርስበት ጫና ነው። በተለይም የክርስትና እምነት መስፋፋት፡ ክርስትና በአክሱም በኩል መጣ፣ ያመነ የተጠመቀ ይድናል የሚለው ታወጀ። ቅማንቶች ደግሞ "አባሸቲ ሸምዲ ደደብቲ" አሉ "ባባትህ እደር በሸማህ ተቀበር" ማለት ነው። በአዲስ መጤ ሐይማኖት አትታለል ማለት ነው። በዚህ የተነሳ በአክሱምና በአካባቢው መኖር የሚችሉት የተጠመቁ ብቻ ናቸው፤ ያልተጠመቁ ተከዜን ተሻግረው ወዲያ ማዶ ይሂዱ ተባለ።

በዚያው ከተከዜ ወደዚህ በሶስት አቅጣጫ ፍልሰት ሆነ። አንደኛው አቅጣጫ በዋግ በኩል ነው። ዋግ የደረሱ የቅማንት አባቶች "ዋያ አክሱም ከውጋላትን ነው" አሉ፤ ይህ ማለት አክሱምን የሚመስል ሐገር አግኝተናል ማለት ነው። ወደ ሰሜን አቅጣጫ የመጡት ደግሞ በብዛት የህገ ልቦናው የሐይማኖት መሪዎች ናቸው፡ ፡ ቦታው ሲደርሱ "ድቢ ሸልሚ ጋጋ ከውጋላትን ነው" አሉ። በተራራ የጨለመ ሐገር ውስጥ ገብተናል የሚል ትርጓሜ አለው። በወልቃይት በኩል የመጡት ደግሞ "ውላጋ ከውጋላትን ነው" አሉ። እኛ ሜዳ በሆነ ሐገር ውስጥ ገብተናል ማለት ነው። ስለዚህ

የሰፈሩት ከሰሜን ተራራ እንሰቶ እስከ ፓዌ ተራራ ነው። ወደ ተራራ የገፋቸውም ጦርነት ነው።

4፡ 8 ከኢትዮጵያ ውጭ ሰ የቅማንት ዘር አለ?

በኑቢያ ዘመነ መንግሥት ቅማንት ሰፊ ህዝብ ነበር። ሐገራችን ኢትዮጵያ ሰሟ አራት ነው። የመጀመሪያው ኑቢያ፣ ቀጥሎ ኩሽ፣ ቀጥሎ አበሽ፣ ከዚያ ኢትዮጵያ ሆነ። በኑብያ ዘመን የቅማንት ግዛት እስከ ፐርሺያ፣ ምዕራብ ህንድ እና ሁሉንም አፍሪካ እና መካከለኛው ምሰራቅን ያጠቃልል ነበር።

15፡ 9 መጀመሪያ የቅማንትን የማንነት ጥያቄ ይዤ የተነሳሁት እኔ ነኝ ብለዋል፡ ታሪኩን እንዴት ሊያውቁ ቻሉ? ጥናቶችስ አድርገዋል?

የአባቴ አባት በጣም ነብይ ነበሩ። አንድ ምክር መከሩኝ፤ ይሄን ህዝብ የምታሰጠራው አንተ ነህ። ጊዜው ሲደርስ ያለፍርሃት ለብሔረሰቡ መብት ታገል፣ ሰሙን እንደገና አንሳው፤ ያኔ የኛ ህዝብ ቋንቋውን ያሳድጋል፤ ማንነቱ ይከበራል፤ እንደገና ቅማንትነት ይነግሳል አሉኝ። የሳቸውን ቃል ይዤ ተነሳሁ። በዚህም ብዙ መከራና ፈተና ገጥሞኛል። በፊት ጥቂት ሆነን እንታገል ነበር፤ ዛሬ ህዝቡ ሁሉ

ሆ! ብሎ ተነሰቶ እየታገለ ነው። መጀመሪያ ላይ ህዝቡ “ቅማንት ነኝ” ማለትን እንደ ሐፍረት ይቆጥረው ነበር።

የቅማንት ብሔረሰብ የልማት ማህበርን በ1984 መሰረትኩ። በዚያ ማህበር ሰም እየዞርኩ “እኔ ቅማንት ነኝ” እያላችሁ ራሳችሁን ግለፁ፡ ህገ መንግሥቱ ለኛ መጥቷል፤ ተጠቃሚ መሆን አለብን” እያልኩ ከሐገር ሐገር በእግሬ እየዞርኩ አስተማርኩ። እግረ መንገዴንም “የቅማንት ህዝብ ታሪክ” የምትል ትንሽ መፅሐፍ ፃፍኩ፡ ፡ እሷ ከወጣች በኋላ በብሔረሰቡ ዙሪያ ውይይቱ ተሰፋፋ። መፅሃፏ ትኩሳት አጫረች። በዚህ የተነሳ ብዙ መከራ ደርሶብኛል።

4፡ 10 አሁን ታዲያ ምን ውጤት አገኛችሁ?

ከክልሉ መንግሥት እና ከፊውዳሉ ጋር የነበረው ትግል ቀላል አልነበረም። ቅማንት አይደለንም ሰንል ኑረን እንዴት ቅማንት ነን እንላለን የሚል ሐፍረት ያደረባቸው፣ ያንን የሰነ ልቦና ዝቅጠት ለማላቀቅ ብዙ ጊዜ ፈጅቷል። አሁን አማራውም ከኛ ጋር ነው። ለኛ የሚወግኑ አማራዎች፤ አገው የብሔርነት እውቅና ካገኘ ቅማንት ለምን አያገኝም ብለው ራሳቸው ጥያቄውን እየደገፉ ነው። ቅማንቱም “በቅማንትነቴ እኮራለሁ” እያለ ዛሬ በግልፅ እየተናገረ ነው። አመለካከቱ ተለውጧል። የቋንቋው ት/ቤቶችን በየቀበሌው ቤት ተከራይተን በመክፈት ማስተማሩን ተያይዘነዋል። የመንግሥት

ት/ቤትማ ማን አድርሶን። መንግሥት እኮ እንደ ተቃዋሚ ነው የሚቆጥረን። እኔ በዚህ በጣም እፍረያለሁ። በዚህ መልኩ እንዳንዶች ትግላችንን እያስናከሉ፣ እስከዛሬ ቢያቆዩትም እግዚሃር ይመስገን አሁን እያለቀ ነው፤ እየተሳካም ነው።

4፡ 11 ኦሮሞውና ቅማንቱ አልተቀላቀለም?

በአንድ ወቅት ኦሮሞዎች የሰሜን ኢትዮጵያን እስከማስተዳደር ደርሰው ነበር ብዬ ነው ጥያቄውን ያነሳሁት… ኦሮሞው፣ አገው እና ቅማንት የተቀራረቡ ህዝቦች ናቸው። ሜሮይ ላይ የሃማቲክ ህዝቦች የምንላቸው አገው፣ ቅማንት የመሳሰሉት ናቸው። የኩሽቲክ ህዝቦች የሜሮይ ሰልጣኔ ሲወድቅ ካርቱምን የተቆጣጠሩ ናቸው። ከኦሮሞ፣ ከአገው፣ ከቅማንትና ከሌሎችም ህዝቦች የተውጣጣ ነው። በክርስትና የተነሳ ህዝቡ በሙሉ አንድ ብሔር ሆኖ አማራ ተባለ። ኦሮሞውም በዚህ ሂደት አማራ ሆኗል። ቅማንት እንደውም የአማርኛ ቋንቋ ከኔ ላይ ነው ያደገው፣ የራሴ ቋንቋ ነው ብሎ ያምናል።

4፡ 12 ቅማንቶችን በመልክ እና በቁመና አይተን ከሌላው ልንለያቸው እንችላለን? በባህል ረገድስ?

የቀድሞው ቅማንት የዛሬ አማራ፡ የዛሬ ትግሬ ብለን ነው የምንወስደው። ባህሉም ሁሉ የቅማንት ነው። የጎንደር ዘፈንና እስክስታ የቅማንት ነው። የእነይርጋ ዱባለ ዘፈንና ዜማ የቅማንት

ነው፡፡ ግን ሲዘፍኑ የቅማንትን ምድር ጎጡን አይጠሩትም፡፡ እሚጠሩት ቅማንት የሌለበትን ቦታ ነው፡፡ ትግሬ እና አማራ ቅማንት ነው፡፡ ባላገር ሄደህ ብታየው ምንም ልትለየው አትችልም፡፡ ምክኒያቱም የዛሬ ማንነቱን የያዘው በእምነት ነው፡፡ ክርስትናን በመቀበሉ እንጂ በደም አልተለወጠም፡፡

4፡ 13 ጎንደር የሚለው ቃል ትርጉሙ ምንድንነው?

የጌታ መነሻ ማለት ነው፡፡

የጌታ መነሻ ማለት?

እንግዲህ እንዱን የውሸት ታሪክ ትንሽ ልምዘዝልህ ማለት ነው፡፡ ከውሃ ጥፋት በኋላ አባታችን ኖህ መርከብ ሰርቶ በመርከብ ነው ቤተሰቡ የተጠለሉት፤ መርከቧ ተንሳፋ አራራት ተራራ ላይ ተሰቀለች፡፡ ውሃው ሲጎድል ወጥተው ሲያዩ መውረጃ የሌለው ተራራ ላይ ነው የተሰቀሉት፡፡ በዚህን ጊዜ ያለቅሳሉ፣ እግዚአብሔር በቅርበት ከእሳቸው ጋር ስለነበር “እታልቅሰ መውረጃ ተሰርቶልሃል ሂድ ወደ አባትህ ሐገር ወደ ጊዮን” ይላቸዋል፡፡ ጊዮን ማለት ጣና እና አባይ ነው፡ መጡ የተቀመጡበት ቦታዎች ሁሉ አሉ፡፡ ለወደፊት እናወጣቸዋለን፣ ህዝብ እንዲያውቀው ይደረጋል፡፡ የጥንቱ የቅማንት ታሪክ እንዲህ ነበር፤ ዛሬ ደግሞ እንዲህ ሆነ ተብሎ መቅረብ ነበረበት፡፡ ወደ ኖህ ታሪክ ልመልሰህና እሳቸው እዚሁ ኖሩ፡፡

ልጆቻቸው ግማሾቹ ወደ ኤሽያ ሄዱ፣ ካም በአፍሪካ ምድር ተበተነ። እሳቸው ጎንደር መጥተው ኑረው ሞቱ፣ እዚሁ ተቀበሩ። መቃብራቸው ላይ ትልቅ ቤተ መንግሥት ተተከለ፣ ያ ቤተ መንግሥት ዛሬ የፋሲል ግንብ እያለ ቱሪስቱ የሚጎበኘው ነው። ከሰሩ የሳቸው አፅም ነው ያለበት። አፄ ፋሲል ቤተ-መንግሥቱን ከመትከላቸው በፊት በቅማንቶች ህገ ልቦና እምነት ይቀደሰበት ነበር። ሲቀድሱ በዜማው መሃል "ጎሃይደር" ይላሉ፤ ትርጉሙ "ጌታው ቢነሱ" የሚል ነው።

ጎንደር የሚለው ስም ከዚህ የመጣ እንጂ እንደሚባለው "ከተራራው ጎን እደር .. በዚያ እደር" የሚለው አይደለም። ከትግራይም የመጡ ሰዎች "ወይኒ ሰይኒ" የሚባሉ ህዝቦች ናቸው። ነገሩ "አፍ ያለው ያግባሽ ወይስ ከብት ያለው" ነው። በወቅቱ ቅማንት አፍ የለውም፤ መሰማት ብቻ ነበር ያለው እድል። እናም ታሪኩ ሁሉ ተዘበራርቆ ያስቅሃል... እኔ አንዳንዴ አምርሬ አለቅሳለሁ። በሚሊኒየሙ ጊዜ አንድ የቴሌቪዥን ጋዜጠኛ ስለ ጎንደር ነግሬው፣ ሙሉ በሙሉ በኔ ስም ሌላ ታሪክ ነው ያወጣው። ይህን ትክክለኛውን ለእናንተ የነገርኩትን ታሪክ አይደለም ያቀረበው።

4፡ 14 የጥንቱ ቅማንት በምን ነበር የሚተዳደረው?

በእርሻ ነው። የእህል ምግብ፣ የእንሰሳት ምግብ፤ ይሄን ብሉ፤ ያንን አትብሉ... ተብሎ የተመረጠው በቅማንቶች አይደለም እንዴ?

ዋናው የቅማንት ታሪክ እኮ የነበረው አዲግራት ላይ ነው። ትግሬ ማለት በቅማንትኛ "ሰው ሳይመጣ" ማለት ነው። ከዚያ ደግሞ እንደርታ ተባለ፤ "ሰው መጣ" ማለት ነው። "አጋመ" ቅማንትኛ ነው፤ "የኛ ያልሆነ" ማለት ነው። ግዕዝ ቋንቋን ተቀበል ሲባል "የኛ ያልሆነን አንቀበልም" ብሎ በመቃወሙ የተሰጠ ስያሜ ነው። "ይርትላ" ኤርትራ ነው፤ "ሰው አልመጣም" ማለት ነው። እነ ሙሴ ባህረ ኤርትራን ሲያቋርጡ፣ እነሱን የተከተሉት በባህር ውስጥ ሰጥመው ቀሩ፤ ዞረው ሲያዩ ሰው አልመጣምና በዚያው "ሰው አልመጣም" ብለው ሰየሙት። እንግዲህ ኤርትራም ሆነ ትግሬ ቅማንት ነው ማለት ነው።

ትግሬ የሚለው ቃል ከምን እንደመጣ ብዙ ፀሃፍትና የታሪክ ተመራማሪዎች ለማወቅ ጥረዋል፤ አልተሳካላቸውም። እውነቴን ነው የምልህ በንፁህ ልቦና ለሚያጠናው በቅማንት ውስጥ ተዝቆ የማያልቅ ታሪክ ነው ያለው። ይሄ ትውልድ ቅማንትን አላወቀውም። በ1987 ይሁን... በእርግጠኛነት አላስታውሰውም። አልማዝ መኮነን የምትባል አፈጉባኤ ለሶስት ሰዓት ቢሮዋ ስታነጋግረኝ፣ ቅዳሴዎቹን ሁሉ አሰደምጫት ነበር። እሷም "ቅማንት ሲባል ተማሪ እያለሁ እሰማለሁ፤ እንዲህ ያለ ነገር ግን አይመስለኝም ነበር" አለችና "ግን የአማራው መንግሥት እውቅናውን የሚሰጣችሁ አይመስለኝም፤ ያለፋሃል አለችኝ። እንዴት አድርገህ እንደምታልፈው አላውቅም፤ እኔ

ዛሬውኑ ቢሰጥህ ደስ ይለኛል፤ የክልልህ መንግሥት ግን አስቸጋሪ ነው” አለችኝ። እሷም መሯት ስለነበር በዚያው ሄደች። ግራም ሐንኮክ ደግሞ በ“Sign and the Seal” መፅሃፉ የቅማንት ጉዳይ ሚሰጥር ነው ብሎታል። እውነት እልሃለሁ ቅማንት ብዙ መከራን የተቀበለ የኢትዮጵያ ሚሰጥር ነው።

ደቡብ ኢትዮጵያም ስትሄድ እኮ ከዚሁ የሄዱ ናቸው። ለእነሱ ማስታወሻ ጎንደር ላይ የሚደረግ ነገር አለ። ቡናን ሶስት ጊዜ እንጠጣዋለን፤ አባ አቦል፣ አባ በረካ፣ አባ ቶና ብለን እንጠጣዋለን፡ ፡ እነዚህ ሰዎች ናቸው ወደ ደቡብ ሄደው አባት ሆነው ብሔሮቹን የመሰረቱት። አባ አቦል ወደ ምዕራባዊ ደቡብ ሱዳንን ይዞ ወደታች ያለው ነው፤ አባ ቶና ደግሞ መካከለኛው ደቡብ ያሉትን መሰረቱ። አባ በረካ ከባሌ ጀምሮ እስከ ህንድ ውቅያኖስ ይደርሳል።

ወሎ ላይ ስትሄድ ሶስት አባቶች አሉ። ወረባቡ፣ ወረይመኑ፣ ወረ ሸኩ ተብለው ይጠራሉ። የባቡ ልጆች፣ የይመኑ ልጆች፣ የሸኩ ልጆች ማለት ነው በቅማንትኛ። ወደ ጎጃም ስትሄድ ከዚህ ከኛ የሄዱት አንከሻ፣ ባንጫ፣ ኳኩራ፣ አዘና፣ ሜቲክሊ ናቸው። እዚህ የቀሩት ክድስቲ እና ክብሩ ናቸው። ክቡር፣ ክብርት እያልን የምንጠራበት፣ ቤተ ክርስቲያን ቅዱስ፣ ቅዱስ፣ ቅዱስ፣ የምንለው የኛ አባቶች ስያሜ ነው። ለሰሜን ኢትዮጵያ ሙሉ ታሪክ የሚሰጠው የኛ ታሪክ ብቻ ነው፡ ይሄን በትክክል የሚቃረን አልተገኘም።

4፡ 15 ለፌዴሬሽን ምክር ቤት ያቀረባችሁት ጥያቄ ምላሽ ካገኘ የራሳችሁን አስተዳደር ትመሰርታላችሁ ማለት ነው?

አዎ! እንደሁኔታው የራሳችን አስተዳደር እንዲኖረን እንታገላለን። እኛም ኖርንበት አማራውም ኖረበት የሚጠቀመው ክልሉ ነው። በ2007 ዓ.ም ቅማንት ራሱን ያስተዳድራል ብለን እናምናለን። በህገ-መንግሥቱ መሰረትም በፌደራል መንግሥት የራሱ ወኪል ይኖሩታል ተብሎ ይታሰባል።

4፡ 16 የፌዴሬሽን ምክር ቤት ምላሽ እንዴት ነው?

ያገኘነው መልሰ በድጋሚ ይጠና የሚል ነው። በጥናት ከሄድክ በኢትዮጵያ እንደቅማንት የተጠና የለም። ክልሉ ራሱ ሶስት ጊዜ አጥንቷል፣ እኛም ሁለት ጊዜ አጥንተን ሰጥተናል አልቀበል እያሉ እንጂ። የመጨረሻ ጊዜ ፌዴሬሽን ምክር ቤት አጥንቶ ሄዷል፤ ለውሳኔ ሲያቀርብ ምን እንደገጠመው አናውቅም፤ በድጋሚ መጠናት ያስፈልጋል ነው ያለው። በኛ በኩል እንኳን በድጋሚ እየደጋገመ ያጥና፤ ቅማንት ቅማንት ነው። ወጣቱም በሚገባ ቅማንትነቱን አውቋል፤ ጥያቄውንም እያነሳ ነው። እንደውም ባለፈው ብዙዎችን አሰረውብን ነበር። ጥያቄውን ነገ ከነገ ወዲያ እያሉ ማሸት ተገቢ አይደለም፤ ቢለቁን ይሻላቸዋል"።

4፡ 17 እንዲብራሩ የተመረጡ ነጥቦች

በዚህ ርዕስ ስር ከተዘረዘሩትና ከተብራሩት ውስጥ የተወሰኑትን በማንሳት የራሴን ሐሳብ አክየ ማለፍ እፈልጋለሁ።

1፡ የመጀመሪያው ነጥብ የቅማንትን ህዝብ ወሰን የሚመለከተው ነው። የቅማንት ህዝብ ወሰን ከየት እስከ የት እንደሆነ በደንብ ተብራርቶ ተቀምጡዋል። ይህ የግዛት ወሰን የሚነግረን እውነታ ምንድን ነው ካልን የቅማንት ህዝብ በዓለም ላያ ተሰራፍቶ የነበረ መሆኑን ነው። በእርግጥ ይህንን እውነታ ለማረጋገጥ ለፈለገ እና በቅን ልቦና ለሚሰራ ሰው ስለቅማንት ህዝብ ጥንታዊነት፡ በዓለም ላይ ተንሰራፍቶ የመኖር ታሪካዊነት፡ ቀድምትነት እና ሌሎችንም እውነታዎች ለማወቅ የሕገ ልቦና ሐይማኖትን እና በዓለም ላይ በተለያዩ ሐገራት ውስጥ በቅማንት ቋንቋ የሚጠሩ የቦታ ሰያሜዎች መኖራቸው ከበቂ በላይ ማስረጃ ነው።

ማለትም የሕገ ልቦና ሐይማኖት የመጀመሪያው የአዳም ሐይማኖት መሆኑና እስከ አሁንም በዓለም አቀፍ ደረጃ በቅማንት ህዝብ ዘንድ ብቻ ያለ ሐይማኖት መሆኑና ይህም የቅማንትን ጥንታዊነት ከሚገልጹት ታሪካዊ ክዋኔዎች አንዱ መሆኑን በተለያየ ቦታ ላይ ተገልጹዋል። ከዚህ በተጨማሪ የሐገራትን ሰም ጨምሮ በዓለም አቀፍ ደረጃ በጣም ብዙ ቦታዎች በቅማንት ቋንቋ

ተሰይመው መገኘታቸው የቅማንት ህዝብ እስከየት እንደነበር ከማስረዳቱም በተጨማሪ ምን አልባትም የቅማንት ቋንቋ የመጀመሪያው የዓለም ቋንቋ ሊሆን እንደሚችል ፍንጭ ሰጭም ነው።

በእርግጥ ሊቀ ካህኑ የቅማንት ቋንቋ የመጀመሪያ እንደሆነና ግዕዝ እና ሌሎች ቋንቋዎች ከዚያ በኋላ የመጡ መሆናቸውን አስረግጠው ተናግረዋል። ከዚህ በተጨማሪ የቅማንት ቋንቋ በቃላት ብዛት ሐብታም መሆኑ፡ በዓለም ላይ ብዙ ቦታዎችና ነገሮች በዚህ ቋንቋ ተሰይመው መገኘታቸው፡ ቋንቋው እንደ መዝገበ ቃላት ሁሉን ነገር የሚተረጉም መሆኑና የህገ ልቦናው ሐይማኖት መቀደሻ ሆኖ መገኘቱ ምን አልባትም የመጀመሪያው የዓለማችን ቋንቋና የሁሉም ቋንቋዎች ወላጅ አባት ሊሆን እንደሚችል ጠቋሚ መረጃዎች ናቸው።

2፡ የአገውን ህዝብ ከዚህ በፊት ከሚታወቀውና ከተለመደው የኩሽ የዘር ሐረግ የመቁጠሪያ መንገድ ውጭ በከናዕን በኩል ተደርጎ ተቀምጡዋል። በዚህ ረገድ ብዙ ታሪክ ፀሐፊወች አገውን ብቻ ሳይሆን ቅማንትንም ጭምር በአገው በኩል አድርጎ የመቁጠር እና የተሳሳተ ግንዛቤ የማሰያዝ ሁኔታ አለ። እዚህ ላይ ደግሞ ተቃራኒው ተቀምጡዋል። ስለሆነም ይህንን ልዩነት ለማስታረቅ ከታሪክ አዋቂዎች ጋር መሰራት አማራጭ የሌለው ጉዳይ ከመሆኑ በተጨማሪ አዋጭነትና ታማኒነትም አለው።

ማለትም የቅማንት ሊቀ ክህናት እና ታሪክ ፀሐፊዎች የራሳቸውን ብቻ ሳይሆን የሌሎችን ህዝቦች ታሪክ ከመነሻ ምንጩ እስከ መድረሻው ተንትኖ የማስረዳት እውቀትና ብቃት ስላላቸው እነሱን እንደ ዋና መስረት ይዞ መስራቱ እውነቱን ከምንጩ ለማግኘት ይረዳል ማለት ነው። ይህን ለመረዳት ከላይ የአቶ ነጋ ጌጤን ንግግር በምሳሌነት መውሰዱ በቂ ማሳያ ይሆናል። በነገራችን ላይ ቅማንትን አገው ነው የሚሉ አካላት ይህንን የሚሉበት የራሳቸው የሆነ የተሳሳተ መነሻ አላቸው። አንደኛው በታሪክ ሒደት ውስጥ የቅማንትን ህዝብ ታሪክ ለመዝረፍ፡ ለማጥፋት፡ ለማኮሰመን እና ስፊውን፡ ታሪክ ጠገቡን፡ ገናናውን የቅማንት ህዝብ የኋላ ኪስ ውስጥ ለመክተት ሲባል የቅማንትን ህዝብ የአገው አንድ ቅርንጫፍ አድርገው በተሳሳተ መንገድ የተጻፉ ትርክቶች አሉ።

በዚህ አካሔድ ከሔድንኮ ስለአገው ህዝብም ብዙ በስህተት የተጻፉት ትርክቶች ትክክል ናቸው እንደማለት ይሆናል። "የአገወችን ቋንቋ ሰይጣን ነው ያስተማራቸው"፡ የሚለውን እውነት ነው ብሎ መውሰድ እንደማይቻለው ሁሉ ቅማንት አገው ነው የሚለውን የስህተት ትርክትም ውድቅ ማድረግ ነው የሚያስፈልገው። ሁለተኛው ደግሞ መነሻው ምን እንደሆነ ባይታወቅም እንዲሁ በአፈ ታሪክ ወይም በልምድ ቅማንት አገው እየተባለ የሚጠራ ጉዳይ አለ። ይህ ብቻ ሳይሆን የቋንቋን አመዳደብና መመሳሰል ብቻ በመውሰድ

ቅማንት አገው ነው ይላሉ። ይህ ግን በፍጹም ስህተት ነው። የቅማንት ህዝብ የአገው ህዝብ አንድ ክፍል አለመሆኑን የሚያሳዩ መሬት ላይ ያሉ የተወሰኑ ነጥቦችን እንይ።

ሀ፡ የቅማንት የህገ ልቦና ሐይማኖት ካህናት የቅማንትን የዘር መነሻ በተዋረድ በትክክል ቆጥረው ስለሚያስረዱና ይህም መሬት ላይ ያለ እውነት ስለሆነ። ለዚህም ማሳያ የሚሆነን በዚህ መጽሃፍ ውስጥ በደንብ ተብራርቶ የቀረበ ስለሆነ እዚህ ላይ መድገሙ አያስፈልግም።

ለ፡ የቅማንት ህዝብ የራሱ ብቻ የሆነ በአገው ህዝብ ውስጥ የሌለ የህገ ልቦና ሐይማኖት፡ የዘር አቆጣጠር ብቃት፡ የአስተዳደር ስርዓት፡ የቤተኛ ስርዓትና አቆጣጠር፡ የጋብቻ ስነ ስርዓት እና የመሳሰሉት እሴቶችን ስንመለከት ሁለቱ ህዝቦች የተለያዩ መሆናቸውን የሚያሳዩ ማስረጃዎች ናቸው። ቅማንት የአገው አንድ ክፍል ከሆነኮ እነዚህን ነገሮች በዋናነት ይዞ መገኘት የነበረበት የአገው ህዝብ ነበር። ለምን ይህ አልሆነም?

ሐ፡ የቅማንትን ታሪክ ቀደምትነት፡ የቅማንትን ቋንቋ ቀደምትነት፡ የቅማንትን የህገ ልቦና ሐይማኖት ቀደምትነት፡ የቅማንትን የሰልጣኔ ቀደምትነት፡ የቅማንትን አስተዳደራዊ ስርዓትና እምነት ከካህኑ መልከ ጸዴቅ የመጣ መሆኑን፡ የቅማንት ህዝብ የኖህን እና የእሜቴ አይከልን ታሪክ እስከ መቃብሩ ጠብቆ ይዞ መገኘቱን እና

የመሳሰሉትን እንሰተን ስንመረምር ቅማንት የአገው አንድ ክፍል ሳይሆን እንዲያውም አገው አንድ የቅማንት ክፍል መሆኑን ነው የሚያሰረዳን። ይህ ደግሞ ከዚህ በላይ አቶ ነጋ ጌጤ ከአነሱት ሐሳብ ጋር ይሰማማል። ምክኒያቱም ሰፊው እና ቀደምቱ ህዝብ ነው ሌሎችን በውሰጡ ሊያቅፍ የሚችለው። በእርግጥ ይህ ጉዳይ ሁልጊዜ እውነት ሊሆን አይችልም።

መ፡ ቅማንት አገው ሳይሆን ከናዕን መሆኑን የሚያሰረዱ በጣም ብዙ የተሰሩ ታሪካዊ ሰራዎች ሰላሉ፡ እነዚህን ይዘን ሰንመረምር የቅማንት ህዝብ በትክክል ከናዕን መሆኑን እንረዳለን ማለት ነው። እነዚህን እና የመሳሰሉትን እውነተኛ ታሪኮች በመመርመር እውነቱ ላይ መድረሰ የሁሉም እውነት ፈላጊ ታሪካዊ ሐላፊነት ነው።

3፡ የአማራው ህዝብ በራሱ በዘር ግንድ የመጣ ሳይሆን በሐይማኖት ምክኒያት የተሰባሰበ መሆኑ በደንብ ተብራርቶ ቀርቡዋል። ይህ ደግሞ በምዕራፍ ሰባት ውሰጥ የተለያዩ የታሪክ ሙህራን የጻፉትን ወሰደን ከተነተነው ጋር ተመሳሳይ ነው። በእርግጥም እውነትን በትክክል ለማወቅ ከተፈጥሮ ምንጭ የተቀዳ እውቀትን እና የታሪክ እውቀትን ማጋመድ ያሰፈልጋል። ይህ ደግሞ በቅማንት ህዝብ ዘንድ የተለመደ የተፈጥሮ ክንውን ተደርጎ ይወሰዳል። በዚህ መሰረት የአማራውን ከየት እሰከየት ተጠይቅ

ለማወቅ የቅማንትን ህዝብ ታሪክ፡ የህዝቡን ሊቀ ካህናትና የታሪክ አዋቂዎች እንደ ዋና ምሰሶ አድርጎ መጠቀም አስፈላጊ ነገር ነው።

4፡ የቅማንት ህዝብ የኢትዮጵያ ቅርሰ ነው። ይህ አገላለጽ ለቅማንት ህዝብ ያንሰበት እንደሆነ እጂ አይበዛበትም። ምክኒያቱም የኢትዮጵያን ሳይንሳዊ የሰው ልጂ መገኛነት በቅማንት ህዝብ ታሪክም ጭምር ማረጋገጥ ስለሚቻል። ምን አልባ እዚህ ላይ ለዚህ ሳይንሳዊ ማራጋገጫ የሚጠቀሰው የቅማንት ህዝብ ብቻ ነው ወይ ቀደምት ህዝብ ትሉ ይሆናል። የቅማንት ህዝብ ብቻ ነው ቀደምት ለማለት ሳይሆን ታሪካዊ አመጣጡን የራሱን ብቻ ሳይሆን የሌሎችንም ጨምሮ ከመጀመሪያው ተንትኖ በማስረዳት ረገድ የቅማንት ህዝብ ከፍተኛውን ቦታ ይይዛል ለማለት ነው።

የመጀመሪያው የሰው ልጂ እምነት የሆነው የህገ ልቦና ሐይማኖት በዓለማችን ላይ በቅማንት ህዝብ ብቻ ነው የሚገኘው። በዚህ መሰረት የቅማንት ህዝብ የኢትዮጵያ ብቻ ሳይሆን የዓለምም ቅርሰ የሆነ ህዝብ ነው ቢባል ይገባዋል። ከዚህ በተጨማሪ ከሔኖክ የሚነሳውን የቅማንትን ህዝብ የጊዜ አቆጣጠር፡ የቅማንትን ቋንቋና የመሳሰሉትን እያነሳን የቅማንትን ህዝብ የዓለም ቅርሰነት ከበቂ ማስረጃ ጋር ትንታኔ መሰጠት እንችላለን። ከዚህ ሌላ በአራራት ተራራ ላይ የአረፈችውን የኖህ መርከብ ኢትዮጵያ ውሰጥ ለመሆኑ የቅማንት ህዝብ ታሪካዊ ሒደቱን ሳያዛንፍ ጠብቆ ይዞ እዚህ ዘመን

ላይ ያደረሰ ድንቅ ታሪክ ጠገብ ህዝብ ነው። ምክኒያቱም አራራት ተራራ የሚባል ሌላ ሀገርም ውስጥ ስላለ የኖህ መርከብ ያረፈችው የእኛ ሐገር ያለ ተራራ ላይ ነው እያሉን ነው። ነገር ግን የኢትዮጵያ ብሎም የዓለም ቅርስ የሆነው የቅማንት ህዝብ የክሰተቱን ታሪክ ብቻ ሳይሆን የኖህን እና የሚስቱን የእሜቴ አይከልን መቃብር ጭምር በታሪክ ቅርስነት ይዞ ስለሚገኝ እውነታውን ከምንጩ ማግኘት ይቻላል ማለት ነው። ይህ ደግሞ በእውነትም የኢትዮጵያ ቅርስነት ነው።

5፡ የቅማንት ህዝብ ሚስጥር ነው። የቅማንትን ህዝብ ሚስጥር ነው ከሚያስብሉት ነገሮች ውስጥ አንዱ ከፈጣሪው ጋር ያለው ትስስር ነው። ልክ እንደ አብርሃም ፀሎቱን ሰምቶ ፈጣሪ ወዲያው መልስ ይሰጠዋል። ለምሳሌ ዝናብ ሲያጥር ወይም ድርቅ ሲከሰት የሚደረግ ፀሎት አለ። ፀሎቱ ህዝቡ ከእየቤቱ ንፍሮ ቀቅሎ በአንድ ተሰባስቦ ንፍሮውን እየረጨ የሚያደርገው የጋራ ፀሎትም አለ። ወምበሩ መሰዋዕት በመሰዋት የሚያደርጉት ፀሎትም አለ።

ይህ የወምበሩ የመሰዋዕት ፀሎት በሰዓታት ውስጥ በፈጣሪ መልስ ያገኛል። ዝናብ ወዲያው ይዘንባል። ዝናብ ሲበዛም እንዲሁ በመሰዋዕት የሚደረግ ፀሎት አለ። ይህም ወዲያውኑ በፈጣሪ መልስ አግኝቶ ዝናቡ ይቆማል። ይህ ፀሎት የሚደረግባቸው ቦታዎች የተለዩና ከፍ ያሉ ቦታዎች ናቸው። ለምሳሌ እኔ የአደኩበት አካባቢ

ዝሆነይ ድባ የሚባል የፀሎት ተራራ አለ። አብርሃምስ መሰዋዕት የሚሰዋው ከፍ ባለ ቦታ አልነበር። በእነዚህ ቦታዎች ላይ የሚደረጉ ፀሎቶች ከላይ እንደገለጽኩት በሰዓታት ውስጥ ከፈጣሪ መልሰ አግኝቶ ችግሩ ይፈታል። እውነቱን ለማረጋገጥ ወቅቱን ጠብቆ በፀሎቱ ወቅትና ቦታ በመገኘት አይቶ ማመን ይቻላል።

በአጠቃላይ ቅማንትነት ምንድን ነው?

1፡ የመጀመሪያው ቅማንትነት ማለት ምልክትነት ማለት ነው። ይህም ማለት የቅማንት ህዝብ ለአዳም የተሰጠውን የመጀመሪያውን የህገ ልቦና ሐይማኖት እና የኖህን ታሪክ በታሪክነቱ ብቻ ሳይሆን በተግባር እየከወነ ይዞ መገኘቱ ህዝቡ ለእነዚህ ጉዳዮች ባለቤት ብቻ ሳይሆን በዘመናት ውስጥ አርማ ምልክት ሆኖ መቀጠሉን ያሳያል ማለት ነው።

2፡ ሁለተኛው ቅማንትነት ማለት ቅድስነት(ቅድሰና) ማለት ነው። ለዚህ ማሳያ የሚሆነን የእየሱስ ክርስቶስ ምሳሌ የተባለውን የካህኑ እና የንጉሡ የመልከ ጸዴቅን ሐይማኖታዊና አስተዳደራዊ ስርዓት፡ የአብርሃምን ሐይማኖታዊ ስርዓትና ማህበራዊ መልካም እሴቶች በተግባር ይዞ መገኘቱ ከበቂ በላይ ቅድሰናውን ማሳያ ነው።

3፡ ሶስተኛው ቅማንትነት ማለት የታሪክ፡ የሰልጣኔ፡ የሳይንስ፡ የፍልሰፍና የሐይማኖት፡ የቋንቋ፡ የሐገር መሰራችነት እና ከዚህ

መጽሃፍ የተጻፉትም ያልተጻፉትም ነገሮች ቤተ መዘከርነት(ቤተ መጽሃፍነት) ማለት ነው።

4፡ አራተኛው ቅማንትነት ማለት ቅርስነት ማለት ነው። የቅማንት ህዝብ በታሪኩ፡ በሐይማኖቱ እና በመሳሰሉት እሴቶቹ የያዛቸውን ጉዳዩች ስንመረምር የቅማንት ህዝብ የዓለም ቅርስ መሆኑን እንረዳለን። ለምሳሌ የኖህን እና የእሜቴ አይከልን መቃብር ጠብቆ ይዞ መገኘቱ እና ከአዳም ጀምሮ አሁን እስካለው ሰው ድረስ ቆጥሮ የሰውን ዘር ማሰረዳት መቻል በእውነትም ድንቅ ቅርስነት መሆኑን ያሳያል።

5፡ አምስተኛው ቅማንትነት ማለት ሚስጥርነት ማለት ነው። ለዚህ ማሳያ የሚሆነን በዚህ ሁሉ የታሪክ መከራ ውስጥ ሳይጠፋ እዚህ ዘመን ላይ መድረሱ እና በጸሎት ከፈጣሪው ጋር ያለው ጥብቅ ግንኙነት ነው።

6፡ ስድስተኛው ቅማንትነት ማለት ንጽሃ ስጋ እና ንጽሃ ህሌና ማለት ነው። በህገ ልቦናው እና በህገ ኦሪቱ ንጽህና ምን ያህል ቦታ እንደነበረው የሚታወቅ ነው፡ አሁንም በቅማንት ህዝብ ዘንድ ይህ ንጽህና እንደተጠበቀ የቀጠለ ተግባር ነው።

7፡ ሰባተኛው ቅማንትነት ማለት አባትነት ማለት ነው። ለዚህም ማሳያ የሚሆነን ይህንን መጽሃፍ ማየቱ በቂ ነው። ብቻ ስለቅማንት

ህዝብ ብዙ ነገር ማለት ይቻላል። "ቅማንትነት" እራሱ መጠናት መቻል አለበት።

በአጠቃላይ በጊዜ እና በታሪክ ሒደት ውስጥ የቅማንት ህዝብ በዓለም ላይ ተንሰራፍቶ ይኖር የነበረ፡ በኢትዮጵያ ደረጃም ብንመለከተው አብዛኛውን የሐገሪቱን ህዝብ የሚሸፍን የነበረና በሐይማኖት ምክኒያት ቁጥሩ ቀንሶ አሁን ግን በድሮ አጠራሩ በሰሜን ጎንደር ዞን ብቻ የሚገኝ ተደርጎ ይታወቃል። ከዚህ ውስጥ ህዝባዊና ህገ መንግሥታዊ የማንነት እና የራስ አስተዳደት ጥያቄ ያነሳው ደግሞ በተወሰኑ ወረዳወች የሚገኘው ቅማንት ብቻ ነው። ለዚህ ደግሞ መነሻ ምክኒያቱ በታሪክ ሒደት ውስጥ የደረሰበት የሰነ ልቦና ሰብራት ነው።

ምዕራፍ አምስት

የቅማንት ህዝብ መልካም እሴቶች

በዚህ ምዕራፍ ውስጥ የምንመለከተው የቅማንትን ህዝብ አስተዳደራዊ ስርዓት፡ መልካም እሴቶችን እና ባህላዊ ጨዋታዎችን ይሆናል።

5፡ 1 የቅማንት ህዝብ አስተዳደራዊ ስርዓት

የቅማንት ህዝብ የራሱ የሆነ የአስተዳደር ስርዓት ያለው ህዝብ ነው። ይህ የአስተዳደር ስርዓት የሚመራው በወምበሩ ነው። አባወምበሩ የሐይማኖት ስርዓቱንም የአስተዳደር ስርዓቱንም አጣምሮ የሚያስኬዱ ሊቀ ካህን ናቸው። አቶ ቆያቸው ሙሉየ ስለቅማንት የአስተዳደር ስርዓት ሲገልጹ፡ "የቅማንት ህዝብ ከጥንት ጀምሮ የራሱ የሆነ መገለጫ ያለው ከጥንቶቹ ኩሽቲክ አባቶቹ ሲወርድ ሲዋረድ የመጣውን እጅግ ዲሞክራሲያዊ የሆነ የፖለቲካ አስተዳደራዊ ስርዓት አለው"፡ ሲሉ ገልጸውታል።

በእርግጥ ግን ቅማንት ህዝብ ኩሽ ነው ወይ? የሚለው ጥያቄ እዳለ ሆኖ ማለት ነው። ምክኒያቱም የቅማንት ህዝብ ከናዕን እንጂ ኩሽ ስላልሆነ። የቅማንት ህዝብ ኩሽ አለመሆኑን የሚያሳዩ መሬት ላይ ያሉ በጣም ብዙ መረጃዎች አሉ። ለማሳያም ያክል፡ የህገ ልቦና

ሐይማኖት፡ የወምበሩ አስተዳደራዊ ስርዓት፡ የጋብቻ ስነ ስርዓቱ፡ የቤት ዘር (ማር ቤቱ፡ ፍዝሊያኽ፡ አይጃ.......) እና ሌሎችንም ብንጠቅስ እነዚህ ነገሮች በቅማንት ህዝብ እንጂ አሁን ኩሽ ነን በሚሉት ህዝቦች ውስጥ አይገኙም። ይህም ቅማንት የኩሽ ህዝብ አካል አለመሆኑን ያሰረዳል። እነዚህ ጉዳዮች በሌላ ቦታ ስለተብራሩ እዛው ይመልከቱ።

5፡ 1፡ 1 የአስተዳደር ሰርዓቱ ሶሰት አካላትን የያዘ ነው

1፡ የአዛውንቶች ሸንጎ፡- እነዚህ አካላት በህዝብ በቀጥታ የሚመረጡ ሲሆን በእየወቅቱ የሚፈጠሩ ችግሮችን የመፍታትን ሐላፊነት የተሸከሙ አካላት ናቸው። የአዛውንቶች የሸንጎ አባላት በሽማግሎች እና በማህበረሰቡ ውስጥ ተቀባይነት እና አክብሮት ያላቸው ሰወች ሰብሰብ ነው። ይህ ብቻ ሳይሆን የአዛውንቶች ሸንጎ የቅማንትን ህዝብ ከሌላው ህዝብ ጋር ያለውን ግንኙነት ከፍ በማድረግ የሚጫወቱት ሚና ከፍተኛ ነው። ይህም የህዝብን አንድነት የማሰጠበቅ ዋናው መንገድ ነው።

2፡ አፈ ሊቅ እና የመካከለኛው የፖለቲካ ስልጣን፡- አፈ ሊቁበወምበሩ የሚመረጥ ሲሆን የአዛውንቶች ሸንጎ ውሳኔ ያልተመቸው አካል ካለ ከመካከለኛው የፖለቲካ ባለሰልጣን ጋር በመተባበር አቤቱታ ይቀበላል ወይም ወደ ወምበሩ ይመራል።

3፡ ወምበር፡- ወምበር ማለት ሊቀ ካህን ማለት ሲሆን ክብር ከሆኑ ቤተሰቦች የሚመረጡ ሆኖ የሐይማኖቱ የበላይ ካህና ጠባቂ፡ በተመሳሳይ ጊዜ የህዝቡም የበላይ አስተዳዳሪ ናቸው፡፡ ወምበር(ሊቀ ካህን) የሚሆነው ሰው ክብር መሆኑ እንዳልው ሆነ ገዱ፡ ባቱ እና ሸመኑ ከሚባሉ ቤተሰቦች ወይም ዘሮች መወለድ አለበት፡፡ በሌላ አባባል ገዱ፡ ባቱ እና ሸመኑ የክብር ቤተሰቦች ወይም ዘሮች ናቸው ማለት ነው፡፡ ወምበሩ የአፈ ሊቁ ውሳኔ ያልተመቸው አካል ከመጣ አቤቱታ ይቀበልና መርምሮ ውሳኔ ይሰጣል፡፡ የወምበሩ ውሳኔ የመጨረሻ ውሳኔ ስለሆነ ይጸድቃል፡ ውሳኔው እንደ ጠቅላይ ፍርድ ቤት ውሳኔ ማለት ነው፡፡ ከዚህ በታች መዋቅሩን በሰዕላዊ መግለጫ እንየው፡፡

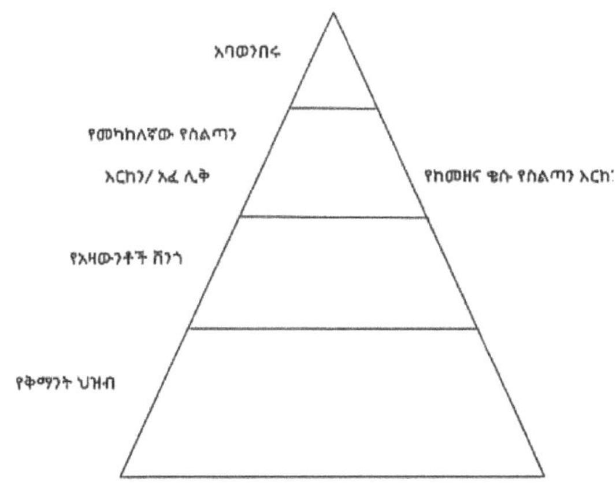

ሶስቱ የአስተዳደር ስርዓት እርከኖች በቅማንት ህዝብ አድተዳደራዊ መዋቅር፡፡

የአስተዳደር ስርዓቱን በጎነ ሶስት ሰዕላዊ መግለጫ ሰናሰቀምጠው

5፡ 1፡ 2የሰርዓቱ አፈፃፀም

አንድ ምሳሌ እንውሰድ፡ በገንዘብ ተካክደው በተጣሉ ሰወች እንመልከት። የሽንጎው ብዛት በቁጥር 5 ወይም 7 ሊሆኑ ይችላሉ፡ የተጣሉትን ሰወች ለማስታረቅ ይሞክራሉ። ከተሳካ መልካም፡ ካልተሳካ ግን ወደ አፈ ሊቁ ይመሩታል። አፈ ሊቁ በበኩሉ በደንብ አድርጎ ይመረምረዋል ወይም ለማሰማማት ይሞክራል። ከተሳካ ጥሩ ካልተሳካ ግን ወደ ወምበሩ ይመሩታል። ከዚህ በኋላ ከመዘና ቄሱ እና ወምበሩ በቅምጫና ውሃ ይዘው ይቀመጣሉ። አፈ ሊቁ የካደውን ሰውየ ወደ ወምበሩ ያመጣዋል። ከመዘና ቄሱ አስታረቁኝ ብትል ይሻላል ካልሆነ ወምበሩ ይገዝቱሐል ይለዋል። ተሳሰቻለሁ ብሎ ካመነ ችግር የለም ይታረቃል። ከካደ ግን ወምበሩ "ይነብሰሰ አሰራትሰ አድኻላ ሰማይሰ ትኸላ ልውድሰ ከከርሻሸቢን"፡ ይለዋል።

ትርጉም፦ ሰርተኸው ከሆነ ነብሰህ ከመሬትም ሳትቀር ከሰማይም ሳትደርሰ ተንጠልጥላ ትቅር ይለዋል። ይህንን ሰርዓት የሚፈጽሙት እጃቸውን በውሃ ታጥበው አፋቸውን ተጎማምጠው ነው። ይህ ብቻ ሳይሆን እንጨት በመቁረጥ እና እሳር በማጨድ እራሱ የሚደረግ የእምነት ክህደት ቃል መቀበያ ሰርዓትም አለ።

ከዚህ ሁሉ ሒደት በፊት ግን ግለሰቡ ያምናልና ይታረቃል፡ ችግሩም ይፈታል ማለት ነው።

5፡ 2 ባህል

ስለቅማንት ባህል ሲነሳ አንዳንድ እውቀቱ የሌላቸው የክልሉ አመራሮች ቅማንት የተለየ ባህል የለውም ሲሉ ይደመጣሉ። በምን አይነት የተለየ እንዲሆን ነው የሚፈልጉት? ጠቅላላ የጎንደር ባህል የማን ሆነና ነው ማደናገሪያ መፍጠር ያስፈለገው። ስለባህል አቶ ቆያቸው ሙሉየ የሚከተለውን ጽፈዋል። "የአንድ ህዝብ ባህል በሰነ ልቦና እና በሞራል ላይ ከፍተኛ ተጽዕኖ ማሳደር የሚችል ውስጣዊ የሆነ በደም እና በአጥንት የተዋሃደ በልምድና በተግባር የዳበረና ወደ ፊትም ከሳይንስ እና ከቴክኖሎጅ ዕድገት ጋር አብሮ የሚሻሻል እና የሚበለጽግ ዕሴት ነው"፡ በማለት። የቅማንት ህዝብም በዚህ ልክ እያደገ እና እየበለጸገ የሚሄድ ባህል አለው። አንዳንድ የቅማንት ባህልዊ ክንውኖችን በመጥቀስ እንመልከት እስኪ።

5፡ 3 የዘር ግንድ መነሻ አቆጣጠር

የቅማንት ህዝብ የራሱ የሆነ የዘር ግንድ መነሻ አቆጣጠር ሰርዓት አለው። ይህውም መነሻ ምንጫቸው አንድ ላይ ሆኖ የተለያየ የመጠሪያ ስም ያላቸው ማለት ነው። ልክ ብዙ ሰወች ከአንድ ሰው ተወልደው የተለያየ የመጠሪያ ስም እንደሚኖራቸው ማለት ነው።

ይህም ማለት ልክ የእስራኤል አስራ ሁለቱ ነገዶች ከአንድ የያዕቆብ ልጆች እንደወጡ እና በያዕቆብ ልጆች ስም እንደሚጠሩ ማለት ነው። ይህ ማለት እንዱ የያዕቆብ ልጅ አንድ ነገደ እስራኤል ሁኑዋል ማለት ነው። ይህንን እውነት በመጽሐፍ ቅዱስ ውስጥ እናገኘዋለን። የቅማንትም ህዝብ ልክ እንደዚህ ነው። አንድ ሰው ብዙ ልጆችን ወለደ ይህ ሰው የቅማንት መነሻ ግንዱ ነው። እነዚያ ልጆች የየራሳቸው ነገድ ኑሮዓቸው በአንድ ላይ ግን የቅማንትን ህዝብ መሰረቱ ማለት ነው። እነዚህም ማር ቤቴ፡ ፍዝሊያህ፡ ካይልጌ፡ አሩታ፡ አይጃ፡ ጎልቤ፡ ሰና፡ መንቀላ••••••• እያለ ይቀጥላል። ዘር ግንዱ በጣም ብዙ ነው። ይህ የቤት አቆጣጠር ከሰባት ቁጥር በኋላ ቤት የሚቀይር ሲሆን ይህ የአቆጣጠር ስርዓት በሒሳብ ሲሰራ በጣም ውሰብሰብ የሆነና በሰዕላዊ መግለጫ ሁሉ ይሰራል። ይህ ብቻ ሳይሆን በግኘታ(derivation)፡ በሰብሰበት(integration) እና በሰንሰለት አሰር ህግ(chain rule) ሁሉ ይሰራል። በመጨረሻም ወደ የሁሉም ነገር ፅንሰ ሐሳብ(theory of everything) ይገባል ማለት ነው። በጣም የሚገርም ሳይንሳዊ ግኝት አለው።

5፡ 4 ክብር እና ይተንቲ

ወንድየው ተወልዶ አድጎ ለአቅመ አዳም ሲበቃ፥ ሴቲቱ ተወልዳ አድጋ ለአቅመ ሔዋን ስትበቃ ልጅክን ለልጄ መተጫጨቱ

ይጀምራል። ከዚህ በፊት ግን ብዙ መሙዋላት ያለባቸው ነገሮች አሉ። ይኸውም መጀመሪያ ተጋቢ ቤተሰቦች ከዝምድና፡ ከአበልጅነት እና ከመሳሰሉት ማህበራዊ መተሳሰሮች ነጻ መሆናቸው ነው። ይህ ከተረጋገጠ በኋላ ወደ ሚቀጥለው መሰፈርት ይሸጋገራል። ወንድየው ክብር ከሆነ ክብር ሴት ማግባት አይችልም። ይተንቲ ከሆነም ይተንቲ ሴት ማግባት አይችልም። ሴቲቱም እንዲሁ ክብር ከሆነች ክብር ወንድ አታገባም። ይተንቲ ከሆነችም ይተንቲ ወንድ ማግባት አትችልም ማለት ነው።

ይህም ማለት የመጀመሪያው ክብር ነው። ክብር ወንድ ይተንቲ ሴት ብቻ ነው ማግባት የሚችለው። ክብር ሴት ደግሞ ይተንቲ ወንድ ብቻ ነው ማግባት የምትችለው። ሁለተኛው ይተንቲ ነው። ይተንቲ ወንድ ክብር እና ሰንክራ ሴቶችን ያገባል። ይተንቲ ሴት ደግሞ ክብር እና ሰንክራ ወንዶችን ታገባለች። ሶስተኛው ሰንክራ ነው። ሰንክራ ማለት ከክብር ሴትና ከይተንቲ ወንድ የሚወለድ ሲሆን ወንዱም ሆነ ሴቱዋ ይተንቲ አግብተው ንጹህ የሆነ ይተንቲ ይወልዳሉ። ይህም መልሶ ለክብር ጋብቻ ይፈቃዳል ማለት ነው። ይተንቲ በክብርና በሰንክራ መካከል ያለ ድልድይ ማለት ነው።

ይህንን ሁሉ መሰፈርት አልፎ ጋብቻው ከተፈቀድ የሰርግ ሽር ጉዱ ይጀምራል። ሁለቱ ተጋቢወች ፕሮቶኮላቸውን ይጠብቃሉ ለሰርጋቸው ይዘገጃጃሉ። የተጋቢወች ቤተሰቦች የልጆችን አለባ

አገዳ ለማየት ለሰርጉ አስፈላጊ የሆኑ ነገሮችን ሁሉ ያሳካሉ። የሰርጉ ዕለት ከሁለቱም የሰርግ ቦታ ዘፈኑ(አሸ በል ገዳዩ፡ ሆዴ አያሌው፡ ሽሙናየ፡ በለው እስክስታ)፡ ሆታው፡ ሁካታው፡ ጭደራው፡ ጃሎታው፡ ፉከራው፡ ልጅቱ ከሌላ ፕላኔት የመጣች ይመስል ቀድሞ እሱዋን ለማየት ድባና ሌላ ነገር እየያዘ መሩዋሩዋጡ ከሚዜ ጋር መራገጡ አረ ምኑ ቅጡ። በሰርጉ ወቅት ለተጋቢወች የሚደረገው እንክብካቤ በጣም ከፍተኛ ነው። ሁልጊዜ ሙሽራ ሁኖ መኖርን ያስመኛል። የይተንቲ እና ክብር አቆጣጠርን ከዚህ በታች በሰዕላዊ መግለጫ እንመልከተው።

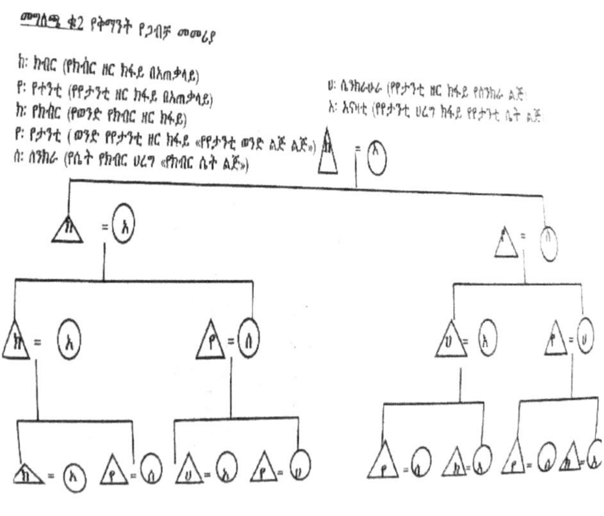

ከአረማዊ ኮሪታዊ መጽሃፍ በቀጥታ የተወሰደ ፎቶ ነው

የቅማንት የክብር፡ የይተንቲ እና የሰንክራ የጋብቻ የአቆጣጠት ሰርዓት በሒሳባዊ ስሌት ተሰርቶ በሰዕላዊ መግለጫ ተደግፎ ይመጣል። በጣም የሚገርመው ነገር ይህ የአቆጣጠር ሰርዓት በሳይንሳዊ መንገድ ተተንትኖ በሒሳባዊ ስሌትና ቀመር ተረጋግጦ ይሰራል። በመጨረሻም ወንዱን በአንድ(1) ቁጥር ወክሎ እሴቱዋን በዜሮ(0) ወክሎ በዲጅታሉ አለም ኦን(on) እና ኦፍ(off) የሚለው ጽንሰ ሐሳብ ውስጥ የሚገባ ሐሳብ ያለው መሆኑን መገንዘብ ያስችላል።

5፡ 5 የደመራ ወይም የመስቀል በዓል

የቅማንት ህዝብ የራሱ የሆነ የደመራ በዓል አለው። ይህውም መስከረም 17 ቀን የሚሆን ነው። የደመራ በዓል የመሰባሰቢያ እና የመገናኛ በዓል ነው። ይህ በዓል ሲደርስ ከበዓሉ ጥቂት ቀናት ቀደም ብሎ ምን አልባት ጸብ ያለባቸው ሰወች ካሉ በሚል ታላላቅ ሰወች የማስታረቅ ስራ ይሰራሉ። ይህም ሁሉም ሰው በአንድ ላይ ተሰባስቦ በዓሉን እንዲያከብር እና የበዓሉ ድምቀት እንዳይደበዝዝ ያደርገዋል። ደመራው የሚደመረው በመስከረም 16 ሆኖ የሚቃጠለው ደግሞ ለሊት ከ 10 ሰዓት በኋላ ለመስከረም 17 ነው። ሁሉም ሰው በእሳት የተቃጠለ ችቦ(በቁመት የታሰረ ሲግ/ሹግ) ይዞ እያበራ በቦታው ላይ በሰዓቱ ይገኛል። ከዚህ በኋላ ሶስት ታላላቅ ሰወች ሶስት ጊዜ ከዞሩት በኋል ደመራውን የማቃጠሉን

ተግባር ያበሰራሉ። ይህንንም ተከትሎ ሁሉም ሰው ቀርቦ ደመራውን በያዘው እሳት ያቃጥለዋል። ሶሰቱ ታላላቅ ሰወች ሲዞሩ በቅማንት ቋንቋ እንዲህ እያሉ ይዞራሉ፥

"ዋሮ ንኻ' ዋሮ፣ ንኻ'ር አመይ ሰኚ' ዋሮ ንኻ' ዋሮ፣ ንኻ'ር አመይ ሰኚ' ዋሮ ንኻ' ዋሮ፣ ንኻ'ር አመይ ሰኚ'............ዋሮ ንኻ' ዋሮ፣ ንኻ'ር አመይ ሰኚ"። እያሉ ይዞራሉ። ይህም ማለት በሰላም አክርሞ እንዳገናኘን ለከርሞም በሰላም አክርሞ ያገናኘን ማለት ነው። በደመራው ዕለት የሰላምታ አሰጣጡ "እንደምን ከረማችሁ"? በማለት ነው። ሰላምታ መላሸም"ከከረማችሁት ያባጀችሁ" ሲል ይመልሳል። እንዲያውም ልጅ ሁኘ እንዱ "አረ እባካችሁ ከከረምከው ያባጅህ አትበሉኝ ተቸግሬ ነው የከረምኩት" በማለቱ በዓሉ በሳቅ ሲታጀብ አስታውሳለሁ። የበዓሉ አከባበር የክረምቱን ማለፍ እና የጸደይን መጥባት ተከትሎ የሚከናወን የቅማንት ህዝብ ታሪካዊ ትውፊት ነው። ስለበዓሉ መሰረታዊ ጅማሮ ልጅ እያለሁ እሚታየ እንዲህ ብሎ ነገሮኝ ነበር።

ታሪካዊ አመጣጡም 7 ወንድማሞች በተለያየ ቦታ ላይ መኖሪያ መሰርተው ተቀምጠው ነበር። ታዲያ የጊዜ ኡደት ተፈጥሮዊ ነውና በጋው ክረምቱን ይተካል፡ ክረምቱም በጋውን ይተካል። እነዚህ ጊዜያቸውን እየጠበቁ የሚፈራረቁ ኡደቶች ደግሞ የየራሳቸው የሆነ ቋሚ እና ተለዋዋጭ ጸባይ አላቸው። ይህ ተለዋዋጭ የአየር ጸባይም

በሰው ልጆች ላይ የሚያሳድራቸው ተጽዕኖዎች አሉ። ከእነዚህ ውስጥ አንዱ ክረትም ነው። ክረምት ይዙዋቸው ከሚመጣው ብዙ ተጽዕኖወች አንዱ ሰውን ከሰው አለማገናኘት ነው። ምክኒያቱም ወንዞች ይሞላሉ፡ ነጎድጓዱና የመሳሰሉት አስቸጋሪ ነገሮች ሁሉ አሉ

በዚህም ምክኒያት ሰባቱም ወንድማሞች መስከረም 17 ቀን በሰላም መክረማቸውን ለማስታወቅ በተራራ ላይ ደመራ ደምረው ያቃጥሉ ነበር። ይህንን መሰረት ያደረገ ነው የቅማንት ደመራ በዓል ነበር ያለኝ። የደመራው ቦታ እራሱ በተገኘው ሁሉ ሳይሆን ከፍ ያለ ቦታ ተመርጦ ነው የሚሆነው። ይህ በዓል አሁን የመስቀል በዓል እየተባለ በዓለም ውስጥ በኢትዮጵያ ብቻ እየተከበረ ይገኛል። የአከባበሩ ቀንም በተለያዩ የሐገሪቱ ክፍሎች መስከረም 16 እና 17 ነው። በቅማንት አካባቢ ግን ሁሌም መስከረም 17 ቀን ነው።

የመስቀል በዓል እንደ ደመራ በዓል እድሜ ጠገብ ሳይሆን ገና ልጅ ነው። አጀማመሩም የግማደ መስቀሉን ወደ ኢትዮጵያ መግባትን መሰረት ያደረገ ነው። ታሪካዊ አመጣጡም እየሱስ ክርስቶስ የተሰቀለበትን መስቀል አይሁዶች ቀብረው ከ200 ዓመታት በላይ ቆሻሻ ጣሉበት ከሚለው ታሪክ ጋር የተያያዘ ነው። በዚህም ምክኒያት በአካባቢው ብዙ የተለያዩ የቆሻሻ ተራሮች ተፈጠሩ። ንግሥት እሌኒ መስቀሉን ከተቀበረበት ቆፍራ ለማውጣት ወደ አካባቢው አቅንታ ስታይ በቆሻሻ የተፈጠሩት ተራሮች ብዙ ስለሆኑ የትኛው የቆሻሻ

ተራራ ውስጥ እንዳለ ለማወቅ እጣን አጭሳ ተንበርክካ አምላኳን ተማጸነች። በዚህ ጊዜ የእጣኑ ጭስ ወደ ሰማይ ወጥቶ ወደ መሬት ተመልሶ አንዱ የቆሻሻ ተራራ ላይ አረፈ። ይህም የሆነው መስከረም 17 ቀን ነው። በዚህ መስረት መስከረም 17 ቀን ቁፋሮው ተጀምሮ መጋቢት 10 ቀን መስቀሉ ወጣ ይላል የቤተ ክርስቲያን ታሪክ። ይህ መስቀል ነው እንግዲህ ከጊዜ በኋላ ወደ ኢትዮጵያ የገባው። በዚህ ምክኒያት መስከረም 16/17 የደመራ ወይም የመስቀል በዓል እና መጋቢት 10 ቀን ደግሞ መጋቢት መስቀል እየተባለ በኢትዮጵያ ይከበራል። ለዚህ የመስቀል በዓል ስር መሰረቱ ግን የቅማንት የደመራ በዓል ነው። በመሰረቱ ለቤተ ክርስቲያን መሰረቱ የህገ ልቦናው ሐይማኖት ነው። የቤተ ክርስቲያያንን ትውፊት፣ ስርዓት፣ ዘመን አቆጣጠር፣ እያንዳንዱ ቤተ ክርስቲያን የተሰራበትን ቦታ ብንወስድ እራሱ የህገ ልቦና ዲግና የነበረ መሆኑን እና የመሳሰሉትን እንሰተን ብናይ ህገ ልቦናው መሰረት ነው።

5፡ 6 የፀደይ ዘፈን

የቅማንት ህዝብ የክረምቱን ማለፍ እና የመስከረም መምጣትን ወይም መጥባትን ተከትሎ በመስቀል በዓል አካባቢ ውሃ በገበታ ተሞልቶ ከዚያ ላይ ፋጋ ተደፍቶ እየተመታ አደይ፣ አደይ••••የሚባል ባህላዊ የዘፈን አይነት አለው። "አደይ" ማለት በተለምዶ አደይ አበባ የሚባለው ነው።

5፡ 7 የዘር ወቅት

ጭር ብሎ የባጀው ሰማይ ሲከባብድ፡ ቅጠላቸውን አጥተው የነበሩ ዛፎች ሲለመልሙ፡ ደባብል እንስሳት በደስታ ሲቦርቁ፡ መሬት አፉዋን ከፍታ ዝናብን ለመዋጥ ስትጠባበቅ፡ ከትንሽ እስከ ትልቅ መብረቆች ሰማዩን እየተብለጨለጩ ሲያርሱት ይቆዩ እና ደመናው ተሸክሞት የቆየውን ዝናብ ወደ መሬት ይለቀዋል። ይህ ሁሉ ሲሆን ገበሬው በሬ እና የበሬ እቃውን አዘጋጅቶ መሬቱን እና ማረሻውን፡ በሬውን እና ጅራፉን፡ እጁን እና ዘሩን የሚያገናኝበትን ቀን ይጠባበቃል። መሬት ዝናብ አግኝታ መልካም ማዕዛ ያለው ሽታ ስታመነጭ እና ማረሻው ወደ ውስጡዋ እንዲገባ ስተፈቅድ ገበሬው ወደ ስራ ይገባል። የበሬው አረማመድ፡ የበሬ እቃው አገጣጠም፡ የአየሩ ኔታ ሲመቸው ገበሬው ማንጎራጎር ይጀምራል። እንጉርጎሮው ምን አልባት ቀረርቶ፡ ፋከራ(ሽለላ) ወይም ፉጨት ሊሆን ይችላል።

ቀረርቶ ከሆነ፥ "እያ በሬው ጓዱ እንተን የሌላችው፥

ከምድጃው ሆኖ ያለቅሳል ልጃቸው፥

አመዱ ውጡዋችው፥

ጉልቻው ንቋቸው"። •••••••••• እያለ ይቀጥላል።

ፋከራ ከሆነም፥ "እራሽ በማዚያ በመጋቢት፥

መጋቢት አልፎ ሚያዚያ ሲብት፥

ዘር ይጀምራል ከአገር በፊት፥

አራሽ በማዚያ በዚያ ጠራራ

እንደ ኮረንቲ ፀሐይ ሲበራ፡

አብረን ዘለቅን ከበሬው ጋራ"። •••••••••እያለ ይቀጥላል።

5፡ 8 አጨ ዳ እና አውድማ ወቅት

ዘርቶ አብቅሎ ዝናቡን፡ ነጎድጓዱን፡ ብርዱን እና የመሳሰሉትን ነገሮች ሁሉ ተቋቁሞ አርሞ ኮትኩቶ ሰብሉ በሰሎ ሲጎመራ ገበሬው ልዩ ደስታ ልዩ ሰሜት ይጎናጸፋል። ገበሬው በዚህ ወቅት ደስታው እጥፍ ድርብ ይሆናል። የአየው ፍሬ ሲደርስ አጨዳውን አጭዶ ሰብስቦ ከምሮ አሒዶ(አበራይቶ) ወደ ጎተራው ይሰበሰባል። ታዲያ በዚህ ወቅት በሁሉም ሒደት ውሰጥ ሰራውን ሲያከናውን የተለያየ ዜማ ያዜማል።

ቀረርቶ ከሆነ፣ "ዓባይ ማዶ ድረሰ ብለው ልከውብኝ፥

መሔዴ ማይቀር ነው ሰዓቱ መሸብኝ"።

"ዓባይ ጉደል ብለው አለኝ በታህሳሰ፥

የማን ሆድ ይችላል እሰከዚያ ድረሰ"። እያለ ያንጎራጉራል።

ሸለላ ከሆነ፥ "ማሸላ መራች እስከ ደረቱ፥

ጤፍ መርች እስከ ጉልበቱ፥

ሳያጎበድድ ሳይባል እንቱ፥

በሰባት ትውልድ በአምስት አያቱ"። እያለ ይቀጥላል።

5፡ 9 ሲከፋው

መከፋት እና መደሰት የማይነጣጠሉ ሁለት ገጾች ናቸው። መከፋቱ ምን አልባት በህይወት መመሰቃቀል ሊሆን ይችላል። በግለሰብ ደረጃ ወይም በቡድን ደረጃ በሚፈጠር ችግርም ሊሆን ይችላል። ወይም ደግሞ ከሰርዓት ጋር ባለመስማማት ሊሆን ይችላል። እንዲህ አይነት ችግር ሲገጥመው የቅማንት ጀግና መከፋቱን በተለያየ መንገድ ይገልጻል። ከእነዚህ ውስጥ የተወሰኑትን እንጥቀሰ።

1፡ በቀረርቶ ወይም በእንጉርግሮ ሲገልጽ፥

"ዘንድሮ ጎጃየን ከአፋፍ ላይ ሰርቻት፥

አለች ገነበር ገነበር ሰፍራው ባይመቻት"።

" አረ እንዳመመኝ ነው አረ አልተሻለኝም፥

መድሃኒቴ ሩቅ ነው ከቅርብ አይገኝም"።

"ቀን ይወጣል ብለን ብንጠብቅ ብንጠብቅ፥

እንኳን ቀን ሊወጣ ጨለማ ነው ድቅድቅ"።

"እረ አንች ጨረቃ ወርደሽ ተናገሪ፥

ድሐው ህዝብ አለቀ በነገረ ሰሪ"።

"አሳረኛ ድመት እሚለኛ ድመት፥

ሚዛኑን በላችው ሳንለካካበት"።

"ምን ያለ ጊዜ ነው የማይመቻች፥

አውድማው በበላይ ክምሩ በታች"፡ እያለ ይቀጥላል።

2፡ ክራር በመደርደር መከፋቱን ይገልጻል።

"ሐገሬ በሩ ላይ ገለባ ጣሉበት፥

ረመጥ አይጠፋም እሳት ከቆየበት"፡ እያለ ይቀጥላል።

ከዚህ በተረፈ በመቆዘም፡ በፉጨት እና በመሳሰሉት ብሶቱን ይገልጻል።

5፡ 10 የሐዘን ጊዜ

በዓለማችን ላይ ሁሉም ነገሮች ጥንድ ጥንድ ናቸው። ሐዘን እና ደስታ፡ ሒወት እና ሞት አሉ። እንዲህ እያልን ሁሉንም ነገር ብንመለከት ጥንድ ሁነው ግን ተቃራኒ ናቸው። ሁሉም ደግሞ ቋሚ

አይደሉም ሐላፊ ናቸው። የሰው ልጅ ሐዘኑን እና ደስታውን ሁሉንም በጋራ እየተካፈለ በማህበራዊ ሒወቱ አብሮ ይኖራል። ሰው አርፎ ወይም ሞቶ ሐዘን ሲከሰት የቅማንት ህዝብ ሐዘኑን አብሮ ከመካፈል ሌላ የለቅሶ አይነቱ በሞተው ግለሰብ የሒወት ታሪክ ላይ የተመሰረተ ነው።

ጦር ሜዳ ያልሔደ ወንድ ከሞተ ወይም ሴት ከሞተች፥

"እት/እንች የበሬው ጌታ፡

እት/እንች የላሙ ጌታ፡

ወዴት ወረድ ወረድ ከአፈር ላይ ምኝታ"፡ እያለ ሙሾ ያወርዳል።

ጦር ሜዳ የሔደ ወንድ ከሞተ ግን አጠቃላይ ሐዘኑ ሐዘን ሳይሆን የሚመስለው የሙዋቹ ሰው ሰርግ ነው የሚመስለው። ቀረርቶው፡ ፉከራው፡ ጭደራው፡ ጥይቱ በአንድ ላይ ነገሩን ሰርግ ያስመስለዋል።

ቀረርቶ'፥ "አንተ ናልኝ እንጅ ይቅር የቀረው፥

ያለመስናክል እርባናም የለው"።

"መትረይስ ተጠምዶ አብራራው ሲያጎራ የማትችል እንድሆን፥

አሁን ቶሎ ልቀቅ መሬት ቁና ሳይሆን"፡ እያለ ያንጎራጉራል።

ፉከራ፥"አየር በሰማይ ሲመሰል ዘንዶ፥

ታንክ መትረየስ ሲመታ አራምዶ፥

ከምሽግ ምሽግ፡ ምሽግ ተራምዶ፥

የጠላት ጉድብ አድራጊ ባዶ፥

የአየሩ ጋሌን የጫካው ዘንዶ"፡ እያለ ይቀጥላል።

5፡ 11 ልዩ ልዩ ባህላዊ ጨ ዋታዎች

የገና ጨዋታ፡ የቁሊ ጨዋታ፡ የገበጣ ጨዋታ፡ የኳስ ጥብጠባ ጨዋታ የመሳሰሉትን እና ሌሎችንም መጥቀስ ይቻላል።

5፡ 12 የተፈጥሮ ታሪካዊ ቦታዎች

የቅማንት አካባቢ በዓለም ከሚታወቁት ከጎንደር ቤተ መንግሥት እና ከዳሸን ተራራ በተጨማሪ በጣም ብዙ ያልታዩ ታሪካዊ ቦታወች አሉት። ከእነዚህ ውስጥ የተወሰኑት የእሜቴ አይከል ዲግና፡ የአንዘይ መርኩ የህገ ልቦና ሐይማኖታዊ ጸበል እና የአንትራ ዋሻ ይጠቀሳሉ። ወደ ፊት እነዚህን ቦታወችና ሌሎችንም የቱሪስት መዳረሻ እንዲሆኑ መሰራት የሁሉም አካላት ያላሰለሰ ጥረት ያስፈልጋል። በጠቅላላው የቅማንትን ህዝብ ታሪክ፡ የህገ ልቦና ሐይማኖት፡ የተለያዩ እሴቶች፡ ታሪካዊ ቦታወችን፡ የተለያዩ በአካባቢው ያሉ የተፈጥሮና ሰው ሰራሽ ሐብቶችን እና ሌሎችንም

በጥናት እየሰራ በተግባር ማውጣት ከሁላችን ይጠበቃል። ይህም ታሪካዊ እና ህዝባዊ ሐላፊነት ነው።

5፡ 13 የህዝቦች መልካም እሴቶች እና ሳይንስ

በአጠቃላይ የህዝቦች ታሪካዊ ክዋኔወች እና ይዘዋቸው የሚመጡት መልካም እሴቶች ለሳይንስ እድገት፡ ለአስተዳደራዊ ስርዓት ግንባታ እና አለፍ ብሎም ለቴክኖሎጅ እድገት ያላቸው አስተዋፅዖ ከፍተኛ ነው። ይህንንም ለመረዳት የዓለምን ሳይንሳዊ እና አስተዳደራዊ የእድገት መሰረት መመልከቱ ከበቂ በላይ ነው። ይህ ከሆነ እውነቱ የህዝቦች ታሪክ እና መልካም እሴቶች ሳይሸራረፉ እና ሳይጠፉ መቀጠል አለባቸው ማለት ነው። ይህ ማለት ደግሞ የህዝቦች ታሪኮች እና መልካም እሴቶች ለባለቤቶች ህዝቦች ብቻ ሳይሆን ለዓለምም አበርክቶው የጎላ ነው ማለት ነው። የህዝቦች ታሪኮች እና መልካም እሴቶች ለማህበራዊ፡ ለኢኮኖሚያዊ፡ ለፖለቲካዊ፡ ለአስተዳደራዊ፡ ለሳይንሳዊ እና ለሌሎችም ክዋኔወች እና የጥናት ዘርፎች ይጠቅማሉ።

ይህ ማለት ደግሞ የእያንዳንዱ ብሔር(ጎሳ)፡ የእያንዳንዱ ሐገር፡ የእያንዳንዱ ሀገር ህዝቦች ታሪኮችን እና መልካም እሴቶችን ጠብቆ መያዝ ያስፈልጋል ማለት ነው። ይህ እውነታ ስላለ ነው በዓለም ላይ አንዱ ህዝብ በአንዱ ላይ የበላይ ሆኖ የእሱን ታሪክ እና

እሴት በሌሎች ላይ ለመጫን እና ለማወረስ የሚታገለው። ምክኒያቱም የእሱን ባህል በሌሎች ላይ ሲጭን እሱን የበላይ ስለሚያደርገው ማለት ነው። በኢትዮጵያ ውስጥም ለዘመናት ሲሞከር የኖረው ይህ አይነት ድርጊት ነው። በተለይ ያልነበረ የፈጠራ ታሪክ እና ባህል ተፈጥሮ ይህንን አዲስ መጤ ታሪክ እና ባህል በህዝቦች ላይ በሐይል ለመጫን ሲባል ብዙ ጉዳት ደርሱዋል፡ አሁንም እንደቀጠለ ነው። እንዲህ አይነት ጫና ደርሶባቸው ብዙ መከራ ካሳለፉት ህዝቦች መካከል አንዱ የቅማንት ህዝብ ነው።

የቅማንት ህዝብ የራሱ የሆነን ታሪክ እና መልካም እሴቶች እንዲጥል እና የሌላን የደባል ማንነት ባህል እና እሴት ለማውረስ ሲባል ብዙ መከራ ደርሶበታል። ይህንን ታሪካዊ መከራ እየመከተ እራሱንም ከጥፋት ታድጎ የያዛቸውን የማይዳሰሱ ቅርሶም ይዞ ቀጥሉዋል። የቅማንት ህዝብ ከዚህ በላይ በተለያዩ ምዕራፎች የተገለጹትን የህገ ልቦና ሐይማኖቱን፡ የአስተዳደር ስርዓቱን፡ የዘመን አቆጣጠሩን፡ ታሪኩን እና መልካም እሴቶችን በጥናት እና ምርምር እያወጣ ለዓለም ማሳወቅ እና በጥቅም ላይ እንዲውሉ መስራት አለበት። አንዱ ዘመቻ በእነዚህ የማይዳሰሱ ቅርሶች ላይ ስለሆነ ይህንን ዘመቻ ለመቀልበስ አንዱ የትግል መሰመር ቅርሶችን እያወጣ ማስተዋወቅና በስራ ላይ ማዋል ነው። ለዚህ ደግሞ የሚመለከተው ሁሉ ርብርብ አድርጎ መስራት ይጠበቅበታል።

5፡ 14 የቅማንት ህዝብ የዘመን አቆጣጠር

የዘመን አቆጣጠር ማለት ከስሙ መረዳት እንደሚቻለው ዘመንን ወይም ጊዜን መቁጠር ማለት ነው። ዘመን የሚቆጠረው በሰማያዊ አካላት ዙሪት መሰረት ነው። በመጽሃፍ ቅዱስ ምዕራፍ 1፡ 14 ላይ "እግዚአብሔርም አለ ቀንና ሌሊትን ይለዩ ዘንድ ብርሃናት በሰማይ ጠፈር ይኹኑ ለምልክቶች፡ ለዘመናት፡ ለዕለታት፡ ለዓመታትም ይኹኑ"፡ ይላል። በዚህ መሰረት የቅማንት ህዝብ የሰማዊ አካላትን ዙሪቶች በመጠቀም ቀናትን፡ ወራትን፡ ወቅቶችን፡ ዘመናትንና ዓመታትን እና የተለያዩ ሐይማኖታዊ፡ አስተዳደራዊና ባህላዊ ተግባራትን ያከናውናል። እንደሚታወቀው በዓለማችን ላይ ያሉት የተለያዩ የጊዜ አቆጣጠሮች እና የከዋክብት ቆጠራን ጨምሮ የተለያዩ ክስተቶች ወይም ምልክቶች የሚታወቁት በሰማያዊ አካላት ዙሪት፡ እንቅስቃሴ እና አቅጣጫ ነው።

ምንም እንኳን በዓለማችን ላይ ያሉት የጊዜ አቆጣጠር እና የምልክት ስሌት ዘዴወች የተለያዩ ቢሆንም የሚጠቀሙት ግን የፀሐይን፡ የጨረቃን እና የከዋክብትን ዙሪቶች እና የእነዚህን ሰማያዊ አካላት አቅጣጫወች እና እንቅስቃሴወች በመከተል ነው። በዚህ መሰረት የጊዜ አቆጣጠሩም ሆነ የምልክቶች ስሌቶችን ማወቅ የተጀመረው እነዚህ ሰማያዊ አካላት በሰማይ ላይ እንቅስቃሴ ከጀመሩበት ጊዜ ጀምሮ ነው ማለት ነው። ለምሳሌ እየሱስ ክርስቶስ

የሚወለድበትን ጊዜ ለማወቅ የተለያዩ ነብያት ይጠቀሙ የነበረው የሰማያዊ አካላትን ዙሪቶች ነበር። በመጨረሻም እየሱስ ክርስቶስ ሲወለድ ከምስራቅ ወደ ቤተሌሕም የሔዱት ሰባሰገል ይከተሉ የነበረው የከዋክብትን አቅጣጫዊ እንቅስቃሴ እና ምልክት ነበር። የሰማያዊ አካላትን ዙሪቶች፡ አቅጣጫ እና እንቅስቃሴ እየተከታተሉ ጊዜን ከሚቆጥሩ እና ምልክቶችን ከሚያስሉ ሐገራት መካከል አንዱዋ የእኛይቱ ኢትዮጵያ ናት። ሐገራችን ኢትዮጵያ የተለያየ አይነት የዘመን አቆጣጠር አላት። እነዚህንም በሁለት ከፍለን እንያቸው።

1፡ የመጀመሪያው የቤተ ክርስቲያን የጊዜ አቆጣጠር ዘዴ ነው። ቤተ ክርስቲያን የሰማያዊ አካላትን ዙሪቶች ተጠቅማ በተለያየ መንገድ ጊዜን ትቆጥራለች። ለዚህም ባህረ ሐሳብን፡ አቡሻህርን እና የሔኖክን የጊዜ አቆጣጠር መጥቀስ ይቻላል። በባህረ ሐሳብ አሰራር መሰረት የሰማያዊ አካላትን ዙሪቶች በመጠቀም ምድር ላይ የሚከናወኑ የተለያዩ ተግባራትን ማሰላት ይቻላል። በአቡሻህሩ አሰራር መሰረት ደግሞ ሰፊ የሆነ የሰማያዊ አካላትን ሁኔታ ጠቅላላ ሳይንሳዊ ትንታኔዎች ማወቅ ይቻላል። የሔኖኩ የጊዜ አቆጣጠር ደግሞ ከእነዚህ ሁለቱ የተለየ የአቆጣጠር ዘዴን የሚከተል እና የሰፋና የጠለቀ ጥበብ ያለው ነው።

2፡ ሁለተኛው የህዝቦች(የብሔሮች) የጊዜ አቆጣጠር ዘዴ ነው። በኢትዮጵያ ውስጥ ያሉ የተለያዩ ህዝቦች ብዙ እና የተለያዩ እሴቶች

አላቸው። ከዚህ ውስጥ አንዱ የዘመን አቆጣጠራቸው ነው። ለምሳሌ የቅማንት ህዝብ፣ የኦሮሞ ህዝብ፣ የወላይታ ህዝብ፣ የሲዳማ ህዝብ፣ የዘይሴ ህዝብ፣ የሀድያ ህዝብ፣ የጉምዝ ህዝብ፣ የጋምቤላ ህዝብ እና ሌሎችም ህዝቦች የራሳቸው የሆነ የጊዜ አቆጣጠር ዘዴ አላቸው። እነዚህ ህዝቦች የሰማያዊ አካላትን ዙሪቶች፣ እንቅስቃሴወች እና አቅጣጫወች በማስላት ቀናትን፣ ወራትን፣ ወቅቶችን፣ ዘመናትን፣ ዓመታትንና የተለያዩ ሐይማኖታዊ፣ አስተዳደራዊ እና ባህላዊ ተግባራትን ያከናውናሉ። ከዚህ ውስጥ ለአሁኑ የቅማንትን ህዝብ የዘመን አቆጣጠር ለይተን እንደ ሚከተለው መመልከት እንችላለን።

5፡ 15 የግበርሁ ምዝገና የጊዜ አቆጣጠር

የቅማንት ህዝብ ከሚከተላቸው የጊዜ አቆጣጠር ስልቶች አንዱ የግበርሁ ምዝገና የጊዜ አቆጣጠር ዘዴ ነው። ይህ የጊዜ አቆጣጠር ዕለቱን የማይቀይር እንደ ሔኖክ የጊዜ አቆጣጠር የማይንሸራተት እና ዕለቱን የማይለቅ ነው። በሌላ በኩል ስንመለከተው ደግሞ የጊዜ አቆጣጠሩ እንደ ጨረቃ ዙሪት ወደ ፊት እየሔደ፣ ወደ ኋላ እየቆጠረ የተለያዩ ክሰተቶችን ለማወቅ የሚውል መሆኑን እንመለከታለን። ይህም ማለት ወደ ኋላ ቀናትን እያስገረ የሚሄድ የአቆጣጠር ዘዴ ነው። በዚህ የቅማንት የዘመን አቆጣጠር

መሰረት በአንድ ሳምንት ያሉትን 7 ቀናት ቆጥሮ ወሩን 28 ቀናት ያደርጋል።

ምክኒያቱም የፀሐይን ሳይሆን የጨረቃን ዙሪት ስለሚከተል ነው። ማለትም በፀሐይ ዙሪት ጊዜን ለመቁጠር 30 ቀናትን አንድ ወር ለማድረግ ወደ ፊት 2 ቀናትን እያስገረን 30 ቀናትን እናመጣለን። ምክኒያቱም አንድ ወር አራት ሳምንታትን የያዘ ነው። አንድ ሳምንት ደግሞ 7 ቀናትን የያዘ ነው። በዚህ መሰረት አንድ ወር 28 ቀናት ይሆናል ማለት ነው። ነገር ግን በፀሐይ ዙሪት አንድ ወር 30 ቀናትን ለመሰጠት 2 ቀናትን ወደ ፊት አስግረን አንድ ወር 30 ቀን እናገኛለን ማለት ነው።

የቅማንት የጊዜ አቆጣጠር ግን በትክክል የሳምንቱን 7 ቀናት መሰረት ያደረገ ስለሆነ ወሩ 28 ቀናትን ይሰጣል። ይህንንም ለማስላት ከፀሐይ የጊዜ አቆጣጠር ወደ ኋላ 2 ቀናትን በመቀነስ 28 ቀናትን ያስገኛል። በቤተ ክርስቲያን የጨረቃ ዙሪት ለቅዳሴ እንደሚያገለግል መዘንጋት የለበትም። በዚህ አቆጣጠር ቦታውን የሚለቅ ክሰተት የለም። መባቻን ወይም የወራትን የመጀመሪያ ዕለታት ብንወሰድ ለአንድ ዓመት ዕለቱን አይቀይርም በዋልው ነው ተመላልሶ የሚውለው። ለምሳሌ የ2017 ዓ.ም የመሰከረምን መባቻ እንመልከተው።

ሮብ ሐሙሰ አርብ ቅዳሜእሁድ ሰኞ ማክሰኞ

1 234 5 67

8 910 11 1213 14

15 16 1718 19 20 21

22 23 2425 26 27 28

1........ እያለ በተመሳሳይ ይቀጥላል ማለት ነው።

ከ28 ወደ 1 ቁጥር የተመለሰው የጥቅምት መባቻ ልክ እንደ መስከረሙ ተመልሶ ሮብ ዕለት መዋሉን ያሳያል። እንዲህእያለ ይቀጥላል ማለት ነው። የ2016 ዓ.ም የነሐሴ ምዝገና ነሐሴ 2 ዋለ ቀጥሎ ነሐሴ 30 ይሆናል። የመስከረሙ 28 ይውል ነበር በጳዋጉሜ ምክኒያት 23 ይሆናል፡ የጥቅምቱ 21፡ የህዳሩ 19፡ የታሳሱ 17፡ የጥሩ 15፡ የይካቲቱ 13፡ የመጋቢቱ 11፡ የሚያዚያው 9፡ የግንቦቱ 7 እያለ ይቀጥላል።

ከዚህ ጋር ተመሳሳይ የሆነው የግበርሁ አቆጣጠርን ደግሞ እንመልከተው። ግበርሁ ምዝገና የሚባሉት በዓላት ሐሙስ፡ ሐሙስ በየሁለት ሳምንቱ እየተቀያየሩ የሚውሉ በዓላት መሆናቸው ይታወቃል። የ2016 ዓ.ም የነሐሴ ግበርሁ ነሐሴ 16 ይሆናል።

የመስከረሙ ግበርሁ 14 ይውል ነበር ነገር ግን በጵዋጉሜ ምክኒያት መስከረም 9 ይሆናል ማለት ነው። ከዚህ በኋላ የጥቅምቱ 7፡ የህዳሩ 5፡ የታሳሱ 3--- እያለ ይቀጥላል ማለት ነው። ይህንን

የጊዜ አቆጣጠር ስንመለከተው ሁለት መሰረታዊ ሐሳቦችን የያዘ መሆኑን እናያለን።

1፡ የመጀመሪያው የጊዜ አቆጣጠሩ እንደ ሔኖክ የጊዜ አቆጣጠር በምንም መልኩ ዕለቱን የማይለቅ መሆኑ ነው።

2፡ ሁለተኛው ደግሞ እንደ ጨረቃ ዙሪት ወደ ኋላ የሚያስግር እና ወሩንም 28 ቀናት አድርጎ የሚያሳይ መሆኑ ነው።

በአጠቃላይ የቅማንት የጊዜ አቆጣጠር ክስተቶችን ለማሰላት ይህንን የጊዜ አቆጣጠር ይከተል እንጂ ዘመናትን እና ዓመታትን ለማሰላት ግን የከዋክብትን እና የፀሐይን ዙሪቶች ይጠቀማል። ይህንንም ቀጥለን በዝርዝር እንመለከታለን።

5፡ 16 አራቱ የወም በሩ በዓላት እና የጊዜ አቆጣጠሩ

በቅማንት ህዝብ እምነት እና ባህል መሰረት አባ ወምበሩ የሚያከብሩዋቸው በዓመት አራት በዓላት አሉ። እነዚህ በዓላት አቆጣጠራቸው በቀጥታም ሆነ በተዘዋዋሪ መንገድ ግበርሁ ምዝገናን መሰረት ያደረጉ ናቸው። ለምሳሌ በመስከረም የሚሆነውን ማወራ በዓል ብንወስድ የ2017 ዓ.ም መስከረም 9 ሐሙስ ግበርሁ ሊሆን ሁለት ቀን አስቀድሞ መስከረም 7 ማክሰኞ ዕለት ይውላል። ማወራ በዋለ በሳምንቱ የመጀመሪያው ዲባ ይውላል፡ በሶስተኛው ሳምንት ሁለተኛው ዲባ ይውላል፡ በወር ከሳምንቱ ሶስተኛው ዲባ

ይውላል፡ ሶስተኛው ዲባ በዋለ በወሩ ታሳስ ውስጥ ክብርዋ በዓል ይሆናል።

ይህ ሲቆጠር 91 ቀናትን ወይም አንድ ወቅትን ይይዛል ማለት ነው። ይህ የዲባ አቆጣጠር የመጥቅን እና የመባጃ ሐመርን ሒሳባዊ አሰራር የተከተለ ነው። በዚህ መልኩሁለተኛው ክብርዋ መጋቢት ውስጥ፡ ሶስተኛው ክብርዋ ሰኔ ውስጥ ይሆናሉ ማለት ነው። በሁሉም መካከል ግን በአማካኝ 91 ቀናት ልዩነት አለ። በዚህ አቆጣጠር መሰረት አንድ ዓመት 364 ቀናትን እና 12 ወራትን የያዘ ይሆናል ማለት ነው። በአጠቃላይ በአራቱም የቅማንት ህዝብ በዓላት መካከል በአማካኝ 91 ቀናትን እናገኛለን። ይህ ጊዜ ደግሞ በኢትዮጵያ አንድ ወቅት ተብሎ ሲጠራ በእንግሊዘኛው ሲዝን ተብሎ ይጠራል። 91 ቀናት × 4 = 364 ቀናት ይሆናል። ይህ ደግሞ በከዋክብት ዙሪት አንድ ዓመት የሚባለው ነው። ይህ ደግሞ በኢትዮጵያ የዘመን አቆጣጠርም ውስጥ ይታወቃል።

1፡ ግበርሁ ምዝገና የሚባሉት በዓላት ሐሙስ ዕለትን የማይለቁ በዓላት መሆናቸውን መገንዘብ ይገባናል።

2፡ ማወራ በዓል ማክሰኞን የማይለቅ በዓል መሆኑን መገንዘብ ይገባናል።

3፡ ሌላው ደግሞ በግበርሁ እና በማወራ በዓል መካከል ሁለት ቀናት ወይም የሁለት ዕለታት ልዩነት መኖሩን እንመለከታል። ይህ አቆጣጠር በአንድ ወቅት 91 ቀናትን የያዙ 4 ወቅቶች እና በዓመት 364 ቀናትን እና 12 ወራትን ያቀፈ ነው።

በአጠቃላይ ከዚህ በላይ ያሉት ሁለቱ የጊዜ አቆጣጠር ዘዴዎች የሔኖክን የጊዜ አቆጣጠር መሰረት ያደረጉ ናቸው። ምክኒያቱም የመጀመሪያው የማይቀየር ዕለታትንና ቀናትን መሰረት አድርጎ የሚቆጠር ሲሆን ሁለተኛው ደግሞ አንድ ወቅት 91 ቀናትን፡ አንድ ዓመት ደግሞ 364 ቀናትን ያቀፉ ስለሆነ ነው።

ማስታወሻ፦ የዲባ በዓላት አቆጣጠር ግበርሁን የተከተለ ሲሆን የማወራ እና የክብርዋ በዓላት አቆጣጠር ደግሞ ምዝገናን የተከተሉ ናቸው።

5፡ 17 የቅማንት የዘመን አቆጣጠር እና የፀሐይ ዙሪት

የተለመደውን የጊዜ አቆጣጠር የፀሃይን ዙሪት መሰረት ያደረገው እና የጵዋጉሜን ሸርፍራፊ የጊዜ አቆጣጠሮች መሰረት ያደረገ አቆጣጠር ነው። ይህ አቆጣጠር የባህረ ሐሳቡን እና የአብሻህሩን ጽንሰ ሐሳብ የያዘ ጥልቅ ሳይንሳዊ ጽንሰ ሐሳብ ያለው ነው። የቅማንትን ህዝብ የዘመን አቆጣጣር መሰረት አድርገን

የፀሐይን፡ የከዋክብትን እና የጨረቃን ዙሪቶች በሰዕላዊ መግለጫ ስንሰራው ጎነ ሶስት የሆነና በቀመር የሚሰራ ሳይንሳዊ ትንታኔ ይሰጠናል። ሐሳቡን በግልጽ ለመረዳት አሰቀድመን ግን ከዲያቆን ታደሰ ሲሳይ የባህረ ሐሳብ መጽሃፍ ሽፋኑን ወሰዳን የፀሐይን እና የጨረቃን ዙሪት እንመልከት።

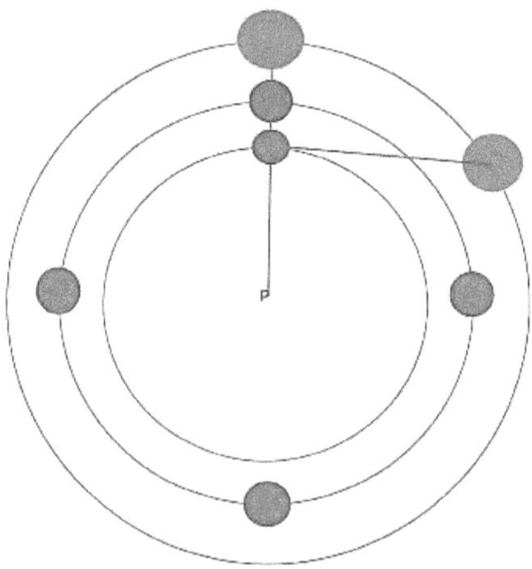

ከላይ ከተቀመጠው ሰዕል የምንረዳው ሐሳብ፡ ዕለታትና ዓመታት በፀሐይ ዙሪት፡ ወራት ደግሞ በጨረቃ ዙሪት እና አውደ ማህተም በሁለቱም ዙሪቶች እንደሚቆጠር ነው። የቅማንት ህዝብ

የጊዜ አቆጣጠርም ይህንን መሰረት ያደረገ ነው። በእርግጥ የቅማንት ዘመን አቆጣጠር ለባህረ ሐሳቡ መሰረት ስለሆነ ሁለቱ አቆጣጠሮች ሊለያዩ አይችሉም። በማቅንት የዘመን አቆጣጠር መሰረትም ዕለታትና ዓመታት በፀሐይ ዙሪት ሲቆጠሩ ወራት ግን በጨረቃ ዙሪት ነው የሚቆጠረው። እንዲያውም በቅማንት ቋንቋ አጠራር ወር እና ጨረቃ ተመሳሳይ ስም ነው ያላቸው፡ ሁለቱም እርፋ ይባላሉ። እስኪ ከላይ ያለውን ስዕል የቅማንትን ህዝብ ዘመን አቆጣጠር መሰረት አድርገን በራሳችን ስዕል እንግለጸው።

ይህ ስዕላዊ መግለጫ

የቅማንትን የዘመን አቆጣጠር

በፀሐይ፡ በጨረቃ እና

በከዋክብት ዙሪቶች

የሚያሳይ ነው።

የውስጠኛው ክብ የጨረቃ ዙሪት ነው፡ የመካከለኛው ክብ የአራቱ ከዋክብት ዙሪት ነው፡ የመጨረሻው ክብ ደግሞ የፀሐይ ዙሪት ነው። ከስዕሉ እንደሚታየው ሶስቱም ስማያዊ አካላት በአንድ ቋሚ መስመር ላይ ይታያሉ። ይህም ለመጀመሪያ ጊዜ ዙሪት ሲጀምሩ የነበሩበት እና ፀሐይና ጨረቃ በ19 ዓመታት ልዩነት የሚገናኙበትና አውደ ማህተምን የሚቆጥሩበት ኡደት ነው። ስዕላዊ መግለጫው

ጨረቃን እንደማነጻጸሪያ የመጀመሪያው ነጥብ ላይ ስትታይ ከዋክብት ደግሞ በየወቅቱ ስለሚቀያየሩ አራት ሁነው በክቡ የተለያየ ቦታ ላይ ይታያሉ። ፀሐይ ደግሞ ሁለት ቦታ ላይ የምትታየው በ19 ዓመት ልዩነት አንድ ጊዜ ከጨረቃ ጋር አብራ ዙሪት ትጀምርና ወደ ኋላ የምትቀረውን ለማሳየት ነው።

ምክኒያቱም አንድ ዓመት በጨረቃ ዙሪት 354 ቀናትን፡ በከዋክብት ዙሪት 361 ቀናትን እና በፀሐይ ዙሪት ደግሞ 365, 1/4 ቀናትን የያዘ ስለሆነ፡ በየራሳቸው ዙሪት አንድ ዓመት ለመሙላት በተለያየ ጊዜ ነው የመነሻ ቦታቸው ላይ የሚደርሱት። ይህ ሐሳብ በባህረ ሐሳቡ እና በአቡሻኽሩም የታወቀ ሳይንስ ነው። በጣም የሚገርመው የእነዚህ ሶስቱ ሰማያዊ አካላት ዙሪቶች ግንኙነት በባህረ ሐሳቡ፡ በአቡሻኽሩ እና በቅማንቱ የዘመን አቆጣጠር ተመሳሳይ እና አንድ አይነት ሰዕላዊ መግለጫ ነው የሚሰጠው።

ማጠቃለያ

1፡ የቅማንት ህዝብ የዘመን አቆጣጠርን ስንመለከተው ግበርሁ ምዝገና በቀጥታ ከጨረቃ ዙሪት ጋር የተያያዘ መሆኑን እናያለን።

2፡ አራቱን ታላላቅ አባወምበሩ የሚያከብሩትን የቅማንት ህዝብ በዓላትን አቆጣጠር ስንመለከት በቀጥታ ከከዋክብት ዙሪቶች ጋር የተያያዘ ሆኖ እናገኘዋለን።

3፡ በቅማንት ህዝብ የዘመን አቆጣጠር ውስጥ የጴዋጉሜን ሽርፍራፊ ጊዜ አቆጣጠር መስረት አድርጎ ሲቆጠር የፀሐይ ዙሪትን የተከተለ መሆኑን መረዳት እንችላለን።

4፡ ጠቅላላ ሶስቱንም የቅማንት ህዝብ የዘመን አቆጣጠር ዘዴዎችን ስንመለከት የጊዜ አቆጣጠሩ የሰማያዊ አካላትን ዙሪቶች ያጣመረ/ ያያያዘ(ያስተሳሰረ) መሆኑን ያሰረዳናል ማለት ነው።

5፡ 18 የቅማንት ህዝብ ዘመን መለወጫ

የቅማንት ህዝብ ዘመንን፡ ከነሐሴ 1 እስከ ጳጉሜ 5/6 የነበረውን ጾም እና አዲስ ዓመትንም በአንድ ላይ ሶስቱንም መስከረም አንድ ቀን ያከብራል። ለዚህም የተለያዩ ምክኒያቶች አሉት፡ የመጀመሪያው ከጥፋት ውሃ በኋላ የኖህ መርከብ መሬት የያዘችበትን ጊዜ መሰረት ያደረገ መሆኑ፡ ሁለተኛው የወቅቱን መለወጥ እና መስከረም ላይ የቀን እና የለሊትን እኩል መሆንን መሰረት ያደገ መሆኑን ለዚህም ፀሐይ በሰማይ መሐከል ላይ ቀጥታ መስመር ላይ የምትሆንበት ጊዜ ስለሆነ፡ ሶስተኛው ከላይ እንደተገለጸው በጥፋት ውሃ የኖህ መርከብ የተንገላወደችውን ለማስብ የተጾመው ጾም የሚፈታበት ስለሆነ ነው። ስለሆነም የቅማንት ህዝብ መስከረም አንድ ቀን ከዘመን ዘመን ይሸጋገራል ወይም ዘመን ይለውጣል፡ ዓመት ምህረት ይቀይራል፡ አብሮ ደግሞ ከአንድ ወር በላይ የነበረውን ከኖህ በረከት ለመካፈል የተጾመው ጾም ይፈታል ማለት ነው።

5፡ 19 ይሽንዲ ጨዋታ

"ይሽንዲ" ማለት ምን ማለት ነው? ይሽንዲ ማለት በቅማንተኛ ቋንቋ ከእህቴ ጋር ወይም የእህቴ ማለት ነው። ይሽንዲ ወይም በአማረኛ ከእህቴ ጋር የሚለው ቃል የመጣው የባህሉ አከባበር ወንዶችን እና ያገቡትን ሳይጨምር ባላገቡ ልጃገረዶች ብቻ የሚከበር ባህላዊ ጨዋታ በመሆኑ ነው። ባህላዊ ጨዋታው ለምን በልጃገረዶች ብቻ እንደሚከወን የጠየቅናቸው የታሪክ ሙህራን እንደሚሉት ማህበራዊ መሰረት ያለው ለልጃገረዶች ብቻ የተሰጠ ባህላዊ ጨዋታ ስለሆነ ነው ይላሉ። አንዳንድ ትውፊታዊ ታሪክ አዋቂወች ደግሞ ሞን አልባት በድንግልና ከሞቱ ሴት የህገ ልቦና ሐይማኖት አማኞች ጋር ሊያያዝ ይችል ይሆናል ይሉና ይህም ግን በቂ ጥናት እንደሚያስፈልገው ይናገራሉ። ይህም ባህላዊ የልጃገደሮች ጨዋታ የሚከበረው ልጃገረዶች ወገባቸው ላይ ግራምጣ በማስር ጹዋጉሜ ውስጥ ነው። እንደሚታወቀው በቅማንት አካባቢ ግራምጣ የሚነቀለው ጹዋጉሜ ውስጥ ብቻ ሆኖ የሚነቅሉትም ልጃገረዶች ብቻ ናቸው።

ይህ ግራምጣ ጹዋጉሜ ውስጥ ብቻ የመነቀሉን ታሪካዊ ዳራ የጠየቅናቸው የታሪክ ባለሙያዎች እንደሚሉት ታሪካዊ ዳራው ከኖህ የመርከብ ላይ ቆይታና መሬት መያዝ ጋር የተገናኘ እንደሆነ ይገልጻሉ። በህገ ልቦናው ሐይማኖትም ሆነ በመጽሃፍ ቅዱስ

አገላለጽ መሰረት ኖህ በጥፋት ውሃ ወቅት ለብዙ ቀናት በመርከብ ውስጥ ሆኖ በውሃው ላይ ሲንገላወድ ከቆየ በኋላ ጳጉሜ ውስጥ መርከቡዋ መሬት እንደያዘችና ሰዎችም ከመርከቡዋ ወጥተው የተሻለ ደረቅ መሬት ለማግኘት የጥፋት ውሃው ከነበረበት ቦታ ላይ የበቀለውን እሳር እየጣሱ ወዲያና ወዲህ ይንቀሳቀሱ እንደነበር ትውፊታዊ ታሪክ ያስረዳል።

በዚህ ሐይማኖታዊ ትውፊት መሰረት የቅማንት ልጃገረዶች በጳጉሜ ወር ውስጥ ጥሻ(እሳር) እየጣሱ ግራምጣ ነቅለው ወገባቸው ላይ አስረው ወዲያና ወዲህ እያሉ እየተወዛወዙ ያሰሩትንም ግራምጣ እያወዛወዙ ይጫወታሉ ማለት ነው። በህገ ልቦናው ሐይማኖት ከነሐሴ 1 እስከ ጳጉሜ መጨረሻ የሚቆየው ጾም መስከረም 1 እንደሚፈታ ልብ ማለት ያስፈልጋል።

5፡ 20 የጅራፍ ማጮኽ ጨዋታ

ከቅማንት ባህላዊ ጨዋታዎች ውስጥ አንዱ የወንድ ልጆች ጅራፍ የማጮህ ባህላዊ ጨዋታ ነው። ጅራፍ የማጮህ ጨዋታው የሚጀመረው ገና ክረምቱ እንደገባ ሰኔ አካባቢ ሲሆን፡ ክረምቱ እየገፋና ጳጉሜ እየቀረበ ሲመጣ ግን ጅራፍ የማጮህ ሙቀቱና ድምቀቱም እየጨመረ መጥቶ ጳጉሜ ሲገባ ወንድ ልጆች ማታ በጨለማ ማምሻቸውን ከሰፈር ውጭ ጅራፍ ለማጮህ በሚመች

ቦታ ላይ አድርገው እስከ እኩለ ለሊት ሊያጫሁ ወይም ደግሞ ለሊት 8/9 ሰዓት አካባቢ ተነስተው እያጮሁ ሊያነጉት ይችላሉ። ይህ የጅራፍ ማጮህ ባህላዊ ጨዋታ ታሪካዊ መሰረቱ ኖህ በውሃ ላይ እየተንገላወደ የቆየበትን እና የክረምቱን ተፈጥሮዊ ብልጭልጭታና ጉርምርምታ መሰረት ያደረገ መሆኑ ይነገራል። ይህም የሚሆነው ጱዋጉሜ መጨረሻ ቀን ድረሰ ብቻ ነው።

5፡ 21 የቅማንትን ህዝብ ልዩ የሚያደርጉ እሴቶች

ሁሉም ህዝብ የራሱ የሆነ ከሌላው የሚለይባቸው እሴቶች እንዳለው ሁሉ የቅማንት ህዝብም የራሱ የሆነ ከሌሎች የሚለይባቸው እሴቶች አሉት። ከእነዚህ ውስጥ የተወሰኑትን ጠቅሰን እንይ።

1፡ በዘር ግንድ መነሻ አቆጣጠር ሰልት፡- ከላይ የተዘረዘረውን ተመልከቱ። ይህም ቤት ይባላል። ለምሳሌ የፍዝሊያህ ቤት፡ ማር ቤቴ፡ ቤተ አሩታ•••••• እያለ የሚቀጥለው ማለት ነው።

2፡ የትውልድ ዘር አቆጣጠር ሰርዓት፡- ለምሳሌ ልጅየው ታደገ፡ አባትየው ገዳሙ፡ እሚትየው መልኬ ከሆነ ሲቆጥር ገዳሙ ታደገ መልኬ ብሎ ነው የሚቆጥረው። ልክ እንደ ነጮቹ አቆጣጠር ማለት ነው።

3፡ በጋብቻ ሰነ ስርዓት ክብር፦ ይተንቲ እና ሰንክራ በሚለው የቅማንት ህዝብ ከሌላው ይለያል። ከላይ በዝርዝት ቀርቡዋል ተመልከቱት።

4፡ በእሚታ፦ በሌሎች ህዝቦች አቆጣጠር እሚታ የሚባል ነገር የለም። በቅማንት ህዝብ የአቆጣጠር ስርዓት ግን በአባት እና በአያት መካከል "እሚታ" የሚባል ደረጃ አለ።

5፡ ከህገ ልቦና እስከ ህገ ወንጌል ያለውን የሐይማኖት ሒደት በትክክል ተረድቶ በመከተል። ይህም ከላይ በሚገባ ተገልጾ ቀርቡዋል።

6፡ በአስተዳደር ስርዓት የቅማንት ህዝብ የራሱ የሆነ የአስተዳደር ስርዓት አለው። ይህንም ከዚህ በላይ ይመልከቱት።

7፡ ቅማንት በፀሐይ፡ በጨረቃ እና በከዋክብት የሚቆጠር የራሱ የሆነ የዘመን አቆጣጠር አለው። ከዚህ በታች እንመለከተዋለን።

በአጠቃላይ እነዚህን ነገሮች እንደ ማሳያ ያነሳኋቸው ሌላው አካል እንዲሰራበት በማሰብ ነው። በህዝቡ ዙሪያ ያልታዩ እና ያልተነኩ በጣም ብዙ ነገሮች አሉ። ስለሆነም እነዚህን ቱባ የሆኑ ባህሎች በስራ እያወጣን ለዓለም በማስተዋወቅ፡ ህዝቡንና እራሳችን መጥቀም መቻል አለብን። ይህ ሁሉ ነገር እያለ ቅማንት የተለየ ባህል የለውም ተብሎ ለመወራት የበቃው ግን በምን ምክኒያት ነው?

ምክኒያቱም ቅማንት የራሱ የሆነ ቱባ ባህል፡ ወግ፡ ልምድ፡ አስተዳደራዊ ስርዓት፡ ቋንቋ፡ ሐይማኖት እና ሌሎችንም እሴቶች ያለው ሕዝብ ነው። ታዲያ ለምን ይህንን አሉ? ነገሩ ወዲህ ነው።

ይህንን እንዲባል ያበቃው በመጀመሪያ እኛ እራሳችን መስራት የነበረብንን ስራ ስርተን ባለመገኘታችን ሲሆን ሁለተኛው ደግሞ እነሱ እራሳቸው ቅማንትን ባዶ የማስቀረት የራሳቸው የሆነ ዓላማ እና ፍላጎት ስላላቸው ነው። ይኸውም አማራ የሚባለው ህዝብ ወጥ የሆነ የራሱ ባህል ስለሌለው የቅማንትን ህዝብ ቅርስ፡ ባህል እና ወግ እንዳለ የአማራ ነው ብሎ በመቀማት የቅማንትን ህዝብ ባዶ ለማስቀረት ነው። ምክኒያቱም የአማራው ባህል ከሁለት ምንጭች የተቀዳ ነውና። ይህም አንደኛው ከቤተ ክርስቲያን ሲሆን ሁለተኛው ደግሞ ተጠምቀው አማራ የተባለውን የማንነት ስም ከተቀበሉ የተለያዩ ሕዝቦች ነው። "የራሱዋ ሲያርባት የሰው ታማስላለች"፡ ይላል ሐገሬው።

ክፍል - ሁለት

የቅማንት ህዝብ ትግልና የተሰጠው መልስ

ምዕራፍ አንድ - የቅማንት ህዝብ መገኛ ክልል

ምዕራፍ ሁለት - የወረዳና የቀበሌ የቅኖና ሰጦታዎች

ምዕራፍ ሶስት - ዘርን መሰረት ያደረገ የግፍ ጭፍጨፋ

ምዕራፍ አራት - የቅማንት ህዝብ የነጻነት ትግል

ምዕራፍ አምስት - ተቋማቱ ምን ይጠበቅባቸዋል

ምዕራፍ አንድ

የቅማንት ህዝብ መገኛ ክልል

የቅማንት ህዝብ በኢትዮጵያ በሰፋት ተንሰራፍቶ ሲኖር የነበረ ህዝብ መሆኑን የተለያዩ መረጃዎች ቢኖሩም አሁን ግን በሐይማኖታዊ የሴራ ፖለቲካ ለዘመናት በደረሰበት ዘመቻ ቁጥሩ ቀንሶ፡ ቀንሶ አሁን ካለበት አማራ ክልል በሚባለው ክልል ውስጥ ብቻ የሚገኝ ሁኖ ይገኛል። ይህ ህዝብ በድሮው ዘመን በዓለማችን ላይ ከፍተኛ የሆነ ስልጣኔ(የአባይ ሸለቆ ስልጣኔ) የነበረው እና ብዙ ነገሮችን ለኢትዮጵያም ያበረከተ ህዝብ ነው።

ሐገር ቆርቁሮ፡ ሐገረ መንግሥት ገንብቶ አስተዳድሮ፡ የስልጣኔ መንገድን ቀይሶ፡ የሐገር አንድነትን አብሰሮ የኖረ ሰፊ ህዝብ ነው። አሁን ግን ቁጥሩ አንሶ በተወሰነ አካባቢ ላይ ብቻ እንዳለ ነው የሚታወቀው። በኢትዮጵያ ብሔረሰቦችን የሚገልጥ ጥናታዊ መዘከር በሚለው መጽሐፋቸው ዶክተር ፍሰሐ አሰፋው ስለቅማንት እንዲህ አሰፍረውታል። "ቅማንት የአገው ዝምድ ቡድን ነው። ቤተ እስራኤል፡ ካይላ እየተባለ በተለያዩ ሰሞች ይጠራል።

ማህበረሰቡ በጎንደር ክፍለ ሀገር በወገራ አውራጃዎች በወገራ ወረዳ፡ በጎንደር ዙሪያ አውራጃዎች በላይ አርማጭሆ፡ በጎንደር ዙሪያ

እና በደንብያ ወረጃዎች እንዲሁም በጭልጋ አውራጃዎች፡ በጭልጋ እና በማጠብያ ወረዳዎች፡ በጎጃም ክፈለ ሀገር በመተከል አውራጃዎች በዳንጉር ወረዳ ይገኛል። ቅማንት በጎንደር በአማራ እና በትግራይ ትግርኝ መሐል፡ በጎጃም በአማራ፡ በጉምዝ እና በሸናሻ መሐል ተቀላቅሎ ይገኛል። የህዝቡ ብዛት 167735 ነው"፡ ይላል።

በዚህ አገላለጽ መሰረት የቅማንት ህዝብ እነዚህን ሁሉ ያካትታል ማለት ነው። በእርግጥ ይህ ጥናት አሁን ካለው ሁኔታ በአንጻራዊነት የተሻለ ቢሆንም የቅማንት ህዝብ ግን በዚህ አካባቢ ብቻ የተወሰነ አልነበረም። ሌላው ቅማንት የአገው ዘመድ መሆኑ ተገልጹዋል፡ እኛም ይህንን ሐቅ አንክድም። ምክኒያቱም ቅማንት የከናዕን ልጅ ነው አገው ደግሞ የኩሽ ልጅ ነው። ከናዕን እና ኩሽ ደግሞ የካም ልጆች ወንድማሞች ናቸው።

አቶ ነጋ ጌጤ ስለቅማንት ህዝብ ቀደምትነት ሲገልጽ፡ "ጎንደርን የሰየሙዋት ቀደምቶቹ እና ጥንታውያኑ ቅማንቶች ከክርስቶስ ልደት በፊት ከአምስት ሺ ዘመን በፊት እንደሆነና ጎንደር ማለትም በቅማንት ቋንቋ ትርጉሙ የጌታ መነሻ ማለት መሆኑን ከላይ የተጠቀሱት አንጋፋዎቹ የቅማንት ህገ ልቦና ሐይማኖት መሪዎች ይናገራሉ። ይህም ሲባል ጌታ ከዚህ ተነስቱዋል ማለት ሳይሆን የሰሙ መወሻ፡ መቀደሻ፡ ማወደሻ፡ እንደማለት ነው።

በእርግጥም ጎንደር በመጀመሪያ በቅማንቶች ህገ ልቦና ሐይማኖት ኋላም በህገ ሙሴ አሁንም በህገ ክርስትና በ44 ደብሮች ውስጥ ተቀድሱዋል። አሁንም በህገ ክርስትና የእግዚአብሔር ስም በድምቀት የሚነሳበት የሚቀደሰበት የሚወደሰበት ሆና ቀጥላለች። ቀደምት ሕዝቦች ናቸው የምንላቸው ቅማንቶች እንደማንኛውም ሕዝብ የራሳቸው የሆነ ባህል እና ወግ አላቸው።

የዘመን ለውጥ አቆጣጠር፡ ሰርዓተ ጋብቻ እና ሞት እንዲሁም ሰርዓተ አፅዋማትም ያላቸው ሕዝቦች ናቸው። ••••••• የዘመን አቆጣጠርን በተመለከተ በኛ በኩል ዓመተ ኩነኔ ዓመተ ፍዳ፡ ዓመተ ምህረት፡ ወዘት የሚል የለንም። ነገር ግን አንዱን ዓመት ከሁለት ከፍለን ነው የምናሰተናግደው": እያለ ከወምበር ሙሉነህ መርሻ ጋር የነበረውን ውይይት ይቀጥላል። ከዚህ በላይ እንደተገለጸው የቅማንት ህዝብ ቀደምት መሆኑ ብቻ ሳይሆን የራሱ የሆነ ሐይማኖት፡ ቋንቋ፡ ባህል፡ ወግ እና የዘመን አቆጣጠር ያለው መሆኑ ተገልጹዋል። እነዚህን ነገሮች በተለያየ ቦታ በጥሩ ሁኔታ ስለተገለጹ እዚህ ላይ መድገሙ አያስፈልግም። ይህን ሁሉ ያለው ህዝብ ነው እንግዲህ ምንም እንደሌለው ተደርጎ እራሰህም የለህም የተባለው። ይህ ህዝብ በደርግ ዘመነ መንግሥት በተደረገ የመጀመሪያው የህዝብ እና ቤቶች ቆጠራ በብዛቱ 167000 ነበር። በህዝብ ብዛት ቁጥርም

በደረጃው 10ኛ ደረጃ ላይ ነበረ። የቅማንት ቋንቋ ተናጋሪው ብዛቱ 166000 ነበር።

በዚያው በደርግ ዘመነ መንግሥት በተደረገ ሁለተኛው የህዝብ እና ቤቶች ቆጠራ ደግሞ በብዛቱ 173000 ነበር። በህዝብ ብዛት ቁጥርም በደረጃ 17ኛ ላይ ነበረ። ኮዱ 09 ነበረ። የቅማንት ቋንቋ ተናጋሪው 1600 ብቻ ነው ተባለ። ይህ የቋንቋ ተናጋሪ ቁጥር በእንዴ መቀነስ ግን በወቅቱ ጥያቄ ያስነሳ ነበር። ማለትም ይህ ህዝብ በሐገሪቱ ውስጥ ብዛት የህዝብ ቁጥር ከነበራቸው ብሔሮች መካከል አንዱ ነበረ ማለት ነው። ይህን ህዝብ ነው እንግዲህ በ1999 ዓ.ም በነበረው የህዝብ እና የቤቶች ቆጠራ ወቅት ሌሎች በሚል እንዲቆጠር እና ከብሔር ብሔረሰቦቸ መዝገብ የቅማንት ህዝብ ስም "ቅማንት" እዲሰረዝ የተደረገው።

የሚገርመው ነገር ግን ይህ አጸያፊ ድርጊት የተፈጸመው ለብሔር ብሔረሰቦች መብት ቁሚያለሁ በሚለው በኢህአዲግ ዘመነ መንግሥት መሆኑ ነው። ለመሆኑ ሌሎች የሚለው ቃል የብሔር መጠሪያ ሰም መሆን ይችላል እንዴ? ነው ወይስ ወደ አማራነት ለመሸጋገር እንደ ድልዲይ ሆኖ የሚያገለግል ቃል ነው? ይህ የረከሰ እና የከሰረ የፖለቲካ ታሪካዊ ስህተት ግን የቅማንትን ህዝብ በአጠቃላይ ያስቆጣና በብሔረሰቡ ዙሪያ የማንነቱን እና የራስ አስተዳደሩን ጥያቄ እዲያነሳ አስገድዶታል። ይህንን ጥያቄ ከዳር

ለማድረስ የቅማንት ህዝብ በእውቀት፡ በልምድ እና በተለያዩ የትምህርት መስኮች ብቃት ያላቸውን ሙህራን በመምረጥ እና በስራ አስፈፃሚ ኮሚቴነት በማደራጀት ስራ ጀመረ። አልፎ አልፎ ግን ስለ አስተባባሪ ኮሚቴው ብዥታዎችም ጭምር ይስተዋላሉ። ግን አስተባባሪ ኮመቴው ማን ነው? የህዝቡን መሰረታዊ ጥያቄ ለማስጣል የሚፈልጉ አካላት የቅማንት አስተባባሪ ኮሚቴ ሲባል በጣት የሚቆጠሩ የግለሰቦች ስብስብ አድርገው ያሰወራሉ። ነገር ግን የቅማንት የማንነትና የራስ አስተዳደር አስመላሽ ኮሚቴ የሚባለው በተለያዩ ሐገራት ያሉ የቅማንት ተወላጆችን፡ በሐገር ውስጥ ያለውን የቅማንትን ህዝብ እና የጥያቄውን ደጋፊዎችን፡ ዲያስፖራዎችን ያጠቃልላል። ከዚህ በተጨማሪ ህገ መንግሥቱም አንዱ ኮሚቴ ነው። ምክኒያቱም ለጥያቄው መነሻው ነጥብ ህገ መንግሥቱ እራሱ ስለሆነ።

ይህ የኮሚቴ ድምር ስራ አስፈጻሚ አስተባባሪ ኮሚቴ በመምረጥ አደራጅቶ ጥያቄውን ዳር ለማድረስ ስራውን ጀመረ። ነገር ግን ለቅማንት ህዝብ ይህ የማንነትና የራስ አስተዳደር ጥያቄ እንደ ሌሎች ብሔር ብሔረሰቦች ጥያቄ ቀላልና በታሰበው መንገድ የሚሄድ ሆኖ አላገኘውም። ይልቁንም የክልሉ መንግሥት ጥያቄውን አቅጣጫ አስቀይሶ ለማስጣል ያልፈነቀለው ድንጋይ ያልቆፈረው

ጉድጓድ የለም። በመሆኑም የክልሉ መንግሥት ሀሳቡን ለማሳካት ሲል የወረደና የረከሰ የፖለቲካ አካሄድን መረጠ።

1፡ 1 ቅማንት የሚባል ህዝብ የለም

ለዚህ የቅማንት ህዝብ የለም ለሚለው ሐሳባቸው እንደ ማስረጃ አድርገው የሚያቀርቡትን ውሃ የማይቋጥር ሐሳባቸውን አቶ ነጋ ጌጤ እንዲህ አስፍረውታል። "የብሔረሰቡ መለያ ቋንቋና ባህሉ ጠፍቱዋል፡ ስለሆነም እንደ ብሔረሰብ ሊያሰቆጥረው የሚችሉትን መሰፈርቶች የማያሙዋላ ስለሆነ ከብሔረሰብም ሆነ ከእናሳ ሕዝብም ሊቆጠር ስለማይችል ቅማንት ብሎ ማንሳት አስፈላጊ አይደለም ሲሉ ይደመድማሉ"፡ በማለት።

አለማወቅ ሆኖ ነው እንጅ የጎንደር ባህል ሙሉ በሙሉ የቅማንት ባህል ነው የነበረው። ቋንቋውም እነሱ መኖሩን መስማት ስለማይፈልጉ እና ስለማይችሉ ነው እንጅ አልጠፋም አለ። ይህ ጠፍቱዋል የሚለው አባባል ግን የእነሱ ምኞት ነው። የመጀመሪያው የክልሉ መንግሥት መልሰ ቅማንት የሚባል ህዝብ የለም አማራ ሆኗል ወይም ተጠምቋል የሚል ነበር። ነገር ግን በመጠመቅ ሐይማኖትን እንጅ ብሔርን አይቀይርም። ይህ አባባል ከፖለቲካዊ የሴራ እንድምታው ውጭ ሶስት መሰረታዊ ችግሮች አሉበት። እነሱም፡-

ሀ፡ ሐይማኖትን ወደ ፖለቲካ ውስጥ አስገብቶ ለማጭበርበሪያነት መጠቀሙ ነው። በእርግጥ ኢትዮጵያ ውስጥ

ሐይማኖታዊ ክዋኔ ምርጥ የህዝብ ማጭበርበሪያና የፖለቲካ ቁማር መጫወቻ ከሆነ ቆይቱዋል።

ለ፡ እኔ ቅማንት ነኝ የሚልን አካል አለሁ ብትልም የለህም ማለት ምን አይነት አይን ያፈጠጠ እና በሸፍጥ የተሞላ ክደት እና እብደት መሆኑን መተዳት ይቻላል።

ሐ፡ የአማራውን ህዝብ መሳደብ ነው። ምክኒያቱም ቅማንት አማራ ሆኗል ከተባለ አማራነት ሲፈልጉት የሚሆኑት ሳይፈልጉት የሚተውት ነው ማለት ነው። ይህ ከሆነ ደግሞ አማራነት የብሔርን መሰፈርት አያሟላም ማለት ነው። ማለትም ብሔር በመሆን ወይም በመፈለግ ሳይሆን በመወለድ ወይም በደም ጥራት ላይ ተመሰርቶ የሚገኝ ስለሆነ። ነገር ግን ይህ የተሳሳተ የማጭበርበሪያ ስልት የቅማንትን ህዝባዊ ጥያቄ አቅጣጫ ማስቀየር ወይም ማስጣል አልቻለም።

1፡ 2 የቅማንት ህዝብ ቋንቋ የለውም

ለዚህ የወረደ እና የዘገጠ አባባላቸው አቶ ነጋ ጌጤ እንዲህ አስቀምጠውታል። "የቅማንቶች ቋንቋ እንደ እነዚህ ባሉ ታሪክ ጸሐፊ ነን ባዮች ፕሮፖጋንዳ እና ቅስቀሳ ከጊዜ ወደ ጊዜ እየተዳከመ ምጥቶ ዛሬ ኮሳሳ ይሁን እንጂ የግዕዝ፡ የትግረኛ እና የአማረኛ ቋንቋዎች ወላጅ አባት መሆኑ መታወቅ ያለበት ጉዳይ ነው"፡ ይላሉ። ይቀጥሉና

"ወምበር ሙሉነህ ገለጻቸውን በመቀጠል የቅማንት ቋንቋ የመጣው ከኢብራይስጥና ከግዕዝ በኋላ ነው ወይ ለሚለው ጥያቄ ሲመልሱ ••••••• የኛ የቅማንቶች ቋንቋ ከመንትይ(ቅማንተኛ)ከሁሉ በፊት የመጀመሪያውና የአባታችን የካም ቋንቋ ነው"፡ ይላሉ።

በኢትዮጵያ ብሔረሰቦችን የሚገልጥ ጥናታዊ መዘከር በሚለው መጽሐፋቸው ዶክተር ፍሰሐ አሰፋው ስለቅማንት ቋንቋ እንዲህ አስፍረውታል። "ቋንቋው ቅማንተኛ ሲሆን የኩሽ ቋንቋ ቤተሰብ ነው። ቅማንት አማርኛን እንደ አፍ መፍቻ ቋንቋ ይናገራሉ"፡ በማለት። አስታውሱ እንግዲህ ይህ ሰራ የተሰራው በ2008 ዓ•ም ነው። ታዲያ የቅማንት ቋንቋ ጠፍቱዋል የሚሉት አካላት ከምን ተነሰተው ነው? ጽሁፉ የሳበኝ አንድ ነገር ግን አማርኛን እንደ አፍ መፍቻ ይናገራሉ የሚለው ነው። በዚህ አገላለጽ መሰረት የቅማንት ህዝብ የራሱ የሆነ አፍ መፍቻ ቋንቋ አለው ማለት ነው፡ ትክክለኛ አገላለጽ ነው።

ይህ ጥናት የተደረገው በ2008 ዓ•ም መሆኑን ልብ ይለዋል። በመሰረቱ ምንም እንኳን በህገ መንግሥቱ ላይ እንደ አንድ መሰፈርት ቢቀመጥም የማንነትና የራሰ አሰተዳደር ለመመሰረት ቋንቋ መኖር ግድ መሆን የለበትም። ምክኒያቱም አንድ አይነት ቋንቋ ተናጋሪ የሆኑ ህዝቦች በተለያዩ ሐገራት ውሰጥ ጭምር ሰለሚኖሩ ማለት ነው። ለምሳሌ ትግረኛ ኢትዮጵያ ውሰጥ ይነገራል፡ ኤርትራም

ውስጥ ይነገራል። ሐገሮች ግን የተለያዩ ናቸው። በዓለም ዙሪያ ብንዞር አንድ አይነት ቋንቋ የሚናገሩ ህዝቦች በተለያየ ሐገር ውስጥ ይኖራሉ። ስለሆነም የቅማንት ህዝብ አማርኛ ቋንቋን እየተናገረ የማንነትና የራስ አስተዳደር ጥያቄውን ማስመለስ ይችላል ማለት ነው። ደግሞም አማርኛ የብሔር ቋንቋ አይደለም። ለማንኛውም ይህንን ውሃ የማይቋጥር ሐሳብ ለማስጣል ስለቅማንት ቋንቋ ሁለት መሰረታዊ ጉዳዮችን በማንሳት ማየት ይቻላል።

1፡ 2፡ 1 የቅማንት ቋንቋ በማስረጃ

የቅማንት ቋንቋ ስለመኖሩ ህያው ምስክሩ ራሱ የቅማንት ህዝብ ነው። ይህ ጉዳይ በጥናት የተረጋገጠና ቋንቋው የለም ያሉ አካላትም ያመኑበት ጉዳይ ስለሆነ እና በአሁኑ ወቅት ደግሞ ብዙ ወጣትም ጭምር ቋንቋውን ስለሚናገር ነገ ሚዲያ ላይ ወጥቶ በተግባር ማሳየት ስለሚችል በዚህ ዙሪያ ብዙ ማንሳት አያስፈልገውም።

1፡ 2፡ 2 የቅማንት ቋንቋ በሎጅካል አመክንዮ

በደርግ ዘመነ መንግሥት አብዛኛው የቅማንት ህዝብ በራሱ በቅማንት ቋንቋ በሰርግ፡ በለቅሶ፡ በገቢያ፡ በህገ ልቦና ሐይማኖታዊ የቅዳሴ ስርዓት እና በተለያዩ ተግባራት ይጠቀምበት ነበር። በዛን ዘመን ከደርግ አፈና ለማምለጥ ህዝቡ በቋንቋው ይግባባበት ነበር፡ ፡ የደርግ ወታደሮች ወጣቶችን አፍነው ለመውሰድ ሲመጡ ቀድሞ ያያቸው ሰው "ጅግሪ ቱዋነኩ" (ትርጉሙ ዝንጀሮ መጣልህ ማለት ነው) ወይም "ሸመርጊኒ ቱዋነኩ" (ትርጉሙ ጦር መጥቷል ማለት ነው) በማለት ወታደሮች በማይሰሙበት ቋንቋ መልክት በማስተላለፍ ወጣቶችን እንዲያመልጡ ያደርጉበት ነበር።

1፡ 3ቅማንት እና ካራ ማራ

በሌላ በኩል በሶማሊያ ጦርነት ወቅት ታሪካዊ ጀብድ ለመሰራት አገልግሎት ላይ የዋለ ቋንቋ ነው የቅማንት ቋንቋ። ማለትም የምስራቁ የሐገራችን ክፍል በሶማሊያ በተወረረ ወቅት በብዛት ከዘመተው የኢትዮጵያ ህዝቦች መካከል አንዱ የቅማንት ህዝብ ነው። በዛን ወቅት በድሬዳዋ፡ በጅጅጋ፡ በደደር፡ በሸላሌ፡ በላሳኖ፡ በአሩምካሌ፡ በብዮባይ፡ በአናኖ ምጤ፡ በአራቤ፡ በደንበል፡ በጉግቴ፡ በብየ ቆበቤ፡ በደሮነጅ፡ በጀርሳጓሮ፡ በኮምቦልቻ፡ በአዋሌ፡ በሸላቦ፡ በካራማራ፡ በጎዴ፡ በቀላፎ፡ በአዋሬ፡ በፊርፊር፡ በሙስታይል፡

በኬኒያ ጠረፎች፡ በሙሉ ኦጋዴን እና በሌሎችም የጦርነት አውዶች የቅማንት ብሔር ተወላጆች በከፍተኛ የመከላከያ ስራዊት ሐላፊነትን በመሸከም ይዋጉ፡ ያዋጉ ነበር። በዚህ ወቅት የቅማንተኛ ቋንቋን በሚስጥር ይጠቀሙበት ነበር። "፶ አለቃ ብርሃኑ ገዳሙ ተጓዳቸው ከ ፶ አለቃ አቡሀይ ከብቴ ጋር በመሆን በውጊያ ወቅት በራዲዮ እንዳይጠለፍ በሚሰጥር በቅማንተኛ ቋንቋ በመነጋገር ስራዊቱን ለድል በማብቃት ከነጀኔራል አበበ ሐይለ ሰላሴ እና ከነጀኔራል ካሳየ ጨመዳ የጦር ሜዳ የጀብዱ ሜዳሊያ እና የምስክር ወረቀት ተሸልመዋል፡ ይላል የ50 አለቃ ብርሃኑ ገዳሙ የሒወት ታሪክ። ይህ ብቻ ሳይሆን በዚያን የጦርነት ወቅት የቅማንት ቋንቋ ከባዱን የጠላት አካባቢ አልፎ ለወገን ሐይል የምግብ እና የጦር መሳሪያ አቅርቦት ለማሟላት አገልግሎት ላይ ውሏል። ቃል በቃል እንየው፡-

"ሁይሳኽ ጋቫ ድዝ ዋነኩ"፡ ይህ ማለት የሚበላ ነገር አልቋል ማለት ነው።

"እውን ለሸነተናኽ ከለብትና"፡ ይህ ማለት ደግሞ መቸ ነው የምትመጡት እንቀበላችህ ማለት ነው።

"ኩና ከለብታ"፡ ይህ ማለት ደግሞ ማታ ተቀበሉን ማለት ነው።

"ጉን ዋነኩ ከለብታ"፡ ይህ ማለት ተነስተናል ተቀበሉን ማለት ነው።

"እኽዶ" ይህ ማለት እሽ ማለት ነው፡፡ "ጎሮሰ መለይታ"፡ ይህ ማለት መንገዱን ያዙት ማለት ነው፡፡

"ሽነኩ ሽነኩ ላዋ"፡ ይህ ማለት ኑ ተይዟል ማለት ነው፡፡

"እነ ደበይዝ ድግ ዋነኩ፡ ደበይናን ድዝ ዋነኩ"፡ ይህ ማለት ጥይት አልቋል ማለት ነው፡፡

"ለውዝ ተው፡ ሽንገዝ ተው"፡ ይህ ማለት በቀኝ ቆረጣ፡ በግራ ቆረጣ ግባ ማለት ነው፡፡

"ደበይ ወርሽን በርፋ" ፡ ይህ ማለት ትጥቅ ቶሎ ሰደዱልን ማለት ነው፡፡

የቅማንተኛ ቋንቋን እንዲህ ያሉ አሰቸጋሪ ሁኔታዎችን ለማለፍ መለክት ይለዋወጡበት ነበር፡፡ በዚህ ተግባር ላይ ከተሳተፋ የቅማንት ተወላጆች የመከላከያ አባላት መካከል የተወሰኑት የሚከተሉት ይገኙበታል፡፡ እነዚህም የደርግ የመከላከያ አባላት የመገናኛ ክፍል ሐላፊ የነበሩ አካላት ናቸው፡፡

አንደኛ ፺ አለቃ ብርሃኑ ገዳሙ

ሁለተኛ አቶ ታከለ አምባው

ሶስተኛ አቶ ሞላ ቸኮል

አራተኛ ፬ አለቃ አቡሐይ እንያቸው

አምስተኛ አቶ ጌጡ ነጋሽ

ስድስተኛ ---- ጨቅሌ ነገሰ ቢተዋ ይገኙበታል

ወደ ዋናው ቁም ነገር ስንመለስ በሁለቱም መንገዶች በደርግ ዘመነ መንግሥት የቅማንተኛ ቋንቋ የህዝቡ መግባብያ ቋንቋ እንደ ነበር ነው። በደርግ ዘመነ መንግሥት የቅማንት ህዝብ መግባብያ ቋንቋ ነበር ማለት ነው። ይህ ከሆነ ደግሞ በምን አይነት አመክኒወ ነው በ1980ቹ መግባብያ የነበረ ቋንቋ በ2000ቹ የሚጠፋው? ነው ወይስ ጭንቅላት እንደ ሚሞሪ ድሌት ወይም ፎርማት ይደረጋል? ይህንን ደግሞ ሳይንሱ አላረጋገጠም። ለማንኛውም የጠላት ወሬ ነው። የቅማንተኛ ቋንቋ ትናንትም ነበረ፣ ዛሬም አለ፣ ነገም ይኖራል። የከሰረው የፖለቲካ አመለካከት ግን በቅማንት ህዝብ ቆራጥ ልጆች ትግል ይስተካከል።

በደርግ ዘመነ መንግሥትም ቢሆን የደርግን የዝንጀሮ ስርዓት ለመገርሰስ እና የሐገራችን ምስራቁ ክፍል በውጭ ጠላት ሲወረር የቅማንት ህዝብ ከፍተኛ የሆነ መስዋዕት ከፍሎዋል። ዛሬም ቢሆን ከቅማንት ህዝብ አብራክ የተከፈሉ በቅማንት እናቶች ማህጸን የሚፈሱ በቅማንት መሬት በቅለው የሚያድጉ እና ሲሆን ከአባቶቻቸው በላቀ ሁኔታ ካልሆነም ከአባቶቻቸው ጋር እኩል

የሚያስቡ እና የሚሰሩ ቆራጥ የቅማንት ልጆች አሉ። ነገር ግን እነዚህን ጀግኖች ለመጫወት የሚያበቃ የፖለቲካ አውድ በሐገሪቱ የለም።

ለዚህ ደግሞ ዋናው ምክኒያት አጼ ቴዎድሮስ እስከ ሞት ድረስ የተጋፈጠው እሱንም ለሞት ያበቃው ያገነገነው የአሃዳውያን ስርዓት ነው። በዚህ ጊዜው ያለፈበት የጅብ ስርዓት ምክኒያት የቅማንት ጀግኖች ከፊሉ በተለያየ ማጎሪያ ጣቢያ ታጉሮ፡ ከፊሉ ከሐገሩ ተሰዶ፡ ከፊሉ የቁም እስረኛ ሆኖ፡ ህዝቡም ከታጋይ ልጆቹ ጋር በየማጎሪያ ጣቢያው እና በየሰደተኛ ካምቡ የህሌና እስረኛ ሆኖ በየቤቱ ተቀምጡዋል። ዛሬ የቅማንትን ህዝብ ጥያቄ እንግበው ህገ መንግሥቱን ለማስከበር ጫካ ለጫካ ሲንከራተቱ የነበሩ አሁን ደግሞ በምህረት ምክኒያት ወደ ህዝቡ የተቀላቀሉ ውድ ታጋዮች ከቀበሌ ወደ ቀበሌ እንኳን እንዳይንቀሳቀሱ የኑዋሪነት መታወቅያ አይሰጣቸውም።

ጠቅላይ ሚኒስተር ዶክተር አብይ አህመድ ወደ ስልጣን ሲመጡ ለህዝቡ ከገቡአቸው የተሰፋ ቃላት መካከል አንዱ ስለ መታወቂያ ነበር። እንዲህ ነበር ያሉት፡ "ህዝቡ ከጉቦ እና ከዝምድና በጸዳ መልኩ የቀበሌ መታወቅያ ነጻ ሆኖ በነጻነት ማውጣት ይፈልጋል"፡ ብለው ነበር። ታዲያ የቅማንት ህዝብ የሐገሪቱ ዜጋ አይደለም እንዴ? የቀበሌ መታወቂያ ከመከልከል በላይ ምን አይነት

የጭቆና ሰቆቃ አለ? ህዝብን እንደ ህዝብ እንዲህ አድርጎ መጥላት እና መናቅ ምንድን ነው? ነገሰ ምን ሊያስከትል ይችላል? አባቱ እንኳን የናቀው ንጉሥ ዳዊት በፈጣሪ እንደልቤ እስከ መባል እና የእስራኤል ንጉሥ ለመሆን በቅቱዋል። እመኑኝ የዚችን ሐገር ሁለንተናዊ ችግር ለመፍታት የቅማንት ልጆችም ያስፈልጋሉ። በደርግ ዘመነ መንግሥት በነበረው የውጭ ወረራ ወቅት ከጠላት ጋር ሲፋለሙ የነበሩትን የቅማንት ተወላጆች እና በወቅቱ የቅማንት ቋንቋ ለጦርነቱ ያበረከተውን አስተዋዕጾ ካነሳሁ አይቀር በወቅቱ ከተሳተፉት የቅማንት ተወላጆች በቅርብ ያገኘኋቸውን የተወሰኑትን ልዘክር ወደድኩ።

1፡ 4 አቢዮታዊ እናት ሀገር ወይም ሞት

አቢዮታዊ እናት ሐገር ወይም ሞት በማለት ከራሳቸው በፊት ሐገራቸውን በማስቀደም እናት ሐገርህ ተደፈረች ብለው የወቅቱ የሐገራችን ፕረዘዳንት ኮለኔል መንግስቱ ሐይለማርያም ያቀረቡትን ጥሪ በመቀበል ታጠቅ ተነሣ ዝመት በማለት ያስተላለፉትን ጥሪ በመቀበል በ1969 ዓ.ም በሚሊሻ ሰራዊትነት ተመልምለው በታጠቅ ጦር ሰፈር ለሰድስት ወር ሰልጠና ወሰደው ወደ ምሰራቅ ጦር ግንባር በመዝመት በሀረር፣ በድሬድዋ፣ በጅጅጋ፣ በቀቢር ዳር፣ በጎዴ፣ በደጋ ሀቡር፣ በጋራሙለታ ወዘተ ዘምተው በላባቸው እና

በደማቸው የሐገር ህልውናን ያስከበሩ የቅማንት ብሔረሰብ ተወላጅ የሆኑት የደርግ ወታደር አባላት በታሪክ ሊያዝና ሊመዘገብ የሚችል ታሪክ ያላቸው ናቸው።

ነገር ግን እነዚህ ሐገር ወዳድ ጀግኖች እንኳንስ የሰሩት ታሪካዊ ጀብዱ በታሪክ ተመዝግቦ ሊታወስ እነሱም ሊሾሙ እና ሊሸለሙ ይቅርና የታሪክ ዳሃሪያቸው እንኳ በስርዓት ያልተመዘገበላቸው ናቸው። እነዚህ የጀግና ህዝብ ልጆች የሆኑ ጀግኖች በላባቸው እና በደማቸው ከውጭ ወራሪ ጠላት በመጠበቅ ኢትዮጲያን ዛሬ ላለችበት ደረጃ እንድትደርስ ያበቋት በዚህ በስሜን ጎንደር ዞን በጭልጋ አውራጃ ውስጥ የተፈጠሩ እና የቅማንት ብሔረሰብ አባላት የሆኑት ሰም ዝርዝር በህይወት ያሉ እና በህይወት የሌሉትን ዝርዝራቸውን ከብዙ በጥቂቱ ለማስታወስ ያህል ከዚህ በታች በማስፈር ለታሪክ አስቀምጫለሁ።

1፡ ሃምሳ(50) አለቃ ብርሃኑ ገዳሙ ዋሊደባ ቀበሌ፡

2፡ ሚኒሻ ወታደር ሞላ ቸኮል ዋሊደባ ቀበሌ፡

3፡ አስር(10) አለቃ ጀምበር መለሰ ስራባ ቀበሌ፡

4፡ ሚኒሻ ወታደር ተሰፋሁን አበበ ፎራ ቀበሌ፡

5፡ ሚኒሻ ወታደር ውቤ ፍላቴ ዋሊደባ ቀበሌ፡

6፡ ሚኒሻ ወታደር አብየ መንግስቱ ዋሊደባ ቀበሌ፡

7፡ ሃምሳ(50) አለቃ ጠጋ ሙጩ ስራባ ቀበሌ፡

8፡ አሰር(10) አላቃ ሞላ ንግስቴ ተበር ስራቆ ቀበሌ፡

9፡ ሻምበል አሻግሬ ፈጠነ አይከል ከተማ፡

10፡ ምክትል መቶ(100) አለቃ የሸዋሰ አበራ አይከል ከተማ፡

11፡ ሃምሣ(50) አለቃ ልየው አበራ ጮንጮቅ ቀበሌ፡

12፡ ሃምሳ(50) አለቃ አንዳርጋቸው አሰማ አይከል ከተማ፡

13፡ ሚኒሻ ወታደር ነጋ መለሰ ጮንጮቅ ቀበሌ፡

14፡ ሚኒሻ ወታደር አበበ መለሠ ስርጢያ ቀበሌ፡

15፡ ሚኒሻ ወታደር አበበ አለሙ ዋሊደባ ቀበሌ፡

16፡ ሚኒሻ ወታደር ወርቁ ደሴ አይከል ከተማ፡

17፡ ሚኒሻ ወታደር አዲሡ አዳል፡

18፡ ሃምሳ(50) አለቃ አቡነህ ደምሳሽ ስ/ዋርካጌ ቀበሌ፡

19፡ ሃምሳ(50) አለቃ ኪዳነ ማሪያም ማሞ ስርጢያ ቀበሌ፡

20፡ ሃምሳ(50) አለቃ ሹምየ ከበደ ስርጦያ ቀበሌ፡

21፡ ሃምሳ(50) አለቃ ቀለብ ታፈረ ስርጢያ ቀበሌ፡

22፡ ሃምሳ(50) አላቃ ሽባባው ከፋለ ስራባ ቀበሌ፡

23፡ ሃምሳ(50) አለቃ ታረቀ ገብሩ ተንበራ ቀበሌ፡

24፡ ሃምሳ(50) አለቃ ብርሃኑ ጥጋቡ ሰጎንታ ቀበሌ፡

25፡ ሃምሳ(50) አለቃ ደረጀ ክብረት አይከል ከተማ፡

26፡ ሃምሳ(50) አለቃ ወረቀት እንዳርጌ ስርጢያ ቀበሌ፡

27፡ ሃምሳ(50) አለቃ ባዘዘው ታረቀ ስርጢያ ቀበሌ፡

28፡ ሃምሳ(50) አለቃ ሙሉአለም አጀበው እያሆ ቀበሌ፡

29፡ ሃምሳ(50) አለቃ ደረበ ማለደ ስርጢያ ቀበሌ፡

30፡ አስር(10) አለቃ አሰናቀው አበራ ስራባ ቀበሌ፡

31፡ ሚኒሻ ወታደር በለጠ ተሾመ :

32፡ ሚኒሻ ወታደር አድጎ መንግስቱ፡

33፡ ሚኒሻ ወታደር ጎላ ዋሴ እያሆ ቀበሌ፡

34፡ ሚኒሻ ወታደር አባይ ተሾመእያሆ ቀበሌ፡

35፡ ሚኒሻ ወታደር አብዋ ጋሻ ተበር ቀበሌ፡

36 ሚኒሻ ወታደር አባይ በዛብህ ተበር ስራቆ ቀበሌ፡

37 ሚኒሻ ወታደር ተካልኝ ዘለቀ፡

38፡ ሚኒሻ ወታደር ጌታሁን አበራ ሠ/ዋርካጌ ቀበሌ፡

39፡ ሚኒሻ ወታደር ገበየ ሞላ ሠ/ዋርካጌ ቀበሌ፡

40፡ ሚኒሻ ወተደር ተሰፋ አለነ ቤዛሆ ቀበሌ፡

41፡ ሚኒሻ ወታደር አቡሃይ ሙላት ናራ ቀበሌ፡

42፡ ሚኒሻ ወታደር ባዘዘው ታረቀ ስራባ ቀበሌ፡

43፡ ሚኒሻ ወታደር ፀሀይነህ ለገስ ተ/ስራቆ ቀበሌ፡

44፡ ሚኒሻ ወታደር አሰማማው ጋሸ ተ/ስራቆ ቀበሌ፡

45፡ ሚኒሻ ወታደር ጓዴ ዘለቀ ተበርስራቆ ቀበሌ፡

46፡ ሚኒሻ ወታደር አይጠገብ ካሴ እያሆ ቀበሌ፡

47፡ ሚኒሻ ወታደር አሰቻለው እረታ ገለድባ ቀበሌ፡

48፡ ሚኒሻ ወታድር ወርቁ እሸቴ እያሆ ቀበሌ፡

49፡ ሚኒሻ ወታደር ጓዴ ደምሴ እያሆ ቀበሌ፡

50፡ ሚኒሻ ወታደር በለጠ እንየው እያሆ ቀበሌ፡

51፡ ሚኒሻ ወታደር አዲሱ ፈረደ አይከል ከተማ፡

52፡ ሚኒሻ ወታደር ታከለ አምባው አይከል ከተማ፡

53፡ ሚኒሻ ወታደር እሸቴ ቀጭኔ አንጓባ ቀበሌ፡

54፡ ሚጂሻ ወታደር ማሞ ተፈራ ኩሻይና ቀበሌ፡

55፡ ሚኒሻ ወታደር ኖራሁን መኮነን ኩሻይና ቀበሌ፡

56፡ ሚኒሻ ወታደር አዳነ ፈንቴ ኩሸይና ቀበሌ፡

57፡ ሚኒሻ ወታደር ጓዴ ፈንቴ ኩሻይና ቀበሌ፡

58፡ ሚኒሻ ወታደር በየነ አበው ኩሻይና ቀበሌ፡

59፡ ሻምበል ንጉሴ ደርሶ ስራባ ቀበሌ፡

60፡ ሚኒሻ ወታደር አየሁ አሰሬ ስርጢያ ቀበሌ፡

61፡ ሚኒሻ ወታደር ተሻለ እጂጉ ጀይድ ቀበሌ፡

62፡ ሚኒሻ ወታደር እያዩ አይከል ከተማ፡

63፡ ሚኒሻ ወታደር ነጋ መለሰ ስራባ ቀበሌ፡

64፡ ሚኒሻ ወታደር አዱኛ አበው ስራባ ቀበሌ፡

65፡ ሚኒሻ ወታደር እሸቱ ተበጀ ማርሁና ቀበሌ፡

66፡ ሚኒሻ ወታደር መንግስቱ ፍላቴ ጨንጬቅ ቀበሌ፡

67፡ ሚኒሻ ወታደር ወርቁ አበራ ተምበራ ቀበሌ፡

68፡ ሚኒሻ ወታደር መንግስቴ እሸቴ ገለድባ ቀበሌ፡

69፡ ሚኒሻ ወታደር ቦጋለ እንተነህ አይከል ቀበሌ፡

70፡ ሚኒሻ ወታደር እጁጉ ፈንቴ ኩሻይና ቀበሌ፡

71፡ ሚኒሻ ወታደር አዳነ ቢያድጎ አውዳርዳ ቀበሌ፡

72፡ ሚኒሻ ወታደር ሠማ ምትኩ አውዳርዳ ቀበሌ፡

73፡ ሚኒሻ ወታደር መርሻ ታረቀ አርሁና ቀበሌ፡

74፡ ሚኒሻ ወታደር አራጌ አሌው አርሁና ቀበሌ፡

75፡ ሚኒሻ ወታደር ቢተው እሸቴ አይከል ከተማ፡

76፡ ሃምሳ(50) አለቃ ወንድይፍራው አይከል ከተማ፡

77፡ ሚኒሻ ወታደር ታከለ አሰማረ ጭንጬቅ ቀበሌ፡

78፡ ሚኒሻ ወታደር ታከለ አምባው ተምበራ ቀበሌ፡

79፡ ሃምሳ(50) አለቃ አለሙ አለነ አይከል ከተማ፡

80፡ ሚኒሻ ወታደር በለጠ እንየው እያሆ ቀበሌ፡

81፡ አሰር(10) አለቃ በለጠ ተሾመ ተበር ሰራቆ ቀበሌ፡

82፡ አሰር(10) አለቃ ማለደ ጌቴ ላዛ ቀበሌ፡

83፡ አሰር(10) አለቃ መካሻው ገብረ ማሪያም ላዛ ቀበሌ፡

84፡ ሚኒሻ ወታደር አዲሱ ሙሉ ብሆና ቀበሌ፡

85፡ ሚኒሻ ወታደር ደምሌ ፈረደ ብሆና ቀበሌ፡

86፡ አሰር(10) አለቃ ሞላ ንግሰቴ ተበርሰራቆ ቀበሌ፡

87፡ ሚኒሻ ወታደር ጌታሁን አለሙ አውዳርዳ ቀበሌ፡

88፡ ሚ/ወታደር ሰጦታው ተሰማ አደዛ ቀበሌ፡

89፡ ሚኒሻ ወታደር ይታየው ተሠማ አደዛ ቀበሌ፡

90፡ ሚኒሻ ወታደር ደሴ አባተ ብሆና ቀበሌ፡

91፡ ሚኒሻ ወታደር አለሙ ዘሪሁን ብሆና ቀበሌ፡

92፡ ሚኒሻ ወታደር ብርሃኑ ነጋ እያሆ ቀበሌ፡

93፡ ሚኒሻ ወታደር መኩሪያው ተሰማ ሰራባ ቀበሌ፡

94፡ ሚኒሻ ወታደር አባይ ላቀው ሰራባ ቀበሌ፡

95፡ ሚኒሻ ወታደር ከተማ ማለደ እያሆ ቀበሌ፡

96፡ አሰር(10) አለቃ ነጋ መለሰ ሰርጢያ ቀበሌ፡

97፡ አሰር(10) አለቃ አባይ አሰሜ ጨንጮቅ ቀበሌ፡

98፡ ሚኒሻ ወታደር መንግሰቱ ጎላ ጨንጮቅ ቀበሌ፡

99፡ ሚኒሻ ወታደር ወርቁ መኮነን ሠረዋግና ቀበሌ፡

100፡ ሚኒሻ ወታደር ዓለማየሁ ወጤ ጨንጮቅ ቀበሌ፡

101፡ ሚኒሻ ወታደር የኔነህ ፍላቴ ጨንጮቅ ቀበሌ፡

102፡ አሰር(10) አለቃ ብርሃኑ ጥጋቡ ሰራባ ቀበሌ፡

103፡ ሚኒሻ ወታደር ወርቁ መኮነን፡

104፡ ሚኒሻ ወታደር ባዘዘው አድማሱ ሳቤራ ቀበሌ፡

105፡ሻምበል አምሳሉ አባራ ሰራባ ቀበሌ፡

106፡ አሰር(10) አለቃ ታምራት እንግዳው አይከል ከተማ፡

107፡ ሚኒሻ ወታደር አይጠገብ ጣሰው እያሆ ቀበሌ፡

108፡ ሚኒሻ ወታደር አብየ ጣሰው እያሆ ቀበሌ፡

109፡ ሚኒሻ ወታደር ወርቁ መኮነን፡

110፡ ሚኒሻ ወታደር ባዘዘው አድማሱ ሳቤራ ቀበሌ፡

111፡ አሰር(10) አለቃ ታምራት እንግዳው አይከል ከተማ፡

112፡ ሃምሳ(50) አለቃ ታደሰ ነጋሽ ጉልት ቀበሌ፡

113፡ ሚኒሻ ወታደር መኳንንት አባተ ጉልት ቀበሌ፡

114፡ ሚኒሻ ወታደር አድማሱ ታረቀ ተንበራ ቀበሌ፡

115፡ ሚኒሻ ወታደር በለጠ ደምሴ አደዛ ቀበሌ፡

116፡ ሚኒሻ ወታደር መኳንንት ካሳሁን ጉልት ቀበሌ፡

117፡ ሚኒሻ ወታደር ወርቁ አሰፋው ጉልት ቀበሌ፡

118፡ ሚኒሻ ወታደር ንጉሴ አጣናው ጉልት ቀበሌ፡

119፡ አምሳ አለቃ አቡሐይ እንያቸው ተንበራ ቀበሌ፡

120፡ --- ጨቅሌ ነገሰ ቢተዋ አይከል ከተማ፡

121፡ ሚኒሻ ወታደር ጌጡ ነጋሽ---።

የተወሰኑትን በፎቶ ከዚህ በታች ተመልከቱ።

ሚ/ወ/ር መኳንንት ካሳሁንሚ/ወ/ር ወርቁ አሰፋው

ሚ/ወር የሸዋስ አባራ

ሚ/ወ/ር ንጉሴ አጣናው 50 አለቃ ታደሰ ነጋሽ

50 አለቃ አቡነህ ደምሳሽ እና 50 አለቃ ነገሰ ማለደ ናቸው።

50 አለቃ ኪዳነ ማሞ እና ሁሉዓለም ጥሩነህ ናቸው፡ ሚ/ወ/ር ሞላ ቸኮል

አዝማሪ ሲዘፍን፡-"ማንቴን ማንቴን አረጀ ጀግናው፡

ወይ እንደመሳሪያ ቀጥቅጨ አልሰራው"፡ ይላል።

እርጅና እና ሞት ደፋር ናቸው፡ ጀግናውንም ስነፉንም አይፈሩም።

ማስታወሻ፡- በመጀመሪያ እኔ ፈልጌ የነበረው ከ10 እስከ 15 የሚሆኑ አባላትን ብቻ ለማሳያ ያህል ዘርዝሬ ማለፍ ነበር። ነገር ግን አንድ የወታደሩ አባል የሆነ ሰው ሁለት ቀን ይስጠኝ ብዙ ጓዶች አሉ ብሎ በጠየቀው መሰረት ሁለት ቀን ሰጠነው። በሁለት ቀን ውስጥ ይህንን ያህል አባላት መዝግቦ መጣና ይህንን የመዘገበው አይከል አካባቢ በቅርብ የተገኙትን ብቻ ስለሆነ ተጨማሪ ቀናት ብንሰጠው ተዘዋውሮ በጣም ብዙ አባላትን ሊያመጣ እንደሚችል እና ሁሉም ፈላጎቱ እንዳለው እና አስፈላጊውን እርዳታና ትብብር እንደሚያደርጉ ነገረን።

በእኛ በኩል ግን ለጊዜው ይበቃል በሌላ ጊዜ ለማካተት እንሞክራለን በማለት መልሰ ሰጠነው። ስለሆነም በዚህ ስራ ላይ ለአሁኑ ያልተካተታችሁ የወታደሩ አባላት ሳናካታችሁ በመቅረታችን

ይቅርታ እየጠየቅን በሚቀጥለው የጥናት ስራ ውስጥ ግን ለማካተት ከወዲሁ ቃል እንገባለን።

ልጅ እያለሁ አንድ የወታደሩ አባል እንዲህ ሲያንጎራጉር ሰምቸ ነበር።

"የኡጋዴ አሞራ አይበላም ብሪንዶ፡

በእርሳስ የተቆላ የታመሰ ለምዶ"፡ በማለት።

እነዚህ የደርግ ወታደር አባላት ዛሬ እራሱ ያላቸው ወኔ የሚገርም ነው። ልጅ ሁኘ አስታውሳሁ በ1990ቹ ውስጥ ኤርትራ ልትገነጠል ነው ሲባል እነሱ እንዘምታለን እንጂ ሐገር አይገነጠልም አሉ፡ ነገር ግን መንግሥት ወደ ኋላ ሙዋሸሸ። እንዲያውም በወቅቱ ምንድን ነው ያሉት ኢትዮጵያ ኤርትራን ካጣች አንገት የሌለው ሰው ነው የምትሆነው፡ አንገት የሌለው ሰው ደግሞ ሒወት የለውም ነበር ያሉት።

የቅማንት አንበሳ ሔዶ ካራ ማራ፡

ቋንቋውን ተጠቅሞ ጠላትን ጉድ ሰራ፡

ባንዴራ ከፍ አድርጎ ሐገርን አኮራ፡

ጠላትን አጭዶ አበላው ለአሞራ።

1፡ 5 ቅማንት እና የኢጣሊያን ወራሪ

የቅማንት ህዝብ በሐገር ውስጥ ከሚፈጠሩ አሃዳዊያን፡ አንባገነኖች እና የሱማሊያ ወራሪ የዳዝባሬ እምባ ገነን መንግሥት ጋር ብቻ ሳይሆን ከኢጣሊያን ፋሽስት ጋር ያደረገው ተጋድሎም ከፍተኛ ነበር። የተወሰኑትን ብቻ ለታሪክ ዘክሬ እልፋለሁ።

1፡ የተከበሩ ፊታውራሪ እየለ ተሰማ አባጓዴ። ፊታውራሪ እየለ ተሰማ አባጓዴ በጭልጋ ወረዳ ተንበራ ቀበሌ የተወለዱ ሲሆን ሐገራችን ለመውረር የመጣውን የኢጣሊያን ፋሽስት ወራሪ ጦር በመመከት እና በመደምሰስ አኩሪ ታሪካዊ ተግባር የፈጸሙ ጀግና የቅማንት ልጅ ናቸው።

የፊታውራሪው ጦር የኢጣሊን ወራሪ ጦር በቤዛሆ ድል ያደረገው በታላቅ ወኔ ታጅቦ ነበር። በዚህ ወቅት በተለያየ ቦታ በመንቀሳቀስ የፋሽስት ኢጣሊን ጦር ከጎንደር እስከ መተማ ባለው እቅጣጫ መውጫ መግቢያ እያሳጣ በነበረበት ሰዓት በግንቦት 1938 እ• ኤ• አ በጎንደር መንገድ አውጋና ጓንግ ወንዞች መካከል ወገሚት በምትባል ትንሽ ወንዝ ላይ ጀግናው አርበኛ ፊት አውራሪ እየለ ከጀግናው አርበኛ ልጅ አበራ ረዳ ጋር በመሆን በሜጀር መራ የሚመራውን የፋሽስት ኢጣሊያን ጦር በመደምሰስ ብዛት ያለው የኢጣሊያን ጦር በመግደል እና ብዙ ወታደራዊ ቁሳቁሶችን እና የጦር

መሳሪያ ማርከው እና አቃጥለው ታላቅ የጀግንነት ጀብዱ ለሐገራቸው ታሪካዊ ክብር አጎናጽፈዋል። ለዚህ የጀግንነት ተግባራቸው የተለያዩ የፉከራ ግጥሞችን ሲደረድሩ ነበር።

"እውጋ ላይ ገዳይ ከመቃጠሪያው፡

አደዛ ገዳይ ከመዛወሪያው፡

ጓንግ ላይ ገዳይ ከመናኸሪያው፡

ተመልከት ብሎ መታው በመቅሪያው።

ወንድም አሰገዳይ ብለው ሲያሙት፡

አባት አሰገዳይ ብለው ሲያሙት፡

ጥንብ አሸተተው ወርዶ አማኒት"።

አባቱ ሞቶ በወሩ፡

ወንድሙ ሞቶ በወሩ፡

ነጭ በሬ አራጅ ከመቃብሩ"።

ፊት አውራሪ በመሸፈታቸው ምክኒያት የኢጣሊያን ወራሪ አባታቸውን እና ወንድማቸውን ገሎባቸው በዚህም ምክኒያት ህዝቡ እሱ ባይሸፍት ኑሮ አባቱና ወንድሙ አይገደሉም ነበር ብሎ

ስላወራባቸው ወራሪውን ማርከው ወስደው መቃብሩ ላይ አርደው በዚህ መልኩ ፎከሩ(ሸለሉ) ማለት ነው።

ፊት አውራሪ አየለ አባጓዴ ማለት እኚህ ናቸው። ጭልጋ ከእሳቸው ውጭ ማንንም ስለማይቀበል እንዲህ ተብሎ ተገጥሞላቸው ነበር።

"እህያ መጣች ተጭና ጓንዴ፡

ጭልጋ አይገዛም ያላባጓዴ"፡ ይልላቸው ነበር።

2፡ ሁለተኛው የቅማንትን ህዝብ ከጎኑ አሰልፎ የኢጣሊያንን ወራሪ የተዋጋው ታሪካዊ ጀግና ደግሞ ዳዛ ቀበሌ የተወለደው አቶ

ቀጭኔ እሸቴ ይባላል። ይህ ጀግና ሲፎክር(ሲሸልል) እንዲህ ይል ነበር።

"ቢሻው ሸዋ ይግዛ፡

ቢሻው ትግሬ ይግዛ፡

ቢሻው ጎንደር ይግዛ፡

ሁሉ የሐገር ልጄ፡

የውጭ ወራሪ እንዳይገዛን እንጂ።

በአራቱ አቅጣጫ ጣሊያን ሲመጣ፡

ገዳይ አስገዳይ ዳዛ ግራምጣ።

እንደ ንብ ፈርሶ ሲመጣ ነጭ፡

እሳር ቅጠሉ በደም ሲረጭ።

ከወጋ አይሰድም እንደ እባብ ምላስ፡

በደም ዘፈቀው እንደ እርጥብ አራስ።

እዩት ፊቴነን የጦር ሚዳ ላይ የዋለውን፡

እርሳሱ መጥቶ ያረሰውን።

እዬት የጥይቱን ሾር፡

አለኝ ማህላ ፊቴነን ላልዞር።

አይሸሸም ብሎ ሐገር ያመነው፡

በገዛ እልኩ የመነመነው።

ተንባ ገዳይ ከዲቡ፡

ግራውሃ ገዳይ ከጉድቡ።

ጠብቆት ቆየ ደገላ ለብሶ፡

በመጣው መንገድ ሸኘው መልሶ።

የጀግኖች ወንድም የጀግኖች ግድም፡

ልበ ደንዳና ኮከበ ድምድም፡

እንደ አራስ ነብር ጥቄት አይወድም፡

እንደ አንበሳ ልጅ የሚገረድም፡

እንደ አየር ጋሌን ከወጋ አይሰድም"፡ ይል ነበር ጀግናው።

ከዚህ ሸለላ ላይ መረዳት ከምንችላቸው ነገሮች አንዱ የቅማንት ህዝብ እሳቤ በዘርና በጎሳ የተከፋፈለ ሳይሆን ለአንዲት

ኢትዮጵያ አንድነት የቆመ ህዝብ መሆኑን እንመለካታለን። ምክኒያቱም ጫካ መንጥሮ ቆርቁሮ ያቀናት ሀገር በውስጥም በውጭም ችግር ሲገጥማት ሁሉ ነገሩን ለሀገሪቱ ንጹህ መስዋዕት አድርጎ ማቅረብ ታሪካዊ ልማዱ ስለሆነ ነው። ከፋከራው የተመለከትነው ነገር ማንም ይግዛ ኢትዮጵያዊ ከሆነ ችግር የለም ነው። የውጭ ወራሪ ከሆነ ግን እንጋፈጠዋለን ነው። ነገር ግን የዚህን ህዝብ ንጹህ ኢትዮጵያዊ አስተሳሰብ እንደድክመት ወሰደው "ቅማንትነት" እያስፈልግም ብለው ከመስረቱ ለማጥፋት ከመዝገብ ሰረዙት።

3፡ ሶስተኛው የቅማንትን ህዝብ ከጎኑ አሰልፎ ከኢጣሊያንን ወራሪ ጋር የተዋጋው ታሪካዊ ጀግና ደግሞ ጨንጮቅ ቀበሌ የተወለደው አቶ አበበ መንግሥቴ ይባላል። ይህ ጀግና ሲፎክር(ሲሸልል) እንዲህ ይል ነበር።

"እህያ ማጀት ከወንዛወንዙ፡

እኛ ብቻችን ጣሌኖች ብዙ።

እነሱ ብዙ ማለት ምንድን ነው፡

እንደደረሰ ገጥሞ ማየት ነው።

አቤ መንግሥቱ የወንዶች ቁና፡

ነብስ አስናባቹ ገና ለገና"፡ ይላላ ጀግናው አርበኛ።

1፡ 6 የቅማንት ጀግኖች እና የእንግሊዝ ወራሪ

ብዙ የሚወራለት የመቅደላው የጦርነት አውድማ የቅማንት ህዝብ ቆራጥ ልጆች ለኢትዮጵያ አንድነት፡ ክብር እና ነጻነት ሲሉ የተዋደቁበት ነበር። መምህር ተፈሪ ታከለ ይህንን ጉዳይ እንዲህ አስፍረውታል። "አጼ ቴዎድሮስን በአጸደ ሥጋ ያጣንበት የእንግሊዝ መንግሥት ለወረራ በገባበት ጊዜ መሳፍንትነት ቀረብኝ ሲል የነበረ የሰፈር አውራና ደብተራ ለወራሪው የእንግሊዝ ሠራዊት ከፍተኛ የደስታ አቀባበል አድርጓል። ••••••••• ለሀገርና ለወገን በጀግንነት መዋጋት ከሰማይ የወረደ ክብር ሲሆን በዚህ የሚያፌዝ መሳፍንት ግን ዘላለማዊ የሐፍረት ሸማ የተጎናጸፈ ነው ብለው ያምናሉ አጼ ቴዎድሮስ። መይሳው ቋረኛ እሳቸውን ለማጥፋት ጀምሎ ከመጣው የእንግሊዝ ሠራዊት ጋር አንዳች ክብርና ዝና ተልኮ እንደመጣላቸው በመንፈስ የታያቸው እስኪመስል ድረስ በወኔ ተሞልተው እንዲህ አሉ፦

አሁን ለቀረበልህ ክብር ተነሳ ታጠቅ ተቀበለው። ጠላቶችህ መሳፍንት ደስ ይበላቸው። የዛሬ ደስታ የነገ ሀዘናቸውና ልቅሱዋቸው ነው። ለክብርህ ብትሞት በሕይወት አለህ። ባትሞት ግን የተዋረድክ የሞትክ ነህ። ••••••••• ሀገርን የሚሰራት የሕዝብ አንድነት እንጅ

ሀገር የሕዝብን አንድነት አይሰራም፡ አያቆመውም። ነገር ግን ሀገር ታኖረዋለች፡ ታስመሰግናዋለች። ••••• እናንተም ሆናችሁ እኔ ለምን ደከምን? ለምን እንደምንሞት ማወቅም የራሳችን መብት ነው። ነገር ግን መብታችን የራሳችን ሲሆን ሞታችን በታሪክ የሚኖር ከትውልድ ወደ ትውልድ የሚተላለፍ ሕይወት ነው። ስለዚህ በሕወታችን እንደምንኖር ቁጠሩት እንጅ ሳይሞቱ ከሞቱት ጋር ያለን እንዳይመስላችሁ። የእኛ ሞት ለተከታዩ ትውልድ ክብር ነው። ስለዚህ ሞታችን ጣፋጭ ማር እንጅ ሬት አይምሰላችሁ። በምክኒያት መሞት ሞት ሳይሆን ሕይወት ነው። ከራስ አልፎ ለተከታይ ትውልድ ኩራት ነው፡ መራራ ሳይሆን ጣፋጭ ነው።

••••••• ኢትዮጵያን የተጠሙት መይሳው ቋረኛ ሽጉጣቸውን ጠጥተው ማር ጠጥተው እንደጣፈጣቸው በዚያ ሰሰ ከንፈራቸው የሚያማምሩ ጥርሶቻቸው ፈገግ ብለው ፊታቸው ደስተኛ ስሜት ተንጸባርቆበት፡ አስከሬናቸው ሰቆ ወድቆ እንደተገኘ ሄንሪ ብላንክ እንዲህ ገልጹዋል። One on the first object that attracted my attention was the dead body of Theodros. There was a smile on his lip. Page 408. ሲተረጎም አንድ በመጀመሪያ ትኩረቴን የሳበው ነገር ሞቶ የተገኘው የቴዎድሮስ አስከሬን ነበር። ከንፈሮቻቸው ላይ ፈገግታ ይታይ ነበር ማለት ነው።

አጼ ቴዎድሮስ መቅደላ ላይ ከወራሪው የእንግሊዝ ጦር ጋር በሚፋለሙበት ጊዜ ሕዝብ እንዳያግዛቸው በከፍተኛ ትጋት ሲተነኩሉ የነበሩት ካህናቱ ነበሩ። አጼ ቴዎድሮስ ለህግና ለፍትህ የነበራቸው ክብርና ቁርጠኛነት በመለካውያንና በመሳፍንቱ ሴራ ከአስራ ሰባት ጊዜ በላይ የግድያ ሙከራ አድርገውባቸው በጠላት እጅ ሳይወድቁ የመጨረሻውን የሞት ጽዋ በራሳቸው እጅ በኩራት ለመጎንጨት አብቅቱዋቸዋል። ፍትሐዊው አጼ ቴዎድሮስ ፍትሕ አጥተው ከታማኝ ወታደሮቻቸው ውጭ መጠጊያ ዘመድ ሳይኖራቸው ከሕግ ጋር ብቻ ተዛምደው ለሰማዕትነት በቁ። ቴዲዋ የተኩራሩበትን ሞት ለማንም ሳያቀምሱ ለራሳቸው ብቻ ሞተው በቁሙ በሞተው ሆድ አደር መለካዊያን እና በእንግሊዝ መንግሥት ላይ ተኛተው ሳቁበት"፡ ሲል ይደመድማል፡ ኩሽ እና የኢትዮጵያ አንድነት በሚለው በጽሃፉ።

በአጠቃላይ ዛሬም እንደትናንቱ የቅማንት ህዝብ ለሐገር አንድነት፡ ለነጻነት፡ ለእኩልነት፡ ለህግ የበላይነት፡ ለፍትህ እና ለእድገት በአንድነት በመሰራት ያምናል፡ እየሰራም ይገኛል። ወደ ፊትም እነዚህን ነገሮች ለማሳካት በሁሉም መሰክ በትብብር ይሰራል። ትናንት መሰዋዕት ከፍለን የመሰረትናት ሐገር ዛሬ በተለያየ ምክኒያት እየፈረሰች ነው። ለዚህ ደግሞ ዋናው ምክኒያት የትናንት የግል ጥቅማቸውን የሚያሩዋሩጡ ጥቅም ፈላጊወች የግል

ጥቅማቸውን ለማሳደድ ሲሉ ሐገሪቱን ገፍተው የገደል አፋፍ ላይ አድርሰዋታል። በዚህም መሰረት እኛ የሐገር አንድነትና ነጻነት፥ እድገት እና ብልጽግና አደራ እና ሐላፊነት አለብንና ለችግሮች ሁሉ መፍትሔ ይሆናል የምንለውን ሁሉ እናቀርባለን። ትናንትም፡ ዛሬም፡ ነገም ለትክክለኛ ዓላማ በዓላማ እንሰራለን። "ቅማንትነት" ይህ ነውና።

መቅደላ ላያ የነበረው ጦርነት የመጨረሻ ታሪካዊ ትዕይንት

"መቅደላ አፋፉ ላይ ጩኸት በረከተ፥

የሴቱን እናውቅም ወንድ አንድ ሰው ሞተ"።

"የመቅደላው ነብር የቋራው አንበሳ፥

ዘላለም ይነሳል ያ መይሳው ካሳ"፡ ይሉታል።

1፡ 7 የቅማንት ጀግኖች እና የሱዳን ወራሪ

ሌላው የቅማንት ህዝብ በሱዳን በኩል ሲመጡ ከነበሩ ወራሪዎች ጋር ያደረገው ተጋድሎ ነው። እነዚህ ወራሪዎች ወደ ሐገራችን እየገቡ በጣም ብዙ ጥፋት ያደርሱ እንደነበር ይታወቃል። ታዲያ በአንድ ወቅት ከሱዳን ወደ ኢትዮጵያ እየተሻገሩ የጎንደርን አካባቢ የሚወሩ ድርቡሽ በመባል የሚጠሩ ህዝቦች ነበሩ። ይህንን የጠላት ወረራ ከሚከላከሉት የኢትዮጵያ ህዝቦች መካከል ግንባር ቀደሙ የቅማንት ህዝብ ነበር። ለዚህ ግንባር ቀደምነት ዋናው ምክኒያት በቀጥታ ጠላት በሚመጣበት አካባቢ ከሱዳን ጋር ስለሚዋሰን ነው። ታዲያ በዛን ወቅት የቅማንት ጀግኖች ከሚጠቀሙባቸው የጦርነት እስትራቴጅክ ቦታወች አንዱ በዋሊደባ ቀበሌ እና በተንበራ ቀበሌ መካከል የሚገኘው የእንጨት አምባ ተራራ ነበር። ታዲያ በዛን ወቅት በተደረገ አንድ የጠላት ወረራ ጠላት እስከ ጓንግ ወንዝ ድረስ ወሮ በሚመለስበት ጊዜ 6 ወንድማሞች የቅማንት ጀግኖች አንዲት እህታቸውን ይዘው ወደ እንጨት አንምባ ከወጡ በኋላ ወደ ተራራው የሚያወጣውን መንገድ ሙሉ በሙሉ በድንጋይ ይዘጉት እና ይጠባበቃሉ።

ጠላትም ወሮ የዘረፈውን ሐብት እና ንብረት ይዞ ይመለስ እና በዋሊደባ ቀበሌ ውስጥ ጭንጫጌ በሚባለው ቦታ ላይ ይከትማል፡፡ ይህንን የጠላት መከተም የተመለከቱት የቅማንት ጀግኖች አንዲት እህታቸውን እንምባው ላይ ትተው በጨለማ ወደ ጠላት ሰፈር ይገሰግሳሉ፡፡ ጠላት ሙሉ በሙሉ አገር ሰላም ብሎ ተኝቷል፡፡ የወገን ሐይል በመጀመሪያ የተቻለውን ያህል የጠላት መሳርያ አንስቶ ወደ ሌላ ቦታ ይሰበሰባል፡፡ ከዚያም ቀጥሎ በጠላት ላይ በድንገት የሩምታ ተኩስ ይከፍታል፡፡ ጠላት በዚህ ሰዓት የሞተው እየሞተ ከመሮጥ ውጭ አማራጭ አልነበረውም፡፡ ለሊቱ ለጠላት ሐይል የመከራ ጽዋን አስጎንጭቶ ለወገን ሐይል ደግሞ ቅቤ አጠጥቶ በዚህ መልኩ አለፈ፡፡

የጠላት ሐይል እንምባው ላይ ጠንካራ ወታደራዊ ምሽግ እንዳለ ይረዳና በንጋት ጉዞውን ወደ እንምባው ያደርጋል፡፡ ጉዞው ተሳክቶ ጠላት በአንዲት ሽለቆ በመሰለች ቀጭን የሽንተረር መንገድ ወደ እንምባው ጫፍ ይደርሳል፡፡ ነገር ግን ለጠላት ያልጠበቀው አስደንጋጭ እና ከባድ ክስተት ማስተናገድ ግድ ሆነበት፡፡ የድንጋይ ናዳ በጠላት ላይ እንደ በረዶ ይወርድ ጀመር፡፡ አንድ ድንጋይ ብዙ ጠላት እየገደለ ዘቅዝቆ ይንደረደራል፡፡ ስለሆነም ወደ ላይ በመውጣት የፈለገውን ማሳካት ይቅርና ጠላት ወደ ታች እንኳን ሩጦ ማምለጥ ባለመቻሉ እዛው በድንጋይ መካከል ለመቅረት ተገደደ፡፡

ጠላት ተሸንፈ የዘረፈውን ሐብት እና ንብረት ትቶ የተረፈው ጠላት ወደ ሐገሩ እግሬ አውጭኝ አለ። የአካባቢው ከፍተኛ ገዥ መጣ የተደረገውን ጀብዱ አየ። ለእነዚህ ጀግኖች ሽልማት መስጠት አስፈላጊ ነበር። ሽልማቱ አካባቢውን በርስት ጉልትነት እንዲያስተዳድሩ ተሰጣቸው። ጦርነቱን ለመራው ጀግና አምሳ(50) መልሰ የሚል ማዕርግ ተሰጠው። ምክኒያቱም 50 የጠላት ሐይል በድንጋይ ሞቶ ስለተገኘ ማለት ነው። ስለሆነም የጦሩ መሪ አምሳ መልሰ ማሩ ተብሎ ተጠራ። በአምሳ መልሰ ማሩ ታናሽ ወንድም ስም የተሰየመ ለአካባቢው ህዝብ አገልግሎት የሚሰጥ "ወልድየ" የሚባል መጠነኛ ውሃ እራሱ አሁን ድረስ በአካባቢው አለ። በዚህ ምክኒያት ይህንን አካባቢ የእኔ ቤተሰቦች ዛሬ ድረስ ድሮ ርስታችን ነበር እኮ ብለው ያወራሉ። ቅማንት ጀግና ህዝብ ነው! የእህቲቱ የስራ ድርሻ ምግብ ማብሰል እና ጥይት ማቅረብ ነበር። የቅማንት ጀግኒት! የቅማንት ሴቶች ጀግኖች ናቸው ማህጸናቸውም ጀግኖችን ያፈራል።

1፡ 8 የተካደው ታሪከ ደማቅ ህዝብ

ምንም እንኳን በተለያየ ቦታ ላይ እንደተገለጸው የቅማንት ህዝብ የሐገሪቱ ነባር ባለታሪክ እና ባለውለታ ህዝብ ቢሆንም ይህ ሁሉ ተረስቶ ቅማንት የሚባል ህዝብ የለም ጠፍቱዋል ተብሎ ተካደ። ይህ የሆነው ደግሞ በሁለት መሰረታዊ ጉዳይ ነው። የመጀመሪያው ነባር የሆነውን የቅማንትን ህዝብ በማጥፋት ወርቅ የሆነውን ታሪኩን ለመዝረፍ ነው። ለዚህም ማሳያ የሚሆነን የጎንደርን ታሪክ የራሳቸው አድርገው በመውሰድ ቅማንት የተለየ ባህል እና ቋንቋ ስለሌለው ጠፍቱዋል ማለታቸው ነው።

ሁለተኛው ደግሞ ቅማንት ከግል ብሔርተኛነቱ ይልቅ ለኢትዮጵያዊነቱ ቅድሚያ የሰጠ ባህሪና ባህል ያለው በመሆኑ ምክኒያት ይህንን እንደደካማ ጎን ተጠቅመው ህዝቡን ጠፍቱዋል ለማለት በቅተዋል። ምክኒያቱም ለቅማንት ህዝብ ቆርቁሮ ጫካ መንጥሮ ያቀናት ኢትዮጵያ ከቅማንትነቱ በላይ ናትና። ለዚህ ደግሞ ማሳያ የሚሆነን ቅማንት የሚባል ህዝብ የለም ተብሎ ተክዶ እራሱ ለሐገሩ ያለው ፍቅር ሙሉ የሆነና ያልተሸራረፈ መሆኑ ነው። ይህንን በተመለከተ ትንቢቱ ደረሰ በመጽሐፋ መግቢያ ላይ እንዲህ አሰፍሮታል።

"የቅማንት ህዝብ ቀደምት የሰሜን ኢትዮጵያ ነዋሪ መሆኑ በግልጽ በታሪክ እየታወቀ የዚህ ህዝብ እውነተኛ ማንነቱን ጠብቆ መቀጠል የሚያበግናቸው ቡድኖች ያለህዝቡ እውቅና ህዝቡን በአዋጅ በመሰረዝ ከኢትዮጵያ የብሔረሰቦች መዝገብ እንዲፋቅ አድርገውታል። ይህ ታሪካዊ በደል ህገ መንግሥቱ ባስቀመጠው አግባብ ማንነቱን ለማስመለስ ብሔረሰቡ ጥያቄ ቢያቀርብም ጥያቄው ህገ መንግሥታዊ መሆኑ ተዘንግቶ ከጠባብ ጎሰኝነት ጋር ለማላተም ሲጥሩ ይስተዋላል።

እውን ጎሰኝነት የሚባለው አንድን ህዝብ በሐይል የሌላ ብሔር አካል ማድረግ ወይስ ደግሞ ስለእውነተኛ ማንነቱ የመብት ጥያቄ ማንሳት? መልሱን ለኢትዮጵያ ህዝብ እተወዋለሁ። የቅማንት ህዝብ በታሪኩ ሰለጎሰኝነት ሰብኮ አያውቅም። ጎሳን መሰረት ያደረገ ጦርነትን ከመከላከል እና ከመቀልበስ በስተቀር አንድም ጊዜ በህዝቦች ላይ በግፍ ዘምቶ አያውቅም። የቅማንት ህዝብ በፖለቲካም ሆነ በእምነታቸው ምክኒያት በግፍ ለሚሰደዱ ሌሎች ህዝቦች መሸሸጊያ እና ቀን ማሳለፊያ ከመሆን ባለፈ በሌሎች ህዝቦች ላይ ጦር መሰበቅ ይቅርና ህዝቦችን የሚያንቋሽሽ ፀያፍ ቃል ተጠቅሞ አያውቅም"፡ ይላል። የቅማንት ህዝብ ከሌሎች ህዝቦች ጋር በመከባበር የሚኖር ካልነኩት የማይነካ፡ ካልደረሱበት የማይደርስ ከነኩት የማይመለስ አራስ ነብር፡ ሐገር ወዳድና የሐገሪቱ የቁርጥ ቀን

ደራሽ ልጅ ነው። ነገር ግን ይህንን ሐገር ወዳድነቱን እና የጎሰኝነት ወይም የጎጠኝነት ባህሪና ባህል የሌለው መሆኑን እንደድክመት ወሰዱበትና ለማጥፋት ተነሱበት። የቅማንትን ህዝብ ለማጥፋት እቅድ ከተያዘ ዘመናትን አስቆጥሩዋል። ነገር ግን ህዝቡን ለማጥፋት በእቅድ እየተመሩ ላይ ታች የሚታትሩ አካላት እቅዳቸው በአሰቡት መንገድ እና ጊዜ አልሳካም በማለቱ ምክኒያት በየዘመናቱ የተለያዩ የጥፋት ዘዴዎችን እየተጠቀሙ ቅማንትን የማጥፋት ዓላማቸውን ለማሳካት ሞክረዋል።

ሀ፡ በንጉሡ ዘመን በመጀመሪያ በሐይል፡ የሐይል አማራጩ አላዋጣ ሲል ደግሞ በማዋህድ(assimilation)፡ ይህ አልሳካ ሲል ደግሞ በጥምቀት ምክኒያት ቅማንትን ለማጥፋት ተሞክሩዋል።

ለ፡ በኢህአዲግ ዘመነ መንግሥት ደግሞ በመጀመሪያ ቅማንትን ከብሔር ብሔረሰቦች መዝገብ በመሰረዝ(silent genocide)፡ ይህ አልሆን ሲል ደግሞ በሐይል በተለያዩ ዙሮች የተከፋፈለ በህዝቡ ላይ ጦርነት በመክፈት ለማጥፋት ሙከራ ተደርጓል።

ሐ፡ የተለያዩ መንገዶችን ተጠቅሞ የተለያዩ አስቃቂ ቃላትን በመጠቀም ህዝቡን ማሸማቀቅ እና እራሱን እንዲንቅና እንዲጠላ ማድረግ የራሱን ማንነት ማስጣልና ወደ አማራነት ማጠቃለል።

በእነዚህና በመሳሰሉት መንገዶች ተጠቅመው ቅማንትን ለማጥፋት ይሞክራሉ።

ሐገር ቆርቁረን አቅንተናል፡

ጫካ መንጥረን ቆርቁረናል፡

ለ1000ች ዓመታት ሐገረ መንግሥት መሰርተን ኑረናል፡

ጊዜው ከፍቶ ተሳደናል፡

ብዙ ግፎችንም አሳልፈናል፡

የፈረሰች ሐገር ጠግነናል መልሰናል፡

አንድነትን በስገነት ሰብከናል፡

ድርቡሽን መክተን መልሰናል፡

እንግሊዝን በጽናት ተጋፍጠናል፡

ጣሊያንን በር ዘግተን ተዋግተናል፡

አደዋ ላይ ተዋድቀናል፡

ካራ ማራም ዘምተናል፡

ፊውዳሎችንም ታግለናል፡

ግን ደግሞ በሐገራችን የሉም ተብለን ተክደናል፡

እንደ አራዊት ተሳደናል፡

ከመዝገብ ላይ ተሰርዘን ተነስተናል፡

እማማ ኢትዮጵያ ምን አጠፋን ምን በደልነሽ፡

ተሰውተን አኮራነሽ፡

እኛ ወድቀን አስከበርነሽ፡

ምን ነው ታዲያ የሉም ብለሽ፡

ተናገርሽ አፍ አውጥተሽ፡

ተወልደናል ከማህጸንሽ። •••••••

ይህ ጀግና ህዝብ ነው እንግዲህ አንዴ የለም ሌላ ጊዜ ደግሞ ቋንቋ የለውም እየተባለ የተዘበተበትና ይህ ሁሉ መከራ የሚወርድበት። ነገር ግን ምንም ቢሆን ሐሰት እውነትን አያሸንፍም፡ ምክኒያቱም እውነት ህያው ነው፡ ሐሰት ግን የእውነት አለመናገር ነውና።

1፡ 9 ሐሰት ማለት የእውነት አለመናገር ማለት ነው

በተፈጥሮ ውስጥ ህያው የሆኑ ነገሮች ዝምታን ሲመርጡ ወይም ቦታውን ሲለቁ ህያው ያልሆኑ ነገሮች አፋቸውን ከፍተው መናገር ይጀምራሉ ወይም ቦታውን ይይዛሉ። ነገር ግን ባለቤቶች መናገር ሲጀምሩ ወይም ወደ ቦታቸው ሲመለሱ የራሳቸው ያልሆነ ቦታ ይዘው የነበሩ አካላት ቦታውን ለቀው ይጠፋሉ ህያው አይደሉምና። እውነት ዝም ሲል ሐሰት መናገር ይጀምራል፡ ፀሐይ ስትጠልቅ ጨለማ ይነግሳል። ነገር ግን እውነት ዝምታን ሰብሮ መናገር ሲጀምር ሐሰት ብን ብሎ ይጠፋል። ፀሐይ ስትወጣ ጨለማ ተጠራርጎ ይጠፋል። ሐሰትም ጨለማም በራሳቸው ህያው ፍጥረት አይደሉምና። ልክ እንደዚህ የቅማንት ህዝብ ዝምታን ሰብሮ እውነትን መናገር ሲጀምር ሐሰት በኖ ይጠፋል። የዘመናት የጭቆና ጨለማም ከላዩ ላይ ተገፎ ይጠፋል። ይህም በዚህ ትውልድ የሚደረግ ተግባር ነው። ያኔ ቅማንት በአለም መድረክ ላይ ጎልቶ ይታያል። እውነት ከርቀት የተቀመጠች ነጭ ወርቅ ናት። ከርቀት መቀመጡዋ ቆይታ መውጣቷዋን ያሳያል፡ ነጭ መሆኑዋ ከርቀት እንድትታይ ያደርጋታል።

"••••••••• ነብር ተነሳና ከመሐከላቸው፡

እኔ ነኝ አንበሳ እጅ ንሱ አላቸው፡

አንበሳ ነኝ ብሎ በዋሸው ውሸት፡

አመነበት እና ከጊዜ ብዛት፡

እሱም ማን መሆኑን ጀመረ መርሳት፡••••

የተኛው አንበሳ እድሜ ተጭኖት፡

የነብርን ስድብ ስማና ድንገት፡

አግራርቶ ቢነሳ ወኔው ቀሰቅሶት፡

ነብር ግራ ገባው መሔጃ ጠፋው፡

ድንገት አፋን ከፍታ መሬት አትውጠው፡

ስማይ እንዳይወጣ ክፍ አልነበረው ••••••••"፡ እንብቡት።

"ትላት የጠሉትን የገደሉትን፡ አሻግረኝ ይሉታል ፈልገው ስሙን"።

1፡ 10 ቅማንት አለ ግን አስተዳደር አያስፈልገውም

በዚህ አውድ ደግሞ የክልሉ መንግሥት ሊያስተላልፍ የፈለገው እኔ አውቅልሃለሁ እና ላስተዳድርህ የሚል ሐሳብ ነበር። ለመሆኑ ቅማንት ራሱን ማስተዳደር የማይችለው ምክኒያቱ ምንድን ነው? ለማንኛውም በማንኛውም መስፈርት ቢለካ ቅማንት ከእነሱ የተሻለ ሁኖ ይገኛል። ለዚህም እነሱ እራሳቸው ምስክር ናቸው።

ይህንንም የበሸቀጠ የፖለቲካ አመለካከት የቅማንት ህዝብ አሸንፎ አልፋል። ከዚህ በኋላ ነው እንግዲህ ተሰፋፊው ቡድን የተለያየ እርምጃ መውሰድ የጀመረው።

ምዕራፍ ሁለት

የቀበሌ እና የወረዳ የቅኖና ስጦታዎች

የአማራ ክልል መንግሥት የአሰበው ቅማንትን የማጥፋት ታሪካዊ ዘመቻ አልሳካ ሲለው ደግሞ በተለያየ መንገድ የራስ አስተዳደር እንዳይኖር ጥረት ማድረጉን ቀጠለበት። ነገር ግን ይህም አልሳካለት ሲል የቁጥር ቅኖና ስጦታ እና የተለያዩ ማህበራዊ ጫናወችን በህዝቡ ላይ ወደ መተግበር ገባ። እነዚህንም በቅደም ተከተል እንያቸው።

2፡ 1 42 ቀበሌዎች ያለው ልዩ ወረዳ ምስረታ እቅድ

በዚህ የወረዳ ምስረታ ውስጥ የሚገርመው ነገር ቢኖር የቅማንት ህዝብ የሚኖረው በ42 ቀበሌዎች ውስጥ ብቻ ነው ወይ የሚለው ዋናው ጥያቄ እንዳለ ሆኖ ወደ ወረዳው የተካተቱ የጭልጋ ወረዳ የገጠር ቀበሌወች እና የልዩ ወረዳው ዋና ከተማ ሮቢት ያሉበት ቦታ የተለያየ መሆኑ ነበር። ይህንን ያደርጉበት ዋናው ዓላማቸው ምንድን ነው? ለዚህ አድራጎታቸው ምክኒያቱ በተለያየ መንገድ ታግለው ማስቀረት ያልቻሉትን የልዩ መዋቅራዊ አስተዳደር ምስረታ በወረዳው ውስጥ የሚካተቱ የገጠር ቀበሌወች እና የወረዳውን ዋና ከተማ የተለያየ ቦታ ላይ በማድረግ የመልካም አስተዳደር ችግር

በመፍጠር በሌላ ዘዴ የልዩ መዋቅራዊ አስተዳደር ምስረታውን ማክሸፍ ነበር።

በዚህ መንገድ ልዩ መዋቅራዊ አስተዳደሩ ባይሳካ እንኳን ምክኒያት የሚሆነው የመልካም አስተዳደር ችግር ስለሚሆን ድሮም እኛ እኮ ብለን ነበር ብለው ለማንኛውም አሁን እኛ ከደሙ ንጹህ ነን በማለት የእነሱን ትክክለኛነት እና የእኛን ስህተት በማሳየት አሜን አሰብሎ ሚሰጥራዊ ሐሳባቸውን ማሳካት ነበር ያሰቡት። በዚህ የሴራ ፖለቲካ ሐሳባቸው ቢሳካ ኑሮ የሚከተሉትን ዜማዎች ያዜሙ ነበር።

ለእኛ፥ "ያልሸውንም አጣሽ፡ ከዝምድናም ወጣሽ"፡ የሚለውን ምሳሌዊ አነጋገር ለመጋበዝ እና ለእነሱ ደግሞ፥ "የትም ፍጭው፡ ዱቄቱን አምጭው"፡ በሚለው ምሳሌዊ አነጋገር ለሐሳባቸው ስኬት ጥዑመ ዜማ አድርገው መጨፈር ነበር የፈለጉት። ታዲያ የቅማንት ህዝብ ደግሞ በሚከተለው ምሳሌዊ አነጋገር በመልስ ምት ሰራላቸዋ። "እኛስ እናውቅሻለን ለማያውቅሽ ታጠቢ"፡ በማለት። ይህንን የላሸቀ የፖለቲካ አመለካከት የቅማንት ህዝብ አክሽፎ ማለፍ ችሏል።

2፡ 2 69 ቀበሌዎች ያለው ልዩ ዞን ምስረታ እቅድ

በዚህ ልዩ የዞን ምስረታ አስተሳሰብ ደግሞ የክልሉ መንግሥት ዓላማ በኢኮኖሚ የደቀቀ የቅማንት ብሔረሰብ ልዩ ዞን መፍጠር ነበር። ምክኒያቱም ልዩ ዞኑ ሲመሰረት የቅማንት ርስት የሆነችውን የጎንደርን ከተማ እና በምርታማነት ሐብታም የሆኑትን የመተማ ወረዳ ቀበሌዎችን እና የቋራ ወረዳ ቀበሌዎችን አላካተተም ነበር። ይሁን እንጅ ይህንንም የዕብሪት የፖለቲካ አመለካከት ለማክሸፍ የቅማንት ህዝብ ከፍተኛ የሆነ መስዋዕት እየከፈለ ይገኛል።

ነገር ግን የክልሉ መንግሥት ከላይ የተጠቀሱትን እና ሌሎችም የከሰሩ የሸፈጥ አካሔድ አላዋጣ ሲላቸው በህዝቡ ላይ ሁሉንም የኢኮኖሚ ዘርፎች ማሽመድመድ፡ የጅምላ ማፈናቀል፡ የጅምላ ድብደባ፡ የጅምላ እስራት፡ የጅምላ ግድያ (genocide) እና የጅምላ ቀብር እና ሌሎችንም አሰቃቂ ድርጊቶች በህዝቡ ላይ ፈጽመዋል፡ እየፈጸሙ ይገኛሉ። በአሁኑ ወቅት ቅማንትነት በራሱ እንደ ወንጀል ተቆጥሯል። በሌላ በኩል ደግሞ በዚህ ሁሉ ሒደት ውስጥ የክልሉ መንግሥት የተለያዩ ግን ደግሞ አንድ አይነት ትርጉም ያላቸውን ውሃ የማይቋጥሩ ሐሳቦችን ያቀርባል። ከዚህ ዉስጥ ጥቂቶቹ የሚከተሉት ናቸውና አንድ በአንድ እንመልከታቸው።

2፡ 3 ጥያቄው የህዝብ ሳይሆን የጥቂቶች ነው

በመሰረቱ ጥያቄው መመዘን ያለበት ከኢትዮጵያ ህገ መንግሥት እና ከዓለም አቀፍ ህጎች መሰረታዊ ዓላማ መሆን አለበት እንጂ ጥያቄውን ምን ያህል የሰው ብዛትን አካቷል የሚል ብቻ መሆን የለበትም። አንድ ሰውም ያንሳው ጥያቄው ትክክል ከሆነ ትክክል ነው በቃ። የአንድ ሐገር ህዝብ ወጥቶ ሌብነት ህጋዊ መሆን አለበት ብሎ ቢጠይቅ ጥያቄውን ያነሳው ብዙ ህዝብ ነው ተብሎ ሌብነት ህጋዊ መሆን አይችልም። ስለሆነም ነገሮች ከህጋዊነት እና ከሎጂክ ሁሉ አንጻር እንጅ ከቁጥር አንጻር ብቻ መታየት የለባቸውም። ለማንኛውም ይህ አይነት የፖለቲካ አመለካከት የመጣው ከግንዛቤ ማነስ እና ከታሪካዊ የሸፍጥ አካሔድ ስለሆነ እንለፈው።

የቅማንት ህዝብ ግን ችግሮች ከላይ ከላዩ በተደራረቡበት ቁጥር ሚሰማር ሲመታ እንደሚጠብቀው ሁሉ አንድነቱን ከጊዜ ወደ ጊዜ እያጠናከረ ጥያቄው የተወሰኑ ግለሰቦች ብቻ ሳይሆን የራሱ የህዝቡ መሆኑን አረጋግጧል። ዓላማ ከመኖር በላይ ስለሆነ የቅማንት ህዝብ የሚከፈለውን መሰዋዕትነት እየከፈለ የጥያቄውን መሰረታዊ ዓላማ ይዞ ገፍቶበታል። በመሰረቱ የቅማንትን ህዝባዊ ጥያቄ የጥቂቶች ነው የሚለው አባባል በራሱ የፖለቲካ ውድቀት ማሳያና የከሰረ ፖለቲካዊ አካሔድ ነው።

2፡ 4 አላካኪነት ወይም ሶስተኛ ወገን ፍለጋ

አሃዳዊያን ለህዝቡ ጥያቄ ህጋዊ መልስ ከመስጠት ይልቅ ጥያቄውን እነሱ በየጊዜው ከሚፈጥሯቸው ጠላቶቻቸው ጋር ያያይዙታል ወይም ለጥያቄው ሶስተኛ ወገን ይፈልጉለታል። ይህ ፖለቲካዊ አካሄድ ግን ሁለት መሰረታዊ ችግሮች አሉበት። እነሱም፡-

ሀ. ወንጀል፡- ከጥያቄው ጀርባ አሉ የተባሉትን ሶስተኛ ወገን በሌሉበት መወንጀል ነው። ከጥያቄው ጀርባ አሉ የተባሉ አካላትም እነሱ በየጊዜው የሚፈጥሩዋቸው የራሳቸው ጠላቶች ናቸው። እነሱም ግንቦት ሰባት፡ ሰማዊ ፓርቲ፡ ግብጽ፡ አገዴፖ፡ ህወሃት፡ ኦነግ፡ ሱዳን እና ሌሎችም ናቸው። "እያ ጅቦ ጅቦ ሳታመሐኝ ብላኛ"፡ ይባላል። ቅማንት የእነዚህ አካላት ተላላኪ ነው በማለት ሰም ያጠፋሉ። እነዚህ አካላት ከጥያቄው ጀርባ አለመኖራቸውን እንኳን ሌላው እራሱ አሃዳዊ ቡድኑ አሳምሮ እውነታውን ያውቀዋል።

ለ. ሰድብ፡- የቅማንትን ህዝብ የራሱ የሆነ ሐሳብ የሌለው፡ ጥገኛ እና የሐሳብ ተለጣፊ ወይም የሌሎች ተላላኪ አድርጎ መቁጠር ነው። ይህ ደግሞ የቅማንትን ህዝብ አለባህሪው ባህሪ፡ አለታሪኩ ታሪክ መስጠትና መሳደብ ነው። "ቀጥኘ ቢያዩኝ ጅማት ለመኑኝ"፡ ይላሉ ሰወች። ግጥም አድርጋችሁ ታውቃላችሁ ቁጥራችን ቢያንሰም መረቅ ነን። ነገር ግን የቅማንት ህዝብ የሰለጠነ

አመለካከት ያለው፡ የእውቀት ባለቤት የሆነ እና በዘመነ መሳፍንት ጊዜ እነሱ የከፋፈሏትን ሀገር መልሶ የገነባ ታላቅ ህዝብ ነው። ለማንኛውም አሃዳዊያን የቅማንትን ህዝብ መጥፎውን እና በጎውን ለይተው ሊያስተምሩት አይችሉም፡ ይህ ነባራዊ እውነታ ነው።

2፡ 5 ጥያቄው አልበሰለም

አባባሉ በራሱ እንዴ ብስልና ጥሬ ጥያቄም አለ እንዴ? የሚል ጥያቄ ያስነሳል። እነሱ ማለት የፈለጉት እኛ የፈለግነውን ሁሉ እስክናሳካ ጊዜ ስጡን ነው። "እኛም አውቀናል ጉድጓድ ምሰናል"፡ አለች አሉ አይጥ። የቅማንት ህዝብ ጥያቄ በጠንካራና በበሳል ህዝብና መሪ የተያዘ እውቀትና ክህሎት ባላቸው ሙህራን የሚመራ መነሻው፡ ሂደቱ እና መድረሻው የታወቀ ግልጽ እና ወጥ የሆነ በበሳል ሙህራንና ባለሙያዎች የተቀመረ እንከን የለሽ ህገ መንግሥታዊ እና ህዝባዊ የመብት ጥያቄ ነው። በአጠቃላይ እነዚህ ሁሉ መሰረተ ቢስ ሐሳቦች አልሳካላቸው ሲል ደግሞ ሌሎች ክፍሎች ጫናወችን በቅማንት ህዝብ ላይ ወደ መተግበር ገቡ። የተወሰኑትን ከዚህ በታች እንመልከታቸው።

2፡ 6 ኢኮኖሚዊ ጫ ና

የቅማንት ተወላጅ የሆኑ የግል ባለሐብቶችን በማገት ገንዘብ ማስከፈል፡ ንብረቱን ማቃጠል፡ ማውደም፡ ሰው ሰርቶ እንዳይበላ ማሳደድ፡ የአገኙትን የእንሰሳት አይነት መግደል፡ እንሰሳትን እንዳለ በረት ውስጥ በእሳት ማቃጠል፡ ለምሳሌ መተማ።መዝረፍ፡ በሬ፡ በግና ፍየል ከሆነ አርዶ መብላት፡ ሁሉንም ነጋዴ ንብረቱን መዝረፍ፡ ማቃጠል፡ አሽማቃቂ የሰም ታልጋ መለጠፍ እና ተንቀሳቅሶ እንዳይሰራ መንገድ መዝጋት እና ሁሉም አይነት እንቅስቃሴ እንዳይኖር ማድረግ፡ ገቢያ መዝጋት። የቅማንት ብሔር ተወላጅ የሆነ ሰው ወደ አማራው አካባቢ ተዘዋውሮ የንግድ ልውውጥ እንዳያደርግ መስራት እና ሒዶ ከተገኘም በዚያው ማሰር እና የሐሰት ክስ መመመሰረትና ገንዘብ መጠየቅና የመሳሰሉትን ያደርጋሉ። ይህ አይነት ወንጀል በአብዛኛው የቅማንት ተወላጅ የሆኑ የበርበሬ ነጋዴዎች ላይ ይከሰታል።

መንገድ በመዝጋት መዳበሪያ እና ምርጥ ዘር በወቅቱ ወደ ገበሬው እንዳይደርስ በማድረግ የግብርናውን ክፍለ ኢኮኖሚ በመጉዳት በቅማንት ህዝብ አካባቢ የረሃብ ችግር እንዲከሰት መስራት። የመጠጥ ውሃ እንዲቋረጥ ማድረግ። የዚህ ድርጊት መሰረታዊ ዓላማ የውሃ ወለድ በሽታ ተከሰቶ ህዝቡን እንዲያሰቃይ ብሎም እንዲገድል እና አላግባብ ወጭ በህዝቡ ላይ እንዲያመጣ ያለመ ነው። በነገራችን ላይ የአይከል ከተማን የውሃ ጉዳይ ለይተን

ብንመለከት ከጅምሩ ታስቦበት የነበረ ይመስላል። ምክኒያቱም የአይከል ከተማ በተፈጥሮው የተቀመጠው ውሃ ላይ ነው። ይህ ከሆነ ለምንድ ነው ለዚህ ከተማ ውሃ ከሌላ ቦታ ማምጣት ያስፈለገው የሚል ጥያቄን ያስነሳል። ለማንኛውም መልሱን ህሌና ላለው ሁሉ ትቸዋለሁ።

ሆነ ተብሎ መብራት ይዘጋል። አሁን ባለንበት አለም መብራ እንዱ እና ግንባር ቀደሙ የገቢ ምንጭ ነው። መብራት በጣም ብዙ አይነት ኢኮኖሚዎችን ያንቀሳቅሳል። ይህንንም እውነታ መሰረት ያደረገ የኢኮኖሚ እገዳ መብራት በመዝጋት በቅማንት ህዝብ ላይ ወንጀል ይፈጸማል። ኔትወርክ በመዝጋት ወንጀል ይፈጸማሉ፡ እዚህ ላይ መረጃ ሐይልም ሐያልም መሆኑን ልብ ይለዋል። እንደሚታወቀው የኢኮኖሚ እንቅስቃሴ የግንኙነት እንቅስቃሴን መሰረት ያደረገ ስለሆነ ይህንን የኢኮኖሚ እንቅስቃሴ ለመግታት እና መረጃ ለማሳጣት ሲባል በቅማንት ህዝብ ላይ ተደጋጋሚ የሆነ የኔትወርክ መዘጋት ይደረጋል።

በነገራችን ላይ በኢትዮጵያ ውስጥ ችግሮች ሲከሰቱ መንግሥት ኔተወርክ ዘግቶ ነው ህዝቡን የሚቀጠቅጠው። ለምሳሌ፡- በትግራይ ክልል ሙሉ በሙሉ ኔትወርክ ተዘግቶ ነው በህዝቡ ላይ አሰቃቂ ድርጊት የተፈጸመው፡ በኦሮሚያ ክልል በተለያዩ ዞኖች፡ በቤንሻንጉል

ክልል እና በሌሎችም አካባቢዎች ኔትወርክ ዘግተው መረጃ እንዳይወጣ በማፈን በህዝቡ ላይ የጥይት በረዶ ያወርዱበታል።

በአጠቃላይ የትራንስፖርት አገልግሎትን ለማሰቆም እና የህዝቡን ኢኮኖሚዊ እንቅስቃሴ ለመገደብ ቅማንት ባለበት አካባቢ የነዳጅ አገልግሎት እንዳይኖር ይደረጋል። የመንግሥት ሰራተኛውን ደመወዝ መዝጋት እና በተለይ ደግሞ የቅማንት የማንነት እና የራስ አስተዳደር አስመላሽ አስተባባሪ ኮሚቴዎችን እንዳይሰሩ ማሳደድ እና ሰራ ላይ አልተገኙም በሚል ሰበብ ደመወዝ መከልከል ሁሉ ይደረጋል።

እንኳን አካባቢው በመንግሥት እንዲለማ መሰራት ይቅርና ህዝቡ በራሱ ተነሳሽነት መሰረተ ልማት ለመገንባት ቢነሳ እራሱ የክልሉ መንግሥት በሐል ያሰቆመዋል። ለምሳሌ ሁለት የመንገድ ፕሮጀችቶችን አሰቁሙዋል። እነሱም ከአይከል ወደ ጨንጮቅ ሲሰራ የነበረው መንገድ እና መቃን፡ ሌንጫንና ጉባይን የሚያገናኘውን መንገድ የክልሉ መንግሥት አሰቁሞታል። በእርግጥ ከመቃ፡ ሌንጫ እና ጉባይ የሚሄደው መንገድ በህዝቡ ትግል እንዲያልቅ ተደርጓል። ለዚህም ማሳያ የሚሆነን ደግሞ መቃን፡ ሌንጫን እና ጉባይን የሚያስተሳሰረው 42 ኪሎ ሜትር ርዝመት ያለው የጠጠር መንገድ በህዝብ ተሳትፎ እና በቅልማ አጋዥነት እየተሰራ በነበረበት ወቅት

የክልሉ መንግሥት ያለምንም ምክኒያት ፕሮጀክቱን በሐይል ማስቆሙ ነው።

እንደሚታወቀው አካባቢው ከፍተኛ የሆነ ኢኮኖሚ የሚንቀሳቀሰበት አካባቢ ነው። ግን ደግም የመንገድ መሰረተ ልማት የለውም፡ ይህንንም ችግር ለመፍታት የአካባቢው ማህበረሰብ፡ የሰራው ባለሙያዎች እና ቅልማ በትብብር ወደ ስራ ገቡ። ነገር ግን የክልሉ መንግሥት የመሰረተ ልማት ሰራውን በማስቆም የሳይት ማህንዲስ ጠቅላላ የመንገዱ ክትትል እና ቁጥጥር ባለሙያውን እና ሁለት የቅዴፓ አባላትን በማሰር ጠቅላላ ፕሮጀክቱን አሰቆመው። ይህንን የክልሉ መንግሥት የተሳሳት አካሔድ ከብዙ ጥረት በኋላ የፌደራል መንግሥቱ ነው ገብቶ ያሰተካከለውና ሰራው በተጀመረው መልኩ እንዲጠናቀቅ ያደረገው። ልማታዊ መንግሥት ይሉሃል ይህ ነው እንግዲህ፡ እነሱ የመሰረተ ልማት ሰራ እንቅፋት ይሆናሉ ተገልብጠውና ገልብጠው ደግሞ ህዝቡ መሰረተ ልማት አላሰራም አለ ብለው ይከሳሉ፡ አይ እነ አጼ በጉልበቱ።

በጣም የሚገርመው ነገር ደግሞ በኋላ የክልሉ መንግሥት ያቀረበው ሐሳብ ነው። ሰራው ሊጠናቀቅ ትንሽ ሲቀር የክልሉ መንግሥት ምን አለ መሰላችሁ ፕሮጀክቱ በክልሉ መንግሥት እንደተሰራ አድርገን ለማቅረብ ፍቀዱልን እና በእኛ በኩል ደግሞ በፋይናሰም እናግዛለን፡ ለሰራው ማሰኬጃ መኪናም እንመድባለን

አሉ። ህዝቡም ርቀታችሁን ጠብቁ ብሎ መለሳቸው። እዚህ ላይ ግን የህዝቡን ተሳትፎ፡ የማሕዲሱን ብልሐት፡ ወኔ እና ጀግንነት ሳላደንቅ አላልፍም። ይህንን የሚያደርጉበት ዋናው የመጠቀሚያ መንገዳቸው ምንድን ነው?

እንደሚታወቀው ሐገራችን ኢትዮጵያ የምትከተለው ስርዓት አብዮታዊ ዲሞክራሲዊ ሐገረ መንግሥት ወይም ዲሞክራሲዊ ልማታዊ የመንግሥት አወቃቀር ስርዓትን ነው። ይህ ስርዓት ደግሞ በባህሪው በአብዛኛው የህዝቦችን ጥያቄዎች የልማት(የኢኮኖሚ) እና የመልካም አስተዳደር ችግሮች ናቸው ብሎ ለሳበብ የሚመች ስርዓት ነው። ይህንንም ነገር እንደ መልካም አጋጣሚ በመጠቀም የኢትዮጵያ ሐገረ መንግሥት ከድሮ እስከ ዘንድሮ የህዝቡን መሰረታዊ ጥያቄዎች ለማፈን ሲገለገሉበት ቆይተዋል።

ኢትዮጵያ በአብዛኛው የማንነት እና የራስ አስተዳደር ጥያቄ የሚነሳባት ሐገር ናት። ይህንንም ተከትሎ መንግሥት ጥያቄውን ማፈን ከፈለገ በአካባቢው ያለውን መሰረተ ልማት ይዘጋዋል። አጠቃላይ የህዝቡን የኢኮኖሚ እንቅስቃሴ በተለያዩ መንገዶች አደጋ ውስጥ ያስገባዋል። ይህንንም የሚያደረገው የህዝቡን መሰረታዊ ጥያቄ አቅጣጫ አስቀይሶ የልማት እና የመልካም አስተዳደር ጥያቄ ለማድረግና ትግል በባህሪው ከፍተኛ የሆነ ወጭ ስለሚያስፈልገው ህዝቡን በኢኮኖሚ ማዳከምን ታሳቢ ያደረገ ነው።

ምክኒያቱም በኢኮኖሚ የተዳከመ ህዝብ ጥገኛና እጅ ጠባቂ ስለሚሆን አቤት መጀን ብሎ ከመንግሥት ጎን ይሰለፋል ተብሎ ስለሚታሰብ ነው። ይህ ግን የተሳሳተ አስተሳሰብ ነው፡ ዓላማ ከእራስ በላይ ነውና። ለማንኛውም ይህ አይነት የኢኮኖሚ የማዳከም ስልት ነው በቅማንት ህዝብ ላይ እየተተገበረ ያለው። ቆራጡ የቅማንት ህዝብ ግን ትግሉ የሚፈልገውን ነገር ሁሉ እየከፈለ መሰረታዊ ግቡን ሳይረሳ እየታገለ ይገኛል።

በአጠቃላይ ሲታይ እንዲህ አይነት ድርጊት በተለያየ ጊዜ፡ በተለያየ ቦታ፡ በተለያዩ ህዝቦች ላይ የሚደረግ የገቢ ምንጭ ማድረቅን መሰረት ያደረገ ነው። ይህንን አይነት የኢኮኖሚ ማዳከም ስራ መንግሥት ካላቆመ እና ካላስተካከለ በስተቀር ሀገሪቱ በአጭር ጊዜ ውስጥ ወደ ባስ ድህነት መውረድዋ አይቀሬ ነው። ምክኒያቱም በአንድ በኩል የሐገሪቱ ኢኮኖሚ በጦርነት እየወደመ ነው፡ በሌላ በኩል ደግሞ ህዝቡ ከጊዜ ወደ ጊዜ በኢኮኖሚ እየተሸመደመደ ነው።

2፡ 7 ማህበራዊ ጫና በቅማንት ህዝብ ላይ

የቅማንት ህዝብ ከወንድሙ ከአማራው ህዝብ ጋር በንግድ እና በተለያዩ መንገዶች እንዳይገናኝ ማድረግ። በቅማንት አካባቢ ያሉ ትምህርት ቤቶችን መዝጋት። በተለያዩ መንገዶች የቅማንትን የሞራል

እና የማህበራዊ ሁኔታዎች ማጥፋት እና ማበላሸት። የቅማንትን ህዝብ ወደ ግጭት የሚያስገቡ ተግባሮችን ማከናወን። ለምሳሌ የቅማንት ህዝብ ትግል አስኳል የሆነችውን የአይከል ከተማን ቁጥር አንድ እና ቁጥር ሁለት ብሎ በመክፈል ቋሚ የሆነ ጦርነት መፍጠር፣ ለቅማንት አካባቢ በጣም ቅርብ የሆኑ የአማራ ቀበሌዎችንና በቅማንት ቀበሌዎች የተከበቡ የአማራ ቀበሌዎችን ከቅማንት ቀበሌዎች ጋር መለያየት።

ለምሳሌ ነጋዴ ባህር፣ ላዛ፣ አደዛ፣ አኩሽራ፣ ቀንጠፋ እና በሌሎችንም የቅማንት ቀበሌዎች የሚኖሩ የአማራ ሕዝቦችን አብረው ከሚኖሩት የቅማንት ህዝብ ጋር የተለያዩ መንገዶችን በመጠቀም ማለያየት እና ማለቂያ የሌለው ጦረነት ማዘጋጀት። የአማራውን ህዝብ ደግሞ ቅማንት ቋሚ ጠላትህ ነው በማለት በቅማንት ህዝብ ላይ ማነሳሳት። በነገራችን ላይ በአሁኑ ወቅት የአማራን ህዝብ በአካባቢው ካሉ ከሁሉም ወንድም ህዝቦች ጋር አጣልተውታል። ከማን ጋር ሊያኖሩት እንዳሰቡ አይታወቅም።

እንደሚታወቀው የፖለቲካ ቀውስ በአለበት አካባቢ የህዝቦች የማህበራዊ ሕይወት መናጋቱ የማይቀር ጉዳይ ነው። ለቅማንት ህዝብ ግን ይህ ጉዳይ በጣም ከባድ እና ውስብስብ ሆኖበታል። የዚህ ምክኒያቱ ደግሞ የማህበራዊ ችግሩ መነሻ አንድ አቅጣጫ ባለመሆኑ ነው። እነዚህም መነሻወች፦

ሀ፡ የመጀመሪያው ከመንግሥት መዋቅር የሚመጣ መዋቅራዊ ማህበራዊ ችግር ነው። ይህ ማለት ለህዝቡ ጥያቄ ተገቢውን መልስ ባለመስጠት የሚመጣ ማህበራዊ ችግር ነው። ይህም ሆነ ተብሎ በክልሉ መንግሥት የሚቀመር ማህበራዊ ቀውስ ነው።

ለ፡ ሁለተኛው ከአመራር እንደ ግለሰብ የሚመጣ ማህበራዊ ችግር ነው። ይህም ማለት የተለያዩ ሚዲያዎችን በመጠቀም እና በቀጥታ የተለያዩ ታልጋዎችን በህዝቡ ላይ በመለጠፍ የሚመጣ ማህበራዊ ችግር ወይም ቀውስ ነው። ለምሳሌ የተለያዩ ማሸማቀቂያ ቃላቶችን በመጠቀም ህዝቡን ያሸማቃሉ።

ሐ፡ ሶስተኛው ችግር ደግሞ ህዝባዊ ህገ መንግስታዊ ጥያቄው አላግባብ የተንዛዛ እና የተራዘመ መሆኑ በራሱ በህዝቡ ላይ ከባድ እና ውስብስብ የሆነ ማህበራዊ ቀውስ አስከትሏል። እነዚህ እና ሌሎችም ፈተናዎች በህዝቡ ላይ ተደራራቢ የሆነ የማህበራዊ ችግር ፈጥረውበታል። የተለያዩ ምክኒያቶችን በመደርደር የቅማንት ተወላጆች በተለያዩ የመንግሥት መሰሪያ ቤቶች ቅጥር እንዳይሳተፉ ማድረግ እና የተቀጠሩ ካሉም ማፈናቀል እና ማባረር። ከቋራ እስከ ወገራ ያለውን ጥያቄ ለመግታት በአካባቢው ሁሉን አይነት የኢኮኖሚ እና የማህበራዊ እንቅስቃሴዎች የተለያዩ ችግሮችን በመፍጠር አካባቢውን ችግር ውስጥ ማስገባትን ሁሉ ያጠቃልላል።

2፡ 8 የስነ ልቦና ቀውስ(የሳይኮሎጅ ችግር)

የቅማንት ህዝብ በብዙ አይነት መልኩ የስነ ልቦና ችግር እንዲደርሰበት ተሰርቷል። ከእነዚህም ውስጥ የተወሰኑትን እንሆ፡-

ሀ፡ ቅማንት የሚባል ህዝብ የለም ተብሎ በአደባባይ ተክዷል፡ ተሰድቧል። ይህ ማለት አንድ ሰው ቆሞ እየሔደ ሞተሃል በሒወት የለህም እንደ ማለት ነው።

ለ፡ ቅማንት የሚባል ህዝብ አለ ነገር ግን ቋንቋ የለውም እራሱንም ማስተዳደር አይችልም ተብሏል። ይህ ማለት አንድ ሰው በራሱ ቋንቋ መናገር የለበትም፡ ቤቱንም መምራት የለበትም(አይችልም) እንደ ማለት ነው። በነገራችን ላይ "የሚባል" ማለት በራሱ ምን ለማለት ተፈልጎ ነው?

ሐ፡ 42 ቀበሌዎች እና 69 ቀበሌዎች ምናምን እያሉ የሚጫወቱት የፖለቲካ ቁማር በቅማንት ህዝብ ላይ ከባድ የሆነ የስነ ልቦና ችግር አምጥቷል። የቅማንት ህዝብ ያለውበጠቅላላው ሁሉንም የቅማንት ህዝብ ያካተተ መዋቅራዊ አስተዳደር ይቋቋም ነው። እነሱ ግን በተቃራኒው የቅማንትን ህዝብ እንደ ህዝብ ጥገኛ እና የሌሎች ተላላኪ አድርጎ የመመልከት እና ዝቅ አድርጎ የማየት ነገር አለ። የቅማንት ህዝብ ግን የብዙ ዓመታት ታሪክ ያለው በባህሪው ጀግና እና ኩሩ ለሌሎችም የሚተርፍ ሁሉ ነገር ያለው

ህዝብ ነው። አዲሲቱዋን ኢትዮጵያን ለመመስረት የመጀመሪያውን ነጋሪት የጎሰመ፡ የሐገሪቱን የመሰረት ድንጋይ የጣለ ሐያል ህዝብ መሆኑን እነሱ እራሳቸው ህያው ምስክሮች ናቸው።

2፡ 9 የደህንነት ችግር

ዛሬ የቅማንት ህዝብ አድሮ ለመዋሉ፡ ውሎ ለማደሩ እና ወጥቶ ለመግባቱ እርግጠኛ ለመሆን ተቸግሮ በአጠቃላይ የህዝቡ ደህንነት አደጋ ላይ ወድቋል። ይህም የሆነበት በሁለት መሰረታዊ ችግሮች ነው።

1፡ የመጀመሪያው የደህንነት ችግር የክልሉ መንግሥት የህዝቡን መሰረታዊ ጥያቄ አቅጣጫ ለማስቀየር እና ከተቻለውም ሙሉ በሙሉ ጥያቄውን ለማስቆም ፋኖና አድማ በታኝ የሚባሉ አደረጃጀቶችን በማደራጀትና ሌሎች ተላላኪዎችን በመመልመል በህዝቡ ላይ እየከፈተ ባለው ጦርነት ምክኒያት የሚመጣ የደህንነት ችግር ነው።

2፡ ሁለተኛው አሁን በሐገራችን ያለው የፖለቲካ ቀውስ የወለደው የደህንነት ችግር ነው። ስለሆነም በአንድ በኩል የህዝቡን መሰረታዊ ጥያቄ በሌላ በኩል በህዝቡ ላይ የተደቀኑ ችግሮችን ቅድሚያ ለሚሰጠው ቅድሚያ እየሰጡ መሰራት ያስፈልጋል።

በአጠቃላይ ሲታይ እነዚህንና የመሳሰሉትን ሙከራዎች ሁሉ ቢሞክሩም ለአሃዳዊያን እስከ አሁን ያመጡት ለውጥ የለም ወደ ፊትም አምና ከመቀበል ውጭ የሚሳካላቸው ነገር አይኖርም። እረ ለመሆኑ መቸም ከስህተታቸው አይማሩምና አሃዳዊያን የሞከሩት የፖለቲካ ሴራ አልሳካላቸው ሲል ምን አይነት ውሳኔ ወሰኑ?

ምዕራፍ ሶስት
ዘርን መሰረት ያደረገ
ጭፍጨፋ(genocide)

በምዕራፍ ሁለት የተጠቀሱት የከሰሩ ፖለቲካዊ አካሄዶች ያላረካቸው የክልሉ መንግሥት አመራሮች በቅማንት ህዝብ ላይ ከወሰዷቸው አስቃቂ ድርጊቶች መካከል አንዱና ግንባር ቀደሙ ዘርን መሰረት ያደረገ ጭፍጨፋ(genocide) ነው። የክልሉ መንግስት የፈለገውን ቅማንትን በሰላማዊ መንገድ የማጥፋት ታሪካዊ ተልዕኮ አልሳካለት ሲል ዓላማውን ለማሳካት ተስፋ ባለመቁረጥ የተለያዩ የጥፋት ዘመቻዎችን ቀጠለ። እነዚህን የጥፋት አስቃቂ ደርጊቶች እንደሚከተለው አቀርባለሁ።

1፡ በተለያየ ዙር ከፋፍሎ በህዝቡ ላይ ጦርነት ማወጅ

2፡ የአስተዳደራዊ መዋቅር አፍርሶ እንደገና በማደራጀት ህዝቡን መበታተን

3፡ የህዝቡን ጥያቄ ለማስጣል በመንግሥት መዋቅር ውስጥ የተለያዩ አደረጃጀቶችን መፍጠር

ማስታወሻ፦ ይህንን የዘር ተኮር ጥፋት ምንም እንኳን አሁን እኔ በይፋ በአሁኑ ወቅት የተደረጉትን ብገልጽም ከዚህ በፊት ከሐይለሰላሴ ዘመነ መንግሥት ጀምሮ "ለቅማንቱ ነው ወይስ ለጥይቱ"፡ በሚል መርህ ቅማንትን የማጥፋት ዘመቻቸው ከተጀመረ ዘመናትን አስቆጥሩዋል።

1፡ በተለያየ ዙር ከፋፍሎ በህዝቡ ላይ ጦርነት ማወጅ

የህዝቡን መሰረታዊ ህገ መንግሥታዊ ጥያቄ ለማስቀረት በተለያየ ዙር የተከፋፈሉ ዘር ተኮር የሆኑ ጦርነቶች በህዝቡ ላይ ተፈጽመዋል።

ሀ፡ የመጀመሪያ ዙር

የመጀመሪያው ዙር የዘር ተኮር ጦርነት የተደረገው በ2008 ዓ•ም በጭልጋ ወረዳ ጬንጮቅ ቀበሌ ከጥቅምት 22 እስከ ጥቅምት 24 እና በማውራ ቀበሌ ላይ በዚያው ዓመት ከጥቅምት 27 እስከ 29 የተደረጉት የግፍ ጭፍጨፋዎች ነበር። በዚህ ጦርነት አራስ እናት፡ የ5 እና የ7 ዓመታት ህጻናት በቢለዋ ታርደው ተገለዋል። ይህም የተደረገው መከላከያ ወደ አካባቢው ገብቶ ጦርነቱን አስቁሜለሁ ካለ በኋላ ነው። ይህ ማለት ግን የሞቱት ሰወች እነዚህ ብቻ ናቸው ለማለት ሳይሆን በአስቃቂ ሁኔታ የተገደሉትን ለመጥቀስ ያህል ነው።

የጦርነቱ ፖለቲካዊ ዓላማ በሐይል አስገድዶ አሳምኖ 42 ቀበሌዎች ያለው የልዩ ወረዳ ምስረታ ለማስፈጸም ነበር።

ለ፡ ሁለተኛው ዙር የዘር ተኮር የጥፋት ዘመቻ

ሁለተኛው ዙር የግፍ ጭፍጨፋ በቅማንት ህዝብ ላይ የተደረገው በ2011 ዓ•ም ህዳር 29 ሸንፋ ላይ የነበረው ጦርነት ነው። ይህንን የዘር ጭፍጨፋ ተግባር ልዩ የሚያደርገው ግን ህዳር 29 በወቅቱ የሐገሪቱ ብሔር ብሔረሰቦች ዓመታዊ ከጭቆና የወጡበትን ወይም የነጻነት በዓላቸውን የሚያከብሩበት ቀን መሆኑ ነው። ለምንድን ነው ሁሉም የሐገሪቱ ብሔር ብሔረሰቦች የነጻነት በዓላቸውን እያከበሩ እያሉ ለቅማንት ህዝብ ግን የዘር ጥፋት የታወጀበት የሚለውን ጥያቄ መመለስ ያስፈልጋል።

የመጀመሪየው ህዝቡን ለበዓሉ በተሰባሰበበት በአንድ ቦታ አግኝቶ ለማጥፋት ይህንን ቀን እንዲመርጡ ምክኒያት ሁኑዋል። ሌላው ቅማንት የሚባል ህዝብ የለም የሚለውን ሐሳባቸውን በተግባር ለማዋል እና ቅማንት የሚባል ህዝብ የለም ብለው አስቀድመው ስለደመደሙ የብሔር ብሔረሰቦች በዓል ቅማንትን አይመለከተውም ለማለት ነው። ይልቁንም ለበዓሉ እንደ በግ መሰዋዕት አድርገው አቀረቡት እንጂ። በእነሱ ትርጉም የለም የተባለ ህዝብ በዓሉም አይመለከተውም ማለት ነው።

ነገር ግን የታሰበው እንዳልታሰብ ሆነና በጨዋታው ተሸንፈው ወጡ። ነገሩ እንዲህ ነው። ሸንፋ አካባቢ ያለውን የቅማንት ህዝብ ለማጥፋት በቋራ በኩል ሐይል አቀረቡ፣ በገንደ ውሃ በኩልም ሌላ ሐይል አቀረቡ የቅማንቱን ገበሬ መሐከል ላይ አድርገው ማጥቃት ጀመሩ። የቅማንት አርሶ አደር ደግሞ ሁለቱንም ጎራዎች መሐል ላይ ሆኖ ሲከላከል ከቆየ በኋላ ቦታውን ለቆ ወጣ። በዚህ መካከል እነሱ የተለያየ ቦታ ስለመጡ እርስ በእርስ ስለማይተዋወቁና ስላልተናበቡ እራሳቸው ገጥመው ተላለቁ።

የቅማንት አርሶ አደር በተፈጥሮው የወታደራዊ ልምድ አለው ስንል እንዲሁ ዝም ብለን አይደለም በምክኒያት ነው። ከተወሰኑ ቀናት በኋላ ገንደ ውሃን የጦርነቱ መሰረት አድርገው መቃ ቀበሌ ላይ ቆርጠው ከዚያ በታች ያሉ የቋራ ወረዳ እና የመተማ ወረዳ ቀበሌዎችን ለመጨፍጨፍ አቅደው ታህሳስ መጨረሻ አካባቢ በተለምዶ መቃ ቀበሌ ጅብ ዋሻ ተብሎ በሚጠራው ቦታ ላይ ጦርነት ተጀመረ። በዚህ የጦርነት አውድማም ቢሆን የቅማንት ገበሬ ቀድሞ ቦታ ይዞ ስለነበር አሉ የሚባሉ የጨፍጫፊው አካል ሽፍቶች ስለተመቱ ተሸንፈው ተመለሱ። በዚህ የጦርነት አውድማ ግን መሸነፋቸው ብቻ ሳይሆን የተሸነፉበት መንገድ ያሰቃል። አንድ የቅማንት አርሶ አደር ቀድሞ የጃርት ጉድጓድ ውስጥ ገብቶ ቦታ ይይዛል። ከፊት ለፊቱ በቀጥታ ተሰልፈው ሲመጡበት እሱም ግራ

ገብቶት የቡድን ስማቸውን ይጠይቃቸዋል። ምን አልባ ባለመተዋወቅ የእኔ ባልደርቦች ከሆኑ ብሎ አስቦ ማለት ነው። ከዚያም ተረጋግተውና ዘና ብለው "ዳሸን" ይሉታል። ከዚያማ ጣቱና የመሳሪያው ምላጭ በየማይክሮ ሰከንድ የጊዜ ልዩነት መገናኘት ሲጀምሩ የክላሹ አፈሙዝ ጠላት ላይ እሳት ይተፋ ጀመራ። በዚህ መልኩ ተሸነፉ።

በሌላ በኩል ግን ከሸንፋው ጦርነት በኋላ በሁሉም የቅማንት ቀጠናዎች ጦርነት ከፍተዋል። በጫንድባ በኩል አድርጎ ሰርጢያ ዋርካጌን ወረው እንዳለ ሙሉ በቀበሌው ውስጥ የሚገኙ ቤቶችን አቃጠሉ፣ የሚችሉትን ያህል ዘረፉ። ሲጀመር ከጫንድባ ሲነሱ የሚዘርፉትን ሐብት ንብረት የሚጭኑበት አህያ እና ፈረሰ ጭምር ነው ይዘው የመጡት። ከዚያ አካባቢ እንዲያውም በዘረፉት የጤፍ ከፈሎ ሳይሰማሙ ቀርተው እነሱ በእነሱ እራሱ ተጋለዋል። ሌላው በሻሸጌ በኩል በመምጣት ሌንጫ ቀበሌን በተደጋጋሚ ጨፍጭፈዋል፣ ሐብት ንብረትም ዘርፈዋል።

ሐ፡ ሶስተኛው ዙር ዘር ተኮር ጥፋት

ሶስተኛው ዙር አስቃቂ የዘር ጭፍጨፋ ዘመቻ የነበረው መተማ ላይ በ2011 ዓ•ም ከጥር ሁለት እስከ ጥር አምስት የነበረው የሶስት ቀናት የግፍ ጭፍጨፋ ነው። ይህ ጭፍጨፋ አስቀድሞ ታስቦ የነበረው

ህዳር ውስጥ እንደ ነበር በኋላ መረጃዎች ወጥተዋል። ነገር ግን ኢንቨስተሩን ጨምሮ ሁሉም የበረሃ አራሽ እና ሰሊጥ ነጋዴውም ጭምር መተማ ስለነበርና ሁሉም የቅማንቱ ገበሬ ወደ ጦርነት ሊገባ ስለሚችል የሐይል አለመመጣጠን እንደሚገጥማቸው ስለገባቸው የደጋው በረሃ አራሽ ነቅሎ እስኪወጣ መጠብቀ ግድ ሆነባቸውና ጠበቁ። ያሰቡት ሐሳብ በትክክል ግብ እንደመታ ሲገባቸው ከጥር ሁለት እስከ ጥር አምስት ባለው አጭር ጊዜ ውስጥ በቅማንት ህዝብ ላይ የፈለጉትን ሁሉ አደረጉ፡ አስቃቂ ከሆኑት ድርጊቶች ውስጥ የተወሰኑትን ልጥቀስ።

1፡ በዚህ የግፍ ጭፍጨፋ 58 ሰወች በጅምላ ተገለው በጅምላ ተቀብረዋል። በእግርጥ የሞተው ሰው ብዛ ከዚህ በእጅጉ የላቀ ነው።

2፡ ሰውየው ቤቱን ከቃጠሎ ለመታደግ ከውስጥ ሆኖ ይዋጋል። በሐይል ተጠግቶው ቤቱን ከጀርባ አቃጠሉት። በዚህ ጊዜ ከአባቱ ጋር የነበረው ህጻን ነፍሱን ለማትረፍ በበሩ በኩል ወጥቶ ለማምለጥ ሲሞክር ይዘው እስከ ነፍሱ የሳቱ ቃጠሎ ላይ አስገቡት። ምን አይነት ህሌና ነው?

3፡ አንዱ አማራ አንዱ ቅማንት የሆኑ ባለትዳሮች ውስጥ ቅማንቱን በአሰቃቂ ሁኔታ ገለው አማራውን ይዘውት ይሔዳሉ።

አማራው ለሞት ይሁን ለሽልማት የተፈለገበት ምክኒያት አይታወቅም። እኔ ምለው ሰው ግን በሰው ላይ እንዲህ ይጨክናል? በጣም ይገርማል!

4፡ የቅማንት ንብረት ስለሆኑ ብቻ እንስሳት በረት ውስጥ እንዳሉ እንዲቃጠሉ ተደረገ። ምን አለ እንደለመዱት ወስደው ቢያርዱዋቸው። ከዚያ ቦታ ላይ ለመግለጽ የሚከብድ እጅግ ዘግናኝ የሆኑ የዘር ማጽዳት ተግባሮች ነው የተከናወኑት። ይህ የ2011 ዓ•ም ጠቅላላ የዘር ማጽዳት ዘመቻ ዋና ዓላማው ከነጋዴ ባህር በታች ያለውን የቅማንት ህዝብ ወይ አሜን መጀን አስብሎ አማራ ማድረግ ነው፡ ወይ ደግሞ ገሎም የቀረውን አፈናቅሎ ወደ ደጋው ወረዳዎች ማስደድ እና በአካባቢው አማራውን ወስዶ ማስፈር ነበር። በተለያየ ጊዜ ወደ ቦታው እየወሰዱ አማራውን በተለያየ ስበባሰበብ ማስፈር ደግሞ በታሪክ የተለመደ መሆኑ የታወቀ ነገር ነው።

መ፡ አራተኛ ዙር የዘር ማጽዳት ዘመቻ

አራተኛው የቅማንትን ህዝብ ከምድረ ገጽ የማጽዳት ዘመቻ የነበረው በ2011 ዓ•ም መጨረሻ እና በ2012 ዓ•ም መጀመሪያ አካባቢ የነበረው ጦርነት ነው። ይህ ጦርነት ከበፊቶቹ ጦርነቶች የሚለይበት ምክኒያት አለው። ምክኒያቱም በፊት የነበሩት ጦርነቶች በአብዛኛው በሚባል ደረጃ ጫፍ ለጫፍ የሚሆኑ ሲሆን ይህ ጦርነት

ግን በአንድ በኩል ጭልጋ ወረዳ መሐል አይከል አካባቢ ጦርነቱን ማስጀመር እና በሌላ በኩል ደግሞ ከጎንደር ጓንግ አካባቢ ጦርነቱን በማድረግ በፊት አልንበረከክም ብሎ የነበረውን ህዝብ በቀላሉ ለማንበርከክ የታሰበ ነበር።

ለዚህም ጳጉሜ ውስጥ በጨንጮቁ መሰመር አካባቢ የነበረው ጦርነት እና መስከረም 17 አይከል አካባቢ እና መስከረም 18 ጓንግ አካባቢ የነበሩትን ጦርነቶች መጥቀስ ይቻላል። የሚገርመው ነገር ግን ሁሌም የቅማንትን ህዝብ ለማጥፋት ጦርነት የሚያውጁት በዓመት በዓል አካባቢ ነው። ለምን እንደሆነ ምክኒያቱን እነሱ ብቻ ናቸው የሚያውቁት።

በጦርነቱ ወቅት ከመንግሥት ሐይሎች ወገን የሆነ የቅማንት ተወላጅ ፖሊስ የመንግሥት መዋቅር ውስጥ ሆኖ የህዝቡን ትግል ይደጋፋል በሚል ሰበብ እራሳቸው ገለው እዛው ጥለውት ሔዱ። ይህንን ተግባር የፈጸሙበት በሁለት ምክኒያት ነው። የመጀመሪያው ፖሊሱ የህዝቡን ጥያቄ ይደግፋል ብለው ሰላመኑ ተግባሩንም ስለማይፈልጉ እና ለራሳቸውም ሰለሰጉ ለመግደል ምክኒያት ሆናቸው። ሁለተኛው ፖሊሱ ለመገደሉ ምክኒያቱ የቅማንት ተወላጅ ስለሆነ በህዝቡ ውስጥ መፈረካከስ ለመፍጠር ታስቦ ነበር። ምክኒያቱም ይህንን ፖሊስ የገደሉት ጦርነቱ ላይ ስለሆነ በራሱ

በቅማንቱ ታጋይ ነው የተገደለው ተብሎ ይታሰባል የሚል ሒሳብ ሰርተው ነበር የገደሉት።

ሠ፡አምስተኛ ዙር የዘር ማጽዳት ዘመቻ

አምስተኛው ዙር ዘር ተኮር ጥፋት ደግሞ በ2013 ዓ•ም የተከሰተው ጦርነት ነው። ይህ ጦርነት ከበፊቶቹ የሚለይበት ብዙ ምክኒያቶች አሉት። ከእነዚህም ውስጥ የተወሰኑትን ልጥቀስ።

1፡ የመከላከያ ሰራዊት ከዚያ በፊት በነበሩት ጦርነቶች ለክልሉ የጸጥታ ዘርፍ የሚያደርገው እርዳታ በቀጥታ ሳይሆን በተዘዋዋሪ መንገድ ነበር። ለምሳሌ የመተማውን ጦርነት ብንወሰድ ጠንካራ ምሽግ ይዘው እንደፈርም ያሉ የቅማንት አርሶ አደሮችን የክልሉን ልዩ ሐይል አባረነዋል እናንተም ምሽጋችሁን ልቀቁና ሰላም ይውረድ በማለት ነበር ያን ሁሉ ግፍ ያሰፈጸሙት። በ2013 ዓ•ም ግን የሐገር መከላከያ ሰራዊት ክልሉን ወክሎ በቀጥታ ከህዝቡ ላይ ጦርነት ከፍቱዋል።

2፡ ሁለተኛው በህዝቡ ላይ የተደረገው ጦርነት በተለመደው መልኩ በቀላል የጦር መሳሪያ ሳይሆን በመካናይዝድ ጦር ከባድ መሳሪያዎች በታገዘ ጦርነት ነበር። ለምሳሌ ሞርተር፡ ዱሽቃ፡ ታንክ፡ ቅንቡላ እና በመሳሰሉት ከባድ መሳሪያዎች የታገዘ ጦርነት ነው የተደረገው። በዚህ ጦርነት ወቅት ከተደረጉ ኢ - ሰበአዊ ተግባሮች

ውስጥ አንዱ የተሰዋን የቅማንት ገበሬ ታጋይ አይኑን በቢላ ስንጥቀው ጎርጉረው አውጥተው ጥለውት ሒደው ተገኙ። እንዲህ አይነት ተግባራትን የሚያደርጉት ለምንድን ነው ከተባለ ሌላው እንዳይዋጋቸው ማንገራገሪያ ለማድረግ የሚል ይሆናል።

ረ፡ ስድስተኛው ዙር የዘር ማጥፋት ዘመቻ

ስድስተኛው ዙር የጥፋት ዘመቻ የነበረው ነሐሴ 23, 2013 ዓ•ም ተጀምሮ ለሁለት ሳምንት አካባቢ የተደረገው ጦርነት ነው። ለዚህ ጦርነት እንደመነሻ ተደርጎ የሚወሰደው በዕለቱ በጭልጋ ወረዳ ብሆና በተባለች ቲኒሽ የገጠር ከተማ የነበረው የፌደራል መንግሥቱን የወከለ ከፈተኛ የፌደራል አመራሮች እና ከፍተኛ የመከላከያ ሰራዊት አመራሮች የተገኙበት ሰብሰባ ከቅማንት ኮሚቴ ጋር ነበር። በዚህ ወቅት አንድ የላይ አርማጭሆ ኮሚቴ የወረዳ አመራሮች ከሰብሰባው ይውጡልን በማለት ጥያቄ ለሰብሳቢዎች ያቀርባል።

ይህንንም ጥያቄ ተከትሎ አቶ አደም ፋራህ የሚመራው የፌደራሉ ሉካን ቡድን አብረው ቢሳተፉ መልካም ነበር ምን አልባት ሊስተካከሉም ይችሉ ይሆናል። ግን እናንተ ካልፈለጋችሁ ይውጡ በማለት እንዲወጡ መደረጉ ነው የጦርነቱ ምክኒያት። የሉካን ቡድኑ ውሳኔ ያላማራቸው የጭልጋ ወረዳ እና የላይ አርማጭውሆ ወራዳ

አመራሮች ግን በቀጥታ በገንዘብ የገዙዋቸውን አካላት ተጠቅመው አይከል ከተማ ላይ ጦርነት ማስጀመር ነበር።

በዚህ ወቅት በህዝቡ ላይ በጦርነት ከተባበሩ አካላት የሐገር መከላከያ ሰራዊት፡ የክልሉ ልዩ ሐይል፡ ፋኖ እና ሚኒሻ ይገኙበታል። መሳሪያ በአይነት ሞርተር፡ ዙ-23፡ ታንክ፡ ዱሽቃ፡ መትረየስ፡ ስናይፈር እና የመሳሰሉት የቡድንና መካናይዝድ መሳሪያዎች ይገኙበታል። አንድ ጥያቄ እናንሳ በ2013 ዓ•ም በተደረጉ ጦርነቶች የፌደራል መንግሥቱ በቀጥታ የተሳተፈው ለምንድን ነው? የሚለውን። ለዚህም የተወሰኑ ምክኒያቶች እንደመነሻ ይጠቀሳሉ።

1፡ የመጀመሪያው ምክኒያት የቅማንት ዲሞክራሲዊ ፓርቲ(ቅዴፓ) በቅማንት ህዝብ ዘንድ ከፍተኛ የሆነ ተቀባይነት አግኝቶ ስለነበር ነው። በተለይ ሚያዚያ መግቢያ አካባቢ የተደረገው የፓርቲው የድጋፍ ሰልፍ መንግሥትን ስጋት ውስጥ ስላስገባው ከክልሉ መንግሥት ጋር ተባብሮ በጦርነቱ ተሳታፊ እንዲሆን አድርጎታል። ምክኒያቱም በአካባቢው በምርጫ እንደማያሸንፍ ስለገባው በሐይል አካባቢውን አተራምሶ ምርጫ ሳይደረግ መመረጥ ስለፈለገ ነው፡ ይህም ተሳክቶለታል።

2፡ ለውጡን ተከትሎ ዶክተር አብይ አህመድ ወደ ስልጣን መምጣቱን የቅማንት ታጋዮች በጥርጣሬ ነበር የሚመለከቱት።

ለዚህ ደግሞ ማሳያ የሚሆነው ጠቅላይ ሚኒስተሩ ወደ ስልጣን ሲመጡ የሐገሪቱ ህዝብ የድጋፍ ሰልፍ ሲወጣ የቅማንት ህዝብ አለመውጣቱ ነው። ከዚህ በተጨማሪ የቅማንት ታጋዮችም ሆነ ህዝቡ ከትግራይ ህዝብ ጋር የሚደረገውን ጦርነት ደጋፊ አልነበሩም። በእነዚህና በሌሎችም ምክኒያቶች የፌደራሉ መንግሥት ከክልሉ መንግሥት ጋር በመወገን በህዝቡ ላይ ጦርነት ለማወጁ ምክኒያት ናቸው ተብለው ይነሳሉ።

ማስታወሻ፦ የመከላከያ ሰራዊቱ ከፋኖ ጋር አብሮ በቅማንት ህዝብ ላይ ለመዝመት በእውነት ከፌደራል መንግሥቱ በቀጥታ ትዕዛዝ ተሰጥቶታል ወይ? የሚለውን ጥያቄ ሰናነሳ ከወረዳ እስከ ፌደራል መንግሥቱ ድረስ የተሰገሰጉ የአማራ ክልል ባለስልጣናት እና በመከላከያ ሰራዊቱ ውስጥ ያሉ የአማራ ተወላጁ የመከላከያ አባላት በጥምረት የሚያደርጉት የቅማንትን ህዝብ የማጥፋት ዘመቻ እንደነበር ማሳያዎች አሉ።

ስ፡ አሰቃቂ ድርጊቶች

በዚህ ሁሉ ጦርነት ውስጥ ዋናውን ዓላማ የዘር ማጥፋቱን ዳር ለማድረስ ሲባል የተደረጉ ኢ - ሰበዓዊ ድርጊቶች ብዙ ቢሆኑም የተወሰኑትን ብቻ ጠቅሸ ልለፍ።

1፡ በጅምላ ገሎ በጅምላ መቅበር፡ ለምሳሌ መተማ። በግለሰብ ደረጃ እየገደሉ በየቦታው መጣል። በዚህ መልኩ የተገደሉ ሰውች እስከ አሁን ድረስ አስከሬናቸው ያልተቀበረ ሁሉ አሉ። ለምሳሌ አይከል ከተማ ውስጥ እሜት አይከል ከሚባለው ቦታ እና ቁጥር አንድ ቢሮ ጀርባ 13 ሰወች በአንድ የቆሻሻ ማቃጠያ ጉድጓድ ውስጥ አንገታቸው ተቀልቶ ጭንቅላታቸው ለራሱ ሌላው ሰውነታቸው ለራሱ ተጥሉዋል። ከዚህ ውስጥ ግን አንዱ ከገጠር ወፍጮ አስፈጭቶ ለመመለስ የመጣ አማራ ነው ሳይታወቅ የቅማንቶችን የሞት ጽዋ አብሮ የተጎነጨው።

2፡ ሰውን ማረድ ለምሳሌ ጨንጮቅ ቀበሌ፡ ጎንደር ከተማ ውስጥ በተለያዩ ቦታዎች እና በተለያዩ ጊዜያት። ሰውን በእሳት ማቃጠል ለምሳሌ መተማ እና አዘዞ አንድ ቤት ውስጥ የነበሩ ሰወችን።

3፡ ቤተ ክርስቲያን ውስጥ የተጠጉ መነኮሳትን እና ህጻናትን በሞርተር እና በጥይት ደብድቦ መግደል። ለምሳሌ ጭልጋ ወረዳ እያሆ ማርያም። በመሰረቱ እንደ እነዚህ ያሉ ንጹሃን የሚገደሉት ከጦርነቱ ጋር ግንኙነት ስላላቸው ሳይሆን ቅማንት ስለሆኑ ብቻ ነው።

4፡ የቅማንት ተወላጆችን ለመግደል መሸጥ። አይከል ከተማ ውስጥ ከጓደኞቸ ጋር ቁጭ ብየ ሻሂ ቡና እያልን እንጨዋወታለን። አንድ የማላውቀው ወጣት ልጅ በብስጭት እንደገነፈለ መጥቶ አብረውኝ ያሉትን ሰውች ሰላም ካለ በኋላ እኔንም ሰላም አለኝና መቀመጫ ኩርሲ ተሰጥቶት ተቀመጠ። አብረውኝ የነበሩት ሰወች የብስጭቱን ምክኒያት ጠየቁት። "የተፈናቀሉ የመንግሥት ሰራተኞች ሰብሰባ አለ ተብሎ ሰሔድ ሰብሳቢው እኔን ለማስገደል የሸጡኝ ሽፍታወች እንዲያዙ ብየ ባመለክት አፊዞ የተወኝን ሰውየ አገኘሁት። ከዚያ በውይይቱ መሐል ሐሳብ ሰጡ ሲባል የሆነውን ሁሉ መድረክ ላይ ተናግሬ የሻሂ እረፍት ላይ እንዳያሳሰረኝ ብየ ሾልኬ መጣሁ አለ"፡ የተበሳጨው ልጅ።

ነገሩን ከሰሩ ማወቅ ሰለፈለኩ እኔ ከሌሎች ቀድሜ እከታትየ እንዲያብራራልኝ ጠየኩት። እንዲህ ሲል ጀመረልኝ። "የአማራው ሽፍታ የቅማንት ተወላጆችን ያፍንና ቤተሰባቸው በቅማንት ተገሎብናል ለሚሉ የአማራ ሰወች ይሸጡታል። የደም ብድር አለን የሚሉትም በገንዘብ ገዝተው ይገሉታል፡ በባለፈው ሁለት ወጣቶች ለመገደል ተሸጠው አንዱ ለሊት የታሰረበትን ገመድ አሹልኮ አመለጠ እድል የሌለው ጓደኛው ግን አንገቱን ተቆርጦ ሙቶ ተገኘ፡ እኔም እንደዚሁ ታፍኘ ለመገደል ከተሸጥኩ በኋላ አመለጥኩ"፡ አለኝ። የመሸጫ ዋጋው ሰንት ነው አልኩት። "30,000 ብር ነው"፡

አለኝ። ይገርማል እየሱስ ክርስቶስ ለሞት በ30 ብር ተሸጠ የቅማንት ልጆች ደግሞ በ30,000 ተሸጡ አልኩት። እንዳልሰማ ዝም አለኝ። ሰመለከተው ከጎኔ የተቀመጠው አካሉ እንጅ ሰውየው በሐሳብ ሒዶዋል የለም። በአጠቃላይ እስከ አሁን የሙት ብዛት ምን አልባት ከ 5000 እስከ 5500 ሲደርሰ እንደሚችል ይገመታል። ትክክለኛ ቁጥር ማሰቀመጥ ያልቻልኩነት ምክኒያት በየጫካው የወደቁ እስከ አሁን ያልተቀበሩት ቁጥራቸው ምን ያህል እንደሆን በትክክል ስለማይታወቅ ነው።

5፡ የቅማንትን ህዝብ እንሰሳት በጅምላ በእሳት ማቃጠል እና መግደል። ለምሳሌ ቃጠሎው መተማ ነው። በጥይት ግድያው ግን በሁሉም የቅማንት አካባቢ ነው። ምክኒያቱም ህዝቡን ሊጨፈጭፉ ሲመጡ ገበሬው ቀድሞ ቦታ ይዞ ስለሚጠብቃቸው በብዛት ያልቃሉ። ስለሆነም ሲመለሱ ያገኙትን እንሰሳት እየገደሉ ይመለሳሉ፡ በቀል መሆኑ ነው።

6፡ የህዝቡን ንብረት መዝረፍ እና ማውደም። ይህ ተግባር ልዩነቱ መብዛት እና ማነስ ካልሆነ በሰተቀር ሁሉንም የቅማንት አካባቢዎች ያጠቃልላል። የወደመው እና የተዘረፈው ሐብት እና ንብረት በብር ደረጃ ተጠንቶ አለመታወቁ ብቻ ሳይሆን የወደመው እና የተዘረፈው ንብረት እራሱ እስከ አሁን በትክክል በጥናት ተጠንቶ

ስላልቀረበ የሚታወቁ እና ትልልቅ የሆኑትን ብቻ ጠቅሸ አልፋለሁ። ውድመቱን በተለያየ ፈርጅ ከፍለን ማየት እንችላለን።

1፡ ጥሬ ሐብት

በዚህ ውስጥ በቀጥታ ብርን ብቻ የሚመለከቱትን ነው የማነሳው። የቅማንት ህዝብ በብር ደረጃ በጣም ብዙ ገንዘብ ተዘርፏል። ለምሳሌ የመንግሥት ሰራተኛው ከስራ ተባሮ ደመወዙ እንዲቋረጥ ተደርጓል። የዚህ ድምር በብር ምን ያህል ይሆናል? ህዝቡ እንዳለ እየቤቱ በአካባቢው ተሰማርቶ በነበረው የክልሉ የጸጥታ ዘርፍ ብዙ ብር ተዘርፏል፡ ኢንቨስተሩ፡ ነጋዴው፡ አርብቶ አደሩና በተለያየ የሰራ መስክ የተሰማራው ሁሉ እንዳለ ተዘርፏዋል፡ አለፍ ሲልም ሰውን እያፈኑ ሰንቱን ዘረፉት፡ ሰንቱ ሰው አፍነው ብር አስከፍለው ሲያበቁ ገደሉት።

2፡ ጥሬ ንብረት

በዚህ ክፍል የምንመለከተው ወደ ብር ወይም ወደ ገንዘብ ያልተቀየር የቁም ንብረትን ነው።

ሀ፡ መተማ የነበረ የቅማንት ሐብት እና ንብረት ጠቅላላ ወድሙዋል ተዘርፏል፡ አሁንም እየተዘረፈ ነው።

ለ፡ እንቨስተሩን ጨምሮ የበረሃ አራሾች ሐብት እና ንብረት ጠቅላላ ወደሙዋል፡ ተዘርፉል፡ አሁንም ዘረፋው እንደቀጠለ ነው።

ሐ፡ ሽንፋን፡ ዘውዴ ባድማን፡ ጉባይ፡ ጀጀቢትን፡ ሌንጫን፡ ነጋዴ ባህርን እና በአካባቢው ያሉትን ቲኒኒሽ የገጠር ከተማዎችን እና የገጠር ቀበሌዎችን ጨምሮ ጠቅላላ የህዝቡ ሐብት እና ንብረት ወድሙዋል፡ ተዘርፉል፡ አሁንም ይህ ዘረፋ ተጠናክሮ እንደቀጠለ ነው። ከዚህ በላይ የተጠቀሱት ሶስቱ እንዳለ ሙሉ በሙሉ የቤት ቃጠሎን እና የእንሰሳት ወድመትን እና ዝርፊያን ሁሉ ያጠቃልላሉ።

መ፡ ጎንደር ውስጥ እና አካባቢ፡ አዘዞ፡ ላይ አርማጭሆ፡ ጭልጋ ወረዳ በተለይ አይከል ከተማ፡ ሰርጢያ ዋርካጌ እና የመሳሰለት አካባቢዎች ከፍተኛ የሆነ ወድመት እና ዝርፊያ የደረሰባቸው አካባቢዎች ናቸው። በቅማንቱ እና በአማራው ቀበሌዎች ድንበር አካባቢ አሁንም ድረስ ዝርፊያው እና ሰው እያገቱ ብር መጠየቁ አልቆመም።

3፡ ሒሳባዊ ሐብት እና ንብረት

ነጋዴው፡ እንቨስተሩና አራሹ፡ በተለያየ ስራ የተሰማራው ባለሐብት እና ጠቅላላ ህዝቡ ሐብት እና ንብረቱ ወድሞበት፡ ተዘርፎ ተፈናቅሎ በጠቅላላው ምንም አይነት ኢኮኖሚ እንዳያንቀሳቅስ ታስሮ ተቀምጦ ዓመታትን አስቆጥሩዋል። ስለሆነም የእያንዳንዱ የወደመ

ሐብት እና ንብረት ባለቤቱ በስራ ላይ ቢያውለው እስከ አሁን ምን ያህል ተጨማሪ ገቢ ያስገኝ ነበር እና እያንዳንዱ ግለሰብ በስራ ላይ ቢሆን ኑሮ ምን ያህል ያለማ ነበር የሚሉት ሁለት ሐሳቦች በጥናት ተረጋግጠው መቅረብ እና መልስ ማግኘት አለባቸው። ከዚህ በተጨማሪ ህዝቡ የደረሰበትን የሞራል ጉዳት ለመጠገን እራሱ ምን ያህል ካሳ ያስፈልገው ይሆን? በጠቅላላው ግን ወደ ፊት በሚደረግ ጥናት ትክክለኛው ዝርዝር ዉጤት ይገኛል ብየ እምናለሁ።

7፡ የቅማንት ተወላጆችን ሰበባሰበብ በመፈለግ ከመንግሥት ሰራ ማፈናቀል። እንዳለ ህዝቡን ከመኖሪያ ቀየው ማፈናቀል እና የመሳሰሉትን ተግባራት በህዝቡ ላይ ማድረስ።

8፡ የቅማንት ተወላጆችን በማፈን ገንዘብ መጠየቅ ገንዘቡን ተቀብሎ መግደል። ለምሳሌ ገንደውሃ ከተማ ምስጋናው ብርሃኑ የተባለ መምህር እና ዳንኤል ነጋ የሚባል የህክምና ባለሙያ አፍነው ወስደው የጠየቁትን ብር ከተቀበሉ በኋላ ገደሉዋቸው። መቃ አካባቢም እንዲሁ ገንዘቡን ተቀብለው አምስት ሰወችን ገለዋል። የሚከፈል ብር ከሌለ በአሰቃቂ ሁኔታ አሰቃይተው ይገሉታል። ለምሳሌ እጅ እና እግሩን አሰረው ለውሃ መሰጠት። መቃ ቀበሌ ደረቅ አባይ ጎጥ አንድ ልጅ የድሃ ቤተሰብ የሆነ ታፍኖ ከተወሰደ በኋላ እናት እና አባት የሚከፍሉት ገንዘብ በመጥፋቱ ምክኒያት ልጁን እጁን ወደ

ኋላ አሰረው እዛው አካባቢ ለሚገኝ ሜንሸ ሚባል ወንዝ ውሃ ውስጥ አስገብተው ገደሉት።

9፡ ቅማንት ሁነው በመገኘታቸው እና ህገ መንግሥታዊ ጥያቄ በመጠያቃቸው ብቻ እንደ ወንጀል ተቆጥሮባቸው ህዝቡ ህገ መንግሥታዊ ጥያቄውን ከጀመረው ማግስት ጀምሮ በሽወች የሚቆጠሩ የብሔሩ ተወላጆች በእሰር ቤት ማቅቀዋል፡ እየማቀቁም ይገኛሉ። ህገ መንግሥታዊ ጥያቄ መጠየቃቸው እንደ ሽብር ተቆጥሮባቸው በሽብር ወንጀል ተከሰው በሐሰት ተመሰክሮባቸው የተፈረደባቸው ታጋዮች አሉ። ከዚህ እውነታ ተነስተን ስለ ህገ መንግሥቱ አንድ ነገር እንበል።

ህገ መንግሥታዊ ጥያቄ መጠየቅ በአሸባሪነት ካስከሰሰ ህገ መንግሥቱ እራሱ የሽብር ህገ መንግሥት ነው እንደማለት ነው። ይህ ከሆነ ደግሞ ህገ መንግሥቱን መሰረት አድርገው ህዝባዊ ጥያቄ የሚያነሱ አካላት ሳይሆኑ መከሰስ ያለባቸው ህገ መንግሥቱን ያጸደቁት አካላት ናቸው። ከዚህ በተጨማሪ ከማንነት ጥያቄው ጋር በተያያዘ በልዩ ልዩ የውሸት ወጀል ታሰረው ወደ ፍርድ ቤት እያመላለሱ የሐሰት ምስክር የሚያሰሙባቸው ታጋዮችም አሉ፡ ዝም ብለው እንዲሁ ታጉረው እንዲቀመጡ የተደረጉም አሉ።

10፡ አሁን ህዝቡ ያለበት አስቃቂ ሁኔታ፡ ህዝቡ በዚህ ወቅት በህሌው እስረኛ ነው፡ በሐሳቡ ስደተኛ ነው፡ በኑሮው ደግሞ የምድር ሲዖል ውስጥ ነው ያለው። ይህ የሆነበት ምክኒያት ምንድን ነው የሚለውን ጥያቄ እንመልስ። የህዝቡ መሪ እና አስተዳዳሪ ሌላ ነው፡ ህዝቡን የሚገዛው አካል ደግሞ ሌላ ነው። ማለትም የቅማንት ህዝብ እና የነጻነት ታጋዮች በምንም መልኩ የማይነጣጠሉ የአንድ ሳንቲም ሁለት ገጽታዎች ናቸው ብለናል። በዚህ መሰረት ህዝቡ በሐሳቡ ከተሰደዱት ጋርም አብሮ ተሰዱዋል፡ ከታሰሩት ጋርም አብሮ ታስሩዋል። ስለሆነም የህሌና ስደተኛ እና የህሌና እስረኛ ነው ማለት ነው።

ስለሆነም መሪወቹ የሰጡትን የመመሪያ ትዕዛዝ አንድ በአንድ ይፈጽማል። ለምሳሌ አሁን ገዥው አካል በአካባቢው የሰፈነውን አንጻራዊ ሰላም እኔ ነኝ ያመጣሁት ይላል፡ እውነቱ ግን ሌላ ነው። ከታጋዮቹ ነገሮች ወደ መሰመር እስኪመጡ ድረስ ህዝቡ ዝም ብሎ ለገዥወች እንዲገዛ ትዕዛዝ ስለተላለፈ ብቻ ነው። ይህንን ጉዳይ የዞን እና የወረዳ አመራሮች ግጥም አድርገው ያውቃሉ። ህዝቡ ከእነሱ ጋር አለመሆኑን ስለሚያውቁም በህዝቡ ላይ የተለያዩ አስቃቂ የጭቆና ተግባራትን ያከናውናሉ።

ሀ፡ መንግሥት ለድሆች ብሎ ያመጣውን የጤና መድን ሁሉም የቅማንት ህዝብ እንዲወስድ አስገደዱት እና ከነበረው የጤና መድኑ

ዋጋ ጨመሩበት። ህዝቡ ይህ የመጣው ለድሆች ስለሆነ ሁሉን ህዝብ አይመለክትም ብሎ ጥያቄ አነሳ። እንዲህ ማለት አይቻልም ሁሉም ይወሰዳል የሚል አስገዳጅ የሆነ ትዕዛዝ ከካቢኔው መጣ። ከዚህ በኋላ ግማሹ ህዝብ መታከም አልፈልግም ስለዚህ የጤና መድኑ አያስፈልገኝም ሲል ሌላው ደግሞ የምከፍለው ብር የለኝም የሚሉ ምክኒያቶችን አመጣ። ካቢኔው አዲስ ህግ አወጣ፡ ይህም ህግ አልፈልግም ያለ እና ብር የለኝም ያለ ይታሰራል የሚል ህግ ነበር። ይህንን የሽፍጥ ተግባር ያልተቀበለው ህዝብ ዛሬ፡ ነገ፡ ገቢያ ውየ የሚሉ ምክኒያቶችን መደርደር ያዘ። ከዚህ በኋላ ገቢያ ላይ እየገቡ ማስከፈል ጀመሩ። ለምሳሌ እኔ እራሴ አይከል ውስጥ ሐሙስ ገቢያ ቁጭ ብየ ከጓደኛ ጋር አዋራለሁ። የቀበሌ አስተዳደሩ እና እዛው ቀበሌው ውስጥ አብሮ የሚሰራ የሰራ ድርሻውን ግን የማላውቀው ግለሰብ እና ሁለት ፖሊሶች ሁነው ደረሰኝ ይዘው ወደ ገቢያው ገቡ እና አንዷዋን ገቢያ ላይ ያለች ሴት የጤና መድን አለሽ ብሎ ጠየቃት እሱዋም የለኝም አለችው።

"የያሽው ብር 600 ይሞላል?" አላት "አይሞላም" አለችው። ከእጇዋ የያዘችውን ብር በሐይል ተቀበሎ ቆጥሮ 600 ብር ውሰዶ ቀሪውን መለሰላት እና ደረሰኝ ቆርጦ ሰጥቶ "ፎቶ ይዘሽ ቀበሌ ነይና የጤና መድኑን ውሰጅ" ብሎ ሲጨርሰ ወደ ቀጣይዋ አልፈው ሲጠይቋት የያዘችው ብር የሚፈልጉትን ያህል አይደለም። አሁን

እንመለሳለን ተበድረሽም ቢሆን ብሩን ሞልተሽ ጠብቂን ብለው ወደ ሌላዋ ቀጠሉ። ሌላው በአህያ ከገጠር ቀበሌዎች የሚመጡ የእህል፣ የከሰል፣ የእንጨት፣ የእንሰሳት እና የመሳሰሉት ነገሮች ቀረጥ መኖሩ ብቻ ሳይሆን ችግሩ በጣም ከሚገመተው በላይ ከፍተኛ መሆኑ ነው። የሚገርመው ግን አማራው ወደሚኖርባቸው አካባቢዎች ሲታይ ከነጭራሹ ቀረጥ የሌለባቸው አካባቢዎችም አሉ።

ለ፡ ፖሊስ እና ሚኒሻ ምክኒያት ፈልጎ በተለያየ መንገድ ህዝቡን እየቀጣ ገቢ ካመጣ እንደየ ደረጃው ሽልማት እና የደረጃ እድገት ያገኛል። በዚህ ምክኒያት ሰንቱ ህዝብ ተቀጣ። በተለይ ጋሪ፣ ባጃጅ፣ ሚኒባሰማ እያድርሰ ነው ነገሩ። ሚገርመው ግን በዚህ የሰራ መሰክ የተሰማሩትን ግለሰቦች ሲፈልጉ ከነጭራሹ እንዳይሰሩ ያግዱዋቸዋል። እንዲሰሩ ሲፈቀድላቸው ደግሞ ምክኒያት እየፈለጉ በየቀኑ ይቀጡዋቸዋል።

ሐ፡ በቅማንት አካባቢ ታጋይ ከሆን ወይም መንግሥትን የማይደግፍ ከሆነ የቀበሌ ኑዋሪነት መታወቂያ አይሰጠውም ወይም ደግሞ ካቢኔ ዘመድ ወይም ብር ሊኖረው ግድ ይለዋል። ከዚህ ውጭ መታወቂያ አይገኝም፡ ይዞ አለመገኘትም ወንጀል ነው ያሳሰራል።

መ፡ እስከ 2015 ዓ•ም መጨረሻ አካባቢ ድረስ ለህልውና ዘመቻው አውጡ እየተባለ ህዝቡን በሐይል ብር፡ እህል፡ ዱቄት፡ በርበሬ፡ እንጀራ የመሳሰሉትን ሲያሰወጡ ነበር። በወቅቱ በትግራይ ህዝብ ላይ የታወጀው እልቂት ግን የቆመው ጥቅምት 2015 ዓ.ም ነበር። አልከፍልም ያለውን ደግሞ በሐይል ይቀሙት ነበር፡ ለምሳሌ ነጋዴ ባህር አካባቢ።

ሠ፡ በየቀኑ እሰራት እና ድብደባ፡ በአሁኑ ወቅት በየቀኑ ምክኒያት እየተፈለገ የሚደበደበው እና የሚታሰረው የቅማንት ህዝብ በተለይ ወጣቱ ክፍል በጣም ብዙ ነው። ህጻናትን እራሱ እያሰሩ ይደበድባሉ። ለምሳሌ አይከል ከተማ ዳቦ ማረጃ ተብሎ በሚጠራው ቦታ በ2015 ዓ•ም መጋቢት አካባቢ ከ10 ዓመት በታች የሆኑ 5 ህጻናትን አፍነው ፖሊስ ጣብያ አስገቡዋቸው። እናቶቻቸው እያለቀሱ ሒደው የታሰሩበትን ምክኒያት ሲጠይቁ የአረንጓዴ ክልሉ(green area) በባለፈው ለሊት አጥሩ ተነቅሎ ሰለጠፋ የወሰዱት እነዚህ ህጻንት ሊሆኑ እንደሚችሉ ጥበቃዎች እና ፖሊስ ጥርጥር እንዳላቸው ገለጹላቸው። እዚህ ላይ ግን በኮንክሪት የተተከለን እና እሾህ ባለው ሽቦ(ትሊኮላታ) የታሰረን ፌሮ ብረት እነዚህ ህጻናት መንቀል ይችላሉ ወይ? እነዚህ ህጻናት ከዛ አስፈሪ ቦታ በለሊትስ ይሔዳሉ ወይ? የስረቁስ ከሆነ በቀን በአደባባይ ከቦታው ይገኛሉ ወይ? የሚሉት እና የመሳሰሉት ጥያቄዎች በወቅቱ መልስ የሚሹ ጥያቄዎች ነበሩ።

ቅማንት ሆኖ የመገኘት ወንጀለኛነት እና የህዝቡ ሰቃይ እዚህ ጥግ ደርሱዋል። እናቶቻቸው እያለቀሱ እንዲፈቱላቸው ተማጸኑ የሚቻል አልሆነም። ህጻናቱ ከቤተሰብ ተለይተው ታሰረው አደሩ። በቀጣዩ ቀን ወላጆች ብር ከፍለው ህጻናቱን መውሰድ እንደሚችሉ ተነገራቸው። ከህጻናቱ መካከል አንዱን ግን ደብድበውታል። የ10 ዓመት ልጅ በፖሊስ ሲደበደብ ያሳፍራል። የሆነው ሆኖ ብሩ ተሰብስቦ ተሰጠ ደረሰኝ የሚባል ነገር የለም አየር በአየር ብሩን ተከፋፍለው ህጻናቱን ለቀቋቸው፡ በእርግጥ ዋናው ዓላማም ህዝቡን ማሸበሩና ብር ማግኘቱ ላይ ነበር።

2፡ የአስተዳደራዊ መዋቅር አፍርሶ እንደገና በማደረጀት ህዝቡን መበታተን

የቅማንትን ህገ መንግሥታዊ ጥያቄ ለማሰጣል ሲሉ የሰሜን ጎንደርን ዞን ወደ ሶስት ዞኖች ከፋፈሉት። ምክኒያቱም ህዝቡን ከፋፍሎ ወደ ተለያየ ዞን በመበተን አቅም ማሳጣት እና ጥያቄው እንኳን ቢነሳ እያንዳንዱ አዲስ ዞን እንዲህ አይነት ጥያቄ በዞናችን ውስጥ የለም በማለት ከነበረው ዞን ጋር ጥያቄውን አብሮ መግደል ነበር ዓላማቸው። ለዚህም ማሳያ የሚሆነው አዳኝ አገር ጫቆን ወረደ የማድረግ ህልማቸው ነው። በዚህ ሰሌት ከሔድን እኮ እነተንበራ፡ ዳዛ፡ ጋቫና የመሳሰሉት ቀበሌዎች እየራሳቸው ወረዳ

ይሆናሉ ማለት ነው። የዚህ ወረዳ ምሰረታ ዋና ዓላማው የቅማንትን ህዝብ አስተዳደራዊ ጥያቄ ከነጋዴ ባህር በታች እንዳይወርድ ማድረግ ነበር።

3፡ የህዝቡን ጥያቄ ለማስጣል በመንግሥት መዋቅር ውስጥ የተለያዩ አደረጃጀቶችን መፍጠር

ሌላው እና ሶስተኛው የህዝቡን ህገ መንግሥታዊ ጥያቄ ማስጣያ ዘዴያቸው ደግሞ የተለያዩ ግን ደግሞ አንድ አይነት አጀንዳ ያላቸውን ቡድኖች በመፍጠር ማደናገሪያ መፍጠር ነው። እነዚህን ቡድኖች የተወሰኑትን እንጠቀስ።

1፡ በተለያየ ጊዜ ከአስተባባሪ ኮሚቴው በተለያየ ምክኒያት የወጣው ቡድን አንዱ ነው። ይህ ቡድን በፊትም የቋራን ቅማንት በተለያዩ ጥቅማ ጥቅሞች አሳልፎ ሰጥቶ የመጣ ቡድን ነው። አሁንም የህዝቡን ህገ መንግሥታዊ ጥያቄ ለማስጣል ሌት ተቀን የሚታትር የጥፋት ቡድን ነው።

2፡ በተለያዩ ጥቅማ ጥቅሞች በመደለል ከህዝቡ ትግል ወጥተው የህዝቡን ጥያቄ እንዲያጥላሉ ማድረግ እና የመሳሰሉትን ዘዴዎች ይጠቀማሉ። የሁሉም ቡድኖች ዓላማቸው አንድ ሆኖ እያለ ስለምን የተለያዩ ሁነው ተመሰረቱ የሚለውን ጥያቄ እንመልስ። የመጀመሪያው በዚያም በዚህም ብሎ ሰራውን ጊዜ ሳይሰጥ በአጭር ጊዜ ውስጥ አከናውኖ ለመጨረስ ነው። ሁለተኛው ጥያቄውን ታጋይ እና ደጋፊ ህዝብ የሌለው ለማስመሰል ሲባል

የሚደረግ ወከባ ነው። ሶስተኛው ደግሞ በአንዱ ቡድን ያልተሳካውን በሌላው ለማሳካት እና በተደጋግፎ ለመስራት ታሳቢ ያደረገ ነው።

ጠቅለል ሲል ቅማንት በመሆናቸው ብቻ አረጋዊያንን፡ መነኮሳትን፡ ሴቶችን፡ ህጻናትን እና ወጣቶችን በጠቅላላው ከጦርነት ጋር ምንም አይነት ግንኙነት የሌላቸውን በዱላ መደብደብ፡ በጥይት ደብድቦ መግደል፡ ማሳደድ፡ በአስቃቂ ሁኔታ በገጀራና ስለታማ በሆኑ ነገሮች ማረድ፡ ቤት ውስጥ ዘግቶ ማቃጠልና በአጠቃላይ በጅምላ ጨፍጭፎ በጅምላ መቅበር እና የመሳሰሉት ተግባራት ይከናወናሉ።

ከሚያሰቅቁት መጥፎ ድርጊቶች ውስጥ አካል ጉዳተኞችንና የአዕምሮ ህመምተኞችን ጭምር ቅማንት በመሆናቸው ብቻ አርደው ገለዋል፡ የሶስት ቀን አራስ ታርዳለች ቦታ ማውራ በ2008 ዓ.ም። የሞተ ሰው ይገላሉ። ቁስለኛ ወደ ሆስፒታል እንዳይሄድ መንገድ ጠብቆ ከሸክም አሰወርዶ መግደል፡ አይከል ከተማ ቀበሌ 01 በታህሳስ 2011ዓ.ም። ቤተ ክርሰቲያንን በሞርተር መደብደብ እና የተጠለሉ ቅማንቶችን ማረድ፡ ለጸበል የሄዱ ቅማንቶችን አሳዶ መግደል፡ ለምሳሌ ቦታ ጎንደር ቁሰቋም ማሪያም ቤተ ክርሰቲያን።

ተነሱ እንነሳ ቅማንትን እናጥፋ የሚል ፕሮፖጋንዳ መንዛት፡ "ለጥይቱ ነው ወይስ ለቅማንቱ ነው የምትሳሳው"፡ በለው ማለትና በአጠቃላይ አይመርጤነት። ይህ ድርጊት የተፈጸመባቸው ቦታዎችም

ሸንፋ፡ መተማ፡ ሰርጢያ ዋርካጌ፡ እያሆ ሰራባ፡ጉባይ ጀጀቢት፡ ቋራ አደራ አቦ፡ ከኩሊት እስከ ዘውዴ ባድማ፡ አዘዞ፡ ጎንደር ቁሰቋም ማሪያም፡ አይከል ከተማ እና የመሳሰሉትን ሌሎችንም መጥቀስ ይቻላል። ከላይ በዝርዝር ከቀረበው ሐሳብ ተነስተን በአጠቃላይ ይህንን ጉዳይ ከዓለም አቀፉ የዘር ማጥፋት ወንጀል መመዘኛዎች 10 ደረጃወች (10 stages of genocide) አንጻር እንመልከተው እስኪ።

3፡ 1 10ሩ የዘር ማጥፋት ወንጀል መመዛኛ ደረጃዎች (10 stages of genocide)

እነዚህ 10ሩ ደረጃዎች በአንድ ህዝብ ላይ የተደረገን ጦርነት መሰረት አድርጎ በዚያ ህዝብ ላይ የተደረገው ጦርነት የዘር ማጥፋት ነው ወይስ እንዲሁ የተደረገ ጦርነት ነው የሚለውን ለመለየት የሚያገለግሉ መስፈርቶች ናቸው።

1. "Classification፦ people are divide in to us and them". ህዝቦችን እኛ እና እነሱ እያለ መከፋፈል። ይህ ሐሳብ ቅማንት እና አማራ፡ ትግሬ እና አማራ፡ ኦሮሞ እና አማራ፡ ጉምዝ እና አማራ ምናምን ተብሎ ብዙ ተሰርቶበታል። እንዲያውም የክልሉ መንግሥት አመራሮች የቅማንትን ህዝብ ጨፍጭፈው ሲያበቁ

በአማራ ህዝብ እና በቅማንት ህዝብ መካከል ችግር ስለተፈጠረ ማስታረቅ አለብን ብለው ይመጣሉ።

ትንሽ ስንበትብት ብለው ደግሞ በቅማንት ህዝብ ላይ የጥይት በረዶ ያወርዱበታል። "ከብት ባልዋለበት ኩበት ለቀማ"፡ ይሉሃል ይህ ነው። በቅማንት ህዝብ እና በአማራ ህዝብ መካከል ምንም አይነት ችግር የለም። ለማንኛውም በቅማንት ህዝብ ላይ የተደረገው የዘር ጭፍጨፋ የመጀመሪያውን የዘር ማጥፋት ወንጀል መስፈርት ያሟላል።

2. "Symbolization፦ people forced to identify themselves". ህዝቦች እራሳውን እንዲለዩ ማድረግ። ለምሳሌ ምን ይላሉ መሰላችህ ቅማንትነት በደምህ ውስጥ ተገኝቶብሐል፡ ቅማንቶች በጀሯቸው ይለያሉ፡ ብሔርህ ቅማንት ዜግነትህ ኢትዮጵያዊ አይጋጭም ወይ ብሎ የቅማንት ተወላጆችን ማሸማቀቅና የመሳሰሉትን ነገሮች ይናገራሉ፡ ይህንን በተግባርም ያደርጋሉ።

3. "Discrimination፦ people are begin to force systematic discrimination". የቅማንትን ህዝብ ጨምሮ በኢትዮጵያ ውስጥ ስንት አይነት አድሎ እና መገለል የደረሰበት ብሔር አለ። ለምሳሌ በቅጥር፡ በመሰረተ ልማት እና በመሳሰሉት አድሎ እና መገለል ይደረጋል። እንዲያው ሌላው ይቅር እንዴት ሰው

ከዚህ ወይም እዚያ አካባቢ ከመጣህ ቅማንት ልትሆን ትችላለህ ተብሎ ይጠየቃል። በአጠቃላይ በአሁኑ ወቅት ኢትዮጵያ ውስጥ አሃዳውያን ከሚፈልጉት ቡድን ውጭ ሆኖ መገኘት በራሱ ወንጀል ነው። ቅማንት እንደ ህዝብ የመሰረተ ልማት ተጠቃሚነትን ጨምሮ በሁሉም ህዝባዊ አገልግሎቶች የተገለለ ነው።

4. "Dehumanizathion፦ people Equated with Animals, Vermin or disease". ሰወችን ሰብዕናቸውን መግፈፍ እና እንደ ሰው አለመቁጠር። በኦሮሞ ህዝብ እና በትግራይ ህዝብ ላይ የሚባለውን፡ በቅማንት ህዝብ እና በቤን ሻንጉል ጉምዝ ክልል ህዝቦች ላይ የሚባለውን እና የሚደረገውን ኢ- ሰብዓዊ ድርጊት ብንወሰድ ለመግለጽ ቃላት ያንሳል። ለምሳሌ የሞተን ሰው ደግሞ መግደል፡ እስከሬን መቆራረጥ፡ ቤት ውስጥ ሰውን አስገብቶ ቆልፎ በእሳት ማቃጠል፡ ሰውን እንደበግ ማረድና ሌሎችንም ኢ-ሰብዓዊ ድርጊትች መጥቀስ ይቻላል። በአሁኑ ወቅት የቅማንት ህዝብ እንደ ህዝብ የዚህ ወንጀል ሁሉ ተጠቂ ህዝብ ነው፡ ይህንንም በገለልተኛ አካል ማረጋገጥ ይቻላል።

5. "Organisation፦ the gevernment creates special group". መንግሥት የተለዩ ቡንድኖችን መፍጠር። ይህ አስቀያሚ ድርጊት በቅማንት ህዝብ እና በአስተባባሪ ኮሚቴው ላይ ከሚደርሱ አላስፈላጊ ነገሮች አንዱ ነው። ህዝቡን እንደተላላኪ፡

እንደ ጥገኛ እና ሌሎችንም አሰቀያሚ ታልጋወችን በመለጠፍ፡ አስተባባሪ ኮሚቴውን የግንቦት ሰባት ተላላኪ፡ የግብጽ ተላላኪ፡ የሰማያዊ ፓርቲ ተላላኪ፡ የህወሃት ተላላኪ፡ የኦነግ ተላላኪ እና አሁን ደግሞ ሁለተኛ ጁንታ እና ሌሎችንም የቡድን ሰሞች በመለጠፍ ለሕዝቡ እና ለጥያቄው ያላቸውን ንቀት ያሳያሉ።

6. "Polarazation፦ the gevernment broadcasts propagada to turn the populace against the group". መንግሥት በህዝቦች ላይ አላስፈላጊ ፕሮፖጋንዳዎችን መንዛት። የክልሉ የብልጽግና ባለሰልጣናት ከአብን ጋር በመጣመር በቅማንት ህዝብ፡ በኦሮሞ ህዝብ፡ በትግራይ ህዝብ እና በጉምዝ ህዝብ ላይ ሰንቱን ዛቻ ዛቱ። አይ ጉድ ዛቻ በቀጥታ ጥይት ሆኖ ሰውን የሚገድል ቢሆን ኑሮ እነዚህን ህዝቦች አሃዳውያን ገለው በጨረሷቸው ነበር። "ጌታም ይህን አውቆ ሰማዩን አርቆ"፡ አሉ። ሰንቱ ተዛተ እናጠፋችኋለን፡ እናሰራችኋለን፡ እንደበድባችኋለን፡ እንገድላችኋለን፡ ማንም መጥቶ ክልላችን ውሰጥ አያድናችሁም ••••• ሰንቱ ተዛተ በቅማንት ህዝብ ላይ።

7. "Preparation፦ official action to remove/relocate people begins". በመንግሥት መሰሪያ ቤት በታወቀ፡ በታቀደ፡ የሚደረግ የህዝብ መፈናቀል። ይህ አይነት ተግባር በቅማንት ህዝብ ላይ በተደጋጋሚ ተደርጓል። የመንግሥት

ሰራተኛውን ማፈናቀል ለምሳሌ ገንደውሃ። ገበሬውን ማፈናቀል በተለያዩ የመተማ ቀበሌወች፡ ስርጥያ ዋርካጌ እና ሌሎችንም አካባቢወች መጥቀስ ይቻላል። ይህ ብቻ ሳይሆን ተፈናቃዮች ሀገር ሰላም ብለው ወደ የስራ ቦታቸው ሲመለሱ የተለያዩ ምክኒያቶችን እየፈለጉ ማሸማቀቅ፡ ማሳደድ እና መግደል ይጀምራሉ። አሁን ቅማንት በሐገሩ ስደተኛ ህዝብ ሁኑዋል።

8. "Persecution፦ biginning of murders, theft of properti, trial massacres". ህዝቦችን ማሰቃየት፡ መግደል፡ የጅምላ ጭፍጨፋ በማድረግ በጅምላ መቅበር፡ የህዝቦችን ሐብት ንብረት መዝረፍ እና ማውደም፡ ማቃጠል። የቅማንት ህዝብ በተለያዩ ሁኔታወች ተዘርፏል፡ በአሰቃቂ ሁኔታ ተገሏል፡ ታሰሯል፡ ተደብድቧል፡ በጅምላ ተጨፍጭፎ በጅምላ ተቀብሯል፡ ቤት ውስጥ ተዘግቶ ተቃጥሏል። በጅምላ ተገሎ በጅምላ መቀበር፡ ይህ ጉዳይ የቅማንትን ህዝብ ብቻ ሳይሆን የቤንሻንጉል ጉምዝ ህዝቦችንም ያጠቃልላል። ህዝቡ ሐብት እና ንብረት እንዳያፈራ የተለያዩ የማሰናከያ ማዕቀቦች ወድቀውበታል። አሁንም ድረስ እነዚህ ሁሉ ችግሮች በህዝቡ ላይ ተጠናክረው ቀጥለዋል። ህዝቡ በድህነት አርንቋ ውስጥ እየማቀቀ ይገኛል። በህግ አምላክ የሚል አካል እስከ አሁን አልተገኘም።

9. "Extermination፦ whole sale elimination of the group, it extermination and not murder

because the people are not consideted human" . ህዝብን እንደ ህዝብ አለመቁጠር እና በጅምላ ማጥፋት። ይህ ተግባር በቅማንት ህዝብ ላይ ከተጀመረ ቆየ። በንጉሡ ዘመነ መንግሥት ቅማንቶችን አጥፋቸው የሚል ትዕዛዝ ከንጉሡ ይወጣል። አገልጋዮችም እሽ በጀ ብለው የታዘዙትን ለመፈጸም ወደ ቅማንት ሰፈር በማምራት ጦርነት ይጀምራሉ።

ነገር ግን በጦርነቱ ማሸነፍ ባለመቻላቸው፡ ተመልሰው ለጌቶቻቸው የታሰበው ጦርነት አለመሳካቱን ገልጸው ወደ ፊትም ይህ አይነት አካሔድ እንደማያዋጣ ያሰረዳሉ። አልቅየውም ጦርነቱን በረዥም፡ ጊዜ መፈጸም የሚያስችል ዕቅድ አወጡ። ይህ ዕቅድም ቅማንቶችን ማጥፋት የሚቻለው ማንነትን በማስረሳት እና በመዋህድ መሆን አለበት የሚል ነበር። አቶ ነጋ ጌጤ ሰለዚህ ጉዳይ እንዲህ አሰፍረውታል።

"አሁንም ንጉሡ የቀረበውን ምክኒያት አጣጥለው መሆን የሚገባው እነዚህን ሕዝቦች ወደ ክርሰትና ሐይማኖት እንዲገቡ ለማድረግ ምንድን ነው ችግሩ? ወደ ኦርቶዶክሰ ክርሰትና ሐይማኖት እያሰገባችሁ እንድትጋቡዋቸው እና ወደ አማራነት እንዲዋህዱ ከማድረግ ውጭ ሌላ አማራጭ ሰለሌለ ለዚህ ተግባር ከዛሬ ጀምሮ የዋግሹም ብሩን ልጅ አባ ላይከማርያም ብሩን የመደብኩላችሁ ሰለሆነ የማጥመቁ ሰራ ሳይውል ሳያድር ተጠናክሮ እንዲቀጥል ሲሉ

ትዕዛዝ ሰጡበት። አባ ላይከማርያምም ወዲያዉኑ የማጥመቅ ዘመቻውን በሰፋት ተያያዙት። በዚህ የማጥመቅ ዘመቻም ከ130,000 ሕዝብ በላይ በሐይል እንዲጠመቅ ተደርጓል"፡ ይላሉ።

ይህንን የንጉሡ ታሪካዊ ዕቅድ ነው እንግዲህ የልጅ ልጆቻቸው በ1999 ዓ.ም በነበረው የህዝብ እና ቤት ቆጠራ ወቅት ቅማንትን ከብሔር ብሔረሰቦች የሰም ዝርዝር በመሰረዝ "ቅማንት የሚባል ህዝብ የለም ቅማንት አማራ ሁኗል" በማለት የቅማንትን ህዝብ ሌሎች በሚል እንዲቆጠር በማድረግ ቅማንትን የማጥፋት ዘመቻው "ሀ" ብሎ ጀመረ። በዚህ መሰረት ቅማንትን ለማጥፋት ከድሮ እስከ ዘንድሮ ያልተሰራ አሰቃቂ ሰራ የለም። አሁንም ቢሆን ተሰፋፊው ሐይል ያለ የሌለ ሐይላቸውን ተጠቅመው ሌት ተቀን በቅማንት ህዝብ ላይ የመከራ ናዳ ያወርዱበታል። የቅማንት ህዝብ እንደ ሰው መቆጠር ከቀረ ውሎ አድሯል። ምክኒያት እየፈለጉ ያሳድዱታል፡ ያፈናቅሉታል፡ ያርዱታል፡ ይደበድቡታል፡ ሌላም ሌላም ብዙ ጉድ። የቅማንት ህዝብ ግን ነገን በተሰፋ በመጠበቅ የመከራ በረደው ቢበዛበትም፡ ጊዜው ቢረዝምበትም ችግሩን ተቋቁሞ እየታገለ ይገኛል።

10. "Denial፦ the gevernment denials that it has commited any crime". መንግሥት በህዝብ ላይ ክህደት በመፈጸም የሚሰሩዋቸው የተለያዩ ወንጀሎች። በቅማንት ህዝብ ላይ

ያልተደረገ አይነት ወንጀል የለም። የክህደት ወንጀሎችም ቅማንት የሚባል ህዝብ የለም ብሎ ከብሔር ብሔረሰቦች ስም ዝርዝር መሰረዝ የመጀመሪያው የክህደት እና የዘር ማጥፋት ወንጀል ነው። የቅማንት ቋንቋ የለም ሙቷል የሚለው ሁለተኛው የክህደት ወንጀል ነው። ቅማንት ራሱን ማስተዳደር አይችልም ማለት ሶስተኛው የክህደት ወንጀል ነው። የቅማንት ህዝብ በ42 ቀበሌዎች ከዚያም በ69 ቀበሌዎች ብቻ ነው ልዩ ዞኑ መቋቋም ያለበት ማለት አራተኛው ወንጀል ነው።

ምንም አይነት የወንጀል ጥፋት የሌለበት ሰው የቅማንት ተወላጅ በመሆኑ ብቻ ባልሰራው ወንጀል ይታሰራል። በአጠቃላይ ከዚህ በላይ የተዘረዘሩት እና ሌሎችም ወንጀሎች በቅማንት ህዝብ ላይ በክልሉ መንግሥት ተፈጽመዋል፡ አሁንም እየተፈጸሙ ቀጥለዋል። በነገራችን ላይ የቅማንት ህዝብ ህገ መንግሥታዊ የመብት ጥያቄ መጠየቁ እና ቅማንትነቱ በራሱ ወንጀል ሆኖ ተቆጥሮበት ነው ይህንን ሁሉ መከራ የሚቀበለውና የመከራ ቀንበሩም ዘርፈ ብዙ የሆነበት።

በአጠቃላይ ከዚህ በላይ የጠቀስኳቸው የወንጀል አይነቶች ብቻ ሳይሆኑ በጣም ብዙ አይነት አሰቃቂ በደሎች በቅማንት ህዝብ ላይ ተፈጽሟል። ነገር ግን እኔ የፈለኩት የዓለም አቀፋን የዘር ማጥፋት ወንጀል 10 ደረጃዎች(10 stages of genocide)

በቅማንት ህዝብ ላይ የተደረገው ጦርነት ያሟላል ወይስ አያሟላም የሚለውን ለማሳየት ነበር። መልሱን ህሌና ያለው ሁሉ ይፍረደው፡ በትክክል ያሟላል። በጣም የሚገርመው ነገር ግን የዓለም አቀፋ ማህበረሰብ በቅማንት ህዝብ ላይ ይህንን ያህል በደል ሲፈጸም ዝምታን የመረጠበት ምክኒያት ነው። እርግጥ ነው በዓለም ላይ በተወሰኑ ሐገራት የዘር ማጥፋት(genocide) ወንጀል ተፈጽሟል። ነገር ግን ለእነዚያ ህዝቦች ቢያንስ የዓለም አቀፋ ማህበረሰብ ድምጹን ሲያሰማ ነበር።

ለቅማንት ህዝብስ? የቅማንት ህዝብ ላይ ይህ ሁሉ ወንጀል ሲፈጸም ታፍኖ፡ ተዘግቶ ነው። ልክ ቀፎ ውስጥ ንብ አስገብቶ በሁለቱም በኩል ዘግቶ በእሳት እንደማቃጠል ማለት ነው። አንዳንድ ሚዲያዎች ቢናገሩ እንኳን ትንፍሽ እንዳይሉ ማስጠንቀቂያ ይሰጣቸዋል። በጥቅሉ ሲታይ የቅማንት ህዝብ በአማራ ሊህቃን እና ካህናት የዝንጀሮና የጅብ ስርዓት በተለያየ መንገድ ተተብትቦ ተይዞ የግፍ፡ የግዞት እና የጭካኔ አገዛዝ እያሳለፈ ያለና እንደሚታረድ በግ የሞት ቀኑን እየጠበቀ ያለ ህዝብ ነው። ለማንኛውም ይነጋል ብለን በተስፋ ጠብቀናል።

ምዕራፍ አራት

የቅማንት ህዝብ የነጻነት ትግል

ፈጣሪ ለሰው ልጆች ከሰጣቸው ስጦታዎች መካከል ነጻነት እና ምክኒያታዊነት ይገኙበታል። የሰው ልጅ ምክኒያታዊ ፍጡር ነው። ምክኒያታዊነት ማለት ግን ምክኒያት መደርደር ማለት አይደለም። ፈጣሪ ለሰው ልጅ በነጻ የሰጠው ነጻነት በምድራዊ አምባ ገነን መንግሥታት ምክኒያት መሰዋዕት ተከፍሎበት በዋጋ የሚገኝ ሁኗል፡ ፡ ይህ ነጻነት በታጋዩ ህዝብ በኩል በመሰዋዕት የመጣ ድል ተደርጎ ሲቆጠር፡ አምባ ገነኖቹ ደግሞ በራሳቸው አስተሳሰብ ለታጋዩ ህዝብ በስጦታ የሰጡት አድርገው ይቆጥሩታል። ይህንን እድል የሚያገኙትም ህዝቦች በራሱ በቁጥር ብዛት ያላቸው እና ጠንካራ ታጋይ የሆኑት ብቻ ናቸው። ከዚህ ውጭ የሆኑት ግን በቁጥር ጥቂት ስለሆኑና ተደራጅተው መታገል ስላልቻሉ ብቻ ነጻታቸውን ተነፍገውና ተረግጠው ይኖራሉ።

በፈጣሪ በነጻ የተሰጠውን በምድራዊ መንግሥታት ደግሞ የተቀማውን ነጻነት ለማስመለስ በመጀመሪያ ደረጃ በአስተሳሰብ ነጻ መውጣት ያስፈልጋል። ከአስተሳሰብ ጭቁንነት ወጥቶ ነጻነቱን የአወጀ ህብረተሰብ በተደራጀ መልኩ ወደ ትግል ገብቶ የተቀማውን

ነጻነት ማስመለሱ አይቀርም። በሁለተኛ ደረጃ በተደራጀ መልኩ ወደ ትግል መግባት እና ነጻነቱን ማስመለስ የአሸናፊነት፡ የቆራጥነት፡ የአይበገሬነት መንፈስን ያጎናጽፋል። በሶስተኛ ደረጃ ወጥ የሆነ ዓላማ እና ለዓላማው ጽናትን ያጎናጽፋል። ይህ ከሆነ ከጅምሩ እስከ ውጤቱ ያለውን ሒደት አልፎ ነጻነትን ማስመለስ ያስችላል።

የቅማንት ህዝብ የነጻነት ትግልም በዚህ ሒደት ውስጥ እያለፈ ያለ የነጻነት ትግል ነው። እያንዳንዱ የቅማንት ህዝብ ከአስተሳሰብ ጭቁንነት ነጻ መውጣት አለበት። በእርግጥ ከተወሰኑ ግለሰቦች ውጭ አብዛኛው የቅማንት ህዝብ ከጭቁን አስተሳሰብ ነጻ ወጥቷል፡ ፡ እያንዳንዱ ሰው ነጻነቱን ማወጅ ያለበት እራሱ መሆን አለበት እንጅ እንደግል ሰራ ሌላው አካል መጥቶ ነጻ እስከ ሚያወጣው ድረሰ መጠበቅ የለበትም። ስለሆነም ሁሉም ግለሰብ ለነጻነት ትግሉ በሚችለው ቦታ የሚችለውን ማድረግ አለበት እንጅ ለአስተባባሪ ኮሚቴው ወይም ለታጣቂው ብቻ ሰጥቶ መቀመጥ የለበትም።

ያ ሲሆን ነው የነጻነት ትግሉ ከጅምሩ እስከ ውጤቱ አምሮበት የሚሳካው። ከዚህ ውጭ ግን የተፈለገውን ውጤት ለማምጣት ነገሮች ውስብሰብ እና አስቸጋሪ ነው የሚሆኑት። በሐገራችን ከንጉሡ ዘመነ መንግሥት ጀምሮ የብሔር ብሔረሰቦች ጭቆና ይቁም የሚል ሐሳብ በዋናነት ሲነሳ ነበር። የዚህ የህዝብ ጥያቄ በተለይም የተማረዎች ንቅናቄ የፌደራሊዝም ሰርዓትን ወይም የፌደራሊዝም

የፖለቲካ ርዕዮት ዓለምን ወለደ። የዚህ የፖለቲካ ርዕዮት አለም አብዛኛውን በብሔር ዙሪያ የሚነሱ ጥያቄዎችን ቢመልስም ለሁሉም በሐገሪቱ ውስጥ ያሉ ብሔር ብሔረሰቦችን ጥያቄዎች ከማካተት አንጻር ግን ችግር አለበት። አንዳንድ ብሔረሰቦችን መኖራቸውን ቢያምንም የራሳቸውን የማንነት እና የራስ አስተዳደር ከማሳካት አንጻር ግን የአፈጻጸም ጉድለት አለበት። በሌላ በኩል ግን ከነ አካቴው የሉም ጠፍተዋል በማለት ከብሔር ብሔረሰቦች ስም ዝርዝር የሰረዛቸውም አሉ፡ ከዚህ ውስጥ አንዱ የቅማንት ህዝብ ነው።

ይህ ድንገተኛ እና ታሪካዊ ስህተት ከተከሰተ ጀምሮ የቅማንት ህዝብ እራሱን ከጥፋት ለመታደግ ህዝቡ በአንድነት የማንነት አስመላሽ እና የራስ አስተዳደር አቋቋሚ አስተባባሪ ኮሚቴ በመምረጥ ጥያቄውን "ሀ" ብሎ ጀመረ። ነገር ግን "አወቆ የተኛን ቢጠሩት አቤት አይልም"፡ ሆነና ነገሩ የክልሉ መንግሥት ለጥያቄው መልስ ከመስጠት ይልቅ የተለያዩ ምክኒያቶችን መደርደር እና አለፍ ሲልም በህዝቡ ላይ መዛት ቀጥሎም የሐይል እርምጃ መውሰድ ጀመረ። የቅማንት ህዝብ ግን ከጊዜ ወደ ጊዜ የሚደረግበት የግፍ ጭፍጨፋ ሳይበግረው አንድነቱን አጠናክሮ የሚከፈለውን መሰዋዕት በመክፈል ጥያቄውን ገፋበት። ይህ ሁኔታ ግን የክልሉን መንግሥት ሌላ የጥፋት አይነት አስቀየረው።

ይኸውም የዘር ጥፋት ጭፍጨፋ ማድረግ(genocide) ነበር። በዚህ ወቅት የቅማንት ህዝብ ሞቶ በመኖር እና ኑሮ በመሞት መካከል አጣብቂኝ ውስጥ ገባ። ማለትም ወይ የሚከፈለውን መስዋዕት መክፈል እና ቅማንትነትን ማስቀጠል ወይም ደግሞ መስዋዕትነት ፈርቶ ቅማንትነትን በክልሉ መንግሥት ማስገደል እና ሞቶ መኖር ናቸው። እንደዚህ አይነት ጉዳዮች የሚወሰኑት በእኛ ውሳኔ ነው። የቅማንት ህዝብ ግን እንደ አንድ ልብ መካሪ፡ እንደ አንድ ቃል ተናጋሪ ሆኖ የሚያስፈልገውን መስዋዕት ሁሉ በመክፈል ቅማንትነትን ለማስቀጠል ሲነሳ ጊዜ አልወሰደበትም። እንዲህ እንዲህ እያልን አሁን ሐገራችን ያለችበት ወቅታዊ ሁኔታ ላይ ደረስን፡ ፡

አሁን ሐገራችን ኢትዮጵያ ያለችበት ወቅታዊ ሁኔታ የፖለቲካ ሊህቃን በሁለት ጎራ የተከፈሉበት የሀገሪቱ ህዝብም ይህንን እውነታ መሰረት አድርጎ ለሁለት የተከፈለበት ሁኔታ ላይ ደረሰናል። በዚህ መሰረት የቅማንት ህዝብ የሚፈልገው የፖለቲካ ርዕዮት አለም የሚወሰነው እነዚህ ሁለት ጎራወች በሚያደርጉት ትግል ይሆናል ማለት ነው። ስለሆነም አጠቃላይ ሀገራዊ የፖለቲካ አካሔዱን እየተመለከተ የትግል አቅጣጫው ምን መሆን አለበት የሚለውን እና ሌሎች ህዝቦችስ የሚያደርጉት ትግል ለቅማንት ህዝብ ምን ጉዳት አለው? ምንስ ጥቅም አለው? የሚለውን በትክክል መቃኘትና

አቅጣጫ ማስቀመጥ ያስፈልጋል ማለት ነው። የህዝቦችን ትግል ውጤታማ ለማድረግ አንዱ ከሌሎች ከውድቀታቸው መማርና ከስኬታቸው መቅሰም ያስፈልጋል። የቅማንትም ህዝብ ትግል በዚህ ልክ መሆን አለበት። በዚህ ወቅት የቅማንት ህዝብ መንግሥት የለውም ህልውናውን እያስቀጠለ ያለው ከነጻነት ታጋዩ በሚሰጠው አቅጣጫ ብቻ ነው። ምንም እንኳን ጉዞው ከባድና ውስብስብ ቢሆንም በወከለው አካል የነጻነት ታጋይ እየተመራ ችግሮችን ተቋቁሞ እየተጓዘ ቀጥሎዋል። ሲሰዋም እንኳን ለዓላማ ስለሆነ ደስ እያለው ይሰዋል። ህዝቡ ሆነ ተብሎ ታቅዶ በክልሉ አመራሮች በተሰራ ሴራ ከፍተኛ የሆነ የኢኮኖሚ ኪሳራ ደርሶበታል። ይህ የኢኮኖሚ ቀውስ ወደ ማህበራዊ ቀውስ እንዳይሸጋገር የቅማንት ህዝብ የነጻነት ታጋይ ከፍተኛ ስራ ይጠብቀዋል። እንደሚታወቀው የቅማንት ህዝብ የራሱ የሆነ የቴሌቪዠን ሚዲያ የለውም በመሆኑም መረጃ ለህዝቡ ለማድረስ በጣም ከባድ ነገር ነው። ቢሆንም ግን ይህንን አስቸጋሪ ወቅት ከህዝብ ጋር በተለያየ መንገድ እየተወያዩ ማለፍ ደግሞ ግድ ነው። በተለይ በሰሩት ስራ ነገ ከተጠያቂነት ለማምለጥ የሚጥሩ አካላትና አንዳንድ የአሃዳዊያን አስተሳሰብ ያላቸው አካላት የሚሰሩትን ሴራ እየተከታተሉ ማክሸፍ ወቅቱ የሚጠይቀው ነገር ነው፡
፡

4፡ 1 ችግሮች እና ውጤታቸው

በተፈጥሮ ውስጥ ችግሮች ሲፈጠሩ ይዘዋቸው የሚመጡት አዳዲስ ነገሮች አሉ። የዓለማችን የሳይንስ እና የቴክኖሎጂ ግስጋሴም ከዚህ እውነታ ጋር የተያያዘ ነው። የማህበራዊ ችግሮችን ለመፍታት በሳይንሳዊ ጥናት እና ምርምር መሰረት ወደ ቴክኖሎጅ አድጎ ችግሩ መፍትሔ ያገኛል ማለት ነው። በፖለቲካው አለምም የሚፈጠሩ ጭቆናወች እና ሌሎችም ፖለቲካዊ፡ ማህበራዊ፡ ኢኮኖሚዊ፡ የፍትህ መጓደል እና የመሳሰሉት ችግሮች የሚፈጥሩት አዳዲስ ትውልድ ይኖራል። ይህ አዳዲስ ትውልድ ደግሞ በተደራጀ መልኩ አዳዲስ ተቋማትን በመገንባት በሁሉም መስክ ተጽዕኖ ማሳደር የሚችል ይሆናል።የቅማንት ህዝብ የትግል ውጤትም በዚህ መንገድ የተቃኘ ነው።

4፡ 2 የቅማንት ህዝብ ትግል የወለዳቸው ተቋማት

ቅማንት የሚባል ህዝብ የለም ተብሎ ከተሰረዘበት ጊዜ ጀምሮ ህዝቡ "ሆ' ብሎ በአንድነት የተቀማውን ቅማንትነት ለማስመለስ፡ የተጋረጠበትን የህልውና አደጋ ለመቀልበስ ወደ ትግል ገባ። በዚህ ወቅት የክልሉ መንግሥትም የህዝቡን ጥያቄ በማስጣል አንገቱን ለማስደፋት እና እስከ ወዲያኛው የቅማንትን ማንነት ለማጥፋት ከላይ ከላዩ የመከራ በረዶ ያወርድበት ጀመር። ይህ አይነተ ብዙ

መከራ በበዛ ቁጥር ህዝቡ የበለጠ አንድነቱን በማጠናከሩ ምክኒያት ጥያቄው በሰፋቱ እና በጥልቀቱ የበለጠ እየጨመረና እየጋለ መጣ። በዚህ ወቅት ታዲያ ትግሉ የወለዳቸው የተለያዩ ግን ደግሞ አንድ አይነት ዓላማ ያላቸው የህዝቡ ተቋማት ተወለዱ/ተፈጠሩ/ተመሰረቱ። ጀግና የሚወለደው በክፉ ቀን ነውና የቅማንት ትግልም በግለሰብ ደረጃም ሆነ በተቋም ደረጃ ጀግኖችን ወለደ። እነዚህን ተቋማት በተወሰነ መልኩ አንድ በአንድ እንያቸው።

4፡ 2፡ 1 የቅማንት ህዝብ እና አስተባባሪ ኮሚቴው

የቅማንት ህዝብ አስተባባሪ ኮሚቴ ታሪክ እንደሚያሳየው በሐገራችን የፌደራሊዝም ፖለቲካ ርዕዮት አለም መዘርጋቱን ተከትሎ ከ1980ቹ ጀምሮ የተመሰረተ መሆኑን ያሳያል። በእርግጥ ከ1980ቹ እስከ 1999 በነበረው ጊዜ ውስጥ ኮሚቴው በታወቀ ኮሚቴነት ደረጃ ሳይሆን በተለያዩ ማህበራት ስም የሚንቀሳቀስ ነው የነበረው። የዳመና ማህበር፡ የጥላ ማህበር፡ የሚካኤል ማህበር፡ የገብሬኤል ማህበር እየተባለ ነበር የሚሰራው። ለምን በመላኢክት ስም ማህበሩ ተመሰረተ ከተባለ ምክኒያቱ መላኢክታን በቅማንት ህዝብ ዘንድ ከፍተኛ የሆነ ክብር ይሰጣቸዋል፡ የማማለድ እምነትም ይጣልባቸዋል። እነዚህን ጭላንጭል እንቅስቃሴዎች በእንጭጩ ለማስቀረት ገዥው መደብ የመጨረሻ ያለውን እርምጃ ወሰደ።

ይህውም የቅማንትን ህዝብ "ቅማንት የሚባል ህዝብ የለም" በማለት ከብሔር ብሔረሰቦች ስም ዝርዝር ለአንዴ እና ለመጨረሻ ጊዜ መሰረዝ ነበር።

ነገር ግን ለገዥው መደብ "የፈሩት ይደርሳል የጠሉት ይወርሳል"፡ ሆነና ነገሩ ትግሉ በግልጽ በአዲስ እና በተደራጀ መልኩ ተጠናክሮ ቀጠለ። ይህውም የቅማንትን አስተባባሪ ኮሚቴ በግልጽ ወለደ ማለት ነው። የቅማንት አስተባባሪ ኮሚቴ ማለት የቅማንት ታሪክ እና ህዝቡ የህልውና አደጋ ሲገጥመው ለህዝቡ እና ለታሪኩ አለሁልህ ብሎ የቆመ እና ችግር ወልዶ ችግር ያስተማረው፡ ችግር ከላይ ከላዩ ሲደራረብበት የማይበገር እና እየጠነከረ የሚሔድ አለት እና የትግሉ ዋና ምስሶ ማለት ነው። የቅማንት ኮሚቴ "ቅማንት የለም" ከተባለበት ጊዜ ጀምሮ ነገሮችን በትግስት፡ በብልሐት እና በጽናት በመታገል ህዝቡን "የለም" ከተባለበት ጥቁር ታሪካዊ ጠባሳ አንስቶ ማንነቱን አስመልሶ የራሰን እድል በራሰ የመወሰን(የራስ አስተዳደር ማለት ነው) ትግሉን አሁን ከአለበት ደረጃ ላይ አድርሶታል።

ይህንን ኮሚቴ ነው እንግዲህ አሃዳዊያን የህዝብ ጥያቄ ሳይሆን የተወሰኑ ሰልጣን ፈላጊ ግለሰቦች የሚያነሱት ጥያቄ ነው በማለት ሲያራግቡ የነበረው። ነገር ግን እውነታው ሌላ ነው። የቅማንት ህዝብና የቅማንት አስተባባሪ ኮሚቴ የማይነጣጠሉ የአንድ ሳንቲም ሁለት ገጾች ናቸው። ማለትም የቅማንት ህዝብ ማለት የቅማንት አስተባባሪ ኮሚቴ

ማለት ነው። የቅማንት አስተባባሪ ኮሚቴ ማለትም የቅማንት ህዝብ ማለት ነው። ይህ አባባል ህዝብ መንግሥት ነው፡ መንግሥትም ህዝብ ነው የሚለውን መሰፈርት ያሟላል። ለዚያ ነው ዘፋኙ ሲዘፍን፥

" ••••••አልገባህም መሰል ልንገርህ በሞቴ፥

የጥያቄው መሪ ህዝቡ ነው ኮሚቴ፥

የህጻን ጨዋታ ዙር ይገባኛል፥

እኔም ኮሚቴ ነኝ ይመለከተኛል•••••" እያለ ያቀነቀነው።

ይህ ባይሆን ኑሮ ረዥም ጊዜ እየወሰደ ባለው ከባድና ውስብስብ የትግል ጉዞ ወይ አስተባባሪ ኮሚቴው ከተለያዩ ጫናዎች ብዛት ተፍረክርኮ ይፈርስ ነበር ወይም ደግሞ ከችግሩ ብዛትና ከመከራው ጥልቀት አንጻር ህዝቡ ተከፋፍሎ በወደቀ ነበር። ዓላማ ከመኖር በላይ ነውና አስተባባሪ ኮሚቴውም ሆነ ህዝቡ የመጣውን የመከራ በረዶ ሁሉ እየተጋፈጠ ጥያቄው የሚጠይቀውን መስዕዋት ሁሉ እየከፈለ ወደ ፊት ቀጥሎበታል። አንድ የቅማንት ተወላጅ የሆነ ወዳጀ እንዲህ ሲል አጫውቶኛል "የቅማንት አስተባባሪ ኮሚቴ በዚህ ከባድ ክልል ውስጥ ሆኖ ለረዥም ዓመታት እየታገለ ያለ ጠንካራ ኮሚቴ ነው። የቅማንት ህዝብም አሃዳዊያንን ተቋቁሞ ከአስተባባሪ ኮሚቴው ጎን በመሰለፍ የሞት ሽረት ትግሉን እየተወጣ

ይገኛል። ነገር ግን ከውስጡ የወጡ የተወሰኑ ስግብግብ ግለሰቦች አጀንዳውን ለማስጣል በዙሪያው አሰፍስፈዋል"፡ በማለት።

ይህ አገላለጽ እውነት ነው ምክኒያቱም የአማራ ክልል የአሃዳዊያን መብቀያና ማደጊያ በመሆኑ ለቅማንት ህዝብ እጅግ አስቸጋሪ ነው። ነገር ግን ምንም ለሊቱ ቢረዝም መንጋቱ አይቀሬ ነው፡ ፡ ሌላው ወዳጄ ደግሞ እንዲህ ሲል አጫውቶኛል "አስተባባሪ ኮሚቴው ሚዲያ ስለሌለው በአስተባባሪ ኮሚቴውና በህዝቡ መካከል የመረጃ ልውውጥ እጥረት ይስተዋላል። ስለሆነም አልፎ አልፎ በኢ መደበኛ አደረጃጀቶች የሚፈጠሩትን ችግሮች በጠቅላላው የአስተባባሪ ኮሚቴው ክፍተት አድርጎ ሲወስድ ይታያል"፡ ይላል። ይህንንም ክፍተት በአገኙት አጋጣሚ አሃዳዊያን ስለሚጠቀሙበት ህዝቡ ጥያቄውን በነጻነት ከማስቀጠል አኳያ አልፎ አልፎ ክፍተቶች ይስተዋላሉ። አንዳንድ ግለሰቦችም ተቃራኒ ሐሳብ ካላቸው አካላት ጎን የመሰለፍ አዝማሚያ ይታያል። ይህንን ችግር ለማስወገድ የሚፈጠሩ ጊዜያዊ ችግሮችን ማስወገድ ያስፈልጋል።

ህዝቡን በየጊዜው ማወያየት፡ ሙህራንን ማሳተፍ፡ እርስ በርስ መናበብና መከባበር፡ ችግር ያለበት አካል ካለ ይህንን አካል እስከችግሩ ሳይሆን አስተሳሰቡን ብቻ ለይቶ መቃወምና ማስተካከል ያስፈልጋል። የሁሉም ችግር መፍትሔው ያለው እዛው ችግሩ ውስጥ

ነው። የሚያስፈልገው ነገር ቢኖር አንስታይን እንደተናገረው ችግሩ ከተፈጠረበት አስተሳሰብ የተሻለ ማሰብ ብቻ ነው። መስልቸት እንዳይኖር በየጊዜው የእውቀትና የሰልጠና ሒደት ያስፈልጋል። እውቀትን በተለያዩ መንገዶች ማዳበር ይቻላል። አንደኛ እርሰ በእርሰ በመወያየትና እውቀትን በመለዋወጥ ሲሆን ሁለተኛ በማንበብና ልምድን በመቅሰም ይሆናል። ከዚህ በተጨማሪ የህዝብ የመረጃ ግብዓትን፡ ኢኮኖሚን፡ እውቀትን፡ ጉልበትን፡ ጊዜን፡ የሰው ሐይልን እና ሌሎችንም አስፈላጊ ነገሮች በአግባቡ መጠቀም ያስፈልጋል። ከጨለማው በስተጀርባ የሚታይ ብርሃን አለ።

የኮሚቴው መዋቅር

ኮሚቴው የተለያዩ መዋቅራዊ ደረጃውች አሉት። የዞን ማእከላዊ ኮሚቴ፡ የወረዳ ኮሚቴዎች፡ የቀበሌ ኮሚቴዎች፡ በየደረጃው ሰራ አስፈጻሚ ኮሚቴዎች፡ ምክር ቤት እና አማካሪ ኮሚቴ አለው።

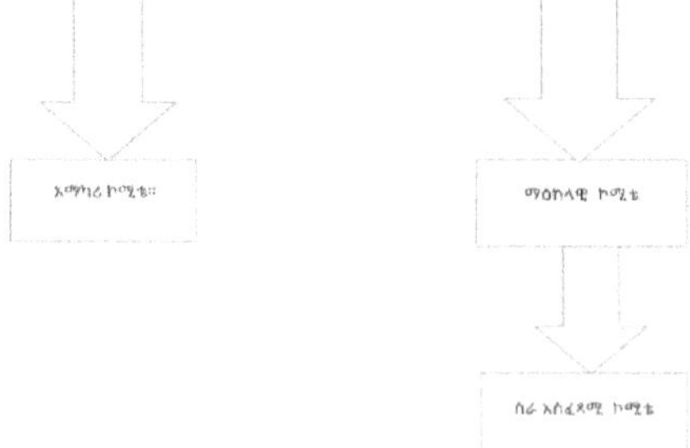

የኮሚቴ መዋቅር በሰዕላዊ መግለጫ የሚከተለውን ይመስላል።

4፡ 2፡ 2 የቅማንት ልማት ማህበር(ቅልማ)

በህዝቡ ትግል ኮሚቴው ከተወለደ በኋላ ከህዝቡ ትግል ጋር በመደመር ከተወለዱት ተቋማት መካከል አንዱ ቅልማ ነው። የቅማንት ህዝብ "ቅማንት" ሆኖ በመገኘቱ እና ህገ መንግሥታዊ ጥያቄ በመጠየቁ ምክኒያት ብቻ የተለያዩ የመሰረተ ልማት ሰራዎች በአካባቢው እንዳይሰራ እና ህዝቡም ከመሰረት ልማት ሰራዎች እንዲገለል ተደረገ። ለዚህ ደግሞ ዋናው ምክኒያት የህዝቡን ጥያቄ አቅጣጫ ለማስቀየር ሲባል መጀመሪያ ኢኮኖሚውን ለማሽመድመድ የተያዘው እቅድ አንድ አካል ስለሆነ ነው። የህዝቡን ኢኮኖሚ መጉዳት ያስፈለገበት ምክኒያት ሁለት መሰረታዊ ዓላማዎችን ታሳቢ ያደረገ ነው። እነሱም፥

1፡ ድሃ ህዝብ በመፍጠር መጀመሪያ ከእጅ ወደ አፍ የሚሆን ነገር እንዲጠይቅ እና ዋናውን አጀንዳ(ጥያቄ) ማስጣል ወይም አቅጣጫ ማስቀየር ስለተፈለገ ነው። ለዚህ ነው ዋናው የኢኮኖሚ ሞተር የሆነውን የግብርናውን ክፍለ ኢኮኖሚ እያዳከሙት የመጡት።

2፡ ህዝቡ ዋናውን አጀንዳ አልጥልም እንኳን ቢል ኢኮኖሚው ከደከመ በምንም ሁኔታ ትግሉን ማንቀሳቀስ አይችልም። ለዚህ ነው

ቀድመው ባለሐብቶችን፣ ነጋዴዎችን እና የመንግሥት ሰራተኛ የሆኑ የብሔሩ ተወላጆችን ያፈናቀሉዋቸው። እንግዲህ በዚህ አስቻጋሪ ወቅት ነው ቅልማ የተወለደው።

ምንም እንኳን ያሉ ችግሮችን ሁሉ ማዳረስ እና መቅረፍ ባይችልም በቻለው አቅሙ ከእኛው ለእኛው በሚል መርህ ተመስርቶ ብዙ ሰራዎችን አከናውኑዋል። የተለያዩ ትምህርት ቤቶችን ገንብቶ ለህዝቡ አስረክቡዋል። ለተለያዩ ቀበሌ ገበሬዎች መዳበሪያና ምርጥ ዘር በቻለው መጠን አቅርቦ አከፋፍሉዋል። ቅልማ ከመቃ፣ ሌንጫ እና ጉባይን የሚያገናኘው 42 ኪሎሜትር የጠጠር መንገድ ሲሰራ ከህዝቡ ተሳትፎ ጋራ የራሱን አስተዋፅጾ አድርጓል። የተወሰኑትን የቅልማን ሰራዎች በሰዕላዊ መግለጫ እንመልከታቸው።

የቅልማ አርማ

ከ 300 ህዝብ በላይ የሚይዝ የባህል አዳራሽ።

ባለሰምንት ክፍል የትምህርት ቤት፡ ሽንት ቤት

አንድ ብሎክ ባለአራት ክፍል ትምህርት ቤት

4፡ 2፡ 3 ቅዴፓ

4፡ 2፡ 3፡ 1 የቅማንት ዲሞክራሲ ፓርቲ አመሰራረት፡ ዓላማ እና ያለበት ሁኔታ

"የቅማንት ዲሞክራሲያዊ ፓርቲ(ቅዴፓ) ከስሙ መረዳት እንደሚቻለዉ በቅማንት ህዝብ ይሁንታ የተመሰረተ ፓርቲ ነዉ። በቅማንት ህዝብ ይሁንታ ሲባል የቅማንት ህዝብ በኢትዮጵያ ካሉ ብሔሮች ውስጥ አንዱ እና ነባር ባለ ታሪክ ህዝብ መሆኑ ይታወቃል፡ ፡ ይሁን እንጅ እንደ ሌሎች ብሔሮች የማንነት እና የራስ አስተዳደር ጥያቄው ተከብሮለት በፌደሬሽን ምክር ቤት በብሔረሰቦች መዝገብ መመዝገብ አልቻለም። በመሆኑም የማንነት እና የራስ አስተዳደር

ይከበርልኝ ብሎ ጥያቄዉን ካነሳ ዉሎ አድሯል። ነገር ግን ይህንን ትክክለኛ እና ህገ መንግሥታዊ ጥያቄ በአግባቡ ከመፍታት ይልቅ የጥያቄዉን መንፈስ በዉል ያልተረዱ አካላት የተለያየ ግራ ዘመም ትርጉም እየሰጡ ለማህበረሰቡ የሰላም እጦት ሆኖ እንዲቆይ ሆኗል፡ ፡

ይህን የሰላም እጦት በሰላማዊ ሁኔታ ሊታገልለት የሚችል የማንነት እና የራስ አስተዳደር ይከበርልኝ አስተባባሪ ኮሚቴዉ በተጨማሪ ፖለቲካዊ ትግል ታጋይ እና አታጋይ መዋቅር እንደሚያስፈልግ በመታመኑ ሐምሌ 19/2010 ዓ.ም በመሰራች ጉባኤዉ እንዲመሰረት ሆኗል። ከዚህ የተነሳ የቅማንት ህዝብ በፍላጎቱ ያነሳዉን መሰረታዊ የሆነ የማንነት እና የራስ አስተዳደር ጥያቄ በአግባቡ ሊታገልለት የሚችል ዲሞክራሲያዊ ፓርቲ መመስረት እንደሚገባ አጥንቶ የመሰረተዉ ፓርቲ በመሆኑ በህዝቡ ይሁንታ የተመሰረተ ፓርቲ ነዉ የምንለዉ ከዚህ የመነጨ ነዉ።

4፡ 2፡ 3፡ 2 የድርጅቱ መ ሰረታዊ ዓላማ

ሐገራችን በምርጫ ማስፈፀሚ አዋጁ እንደተቀመጠዉ ሁለት አይነት የፖለቲካ ፓርቲ አደረጃጀቶች አሉ። አንደኛዉ ሐገራዊ ፓርቲ ሲሆን ሁለተኛዉ ደግሞ ክልላዊ ፓርቲ ነዉ። በመሆኑም ቅዴፓ ከእነዚህ አደረጃጀቶች ዉስጥ ክልላዊ ፓርቲ ሆኖ የተመሰረተ

እንደመሆኑ መጠን በክልላችን ለሰላም እጦት እና አለመረጋጋት ምክኒያት የሆኑ ጉዳዮች ሁሉ ይመለከተዋል፡፡ አስፈላጊ ሲሆንም ከሚመለከተዉ የመንግሥትም ሆነ ሌሎች ፖለቲካ ፓርቲዎች ጋር በመተባበር ለችግሮች መፍትሔ ፍለጋ ላይ አተኩሮ ይሰራል፡፡

ድርጅታችን በህብረ ብሔራዊ ፌደራሊዝም ስርዓት በእጅጉ ያምናል፡፡ ህብረ ብሔራዊ ፌደራሊዝም ስርዓት እንደ ስርዓት ችግር የለበትም ችግሩ የአፈፃፀም ነዉ፡፡ በአንዲት ሀገር ዉስጥ ህዝቦች ከሌላዉ ማህበረሰብ ልዩ የሚያደርጋችዉ ቋንቋ፣ ባህል፣ ወግ፣ አለባበስ እና የአኗኗር ዘይቤ አለን ብለዉ ካመኑ እና ይህም በጥናት የተረጋገጠ ሆኖ እስከተገኘ ድረስ ይህን ማንነታቸዉን ሊያስከብር የሚችል ስርዓት በፌደራሊዝም ስርዓት ዉስጥ ሲካተት ብቻ ነዉ፡፡

በመሆኑም ፌደራሊዝም ስርዓት በተለይም ለአናሳ ብሔሮች እና ብሔረሰቦች ጥበቃ እና ከለላ የሚያደርግ ስርዓት ነዉ፡፡ ነገር ግን በሐገራችን ኢትዮጵያ የህብረ ብሔራዊ ፌደራሊዝም ስርዓት ከፅሁፍ በዘለለ በዉጤታማነት ምድር ላይ ዉጤቱን ማየት ያልተቻለበት ሁኔታ እንዳለ የገሃዱ አለም እዉነታ ያሳያል፡፡ በተለይም የቅማንት ህዝብ ከ1984ዓ.ም ኢህአዴግ ኢትዮጵያን መምራት ከጀመረበት ጊዜ አንስቶ ምንም ክብር ሳይሰጠዉ የጠየቀዉን ህገ መንግሥታዊ ጥያቄ ወደ ጎን በመተዉ የመብቱ ተጠቃሚ ሳይሆን የቆየበት እና የማንነት ጥያቄዉ ባለመመለሱ ህዝቡ የልማት እና

የሰላሙ ተጠቃሚ ሳይሆን ለበርካታ ዘመናት በሰቃይ ዉስጥ እንዲኖር አድርጎታል፡፡

በአጠቃላይ የቅማንት ዲሞክራሲያዊ ፓርቲ ዋና ዓላማዉ የቅማንት ህዝብ በቋንቋዉ፣ በባህሉ፣ በትውፊቱ እየተጠቀመ እንደ አንድ የኢትዮጵያ ህዝብ ኢኮኖሚያዊ፣ ፖለቲካዊ፣ ማህበራዊ እና ባህላዊ ጉዳዮች ተጠቃሚነቱን በማረጋገጥ በማንነቱ ተከብሮ እንዲኖር ማስቻል ነዉ፡፡

4፡ 2፡ 3፡ 3 የቅማንት ዲሞክራሲ ፓርቲ አስፈላጊነት

በድርጅቱ አስፈላጊነት ዙሪያ ህዝባችን አንድም ቀን ሐሳብ አንስቶ የማያዉቅ ቢሆንም በምስረታዉ ወቅት በመስራች ጉባኤዉ የተነሱ የአስፈላጊነት ጉዳደች አሉ፡፡ እነሱም የቅማንት ማህበረሰብ በህገ መንግሥቱ የተደነገጉ ነገር ግን በተግባር ያልተጠቀመባቸዉ መብቶችን በአግባቡ እንዲጠቀምባቸዉ ያስችላል፡፡ ለሐገራዊ የዲሞክራሲያዊ ሰርዓት እና ባህል መዳበር የበኩሉን አስተዋፅዖ ያዳብራል፡፡ የቅማንት ብሔረሰብ ከሌሎች ኢትዮጵያዊ ብሔሮች ብሔረሰቦች እና ህዝቦች ጋር የሚኖረዉን የህዝብ ለህዝብ ግንኙነት ያዳብራል፡፡

የቅማንት ህዝብ የራሱን ልማት በራሱ እዉን እንዲያደርግ የበኩሉን ሚና ስለሚጫዎት በሐገረ ኢኮኖሚዉ ግንባታ ላይ

የበኩሉን ሚና ይጫወታል። ታፍኖ የኖረዉ የቅማንት ህዝብ ታሪክ፣ ባህል፣ ቋንቋ እና እሴት እንዲከበር እና እንዲበለፅግ በማድረግ እነዚህ የቅማንት ህዝብ ሃብቶች ለሐገራችን ሁለንተናዊ እድገት ያላቸዉን ጉልህ አስተዋፅዖ እንዲያበረክቱ ያደርጋል። በአማራ ክልልም ሆነ በሐገሪቱ ባለዉ የፖለቲካ ስርዓት በመሳተፍ የመድበለ ፓርቲ ስርዓትና ዲሞክራሲያዊ የስልጣን ባለቤትነትን ያጎለብታል። በአጠቃላይ የቅማንት ዲሞክራሲ ፓርቲ በቅማንት ህዝብ ሁለንተናዊ ተጠቃሚነት ላይ የተመሰረተ ነዉ።

አርማውን በሰዕላዊ መግለጫ እንመልከተው

4፡ 2፡ 3፡ 4 የቅማንት ዲሞክራሲያዊ ፓርቲ አርማ

መደቡ ክብ ሰማያዊ

የመደቡ ጠርዝ ከዉጭ ወደ ዉስጥ በቀጭን አረንጓዴ፣ ነጭ እና ቀይ ቀለማት በእኩል መጠን የያዘ ነዉ። በግራ በኩል የሰንዴ ዘለላ በቀኝ በኩል የፋብሪካ መዘዉር የተጣመሩበት ሆኖ በመሃሉ የምትበር ነጭ እርግብ በአፏ የወይራ ቀንበጥ፤ በሁለት እግሮቿ ሚዛን ይዛ ትታያለች። የፓርቲዉ ሙሉ ስም በክቡ በላይኛዉ ክፍል በአማርኛ በቀኝ በኩል በእንግሊዝኛ እና በግራ በኩል በክመንቲሳ ቋንቋዎች ተፅፏል። በመዘወሩ እና በሰንዴዉ ዘለላ የላይኞቹ ጫፎች መካከል የፓርቲዉ አፅህሮተ ስም በአማርኛ ሲፃፍ በታችኛዉ በኩል ደግሞ በእንግሊዝኛ ተፅፏል።

4፡ 2፡ 3፡ 5 የፓርቲዉ አርማ ትርጉም

ሰማያዊዉ መደብ የቅማንትን ህዝብ የወደፊት ብሩህ ተስፋ ያመለክታል። የሰንዴዉ ዘለላ እና የፋብሪካዉ መዘዉር በገጠር እና በከተማ ያለዉን ልማት ወዳድ የቅማንት ህዝብ መተሳሰሩን እና በቅዴፓ ዙሪያ መሰባሰቡን ይወክላል። የወይራ ቀንበጥ ይዛ የምትበረዉ ነጭ እርግብ የቅማንት ህዝብ ያለዉን የወደፊት ሰላም እና ልማት ይወክላል። እርግቧ በእግሮቿ የያዘችዉ ሚዛን ከቅዴፓ ጋር በመታገል የቅማንት ህዝብ የሚያሰፍነዉን እኩልነት፣ የህግ የበላይነት እና መልካም አስተዳደር የሚያመላክት ነዉ።

4፡ 2፡ 3፡ 6 የቅዴፓ ሰንደቅ ዓላማ

የቅማንት ዲሞክራሲያዊ ፓርቲ ሰንደቅ ዓላማ መደብ ሶስት ቀለሞችን የያዘ ነዉ። ሰንደቅ ዓላማዉ ከታች ወደ ላይ ቀይ፣ ነጭ እና ሰማያዊ ቀለማትን በእኩል መጠን በአራት ማዕዘን ቅርፅ የያዘ ነዉ። ከነጩ ቀለም መካከል ላይ የወይራ ዛፍ አለዉ።

የቅዴፓ ሰንደቅ ዓላማ በሰዕላዊ መግለጫ

4፡ 2፡ 3፡ 7 የቅማንት ዲሞክራሲ ፓርቲ ሰንደቅ ዓላማ ትርጉም

መደቡ ባለሶስት እኩል መጠን ቀለሞች መሆኑ ቅማንት ሁሉም የሰዉ ዘሮች እኩል መሆናቸዉን የተቀበለ ህዝብ መሆኑን ያመለክታል። ቀዩ የቅማንት ህዝብ ለዘመናት የማንነቱ መገለጫ የሆኑ ማህበራዊ እና ባህላዊ እሴቶቹን ጠብቆ ለማቆየት ሲታገል የከፈለዉን መሰዋዕትነት ያመለክታል። ነጩ የቅማንት ህዝብ ከሌሎች ኢትዮጵያዊያን ወንድም ህዝቦች ጋር በሰላም እና በፍቅር

አብሮ የሚኖር ሰላማዊ ህዝብ መሆኑን ያሳያል። ሰማያዊዉ የቅማንትን ህዝብ የወደፊት እድገት፣ ተሰፋ እና ልምላሜ የሚወክል ነዉ። መካከል ላይ ያለዉ የወይራ ዛፍ የቅማንትን ህዝብ ጠንካራነት ይወክላል።

4፡ 2፡ 3፡ 8 ቅዴፓ አሁን ያለበት ሁኔታ

ቅዴፓ አሁን ባለበት ሁኔታ ከማንም ፖለቲካዊ ድርጅት ወይም ፓርቲ ጋር የወሰደዉ የውህደት፡ ግንባር የመፍጠት፡ የመቀናጀት ወይም በጥምረት የመሰራት ሰምምነት የለም። ነገር ግን በሀገራዊ እና ክልላዊ ፓርቲዎች በሀገርም ሆነ በክልል ደረጃ በተዋቀረዉ የፖለቲካ ፓርቲዎች የጋራ ምክር ቤት በምክክር አብሮ በመሰራት ላይ ይገኛል።

4፡ 2፡ 3፡ 9 ቅዴፓ ያለው የወደፊት ራዕይ

የቅዴፓ የወደፊት ራዕይ የሐገራችን የመድበለ ፓርቲ ሰርዓት ግንባታ እየዳበረ ሲመጣ እና የፖለቲካ ፓርቲዎች ህልዉና ሲጠበቅ የቅማንት ዲሞክራሲ ፓርቲም እንደ ፓርቲ ከሌሎች ፓርቲዎች ጋር በዉህደት፣ ግንባር በመፍጠር፣ በቅንጅት እና በጥምረት የሚሰራ ሊሆን ይችላል።

4፡ 2፡ 3፡ 10 ግራ ዘመም አይታዎች

የቅማንት ዲሞክራሲያዊ ፓርቲ የትግል መስመሩ ዲሞክራሲያዊ እና ዲፕሎማሲያዊ ሆኖ እያለ ትግሉን መልህቅ እንደሌለዉ መርከብ ባህር ላይ ለማዋለል የሚጥሩ የዉጭም ሆነ የዉስጥ ድርጅታዊ ጠላቶች የተለያየ አፍራሽ እና ግራ ዘመም ሀሳቦችን በተለያየ ሁኔታ ሲያራምዱ ይስተዋላሉ። የቅማንት ዲሞክራሲያዊ ፓርቲ ከሰላማዊ ትግል ዉጭ ትጥቅ ትግል ዉስጥ ገብቶ አያዉቅም ለወደፊትም አይገባም። በህገ መንግሥቱ በተቀመጠዉ ህግ መሰረት በዲሞክራሲያዊ መንገድ ትግላችን ከመታገል ባለፈ የተፈፀመ ህገ ወጥ ድርጊት በሌለበት የድርጅቱ ከፍተኛ አመራሮች፣ አባላት እና ደጋፊዎችን በማሰር፣ በማሳደድ እና በማሸማቀቅ የድርጅቱን ስም በማጥፋትም ጭምር ድርጅቱ በአግባቡ ስራዎችን እንዳይሰራ የሚደረገዉ አካሄድ ዘመኑን የዋጀ አይደለም።

በአጠቃላይ የቅማንት ዲሞክራሲ ፓርቲ በህብረት ለማደግ በህብረት መስራት እንደሚገባ ያምናል። በመሆኑም ሁሉም አስተሳሰቦች ለለዉጥ እና ለእድገት የሚደጋገፉ መሆን እንደሚጠበቅባችዉ አበክሮ ያሳሰባል"፡ ይላል። ከዚህ በላይ የተዘረዘረው የፓርቲው መረጃ ነው። ከዚህ በመነሳት የግሌን ሁለት ሐሳቦችን ልሰንዝር።

1፡ ቅዴፓ እንደ አየር ጸባይ በየጊዜው የሚለዋወጠውን የሐገራችን የፖለቲካ ሁኔታ እየቃኘ በጥናት ላይ ተመስርቶ በየጊዜው መልስ መስጠትና የፓርቲውን የሐይል ሚዛን ማስጠበቅ ያስፈልገዋል።

2፡ ቅዴፓ ከሌሎች አጋር ድርጅቶች ጋር የሚኖረውን የትብብርና የፉክክር አቅጣጫ በግልጽ ማስቀመጥ ያስፈልገዋል። ማለትም በፌደራሊስት ሐይሎች ውስጥ ያሉ ሁሉም ፓርቲዎች ተመሳሳይ የፋይናስ አቅም፡ ተመሳሳይ የፖለቲካ አቅም አይኖራቸውም። ስለሆነም ቅዴፓ የቅማንትን ህዝብ ጥቅም በምን መልኩ አስጠብቆ ከሁሉም አጋሮቹ ጋር ተባብሮ እና ተወዳድሮ መውጣት እዳለበት በትክክል ማስቀመጥ ያስፈልገዋል።

ማለትም ሁልጊዜ ትብብርን ብቻ መሰረት ያደረገ ግንኙነት ምን አልባት ጥገኝነትን እና ታዛዥነትን ሊያስከትል ይችላል። በሌላ በኩል ደግሞ ፉክክርን ብቻ መሰረት ያደረገ ግንኙነት በመጀመሪያ ደረጃ ለሁሉም አካላት አያዋጣም በሌላ እይታ ደግሞ ቅዴፓ አዲስ ፓርቲ እንደ መሆኑ መጠን በተለያዩ አስፈላጊ ነገሮች ገና አልጎለበተም። ከሌሎች ልምድ ካላቸው ፓርቲዎች የሚቀሰማቸው ነገሮች ይኖራሉ፡ ስለሆነም ቅዴፓ ጀማሪ ፓርቲ እንደ መሆኑ መጠን ትብብርን እና ፉክክርን አጣምሮ ማስኬድ አማራጭ የሌለው መንገድ ነው። ስለሆነም ይህንን ጉዳይ እንዴት እናስኪደው

የሚለውን በትክክል መልስ መስጠት ያስፈልጋል። ከዚህ በተጨማሪ ቅዴፓ በሴራና በተረኛነት የተመረዘውን የሐገራችን ፖለቲካ፡ በአሃዳዊነት የተተበተበውን የክልሉን ፖለቲካ እና ብዙ የውጭ ፍላጎቶች ያሉበትን የቅማንት ህዝባዊ ትግል ዋጅቶ መታገል አለበት።

4፡ 2፡ 4የመገናኛ ብዙሐን ሚና

በአሁኑ ወቅት መረጃ ሐይል እና ሐያል የሆነበት ዘመን ነው። ዓለም በተለያየ የቴክኖሎጅ ውጤቶች ተሳሰራ በመረጃ አንድ ሰፈር ሆናለች። በዚህ ዘመን በአንዱ የዓለም ጫፍ የተደረገው ክስተት በቅጽበት ለሌላው የዓለም ጫፍ ይደርሳል። በዚህ ምክኒያት ነው መረጃ ሐይል እና ሐያል የሆነው። ዛሬ ሁሉ ነገር ጨዋታው በአየር ላይ ሆኑዋል። አሁን ባለንበት ዘመን ጦርነት እራሱ በአየር ላይ ነው። ለዚህ ደግሞ ዋናው ምክኒያት የመገናኛ ብዙሐን ነው። ሁሉም ነገር በሚዲያ ነው። ሚዲያ አገልግሎት ከሚሰጣቸው መስኮች አንዱ የፖለቲካው መስክ ነው።

4፡ 2፡ 4፡ 1 ሚዲያ እና ፖለቲካ

ሚዲያ ለፖለቲካው በአሉታዊም ሆነ በአወታዊ ከፍተኛ የሆነ ተጽዕኖ አለው። በዚህ ወቅት ከቁጥሩ ብዛት አንጻር ህዝብን በአንድ ላይ ሰብስቦ ማነጋገር የማይቻልበት ዘመን ላይ ደርሰናል። ችግር ለመፍታትም ሆነ ችግር ለመፍጠር ሁሉም ግለሰብ በየአለበት ሆኖ ሁሉን ነገር እንዲከታተል በማድረግ ሚዲያ ከፍተኛ ድርሻ አለው። በፖለቲካው አለም ከፍተኛ የሆነ የጦርነት ሜዳ ሚዲያው ነው። ሚዲያ ተቀናቃኝ አካላት የሚፎካከሩበት፡ ጨፍላቂዎች ድምጽ

አልባወችን በመዋሸት የሚጨፈልቁበት፡ ድምጽ የሌላቸው ህዝቦች የሚታፈኑበት ነው ሚዲያ።

በዚህም መሰረት አንዳንድ ጊዜ ግለሰቦችም ሆነ ቡድኖች እስከ መጨረሻው ድምጽ አጥተው ታፍነው የቀሩበት፡ ሌሎች ደግሞ በተለያየ መንገድ ድምጽ የሚሆናቸው አካል በማፈላለግ ድምጻቸውን የሚያሰሙበት ሁኔታ ይፈጠራል። ለዚህም ነው መንግሥታት መረጃ በማጥፋት አልፎ አልፎ ህዝቡን የሚቀጠቅጡት። በዓለማችን ላይ በጣም ብዙ ህዝብ ሁሉንም አይነት መገናኛ ብዙሐንን በመዝጋት እስከ ዘር ማጥፋት ጭፍጨፋ ተደርጎበታል። ከእነዚህ ውስጥ አንዱ የቅማንት ህዝብ ነው።

የቅማንት ህዝብ ከድሮ እስከ ዘንድሮ በተለያየ መንገድ ለማጥፋት የተለያዩ ሙከራዎች ተደርጎበታል። እነዚህ ሁሉ መረጃ እንዳይወጣ በማፈን ነው። በተለይ በአሁኑ ወቅት የቅማንት ህዝብ የማንነት እና የራስ አስተዳደር በመጠየቁ ምክኒያት የተለያየ የግፍ ተግባራት ተፈጽሞበታል። እነዚህ ታሪካዊ ግፎች በህዝቡ ላይ ሲፈጸሙ ግን አንዳንዴ የገዥው መደብ ታፍነው እንዲቀሩ ያደርጋቸዋል። በሌላ ጊዜ ደግሞ ለራሱ በሚመች አግባብ የቅማንት ህዝብ በዳይ መንግሥት ደግሞ ተበዳይ አድርጎ ያቀርበዋል።

ለዚህ ደግሞ እውነቱን ማውጣት የሚችል የህዝቡ ሚዲያ ስላልነበረ ነው። ስለሆነም ህዝቡ የራሱ የሆነ ሚዲያ ያስፈልገው ነበር ማለት ነው። ይህንንም ችግር አሰወግዶ ስለህዝቡ ትክክለኛ መረጃ ለዓለም አቀፉ ማህበረሰብ ለማድረስ ክፉ ቀን የወለዳቸው ጀግና፡ ታታሪ እና ታማኝ የህዝቡ ልጆች በግላቸው ጥረት ተነሳስተው ስለህዝቡ ትክክለኛ መረጃ ለዓለም ህዝብ በማድረስ የቅማንት ህዝብ የተሰፋ ጭላንጭል እንዲያይ አድርገውታል፡ ለዚህም አንዱ እና ተጠቃሹ ጃቅሚ ነው።

4፡ 2፡ 4፡ 2 ጃኖ ቅማንት ሚዲያ(ጃቅሚ)

ጃኖ ቅማንት ሚዲያ(ጃቅሚ) ብሶት ከወዳቸው የቅማንት ህዝብ ተቋማት አንዱ ነው። በመጀመሪያ ትግሉ ሲጀመር ህዝቡ ምንም አይነት ሚዲያ አልነበረው። ይህ ማለት ደግሞ ዋናው ትጥቅ ሳይያዝ ነው ማለት ነው ህዝቡ ወደ ትግል የገባው። ስለሆነም ይህንን ችግር ለማስወገድ ለቅማንት ህዝብ ታሪክ ተቆርቋሪ እና የህዝቡ ታማኝ ልጆች በግለሰብ አቅም ተነሳስተው አሁን በዓለም አቀፍ ደረጃ እውቅና ያለው ሚዲያ የጭቁን ህዝቦች ድምጽ በመሆን አገልግሎት እየሰጠ ይገኛል።

ይህ ሚዲያ በፊት ሲመሰረት በኮሚቴ ሲመራ የነበረ ቢሆንም አሁን ግን በቦርድ የሚመራ ሆኖ የጭቁኖች ድምጽ በመሆን ያገለግላል። በአጭር ጊዜ ውስጥ እውቅና እና ዝናን ያተረፈው ጃኖ ቅማንት ሚዲያ የተመሰረተው በ30/10/2013 ነው። ከዚህ ጎን ለጎን ደግሞ ከሌሎች ሚዲያወች ጋር በመነጋገር በሳምንት የአንድ ሰዓት የአየር ጊዜ ለህዝቡ አገልግሎት እንዲሰጥ አድርጓል።

ለምሳሌ ኦሮሚያ ሚዲያ ኔትወርክ(OMN) በዓለም ላይ ታላቅ ዝና ያለው፡ ለቅማንት ህዝብ ደግሞ በአስቸጋሪ ቀን የደረሰ ታሪካዊ ባለውለታ ሚዲያ ነው። በቅማንት ህዝብ ላይ የተፈጸሙ አሰቃቂ ግፎችን እና ውድመቶችን(በተለይ መተማ ላይ የነበረውን) የህዝቡ

ድምጽ በመሆን ለዓለም ማህበረሰብ በማድረስ የጭቁኖች ድምጽ የሆነ ታላቅ የቅማንት ህዝብ ታሪካዊ ባለውለታ ሚዲያ ነው። ከዚህ በተጨማሪ TMH ላይ ስለቅማንት ህዝብ የአየር ሰዓት ተገኝቶ የነበረ ቢሆንም ባልታወቀ ምክኒያት ተቋርጡዋል። ምንም እንኳን የፋይናስ እጥረት፡ የባለሙያ እጥረት እና ሌሎችም ችግሮች ቢኖሩበትም ጃኖ ቅማንት ሚዲያ(ጃቅሚ) ወደ ፊት ተደራሽነቱን ለማስፋት አቅጣጫ አስቀምጦ እየሰራ ይገኛል።

ጃኖ ቅማንት ሚዲያ፡ Jano kemant media(JKM).

4፡ 3 የቅማንት ነጻነት ሰራዊት

የቅማንት ነጻንት ሰራዊት ማን ነው? ስለቅማንት ነጻነት ሰራዊት ከማየታችን በፊት ስለቅማንት ህዝብ የልምድ ወታደራዊ ታሪክ እንመለከት። የቅማንት ህዝብ የጦር ሜዳ ውሎ፡ ጀግንነት እና ከዚህ ጋር የተያያዙ ነገሮች ባህሉ ብቻ ሳይሆን ከደሙ ጋር የተዋህደው ህዝብ ነው። ህዝቡ ለመሳሪያ ያለው ቦታ እና ለጀግንነት ያለው ከበሬታ በጣም ከፍ ያለ ነው። ተወልዶ ገና ከብት ማገድ ሲጀምር ከመሳሪያ እና ከተኩስ ጋር ይተዋወቃል። የተኩሱ ልምምድ የሚደረገው ቀለሐ በመምታት፡ የበሬ ትክሻ ላይ የተቀመጠች እና በመብረር ላይ ያለች ወፍ በመምታት፡ ክር ወጥሮ በመምታት እና በመሳሰለት ይከናወናል።

ለቅማንት ልጅ ተኳሽ ማለት የሆነን ነገር መትቶ መጣል ብቻ ሳይሆን ከሚመታው አካል ላይ ብልት ለይቶ መምታትንም ያጠቃልላል። ለምንድን ነው ይህ የሆነው? ምክኒያቱ ምንድን ነው? የሚሉ ጥያቄውችን እናንሳ። እንደሚታወቀው ህዝቡ በታሪኩ ነገሥታቱ የቅማንትን ህዝብ የጭቆና ቀምበር ውስጥ ለማስገባት ያልሞከሩት መንገድ የለም። ህዝቡ ደግሞ በበኩሉ ይህንን የጭቆና ቀንበር ላለመቀበል ከሞላ ጎደል እራሱን እየተከላከለ እዚህ ዘመን ላይ ደርሱዋል። ለህዝቡ የልምድ ወታደራዊነት ዋናው ምክኒያት ይህ

ነው። ከዚህ እውነታ በመነሳት ነው እኮ የደርግ ወታደራዊ መንግሥት የሐገራችን ምስራቁ ክፍል ሲወረር ሙሉ የቅማንትን እርሶ አደር ወደ ቦታው ያዘመተው። በዚያ ዘመን የቅማንት ህዝብ በአንድ በኩል ከውጭ ወራሪ ጋር በሌላ በኩል እምባ ገነኑን የደርግ መንግሥት ለመጣል ታላቅ ተጋድሎ ያደረገ ጀግና፡ ቆራጥና ቆፍጣና ታሪካዊ ህዝብ ነው። ይህንን የመሳሰሉ እና ሌሎች ታሪካዊ ጀብዱ ያለውን ታሪካዊ የቅማንት ህዝብ ነው እንግዲህ ኢትዮጵያ ቅማንት የሚባል ልጅ የለኝም ብላ የካደቸው። አለሁ ብሎ ድምጹን ሲያሰማ ህገ መንግሥታዊ ጥያቄ ጠይቋል ተብሎ በወጀለኝነት ተፈረጀ። ምክኒያቱም የሌለ አካል እንዴት ህገ መንግሥቱን ልጠቀም ብሎ ይጠይቃል። ይህንን የረከሰ እና የከሰረ የትምክህት ወሳኔ ያልተቀበለው የቅማንት ህዝብ በሁሉም መስክ ትግሉን ለማጣጡዋፍ ገበሬውም መሪውም የነጻነት ስራዊት ሆነና ሁሉም በአንድ ሰም የቅማንት ነጻነት ስራዊት ተባለ ማለት ነው።

ዛሬ የቅማንት ነጻነት ስራዊት ሲባል የተወሰኑ አካላት የመሰረቱት ቡድን በሰው ሐገር ሆኖ የሚታገለውን ወይም ሐገር ቤት ውስጥ የሚንቀሳወሰውን ታጋይ ብቻ አድርገው ያሰባሉ። ይህን ግን በፍጹም ሰህተት ነው። ምክኒያቱም ምንም እንኳን እነዚህ አካላት የነጻነት ስራዊት ይሁኑ እንጂ ህዝቡ እንዳለ የነጻነት ስራዊት ነው። በነገራችን ላይ የነጻነት ስራዊት መሆን ማለት መሳሪያ ተሸክሞ

ጦርነት የሚገባ ብቻ ማለት አይደለም። ህዝቡ ሰራዊት ባይሆን ኑሮ ትምክህተኛው ሐይል እስከ አሁን የፈለገውን አሳክቶ ይኖር ነበር።

"የመከራው ቀንበር ሸክሙ ገና ነው፣

ጃኖ ተቀላቀል መለያው እሱ ነው"።

"ብሶት የወደው ጃኖ ጋሻ ክብሬ፣

እሳት ነው ይበላል ልክ እንደ በርበሬ"፣ ይላል አቀንቃኙ። ይህ ብቻ ሳይሆን ወጣቱ ክፍል እንዲሁ እራሱ ሲጫወት፡-

"እወ ያ ነገር ነኝ፣ እኔም ያ ነገር ነኝ"፣ ይላል።

"እወ ቅማንት ነኝእኔም ቅማንት ነኝ"፣ እያለ ነው።

ወጣቱ እርስ በራሳቸው ሆነ ብለው ስልክ ቁጥር ይጠያየቃሉ። ሁሉም የሚናገሩት ግን ሰድሰት ድጅት ያለው ቁጥር ነው። ሁሉም ደግሞ ሁሉም ተመሳሳይ ነው የሚናገሩት። እሱም 42፣ 69፣ 72 ነው።

4፡ 4 የቅማንት ህዝብ ትግል ውጤት በግለሰብ ደረጃ

በሒወታችን ውስጥ የተለያዩ ስራወችን ስናከናውን የተለያዩ ውጤቶችን እንጠብቃለን፣ ከዚህ ውስጥ ዋና ዋናዎችን ጠቅሰን እንለፍ።

ሀ፡ ግቡ የመጨረሻው ጫፍ ላይ ያለ የስራ አይነት፡ ይህ አይነት ስራ ተጀምሮ ሁሉንም ሒደት አልፎ ውጤቱ(ግቡ) የመጨረሻው ጫፍ ላይ ያለ የስራ ክንውን አይነት ነው። ለምሳሌ አብዛኛው የስራ አይነት።

ለ፡ ሒደቱ ውጤት የሆነ የስራ አይነት፡ ይህ አይነት ስራ ይህ ነው የተባለ የመጨረሻ ግብ(ውጤት) ላይኖረው ይችላል። ነገር ግን የዚህ አይነት ክንውን ውጤቱ(ግቡ) በራሱ ሒደቱ ነው። ለምሳሌ የስልጠና አይነት ስራዎች።

ሐ፡ ሒደቱም በራሱ ውጤት የሆነ እና የመጨረሻ ውጤትም(ግብም) ያለው ስራ። ይህ አይነት የስራ ክንውን ውጤቱ በጣም ዘረፈ ብዙ የሆነ ነው። ልክ ከስሩ እስከ ጫፉ የሚያፈራ ዛፍ እንደ ማለት ነው። ለምሳሌ የትምህርት ሒደትን ማንሳት እንችላለን። በእርግጥ ካያያዛችን ካልሆነ በስተቀር ውጤት የሌለው የስራ አይነት የለም።

ከላይ ከተዘረዘሩት የስራ የውጤት አይነቶች ውስጥ የቅማንት ህዝብ ትግል ካፈራው ፍሬ አንጻር ሲታይ "ሐ" ላይ ይወድቃል። ማለትም የቅማንት ህዝብ ትግል ከጅምሩ እስከ መጨረሻው ውጤት ያለው ነው። ዛሬ የቅማንት ህዝብ ትግል ጠንካራ አንድነት ያለው ህዝብ ፈጥሯል፡ ጀግና ወጣት ተፈጥሯል። ምንም እንኳን ችግሩ

መራራ ቢሆንም ይህንን መራራ የችግር ጽዋ እየተጋፈጠ ትግሉን ማስቀጠል የሚችል የቅማንት የትግል አመራር ተፈጥሯል። የቅማንት ትግል በሒደቱም ውስጥ በጣም ብዙ እውነቶችን እየቆፈረ እያመጣ ነው የመጣው።

አሃዳዊያን የሚችሉትን ሁሉ የችግር አይነቶች ከትንንሽ ችግሮች እስከ ትልልቅ ችግሮች በህዝቡ ላይ ፈጥረዋል። ነገር ግን ይህንን ሁሉ የመከራ በረዶ መቋቋም የሚችል ጀግና ህዝብ፡ የጀግና ህዝብ ልጅ ጠንካራ የትግል አመራር እና ጠንካራ ወጣት ታጋይ ተፈጥሯል፡ ፡ ከግንባታዎች ሁሉ ትልቁ ግንባታ የጭንቅላት ግንባታ ነው። በጠንካራ አቋም ላይ የተገነባ ጭንቅላት የማይሰራው የተቋማት ግንባታ የለም። ስለሆነም የቅማንት ህዝብ ትግል የአፈራውን ትልቁን ፍሬ የጭንቅላት ግንባታውን ብቻ አንስቶ የተገነባ ጭንቅላት የሚገነባውን የተቋማት ግንባታ ከላይም አይተናል ወደ ፊትም እናያለን።

የቅማንት ህዝብ ከአሉት አንጡራ ሐብቶች አንዱ እና ትልቁ የተማረ የሰው ሐይል ነው። ነገር ግን ሁሉም የተማረው የሰው ሐይል የሚጠበቅበትን እየተወጣ ነው ለማለት አያስደፍርም። ይህ ማለት ግን በትግሉ ውስጥ ሁሉም የተማረው ሐይል አልተሳተፈም ማለት አይደለም። ከአስተባባሪ ኮሚቴው ጀምሮ ሁሉ ነገራቸውን ለትግሉ ንጹህ የመስዋዕት በግ አድርገው ያቀረቡ ሙህራን ብዙ ናቸው።

ማንሳት የፈለኩት ያደፈጠውን የተማረ የሰው ሐይል(ሙህራን) ብቻ ነው።

4፡ 5"ጋሸ እኔ ልሒድ አንተ ቆይ"

"ጋሸ እኔ ልሒድ አንተ ቆይ"። ይህን ዓርፍተ ነገር ሳስበው ውስጤን የሚነካና ሳላስበው እንባየን የሚያፈስ ዓርፍተ ነገር ነው። ጉዞው ወደ ሞት ሰፈር ነው። ጉዞው እራስን የመሰዋዕት በግ አድርጎ በማቅረብ ቅማንትነትን(የቅማንትን ህዝብ) ማስቀጠል ነው። ጉዞው ሞትን ፊት ለፊት መጋፈጥ፡ ደረትን ለጥይት፡ አንገትን ለሰለት የመሰጠት ጉዞ ነው። ሞት ይቅር እና የተወሰነ ቀንን ከአካባቢ ርቆ ለመሔድ ጓደኛ፡ ቤተ ዘመድ፡ ጋራው፡ ሚዳው፡ ሸንተረሩ፡ ወንዙ፡ የተጫወትንበት የብልጭት ድንጋይ፡ ዛፉ እና ሌላው ቀርቶ የተጣላነው ሰው ሁሉ ይናፍቀናል። ለቅማንት ታጋዮች(ወጣት ታጋዮች) ግን ርቆ መሔድ አይደለም መንገዱ። ይልቁንም ወደ ሞት ሰፈር ነው ጉዞው።

ከላይ የተዘረዘሩት እና ሌሎችም ነገሮች ሁሉ የቅማንትን ወጣቶች አላሳሰባቸውም። እነርሱን ያሳሰባቸው እና ያንገበገባቸው ነገር የቅማንት ህዝብ የትግል ጉዞ ነው። ስለሆነም እራሳቸውን የመጀመሪያው የቅማንት ህዝብ ትግል መሰዋዕት አድርገው ማቅረብን ወሰኑ። ስለሆነም "ጋሸ እኔ ልሒድ አንተ ቆይ" አሉ።

በባህላችን "ጋሸ" የሚለው ቃል ከሰም ውጭ የተማረ ሰውን ለመጥራት ያገለግላል። የተማረ የሰው ሐይል ደግሞ ሙህር ነው ተብሎ ይታሰባል። ስለሆነም እነዚህ ወጣቶች ምንም እንኳን እነሱም የተማሩ ቢሆኑም ከእኔ ይልቅ ሌላው የተማረ የሰው ሐይል ቢኖር ለህዝቡ ይጠቅማል ብለው አሰበዋል ማለት ነው።

ነገር ግን ከላይ እንደተጠቀሰው ከተማረው የሰው ሐይል ውስጥ እራሳቸውን የደበቁ አካላት ትንሽ አይደሉም። ስለሆነም ይህ የተማረ የሰው ሐይል በመደራጀት ወደ ስራ በመግባት ያስተማራቸውን ህዝብ ማገልገል አለባቸው። ከእነሱ በፊት ለእነሱ እራሱን ለሞት ያቀረበውን ወጣት መካስ አለባቸው። ማለትም ሁሉም እያንዳንዱ ታጋይ ለሁሉም ለእያንዳንዱ የቅማንት ህዝብ ስለሆነ የሚታገለው።

ይህንን ዘርፈ ብዙ ችግር ለመፍታት በተደራጀ መልክ መሰራት የቅማንትን የተማረ የሰው ሐይል ወቅቱ የሚጠይቀው ጉዳይ ነው። ትግሉ የሁሉም ነው፡ ውጤቱም ለሁሉም ነው። ስለሆነም ለሌላው አካል የሚተው ነገር አይደለም። ስለዚህ ትግሉ በሁሉም መሆን አለበት ማለት ነው። "ጋሸ እኔ ልሒድ አንተ ቆይ"! የቅማንት ወጣቶች የቅማንትን ህዝብ ከምድረ ገጽ አጠፋለሁ ብሎ የሚመጣውን ጽንፈኛ ለመፋለም ወደ ጦር ሜዳ ሲሔዱ መሪወቻቸው አብረው ለመሔድ ሲነሱ እንዳይሔዱ የሚናገሩዋት ድምጽ ናት።

ምዕራፍ አምስት

የቅማንት ተቋማት ወደ ፊት ምን ይጠበቅባቸዋል

እነዚህ ተቋማት ብዙ ሁነው እንደ አንድ፡ አንድ ሁነው እንድ ብዙ እንደ አየር ጸባይ በየጊዜው የሚቀያየረውን የሐገራችን ፖለቲካ እና ሌሎችንም ተደራራቢ ችግሮች በጥናት ላይ ተመስርቶ መፍትሔ እየሰጠ በአንድ በኩል የህዝቡን መሰረታዊ ጥያቄ ዳር ማድረስ እና በሌላ በኩል ደግሞ የህዝብን ሰላም እና የመልማት ፍላጎት ማረጋገጥ ያስፈልጋል። ለዚህ ደግሞ ያሉት ሁሉም ችግሮች በጥናት በግልጽ መታወቅ አለባቸው።

5፡ 1 የቅማንት ህዝብ ችግሮች ከሸፋን እንጻር

የቅማንት ህዝብ ችግር በየደረጃው የተለያዩ የችግር አይነቶች የተደራረቡበትና የተወሳሰበ ነው፡ ለማሳያ ያኽል የተወሰኑትን ከዚህ በታች እንመልከት።

ሀ፡ አካባቢዊ ችግሮች፡- ይህ አይነት ችግር በተጠና እና በታቀደ መልኩ የክልሉ መንግሥት በቅማንት ህዝብና በአማራው ህዝብ

መካከል የሚፈጥራቸውን የተለያዩ የችግር አይነቶችን ያካትታል፡ ለምሳሌ ሁለቱን ህዝቦች እንዲቃቃሩ ያደርጋል።

ለ፡ ክልላዊ ችግር፡- ይህ አይነት ችግር በክልሉ መንግሥት ታቅዶ በቀጥታ በቅማንት ህዝብ ላይ እስከ ዘር ማጥፋት የደረሰ የተለያዩ የችግር አይነቶችን ያካትታል።

ሐ፡ ሐገራዊ ችግር፡- በዚህ ውስጥ የሚካተቱት የችግር አይነቶች የተፈጥሮ ችግርን ጨምሮ በሐገሪቱ የተፈጠረው ፖለቲካዊ፡ ማህበራዊ፡ ኢኮኖሚዊ፡ ሐይማኖታዊ እና ሌሎችንም የችግር አይነቶች ያጠቃልላል። ይህም በቅማንት ህዝብ ላይ ጫናው ከባድ እና ውስብስብ እንዲሆን አድርጎታል።

መ፡ አህጉራዊ ችግር፡- ይህ በቀላሉ ሲታይ አህጉሪቱ አምባገነኖች የሚበዙባት አህጉር መሆኑዋ፡ አህጉሪቱ ኋላ ቀርነት የሚበዛባትና በብዛት ኋላ ቀር አስተሳሰብ ያለበት አካባቢ መሆኑ የራሱ የሆነ ተጽኖ አለው። ለምሳሌ ቀጠናው ጦርነትን ጨምሮ የተለያየ ቀውስ ያለበት መሆኑ ጫናው ቀላል አይደለም።

ሠ፡ ዓለም አቀፋዊ ችግር፡- ይህ በአብዛኛው በየጊዜው እንደ አየር ፀባይ የሚቀያየረውንና የሚለዋወጠውን የዓለማችን ፖለቲካ፡ በዓለማችን ላይ ያለው የቴክኖሎጂ ልዩነት እና የተለያዩ ሰው ሰራሽ

እና ተፈጥሯዊ ችግሮች ያጠቃልላል። ይህንን ሁሉ ችግር በየደረጃው የሚቻል ከሆነ ለመፍታት የሙህራን አደረጃጀት ያስፈልጋል።

5፡ 2 ችግሮች በአይነት

በዚህ ውስጥ የምንዘረዝራቸው የችግር አይነቶች በሌላ ቦታ በደንብ ተተንትነው ስለቀረቡ የተወሰኑትን ብቻ እጠቅሳለሁ።

ሀ፡ ፖለቲካዊ ችግር፡- የቅማንት ህዝብ የፖለቲካ እንቅስቃሴ ሁሌም ከተለያዩ አቅጣጫዎች የተለያዩ እንቅፋቶች የሚገጥመው እና በዚያኑ ልክ ጥያቄው የተደበቁ ነገሮችን እያጋለጠ ከጊዜ ወደ ጊዜ በስፋቱ እና በጥልቀቱ እየጨመረ ሒዶ አሁን ላይ ደርሷል። እነዚህ ችግሮች በአንድ በኩል ህዝቡን የተለያዩ ችግሮችን እንዲያስተናግድ አስገድደውታል፡ በሌላ በኩል ደግሞ በጣም ብዙ ፍሬ አፍርቷል። ዛሬ ጠንካራ ህዝብ ተፈጥሯል ፡ የጠንካራ ህዝብ ልጅ ጀግና ወጣት ታጋይም ተፈጥሮዋል።

ለ፡ ማህበራዊ ችግር፡- በቅማንት ህዝብ ላይ በጣም ብዙ አይነት የማህበራዊ ችግሮች ተፈጥረውበታል፡ ተጋርጠውበታል፡ እነዚህ ችግሮች መፍትሔ ይሻሉ።

ሐ፡ ኢኮኖሚዊ ችግር፡- የቅማንትን ህዝብ በኢኮኖሚ ለማዳከም ያልተሰራ አይነት ስራ የለም። ይህንን ችግር በአጭር ጊዜ በፍጥነት

እና በጥራት ለመፍታት እና ህዝቡን ለመካስ የባለሙያ ወይም የሙህራን ተሳተፎ እጅግ አስፈላጊ ነው።

5፡ 3 ችግር ከጥልቀት አንጻር

የቅማንት ህዝብ ዛሬ በተለያዩ ውስብስብ እና ዘርፈ ብዙ ችግሮች ውስጥ እያለፈ ይገኛል። ከዚህ ችግር መንጥቆ የሚያወጣ የሙህራን አደረጃጀት አስፈላጊነት አጠያያቂ አይደለም። የሙህራን አደረጃጀት ከሁሉም በፊት በየጊዜው በህዝቡ ላይ የአንጃበበውን ሁለንተናዊ ችግር ነቅሎ የሚጥል መሆን አለበት። ከዚህ በተጨማሪ ችግር ፈች የሆነ ትውልድን መፍጠር መቻል አለበት።

5፡ 4 የቅማንት መልሶ ማቋቋም(ቅመማ)

ከዚህ የነጻነት ትግል ማብቂያ ቀጥሎ በዋናነት መታሰብ ያለበት ዋናው ጉዳይ ቅማንትን መልሶ ማቋቋም(ቅመማ) መሆን አለበት። በአሁኑ ወቅት የቅማንት ህዝብ በሶስት ዋና ዋና ምክኒያቶች የድህነት አርንቋ ውስጥ ይገኛል። እነሱም፡-

1፡ የክልሉ መንግሥት ህዝቡን በኢኮኖሚ አዳክሞ ጥያቄውን አቅጣጫ ለማስቀየስ የወሰደው አጠቃላይ የኢኮኖሚ እቀባ ወይም የኢኮኖሚ ማዳከም ስራ አንዱ ነው።

2፡ እየተደረገ ባለው የረዥም ጊዜ የነጻነት ትግል ህዝቡ በተቻለው አቅም እንኳን ተንቀሳቅሶ እንዳይሰራ አመችነት እንዳይኖር የክልሉ መንግሥት በተጠና እና በታቀደ መልኩ እየሰራ ስለሆነ ህዝቡን በከፍተኛ ደረጃ በኢኮኖሚ አዳክሞታል። ለማሳያ ያክልም በአሁኑ ወቅት ራሱ የቅማንት ገበሬ የበረሃ የልማት እርሻ እንዳያርስ የክልሉ መንግሥት እና አብን ባዘጋጁት ፋኖ የሚባል ህገ ወጥ ቡድን እየገደሉ፡ እያሳደዱ ከእርሻ እያሰመለሱት ይገኛሉ። ይህ ጉዳይ ቀለል ተደርጎ የሚታይ ጉዳይ ሳይሆን ህዝቡን በኢኮኖሚ የማሽመድመድ አንዱ አካል ነው። በዚህ ወቅት አልሆን ብሎ እንጅ የክልሉ መንግሥት የቅማንት ህዝብ በረሃብ እንዲያልቅ ይፈልጋል።

3፡ ህዝቡ በደህና ጊዜ የሰበሰባትን ንዋይ እንኳን ብትኖረው በአንድ በኩል ከሰራ ውጭ ሆኖ በቀጥታ በራስ ቁልቁል ተጠቅሞበታል። በሌላ በኩል ደግሞ በልህ አስጨራሹ የነጻነት ትግል ለጦርነት ተጠቅሞበታል። ስለሆነም ይህንን ችግር በፍጥነት እና በጥራት ሲሆን በአጠቃላይ ለማጥፋት ካልሆነም በከፍተኛው ደረጃ ችግሩን ለመቀነስ የቅመማ አስፈላጊነት አጠያያቂ ጉዳይ አይደለም። ይህንንም ለማድረግ የተለያዩ መንገዶችን መጠቀም አለብን።

ሀ፡ ከእጅ ወደ አፍ እርዳታ ጀምሮ ህዝቡ ከተረጅነት እስኪ ወጣ ድረስ መንግሥታዊ ከሆኑ ድርጅቶች፡ መንግሥታዊ ካልሆኑ

ድርጅቶች፡ የገቢ ማሰባሰብያ መድረኮችን ማዘጋጀት እና ከተለያዩ ዓለም አቀፍ የረጅ ድርጅቶች እርዳታ ማሰባሰብ ያስፈልጋል።

ለ፡ የግብርናው ክፍለ ኢኮኖሚ ላይ በከፍተኛ ደረጃ መረባረብ ያስፈልጋል። ምክኒያቱም አሃዳዊያን በአንድ በኩል የቅማንትን የርስት መሬት እንደፈለጉ ሰፋሪያቸውን እየወሰዱ ያሰፍራሉ፡ ይቀማሉ በሌላ በኩል ደግሞ በእጁ እንኳን ያለችውን መሬት እንዳይጠቀም በተለያየ መንገድ መሰናክል ይፈጥራሉ። እንደሚታወቀው በኢትዮጵያ ታሪክ ውስጥ መሬት የትግል መነሻም መዳረሻም ነው። ስለሆነው በአንድ በኩል የቅማንትን የመሬት ባለቤትነት ጉዳይ ጥናትን ተመስርቶ ማረጋገጥ በሌላ በኩል ደግሞ አሁን በህዝቡ እጅ ያለውን መሬት አጠቃቀም በጥናት ተንተርሶ ወደ ስራ መግባት ያስፈልጋል።

ከመሬት አጠቃቀም ጋር ያሉ ችግሮችን በሙሉ መፍታት ያስፈልጋል። ምክኒያቱም የግብርናው ክፍለ ኢኮኖሚ ምርታማነት ሲሻሻል በመጀመሪያ ሙሉ ህዝቡ እየተሻሻለ ይመጣል፡ ሲቀጥል በአጭር ጊዜ ውስጥ እምርታ ያለው ለውጥ ማምጣት የሚቻለውም የግብርናው ክፍለ ኢኮኖሚ ላይ መስራት ሲቻል ብቻ ነው።

እስኪ ከዚህ በታች ሙህራን ስለቅማንት መሬት እና ስለቅማንት ግብርና ያስፈሩትን እያየን የራሳችንም ሐሳብ

እየጨምርንበት እንለፍ። እንዲህ ይላል ፕሮፌሰር ሲ ጋምስት። "የቅማንት መሬት ተብሎ የሚታወቀው የሚገኘው በደጋው ሰሜናዊ ኢትዮጵያ ከአባይ ወንዝ መነሻ ከሆነው ከጣና ሐይቅ በሰተሰሜን ከብዙ መቶ ዓመታት በፊት የጥንታዊ ኢትዮጵያ ዋና ከተማ በነበረችው በጎንደር ከተማ ዙሪያ ተከልሎ ሲሆን የአየሩ ጠባዩ ወይና ደጋ ነው። የቅማንት መሬት ለም ቢሆንም ገበሬው የሚኖረው ከእጅ ወደ አፍ ነው። ኢኮኖሚው የተመሰረተው በግብርና ላይ እንደመሆኑ ሞፈር እና ቀንበር በእርሻ በሬወች በመጠቀም በማረስ ከሚገኘው ምርት በተጨማሪ ከብት በማርባት ኑሮአቸውን ይደጉማሉ። እህል፡ ጥራጥሬ፡ የቅባት እህል እና ለምግብነት የማያገለግሉ ከሰራ ሰር የሚገኙ ሰብሎች የኢኮኖሚ አውታሮች ሲሆኑ•••።

ምንም እንኳን የቅማንት መሬት ድንጋያማና ወጣ ገባ ቢሆንም አፈሩ የእሳተ ጎሞራ አመድ ቀመሰ በመሆኑ በጣም ለም ነው። ቅማንት እርሶ አደሮች ናቸው። ይህንን ሊያሰገኝ ያሰቻለው እርሻ እያረሱ ከሚያመርቱት የሚተርፋቸውን በገቢያ ላይ በመሸጥ ግብር በመክፈል ከላይ እስከ ታች ለተዘረጋው የኢትዮጵያ የአሰተዳደር መዋቅር እንዲንቀሳቀሰ አሰተዋጽዖ ሰለሚያደርጉ ነው"፡ በማለት ነው።

ከዚህ በላይ የተገለጹትን ሐሳቦች ሰንመለከታቸው አራት መሰረታዊ ጽንሰ ሐሳብ ይዘዋል። እነሱም፥ የመጀመሪያው የቅማንትን

የመሬት ታሪካዊ ይዞታ ከየት እስከ የት እንደሆነ የሚያመላክት ነው። በእርግጥ የቅማንት ታሪካዊ ዳራ ሲታይ የመሬት ይዞታው ከዚህ በእጅጉ የሰፋ ነው የነበረው። ሁለተኛው የቅማንት የመሬት ለምነትን የሚመለከት ሐሳብ ነው። ይህ የመሬት ለምነት አሁን ነበር ሁኑዋል። በአካባቢው የደን ልማት ተመናምኑዋል ጋራው ሸንተረሩ ተራቁቱዋል። ይህ ደግሞ የሆነው ምክኒያት የአርሶ አደሩ ቁጥር በመጨመሩ ምክኒያት ሁሉም መሬት ለእርሻ በመዋሉ ነው። አርሶ አደሩ በዘመናዊ የአስተራረስ ዘዴ በትንሽ መሬት ላይ ብዙ ምርት እንዲያገኝ በማድረግ የመሬቱን ለምነት እና የአካባቢውን የደን ልማት ለመመለስ የባለሙያ ርብርብ ያስፈልጋል። ይህ ጉዳይ ለነገ የሚተው የቤት ስራ ሳይሆን ዛሬ የሚሰራ ነው።

ሶስተኛው ጽንሰ ሐሳብ ደግሞ ህዝቡ የሚያመርታቸው የምርት አይነቶች ናቸው። አርብቶ አደርነት እና በሰብል አምራችነት ውስጥ የቅባት ሰብሎች እና ሰራስር ተጠቅሱዋል። ይህ ጉዳይ አሁን በምን ደረጃ ላይ ነው የሚለውን ማንሳት አስፈላጊ ነገር ነው። አሁን ባለው ሁኔታ የቁም እንስሳትን በተመለከተ አርሶ አደሩ ተዘርፉል፡ ተቀምቱዋል፡ እንስሳቱ የቅማንት ንብረት በመሆናቸው ብቻ በረት ውስጥ እንዳለ በእሳት ተቃጥለዋል። ለምሳሌ መተማ ወረዳን እና በዚያው አካባቢ ያሉትን ሌሎች ቀበሌዎች መጥቀስ ይበቃል። በአጠቃላይ አርሶ አደሩ በእንስሳት ምርት አሁን ባዶውን ነው ያለው።

የቅባት ሰብልን በተመለከተ ግንባር ቀደም የነበሩት ሰሊጥ እና ኑግ ነበሩ። አሁን ባለው ወቅታዊ ሁኔታ የቅማንት አርሶ አደር እንሸሰተሩን ጨምሮ ከእርሻ ስለተከለከለ የሰሊጥ ምርት ሙሉ በሙሉ በሚባል ደረጃ ቁሙዋል። ይህንን ችግር መንግሥትም ያውቃል ምክኒያቱም የሰሊጥ ምርት ከፍተኛ የሆነ የውጭ ምንዛሬ ሲያስገባ ስለነበር እና አሁን ግን ምርቱ በመቀነሱ ምክኒያት ምንዛሬውም ቀንሱዋል። የቅማንት አርሶ አደር ይህንን ያህል ሐገርን ተሸክሞ ነው የሚኖረው። የኑግ ምርትም የአካባቢውን ፍጆታ ሸፍኖ የውጭ ምንዛሬ ያስገባ ነበር። አሁን ግን ሁለቱም የቅባት ሰብሎች ምርት በከፍተኛ ደረጃ ቀንሱዋል። ይህንን ምርት ወደ ነበረበት መመለስ ብቻ ሳይሆን በአካባቢው አግሮ ኢንዱስትሪ እንዲከፈት በማድረግ አርሶ አደሩ ሰሊጥ እና ኑግ ሸጦ እዛው ከፋብሪካው የሰሊጥ እና የኑግ ውጤት የሆኑትን ዘይት እና ፋጉሎ ገዝቶ እንዲመለስ ለማድረግ መስራት አለብን።

አራተኛው ሐሳብ ሰራሰርነት ያላቸውን ምርቶች ማምረት ነው። ከዚህ ውስጥ አንዱ ዝንጅብል ነበር። ይህ የቅመም ምርት በተለምዶ ገደገዳ ተብሎ በሚጠራው በወይና ደጋው የቅማንት አካባቢ የሚታወቅ ምርት ነበር። ባልታወቀ ምክኒያት ከ2006 ዓ•ም ወዲህ ግን ሙሉ በሙሉ ጠፍቱዋል። ይህ ሲሆን ግን የጠፋበት ምክኒያት ምን እንደሆነ ወደ ቦታው አቅንቶ ያጠና ባለሙያም የለም።

ህዝቡንም አይዞህ ብሎ እንዲያው በገንዘብ ይቅር በሐሳብ እንኳን ከጎንህ ነን ያለው አንድም የመንግሥት አካል የለም። ምክኒያቱ ምን ይሆን?

በአጠቃላይ የቅማንት አርሶ አደር ለሐገር ይተርፍ ነበር አሁን ግን ለራሱ እንኳን እንዳይሆን በታቀደ እና በተጠና መልክ በጽንፈኛ አካላት እየተሰራበት ነው። ይህንን ተደራረቢ ችግር ሰብሮ ህዝቡን ነጻ የሚያወጣ ጥበበኛ እና የተደራጀ ሙህራዊ አመራር ያስፈልጋል። በኢትዮጵያ ብሔረሰቦችን የሚገልጥ ጥናታዊ መዘከር በሚለው መጽሐፋቸው ዶክተር ፍስሐ አሰፋው ስለቅማንት ህዝብ ግብርና እንዲህ ሲሉ አስፍረውታል።

"ቅማንት በግብርና ይተዳደራል። በተጨማሪ የሸመና እና የእንጥረኝነት ውጤቶችን ለአካባቢው ህበረተሰብ በማቅረብ ይኖራል"፡ ይላሉ። የቅማንት ግብርና እንዲህ በታሪክ የተመሰከረለት ነው። ይህንን ሪከርድ አስጠብቆ ለመቀጠል የተማረው አካል በሙሉ ከአርሶ አደሩ ጎን መሰለፍ አለብን። የገበሬው ማሳ ውስጥ ያለውን ወርቅ ለማግኘት ሁሉም የቅማንት ሙህር እስከ ከራባታችን ከገበሬው ጋር አብረን የእርሻው ጭቃ ውስጥ መግባት አለብን።

ከዚህ በተጨማሪ ስለ ሸማና እና ስለእንጥረኝነት የህዝቡ የጥበብ ስራ ተነስቱዋል። የዚህ ጥበብ ባለቤት የሆኑት ህዝቦች

ፈላሻ፡ ካይላ እየተባሉ ሲሰደቡ የኖሩ እና በኋላም ኢትዮጵያዊነታቸው ተክዶ ወደ እስራኤል እንዲሰደዱ የተደረጉት የቅማንት ህዝብ አካል ናቸው። በጣም የሚገርመው ጉዳይ ግን እነዚህ ጥበብ የማይወድላቸው የቤተ ክህነቱ እና የቤተ መንግሥቱ ሹማምንት በአንድ በኩል ሸማኔ፡ ፈላሻ፡ ካይላ እያሉ እየተሳደቡ በሌላ በኩል ደግሞ ልብሱን ከሸማኔ፡ ማረሻውን ከፈላሻ ወይም ከአንጥረኛ እየገዙ ይጠቀማሉ። እነዚህ አካላት የሚናገሩን እና የሚያደርጉትን የማያውቁ ናቸው። ለማንኛውም ሁሉ አቀፍ ታሪካችን እና ጥበባችን ማስተካከል እና ማስመለስ አለብን።

በአጠቃላይ ከላይ በዝርዝር የተገለጹትን ሁሉንም ስንመለከታቸው የቅማንት አርሶ አደር ከራሱ ተርፎ ለአካባቢው እና ለመዋቅራዊ ስርዓቱ ይተርፍ እንደነበር ነው። እነዚህ እጆች ናቸው እንግዲህ አሁን ቅማንት በመሆናቸው ምክኒያት እንዳይሰሩ የታሰሩት።

ሐ፡ የንግዱን ማህበረሰብ፡ የቅማንት ባለሃብቶችን እና ሌሎችንም የኢኮኖሚ እንቅስቃሴዎችን ማበረታታት እና ከባለሙያ እስከ ፋይናንስ የደረሰ እርዳታ እና ክትትል ማድረግ ያስፈልጋል።

መ፡ የበረሃ የልማት የእርሻ ቦታዎች ለቅማንት ልጅ ዋናው የደም ስር ናቸው። ስለሆነም በእነዚህ የእርሻ ቦታዎች ላይ አዳዲስ

ተጨማሪ እንቨስተሮችን በመፍጠር ወጣቱ በዚህ የእርሻ ልማት ላይ በተደራጀ መልክ በከፍተኛ ደረጃ እንዲሳተፉ ማድረግ ያስፈልጋል።

ሠ፡ በቅማንት አካባቢ ከፍተኛ የመንግሥት እንዱስትሪዎች፡ ኮሌጆች እንዲከፈቱ እና በአጠቃላይ የተለያዩ የመሰረተ ልማት ስራዎች እንዲሰሩ መስራት ያስፈልጋል።

ረ፡ የሚሰራውን መሰረት ልማት መሰረት ያደረገ የሰራ ፈጣሪነትን እና የአዕምሮ የሰራ ፈጣሪነትን ማበረታታት አስፈላጊ ነገር ነው።

ሰ፡ የICT ፓርኮችን እንዲከፈቱ መሰራት፡ Computer ቤቶችን በብዛት ማስከፈት፡ ሆቴሎችን ጨምሮ የተለያዩ ተቋማት wifi እንዲከፍቱ ማድረግ። የአዕምሮ የፈጠራ ስራዎችን እና የቴክኖሎጂ ውጤቶችን የሚሞክሩ አካላትን ማበረታታት እና መርዳት ያስፈልጋል።

እነዚህን እና ሌሎችን ስራዎች በመሰራት ህዝቡን በአጭር ጊዜ ከቀላል እስከ ከፍተኛ ገቢ እንዲኖረው ማድረግ ያሰፍልጋል። ይህ ሲሆን ህዝቡ የትግሉን ፍሬ መብላት ይጀምራል። ይህ ሳይሆን ከቀረ ግን ትግሉ ቢሳካ እንኳን መጨረሻው የሰው እጅ ጠባቂ ማህበረሰብ መፈጠር ነው የሚሆነው። ዛሬ ሁሉም የቅማንት ህዝብ ታጋይ ነው፡ ያውም በግል ኪሱ። ነገ ይህንን ሁሉ ህዝብ በሙሉ ደመወዝ ነው የሚከፈለው? ማን ነውስ የሚከፍለው? ነው ወይስ

ገቢው ምንድን ነው የሚሆነው? ይህንን ጉዳይ አስቀድሞ አስቦ ስርቶ መቆየት ያስፈልጋል።

ክፍል - ሶስት

ሐይማኖታዊ ፖለቲካ በኢትዮጵያ

ምዕራፍ አንድ - የኢትዮጵያ ሐገረ መንግሥታት የሒወት ዑደት

ምዕራፍ ሁለት - ሐይማኖታዊ እንቅስቃሴ በኢትዮጵያ

ምዕራፍ ሶስት - የአማራነት ማንነት አፈጣጠር

ምዕራፍ አራት - ህገ ወጥ ገዥ እና ህገ ወጥ አደረጃጀት

ምዕራፍ አንድ
የኢትዮጵያ ሐገረ መንግሥታት የሒወት ዑደት

ሐገራችን ኢትዮጵያ የረዥም ዓመታት ታሪክ ያላት ሐገር መሆኑዋን የተለያዩ መረጃዎች ያመላክታሉ። እነዚህ መረጃዎች እንደሚያሳዩት በኢትዮጵያ ውስጥ ከኖህ ልጅ ከካም ጀምሮ ህዝቦች መንግሥት መሰርተው ሲተዳደሩ እንደቆዩ ነው። ታዲያ በዚህ ረዥም ጊዜ ውስጥ ሐገሪቱ የተለያየ አይነት አስተዳደራዊ ስርዓቶችን አሳልፋለች። ይህንንም በተወሰነ መልኩ ከዚህ በታች እንመለከተዋለን። የምንመለከተው ግን ከአክሱም ዘመነ መንግሥት ጀምረን ነው። የሐገራችን የመንግሥታት ታሪካዊ አመሰራረት እና አወቃቀር መንግሥታትን በአስተዳደራዊ ስርዓት ተመሳሳይነት እና የህዝቡን የፖለቲካ ንቃተ ህሌና መሰረት አድርገን በየፈርጁ በተለያየ መንገድ መመደብ እንችላለን፡ የተወሰኑትን እንመልከታቸው።

1 ፡ 1 የአክሱም(የአኵሱም) ዘመነ መንግሥት

አንዳንዴ ከዳማት፡ አንዳንዴ ደግሞ ከአክሱም ብለው ይናገራሉ። ለማንኛውም በዚህ ዘመነ መንግሥት የነበረውን ስርዓት በአጭሩ መግለጽ ይቻላል። አክሱም የሚለው ቃል የተገኘበትን ቋንቋ ሲተነትን መምህር ተፈሪ ታከለ፡ "አኵሱም ቦታው የተሰየመበት ቋንቋ በዘመኑ በአካባቢው ሰፍሮ ይኖር ከነበረው ሕዝብ ሲጠቀምበት በነበረው ቅማንተኛ ቋንቋ ነው"፡ ይለዋል። የቅማንት ህዝብ ደግሞ ከካም ዘመን ጀምሮ በኢትዮጵያ መንግሥት መሰርቶ ሐገር መርቶ የኖረ ነባር እና ባለታላቅ ታሪክ ህዝብ መሆኑ ከማንም የተሰወረ አይደለም። ምንም እንኳን በኋላ የኦሪት እምነትን ተቀበል አልቀበልም በሚል ልዩነት ከአካባቢው ለቆ እንዲሰደድ ቢደረግም።

የአክሱም ዘመነ መንግሥታት ለረዥም ዘመናት ለዘለቀ ጊዜ ሐገሪቱን በማስተዳደር ላይ ቆይቱዋል። ይህ የአክሱም መንግሥት ግን በ10ኛው መቶ ክፍለ ዘመን አካባቢ በመካከለኛው ምስራቅ የእስልምና ሐይማኖት ተጠናክሮ መነሳትና ወደ ሩቅ ምስራቅ መተላለፊያ የሆኑት የባህር መስመሮች መዘጋታቸው እና በውስጥም የንግሥት ዮዲት ጌዲዎን መነሳት ምክኒያት ተፈረካክሶ ለመውደቅ በቅቱዋል። በዚያ ጊዜ ህዝቦች እንደ አሁኑ ትውልድ ያለ ምንም አይነት የፖለቲካ ንቃተ ህሌና ያልነበራቸው ስለሆነ ከቤተ ክህነት በፈጣሪ ተልኮ በቤተ ክርስቲያን አባቶች ተቀባ ተብሎ የመጣላቸውን አካል ብቻ በእምነት ተቀብለው አምነው ይተዳደሩ ነበር። ለዚህም

ማሳያ የሚሆነው ሐገሪቱ በመጀመሪያ ከህገ ልቦና ቀጥሎ ከህገ ኦሪት በመጨረሻም ከህገ ወንጌል በመጡ መሪዎች እየተመራች እስከዚህ ዘመን ደርሳለች።

በዚህ ሁሉ ሒደት ቤተ ክህነቱ እና ቤተ መንግሥቱ ሳይለያዩ የአንድ ሳንቲም ሁለት ገጽታዎች በመሆን በተመሳሳይ አካላት ሲመሩ ዘመናት ተቆጥሩዋል። በየዘመኑ ለሚነሳው የሐጋራችን የፖለቲካና የብዝሐነት ችግር ዋናው ምክኒያትም ይህ ታሪካዊ ሒደት ነው። በዚህ ዘመን ውስጥ ሶስቱም የሐይማኖት የመገለጥ የለውጥ ሒደቶች የተፈራረቁበት ዘመን ነበር። ይህውም ከህገ ልቦና ወደ ህገ ኦሪት፡ ከህገ ኦሪት ወደ ህገ ወንጌል የተሸጋገሩበት ዘመን ነበር ማለት ነው። ስለዚህ ሐሳብ መምህር ተፈሪ ታከለ እንዲህ ብለው አስፍረውታል።

"ቅማንት እንደማንኛውም ኢትዮጵያዊ ሕዝብ ከህገ ልቦና በኋላ ሕገ ኦሪትን ፡ ከህገ ኦሪት በኋላ ሕገ ወንጌልን ተቀብሎ ክርስቲያን የሆነ ህዝብ ነው"፡ ይላል። በዚህ አገላለጽ መሰረት በሐገሪቱ ውስጥ የነበረውን የእምነት ሽግግር የጊዜ ሒደት ከማመላከቱም በተጨማሪ የቅማንት ህዝብ በሐገሪቱ ከካም ዘመን ጀምሮ መንግሥት መሰርቶ የቆየ ህዝብ መሆኑን ያረጋግጣል። ምክኒያቱም የህገ ልቦናው የመጀመሪያ ባለቤት የቅማንት ህዝብ ስለሆነና ለህገ ኦሪት እና ለህገ ወንጌል መሰረታቸው ህገ ልቦናው ስለሆነ ነው።

የቅማንት ህዝብ ደግሞ ከላይ እንደተገለጸው በሶስቱም የእምነት ሒደቶች ውስጥ ያለፈ መሆኑ በታሪክ የታወቀ እውነታ ነው።

ታሪክ እንደ ሚያሳየው ከሆነ ንግሥተ ሳባ የህገ ልቦና የመጨረሻዋ የህገ ኦሪት ደግሞ የመጀመሪያዋ ንግሥት ናት። ማለትም ወደ ንጉሥ ሶሎሞን ከመሔድዋ በፊት ሐገሩዋን ስትመራ የነበረችው በህገ ልቦናው ክህነተ ንግሥና መሰረት ሲሆን ከንጉሥ ሶሎሞን ደርሳ ስትመለስ ግን የኦሪትን ህግ ይዛ ስለተመለሰች ሐገሪቱ እራስዋ ከህገ ልቦና ወደ ህገ ኦሪት ተሸጋገረች ተብሎ ተጽፋዋል ወይም ይነገራል። መጽሐፍ ቅዱስ መጻ ነገ፥ 10፡ 1 ይመልከቱ። ለዚህ ሐሳብ ማጠናከሪያ የሚሆን ሐሳብ መምህር ተፈሪ ታከለ እንዲህ አስፍረውታል።

"ሕገ ኦሪት ከንግሥተ ሳባ የንግሥና ዘመን በኋላ የመጣና አዲስ ገብ ሕግ ነው። ከዚህ ሕግ በፊት እጅግ ጥንት ቀድሞ የቅማንት ማህበረሰብ አይነተኛ መለያ የሆነው ሕገ ልቦና ነበር"። ••••••••••ህገ ልቦና በንግሥተ ሳባ ዘመን ከገባው ሕገ ኦሪት በፊት የነበረና ዛሬም በቅማንት ማህበረሰብ ውስጥ ይከበራል ማለት የቅማንት ሕዝብ ጥንታዊ ህልውናው ተመሰከረ ማለት ነው"። ከዚህ ታሪክ ላይ ሶስት መሰረታዊ ነገሮችን ማንሳት ይቻላል። በመጀመሪያ የህገ ልቦናን እና የህገ ኦሪቱን የጊዜ ቅደም ተከተል ሲሆን ሁለተኛው ደግሞ ህገ ኦሪት ወደ ኢትዮጵያ የገባው በንግሥተ ሳባ ዘመነ ንግሥና

መሆኑን መረዳት ሲቻል፡ በመጨረሻም ህገ ልቦና ሐይማኖት የቅማንትን ህዝብ ጥንታዊነት እና ታሪካዊነት የሚያረጋግጥ ታሪካዊ ክዋኔ መሆኑን መረዳት ይቻላል ማለት ነው። ይህ ደግሞ የቅማንት ህዝብ ከካም ዘመን ጀምሮ በሐገሪቱ መንግሥት መሰርቶ ኑሯዋል የሚለውን ታሪክ እውነተኛነት ያረጋግጣል ማለት ነው። ይህንንም በሌላ መንገድ ለማረጋገጥ አክሱም የሚለውን የቃሉ ትክክለኛ ትርጉም የምናገኘው በቅማንት ቋንቋ ብቻ መሆኑ ነው። በመጀመሪያ አጻጻፉ አክሱም ሳይሆን "እኵሱም" ነው። ቃሉም ከሁለት የቅማንት ቋንቋ ቃላት የተመሰረተ ነው። እነሱም "እኵ" እና "ሱም" ናቸው። ትርጉማቸውም "እኵ" ማለት ውሃ ማለት ሲሆን "ሱም" ማለት ደግሞ ሹም ማለት ነው። ሁለቱ የቅማንት ቋንቋ ቃላት በአንድ ላይ ሲጣመሩ የሹም ውሃ የሚል ትርጉም ይሰጣሉ። ይህም ማለት በእኵሱም ዘመነ መንግሥት የሚሾሙ ነገሥታት እና ሹማምንት ይጠቀሙበት የነበረ ውሃን የሚያመላክት ትርጉም ነው።

ይህም ውሃ አሁን በአክሱም ከተማ ውስጥ የሚገኝና ህዝቡም የሚጠቀምበት ማይሹም ተብሎ የሚጠራው ነው። ይህ ውሃ ታሪካዊ አመጣጡ ሲጠና በአካባቢው ይኖሩ የነበሩ የማህበረሰቡ ሹማምንት እና ሽማግሎች ለሽምግልና በሚቀመጡበት ጊዜ የዳኝነት እና የሽምግልና ሰርዓቱን ለማከናውን እጃቸውን ይታጠቡበት የነበረ ውሃ

እንደሆነ ታሪክ ያስረዳል። ይህ ስርዓት ደግሞ አሁን ድረስ በቅማንት ህዝብ በወምበሩ የዳኝነት እና የሽምግልና ስርዓት ሲከናወን ይታያል።

የአክሱም ታሪካዊ ሐውልት ይህ ነው። "አኹሱም"("አኹ"+"ሱም")

1፡ 2 የዛጉዌ ዘመነ መንግሥት

በሐገራችን ከአኹሱም ዘመነ መንግሥት ቀጥሎ የመጣው የዛጉዌ ስረወ መንግሥት ነው። ስለዚህ ዛጉዌ ስረወ መንግሥት አቶ ቆያቸው ሙሉየ ሲያስፍሩ፡ "የዛጉዌ ስረወ መንግሥት ኢትዮጵያን

ለ200 ዓመታት ያህል ባስተዳደረበት ጊዜ ውስጥ በአንጻራዊነት የተሻለ ሰላም የሰፈነበት ዘመን ነበር ማለት ይቻላል። የዚህን ሰላማዊ ጊዜ መሰፈን ምክኒያቶችን በተመለከተ ፕሮፌሰር ላጲሶ ጌ ዴልቦ አምስት ምክኒያቶችን ያቀርባሉ። የአገው ነገሥታት በስልጣናቸው ዘመን በአክሱማዊያን አጼዎች እግር ተተክተው ለኢትዮጵያ በህወርታዊ መንግሥትና ህብረተሰብ ዕድገት እና መስፋፋት ጠንካራ መሰረት አበጁ። በዚህ ረገድና ታሪካዊ የሽግግር ዘመን የአገው ነገሥተት፡-

1፡ በጎሳ፡ በቋንቋ እና በባህል በተለያዩ የኢትዮጵያ ኩሻዊ፡ ሴማዊ፡ ኦሞአዊና ናይሎቲካዊ ማህበረሰቦች መካከል ለዘላቂ ብሔራዊ አንድነትና ውህደት ታሪካዊ የሥርዓት አንድነት አጠናከሩ። የሮማዊያንና የፋሪሳዊያን የአጼ መንግሥታት በአረቦች እና በቱርኮች እጅ ተንኮታኩተው እንደ ወደቁት የአክሱማዊያን መንግሥታት ሥርዓት እንዳይጠፋ አደረጉ።

2፡ የሐገሪቱን የዋማዝም የጁዳይዝም፡ የክርስትና የእስልምና ሐይማኖቶችን፡ በሚከተሉት በጉሳና በቋንቋ በተለያዩ ማህበረሰቦች መካከል የህግ የሐይል ተጽዕኖ ሳይደረግ በአንድ ማዕከላዊ የአጼ መንግሥት ስልጣንና ስርዓት ስር ለአንድ ኢትዮጵያ በህወርታዊ ህብረተሰብ ዕድገት ሠፊ ፖለቲካዊ መንገድና መሰረት አበጁ።

ስለሆነም በሐገሪቱ ረዥም ታሪክ የአገው ሰርወ መንግሥት በተለይ የሰላም ዘመን ነበር።

3፡ በዘመኑ ከ1095 እስከ 1365 ዓ• ም በመካከለኛው ምሥራቅ እና በግብጽ እስትራቴጂዊ ሐገሮች በአውሮፓ ክርስቲያኖችና በአካባቢው እስላም መንግሥታት እና ሕዝቦች መካከል ከተካሔደው ሁሉ አቀፍ የመስቀል ጦርነት ሐገሪቱን ገለልተኛ በማድረግ ብሔራዊ ጥቅምና ደህንነት ሊደርስበት ከሚችለው ጉዳት በጥበብ አድነዋል። በመሆኑም በዘመኑ በቅዱስ እየሩሳሌም ከተማ ለሐገሪቱ ቤተ ክርስቲያን ከእስላም ባለሰልጣኖች የእምልኮት ቦታ ለማግኘት ችለዋል። ይህም የአገው ነገሥታት ዲፕሎማሲያዊ ጥበብና ችሎታ አንድ ታሪካዊ ምሳሌ ነው ሲል በአድናቆት አሰቀምጦታል።

4፡ በኢትዮጵያ በሀወርታዊ መንግሥት እና ህብረተሰብ ከጥንቱ የግዕዝ ፊደልና ጽህፈት ጋር ዛሬ ብሔራዊ የመገናኛ መሳሪያ ሊሆን የበቃው የአማርኛ ቋንቋ ልሳን አጼ ተብሎ በአገው ሰርወ መንግሥት ዘመን በቤተ መንግሥት አካባቢ እንደተከሰተ ይነገራል በማለት ይገልጻሉ።

5፡ የአገው ብልህ ነገሥታት በላስታ ከቋጥኝ ድንጋይ አሰፈልፍለው ያሰሩት የላሊበላ የቤተ ክርስቲያን ህንጻዎች እንደ

አክሱም ሾጣጣ የድንጋይ ሃውልቶች የሐገሪቱ ብቻ ሳይሆኑ አንድ ታላቅ የዓለም ባህላዊ ቅርስ ናቸው ሲሉ ይገልጻሉ"፡ ሲል ይደመድማል። ቆያቸው ሙሉየ 2006። ይህ የሚያመለክተን ከበጎ ነገሮች ውስጥ አንዱ የዚያ ዘመን ስርወ መንግሥት ስርዓት በጣም ዲሞክራሲያዊ እንደነበር ማሳያ መሆኑን ነው። ለዚህ ስርዓት መውደቅ ዋናው ምክኒያት ተደርጎ የሚወሰደው የንጉሥ ሶሎሞን የዘር ሐረግ አለን ብለው ሶሎሞናዊ ሰረወ መንግሥት መሰርተው የተነሱ አካላት ናቸው። መምህር ተፈረ ታከለ ይህንን ጉዳይ ሲገልጽ፡

"ኢትዮጵያ ውስጥ የሶሎሞን ሥረወ መንግሥት በሚል በባዕዳን ወግና ስርዓት ወገኑን ሲያጭበረብር የኖረው የገዥና የአገዛዝ ሰንሰለት እሰከ 1960ዎቹ ዓመተ ምህረት አጋማሽ ድረሰ እንደነበር ይታወቃል"፡ ይላል። የታሪክ ጸሐፊው ሲቀጥልም በእውነት ንግሥተ ሳባ የምትባለው ንግሥት ሚኒሊክ የሚባል ንጉሥ ከንጉሥ ሶሎሞን ወልዳለችን? ሲል በታሪክ ላይ ተመሰርቶ የመከራከሪያ ሐተታ ያቀርባል። ነገር ግን እውነቱ ምንም ይሁን ምን የሰለሞን ዘር ነን የሚሉ ሰሎሞናዊያን ሐገሪቱን ሲበጠብጡ መኖራቸውና እሰከ አሁን ድረሰ ለደረሰው የሐገር ችግር ምክኒያት መሆናቸው እውነት ነው።

እነዚህ ሰለሞናዊያን ወደ ሰልጣን እንኳን ሲመጡ በሐይል በህዝባዊ ዓመጽ እና በብጥብጥ ነው የመጡት። ሰለዚህ ህዝባዊ

ዓመጻዊ እንቅስቃሴ ፕሮፌሰር ሲጋምሰት ሲገልጽ እንዲህ አስቀምጦታል። "እ•እ•እ በ1270 ዓ•ም አካባቢ አማራው ዓመጽ አስነስቶ የመጨረሻውን ክፍለ ዘመን የኢትዮጵያን ስልጣነ መንግሥት በእጁ አስገባ። ይህ የተሳካ እንቅስቃሴ ስልጣን ወደ ጥንታዊ የኢትዮጵያ ባህላዊ መሪዎች እንዲመለስ በማድረጉ የመጀመሪያው የማዕከላዊ ዘመን የኢትዮጵያ ባህላዊ አገዛዝ መንግሥት ተመሰረተ። ይህ ባላባታዊ አገዛዝ በጨለማው ዘመን አቆጥቁጦ በመካከለኛው ዘመን ደግሞ በሰፊው ተንሰራፍቶ አዲሲቱ ኢትዮጵያ እስከ ተመሰረተችበት እስከ 1890 ዎች ዓ•ም ድረስ ቆየ"፡ ይላል ሐሳቡ።

ይህንን ሐሳብ መሰረት አድርጎ የተለያዩ ሐሳቦችን ማንሳት ይቻላል። በመጀመሪያ ይህ የሰሎሞናዊ ሰረወ መንግሥት ለጨለማው ዘመን ምክኒያት መሆኑንና ሲቀጥል ደግሞ ለፊውዳላዊ የሐይለ ሰላሴ ሰርዓተ መንግሥት መሰረት መሆኑን። እነዚህ ሁለቱ ታሪካዊ ክሰተቶች ደግሞ ለሐገራችን እና ለህዝቦቹዋ አሰቃቂ የሆኑና ለእድገት እና ለህዝቦች አንድነት ጸር የሆኑ ታሪካዊ ጠባሳዎች ናቸው። ታዲያ ይህ ከሆነ እውነቱ የሐሰት ሰለሞናዊያን ከምን ተነሰተው ነው በሁሉም መሰክ የሐገሪቱ ውሃ ልክ እኛ ነን የሚሉን? ይህንን ሐሳብ ለታሪክ ሰጥተን እንለፈው። ይህ የአገው ሰረወ መንግሥት የተባለው ለረዥም ጊዜ ሐገሪቱን ሲመራ ከቆየ

በኋላ በተለያዩ ምክኒያቶች ተንኮታኩቶ ወድቆ በሐገሪቱ በተለያየ ጊዜ የነገሡ የተለያዩ ነገሥታት የመንግሥታት ቦታቸውን በጊዜዊነት በተለያዩ ቦታዎች ሲያደርጉ ከቆዩ በኋላ በመጨረሻ በቋሚነት ጎንደር ላይ መሰረቱ። ለአገው ሰረወ መንግሥት ተፈረካክሶ ለመውደቅ ምክኒያት ከሆኑት ውስጥ በዋናነት የሰለሞናዊ ሰረወ መንግሥት በሐገሪቱ ተመልሶ ማቆጥቆጥ መሆኑ በተለያዩ የታሪክ መዛግብት ተመዝግቦ ይገኛል። ይህ የሰለሞናዊ ሰረወ መንግሥትም በሐገራችን እስከ ሐይለሰላሴ ዘመነ መንግሥት ድረሰ የዘለቀ እና በሐገሪቱ ህዝቦች ላይ ከፍተኛ የሆነ በደልና ጭቆና ያደረሰ ሰርዓት ነው። በሐገሪቱ እስከ አሁን ድረሰ ለዘለቀ የእርሰ በእርሰ ጦርነት ምክኒያትም ሆኖ ቀጥሉዋል። ሰለዚህ ክሰተት ሲገልጹ አቶ ቆያቸው ሙሉየ እንዲህ አሰፍረውታል።

"በአጼ የኩኑ አምላክ የሚመራው የሰለሞናዊ ሰርወ መንግሥት ሰልጣኑን የዛጉዌ ሰርወ መንግሥት የመጨረሻ ከነበረው ከንጉሥ ይትባርክ ከተረከበ በኋላ መንግሥቱን ማጠናከር ጀመረ። የሶሎሞናዊ ሰርወ መንግሥት ማዕከሉን ደብረ ብርሃን ካዛወረበት ጊዜ ጀምሮ የግዛት ወሰኑን ወደ ደቡብ እና ምሥራቅ ለማሰፋፋትና የእሰልምና ሐይማኖትን መሰፋፋት ለመከላከል በሚያደርገው እንቅሰቃሴ ከእሰልምና ተከታዮች ጋር መጋጨቱ አልቀረም። በዚሁ የተነሳም በይፋት፡ በከምባታና ሐድያ በደቡብ ሸዋ በመሳሰሉት

አካባቢዎች በርካታ ጦርነቶችን በማካሄድ አንዴ ክርስቲያኖችን ሌላ ጊዜ ሙስሊሞችን እያሸነፉ ቆይተዋል። •••••••• ስለሆነም ከግራኝ አህመድ ወረራ በኋላ የማዕከላዊ መንግሥቱ ማዕከል ወደ ሸዋ ሳይመለስ ቀረ። የማዕከላዊ መንግሥቱ ከሸዋ ወደ ጎንደር የተዛወረበት ሚስጥርም ይኸው ነው"፡ ይላዋል።

አስደናቂው የላሊባላ ውቅር አብያተ ክርስቲያናት

1፡ 3 የጎንደር ዘመነ መንግሥት

ስለጎንደር ዘመነ መንግሥት አቶ ቆያቸው ሙሉየ እንዲህ አስፍረውት እናነባለን። "ከአጼ ፋሲል ዘመነ መንግሥት በፊት በነበረው ሁኔታ የሰለሞናዊ ሰራወ መንግሥት ዋና ትኩረቱ

የሰሜን(የፈላሻ) ህዝቦችን ዓመጽ ለመደምሰስ በመሆኑ በቅማንቶች ላይ የነበረው ጫና እዚህ ግባ የሚባል አልነበረም። ነገር ግን ከፈላሾች መሸነፍ ጋር ተያይዞ ከጥቂቶች በስተቀር ሁሉም የፈላሻ ህዝብ የኦርቶዶክስ ተዋህዶ እምነትን በመቀበላቸውና በሌላ በኩል ከጎንደር መመስረት ጋር ተያይዞ በቅማንቶች ላይ ጫናው በከፍተኛ ደረጃ በረታባቸው። ቀደም ሲል አጼ ሲሰኖስ ወደ ቅማንት ሀገር ጎንደር ላይ ቤተ መንግሥታቸውን መመስረት ፈልገው እንቅስቃሴ ሲጀምሩ የቅማንት ሕዝብ አላስገባ በማለት ተከላከላቸው፡ በቀስትም ሳይቀር እንደተዋጋቸው ይነገራል። በመሆኑም በወቅቱ አጼ ሲሰኖስ እንዳሰቡት ወደ ጎንደር መግባት ሳይችሉ ቀሩ።

በዚህ ምክኒያትም አጼ ሲሰኖስ ከጎንደር በሰተምሥራቅ አቅጣጫ ደንቀዝ ከተባለው ቦታ ቤተ መንግሥታቸውን በመመስረት ለረዥም ጊዜ እንዲቆዩ ተገደው ነበር። ይሁን እንጅ በእሳቸው እግር የተተኩት ልጃቸው አጼ ፋሲል ከደንቀዝ አካባቢ ካለው ማዕከላቸው ሁነው የቅማንት ባላባቶች ጎንደርን በመፍቀድ እንዲተባበሮቸው ጠየቁ። በመጨረሻም ከቅማንት ባላባቶች ጋር ከተደረገው ረዥም ድርድር በኋላ በስምምነት የፋሲል መንግሥት በቅማንቶች የውስጥ ጉዳይ ጣልቃ ላይገባ፡ ሐይማኖታቸውን፡ ቋንቋቸውን፡ ባህላቸውን ላይነካ፡ የጎንደርን 1/4ኛ ብቻ ይዞታ ሊኖረው እና በመንግሥቱም ውስጥ ለቅማንት ስልጣን ሊያካፍል

በመስማማት በጎንደር ላይ ቤተ መንግሥቱን ሊመሰርት ስምምነት ላይ ተደረሰ፡ ይህንንም ስምምነት ተከትሎ ጎንደርም በ1600 ዓ•ም ተመሰረተች። በወቅቱ በሰላማዊ ድርድሩ የቅማንትን ህዝብ በመወከል የተሳተፉት የቅማንት መሪዎች 5 ሲሆኑ እነሱም የሚከተሉት ናቸው።

1ኛ፡ በወቅቱ ምዕራብ ጎንደርን ማለትም ደንቢያን በከፊል፡ ጭልጋን መተማን፡ ቋራንና አለፋን ይገዛ የነበረው ዳሩዝ።

2ኛ፡ ስሜንና ስሜን ምዕራብን ማለትም አርማጭሆን፡ ጃኒፈንቀራንና ወገራን ይገዛ የነበረው ማተቦ።

3ኛ፡ ጎንደርን፡ ጎንደር ዙሪያን እስከ በለሳ ይገዛ የነበረው ችውሳ።

4ኛ፡ ደቡብ ጎንደርን ማለትም እንፍራንዝን እስከ አዲስ ዘመን ድረስ ይገዛ የነበረው ባህሪን ይባሉ ነበር"፡ በማለት አስፍረዋል። ነገር ግን አምስተኛው ማን እንደሆነና በምን ምክኒያት እንደሆነ ባይታወቅም አልገለጹም። ሐሳቡ ግን እንዲህ እያለ ይቀጥልና፡-

"የቅማንት መሪዎችም ህዝባቸውን ሳያማክሩ የሚሰራው ትልቅ ሃውልት በአባታቸው በኖህ ስም የሚሰየም ከሆነ የሚስማሙ መሆናቸውን ገለጹ፡ በዚህም በመቃብሩ ላይ የነበረው ሃውልት ፈርሶ

ትልቅ የተባለው ሃውልት ሊሰራ ተወሰነ። በወቅቱ በመቃብሩ ዙሪያ ጥምጥም ቀለበት ሰርተው የሰፈሩት ቅማንቶች ብቻ ነበሩ። •••••••••• ቅማንቶችም ከቦታው በሰላማዊ መንገድ ከለቀቁ በኋላ የቤተ መንግሥቱ ግንባታ ተጀመረ። በቤተ መንግሥቱም ግንባታ ላይ የቅማንት ልጆች ሙሉ በሙሉ ተሳትፈው አስፈላጊውን ቁሳቁስ አቀረቡ።••••••••••

ጎንደር በመጀመሪያ በርካታ ዲግናዎች የነበሩበት በመሆኑ የቅማንቶች ሐይማኖት ማዕከል ሁና ሲቀደሰባት ቆይታለች ዛሬም የበርካታ የኦርቶዶክስ ሐይማኖት አብያተ ክርስቲያናት እና የእስልምና ሐይማኖት መስጊዶች ተገንብተውባት ሁሌም ይቀደሰባታል። ስለሆነም ጎንደር በራሱ መሬት ላይ እንድትመሰረት በመፍቀድ ለዚሁ መንግሥት አጋርነቱን በማሳየቱ በምላሹ ለጊዜውም ቢሆን በውስጥ ጉዳያቸው ጣልቃ ከመግባት በመቆጠብ ስልጣኑን እስካልተቀናቀኑበት ድረስ የራሳቸውን ማንነት፡ ሐይማኖት፡ ባህል፡ ቋንቋ ጠብቀው እንዲኖሩ ፈቅደላቸው ነበር።

ይሁን እንጅ አጼ ፋሲል የቅማንትን ሕዝብ እያታለሉ ጎንደርን ከያዙ በኋላ ሐይል እየተሰማቸው ሲመጣና አስታማማኝ መሰረት መያዛቸውን ካረጋገጡ በኋላ ቃል የገቡትን ሁሉ ማፍረሳቸውን ገፉበት። በአንድ ወቅት የጎጃምን ሕዝብ ለማስገበር ወደ ቦታው ዘምተው ድል አድርገው ሲመለሱ ከኋላቸው አስከትለው

የመጡትን ወታደር ሙሉ በሙሉ በቅማንት ህዝብ ላይ አዝምተው ከሁለት ዓመት በላይ ወታደሩ የቅማንት የማድ ተሠሪ ሆኖ ቆይቱዋል። በመሆኑም አጼ ፋሲል ወታደራቸውን ደጀን በማድረግ የቅማንትን ህዝብ ጸጥ ለጥ ብሎ እንዲገዛ አስገደዱት። ከዚህም በተጨማሪ የእንጨት ፍሬ ናቸው በማለት ዝቅ አድርጎ የማየት፡ ቋንቋቸውን የወፍ ቋንቋ፡ ቋንቋ ቀመሶች በማለት፡ ባህላቸውን የማንቋሸሽ ዘመቻ ተጠናክሮ ቀጥሉዋል። ቀስ በቀስም ጊዜው በሄደና በተራዘመ ቁጥር መሪወችም እየተቀያየሩ በመምጣታቸው ቅማንቶች ከስልጣናቸው እየወጡ መጡ።

ነገሩ ከስልጣን ማጣት አልፎ ሐይማኖታችሁን ቀይሩ፡ አማራ ሁኑ የሚል ቀጭን ተዕዛዝ መጉረፍ ጀመረ። ነገር ግን ይህ የሰለሞናዊ ስረወ መንግሥት በውስጡ በተፈጠረ ቅራኔ ምክኒያት ሐገሪቱን አማክሎ መምራት ባለመቻሉ ተፈረካክሶ ወደቀ። በምትኩም የዘመነ መሳፍንት አገዛዝ ሰፈነ። በኋላም ከራሳቸው አብራክ በተወለዱት በአጼ ቴውድሮሰ (1855 - 1868 እ•አ•አ) አመራር አማካኝነት እና በቅማንቶች ሙሉ ተሳትፎና ትብብር የመሳፍንት አገዛዝ እንዲወገድ ተደረገ። እንግዲህ ቅማንቶች በተሻለ መብታቸውና ባህላቸው ተከብሮ የኖሩት በዚሁ በአጼ ቴውድሮሰ ዘመነ መንግሥት እንደነበር በተለያየ የታሪክ መዛግብት ተመዝግቦ እንደሚገኝ ማየት ይቻላል"፡ ይላል። በዚህ አጠቃላይ ክፈለ ዘመን በተለያየ ምክኒያት የሐገራችን

የንግሥና ቦታ ከአክሱም ወደ ላሊበላ ከላሊበላ ወደ ጎንደር እየተዘዋወረ ያስተዳድር የነበረበት ክፍል ዘመን ነበር ማለት ነው።

የጎንደር ቤተ መንግሥት

1፡ 4 ዘመነ መሳፍንት

ዘመነ መሳፍንት የጨለማው ዘመንም ተብሎ ይታወቃል። ይህ ዘመን አጠቃላይ በሐገሪቱ የመንግሥት አቅም እየተዳከመ ሲመጣ በተቃራኒው ደግሞ በየስፈሩ የሸመቁ ቡድኖች አቅማቸው እየተሻሻለ መጥቶ መንግሥት እንድያውን ጠፍቶ ሐገሪቱ በጣም ብዙ ትኒኒሽ

ኢትዮጵያ ሁና የቆየችበት ዘመን ነው። ይህ የዘመነ መሳፍንት ዘመን ተብሎ የሚታወቀው ከ18ኛው ክፍለ ዘመን አጋማሽ እስከ 19ኛው ክፍለ ዘመን አጋማሽ የዘለቀ ነበር። በዚህ ዘመን የነበረው የእርስ በእርስ ጦርነት በጣም አስከፊ እንደ ነበር በታሪክ ይታወቃል። ስለዚህ ጉዳይ መምህር ተፈሪ ታከለ እንዲህ ብለው አስፍረውታል።

"ዘመነ መሳፍንት ኢትዮጵያ በሰልጣን ሽኩቻ የተረበሸችበት የግዛት ዘመን ነው። በዘመኑ ትልቅ የሀገር ኪሳራ ደርሱዋል። ለሰልጣንና ለግዛት ሽሚያ በተደረገ ፉክክር የሕዝብ ደም በከንቱ ፈሱዋል። የሀገር በቀል ቅርሳቅርስና ንብረት ውድመት ደርሱዋል"••••••፡ ይላል። ከዚህ በተጨማሪ አቶ ቆያቸው ሙሉየ ስለዘመነ መሳፍንቱ እንዲህ አስፍረውታል። "•••• ጎንደር ላይ ማዕከሉን ያደረገው የሰለሞናዊ ሰረወ መንግሥት (1555 - 1777) ሐገሪቱን በማማከል ሲመራ የቆየ ቢሆንም ከጊዜ ወደ ጊዜ እየተዳከመ በመምጣቱ በመጨረሻም አማክሎ መምራት ተሰኖት በጎንደር ብቻ ተወሰኖ እንዲቀመጥ መደረጉ ይታወሳል። ለዚህም መዳከም ዋነኛው ምክኒያት በራሱ በሰርዓቱ ውስጥ የተፈጠረውን ችግር ተከትሎ በየአካባቢው የሚገኙት ጉልታዊ ባላባቶች በማፈንገጥ የየራሳቸውን አስተዳደር በመመስረት ለማዕከላዊው መንግሥት አንገብርም በማለታቸው ነው። ስለሆነም በዚህ ወቅት ኢትዮጵያ የተለያዩ የባላባት ገዥዎች ተከፋፍለው የሚገዙዋት

የተበታተነች ሐገር ሆነች(ቅጥ የሌለው የባላባት/መሳፍንት አገዛዝ ሰርዓት ማለት ነው)። ስለሆነም ኢትዮጵያ ቀደም ሲል በግራኝ አህመድ ወረራ ወቅት ገብታበት ወደ ነበረችው አይነት ቀውስ ሊከታት ችሎዋል።

ይህ ሰርዓት ኢትዮጵያን ለ70 ዓመታት ያህል(1777 - 1847) አደማት፡ አቆሰላት። ይህ ዘመን ኢትዮጵያ በውስጥም በውጭም ችግር ውስጥ ገብታ የምትታይበት ወቅት ነበር። •••••• እንግዲህ ኢትዮጵያ ሐገራችን እንደዚህ ባለ ፖለቲካዊ፡ ማህበራዊ እና ኢኮኖሚያዊ ቀውስ ውስጥ በገባችበት በዛ አስከፊ ጊዜ ነበር ዳግማዊ አጼ ቴውድሮስ ብቅ ያሉት። በእርግጥም በዛን ወቅት ዳግማዊ አጼ ቴውድሮስ ለኢትዮጵያ እጅግ አስፈላጊዋ ሰው ነበሩ። ምክኒያቱም ኢትዮጵያ በዛ ዘመን ከመከራ ሊያወጣት የሚችል እንደ ባላባት ወይም እንደ መሳፍንት የሚያሰብ ሳይሆን የሕዝብን መከራና ችግር የሚረዳና ከሕዝብ አብራክ የተወለደ አስተዋይ መሪ ትሻ ስለነበር ነው"፡ ይላል ሐተታው።

በዚያ ክፍለ ዘመን የህዝቦች ፖለቲካዊ ተሳትፎ ንቃተ ህሌና በፊት ከነበረበት የተሻሻለበት ነገር ግን ደግሞ በተደራጀ መልክ አቅም ፈጥረው የነበረውን ገዥ መደብ አስወግደው በቦታው ሌላ አስተዳደር ተክተው ሐገር መምራት ያልቻሉበት ጊዜ እንደ ነበር መረዳት ይቻላል። ለዚህ አባባል እንደ አመክኒወ(ሎጅክ) መነሻ ሆኖ

የሚያገለግለን ጽንሰ ሐሳብ አቶ ቆያቸው ሙሉየ በመጽሐፋቸው ላይ ያስቀመጡት ሐሳብ ነው። ሐሳቡ እንዲህ ይላል፡ "የፌደራሊዝም ስርዓት መወለድ ምክኒያት ተደርጎ የሚወሰደው የሕዝቦች የዲሞክራሲያዊ ስርዓት ፍላጎት መዳበርና ከጊዜ ወደ ጊዜ እያደገ መምጣት እንደሆነ ይታመናል"፡ ይላል። የብሔር ጥያቄ አፈታት በኢትዮጵያ ገጽ 207 ላይ።

ይህ እሳቤ እንግዲህ በአንድ ወቅት ላይ ተነስቶ በቅሎ እዚህ ደረጃ ላይ የደረስ ሳይሆን በሒደት በዘመን ብዛት የህዝቦች ፖለቲካዊ ተሳትፎ ንቃተ ህሌና ከትውልድ ትውልድ እየተሻሻለ መጥቶ የዲሞክራሲ ደረጃ ላይ መድረሱን ያስረዳናል ማለት ነው። በእርግጥ ይህንን ሐሳብ ለማጠናከር ተፈጥሮን እራሱ መነሻ ሪፈረንስ አድርጎ መጠቀም ይቻላል። ምክኒያቱም የሰው ልጅ ጠቅላላ ሁሉ አቀፍ የአዕምሮ እድገት እና በየደረጃውና በየአይነቱ የእድገት ግስጋሴ በጊዜ ሒደት ውስጥ የመጣ ለውጥ ስለሆነ ማለት ነው። ከዚህ ውስጥ አንዱ የፖለቲካው ንቃተ ህሌና በጊዜ ሒደት ውስጥ መዳበሩ ነው። በዚህም ምክኒያት ዝም ብሎ እንደ በፊቱ ለመገዛት ፖለቲካዊ ተሳትፎ ንቃተ ህሌናቸው በተወሰነ መልኩም ቢሆን ዳብሩዋል። አቅም ፈጥረው መንግሥት ለመመሰረት ደግሞ የፖለቲካም፡ የወታደርም አቅም ስለሌላቸው ከመተረማመስ በስተቀር በሐሳብ ወይም በወታደራዊ ሐይል ወይም

በሁለቱ ነጥቆ ወጥቶ በሐሳብ ማሳመን ወይም በሐይል ማስገበር የሚችል አካል አልነበረም። በዚያም ላይ ለስልጣን መሻኮቱ አለ። ስለሆነም ሐገሪቱ በስፈር ጎረምሳዎች ተከፋፍላ የህዝቦችን የሰቆቃ እና የመከራ ዘመን አስቆጠረች። በዚህ የህዝቦች የመከራ ጊዜ ነው እንግዲህ ነገን አሻግረው ማየት የሚችሉ ባለብሩህ አዕምሮ የለውጥ መሪወች ብቅ ብቅ ማለት የጀመሩት። ከነዚህ ውስጥ ግንባር ቀደሙ አርቆ አሳቢው ለሐገሪቱ ዘመን የማይሽረው አወንታዊ የለውጥ ታሪክ ጥሎ ያለፈው፡ የለውጥ እና የአንድነት ሐዋሪያው ከቅማንት ህዝብ አብራክ የተገኘው አጼ ቴውድሮስ ነው።

አቶ ቆያቸው ሙሉየ ስለዚያ ዘመን እና ስለ አጼ ቴውድሮስ ሲገልጹ "አጼ ቴውድሮስ በወቅቱ የነበረው የሐገራቸው የኢትዮጵያ ጉዳይ በእጅጉ የሚያሳሰባቸውና ለሐገራቸው ስፊ ራዕይ የነበራቸው ታላቅ ሰው ነበሩ። በዛን ወቅት በተለያዩ ጉልታዊ ባላባቶች ተከፋፍላ ሕዝቦቹዋ ቁም ሰቀላቸውን የሚያዩባት ሐገር ነበረች ኢትዮጵያ። ••••• አጼ ቴውድሮስ ኢትዮጵያን ከመሳፍንት አገዛዝ ነጻ ለማውጣትና እንዲት ጠንካራ፡ በኢኮኖሚ እና በስልጣኔዋ የበለጸገች ወደ ፊት የተራመደች ሐገር ለማድረግ በየወቅቱ ያካሄዱዋቸው ወሳኝ ጦርነቶች የሚከተሉት ናቸው" ••• እያለ ይቀጥላል። ከአሁኑ የቅማንት ልጆችስ ምን ይጠበቃል? ሐገሪቱ የዚያን ዘመን ተመሳሳይ ችግር ውስጥ ነው ያለችው። የአሁኑ

ትውልድ ከችግር መውጫ የመፍትሔ ሐሳቦችን የማቅረብ ታሪካዊ ሐላፊነትም አለበት ማለት ነው።

1፡ 5 ከአጼ ቴዎድሮስ እስከ አጼ ሚኒሊክ ዘመነ መንግሥታት

ይህ ዘመን በዘመነ መሳፍንት ውስጥ የገባችውን ሐገር ወደ አንድ አምጥቶ በአንድ ስርዓት ውስጥ ለማስገባት አጼ ቴዎድሮስ የተነሰቡት ዘመን ነበር። በዚህ ወቅት አጼ ቴዎድሮስ የጎንደርን አካባቢ አንድ አድርገው ወደ መሐል ሐገር ሲመጡ አጼ ዮሐንስ የትግራይን አካባቢ፡ አጼ ሚኒሊክ የሸዋን አካባቢ አስገብረው ይገዙ የነበሩበት ወቅት ነበር። እነዚህ ሶሰቱ አካላት ምንም እንኳን አንዳቸው ሌላቸውን የማስገበር ፍላጎት ቢኖራቸውም በመጨረሻ ግን በወታደራዊ አደረጃጀት እና በፖለቲካዊ አቅሙ የተሻለ የነበረው አጼ ቴውደሮስ አጼ ዮሐንስንም ሆነ አጼ ሚኒሊክን አሸንፎ ከጎኑ ማሰለፍ ችሎ ነበር። በዚህም ምክኒያት ምንም እንኳን ተጨማሪ ስራ የሚፈልግ በጣም ብዙ ነገር ቢቀርም የሐገሪቱን አንድነት ግን ለማብሰር በቅቱዋል። በእነዚህ ሶሰቱ አጼዎች የተለያዩ አዳዲስ ሐሳቦች በሐገሪቱ ታይተዋል። የተወሰኑትን እንጥቀስ፡-

1፡ በየስፈሩ በወጡ የመሳፍንት ጎረምሶች ተከፋፍላ የነበረችው ኢትዮጵያ አንድነቱዋ ተመልሶላት እንደ እንደገና ህዝቦች ወደ አንድ መጥተው አንድ ሰርዓት መሰረቱ።

2፡ አጼዎች ምንም እንኳን ተቀብተናል ብለው ቢመጡም በፊት ከነበረው ግን በተወሰነ መልኩ ወደ ዘመናዊ አስተዳደር ለመምጣት ፍላጎቱ ነበራቸው።

3፡ አዲስ የሳይንስ እና የቴኖሎጅ ውጤቶችን በሐገር ውስጥ ማምረት እና ዘመናዊ ትምህርት ለትውልዱ ለማስተማር ፍላጎት የታየበት ጊዜም ነበር።

4፡ አጼዎች ምንም እንኳን ሐይልን የሚጠቀሙ ቢሆንም ህጎችን የማርቀቅ እና ከህዝብ ጋር ተወያይተው የማሳመን ነገር ጀምረው ነበር። ለዚህም ማሳያ የሚሆነው አጼ ቴውድሮሰ ያረቀቀው ህገ መንግሥትና የቅማንት ህዝብ ከአጼ ቴድውሮሰ ጎን እስከ መጨረሻው የተሰለፈው ዓላማው ገብቶት አምኖበት እንጅ በሐይል አለመሆኑ ምስክር ናቸው።

ሆርሙድ ራሳም ስለ አጼ ቴውድሮሰ እና ስለቅማንት ህዝብ ሲገልጥ እንዲህ ይላል። “No king of Abyssinia ever hand such loyal subjects as thos kemants have proved themselves by their devotion to Theodroes, for they stuck by him to the last (Hormuzd Rassam F.R.G.S. , 1869). ትርጉም "ቅማንቶች ለአጼ ቴውድሮስ የሰጡትን ታማኝነት፡ ፍቅር፡ የከፈሉለትን መሰዋዕትነትና ድጋፍ ያህል ያገኘ አንድም የአቢሲኒያ ንጉስ አልነበረም፡ እሱም በክፉ ቀን ጊዜም ለእነሱ የነበረውን ታማኝነት፡ ፍቅርና ድጋፍ እስከ መጨረሻው ድረስ አረጋግጦላቸዋል"፡ ይላል። የዛሬወቹ አላዋቂዎች ግን ንጉሡ ቅማንት አይደለም ይሉናል።

አቶ ቆያቸው ሙሉየ ስለአጼ ቴውድሮስ ሲጽፉ፥ “አጼ ቴውድሮስ ከሳቸው በፊት ከነበሩት ነገሥታት የተለየ የሚያደርጋቸው ከዛ በፊት ያልታየ ሁሉም ነገር በሕግና በሰርዓት እንዲመራ ማድረግ መቻላቸው ነው። ይህም አጼ ቴውድሮስን በኢትዮጵያ ታሪክ ውስጥ ልዩ ሰው ያደርጋቸዋል"፡ እያለ ይቀጥልና ህጎችን ያስቀምጣል። ህጎቹ ከ1 እስከ 9 የሚደርሱ ሲሆን መምህር ተፈሪ ታከለ ከአስቀመጠው ጋር ተመሳሳይ ስለሆነ፡ የተፈሪ ታከለውን ከዚህ በታች አስቀምጫለሁ።

1፡ 5፡ 1 የአጼ ቴዎድሮስ ህገ መንግሥት

አጼ ቴዎድሮስ ወደ ስልጣን ሲመጡ ሀገርን አንድ ማድረግ፡ በሀገር ውስጥ ሳይንስ እና ቴክኖሎጅን ማስፋፋት እና ሌሎችም የስልጣኔ እና የዘመናዊነት መገለጫ የሆኑ ዓላማወች ቢኖራቸውም

መጀመሪያ ተቃውሞ የገጠማቸውና በመጨረሻም ለሞት ያበቃቸው በዘመነ መሳፍንቱ ተጠቃሚ የነበሩ ካህናት እና የጥገኛ አካላት ሴራ ነበር። ቢሆንም ግን እነዚህን ጥገንኛና ሴረኛ አካላት አሸንፈው ህዝብን አንድ አድርገው የሐገሪቱን ህገ መንግሥት እስከ ማረቀቅ ደርሰው ነበር። ስለዚህ ህገ መንግሥት መምህር ተፈሪ ታከለ ቸኮል ስለ አጼ ቴውድሮስ እንደዚህ አስቀምጠውታል። "አጼ ቴዎድሮስ ተብለው ከነገሡና አንዳንድ የወሎ እና የሸዋ አፈንጋጮችን ተንቀሳቅሰው ካስገበሩ በኋላ እርሳቸው ለሚፈልጉዋት ኢትዮጵያ ይሆናል ያሉትን ሕገ መንግሥት አረቀቁ፡ ለሕዝቡም በአዋጅ አስነገሩ፡ ሕጉም የሚከተለው ነው።

1፡ ሕዝቡ በየሙያው ተሰልፎ ሰርቶ ይብላ። ገበሬ በግብርናው ነጋዴም በንግዱ ይሰለፍ።

2፡ ከአንድ ጥማድ በሬ በላይ የሚያርስ ገበሬ እና በፈረስ በአጋሰስ የሚነግድ ነጋዴ ለመንግሥት ግብር ይክፈል። በሬ አጥቶ ቆፍሮ የሚዘራ ገበሬ እና በትክሻው ተሸክሞ የሚሸጥ የሚለውጥ ነጋዴ ከግብር ነጻ ይሁን።

3፡ ወታደር እና የቤተ መንግሥት ባለምዋል የሆነ ሁሉ በተሰለፈበት ሙያ ደሞዝ ተከፋይ ይሆናል።

4፡ ባሪያ መሸጥ መለወጥ ይቁም። ሲሸጥ ሲለውጥ የተገኘ በአደባባይ ይሰቀላል ወይም የእድሜ ልክ ግዞት ይፈረድበታል።

5፡ በአሽከርነት የሚያገለግል ወድም ሆነ ሴት የቤት ስራተኛ ወይም ሎሌ ከጌታው ጋር ባለመግባባት ቢለያይ ተስማምቶ በገባበት ህግ ይዳኛል።

6፡ ነባር የደብተራ እና የካህናት የይዞታ መሬት ግብር በነበረበት ይቆያል(ቴውድሮስ ይህንን ያለበት ምክኒያት በቤት ክህነት በዝባዥ ካህናት ላይ አሰቀድመው ግብር ጥለው ስለነበር ነው)።

7፡ በተዋህዶ ሐይማኖት የጸና ክርሰቲያን ከአንዲት ሚሰቱ ሌላ ደርቦ ከተገኘ ሐብት ንብረቱ ሁሉ ተቀምቶ ለሚሰቱ በመሰጠት ቤት ንብረቱን ለቆ እንዲወጣ፡ የቤተ መንግሥት ባለምዋል ሆኖም እንዳይሾም፡ ሌላ ርስት ጉልትም እንዳይሰጠው ይደረጋል።

8፡ ነባር የሆኑ የክርሰትና እና የእሰልምና ሐይማኖቶች ጸንተው ይቀጥላሉ። በእነዚህ ሁለቱ ሐይማኖቶች ላይ ሌላ ተደራቢ እና አዳዲስ እምነት ሲሰብክ ቢገኝ ሰባኪውም ተሰባኪውም ይቀጣሉ።

9፡ የአባት ርሰት ያለው የአባቱን ርሰት ይወርሳል። የአባት ርሰት የሌለው ግን መንግሥት አባት ሆኖ ርሰት ይሰጠዋል።

10፡ የወጣ ምህረት ጠይቆ ከተመለሰ ምህረት ይደረግለታል። ምህረት ጠይቆ ያልገባ ግን ቅጣት ይጠብቀዋል"፡ በማለት አስፍሩዋል።

ማስታወሻ፡- ተራ ቁጥሩን የሰጠሁት እኔ ነኝ። የመጀመሪያው ጸሐፊ በምልክት ነበር ያስቀመጠው። ቅንፋንም አስተካክየዋለሁ። በዚያ ዘመን ይህንን ህግ ማርቀቅ በጣም ያስደንቃል። አጼ ቴውድሮስ እራሳቸው ለህዝቡ አራያ ለመሆን የራሳቸውን ባሪያ ነጻ ለቀዋል።

አጼ ቴውድሮስ ንጉሠ ነገሥት ዘኢትዮጵያ ከ1848 እስከ 1862 ዓ•ም።

ከአጼ ቴዎድሮስ ቀጥሎ የመጡት አጼ ዮሐንስ ናቸው። አጼ ዮሐንስ በአንድ በኩል አክራሪ ሐይማኖተኛ ስለነበሩ በሌላ በኩል ደግሞ ከሐይል ይልቅ የዘመናዊነት እና የጠንካራ አመራር ምልክት የሆነውን በውይይት ማሳመን መርጠው ነበር ። ነገር ግን እሳቸውም ቢሆን ጥገኛ አካላትን ሰብረው የሚፈልጉዋትን ሐገረ ሰርዓት ጨርሰው መመሰረት አልቻሉም። ከዚህ በኋላ የሐገሪቱን በተረ ስልጣን የጨበጡት አጼ ሚኒሊክ ናቸው። እሳቸው ጥገኛ አካላትን ከማሳፈር ይልቅ ጥገኛ አካላትን ተጠቅመው ስልጣናቸውን ማራዘም ነው የመረጡት። ስልጣን የማራዘም ዓላማቸውን ለማሳካትም የተከተሉት ሁለት መንገዶችን ነበር።

አንደኛ በሐይልም ቢሆን ከጦርነት ውጭ ህዝቡን ማሳመንና የበፊት ተከታያቸውን ወደ ሚፈልጉበት አካካባቢ እየወሰዱ በማሰፈር ነው። ሁለተኛ በሐይል(በጦርነት) ሕዝቡን ማሳመንና ማሰገበር ነበር ። ሁለቱም አካሔዶች ግን እስከ አሁን ድረስ ዘለቀው ለፖለቲካዊ ውጥረት እና ለጦርነት ምክኒያት መሆናቸው አልቀረም።

ምክኒያቱም እሳቸው የሔዱት ሕዝቡ ከሚፈልገው በተቃራኒው በሐገር አንድነት ሰም በህዝቦች ላይ የተደረገው አሰቃቂ ግፍ እና መከራ እስከ አሁን ድረስ በሐገሪቱ ውሰጥ የጦርነት ምክኒያት ሆኖ ቀጥሎዋል። ለአብነትም ያህል አጼ ሚኒሊክ በኦሮም ህዝብ ላይ

ያደረጉትን አስቃቂ እና አጸያፊ ተግባራት ማንሳቱ በቂ ማሳያ መሆን ይችላል።

1 ፡ 6 የአሃዳዊ የንግሥና ዘመን

በኢትዮጵያ ከአጼው አገዛዝ ተከትሎ የመጣው የፊውዳል አገዛዝ ስርዓት ነው። ይህ ስርዓት ከአጼዎች የባሰ እንዲያውም ወደ ዘመነ መሳፍንት ያዘነበለ ነበር። ምክኒያቱም ባለርስትና ባለጉልት ብሎ የተወሰኑትን መርጦ አስገባሪ በማድረግ የተቀረውን የሐገሪቱን ህዝብ ጭሰኛ አድርጎ ገባሪና አስገባሪ በመፍጠር ህዝቦችን በሐገራቸው ላይ አንደኛ ዜጋ እና ሁለተኛ ዜጋ አድርጎ የከፋፈለ ስርዓት ነበር። ከዘመነ መሳፍንቱ የሚለይበት ምክኒያት ባላባት ተብለው የተሰየሙትን የሚያስገብር አንድ ዘውዳዊ መሐከላዊ ገዥ መኖሩ ብቻ ነው። አቶ ቆያቸው ሙሉየ ስለ አሃዳዊ የመንግሥት ስርዓት አወቃቀር ሲገልጹ እንዲህ ይገልጹታል።

"አሃዳዊ የመንግሥት አወቃቀር ስርዓት የሚባለው አንድ የማዕከላዊ መንግሥት(አንድ ደረጃ ያለው የመንግሥት አወቃቀር) አወቃቀር ሲሆን ሁሉም ስልጣን በማዕከላዊ መንግሥቱ የተከማቸ ነው። በየአካባቢው የሚያስተዳድሩ ገዥዎች ወይም አስተዳዳሪወች ለማዕከላዊው መንግሥት ከማገልገል ያለፈ ምንም አይነት የመወሰን ስልጣን የላቸውም። የዚህ መንግሥት መሪ(ንጉሥ፡ ፕረዘዳንት ወይም ሌላ ሊሆን ይችላል) ማንኛውንም ሐገሪቱን የሚመለከት ፖለቲካዊ፡ ኢኮኖሚዊና ማህበራዊ ጉዳዮችን ይወስናል

ማለት ነው። ሌሎች በየአካባቢው የሚገኙ ብሔር ብሔረሰቦች ስለራሳቸው ጉዳይ የሚነጋገሩበትም ሆነ ጥያቄ የሚያነሱበት ወይም ስለራሳቸው የሚወስኑበት መብት የላቸውም"፡ ይላል ሲገልጸው።

ሌላው ለሽ ኢ፡ ኤች የተባለ ምሁር ሲያብራራው ደግሞ እንዲህ ይለዋል። "the end result of concentration or accumulation of all power is despotic government, tyranny or suppression of all forms of liberty". ይለዋል። ትርጉሙም "ስልጣንን በአንድ ማዕከል አከማችቶ መያዝ የመጨረሻው ውጤቱ አምባገነናዊ አገዛዝ፡ ጨካኝነት ወይም ማንኛውንም አይነት ነጻነት መጨቆን እና ማፈን ነው"። አቶ ቆያቸው ሙሉየ ሲቀጥሉ፡ "እስከ ዛሬ ድረስ በዓለም ውስጥ የእርስ በእርስም ሆነ በሐገሮች መካከል የተካሔዱ ጦርነቶች ከዚሁ አሃዳዊ የአገዛዝ ስርዓት ጋር የተያያዙ ናቸው"፡ ይላሉ። ይህንን ለማረጋገጥ በሐገራችን የአሃዳዊ ስርዓት አቀንቃኝ የሆነውን የሐይለ ሰላሴን አስተዳደር ማንሳቱ በቂ ማሳያ ነው። ንጉሥ ሐይለሰላሴ ወደ ስልጣን ሲመጡ "ሞኣ አንበሳ ዘእም ነገደ ይሁዳ ሰዩመ እግዚአብሔር ንጉሠ ነገሥት ዘ ኢትዮጵያ" ብለው የመጡ እና ነገዳቸውን እንኳን ከኢትዮጵያዊነት ውጭ ያደረጉ በኋላም በወረራ ወቅት ሀገርን የካዱ ጀግና የሐገሪቱ ልጆችን በሰቅላት የቀጡ ጨካኝ ንጉሥ ናቸው።

ንጉሡ የአስተዳደር ስርዓታቸውን የዘረጉት ህዝቡን በመከፋፈል ነበር። ይህውም የተወሰነውን ህዝብ ባላባት በማለት ባለርስት እና ባለጉልት በማድረግ የተቀረውን የሐገሪቷን ህዝብ ጭሰኛ አድርጎ ለእነዚህ ባላባቶች ገባሪ አድርገው ህዝቡን መከራውን ያበሉት ጀመር። ይህን የግፍ የጭቆና አገዛዝ መሸከም ያልቻለው ትውልድ ግን አዲስ ትግል በንጉሡ ላይ ጀመረ። አቶ ቆያቸው ሙሉየ ስለዚህ ክስተት ሲገልጹ "የቀድሞ የተማሪዎችን እንቅስቃሴ ተከትሎ በ1966 ዓ•ም እና ከዛም በኋላ በኢትዮጵያ ውስጥ ታላላቅ የሚባሉ ፖለቲካዊ ለውጦች እንዲከሰቱ ምክኒያት ሁኑዋል። ተማሪዎች ይዘዋቸው የተነሱት ጥያቄዎች በዋነኛነት የሚከተሉት ናቸው።

1፡ ብሔር ብሔረሰቦች የራሳቸውን እድል በራስ የመወሰን መብት ይረጋገጥ።

2፡ ትምህርት ለሁሉም ይዳረስ።

3፡ መሬት ላራሹ።

4፡ ህዝባዊ መንግሥት ይቋቋም እና የመሳሰሉት ናቸው"፡ በለዋል።

ማስታወሻ፦ በተራ ቁጥር ያስቀመጥኩት እኔ ነኝ።

ከዚህ በላይ የተዘረዘሩትን አራቱንም ነጥቦች ስንመለከት ሁለት መሰረታዊ እሳቤዎችን አዝለዋል። እነሱም አንደኛው የፌደራሊዝም ጽንሰ ሐሳብ ሲሆን ሁለተኛው ደግሞ የፍትሐዊነት ጽንሰ ሐሳብ ነው። ይህ የተማሪዎች እንቅስቃሴ ወደ ህዝብ ዓመጽ በመቀየሩ ምክኒያት የፊውዳል ስርዓቱ ለአንዴና ለመጨረሻ ጊዜ ሊወገድ ችሉዋል። ይህንን የንጉሡን በህዝብ ሐይል መወገድ ተከትሎ አጋጣሚውን ተጠቅሞ ወታደራዊ መንግሥት በሐገሪቱ ተመሰረተ።

አንደኛ ማጠቃለያ

በአጠቃላይ ከዚህ በላይ የተዘረዘሩትን አስተዳደራዊ ስርዓቶች ስንመለከታቸው አብዛኛዎች የሐገሪቱን ነባራዊ ሁኔታ መሰረት ያደረጉ አልነበሩም። ማለትም ሐገራችን ኢትዮጵያ የራሳቸዉ የሆነ ዘርፈ ብዙ መገለጫዎች ያላቸዉ ህዝቦች(ብሔሮች) ሐገር ናት። ስለሆነም የሐሳብ ብዝሐነትን(diversity) በማስተናገድ አንድነትን በልዩነት፡ ልዩነትን በአንድነት ማስተናገድ የምትችል ሐገር መፍጠር አስፈላጊ ነበር። ምክኒያቱም እያንዳንዱ ብሔር የራሱ የሆነ ባህል፡ ወግ፡ ልማድ፡ አስተዳደርዊ ስርዓት እና ሌሎችንም ያካትታል። ይህ ሁኔታ ሐይማኖትንም የሚጨምር ጉዳይ ነው የሚሆነው። እነዚህ

ሁሉ ግን ልዩነትን በማስተናገድ ሐገርን በሚገነባ መልክ ሳይሆን በአንድነት ስም ብዝሐነትን በማጥፋት በሐይል ነበር የተያዙት።

ለምሳሌ ብዝሐነትን ማክበር ከሚያስፈልጋቸው ውስጥ አንዱ የሐይማኖትን ልዩነት ማክበር ነው። በሐገራችን ውስጥ ያሉት ህዝቦች መገለጫዎች ከሆኑት ነገሮች አንዱ ሐይማኖት ነውና። ነገር ግን በሐገሪቱ ውስጥ ያሉት ሐይማኖቶች ሁሉ በእኩል አይን አይታዩም ነበር ። ለዚህም ዋናው ምክኒያት በሐገራችን ውስጥ በተለያዩ ጊዜያት ወደ ስልጣን የመጡ አካላት አስተዳደራቸውን ከሐይማኖት ጋር ስለሚያደርጉት እና አንዱን ሐይማኖት ብሔራዊ ሐይማኖት ብለው ስለሚመርጡ ለሌሎች ሐይማኖቶች እጅግ ከባድ ጊዜ ነበር።

ምክኒያቱም የዚህ ብሔራዊ ሐይማኖት የመስፋፋት ሂደትም በነገሥታቱ በሚወጣ ቀጥተኛ ትዕዛዝ በሐይል ስለነበር ለሌሎች ሐይማኖቶች መቀጨጭ ብሎም መጥፋት ዋናው ምክኒያት ነበር። ለማሳያ ያህልም የቅማንትን የህገ ልቦና ሐይማኖት ስንመለከት አሁን በአለበት የመጥፋት አፋፍ ላይ ያደረሰው ይህ ሐይማኖትን በነገሥታቱ አማካኝነት በሐይል እና በተሳሳተ መንገድ ማስፋፋቱ ነበር። የቤተ ክርስቲያን ታሪክ ቁጥር ሁለት ስለዚህ ጉዳይ ሲገልጽ እንዲህ ይገልጸዋል። "በሐገራችን ኢትዮጵያ የሐይማኖት መስፋፋት እንደሌሎች ሐገራት ቅድሚያ በህዝቡ ዘንድ ተቀባይነትን አግኝቶ

ወደ ነገሥታቱ የመጣ ሳይሆን ቀደሞ ከነገሥታቱ ተቀባይነትን አግኝቶ ወደ ህዝብ የወረደ ነው። በዚህም በሐገራችን ውስጥ ሐይማኖት የተስፋፋበት መንገድ ከሌሎች ሐገራት የተለየ ነው"፡ ይለዋል።

ይህ ነው እንግዲህ ለሌሎች ሐይማኖቶች መጥፋት እና ህዝቦች በሐይል የራሳቸውን ማንነት እየረሱ በነገሥታቱ የተፈጠረ ማንነት እንዲላበሱ አድርጎ አሁን ሐገራችን ለገባችበት ውጥንቅጥ ምክኒያት ለመሆን የበቃው። ሐገራችን ኢትዮጵያ በመጀመሪያ በህገ ልቦና፡ ከዚያ በህገ ኦሪት እና በመጨረሻም በህገ ወንጌል ስትመራ የቆየች እና ሕዝቦቿም ለዚህ ሐይማኖት ከፈተኛ የሆነ ክብር እና ፍቅር ያላቸው ናቸው። የዚህ ሐይማኖት መስፋፋትም እንደ ሌሎች ሐገራት ቀድሞ በህዝቡ ዘንድ ተቀባይነት አግኝቶ ወደ ነገሥታቱ የመጣ ሳይሆን ከነገሥታቱ ቀድሞ ተቀባይነትን አግኝቶ ወደ ህዝቡ በሐይል የሚጫን ስለነበር ነገሥታቱ ህዝቡን የሚይዙበት ዋና መንገዳቸውም ነበር። በዚህም ምክኒያት አንድ ጊዜ ተቀብተናል ሌላ ጊዜ ደግሞ ሌላ ነገር እያሉ እራሳቸውን ከሐይማኖት ጋር በማያያዝ የተቀበላቸውን ህዝብ ሲበዘብዙበት ያልተቀበላቸውን ህዝብ ደግሞ ሲያሳድዱበት ኑረዋል። ይህ የነገሥታቱ አካሔድም በጠቅላላው በሐገሪቱ ህዝብ ላይ መደባዊ ጭቆናን አምጥቷል። ይህ መደባዊ ጭቆና ደግሞ ሐይማኖትን መሰረት አድርጎ ሶስት አይነት ህዝብን ፈጥሯል። እንደሚከተለው እንመልከተው።

1፡ ሐይማኖቱንም ስርዓቱንም አንቀበልም በማለት ለረዥም ጊዜ የዘለቀ ጦርነት ያደረገ ህዝብን ፈጥሯል። ይህ ሕዝብ ከፍተኛ የሆነ ታሪካዊ ግፍ እና ጭቆና ደርሶበታል። ለዚህ ማሳያ የሚሆነን አንዱና የመጀመሪያው የቅማንት ህዝብ በታሪክ ውስጥ የዚህ ተጠቂ እና ሰለባ መሆኑ ነው።

2፡ ሁለተኛው ደግሞ ሐይማኖቱን ተቀብሎ ስርዓቱን አልቀበልም ያለ ህዝብ ተፈጥሯል። ይህም ቢሆን ከጭቆናው ማምለጥ ግን አልቻለም። ለምሳሌ ቅማንትን ጨምሮ ብዙው የሐገሪቱ ህዝብ የዚህ ሰለባ ነው።

3፡ ሐይማኖቱንም ስርዓቱንም የተቀበለ እና በአጠቃላይ የራሱን ማንነት ረስቶ ነገሥታቱ የጫኑትን የተቀበለ ህዝብ ነው። ይህ ህዝብ የነገሥታቱ ታዛዥና ባለሞዋል በመሆኑ የነገሥታቱ ሰርዓት ማስፈጸሚያ በመሆን በሌሎች የሐገሪቱ ህዝቦች ላይ ብሔራዊ ጭቆናን ከመደባዊ ጭቆና ጋር አጣምሮ ለማስኬድ ምክኒያት ሁኑዋል ወይም ሲያስኬድ ነበር። እስከ አሁን ድረስ በሐገራችን ውስጥ ያሉ ፖለቲካዊ፡ ማህበራዊ፡ ኢኮኖሚዊ፡ ኋላቀርነት እና ሌሎችም ችግሮች መሰረታቸው ነገሥታቱ ሐይማኖትን መሰረት አድርገው የሰሩት የከሰረ አስተዳደራዊ ሰርዓት እና የነገሥታቱ አገልጋይና ባለሞዋል የነበሩ አካላት ያመጡት ጣጣ ነው።

1 ፡ 7 ወታደራዊ አምባ ገነን ስርዓት

ከላይ ለመግለጽ እንደተሞከረው የንጉሡ ስርዓት ሲገረሰሰ ወታደራዊ አምባ ገነን ቡድን በትረ ስልጣኑን ጨበጠው። ስለዚህ ጉዳይ አቶ ቆያቸው ሙሉየ ሲገልጹ እንዲህ ብለውታል። "ይሁን እንጅ በዚህ ወቅት የሰለሞናዊ ሰርዎ መንግሥት የመጨረሻ የሆነው የሐይለ ሰላሴ ፊውዳላዊ ስርዓት በቀላሉ ተገፍቶ ሊወድቅ የሚችል የነበረ ቢሆንም በጊዜው በጠንካራ መሰረት ላይ የተደራጀ ሐገሪቱን ሊመራ የሚችል የፖለቲካ ድርጅት ስላልነበረ ስርዓቱ ያለምንም ሕዝባዊ ድጋፍ ቀጥሎዋል። .... ይህ ወቅትም በአንድ በኩል የማዕከላዊ መንግሥት በእጅጉ መዳከሙን እና ምንም አይነት ሕዝባዊ ድጋፍ የሌለው እና ገድል አፋፍ ላይ የቆመ ነበር፡ በሌላ በኩል ደግሞ ይህንን የተዳከመ መንግሥት ገፍቶ የሚያሰወግድ ብቃት ያለው ፖለቲካዊ ድርጅት አልነበረም።

የተደራጁ ቢኖሩም በውጭ ሐገር የሚንከራተቱ እንጅ በሐገር ውስጥ መሰረት ያልነበራቸው ናቸው። ስለሆነም የደርግን ስልጣን መያዝ ተከትሎ በውጭ ሐገር ይንቀሳቀሱ የነበሩ ኢሐፓ፥ መኢሶንና ሌሎችም ድርጅቶች ወደ ሐገር ውስጥ በመግባት የፖለቲካ ትግሉን ተቀላቀሉት"፡ ይላል። ከላይ ከተገለጸው መረጃ የምንረዳው ነገር ደርግ ወደ ስልጣን የመጣው አጋጣሚውን ተጠቅሞ ነው ማለት

ነው። በሌላ አገላለጽ ትግሉ ሒዶ ሒዶ ደርግ የሚባል ወታደራዊ መንግሥት ወደ ስልጣን አመጣ ማለት ነው። ይህ ቡድን የህዝቡን የትግል ውጤት ወደ ጎን በማለት የህዝቡን ጥያቄ በሐይል ማፈን እና ለህዝቡ ጥያቄ መልሱን ጥይት ብቻ አደረገው። በእርግጥ የመሬት ጥያቄ በተወሰነ መልኩ መልስ አግኝትዋል ማለት ይቻላል።

የእኩልነትና የነጻነት ጥያቄዎች ግን መልሳቸው ጥይት ብቻ ነበር ። የዚህ ቡድን አንድ ጥሩ ባህሪው ግን እንደ ንጉሡ ዘመን ህዝቦችን በመለያየት እና በመከፋፈል ሳይሆን እንዳለ ሁሉንም የሐገሪቱ ህዝቦች በአንድነት ያለየ መሆኑና ለሁሉም ተመሳሳይ ወታደራዊ አገዛዝ መሆኑ ነው። ይህ ደግሞ በመጀመሪያ ህዝቡ የጎንዮሽ ጦርነት ሰለሌለው በቀጥታ ከሰርዓቱ ጋር ሆነ ጦርነቱ። ይህም ህዝቡ እንዳይከፋፈል አድርጎታል። ሲቀጥል በመጨረሻ ሰርዓቱ ሲወገድ ሀገሪቱ በአንድነት እንድትቀጥል እድል ከፍቱዋል።

ለምሳሌ ንጉሡ በተለየ መልኩ በቅማንት ህዝብ ላይ ያደረጉትን ጭቆና ቢቀጥልበት ኑሮ አሁን ቅማንት ነኝ ብሎ የሚናገር ህዝብ መኖሩ ያጠራጥራል። ደግነቱ ደርግ ሁሉንም በአንድነት አሰረሸ ምችው ነው ያደረገው። ለዚህም ማሳያ የሚሆነው ከደርጉ የአገዛዝ ሰርዓት ይልቅ ለአሁኑ የሐገሪቱ ትርምስ ከፍተኛ ቦታውን የሚይዘው የንጉሡ የከፋፍለህ ግዛው ሰርዓት መሆኑ ነው። የደርግ የአፈና እና ወታደራዊ አገዛዝ ግን ሌላ አዲስ ትግልን ወለደ። ይህ

ትግልም በንጉሡ ዘመነ መንግሥት ተማሪዎች ያነሱዋቸው የነበሩ ጥያቄዎችን በተደራጀ መልኩ ማስኬድ ሆነ ማለት ነው። ይህም የፌደራሊዝም ስርዓተ መንግሥት አወቃቀርን በሐገሪቱ ወለደ ማለት ነው።

1፡ 8 የፌደራሊዝም ስርዓት የመንግሥት አወቃቀር

የፌደራሊዝምን የአወቃቀር ስርዓት አቶ ቆያቸው ሙሉየ ሲገልጹት "የፌደራሊዝም የመንግሥት ስርዓት አወቃቀር ከአሃዳዊው የመንግሥት የአስተዳደር ስርዓት አወቃቀር ተቃራኒ ነው። ፌደራሊዝም ሁለት የአገዛዝ ስርዓት ደረጃዎች ያለው የመንግሥት የአስተዳደር ስርዓት ሲሆን በዋናነት ስልጣንን በየደረጃው የሚያከፋፍል ነው። ....የፌደራሊዝም ስርዓት መወለድ ምክኒያት ተደርጎ የሚወሰደው የሕዝቦች የዲሞክራሲያዊ ስርዓት ፍላጎት መዳበር እና ከጊዜ ወደ ጊዜ እያደገ መምጣት እንደሆነ ይታመናል"፡ በማለት ያብራራል። አቶ ነጋ ጌጤም ስለፌደራሊዝም ስርዓት ሲጽፉ፡ "ይህ መንግሥት በአሁኑ ጊዜ ሐገሪቱን በብሔራዊ ክልሎች አከላለል በተለይ በቋንቋ፡ በብሔረሰብ አሰፋፈር የብዙሃኑን እና የአናሳውን ህዝብ የፖለቲካ፡ የኢኮኖሚ እና የማህበራዊ እኩልነቶችን መሰረት ያደረገ ፌደራላዊ የሆነ መንግሥት መሰርቶ ህዝቦች እራሳቸውን የሚያውቁበት መንገድ ተፈጥሩዋል።

ይህም ዋነኛው የህዝቦችን ችግር ሊፈታ የሚችልበት እና የአናሳ ሕዝቦች መብት የሚጠበቅበት ስልት ነው። ስለሆነም ለኢትዮጵያ ብሔር ብሔረሰቦች እና አናሳ ሕዝቦች መብት የሚያስጠብቅ አንዱ እና ዋነኛው አማራጭ ስርዓት ዲሞክራሲያዊ ፌደራሊዝም በመሆኑ ሕዝቦች ማንነታቸውን አውቀው ባህላቸውን፡ ቋንቋቸውን፡ ታሪካቸውን እና ወጋቸውን የበለጠ ጠብቀው ወደ ትክክለኛ የሕዝቦች መቀራረብ ውህደት እና አንድነት ሊመጡ የሚችሉበትም ትክክለኛ የሆነ የሕዝቦች ውክልና ምርጫ ሂደት ሲረጋገጥ ብቻ ነው"፡ ይላል።

ጠቅላላ ከጽሑፉ የምንረዳው ነገር ፌደራሊዝም ከጊዜ ወደ ጊዜ የሕዝቦች የፖለቲካ ተሳትፎ ንቃተ ህሊና እየዳበረ መምጣት የወለደው መሆኑን ነው። አልፎ አልፎ እንዲያውም ፌደራሊዝምን ኢህአዲግ ስለፈለገ ብቻ ያመጣው አድርጎ የመመልከት አባዜ ነበረ። ይህ ግን ስህተት ነው። ለዚህ ደግሞ ማሳያ የሚሆነው በንጉሡ ዘመነ መንግሥት የነበረው የነዋለልኝ መኮነን ሐሳብ ነው። ምክኒያቱም እነሱ ያነሱዋቸው የነበሩት በዋናነት በብሔሮች ዙሪያ የሚያጠነጥኑ ሐሳቦችን ስለነበር ነው። ስለዋለልኝ መኮነንና በዚያን ወቅት ስለነበረው የፌደራሊዝም ጽንሰ ሐሳብ አንድ የመረጃ ምንጭ ሲገልጽ እንዲህ ይላል።

"............ኢትዮጵያንም የብሔር ብሔረሰቦች እስር ቤት በማለት ፈርጇል። ፅሑፉ በሕዝብ ልብ ውስጥ ሲቀጣጠል የነበረውን አንኳር ጉዳይ የነካ ስለነበር በብዙዎች ዘንድ መነጋገሪያ ሆነ። በፖለቲካ እንቅስቃሴ ውስጥም ተፅዕኖው ገዘፈ። በዋለልኝ መኮንን ይፋ ከተደረገ በኋላ ደግሞ የብሔር ጥያቄ የፖለቲካ ንቅናቄ ምሶሶ ሆነ። የብሔር ጭቆና በሐገሪቱ ዜጎች ላይ ለዘመናት የተጫነ ቀንበር ስለመሆኑ በበርካቶች ዘንድ ግንዛቤ ተወሰደበት። እናም በወቅቱ የብሔር ጥያቄ አንገብጋቢ የፖለቲካ አጀንዳ ለመሆን በቅቷል። የዋለልኝ መኮንን አዕምሮ ከዘምኑ እጅግ ያለፈ ጠቢብ ሰው ነው። ስለብሔር ጭቆና የገባውና ከመስሎቹም ጋር ይህንን ክፉ ተግባር ለማስወገድ የጣረ ሰው ነው።

ሕዝቦች ˝በአደባባይ ስለመብታቸው የመከራከር ባህል ባልነበረበት በዚያ አስከፊ የጨለማ ዘመን የጭቁኑን ብሔሮች ቀንበር እንደተሸከሙ መሰዋትነትን ከተቀበሉ ሙህራን መካከል አንዱና ግንባር ቀደሙ ዋለልኝ መኮንን ነው ማለት ይቻላል። የብሔር፣ ጥያቄ በገሃድ ዓይነ ጥላውን የገፈፈው": ዋለልኝ መኮንን ነው። በተማሪዎቹ ይቀነቀኑ ከነበሩት አጀንዳዎች መካከል አንዱ የብሔር ጥያቄ ነበር። ጉዳዩ በብዙዎች አዕምሮ ውስጥ ሲመላለስ የነበረ ቢሆንም ይህን ሐሳብ በግላጭ ማንሳት "ዘረኛ" ያሰብል ስለነበር ማንም በድፍረት የሚናገረው አልነበረም። "ይህን ጥያቄ

በገሃድ ዓይነ ጥላውን የገፈፈው" ዋለልኝ መኮንን ነው። በ1961 ዓ.ም የተፃፈው "የብሔር ጥያቄ በኢትዮጵያ" የሚለው ፅሑፍ በዩኒቨርስቲው ትልቅ ትኩረት አግኝቷል ...."። ፅሑፉ የሸዋ አማራ ገዥዎችን የበላይነት የሚቃወም ነበር። ካደነቅን ይህንን ሰው ማድነቅ ነው። ዋለልኝ መኮንን በለጋነት የቆመለት ገባሩ ህዝብ ውለታቸውን ምንጊዜም አይረሳውም፡ በማለት የዋለልኝን ሐሳብ አስቀድሞ የራሱንም ሐሳብ ይቋጫል። ለማንኛውም የደርግን የዝንጅሮ ሰርዓት አራማጅ መንግሥት ለመጣል የተደረገው የትጥቅ የትግል ውጤት ኢህአዲግን ወደ ሰልጣን አመጣ። በኢህአዲግ ዘመነ መንግሥት ምንም እንኳን የነጻነት ጥያቄዎች ባይመለሱም ከእነውሰንነቱም ቢሆን የእኩልነት ጥያቄዎችን ግን ለመመለስ ተሞክሯል።

በተለይ የብሔር ጥያቄዎች ምንም እንኳን የኢህአዲግ መንግሥት ለብሔር ብሔረሰቦች የታገልኩ እና ለብሔሮች የቆምኩ ነኝ ቢልም ሁሉንም የብሔር ጥያቄዎች መልሷል ማለት ግን አይቻልም። ምክኒያቱም አሁንም ድረሰ የብዙ ብሔረሰቦች የማንነት እና እራሰን በራሰ የማሰተዳደር ጥያቄዎች አለመመለሱ ነው። እንኳንሰ የራሰን እድል በራሰ የመወሰን መብት መጎናጸፍ ይቅርና ከእነእካቴው ከብሔር ሰም ዝርዝር ተሰርዘው ጠፍተዋል የተባሉም አሉ፡ ለዚህም ማሳያ የሚሆነን የቅማንት ህዝብ ነው። ምንም እንኳን

የቅማንት ህዝብ ቀደምት ከሆኑት እና ሐገሪቱን ጫካ መንጥረው ካቀኑት ህዝቦች አንዱ ቢሆንም በአሁኑ ወቅት የሐገር መሰራች እና ባለውለታ መሆኑ ተዘንግቶ በህልውናው ላይ አደጋ የተደቀነበት ህዝብ ነው የቅማንት ህዝብ።

ሁለተኛ ማጠቃለያ

በአጠቃላይ ሲታይ የኢትዮጵያ ሐገራችን ሐገረ መንግሥት አመሰራረት፡ አመጣጥ እና አካሔድ ሁል ጊዜም በሐይል ብቻ ነው። በዚህ ምክኒያት ሐገሪቱ ሁል ጊዜም ብዙ ዓመታትን ወደ ፊት ስታዘግም ከቆየች በኋላ አንዱ እንዱን ለማስወገድ በሚደረግ ጦርነት ምክኒያት በአንዴ ተንደርድራ ወደ ኋላ ትመለሳለች። በዚህም ምክኒያት ሁሉ አቀፍ እድገቱዋም ሁል ጊዜም ዘገምተኛ ነው። ያ የሆነውም እንደገና በሚቀጥለው ገዥ መደብ ወደ ኋላ ይመለሳል። ከዚህ በተጨማሪ የሐገሪቱ ህዝቦች አንድ ጊዜ እንኳን ከጦርነት ነጻ የሆነ አየር የተነፈሱበት ጊዜ የለም። ይኸውም በሁለት ምክኒያት ነው።

በመጀመሪያ ገዥው አካል በሰልጣን ላይ በሚቆይበት ጊዜ ያን ያህል ከህዝቡ ጋር ስለማይተማመን በውሃ ቀጠነ ህዝቡን በሐይል ነው የሚይዘው። ሁለተኛው ችግር ደግሞ ይህንን ገዥ መደብ ለማስወገድ በሚደረገው ትግል ውስጥ ሐገሪቱ እና ሕዝቡ

በጠቅላላው ወደ ጦርነት ይገባሉ። በዚህም ምክኒያት ሁሉ ነገር ከዜሮ ይጀምራል። አንዱ የገነባውን ሌላው ሲያፈርስ እንደገና የሚቀጥለው መጥቶ የሚያፈርሰው ሲገነባ እንዲህ እንዲህ እያልን ፖለቲካው ከዜሮ፡ መከላከያው ከዜሮ፡ ኢኮኖሚው ከዜሮ ይጀምራል። በዚህ ምክኒያት በመጀመር እና በማፍረስ አባዜ የተጠመድን እንመስላለን። በአጠቃላይ ሲታይ ይህ የፖለቲካ ልምዳችን የእፉኝትን የሒወት ዑደትን ይመስላል።

1፡ 9 የእፉኝት(የጊንጥ) የሒወት ዑደት

እፉኝት ማለት በአማርኛ ጊንጥ ማለት ነው። ጊንጥ ማለት መርዘኛ የሆነች ተናዳፊ ቲንሽ ተባይ ነች። ስትነድፍ ህመሙ ለ24 ሰዓት ይቆያል። እንደ አባባሉ ከሆነም እንደነደፈች ወዲያዉኑ ከተገደለች ህመሙ ይቀንሳል ይባላል። ምን አልባት ተገላ አንጀትዋ ከነደፈችው አካል ላይ ከተቀባም ለህመሙ መቀነስ አስተዋፅዖ አለው ይላሉ። የሚገርመው ነገር ግን የዚች ተናዳፊ ተባይ የምትራባበት እና የሒወት ኡደትዋን የምታስቀጥልበት መንገድ ነው።

ወንድየው እና ሴቲቱ የርካቤ ግንኙነት ሲያደርጉ ወንድየው ብልቱ ስለሚቆረጥ እዛው ላይ ይሞታል። ሴቲቱ ጸንሳ ታረግዛለች። የመውለጃ ጊዜዋ ሲደርስ መውለድ ስለማትችል ልጆች እሱዋን ቀዳደው በልተው በስውነትዋ ይወጣሉ። እሱዋም በዚያው

ትሞታለች። የሐገራችን ሐገረ መንገሥታት አመሰራረት እና የሒወት ዑደትም ይህን የመሰለ ነው። የሐገራችን ሐገረ መንግሥት አመጣጥ እና አካሔድ ሁሌም በሐይል መሆኑን ታሪካችን ያስረዳል። በዚህም መሰረት በሐይል ወደ ስልጣን የመጣው አካል በፊት የነበረውን አካል ስህተቶች አጉልቶ በማውጣት እና በየቀኑ በየመድረኩ በማውገዝ ለህዝቡ ዋነኛ አጀንዳው አድርጎ በማቅረብ የራሱ ስህተት መሸፈኛ አድርጎ ይጠቀምበታል።

ደርግ የፊውዳል ስርዓቱን ወቀሰ፡ ኢህአዲግ ደርግን ወቀሰ፡ ብልጽግና ደግሞ ኢህአዲግን እየወቀሰ ነው። አቤት እርግማን! ለዚህ እኮ ነው ዶክተር አብይ አህመድ በሆነ ጊዜ ሲናገሩ "ችግሮችን እኛ ሳነሆን የፈጠርናቸው በፊት የነበሩ አካላት ናቸው"፡ ያሉት። ማን ይሆን የፈጠራቸው እርስዎ አብረው አልነበሩም ማለት ነው? ያስተዛዝባል። ለተፈጠረው ችግር መፍትሔው ችግሩን በመጋፈጥ ተባብሮ ለእውነት፡ በእውነት በመሰራት እንጅ የተፈጠረውን ችግር ባለቤት በመፈለግ እና የሌሎችን ችግር አጉልቶ በማውጣት እራስን ከችግሩ ነጻ አድርጎ እና ደብቆ ለችግሩ መፍትሔ ማምጣት አይቻልም። ይህ ማለት ግን ለችግሩ ምክኒያት የሆኑ አካላት አይወቀሱ ወይም በህግ አይጠየቁ ማለት አይደለም።

ይልቁንም ችግሩን ማንም ይፍጠረው ሁላችንም የመፍትሔው አካል የመሆን ግን ታሪካዊ፡ ሐገራዊ እና ሕዝባዊ ግዴታ አለብን

ማለት ነው እንጂ። ምክኒያቱም የተፈጠረው ችግር የሚጎዳን ሁላችን ስለሆነ ችግሩን በመግፋት ወይም ከችግሩ በመሸሽ መፍትሔ አይመጣም። ለውጥ ያስፈለገውም እኮ ችግሮችን ለመፍታት ነበር። ያ ካልሆነማ"የድንጋዩ መቀየር ወጡን አያጣፍጥም"፡ ይሆናል ነገሩ። ከላይ ለመግለጽ እንደተሞከረው የኢህአዲግ መንግሥት ነብሱን ይማረውና የፊዳላዊውን የሐይለስላሴ እና የደርግን መንግሥታት ችግሮች አጉልቶ በማውጣት ማደናገሪያ ሲፈጥር እና የእሱ መደበቂያ ሲያደርግ እንደኖረው ሁሉ የብልጽግና መንግሥትም ልቦና ይሰጠውና ያነኑ መንገድና ዘዴ ነው እየተከተለ ያለው። የብልጽግናው መንግሥት አመሰራረት እና አመጣጥ እንደሌሎች የነበረውን ስርዓት በማፍረስ እና በመደምሰስ ሳይሆን አባቱን እና እናቱን ቀስ አድርጎ በመብላት ነበር።

"መልምሎ አሳድጎ አብልቶ አጠጥቶ እስከ ጭንቅላቱ፡

አላስገባው አለ አባቱን ከቤቱ"፡ ይባላል እንዲህ ያለው።

የሐይለ ሰላሤ መንግሥት በህዝብ ተቃውሞ ሲወገድ ሐገሪቱን መረከብ የሚችል ፓርቲ ባለመኖሩ ምክኒያት አጋጣሚውን ተጠቅሞ የደርግ መንግሥት ወደ ስልጣን እንደመጣ ሁሉ ኢህአዲግም እያረጀ መጣና ተሐድሶ ቢል፡ ጥልቅ ታድሶ አልሆን አለና ነገሩ ሲፈራርስ በፍርሰራሹ ላይ ብልጽግና ተመሰረተ። አሰቡት ብልጽግና ማለት

እዛው ኢህአዲግ ሆድ ውስጥ አድጎ ኢህአዲግን አፈራርሶ ብልቶ ነው የወጣው።

በሐይለ ሰላሴ ዘመነ መንግሥት ምንም አይነት ፓርቲ ባለመኖሩ ምክኒያት ነው ደርግ ወደ ስልጣን የመጣው። በኢህአዲግ ዘመነ መንግሥት ደግሞ ኢህአዲግ እራሱ ፓርቲዎችን ወደ ስልጣን እንዳይመጡ ቀጥቅጦ አዳክሞአቸው ስለነበር እየጃጃ ሲሔድ ምንም ተተኪ ስላልነበር እራሱ ተበላልቶ እንዲፈራርስ እና መልሶ ስሙን ቀይሮ እንዲጠገን ምክኒያት ሆኑዋል። በጣም የሚገርመው ነገር ግን ከሐይለ ሰላሴ እስከ ብልጽግና ያሉት መንግሥታት የስልጣን ጊዜያቸውን ለማራዘም የተለያየ መንገድ ይጠቀሙ እንጅ ዓላማቸው አንድ ነው።

1፡ በሐይለሰላሴ ዘመነ መንግሥት ንጉሡ ከፈጣሪ ተቀብተው የመጡ ናቸው ተብሎ ስለሚታሰብ፡ "ንጉሥ አይከሰስ ሰማይ አይታረስ"፡ በሚለው መርህ መሰረት በንጉሡ ላይ ተቃውሞ የሚያነሳ አካል በሰማይም በምድርም ሐጥያተኛ ሆኖ ስለሚወገዝ ምንም ነገር ማንሳት እና መጠየቅ አይፈቀድም ነበር። እንደ ሐይማኖት ዝም ብሎ አምኖ መቀበል ብቻ ነው የነበረው። "ንጉሥ ሆይ ሺ ዓመት ይንገሡ"፡ ይላል ህዝቡ፡ "ይገባኛል"፡ ይላል ከዙፋኑ ላይ ተኀላሞ። የዛሬዎቹ ቅሪት አካላትም ይህንን ስርዓት ለመመለስ ነው እየቋመጡ ያሉት።

2፡ በደርግ ዘመነ መንግሥት ደግሞ ይህ ነገር ተሻሻለና ጥያቄ ማንሳት እና መጠየቅ ይቻላል መልሱ ግን ሐይል እና ጥይት ብቻ ነበር። ደርግ እና የዝንጀሮ አውራ አንድ ናችው፡ ሁለቱም ወንድ ወይም ተባት አይወድላቸውም። "አፈር ይቅለለው"፡ ደርግ።

3፡ በኢህአዲግ ዘመነ መንግሥት ከደርግ ዘመነ መንግሥት ትንሽ ተሻሽሎ እንደ ፓርቲ መደራጀት ይቻላል፡ እንደ ፓርቲ መንቀሳቀስ ግን አይቻልም። በፓርቲ ስም የሚመደብለትን ገንዘብ ተከፋፍሎ ከመለያየት ያለፈ በመንግሥት ላይ ጥያቄ ማንሳት እና መቃወም ከፍተኛ የሆነ ውግዘት እና ብሎም ጠንከር ያለ የሐይል እርምጃ ያሰከትላል። "እኛ እንጠይቃለን እንጂ አንጠየቅም"፡ ነበር ኢህአዲግ የሚከተለው መርህ።

4፡ የብልጽግናው የሰልጣን የጊዜ መግዣ መንገድ ደግሞ ከላይ የተዘረዘሩትን ሁሉ ያካተተ ነው። ከዚህ በተጨማሪ ደግሞ ሰልጣን ፈላጊ የተፎካካሪ ፓርቲ አመራሮችን እንደ ሚፈልጉት እና እንደ አሰፈላጊነቱ በሰልጣን እና በገንዘብ ልክ ያሰገባቸዋል። እዛው ፓርቲው ውሰጥ ሁነው በሰልጣንና በገንዘብ እንደለልም ካሉ ከነጭራሹ ገሸሽ ይደረጋሉ። የሁለት ዓመቱ የትግራይ ጦርነት ምክኒያቱ ይህ ነው። ገና ብልጽግና በኢህአዲግ ሆድ ውሰጥ ሲጸነሰ ኢህአዲግ ጽንሱ አልተሰማማውም መሰለኝ እንዲያው

አቅበጠበጠው። ጽንሱ አድጎ ሲወለድ ኢህአዲግ ብትንትን አለ፡ ብልጽግና ደግሞ በቦታው ተተካና ጦርነት ሆነ ነገረ ስራው ሁሉ።

በጠቅላላው የሐገራችን የመንግሥታት አመጣጥ እና አካሔድ የጊንጥ ልደት እና ሞትን ይመስላል። በመጀመሪያ ወደ ሰልጣን ሲመጡ ገዥውን አካል በሐይል አሰወግደው ነው የሚመጡት አባታቸውን ገደሉ ማለት ነው። ወደ ሰልጣን ከመጡ በኋላ የግል ቡድናዊ ሐሳባቸውን ብቻ በህዝቡ ላይ መጫን ይፈልጋሉ። ይህ ቡድናዊ ሐሳብ በአንድ በኩል ጥናትን ያልተመረኮዘ ሊሆን ስለሚችል በሌላ በኩል ደግሞ የሐሳብ ተዋዕጾ ሰለማይኖረው ከጅምሩ ተቃዉሞ ይገጥመዋል። በዚህ ጊዜ ሐሳባቸውን በሐይል ለማሳካት በህዝቡ ላይ በየደረጃው እሰከ ሐይል መጠቀም እና ህዝቡን እሰከ መጨፍጨፍ ይደርሳሉ፡ እናታቸው የሆነውን ህዝብ ገደሉ ማለት ነው። ይህነን ይመስላል የሐገራችን የመምግሥታት የታሪክ የሒወት ዑደቱ።

ምዕራፍ ሁለት

ሐይማኖታዊ እንቅስቃሴ በኢትዮጵያ

እንደሚታወቀው በሐገራችን ውስጥ የሐይማኖት መስፋፋት ሒደት እንደ ፖለቲካ ውድድርን መሰረት ያደረገ ነበር። ለዚህ ደግሞ ዋናው ምክኒያት የክርስትናው ዓለምም የራሱን ሐይማኖት አስፋፍቶ የበላይነትን ለማረጋገጥ፣ የእስልምናው ዓለምም የራሱን ሐይማኖት አስፋፍቶ የበላይነቱን ለማረጋገጥ የተደረገ ፍልሚያ ነበር። በዚህ ድርጊት ግን ሁለት መሰረታዊ ችግሮች በሐገሪቱ ውስጥ ተፈጠሩ። እነሱም፡-

1፡ የሐይማኖቱ መስፋፋት ሒደት ፈጣሪ በሚፈቅደው መሰረት በፍላጎት ላይ የተመሰረተ ሳይሆን በሐይል እና በውድድር ስለነበር በእምነቶቹ መካከል ከመተማመን አንጻር ክፍተት ፈጥሯዋል። ለዚህም ማሳያ የሚሆነው እስከ ሐይለ ስላሴ ዘመነ መንግሥት ድረስ በሙሰልሞቹ ላይ የተለየ ጫና የነበረባቸው መሆኑና በቅማንት የህገ ልቦና ሐይማኖት ላይ ግን አሁንም ድረስ ዘመቻው እንደቀጠለ መሆኑ ነው።

2፡ በሐይል የተደረገው የሐይማኖት መስፋፋት ሒደት አሁን በሐገራችን ለተፈጠሩት ፖለቲካዊ ቀውሶች አንዱ ምክኒያት ሆነ።

ሐይማኖቶች እራሳቸውን ለማስፋፋት በአደረጉት ፍልሚያ የህዝቦች የተለያዩ እምነቶች፡ ባህሎች፡ ቋንቋዎች እና የመሳሰሉት ሐብቶች እንዲጠፉ ምክኒያት ሆነ። ምክኒያቱ ደግሞ አንድ ሐይማኖት፡ አንድ ሐገር፡ አንድ ቋንቋ ብሎ ቀስቅሶ ሰብኮ በአንድ ቋት ውስጥ የማስገባት ዓላማ ስለነበር ነው።

እንዲህ አይነት ክስተት ነው የዝሆኖቹ መራገጥ ለሳሩ መጥፋት ምክኒያት እየሆነ በሐገሪቱ ውስጥ የህዝቦችን መከራ ያበዛው። እምነቶች የራሳቸው የሆነ ለሐገርም ለዓለምም የሚተርፍ ህግና ስርዓት አላቸው። ህዝቦችም እንዲሁ የየራሳቸው የሆነ ሁሉን አቀፍ የሆነ የመተዳደሪያ ደንብ እና ስርዓት አላቸው። እነዚህ ነገሮች ግን አንዱ በአንዱ ላይ ከመዝመት እና በሁለቱ ፍልሚያ መካከል የህዝቦችን የተለያዩ እሴቶች እንዲጠፉ ከማድረግ ይልቅ ተደጋግፈው እና ተባብረው ቁመው ቢሆን ኑሮ አሁን ሐገራችን የት ትደርስ ነበር።

አሁንም ቢሆን አረፈደም መስራት ከቻልን ከመገፋፋት ይልቅ የማስተካከል እድሉ በእጃችን ነው። ስለሆነም እነዚህን የእምነት ተቋማት፡ የህዝቦችን የየራሳቸው የእሴቶቻቸው ተቋማት እንደገና መገንባት እና ሁሉም በየራሳቸው እንዲቆሙ አድርጎ መቅረጽ እና መስራት ያስፈልጋል። ከዚያ በኋላ ከሁሉም የተቀዳ ለሐገርም ለዓለምም የሚጠቅም አዲስ የሳይንስ፡ የቴክኖሎጂ፡ የፍልሰፍና እና

የፖለቲካ አስተዳደራዊ ስርዓት በሐገሪቱ መገንባት ያስፈልጋል። ይህንን ስናደርግ ሐገር በቀል እውቀታችን እናሳድጋለን።

2፡ 1 የክርስትናው ሐይማኖት መስፋፋት

በኢትዮጵያ ውስጥ ከህገ ልቦና ወደ ህገ ኦሪት፡ ከህገ ኦሪት ወደ ህገ ወንጌል ለመሸጋገር የተደርገው እንቅስቃሴ የፈጣሪን ትዕዛዝ በጠበቀ መልኩ ሳይሆን በተሳሳተ መንገድ ነበር። ምክኒያቱም የፈጣሪ ትዕዛዝ ፍቃደኝነትን መሰረት ያደረገ ሆኖ እያለ የሀገራችን የክርስትና እምነት ግን በሐይል ነው የተስፋፋው። ለአዳም በመጀመሪያ ህግጋቱን ሲነግረውም "ይህንን ከበላህ ትሞታለህ ስለሆነም አትብላ" የሚል በፍቃደኝነት ላይ የተመሰረተ ምክኒያታዊነትን ነበር የነገረው። ለአዳም የተሰጠው ትዕዛዝ በጉልበት እና በማስጠንቀቂያ ቢሆን ኑሮ የመብላት ዕድል እና ምርጫ ስለማይኖረው አይበላም ነበር።

በኋላም እየሱስ ክርስቶስ በዚህ መሬት ላይ የሰውን ስጋ ለብሶ ሲመላለስ "ብታምኑ ትድናላችሁ ባታምኑ ግን ትሞታላችሁ" በማለት እንጅ ያስተማረው በሐይል ለማሳመን አልሞከረው። ፈጣሪ ለሰው ልጅ በጣም ይጠነቀቃልና። የኛዎች ሰባኪያን ግን ሁሉን ነገር በማሳመን ሳይሆን በጉልበት እና በሐይል አደርጉት። ለዚህ ደግሞ ዋናው ምክኒያት ሐይማኖቱ እራሱ ከነገሥታቱ ወደ ህዝቡ መውረዱ

እና ነገሥታቱ ህዝቡን ለመያዣነት መጠቀማቸው ነው። በዚህም ምክኒያት ጨቋኝ እና ተጨቋኝ ህዝብ ፈጥሮ እስከ አሁኑ ዘመን ድረስ ዘልቆ የእርስ በእርስ ጦርነት ምክኒያት ለመሆን በቅቱዋል። ይህውም ዋናው የሐገራችን የፖለቲካ ችግር ሆኖ ቀጥሉዋል። ለሐይማኖት አባቶች የፈጣሪ ትዕዛዝ በነፍስም በስጋም ህዝብን እድኑ ነው እንጅ በስሜ እየማልክ፡ እየተገዘትክ ህዝብን ጨፍጭፍ አልነበረም። "በስሜ በከንቱ አትማሉ"፡ ይላልና ቃሉ።

በመሰረቱ እንኳንስ የአንዱን ሐይማኖት ተከታይ ለያይተህ አንዱን በአንዱ ላይ አዝምት የሚል ትዕዛዝ ይቅርና ያላመኑትን እንኳን ሐይልን ተጠቅመህ አሳምን የሚል ትዕዛዝ የለም። ፈጣሪ ለፈጠረው የሰው ልጅ ሁሉም ፍጠረታት ምክኒያታዊነትን፡ ነጻ ምርጫን እና ለመረጠው ምርጫ ሐላፊነት መውሰድን ሰጥቶታልና። የሚገርመው ነገር ግን ለዚህ ድርጊታቸው እንደ መነሻ አድርገው የሚጠቀሙበት የመጽሐፍ ቅዱስ ቃል እና የእነሱ ተግባራዊ ክንውን በፍጹም የማይገናኙ ነገሮች መሆናቸው ነው። እንዲህ ይላል ቃሉ፦

"ያመነ የተጠመቀ ይድናል፡ ያላመነ ይፈረድበታል"፡ ይላል።

ይህ ቃል የሚያሳየው በፍቃደኝነት ላይ የተመሰረተ ጥምቀትን ነው። ታዲያ ይህ ከሆነ እውነቱ በሐይል እና በጉልበት ማጥመቅን

ምን አመጣው? ከዚህ ላይ የምንመለከተው ሶስት አይነት ነጻነትን የነፈገ ጭቆና እንደነበር ነው።

ሀ፡ የመጀመሪያው የሐይማኖት ጭቆና ነው። አንድ ግለሰብ ወይም ቡድን የፈለገውን እምነት የመከተል ያልፈለገውን እምነት ደግሞ ያለመከተል መብቱ የተጠበቀ ሆኖ ሳለ በሐይል ማጥመቅ ግን ይህንን መብቱን መግፈፍ ወይም መቀማት ነው። ለምሳሌ በሐይለ ሰላሴ ዘመነ መንግሥት በሐይል በአንድ ቀን ብቻ ከ13000 በላይ ቅማንት እንዲጠመቅ አደረጉ። አጥምቀውም በተውት ጥሩ ነበር ከተጠመክ አማራ ነህ አሉት እንጂ፡ ይህ ደግሞ እስከ አሁን ችግር ሆኖ ቀጠለ ማለት ነው።

ለ፡ በሐይል አጥምቆ ሲያበቃ በፊት የነበረውን የራሱን የብሔር ማንነት አስጥሎ የሌላ ማንነት ማላበስ ወይም ማውረስ። በአሁኑ ሰዓት በሐገራችን ውስጥ ከፍተኛ የሆነ ችግር እየፈጠረ ያለው ይህ የተሳሳተ አስተሳሰብ እና መንገድ ነው።

ሐ፡ የአንድ ግለሰብ ወይም ቡድን የመዳንም ሆነ ያለመዳን መብት በራሱ በግለሰቡ ወይም በቡድኑ ፍላጎት ላይ የተመሰረተ ነው። በግድ ምትድን ነህ ብሎ የሌላውን ነጻነት መግፈፍ በራሱ በአሰገዳጁ ላይ አለመዳንን ሊያመጣ ይችላል፡ ፈጣሪ እንደ ሰው አይደለምና።

በአጠቃላይ ሲታይ ይህንን ያደረጉበት ዋናው ምክኒያት ሐይማኖትን ለማስፋፋት ብቻ ሳይሆን አጠቃላይ ብዝሐነትን እና የሐሳብ ልዩነትን አጥፍቶ በሐይማኖት ስበብ በአንድ ቋት ውስጥ በማስገባት ሕዝቡን ያለከልካይ እንደፈለገ ለማድረግ ነው። ለዚህ ነው እኮ አንድ ሀገር፡ አንድ ሐይማኖት፡ አንድ ቋንቋ እያሉ ሲያደነቁሩን የነበረው። ይህ ደግሞ ሐገሪቱን በሳይንስ፡ በቴክኖሎጂ እና በፖለቲካ እንድትቀጭጭ አድርጎ የሰው እጅ ጠባቂ አድርጓታል። ምክኒያቱም ብዝሐነት በውስጡ የተለያዩ እሴቶችን ያካተተ ስለሆነ ለሳይንስ እና ለቴክኖሎጂው እድገት ድርሻው ከፍ ያለ ነው የነበረው። በተመሳሳይይ መልኩ የሐሳብ ልዩነት በፖለቲካው ዓለም የፖለቲካውን አካሔድ ለማዘመን ድርሻው የጎላ ነው። ይህንን ሁሉ አጥፍተው ከዚህ ሁሉ ጉድ አስገቡን።

2፡ 2 የኢትዮጵያ ፖለቲካ እና ቤተ ክርስቲያን

ኢትዮጵያ እና የኢትዮጵያ ኦርቶዶክስ ተዋህዶ ቤተ ክርስቲያን የአንድ ሳንቲም ሁለት ገጽታዎች ናቸው ይባላል። ማለትም አንዱን ከአንዱ መለየት አይቻልም ለማለት ነው። እነዚህ ሁለቱ ነገሮች የማይነጣጠሉ ከመሆናቸው የተነሳ ለአንደኛው የመጣው ችግር በሌላው ላይ ተጽዕኖ ሲያመጣ ዘመናት ተቆጥሯል። በተለይ ለረዥም ጊዜ ቤተ መንግሥት እና ቤተ ክህነት ሳይለያዩ እዛው ቤተ

ክርስቲያን ውስጥ የወጡ አካላት ሲመሯቸው መቆየታቸው ለኢትዮጵያ እና ለኢትዮጵያ ኦርቶዶክስ ቤተ ክርስቲያን ከፍተኛ የሆነ ትስስር ፈጥሯል።

በዚህ መሰረት ቤተ ክርስቲያኒቱ ለሀገሪቱ ባለውለታ ናት ለመባል በቅታለች። በእርግጥ ይህንን ጉዳይ መካድ አይቻልም እውነት ነው። ኢትዮጵያ የራሰዋ የሆነ ፊደል፡ ቁጥር እና ሌሎችንም ነገሮች ብንጠቅስ ከቤተ ክርስቲያን የተገኙ ናቸው። አብዛኛው የሐገራችን ታሪካዊ የሚዳሰሱ እና የማይዳሰሱ ቅርሶችንም ብንጠቅስ ከቤተ ክርስቲያን የወጡ ሊቃውንት የሰሯቸው መሆናቸው አይካድም። ቤተ ክርስቲያን ትናንት ለነበረው ሰልጣኔ መሰረት ነበረች፡ ነገም የሰልጣኔ መሰረት መሆን ትችላለች። ይህንን ለማድረግ ግን ቤተ ክርስቲያን ውስጥ ብዙ መስተካከል ያለባቸው ነገሮች አሉ።

የመጀመሪያው ቤተ ክርስቲያኒቱ ከመንግሥት ተለጣፊነት መላቀቅ እና ከፖለቲካ ጣልቃ ገብነት ችግር መዳን መቻል አለባት። ሁለተኛው የሐገሪቱን ህዝቦች በእኩልነት እና በሚፈልጉት መንገድ ማገልገል አለባት። ሶስተኛው ቤተ ክርስቲያን ውስጥ የመሸጉ የሐይማኖት አባት ካባ የለበሱ ዘረኞች፡ ፖለቲከኞች፡ ጦረኞች እና ሰግብግብ የግል ጥቅም አሳዳጆችን ወይ ማስተካከል ካልሆነ ደግሞ ከቤተ ክርስቲያን አውግዞ መለየት ያሰፈልጋል። አራተኛው ቤተ

ክርስቲያኒቱ አቅፋ የያዘቻቸውን ዘርፈ ብዙ ጥበባት ማውጣትና እንዲሰራባቸው ማድረግ አለባት። ያ ሲሆን ቤተ ክርስቲያኒቱ በሳይንሱ፡ በቴክኖሎጂው፡ በአስተዳደሩ እና በፍልስፍናው የሚኖራት ድርሻ የጎላ ይሆናል። ያኔ ቤተ ክርስቲያኒቱ የሰልጣኔ መስረት ትሆናለች ማለት ነው።

2፡ 3 ቤተ ክርስቲያን በእይታ መነጸር

ቤተ ክርስቲያን ለሀገር ባለውለታ ወይንስ የጥፋት ምክኒያት? የተለያዩ አካላት ስለኢትዮጵያ ኦርቶዶክስ ተዋህዶ ቤተክርስቲያን እና ስለሀገሪቱ ግንኙነት የተለያየ እና የተጣረስ ሐሳብ ያቀርባሉ። ይህ ሐሳብ ቤተ ክርስቲያንን መስረት አድርጎ ፖለቲካውን በተለያየ ጎራ እስከ ማሰለፍ አድርሶታል። አንደኛው ጎራ ቤተ ክርስቲያን ለኢትዮጵያ ያላትን የማይተካ ሚና በመግለጽ ቤተ ክርስቲያን ሐገሪቱን እንደ ሐገር ከመመስረትዋ ጀምሮ የሐገር እና የህዝብ ባለውለታ ናት ሲል ይደመጣል።

በሌላው ጎራ ያለው ሁለተኛው ጎራ ደግሞ ሐይማኖቱን ለማስፋፋት የተሔደበት መንገድ በሐይል የተደረገ እንጅ የህዝብን ፍላጎት መስረት ያላደረገ ስለነበር እና ያንንም ልምድ ተከትሎ እስከ አሁንም ድረስ ያለውን የቤተ ክርስቲያን አገልግሎት በመጥቀስ(ህዝቦችን ያላማከለ መሆኑን) ቤተ ክርስቲያን ለህዝቦች

የማያልቅ የእርስ በእርስ ጦርነት እና ለሀገሪቱ እና ለህዝቦች የድህነትና የኋላ ቀርነት ምክኒያት ናት ሲሉ ያስረዳሉ።

እንግዲህ ከላይ የተገለጹትን ሁለት ሐሳቦች ስንመለከታቸው አንደኛው ጎራ የራሱን ሐሳብ ፍጹም እውነት አድርጎ በማቅረብ የሌላውን ጎራ ሐሳብ ፍጹም ስህተት ነው በማለት ውድቅ ያደርገዋል። በእርግጥ ይህ አይነት የተሳሳተ ግንዛቤ እና አመለካከት መቅረፍ ያልቻልነው እንደ ግለሰብም እንደ ቡድንም የተጠናወተን አደገኛ በሽታ ነው። አንድ ጥያቄ እናንሳ፡ ለምንድን ነው በአንድ ጉዳይ ላይ በጣም የተለያየ እና የማይገናኝ እይታ(perspective) የሚመጣው? የሚለውን። ይህ በጣም የተራራቀ እይታ የሚመጣው ግለሰቦች ወይም ቡድኖች ከቆሙለት ዓላማ እና እውነት የሚመነጭ መሆኑ እና ያለውን ነባራዊ ሁኔታ በደንብ ያላገናዘበ ስለሚሆን ነው። አንድ በአንድ እንመልከታቸው።

1፡ አንደኛው ጎራ ከድሮ እስከ ዘንድሮ ከካህናቱ እና ከነገሥታቱ ጉያ ተደብቀው በቤተ ክርስቲያን አገልግሎት እና በሐገር አንድነት ስም የራሳቸውን ግለሰባዊ እና ቡድናዊ ጥቅም የሚያሳድዱ ለሐገሪቱም ሆነ ለቤተ ክርስቲያን አድራጊ ፈጣሪወችና ባለቤቶች እኛ ብቻ ነን ባዮች ናቸው።

እነዚህ አካላት እነሱ እና አባቶቻቸው ነገሥታቱ እና ካህናቱ የፈጠሩትን ሐገራዊ ጥፋት እንዲነሳ ስለማይፈልጉ የተፈጠረውን ችግር ለማጥፋት ሌላ ተጨማሪ ችግር እየፈጠሩ ሀገሪቱን እና ቤተ ክርስቲያንን ወደ መቀመቅ እየመሩዋቸው ቀጥለዋል። እነዚህ አካላት የተፈጠረው ችግር እንዲስተካከል አይፈልጉም። ምክኒያቱም በመጀመሪያ ቡድናዊ እና ግለሰባዊ ጥቅማቸውን ማስጠበቅ ስለሚፈልጉ ሲሆን ሁለተኛው ደግሞ በችግሩ ተጠያቂ መሆን ስለማይፈልጉ ነው። ችግሩ እንኳን መስተካከል ካለበት እነሱ በሚፈልጉት መንገድ እንዲሆን ብቻ ነው ዓላማቸው እና ፍላጎታቸው።

እነዚህ አካላት ለእውነት ምንም አይነት ደንታ የላቸውም። ዓላማቸውንም ለማሳካት በውሸት እና በሽፍጥ የተሞላ ፕሮፖጋንዳ ይነፋሉ አለፍ ሲልም ጦርሜዳ ድረስ ተሰልፈው ህዝብ ያስጨፈጭፋሉ። ሀገሪቱ እንዳታድግ እና እንዳትበለጽግ አሰረው እና ተብትበው የያዙዋት እነዚህ አካላት ናቸው። ስንቱን አወደሙት፣ ስንቱን ገደሉት፣ ስንቱን ህዝብ ከቤተ ክርስቲያን አባረሩት። አሁን ደግሞ ከቤተ ክርስቲያን ብቻ ሳይሆን ከሀገር ማባረር ጀምረዋል። በአሁኑ ወቅት በሐገሪቱም ሆነ በቤተ ክርስቲያን ላይ እያንጃበበ ላለው ችግር ዋነኛው ምክኒያቶች እነዚህ አካላት ናቸው።

2፡ ሁለተኛው ጎራ ደግሞ በአንደኛው ጎራ የተሳሳተ ድርጊት የተማረረ እና ቤተ ክርስቲያንን በእነዚህ ግለሰቦች እና ቡድኖች አይን እየተመለከተ በእነዚህ ግለሰቦች ወይም ቡድኖች እና በቤተ ክርስቲያን መካከል ሊኖር የሚገባውን ልዩነት አንጥሮ ከማውጣት ይልቅ በጅምላ ቤተ ክርስቲያን እያለ የሚያወግዝ አካል ነው። ይህም ቢሆን የራሱ የሆነ ችግር አለበት። ወደ ዋናው ዓላማ ተመልሰን ሁለቱንም ሐሳቦች በገለልተኛነት ስንመለከታቸው ሁለቱም ሐሳቦች እውነትም አላቸው ሐሰትም አላቸው፡ ሁለቱንም ለያይተን እንያቸው እስኪ።

2፡ 4 ቤተ ክርስቲያን ለሐገር እንደ ባለውለታ

ቤተ ክርስቲያኒቱ እንደ አንድ የእምነት ተቋም ለሀገሪቱ በጣም ብዙ የሆኑ ነገሮችን አበርክታለች፡ የተወሰኑትን ጠቅሰን እመልከት።

1፡ የጊዜ አቆጣጠርን፡ የፊደል አቀራረጽን ብንመለከት በቀጥታ ከቤተ ክርስቲያን የተገኙ ናቸው።

2፡ የሰነ ህንጻ ጥበብን ብንመለከት የቤተ ክርስቲያን ጥበባት ውጤቶች መሆናቸው የሚካድ አይደለም።

3፡ ምንም እንኳን እኛ ወደ ዘመናዊ መድሃኒት ቀይረን ባንጠቀምበትም የባህል መድሃኒት መሰረቱ ቤተ ክርስቲያን መሆኑዋ አይካድም።

4፡ የሚዳሰሱ እና የማይዳሰሱ ቅርሶችን መጥቀስ እንችላለን።

5፡ በአሁኑ ወቅት ከፍተኛ የሆነ ዓለማቀፋዊ ትኩረት የተሰጠውን የደን ልማትን ብንመለከት ሀገር በቀል የድሮ ዛፎችን የምናገኘው በቤተ ክርስቲያን አካባቢ ነው። እንዲያውም አንድ ነጭ "ኢትዮጵያ ውስጥ ደን ለማልማት ቤተ ክርስቲያን መስራት በቂ ነው" አለ የሚል አፈ ታሪክ አለ። በዚህ ዙሪያ በጣም ብዙ ነገሮችን መጥቀስ ይቻላል። ይህ በዚህ እንዳለ ሆኖ ግን ቤተ ክርስቲያን ውስጥ የወጡ እና ሀገሪቱን እና ቤተ ክርስቲያኒቱን ሲመሩ የነበሩ የገዥው መደብ የፈጠሯቸው ታሪካዊ ስህተቶች ዛሬ ድረስ ዘልቀው ሀገሪቱን አደጋ ውስጥ አስገብተዋታል።

2፡ 5 ቤተክርስቲያን ለጥፋትና ለድህነት እንደ ምክኒያት

በሌላ ጎራ ደግሞ በቤተ ክርስቲያን ውስጥ አገልግሎት የሚሰጡ የሐይማኖት አባቶች ነን ባዮች የእይታ እና የአፈጻጸም ችግር

ምክኒያት የተፈጠሩ እና እየተፈጠሩ ያሉ በጣም ብዙ አይነት ችግሮች አሉ። የተወሰኑትን እንደምሳሌ እንጥቀስ።

1፡ ከድሮ እስከ ዘንድሮ በህዝቦች መካከል ያለው የእርስ በእርስ ጦርነት የቤተ ክርስቲያን አገልጋዮች ከፍተኛ የሆነ ድርሻ አለበት። ምክኒያቱም ሐይማኖትን ለማስፋፋት የተሔደበት መንገድ በሐይል ስለነበር በወቅቱ በህዝቦች መካከል ጦርነት ማስነሳቱ ብቻ ሳይሆን ጨቋኝ እና ተጨቋኝ ህዝብን በመፍጠሩ ምክኒያት እስከ አሁን ድረስ በመዝለቅ ለህዝቦች በየጊዜው ለሚፈጠር ጦርነት ታሪካዊ ምክኒያት መሆኑ አልቀረም። አሁንም በደንብ ገንዘብ ለጦርነት በመበጀት በትግራይ፡ በቅማንት፡ በኦሮሞ፡ በጉምዝ ••••••••• ህዝቦች ላይ እየዘመተ እና እያዘመተ ያለው ይህ ቤተ ክርስቲያን ውስጥ የመሸገ ሐይል ነው። የሚገርመው ነገር ግን ጦርነት የተዘመተባቸው ህዝቦች አብዛኛው የዚህ ሐይማኖት ተከታይ መሆናቸው ነው። ምክኒያቱ ደግሞ ጦርነቱን የሚያውጁት አካላት ግለሰባዊ እና ቡድናዊ ጥቅማቸውን ለማስጠበቅ ስለሆነ ብቻ ነው። በእርግጥ የሌላ ሐይማኖት ተከታይም ቢሆን በሰማይም በምድርም ያስጠይቃል በህዝብ ላይ ጦርነት አይታወጅበትም።

2፡ ቤተ ክርስቲያን ለድህነት ምክኒያት ናት። በድሮው ዘመን በሐይማኖት ሰበብ ግብጾች አንድ ያጠመዱልን ወጥመድ አለ። እሱም እንዳንሰራ ዓመቱን ሙሉ በዓል ማድረግ እና እንዳንበላ

ደግሞ ዓመቱን ሙሉ ጾም ነው ማለት ነበር። ግብጾች ይህንን ያደረጉበት ዋናው ምክኒያት ከዓባይ ወንዝ ጋር የተያያዘ ሊሆን ይችላል። ይህንን ዓላማቸውን ለማሳካት ደግሞ ሐይማኖትን እንደ ማስፈጸሚያ መንገድ፡ የሐይማኖት አባቶችን ደግሞ እንደ አስፈጻሚ አካላት አድርገው ነበር የተጠቀሙት። ምክኒያቱም የኢትዮጵያ ህዝብ ለእምነቱ ያለውን ቀናነት እና ለሐይማኖት አባቶች ያለውን ከፍተኛ ክብር ያውቁ ስለነበር ነው። እዚህ ላይ የኢትዮጵያ ኦርቶዶክስ ተዋህዶ ቤተ ክርስቲያን ለብዙ ዘመናት በግብጽ ጳጳሳት እንደተመራች ልብ ማለት ያስፈልጋል። በነገራችን ላይ በሐገራችን ውስጥ መንግሥታትም ህዝቡን ለመያዣነት የሚጠቀሙት ሐይማኖትን ነው።

3፡ ቤተ ክርስቲያን ለልመና ምክኒያት ናት። በሰማይ ለነፍስ ጠቀሜታ በምድር ለስጋ ጠቀሜታ ተብሎ በቤተ ክርስቲያን ውስጥ የተጀመረው ምጽዋት አሁን ሁለት መሰረታዊ ችግሮችን በሐገሪቱ ውስጥ ፈጠረ።

ሀ፡ ህዝቡ ልመናን እንደ ሰራ በመቁጠር ጎዳና ላይ እየወጣ ልመናን ባህሉ አድርጎ ተያያዘው። ለጋሹ አካል ደግሞ የምሩን በዚህ ገነት ሊገባ እየዘረዘረ ሲጥል ይውላል። በዚህም ምክኒያት ህጻናትን ጭምር እየሰረቁ ለልመና መጠቀሚያ እንዲሆኑ እያደረገ ነው። በሌላ በኩል ደግሞ በትክክል መረዳት ያለባቸው አካላት መረዳት

ባለባቸው ልክ ሳይረዱ እየቀሩ ነው። እዚህ ላይ ወይ የሚያስፈልጋቸው አካላት በደንብ አልተረዱም ወይም የሰጪው ገንዘብ አላረፈም እንዲያው እዲሁ ባክኖ ይቀራል። "እንቺ ዛጎላ ላም ቅቤሽ ገደል ገባ ወይ አልተነጠረ ወይ ጥጃው አልጠባ"፡ ይሉሃል ይህ ነው። ይህ አሁን ጽድቅ ነው ወይንስ ሐጥያት? ለማንኛውም ህጻናትን ይዞ ልመና ቢከለከል ጥሩ ነው። ይህ ሲባል ግን በተለያየ ምክኒያት ወይም ሳያስቡት ወልደው ህጻን ይዘው የሚለምኑትን አካላት አይመለከትም። እንዲያውም ለእውነት ጽድቅ ከሆነ ምጽዋቱ ለእነሱ መድረስ አለበት።

ለ፡ ቤተ ክርሰቲያን ላይ የማይደረገውን ጥላ ዘቅዝቀው ለበረከት እያሉ የልመና ገቢያውን ያጡዋጡፋታል። ለምነው የሰበሰቡትን ገንዘብ ደግሞ ይከፋፈሉታል። የግል እና የቡድን ጥቅም ማሰጠበቅያ ይሉሃል ይህ ነው። እስኪ በቤተ ክርሰቲያን የተሰራ እዚህ ግባ የሚባል መሰረተ ልማት የት አለ? ወይሰ ያ ሁሉ ገንዘብ የት ነው የሚገባው? ለዚህ ሁሉ ችግር መፍትሔው በመጀመሪያ እይታችን ማሰተካከል ነው። ለዚህ ደግሞ የችግሩ ፈጣሪዎችም፡ ችግሩን ያልፈጠሩትም የመፍትሔው አካል መሆን አለባቸው።

ይህንን ለማድረግ ደግሞ ሚዛናዊ የሆነ እና በሰቶ መቀበል መርህ ላይ የተመሰረተ ውይይት ማድረግ ያሰፈልጋል። የተፈጠሩ ታሪካዊ ሰህተቶችን አርሞ መማሪያ ማድረግ እና ሐላፊነቱን

የሚወሰድ አካል ካለ ሐላፊነቱን መውሰድ አለበት። አሁን ድረስ ተከትለው የመጡ ችግሮችን ለአንዴ እና ለመጨረሻ ጊዜ እርምት መስጠት ያስፈልጋል። ታሪካዊ ጠቀሜታ ያላቸውን ተግባራት ደግሞ ተቀብለን አጠናክረን ማስቀጠል ያስፈልጋል። ይህ ካልሆነ ግን ለህዝቦችም፡ ለቤተ ክርስቲያንም፡ ለሀገሪቱም መጨረሻው ውድመት ነው የሚሆነው። ይህ ሁኔታ ካልተስተካከለ በስተቀር እዛው ቤተ ክርስቲያኒቱ ላይ መንደዱ አይቀሬ ነው። በእርግጥ አሁንም ተጀምሩዋል እንዳይብስ ነው እንጅ።

ማስታወሻ፦ ከዚህ ላይ ግን ቤተ ክርስቲያኒቱን እና ቤተ ክርስቲያን ውስጥ የተሰገሰጉ የአሃዳውያን የገዥ መደቡ አባላትን ለይቶ መመልከት አስፈላጊ ነገር ነው። እነዚህ ቤተ ክርስቲያን ውስጥ የተሰገሰጉ ጽንፈኛ አካላት የቤተ ክርስቲያኒቱን እና የመንግሥትን መዋቅር ተጠቅመው ሕዝብን የሚያባሉ እና ሀገርን የሚያጠፋ አካላት ናቸው። እነዚህ አካላት አሁንም ቤተ ክርስቲያንን መጠጊያ አድርገው፡ የበግ ለምድ ለብሰው የመንግሥትን መዋቅር ተጠቅመው ሕዝብን እየበደሉ ሀገርን እያፈረሱ ቀጥለዋል። የሐይማኖትን እና የመንግሥትን መዋቅር ተጠቅመው ሕዝብን ከሚያባሉበት እና ሀገርን ከሚያፈርሱባቸው መንገዶች መካከል የተወሰኑት የሚከተሉት ይገኙበታል። እነሱም፡-

2፡ 6 የሐይማኖት መሪዎች እይታ ችግር

የትኛውም የሐይማኖት መሪ አይደለም የሰውን ልጅ ይቅርና እንስሳትን እንኳን ዝቅ አድርጎ አይመለከትም። ምክኒያቱም ሁሉም የፈጣሪ ፍጥረታት ናቸውና። የሁሉም ሐይማኖቶች ሰርዓት ሐይማኖቱን የሚከተለውንም የማይከተለውም የሰው ልጆች ሁሉ እኩል እንዲያዩ ስለሚያዝ ጦርነት በሰው ላይ አይታወጅም። አልፎ አልፎ ግን አንዳንድ ሀገራት ሐይማኖትን ለህዝብ መግዣነት ስለሚጠቀሙበት ከጊዜ በኋላ ችግር ይፈጠራል። ሐይማኖትን ለህዝብ መግዣነት ከሚጠቀሙ ሐገራት ውስጥ አንዷ ኢትዮጵያ ናት። ኢትዮጵያ በመደብ ገዥወቿ በኩል ሐይማኖትን ለህዝብ መግዣነት ተጠቅማበታለች። እነዚህ የመደብ ገዥወች ደግሞ ሁሉንም የሀገሪቱ ህዝቦች በእኩል አይን አይመለከቱም ነበር። ምንም እኳን የመደብ ሰርዓት አራማጆች ቢወገዱም አንዳንድ የሐይማኖት አባቶች የእይታ አለመስተካከል ችግር ግን አሁን ድረስ ይታያል። ለዚህም ማሳያ የሚሆነው አሁን በኢትዮጵያ ውስጥ እየታየ ያለው እጅግ አሰደንጋጭ ጉዳይ ነው። እንኳንስ የሌላውን ሐይማኖት ተከታይ ይቅርና አንድ ሐይማኖት ተከታዮችን እንኳን ለያይቶ የማየት ሁኔታ እየተፈጠረና ቀውስ እየወለደ ነው ያለው። አሁን ባለንበት ወቅት የኢትዮጵያ ኦርቶዶክስ ተዋህዶ ቤተ ክርስቲያን ውስጥ ያሉ የተወሰኑ የሐይማኖት አባቶች እየሰሩት ያለው አሰነዋሪ ታሪካዊ

ስህተት በአጭሩ ካልተስተካከለ በስተቀር ወደ ፊት ሐገሪቱ ላይም ሆነ ሐይማኖቱ ላይ ከባድ የሆነ ችግር መፍጠሩ አይቀረም።

ለሐገሪቱም ለሐይማኖቱም ባለቤቶች እና እንሸ ጣዮች በአንድም በሌላም መልኩ የአንድ ብሔር ስብስቦች ሁነው ሌላው ባይተዋር ተደርጓል ። እነዚህ የአንድ ቡድን ስብስቦች ደግሞ ሌላውን ሲያሸማቅቁ ሲያጣጥሉ ጦርነት ሲሰብቁበት ይውላሉ። ከሐይማኖት አባት የማይጠበቅ ተግባራትን ያከናውናሉ። የሐይማኖት አባት ማለት ግን በህይወቱ ሁሉ አስተማሪ መሆን ነበር የሚጠበቅበት። የእኞች የሐይማኖት አባቶች ግን ሒወታቸው ሁሉ አስተማሪ ሳይሆን ጸባ ጫሪ እየሆነ ነው። ለዚህ ማሳያ የሚሆነው ደግሞ በሐገሪቱ ውስጥ በሚፈጠሩ ጦርነቶች ተሳታፊ በመሆን የጦርነት ነጋሪት ሲጎሰሙ መክረማቸው ነው።

እነዚህ የሐይማኖት አባቶች ያሰያዙት ጽንፍ በህዝቡ ዘንድ በጣም ስለሰረጸ የተለያዩ አላግባብ የሆኑ አጸያፊ ቃላትን ለመናገር ምክኒያቱ እነዚህ የግላቸውን እና የቡድናቸውን ጥቅም አስጠባቂ የሐይማኖት አባቶች ነን ባዮች የፈጠሩት ችግር ነው። ለምሳሌ ምን ይላሉ መሰላችሁ ቅማንት ስለሆናችሁ ታቦት አያስፈልጋችሁም፡ የቅማንት ካህን ታቦት ስለሚያረክስ ታቦት መሸከም የለበትም። ኦሮሞ ካህን መሆን አይችልም፡ ጵላተ ሙሴ ለትግሬ አይገባውም እና

ሌሎችንም አሰቂኝ ነገሮች ያቀርባሉ። ትውልዱን በህይወት እና በተግባር ማስተማር እንደዚህ ነው ወይ?

የሐይማኖት አባቶች እራሱ በሀገሪቱ እየተደረገ ባለው ጦርነት የሐይማኖት አባቶች እስከ ሆኑ ድረስ ከጦርነት አውድማው ላይ ተገኝተው ጦርነቱ እንዲቆም ማድረግ ነበረባቸው። ይህን ማድረግ ካልቻሉ እራሳቸውን ከሁሉም ማግለል ነበረባቸው። ነገር ግን የተወሰኑ የሐይማኖት አባቶች አንዱን አካል ወግነው ሲያገለግሉ እና ሌላውን አካል ሲያሰገድሉ ይሰተዋላል። ከዚህ በተጨማሪ አሰፈላጊ ያልሆኑ እና አሸማቃቂ ንግግሮችን ሁሉ ያደርጋሉ። ለምሳሌ ምን ይላሉ መሰላችሁ፦

1፡ "ጅብ ከሚበላህ ጅብ በልተህ ተቀደስ"(ካህን)። ምን አልባት ዶክተር አብይ አህመድ የትግራይን ህዝብ ለመጨፍጨፍ እና በሐገሪቱ ህዝብ ውሰጥ ታሪካዊ ጥላቻ ለመፍጠር "የቀን ጅቦች" ብሎ የተናገረውን ተከትለው መሆኑ ነው። እንዲያው ለመሆኑ አንዱን ህዝብ ከፍሎ አንዱን ወገን ጅብ ብሎ ሰይሞ ሌላውን በዚህ ላይ ማዘመትና በወንድም ህዝብ መካከል እልቂትና ጥላቻ መፍጠር ሰይጣን እራሱ ይችል ይሆን? እንጃ!

2፡ "በጸበል ተጠመቁ ሰንላቸው ካልተጠመቁ በእሳት እናጠምቃቸዋለን" (ካህን)። ይህ ደግሞ በሰማይና በምድር 360%

ድግሪ ተዘግቶ ለሁለት ዓመት በትግራይ ህዝብ ላይ የተደረገውን ጦርነት ለመግለጽ የሚጠቀሙበት የምጸት ንግግር መሆኑ ነው። ይጠብቁት ዘንድ ከፈጣሪ የተሰጣቸውን ህዝብ(በግ) ጦርነት እያዋደዱ አውጀው እያስፈጁ ይህንን ሲናገሩ ደግሞ ትንሽ እንኳን ቅር አይላቸውም።

3፡ "ከዚህ በኋላ ወያኔ ከሚገዛን ሰይጣን ይግዛን"(ካህን)። ምን እያሉ እንደሆነ እንኳን አያስተውሉም። ይህ እኮ ለሰይጣን የአምላክነት ቦታ መስጠት ነው። ይህ ደግሞ ክህደት ነው። ከክህደት በላይ ደግሞ ሐጢያት የለም። እነዚህ አካላት ህወሃትን የሚጠሉትን ያህል ሰይጣንን አይጠሉትም። ይህንንም ከንግግራቸው መረዳት ይቻላል። "ጎደኛህን እንደ ራስህ ውደድ" የሚል ጥቅስ እየጠቀሰ ሲሰብክ የሚውል እና በአፉ የእየሱስ ክርስቶስን አራያነት ነው የምከተለው ሲል እየዋለ በፈጣሪ አምሳል የተፈጠረን ሰው ይህን ያህል መጥላት ትልቅ ሐጥያት ነው። ሰውን በዚህ ልክ መጥላቱ ብቻ ሳይሆን የፈጣሪን ስም በከንቱ መጥራቱ ደግሞ ሌላው ሐጢያት ነው። "ስሜን በከንቱ አትጥራ" ይላልና።

4፡ "ከዚህ በኋላ ስብከት አውደ ምህረት ላይ ሳይሆን ጦር ሜዳ ላይ መሆን አለበት"(ካህን)። እንዲህ አይነት ንግግር ከአንድ የሐይማኖት አባት መስማት ማስደንገጡ ብቻ ሳይሆን የራስን መስሚያ አካልም እስከ አለማመን ሊያደርስ ይችላል። ግን እውነት

ነው፡ ምክኒያቱም እነዚህ አካላት የሐይማኖት ስም ይዘው የበግ ለምድ ለብሰው የቤተ ክርስቲያንን እና የቤተ መንግሥቱን መዋቅር ተጠቅመው የግል ጥቅማቸውን ስለሚያሳድዱ አደረጉት። ያ ባይሆንማ ኑሮ የመጀመሪያው የቤተ ክርስቲያኒቱ ሐብትም ህዝቡ ነው፡ እነሱም የህዝቡ እረኛ ነው የነበሩት። ለህዝቡ መሞትም ቀድሞ መስዋዕት መሆን ነበረባቸው። ግን ህዝቡን ሳይጠብቁ ለተኩላ አሳልፈው ስጥተው ማስበላት ብቻ ሳይሆን እነሱ እራሳቸው ተኩላ ሁነው ህዝቡን በሉት።

5፡ "አንድ ጊዜ ሰይጣን ከወደቀ በኋላ ሌላ ሰይጣን አልተፈጠረም እሱ የመጨረሻ ነው የሆነው፡ ስለዚህ እነዚህ ሰወች የመጨረሻ መሆን አለባቸው"። "ወያኔ ሲባል በሰመ አብ የሚል ትወልድ መፈጠር አለበት"(ዲያቆን)። ይህ ሰው እና መሰሎቹ የመጨረሻ እጣ ፈንታቸው የሰይጣኑ እጣ ፈንታ ነው የሚደርሳቸው። በእርግጥ የአባታቸው እጣ ፈንታ ሊደርሳቸው ግድ ነው። ሰይጣን አምላክነትን ሽቶ ስለበደለ ፈጣሪ ወደ እንጦረንጦስ ጣለው። በዚህ ጊዜ ሰይጣን አንድ ነገር ገባው። በፈጣሪ እና በእሱ መካከል ያለው ርቀት እየጨመረ መሆኑ። በዚህ ጊዜ ሰይጣን ምን አለ ፈጣሪ ሰራዊቱን ይዞ ከእኔ ሸሽቶ ወደ ላይ እየሔደ ነው ብሎ አሰበ። በቅጽበት ግን የእሳት ረግረግ ውስጥ ገባ። ከዚህ በኋላ እንደወደቀ ተረዳ። ግን ምን ይሆናል ነገሩ ሁሉ አልቋል አይመለሰም።

እነዚህም አካላት እንደዚህ ናቸው እየወደቁ እንደሆነ እንኳን አይረዱም። ዝም ብለው "ከፍታው ተመችቶናል አታውርዱን"፡ ይላሉ። ነገር ግን ያልገባቸው ብዙ ነገር አለ። የመጀመሪያው ህዝብን ለጊዜው በሐይል መያዝ ቢቻልም ዘላቂ ሊሆን እንደማይችል አልተረዱም። ሁለተኛው ስልጣን ወደ ላይ ለመውጣት የወሰደውን ጊዜ ያክል ለመውረድ እንደ ማያስፈልገው አልተረዱም። ሶስተኛው ደግሞ የወጡበት የስልጣን ዛፍ ወደ ስሩ ሳይመልሳቸው በዛው ጫፉ ዘሞ መሬት ሊያስነካቸው እንደ ሚችል ስላልገባቸው "ከፍታው ተመችቶናል አታውርዱን" ይላሉ። ስለሆነም እነዚህ አካላት መጨረሻቸው ምን አልባት እንደ ሰይጣኑ ሳያውቁት ይወድቁና ሲሆን በታሪክ ሲወቀሱ መኖር ካልሆነም ከታሪክም፡ ከመዝገብም፡ ከህሌናም ተሰርዘው መጥፋት ይሆናል እጣ ፈንታቸው።

6፡ "ህወሃት ይመጣል ብላችሁ የምታስቡ መርዶ እንነገራችሁ ህወሃት አይመጣም"(ካህን)። ይህ ሰው አሁን የሐይማኖት አባት ተግባር ቢላበሰ ኑሮ ስለህወሃት መምጣት አለመምጣት ምን ያስጨንቀው ነበር። ሐላፊነቱ ከፈጣሪ የተሰጠውን ህዝብ መጠበቅ ቢሆን ኑሮ የሚያሳስበው የህዝቡ እልቂት እንጂ የህወሃት መምጣት አለመምጣት አይሆንም ነበር። ነገር ግን ቤተ ክርስቲያን ውስጥ የመሸጉ ዘረኞች፡ ፖለቲከኞች፡ ቅጥረኞች፡ የግል ጥቅም አሳዳጆች ስለሆኑ ፖለቲካ ውስጥ ገብተው እየፈተፈቱ ህዝብ ሲያስጨርሱ፡

ቤተ ክርስቲያን አይታው በማታውቀው ክፍፍል ውስጥ ሲከቱ እና ሐገር ሲያፈርሱ ይውላሉ። የሐይማኖት አባት እኮ መጀመሪያውኑ ከፖለቲካ ነጻ ሆኖ ነበር ህዝቡንም የሚያገለግለው፡ የፈጣሪ ተልኮውንም የሚወጣው።

7፡ ለዚህኛው አጥፊ ጎራ የአጸፋ መልስ ለመስጠት ሲባል በዛኛው ጎራ ደግሞ "ኢትዮጵያን ትፋዋት ኤልዛቤል ናት፡ ኢትዮጵያ የሚል ካለ የተረገመ ይሁን የኤልዛቤል መንፈስ ያለበት ነው"፡ እስከመባል ተደረሰ። የእነዚህ አካላት ዓላማ ምንድን ነው? እነዚህ ባልተሰጣቸው መክሊት የሚጫወቱ አካላት በማያውቁት ገብተው ህዝብ በህዝብ ላይ እንዲነሳ በመሰበክ ህዝቡን በመበተን ሐገር ሲያፈርሱ፡ ቤተ ክርስቲያን ሲከፋፍሉ ይውላሉ። የሚገርመው ነገር አንዱ የሰራውን ጥፋት ተባብረው ከማረም ይልቅ ለጥፋቱ በሚሰጡት የአጸፋ ጥፋት መልስ ሌላ ጥፋት ይሰራሉ።

ይህንን እና የመሳሰሉትን የሚናገሩ አካላት የቤተ ክርስቲያዋን እና የመንግሥትን መዋቅር የሚጠቀሙ የተወሰኑ የሐይማኖት አባቶች ነን ባዮች ናቸው። የሐይማኖት አባቶች አለመሆናቸውን ግን ከስራቸው መመልከት ይቻላል። ምክኒያቱም "ከስራቸው ታውቋቸዋላችሁ" ነውና ነገሩ። እነዚህ ግለሰቦችም ሆኑ ቡድኖች በሐይማኖት ስም የህዝብ፡ የሐገር እና የቤተ ክርስቲያን ጉዳይ የማይገዳቸው የግል ጥቅማቸውን ብቻ የሚያስጠብቁ አካላት

ናቸው። ለቤተ ክሰርቲያን እና ለሐገሪቱ ደህንነት ሲባል እነዚህን አካላት ህዝብ በጋራ ሊታገላቸው ይገባ ነበር። ይህንን አፍራሽ የሆነ ንግግር የሚያደርጉት በተወሰኑ ግለሰቦች ወይም በድርጅቶች ላይ ብቻ ሳይሆን በጠቅላላው በህዝብ ላይ ነው። ዛሬ በዚህ ሐገር ውስጥ ቅማንት ሲገደል እሰየ፡ ትግሬ ሲገደል እሰየ፡ ኦሮሞ ሲገደል እሰየ፡ ጉምዙም ሲገደል እሰየ፡ ሌላውም ሲገደል እሰየ፡ እነገሌ ሲገደሉ ደግሞ እየየ ነው ነገሩ። ለእገሌ ህዝብ እራሱ ምን እያሰቀመጡለት እንደሆነ አይገባቸውም። ደግሞም በሐይማኖት እይታ ሁሉም እኩል ነበርኮ። በአጠቃላይ ሲታይ ግን አሁን በኢትዮጵያ ውስጥ በሐይማኖት ሰም እየተሰራ ያለው ሰራ እጅግ ከባድ ነገር ነው። ይህ ጉዳይ ካልተሰተካከለ በሰተቀር አደጋው ከባድ ነው። የቤተ ክርሰቲያን ጉዳይ የሁሉም ጉዳይ ነው። ሁሉም ሰለቤተ ክርሰቲያን በባለቤትነት ሰሜት ከፍተኛ የሆነ የውይይት ትግል ያሰፈልጋል። ቤተ ክርሰቲያን ከእነዚህ ተኩላዎች ነጻ መውጣት አለባት። ለተግባራዊነቱ ደግሞ ሁሉም አካል ከጦርነት ውጭ ሁሉንም አይነት ትግል ማደረግ አለበት። ችግሩን ከመጋፈጥ ውጭ አማራጭ የለም። ይህ ካልሆነ ግን ከዚህ በፊት የተፈጸመው ታሪካዊ ጥቁር ጠባሳ ወይ ባለበት ይቀጥላል ወይም ደግሞ አቅጣጫውን ቀይሮ በሌላው ላይ ሌላ ታሪካዊ ጥቁር ጠባሳ

ይጥላል። ከባለፋት ታሪካዊ ስህተቶች ቀለል ያሉትን እና የተወሰኑትን ጠቅሸ ልለፍ።

ሀ፡ በቅማንት ህዝብ ላይ የተደረጉ የተለያዩ ድርጊቶች

ታቦት የተሸከመ ካህን ቅማንት ስለሆነ ብቻ ተገሏል፡ ቦታው አዳኝ አገር ጫቆ አካባቢ ነው። ጋላጌ ከሚባል ቀበሌ ደግሞ አውደ ምህረት ላይ ሲያስተምር ያረፈደ ካህን ትምህርቱን ሲጨርስ የሚከተለውን ተናግሮ የቀኑን ሰብከት ጨረሰ። "እናንተ ቅማንቶች ብታርፋ ይሻላችኋል እረፋ ለእኛ እንደሆነ አይቸግረንም በቁጥራችሁ እንመድባለን እናንተን ለማጥፋት የሞተው ሙቶ የቀረው ነጻ ይጣል"፡ ሲል ተናገረ። ጎንደር ውስጥ ቀበሌ 18 አካባቢ ጊዎርጊስ ቤተ ክርስቲያን ደግሞ እንዲሁ አውደ ምሕረት ላይ ያረፈደ አንድ ካህን እዲህ አለ። "ተደራጅ አንተ ቅማንት ተነሰቶብሐል"፡ በማለት በሚሰጥር መለዕክት አስተላልፎ ትምህርቱን ጨረሰ።

ታች አርማጭሆ አካባቢ ደግሞ አንድ አማራ ገበሬ ቅማንት በመሆኑዋ ምክኒያት ሚሰቱን ወደ አይከል ከተማ ይልካታል። ለእሱዋም ሆነ ከእርሱዋ ጋር ለመጡት ልጆች አሰፈላጊውን ነገር ሲልክ ከቆየ ከተወሰነ ጊዜ በኋላ እራሱ በአካል ይመጣል። ለሚሰቱ እዲህ ሲል ይነግራታል። "ቅማንት ባል ወይም ሚሰት የነበረው አማራ ሁሉ ከቤተ ክርሰቲያን ተወግዘናል። የተወገዝነው አብረን እንዳንኖር

ብቻ ሳይሆን ገንዘብም እንዳናካፍል ጭምር ነው፡ አሁን የመጣሁትም ተደብቄ ነው። ከዚህ በኋላ ገንዘብ መጠየቅ አትችይም፡ ባል ግን ማግባት ትችያለሽ"፡ ብሎ ወደ መጣበት ተመለሰ። ካህናት ነን ባይ አካላት የቤተ ክርስቲያዋን እና የመንግሥትን መዋቅር ተጠቅመው በግልፅ እና በድብቅ በቅማንት ህዝብ ላይ የሚሰሯቸውን በጣም ብዙ መጥፎ ድርጊቶች መጥቀስ ይቻል ነበር። ግን አስፈላጊ ነው ብየ አላመንኩም፡ ለሁሉም ቢቀር ይበጃል። ለማንኛውም ግን የግልና የቡድን ጥቅማቸውን ለማስጠበቅ የሚሰሩ ጽንፈኛ ካህናት ህዝብን በህዝብ ላይ ከማነሳሳት ቢቆጠቡ ለህዝብም ለሀገሪቱም ለቤተ ክርስቲያንም መልካም ይሆናል።

ለ፡ በትግራይ ህዝብ ላይ የተሰራው አስቃቂ ስራ

የትግራይ ህዝብ ኢትዮጵያዊ ያልሆነ ይመስል የቤተ ክህነትን እና የቤተ መንግሥትን መዋቅሮች እየተጠቀሙ በትግራይ ህዝብ ላይ እያደረሱ ያሉት የዘር ፍጅት ታሪክ አይረሳውም። በመጀመሪያ በህዝብ ላይ የሚደረግ ጦርነት እንዳይኖር አስፈላጊውን ነገር ሁሉ ማድረግ ነበረባቸው። ካልሆነ ከጦርነቱ እራሳቸውን አግለው የሚያደርጉትን አያውቁምና ይቀር በላቸው ብለው መጸለይ ነበረባቸው።

ከዚህ አልፎ ግን ምታ ነጋሪት ክተት ሰራዊት ማለትን ምን አመጣው። እውነት እንነጋገር ከተባለ እነዚህን ሰወች የሐይማኖት አባቶች ናቸው ብሎ ማመን ይከብዳል። አንድ ድርጊት በልብ ይታሰባል፡ በቃል ይነገራል፡ በተግባር ይከወናል። እነዚህ ሰዎችም አሰበው፡ ተናግረው፡ በተግባር ፈጽመዋል። ታዲያ እነዚህን ሰወች እንዴት የሐይማኖት አባት ብለን እንቀበል? "ከአያያዝ ይቀደዳል፡ ከአነጋገር ይፈረዳል"፡ ይላሉ አበው። እነዚህን አካላት ህዝብ እንዴት አድርጎ የሐይማኖት አባቶች ብሎ አምኖ ሊቀበላቸው እንደሚችል፡ በነፍሳቸው እና በስጋቸው ምን ሊገጥማቸው እንደሚችል አላወቁም።

እንዲያው ሌላው ይቅር አሁን በጦርነቱ ወቅት ትብብራቸውን ያሳዩት አካል እራሱ ወደ ፊት በምንም መልኩ እነሱን አያምኑዋቸውም። ምክኒያቱም በሰው ዘንድ ታማኝነትን ለማግኘት በመጀመሪያ ለፈጣሪ፡ ለሰወች ወይም ለህዝቦች እና ለራሰ ታማኝ ሁኖ መገኘት ያሰፈልጋል። እነዚህ ግን ለአንዱም ታማኝ ሆነው አልተገኙም። ግለሰብ እንደ ግለሰብ ያልፋል፡ ቡድንም እንደ ቡድን ያልፋል። ህዝብ ግን እንደ ህዝብ አያልፍም ቀጣይነት ያለው ነው። ስለሆነም ይህ የታሪክ ጠባሳ ያለፈው ባይስተካከል እንኳን የወደፊቱ ቢስተካከል መልካም ነው።

ካልሆነ ግን የእጅ ሚቀር አይመስለኝም። ለትውልድም ችግር ማውረስ ጥሩ አይሆንም። በደመ ነብስ አግባብነት የሌለው ነገር መናገር እና ማድረግም አዋጭነት የለውም። ከዚህ በተጨማሪ የባለፈው አልበቃ ብሎ አሁንም ከላይ የተጠቀሱትን ሁለት መዋቅሮች ተጠቅመው በኦሮሞ ህዝብ እና በቤንሻንጉል ጉምዝ ህዝቦች ላይ እየተደረገ ያለው ድርጊት ካልቆመ በስተቀር መዘዙ ከባድ መሆኑ አይቀርም። በጣም የሚገርመው ግን ይህን ሁሉ ሲያደርጉ፣ በሚዲያ ወጥተው ሲናገሩ አያፍሩም። ይህ ሁሉ ጉድ ግን በአንድ ሐገር ውስጥ ባሉ፣ ያውም አንድ ሐይማኖት በሚከተሉ ህዝቦች መካከልም ጭምር እንዴት ሊፈጠር ቻለ? የሚለው ነገር ነው፣ የማይመስል ነገር ነው።

2፡ 7 ይህ እንዴት ሊሆን ቻለ?

ለዚህ ችግር ዋናው መሰረታዊ መሻው ነጥብ ሆኖ የሚያገለግላቸው ሐይማኖቱን ያስፋፉበት መንገድ በራሱ የሌሎችን ሐይማኖት፣ ቋንቋ እና ጠቅላላ ማንነት በማጥፋት ላይ የተመሰረተ ስለነበር ነው። አቶ ነጋ ጌጤ ስለዚህ ነገር ሲገልጹ እንዲህ ይላሉ። "ንጉሡ አጼ ፋሲል የመንግሥታቸው መቀመጫ እንዲሆን ጎንደር ላይ ያነጣጠሩበት ዋና ዓላማ በዚያው አካባቢ ጠንካራ መሰረት የነበረውን የሕገ ልቦና ሐይማኖትን እና የቅማንትን ቋንቋ ቀስ በቀስ

አስወግዶ በምትኩ የአማርኛ ቋንቋን እና የኦርቶዶክስ ክርስትና ሐይማኖትን ለማስፋፋት እና ለማጠናከር ነበር"፡ ይላሉ። አስከትለውም አማራ ነን ብለው ያላመኑ ሕዝቦች ላይ የነበረውን ጠቅላላ ጭቆና ሲገልጽ እንዲህ ገልጸውት እናገኛለን።

"አማራ ያልሆነ ግለሰብም ሆነ ማህበረሰብ እንዲገብር ተብሎ የተቀየሰ የመሬት ስሪት ሰልት ነበር። ይህ የመሬት ስሪት ይዞታ ቅርጹን እየለዋወጠ አድጎ መጥቶ እስከ አፄ ሐይለ ሰላሴ ዘመነ መንግሥት ድረስ ቆይቱዋል"፡ ይላሉ። አሰቡት በዚያን ወቅት የተሰራ የገባሪና አሰገባሪ ስሪት ነው እንግዲህ እስከ ሐይለሰላሴ ዘመነ መንግሥት ወይም ዘመነ ፊውዳል የነበረው። በተለያየ ቦታ እንደተጠቀሰው በኢትዮጵያ ውስጥ በነበረው ስረዓት የገዥ መደቡን የሚቀበል እና የማይቀበል ህዝብ ተፈጥሯል። በዚህም መስረት የገዥ መደቡን የተቀበሉ አካላት የሐገሪቱን እና የቤተ ክርስቲያኒቱን አጠቃላይ ሁኔታ በባለቤትነት ተረክበው እንዲያስተዳድሩ በተለያዩ የሰልጣን ደረጃዎች ሐላፊነት ተሰጣቸው። እዚህ ላይ የፕሮፌሰር ሲጋምሰትን ሐሳብ ደግሜ ላሰቀምጥ እገደዳለሁ።

"ከ 1270 ዓ•ም ጀምሮ ቀዳማዊ ሐይሰላሴ እስከ ወደ ቁበት 1974 ዓ• ም ድረስ ለ600 ዓመታት ከአንድ ንጉስ በስተቀር የኢትዮጵያ ነገስታት አማሮች ነበሩ። አፍ መፍቻቸው የአማርኛ ቋንቋም የአገሪቱ የሰራ ቋንቋ ተደርጓል። የክርስትና እምነትን መሰረት

ያደረገው የአማራው ባህል በሌሎች ብሔር ብሔረሰቦች ላይ ከፍተኛ ተፅጽኖ አሳድሯዋል። ባለፉት ጥቂት ምዕተ ዓመታት ብዙ ብሔር ብሔረሰቦች የአማራውን ባህል እና ቋንቋ እንዲቀበሉ ተደርጉዋል። በመሆኑም በዚህ ሁኔታ ውስጥ ፈላሾች መኖራቸው ብቻ ሳይሆን የራሳቸውን መለያ ይዘው መቆየታቸው የሚያስደንቅ ነው"፡ ይላል።

በሌላ በኩል ግን ሰርዓቱን አንቀበልም ያሉ ህዝቦች ደግሞ ከሁሉም ነገር እንዲገለሉ ተደረገ። ይህም ሒዶ ሒዶ ግን ለሀገራችን እኛ ብቻ ነን ባለቤቶች(አንደኛ ዜጋ) እና በሀገራቸው ጉዳይ ምንም አያገባችሁም የተባሉ(ሁለተኛ ዜጋ) የሆነ ህዝብን ፈጠረ። በዚህም መሰረት እኛ ብቻ ነን ለሀገሪቱ ባለቤቶች የሚሉ ህዝቦች ውስጥ የወጡ ወይም የተወለዱ የተወሰኑ አካላት የገዥ መደቡን ተጠግተው ሐገሪቱን ሲበዘብዙ ህዝቡን ሲያሰቃዩ ኑረዋል፡ ፡ በሌላ ጎራ ደግሞ ከሁሉም ነገር እዲገለሉ የተደረጉ አካላት በተቆራረጠ እና በተለያየ መልኩም ቢሆን ህልውናቸውን ለማሰቀጠል ሲሉ በአንድ በኩል ከገዥ መደቡ ጋር በሌላ በኩል ደግሞ ከእነዚህ ጽንፈኛ አካላት ጋር ሲታገሉ ዘመናት ተቆጥሯል። በዚህ አይነት የሐገሪቱ እና የህዝቦቿ ታሪክ ውስጥ የሚቀያየሩ የገዥ መደቡ አካላት እና መንግሥታት የህዝቡን ጥያቄ ከመመለሰ ይልቅ በሐይል ጥያቄውን አፍነው ስልጣናቸውን ስለሚያሰቀጥሉ እና በፊት ከነበረው ገዥ አካል ቀጥሎ የሚመጣው ገዥ አካልም ቢሆን

እንኳን ያለፈውን ሊያስተካክል እና የህዝቦችን ጥያቄ ሊመልስ ይቅርና እራሱ የተጠየቀውን የህዝብ ጥያቄ በማፈን ስልጣኑን ለማራዘም ሲል ሌላ ተጨማሪ ታሪካዊ ስህተት ይፈጽማል። ይህንን የሚያደርጉት ደግሞ እነዚህን የገዥው መደቡ ባለምዋል የሆኑ አካላት በወቅቱ ከሚኖረው የሐገሪቱ ወታደር ጋር እንደ ማስፈጸሚያ አድርገው በመጠቀም ነው።

በዚህ ምክኒያት ነው መደባዊ ጭቆና እና ብሔራዊ ጭቆና በሐገሪቱ የተፈጠረው። መደባዊ ጭቆና ገዥው አካል በህዝብ ላይ የሚያደርገው ጭቆና ሲሆን ብሔራዊ ጭቆና ማለት ደግሞ ከአንድ ጎሳ ወይም ብሔር የወጡ ግለሰቦች ተደራጅተው በሌላው ጎሳ ወይም ብሔር ላይ የሚያደርሱት ጭቆና ነው። እነዚህ የገዥ መደቡ አገልጋይ የሆኑ አካላት ከተለያየ ብሔር እና ጎሳ የመጡና በሐይማኖት ሰበብ ተጠምቃችኋል፡ ነጻ ወጥታችኋል ወይም አምራችኋል ተብለው አዲስ ማንነት እና ቋንቋ ተፈጥሮላቸው አዲስ ማንነት የተላቸሱ ህዝቦች ናቸው።

ምዕራፍ ሶስት

የአማራነት ማንነት አፈጣጠር

ስለአማራነት ማንነት አመጣጥ እና አፈጣጠር የተለያዩ ማስረጃዎች በሐይማኖታዊ ሰበብ ካህናቱ እና ነገሥታቱ የፈጠሩት ማንነት መሆኑን ያብራራሉ። እንዲያውም በአንድ ወቅት አማራነት የፕሮፌሰር መስፍን ወልደ ማሪያም እና የአቶ መለስ ዜናዊ የክርክር አጀንዳ ሆኖ እንደነበር ይታወሳል። ስለዚህ ጉዳይ ለመረዳት ያሉትን ማስረጃዎች ከባህሪያቸው ተነስተን በሁለት ክፍለን ተንትነን ማየት እንችላለን።

ሀ፡ በተጨባጭ ማስረጃ ለ፡ በሎጂካዊ አመክኒወ መረጃ

ሀ፡ በተጨባጭ ማስረጃ

በዚህ ክፍል ውስጥ የምንመለከተው የተለያዩ ሙህራን ከታሪክ ተነስተው ያስቀመጡትን እውነተኛ ታሪክ በማስረጃነት በማቅረብ ይሆናል።

1፡ "አማራ የህዝብ ዘር መገለጫ ሆኖ አያውቅም ዛሬ ጎጃም ውስጥ ያለ እስልምና ሐይማኖት ተከታይ አማራ ነህ ብትለው

የክርስትና ስም አድጎ ነው የሚያሰበው፡ አሁን ነው ተገዶ የተቀበለው፡ አማራ የሚባል በፍጹም የለም፡ አማራ ነኝ ማለት ትግሬ አይደለሁም ማለት አይደለም። አማራ እራሱ አማራ የሆነው አሁን ነው፡ ሁላችንም ዘወር ሰንል ተለጥፎብን አገኘነው እንጅ አማራ አይደለንም። ሸዋ የተለያየ ህዝብ ነው፡ ጎጃም የአገው ህዝብ ነው፡ የበጌ ምድር ህዝብ አማራ አይደለም"፡ ፕሮፌሰር ሐይሌ ላሬቦ።

2፡ "አማራ የሚባል ጎሳ የለም ቋንቋ የፈጠረው አማርኛ ቋንቋ በተናጋሪነት የሰበሰባቸው ከላይ ቤጃዎችን፡ አገዎችን፡ ቅማንቶችን፡ ትግሬዎችን፡ ብሌን አማሴን በሒደት እንዲያውም ኦሮሞዎችን ያካተተ እነዚህን ሁሉ የሰበሰቡት በአማርኛ ተናጋሪነት እንጅ በደም ጥራት ላይ የተመሰረተ ልክ አሁን የኦሮሞ፡ የትግሬ ደማችን ቆጥረን በደም ጥራት ላይ የተመሰረተ ነው እንደሚሉት በደም ጥራት ላይ ተመሰርቶ ከጎሳ ወደ ትልቅ ጎሳነት አማርኛ የሚባለውን ቋንቋ በጎሳነት አሳድጎ ያመጣ የሚባል ነገር የለውም። አማርኛ ተናጋሪ የሆነ በአማርኛ ተናጋሪነቱ እራሱን አማራ አድርጎ የሚያይ ሰው ካለ እሱ መብቱ ነው አለ። አማርኛ ተናጋሪ ማህበረሰብ ከዚህ ሐገር ላይ ክልል ተበጅቶለታል። ግን ባክግራውንዱ ምንድን ነው?"፡ አቶ አንዳርጋቸው ጽጌ።

3፡ "ኢትዮጵያ የዓለም መፋረጃ በሚል ርዕሰ ንቡረ እድ ኤርምያስ ከበደ ወልደ እየሱስ በጻፋት መጽሐፍ ላይ ኢትዮጵያ

ስለአምሐራነት ስትፈርድ በሚል ርዕስ ስለአምሐራነት ይህንን ጽፈዋል። አምሐራ የአንድ ጎሳ ወይም ብሔር መገለጫ አይደለም። አምሐራ የሚለው ቃል መልክትና ትርጉም ባለው ምክኒያት በኢትዮጵያ ምድር ለሚኖረው ለአብዛኛው የሐገሪቱ ነባር ህዝብ የተሰጠ ትውፊታዊ ስያሜ ነው። ቃሉ ከግዕዝ ተገኝቱዋል። በግዕዝ "አም" ማለት ህዝብ ሲሆን "ሐራ" ማለት ደግሞ ነጻ ማለት ሲሆን "አምሐራ" የሚለው የቃል ለቃል ትርጉም "ነጻ ህዝብ" ማለት ሲሆን ይህም ትርጉም የእውነተኛ ኢትዮጵያዊያን ማንነት ከሚገልጹት አባይት ባህሪያት መካከል አንዱ መሆኑን በግልጽ ያመላክታል"፡ ንቡረ እድ ኤርምያስ ከበደ ወልደ እየሱስ።

4፡ ኮረኔል መንግስቱ ስለአማራነት ሲናገሩ እንዲህ ይላሉ። "ለመሆኑ አማራ ማለት ምን ማለት ነው? ይህስ ስያሜ መቸ እና ከየት የመጣ ወይም የተገኘ ነው? በጣም ራቅ ባለው ጥንት ጊዜ እስራኤላዊን ኢትዮጵያን ሊጎበኙ ይመጣሉ። የሐገራችን በደንና በዱር አራዊት ያሸበረቁ የተራራ እና የኮረብታ ሰፍራወች በነኝህ መካከል ያሉትን ቁጥራቸው የበዛ ወንዞች እና ሸለቆወችን በአጠቃላይ የኢትዮጵያን መልካ ምድር ገጽታ እና የህዝቦቹዋን ባህልና እናኑዋር እነሱ ከሚኖሩበት መካከለኛው ምስራቅ መልካ ምድር አቀማመጥ እና ህዝብ ጋር በማነጻጸር በጣም ይደነቃሉ፡ ይመስጣሉ።

እነዚህ ጎብኚዎች ከብዙ ቆይታ በኋላ ወደ ሐገራቸው ተመልሰው የአማሐራን ሐገር አየን ወይም በአምሐራ ሐገር ጉዞ የሚል ጽሁፍ አውጥተው ኢትዮጵያን ለህዝባቸው ያስተዋውቃሉ። በኢብራይስጥ ወይም በሂብሩ ቋንቋ "እማ" ማለት ህዝብ ማለት ነው። "ሐራ" ማለት ደግሞ ተራራ ማለት ነው። በዚህ መሰረት እስራኤሎቹ ሊገልጹ ወይም ሊሉ የፈለጉት በተራራ ላይ የሚኖር ህዝብ ማለታቸው ነው። ስለሆነም "አምሐራ" አሉ። ይህ ቋንቋ እና ስያሜ ከዚህ በፊት በሐገራችን አይታወቅም በዚህ የሚጠራ ብሔረሰብ የለም። ሐገር በቀል ቋንቋም አይደለም። በኢትዮጵያዊያን ትርጉም እና ትክክለኛ አነጋገር አምሐራ ማለት ደገኛ ማለት ነው። ታዲያ ይህ ከሆነ አምሐራው ወይም ደገኛው"-------እያሉ የትኛው ደገኛ እንደሆነ በንግግራቸው እየጠየቁ ይቀጥላሉ።

በተራ ቁጥር 3 እና 4 ላይ የተጠቀሱትን አንባብያን በደንብ አስተውሉ። እስራኤሎቹ አምሐራ ያሉት በጠቅላላው የኢትዮጵያን ህዝብ "ነጻ የወጣ ህዝብ ሐገረን አየን" ለማለት ነበር ማለት ነው።

5፡ "- - - - አማራ ግን ከወዴትም አልመጣ ከእየዓይነቱ የተጠራቀመ ሐይለኛ ግፈኛ አድመኛ ዕውቀት ያለው ጨካኝ ጭፍራ እና ጥሩ የላሰታ ወታደር ነው"፡ አቶ ነጋ ጌጤ።

6፡ "•••••• በሚል ፍልሰፍና የሰለሞናዊን ሰረወ መንግሥት እንደገና ለመመሰረት ቻለ። ከዚህም ጊዜ ጀምሮ አማራ የሚለው ቃል የህዝቡ መጠሪያ እንዲሆን በሐይል ተግባራዊ መደረግ ጀመረ። ትርጉሙም አማራችሁ ማለት ነው"፡ አቶ ቆያቸው ሙሉየ።

7፡ ፋክት መጸሔት ላይ እራሱ አማራ የሚባል ብሔር እንደሌለ ያትታል። ሲገልጽ አማራ የሚባል ብሔር የለም ዜሮ ነው ይላል እንዲያውም።

8፡ አቶ ይዘንድር ኪዴ የጻፋቸውን የተለያዩ ጽሁፎች እና ያደረጋቸውን የተለያዩ የቪዲዎ ቀረጻወች ብንመለከት ስለአማራነት ብጥር አድርጎ አሰቀምጦታል። እውነቱን ለዋወቅ ለሚፈልግ በቂ ማሰረጃ አለ።

9፡ "አማራ የሚባል የባህል የሐይማኖት መጠሪያ እንጅ አማራ የሚባል የብሔር ማንነት የለም"፡ ፕሮፌሰር መሰፍን ወልደ ማሪያም። ከዚህ በተጨማሪ እንግዲህ የሌሎችንም ሙህራን ሰራዎች እየፈለገ ስለአማራነት ምን አሉ የሚለውን መመልከት ይቻላል። በሐገራችን ውሰጥ አንድ የተለመደ አባባል አለ። እሱም "አማራና ሙሰሊም ሁነን ነው የኖርነው"፡ የሚለው አባባል ነው። ይህ አባባል በጣም የተሳሳተና የሐገሪቱን ሕዝቦች(ብሔር ብሔረሰቦች) በማንነታቸው ሳይሆን በእምነታቸው መሰረት የገለጸ አባባል ነው። በዚህ መሰረት

ነው ተስፋፊው አካል የተጠመቀውን ሁሉ አማራ ነው በማለት ተደናግሮ የሚያደናግረን። ይህንን የተሳሳተና መሰረተ ቢስ መርህ በመሸከም ነው ሐገር እየበጠበጡ ያሉት።

ማስታወሻ፡- ተስፋፊው ሐይል ወይም አካል እያልኩ የምገልጸው ህዝቡ ወስጥ የወጡ በየዘመናቱ የነበሩ የተለያዩ ግለሰቦችን እና ቡድኖችን እንጅ የአማራውን ህዝብ እንዳልሆነ መግለጽ እፈልጋለሁ። ይህንንም አንባቢያን ሁሉ እንዲረዳልኝ እፈልጋለሁ። ይህ አገላለጽ የሚመለከተው የቤተ ክህነት እና የቤተ መንግሥት መዋቅር ውስጥ ሁኖ የሚበጠብጠውን ጽንፈኛ ቡድን ብቻ ነው እንጂ ህዝቡን እንድ ህዝብ አይደለም።

ለ፡ በመረጃ ወይም በሎጂካዊ አመክኒወ(logical reasoning)

በአምክኒወ ትንታኔ ሰጥቶ የመጨረሻው ውጤት ላይ ለመድረሰ ያሉትን ተጨባጭ ማሰረጃዎች ትንታኔ በመሰጠት እና ካለው ነባራዊ ሁኔታ ጋር በማዋህድ ነው። ከዚህ መሰረታዊ ጽንሰ ሐሳብ ተነሰተን ጠቅላላ ሰለተነሳንበት አርዕሰተ ጉደይ ማደማደሚያ መሰጠት እንችላለን።

1፡ አንደኛ የአመክኒዎ መረጃችን አድርገን የምናቀርበው ብአዲን በ2008 ዓ•ም በዓመታዊ ጉባኤው ላይ አሳትሞ ያሰራጨውን መጽሐፍ ነው። መጽሐፋ ስለ1983ቱ ድል ገጸ በረከት ሲተነትን እንዲህ ይላል። "የ1983 ድል ከሰጠን ገጸ በረከቶች አንዱ ጎጃሜ፡ ጎንደሬ፡ ወሎየ ሲባል የነበረውን ህዝብ በአንድ ላይ አማራ ተብሎ እንዲጠራ አድርጓል"፡ ይላል። በዚህ አገላለጽ መሰረት አማራ የሚለው ሰም ምንም እንኳን ከዚያ በፊት ከዘመነ ሰለሞን ሰራወ መንግሥት ጀምሮ የነበረ ቢሆንም እውቅና አግኝቶ የብሔር ሰም የሆነው ግን በኢህአዲግ ዘመነ መንግሥት ነው ማለት ነው። ያልነበረ የማንነት ሰም ፈጥረው አመጡና ነባሩን የቅማንትን ህዝብ ሰም ሰርዘው ህዝቡን ጠፍቱዋል አሉን።

2፡ ሁለተኛው የአመክኒዎ የመረጃ ምንጫችን የአማራ አካባቢ የሰም አሰያየም ነው። በየትኛውም የአማራ ክልል አካባቢ ብትሔዱ ህዝቡ ሁሉም ቅማንት እንደ ነበር ከሚያሳዩት መረጃወች አንዱ የአካባቢ ሰያሜዎች በቅማንት ቋንቋ ሰም ተሰይሞ መገኘቱ ነው። ለምሳሌ ጎንደር፡ ደንቢያ፡ ጫንድባ፡ ቆላ ድባ፡ ጎጃም፡ ሸዋ፡ ላኮመንዛ፡ ላሊበላ ....

3፡ ሶሰተኛው የአመክኒዎ የመረጃ ምንጫችን የሚሆነው የፕሮፈሰር ሲጋምሰት የጥናት ሰራ ነው። ፕሮፈሰር ሲጋምሰት ሰለአማራ መሰፋፋት ሲገልጽ ሌሎችን ብሔረሰቦች የራሳቸው

የሆነውን ሁሉ መገለጫቸውን በማስጣል የራሱን አጠቃላይ ማንነት በሐይል በመጫን፡ በመዋጥ እና በማጥፋት መሆኑን በጥሩ ሁኔታ አብራርቶ ገልጹዋል። በዚህ አገላለጽ ላይ "የቅማንት ህዝብ በተለያየ መንገድ ወደ አማራ"------ የመለወጡን ሒደት ግን በጣም ፈጣን ነው ሲል ገልጾታል። አያይዞም በተወሰኑ "10ት ዓመታት ውስጥ የቅማንት ህዝብ ሁሉ አማራ"------ እንደሚሆን እና ቅማንት እንደሚጠፋ ገልጾ አልፋዋል። ቀጥታ የሰውየውን ጽሁፍ መጽሃፋን ፈልጋችሁ አንብቡት ሙሉ ሐሳቡን ታገኛላችሁ።

ስለቅማንት መጥፋት ያነሳውን ነጥብ ስንመለከተው እንደ ትንቢት ከሆነ የተናገረው የሐስተኛ ነብይ ትንቢት ነው ብለን ከማለፍ ያለፈ ምንም ነገር ልንል አንችልም። በመረጃ ላይ ተደግፎ ናሙና በመውሰድ ከሆነ ደግሞ በሆነ ጊዜ ላይ እውነት ሊወጣ እንደሚችል ታሳቢ አላደረገም ማለት ነው። ከዚህ አስከትሎ ስለኢትዮጵያ ሲገጽ አማራው እራሱን እያሰፋፋ ሌሎችን ህዝቦች እየዋጠ እንደሚሔድ እና የሀገሪቱ ጠቅላላ እድገት ወይም እንዱስትሪያላይዜሽን ይህንን የአማራ መሰፋፋት መሰረት ያደረገ ሊሆን እንደሚችል ገልጾዋል። በዚህም አገላለጽ ግለሰቡ ሁለት መሰረታዊ ጉዳዮችን ዘንግቱዋል ወይም ደግሞ ሆነ ብሎ አልፎታል ብሎ ማሳብያስችላል።

ሀ፡ አንደኛው የእይታ ችግር ነው፡ እንደ ኦሮሞ እና ሱማሌ ያሉ ብዛት ያላቸውን እና ማንነታቸውን ንክች የማያስደርጉ ህዝቦችን

ዘንግቱዋል ወይም እንዲሁ አልፎታል ማለት ይቻላል። ምክኒያቱም በተለይ የኦሮሞ ህዝብ ከዘመነ ምኒሊክ ጀምሮ በተቆራረጠ ሁኔታም ቢሆን ከትግል ያቋረጠበት ጊዜ የለም። ይህ ግለሰብ ደግሞ ወደ ሐገራችን ለጥናት ሲመጣ ይህንን አያውቅም ብሎ ማሰብ ይከብዳል። ስለሆነም ይህንን አያውቅም ማለት አይቻልም። ስለሆነም እይቶ እንዳላየ እውነቱ ምን ሊሆን እንደሚችል ትክክለኛ እይታን አላስቀመጠም። በሌላ በኩል ደግሞ የማንንም ማንነት የማይቀበሉ፣ በግል ቡድናዊ ማንነታቸውና በሐገራቸው ላይ ለመጣ የማይደራደሩትን ታሪካዊ እንደ ትግራይ ያሉ ህዝቦችን ዘንግቱዋል ወይም አላስታወሰም ማለት ይቻላል።

ለ፣ ሁለተኛው መሰረታዊ የእይታ ችግር ደግሞ ምን አልባት የሀገሪቱ የመንግሥታት ፖለቲካዊ ርዕዮት አለም አወቃቀር ተቀይሮ ህዝቦች ስለራሳቸው የቡድን አጠቃላይ ማንነት ጥያቄ የሚያነሱበት ጊዜ ምን አልባት ሊመጣ እንደሚችል አለማሰቡ ነው። ይህው ጊዜው ደርሶ ጸረ አንድነት ሐይሎች እየተፍረከረኩ ነው። ተደጋጋሚነትን ለማስቀረት እሰቤ ነው ጽሁፉን በቀጥታ ያላስፈርኩት። ስለሆነም ወደ ኋላ ተመልሳችሁ ተመልከቱት። በአጠቃላይ ከዚህ በላይ ከተዘረዘሩት ጠቅላላ የተለያዩ መረጃወች እንደምንመለከተው አማራነት ከተለያዩ ብሔር ብሔረሰቦች

በሐይማኖት ሰበብ የመጣና በቋንቋ የተሰባሰበ እንጂ በደም ጥራት ላይ የተመሰረተ ማንነት አለመሆኑን እንረዳለን።

ይህ ደግሞ የሆነው ቤት ክህነቱ እና ቤተ መንግሥቱ በአንድነት ሲመሩ በነበረበት ወቅት ነው። ይህ የህዝብ ማንነት በነገሥታቱ እና በካህናት ይሁንታ አግኝቶ ከተመሰረተ በኋላ ከጊዜ ወደ ጊዜ በጥምቀት ምክኒያት የተለያዩ ጎሳዎች ሙሉ በሙሉ ወይም በከፊል ወደ ዚህ እየተቀላቀሉ ጠቅላላ ማንነታቸውን እንዲረሱ ተደርጓል። ይህ ህዝብ ለቤተ ክህነቱ እና ለቤተ መንግሥቱ የነበረው ታማኝነት ከፍተኛ ስለነበር ከዚህ ህዝብ የወጡ ግለሰቦች ወይም ቡድኖች ሌሎችን ህዝቦች ለማስገበር እንደመሳሪያ ሆነው አገልግሎት ሲሰጡ እንደ ቆየ ነባራዊ ሁኔታው ያስረዳል።

ለዚህ ደግሞ ማሳያ የሚሆነው በቅማንት ቀበሌወች መካከል በፈርቅ የገቡ የአማራ ቀበሌወች ናቸው። እነዚህ ህዝቦች ወደ ቅማንቱ ቀጠና ሒደው ከሰፈሩ በኋላ የቅማንት ህዝብ ያመረተውን ምርት ወደ ቤቱ ከመውሰዱ በፊት ለእነሱ ያሉበት ቦታ ድረስ ተሸክሞ ወሰዶ እንዲገብር ይደርግ ነበር። እነሱ ደግሞ በአንጻሩ ለገዥው መደብ ይገብሩ ነበር። በዚህ ምክኒያት ነው ለገዥው መደብ እንደመሳሪያ ሲያገለግሉ ነበር እያልን ያለነው። ይህ ህዝብ በዚህም ምክኒያት የሐገሪቱም ሆነ የቤተ ክርስቲያኒቱ እንሸ ጣይ ባለቤት

ለመሆን በቃ። ይህ ደግሞ በሐገሪቱ የዜግነት ደረጃ ልዩነትን ስለፈጠረ ጨቋኝና ተጨቋኝ ህዝብን ፈጠረ ማለት ነው።

ይህንንም ተከትሎ ህዝቦች ከጭቆና ቀንበር ለመላቀቅና ነጻነታቸውን ለማስከበር ሲሉ በሚያነሱት የነጻነት ትግል ሐገሪቱ እስከ አሁኑ ዘመን ድረስ ለዘለቀ የእርስ በእርስ ጦርነት ምክኒያት ሆነ። በሌላ በኩል ደግሞ የአማራው ህዝብ እየጠነከረ በመምጣቱ ምክኒያት የማይፈልገውን አይነት አገዛዝም በሐይል አስወግዶ ለእሱ በሚመቸው መልኩ ሐገሪቱ እንድትመራ ያደረገበት ጊዜም አልጠፋም። ስለዚህ ህዝብ አመጻዊ እንቅስቃሴ ፕሮፌሰር ሲጋምሰት ሲገልጽ እንዲህ አስቀምጦታል። "እ•እ•እ በ 1270 ዓ•ም አካባቢ አማራው አመጽ አስነሰቶ የመጨረሻውን ክፍለ ዘመን የኢትዮጵያን ሰልጣነ መንግሥት በእጁ አስገባ። ይህ የተሳካ እንቅስቃሴ ሰልጣን ወደ ጥንታዊ የኢትዮጵያ ባህላዊ መሪዎች እንዲመለስ በማድረጉ የመጀመሪያው የማዕከላዊ ዘመን የኢትዮጵያ ባህላዊ አገዛዝ መንግሥት ተመሰረተ። ይህ ባላባታዊ አገዛዝ በጨለማው ዘመን አቆጥቁጦ በመካከለኛው ዘመን ደግሞ በሰፊው ተንሰራፍቶ አዲሲቱ ኢትዮጵያ እስከ ተመሰረተችበት እስከ 1890 ዎች ዓ•ም ድረስ ቆየ"፡ ይላል ድርጊቱን ሲገልጸው። ይህንን ጊዜው ያለፈበት ሰርዓት ነው አሁን ለመመለስ እየታገሉ ያሉት። ምክኒያቱም የግልም ሆነ የቡድን ጥቅማቸውን የሚያስጠብቁበት

ሰርዓት ስለሆነ። ምንም እንኳን የጨለማው ዘመን አክትሞ የዘመናዊ ኢትዮጵያ አመሰራረት ቢበሰርም በተለያየ ምክኒያት ተመልሶ ወደ ባላባታዊ አገዛዝ በመገባቱ ምክኒያት ሐገሪቱም ህዝቦችም በሰቀቀን ብዙ ጊዜን አሳልፈዋል።

ይህም የጨቋኝ እና ተጨቋኝ ሰርዓት እስከ ሐይለስላሴ መውደቅ ዘመን ዘልቋል። በዚህ ዘመን ነው እንግዲህ በተማሪወች እንቅስቃሴ ወቅት የብሔሮች ጥያቄ መነሳት የጀመረው። ይህ የብሔሮችን የእኩልነት እና የነጻነት ጥያቄ ያነገበው እንቅስቃሴ መጨረሻው ፌደራሊዝምን ወለደ። የብሔር ብሔረሰቦች የማንነት እና የመብት ጥያቄ ሲነሳ የነዋለልኝ መኮነን እንቅስቃሴ አብሮ ይታወሳል። የዋለልኝን ሐሳብ በትንሹ ላንሳ።

"የብሔር ብሔረሰብ መብት ጥያቄ እና ዋለልኝን መኮነን፡ ኢትዮጵያ የአንድ ብሔር ሐገር አይደለችም፣ በአማራዎች የምትተዳደር የብዙ ብሔሮች ሐገር እንጂ። ኢትዮጵያዊ ለመሆን የአማራ ጭንብል ማጥለቅ የግድ ሆኗል። ኢትዮጵያዊ ለመባል መስፈርቱ በአማርኛ ማውራትና የሐበሻ ልብስ መልበስ መሆን የለበትም። የባህል የበላይነት የማይኖርበት፣ የአማራ ገዥ መደቦች ብቻቸውን የማይገዙባት ሁሉም በባህሉ የሚኮራበት፣ ሁሉም በቋንቋው ያለስቀቀን የሚናገርባት ሐገር መሆን አለበት"፡ ሲል ሐሳቡን ያስቀምጣል።

ይህ ሐሳብ ነው እንግዲህ የጨቋኞች ቀልብ የገፈፈውና የተጨቋኞችን የጭቆና ጭንብል አውልቆ የጣለው። ከዚህ በኋላ ነው ህዝቦች በመደራጀት የጭቆናን ቀንበር ለመሰበር የተነሱት። በተቃራኒው የጨቋኙ ክፍል ደግሞ የሐገሪቱ መስራቾች፣ ዋልታ እና ማገር እኛ ብቻ ነን፣ እኛን ሰሙን፣ እኛን ሁኑ ከዚህ ውጭ ግን ሐገሪቱ ትፈርሳለች እያሉ ስለሐገር እየዘመሩ ሐገር ያፈርሳሉ። "እኛ ብቻ ነን፣ እኛን ሰሙን" ከሚለው አፍራሽ አስተሳሰብ ጀመሮ በተግባር ሲታይ ታሪካቸውም ተግባራቸውም ሐገር አፍራሻ እና ህዝብ በታኝ ሆኖ ይገኛል።

ለእነሱ የሚታያቸው አንድ እንጂ አንድነት የሚለው ጽንሰ ሐሳብ አይደለም። ምክኒያቱም አንድነት ማለት ብዝሐነትን በውሰጡ የያዘ ስለሆነ፣ ብዝሐነት ደግሞ ህብረ ብሔራዊ ፌደራሊዝምን ስለሚያመጣ ሁለት መሰረታዊ ችግር እንደሚፈጥርባቸው ተረድተዋል። የመጀመሪያው ወደ አማራነት የሚቀላቀለውን ህዝብ በማገድ በእራሱ እንዲቆም ያደርገዋል። ሁለተኛው ከውሰጥ ታፍኖ ተይዞ የነበረው ህዝብ እራሱ በሐይል እንዲሸከም የተደረገውን ሌላ ማንነት አሽቀንጥሮ ጥሎ ወደ እራሱ ይመለሳል ብለው ስለሚፈሩ ነው። ለዚህ ሐሳብ ማጠናከሪያ የሚሆን ሐሳብ በትንቢቱ ደረሰ መጽሐፍ ውሰጥ እንዲህ ሰፍሮ እናገኘዋለን። "የሰው ልጅ በተፈጥሮ የእኔ የሚለውን ነገር በግዳጅ በቀላሉ ሊተው አይችልም። የእኔ

የሚለውን ትቶ የሌላ የሆነውን ነገር በላዩ ላይ ቢጫንበት ሁኔታው በተመቻቸለት ጊዜ ያን አሽቀንጥሮ ጥሎ የእሱ ወደ ሆነው መመለሱ አይቀሬ ነው። ሲመለስ የእሱ የሚለውን ቢረሳና ቢጠፋበት እንኳን በግዳጅ የተጫነበትን ይዞ ከሚቀጥል ይልቅ የማያውቀውን የሌላ ነገር እንደ አዲስ መቀበልን ይመርጣል። በኢትዮጵያ ብዙ ብሔር ብሔረሰቦችና ህዝቦች የራሳቸውን ታሪክ፡ ባህል፡ ቋንቋ ለዘመናት በግድ እንዲረሱ ተደርገው ለዘመናት ከኖሩ በኋላ ወደ እውነተኛ ማንነታቸው እንዲመለሱ እድሉን አግኝተዋል"፡ ይላል።

ይህ የፈሩት ነገር ደርሶ ነው አሁን ተቸጋግረን ያለነው። "የፈሩት ይደርሳል የጠሉት ይወርሳል"፡ ይባላል። ምክኒያቱም ከላይ በዝርዝር እንደተመለከትነው አማራነት ቋንቋ የሰበሰበው እና በሐይማኖት ሰበብ የመጣ እንጅ በደም ጥራት ላይ የተመሰረተ ማንነት አለመሆኑን አይተናል። በዚህ መሰረት ይህ ማንነት አንድ ጊዜ ከተመሰረተ በኋላ ግን በሊህቃኑ ጸረ አንድነት ምክኒያት ሌሎችን ብሔሮች ጠቅላል ማንነታቸውን በማጥፋት እና በመዋጥ እራሱን እያሰፋፋ ቀጠለ። ይህ በቤተ መንግሥቱ እና በቤተ ክህነቱ ይሁንታን አግኝቶ የተመሰረተው ማንነት ገዥው መደብ ህዝቦችን ለመያዣነት ሲጠቀምበት እሱ ደግሞ በበኩሉ አጋጣሚውን ተጠቅሞ ማንነቱን ሲያሰፋፋ ቆይቱዋል።

በዚህም መስረት ገዥው አካል በአንድነት ስም አንድ ቋንቋ፡ አንድ ሐገር እያለ ልዩነትን በማጥፋት ሁሉንም ብሔር ብሔረሰቦች በአንድ ቋት ውስጥ ለማጠቃለል የሚያደርገውን ጥረት በዚህ የተስፋፊነት ማንነት ሲጠቀም፡ ጸረ አንድነት ሐይሉ በበኩሉ የገዥውን አካል መዋቅር ተጠቅሞ የሌሎችን ብሔሮች ማንነት እያጠፋ እራሱን እያሰፋፋ የግላዊ እና የቡድናዊ ጥቅሙን ጭምር አስጠብቆ ከዚህ ዘመን ላይ ደርሱዋል። በዚህ ምክኒያት ለእነሱ ትክክለኛ ኢትዮጵያዊነት ማለት ልሙጥነት ማለት ነው። የሐገር አንድነት ማለት ህዝብ ሳይሆን ጋራው፡ ሸንተረሩ፡ ወንዙ፡ ሸለቆውና እንዲህ አይነቱ ነው ብለው ያስባሉ።

ይህንን የማይቀበል ካለ በሐይል እንዲቀበል እየተደረገ መጥቱዋል አሁንም እየሞከሩ ያሉት ይህንን ነው። ግን አሁን ለተስፋፊው ሐይል ማገዶ መጨረስ ካልሆነ በስተቀር ምንም ጠብ ያለ ነገር የለም። ተስፋፊዎች እራሳቸውን ብቻ አዋቂ፡ ጀግና፡ ባለታሪክ አድርገው ያስባሉ። ያውም በተዘረፈ እና በተሳሳተ ትርክት። ጸረ አንድነት ሐይሉ በዚህና በሌሎች ምክኒያቶች የሐገሪቱ የአንድነት ችግር ሁኖ መጥቶ አሁን ግን የመጨረሻው ጫፍ ላይ የደረሰ ይመስላል። ከሁሉም የህዝቦች ጭቆና እና የእርስ በእርስ ጦርነት ከጀርባ በየዘመናቱ ይህ ጸረ አንድነት ሐይል አለበት። ለዚህ ሐይል

አንድ እንጂ አንድነት ብሎ ነገር አይመቸውም፡ ለእሱ "አንድነት" የሚለው ሐሳብ አይመቸውም ስጋቱ ነው።

3፡ 1 ተሰፋፊነት ለሐገሪቱ አንድነት ወይስ ለመበታተኗ ምክኒያት

ይህንን ነገር ለመገምገም በእውነተኛ መረጃ ላይ ተንተርሶ መነሳት ትክክለኛ ማጠቃለያ ለመስጠትና እውነትን በገለልተኛነት ለማየት ያገለግላል። በዚህም መሰረት ተሰፋፊነት ለኢትዮጵያ አንድነት ጸረ አንድነቶች እንደሚነግሩን አስፈላጊ እና የሐገሪቱ ውሃ ልክ ነው ወይስ ለመበታተንዋ ምክኒያት ሊሆን ይችላል የሚለውን ለመተንተን በመጀመሪያ ከተሰፋፊነት ታሪካዊ ዳራ እና ከተግባሩ መነሳት አስፈላጊ ከመሆኑም በላይ አሳማኝ ነው።

3፡ 2 የተሰፋፊነት ታሪካዊ ዳራ

የተሰፋፊነት ታሪካዊ አመጣጥ ታሪክ እንደሚያስረዳን ቤተ መንግሥት እና ቤተ ክህነት ሳይለያዩ በአንድ ላይ ሲመሩ ከነበሩበት ታሪክ ጋር የተያያዘ ሆኖ እናገኘዋለን። በኢትዮጵያ ሐገራችን ለረዥም ዘመናት ቤተ መንግሥት እና ቤተ ክህነት በአንድ ላይ ሲመሩ ቆይተዋል። በዚያን ዘመን የአንድ ሐይማኖት የበላይነትን ወስዶ ብሔራዊ ሐይማኖት በማለት ሀገረ መንግሥቱን የሚመሩ አካላት

በፈጣሪ መሪነት በዘር የተሰጣቸው እነሱ ብቻ ናቸው ተብሎ ይታሰብ ነበር። ከዚህ ሐይማኖት ውጭ የነበሩ አካላት በሀገራቸው ላይ እንደ ሁለተኛ ዜጋ የሚታዩ ሲሆን በአንፃሩ ደግሞ ሐይማኖቱን የተቀበሉት አካላት የሀገሪቱ አንደኛ ዜጋ እና የሀገሪቱ ባለቤት ሆነው የገዥው አካል ባለምዋሎች ነበሩ።

ገዥው አካልም ሐይማኖቱን ለማስፋፋትና የተከታዮችን ቁጥር ለመጨመር ሲል በሌላው ሐይማኖት ላይ ጭቆና ማድረግና ብሔራዊ ሐይማኖት ተብሎ የተመረጠውን የሚከተሉትን ህዝቦች ደግሞ የተሻለ ነፃነት መስጠትና በአንድነት ስበብ ወደ አንድ አዲስ ቋት ማጠቃለል አስፈላጊ ሆኖ ተገኘ። ይህንንም ለማሳካት ተከታዮችን በአንድ ላይ አማረ(ነጻ ወጣ) በማለት በተደጋጋሚ መንቀሳቀስ ተጀመረ። በዚህም ምክኒያት ከዚህ የማንነት ስም ውጭ የሆኑ አካላት ከፍተኛ የሆነ ግፍ እና መከራ ማስተናገድ ግድ ሆነባቸው። ይህ አልበቃ ብሎ በግድ ብሔራዊ ሐይማኖቱን እንዲቀበሉ በማድረግ ገዥው አካል የፈለገውን ማንነት በማስፋፋት የገዥውን መደብ ድጋፍ ማሳደግ አስፈላጊ ብቻ ሳይሆን የግድ ነበር፡ ፡ ይህ አካሔድ ደግሞ በጊዜ ሒደት አሃዳዊነትን ወይም የዘውዳዊ አገዛዝን ወለደ ማለት ነው።

በዚህ አካሄድ የተጀመረው አሃዳዊነት ከተስፋፊው አስተሳሰብ ውጭ ያሉትን ህዝቦች አይደለም ገዥው መደብ እና የገዥው መደብ

ታማኝ አገልጋይ የሆነው አካል ይቅርና ከራሳቸው አብራክ የወጡ እና የገዥው መደብ ታዛዦች የሆኑ አካላትም ጭምር መከራውን ያበሉት ጀመር። በዚህም መሰረት ከተስፋፊው አስተሳሰብ ውጭ የነበሩ ህዝቦች በሶስት አካላት የመከራ ፍዳ ተሸክመው መኖር ግዴታቸው ሆነ ማለት ነው።

ሀ፡ ገዥው መደብ በአንድነት ስም ደጋፊ ወይም ቲፎዞ ለማብዛት ሲል ህዝቡን እያስገደደ የማይፈልገውን ሐይማኖት እና ማንነት እንዲቀበል ሲያደርግ ከፍተኛ ጭቆና እያደረሰ ቀጠለ።

ለ፡ ከአማራው ህዝብ የወጣው ተስፋፊ ቡድን እራሱ የገዥውን መደብ ትዕዛዝ ተቀብሎ በማስፈጸም የእሱን አስተሳሰብ በሌሎች ላይ ለመጫን እና እራሱን ለማስፋፋት ስለሚፈልግ በሌሎች ህዝቦች ላይ በደል ማድረሱን ገፋበት። በዚህ ዘመን እራሱ ይህ አይነት አስተሳሰብ አልስተካከል ብሎ ነው በሐገራችን ይህ ሁሉ የጦርነት አዙሪት ያለው።

ሐ፡ ከእራሱ ከተበዳዩ ህዝብ አብራክ ክፋይ የወጡ መስሎ አደሮች በተለያየ ጥቅማጥቅም በማወቅም ሆነ ባለማወቅም በህዝቡ ላይ ከፍተኛ የሆነ በደል እያደረሱ ቀጠሉበት። ይህንን ጉዳይ በዚህ ወቅት ወደ ቅማንት አካባቢ ሒደን ብንመለከት

በጥቅማጥቅም ተደልሎ በራሱ ህዝብ ላይ ሲዘምት ሲታይ በጣም ያማል፡ ያሳዝናል።

እነዚህ ሶስቱ አካላት ከሞላ ጎደል የተደራጁ እና የሀገሪቱንም ሀብት ማንቀሳቀስ የሚችሉ ሲሆኑ ሌላው ህዝብ ግን ያልተደራጀ እና የተበታተነ ስለሆነ እንደፈለጉ ሲያደርጉት ቆይተዋል። ይህን የመከራ ቀንበር የተሸከመው ህዝብ እንደ ህዝብ የሚፈለገው የሀገር ዳር ድንበር ሲደፈር ለጦርነት መስዋዕትነት እና ግብር ለማስገበር ብቻ ነበር። ከዚህ ሁሉ ጀርባ ተስፋፊው ሐይል አድራጊ ፈጣሪ፡ ባለታሪክና ጀግና ተደርጎ ሲወደስ የሌላው ህዝብ ደህና ታሪክ ግን ወይ ለተስፋፊው ሐይል ተሰጥቷል አለበለዚያም ተዳፍኖ ቀርቷል።

አንድ ማሳያ ብናነሳ የቅማንት ልጆች የሰሩት ደማቅ ታሪክ ግማሹ ከአማራው ህዝብ ለተወለዱ አካላት ተሰጥቱዋል ወይም እራሳቸው ደማቅ ታሪክ ጸሃፊወች አማራ ተብለው እስከ ዘመን ተሻጋሪ ታሪካቸው ተዘርፈዋል። ለምሳሌ የአጼ ቴውድሮስን እና የካራ ማራን ታረክ የአማራ ታሪክ ነው ብለው የሚያምኑት በዚህ ምክኒያት ነው።

"አማራው ከካራማራ አፈር ጋር ተቀላቅሎ ቅርቱዋል"፡ ያሉት ዶክተር አብይ አህመድ እንዱ የዚህ የተሳሳተ ትርክት ውጤት ነው። ታሪኩ ግን ምንም እንኳን የመላ ኢትዮጵያዊያን ታሪክ ቢሆንም እየሰነጠቅን ባለቤት የምንሰጥ ከሆነ ግን ያለምንም ማምታታት

የቅማንት ህዝብ ታሪክ ነው። የቅማንቱን ታሪክ የአማራ ነው ብለው ጽፈው ሲያበቁ ቅማንት የለም ብለው ነገሩን። የጎንደር ታሪክ የማን ይሆን? ማንም ምንም ሊል ይችላል፡ የጎንደር ታሪክ ዘመን የማይሽረው የቅማንት ህዝብ ደማቅ ታረክ ነው።

ግማሹ የቅማንት ህዝብ ታሪክ ደግሞ ተዳፍኖ ቀርቱዋል። ሁለቱንም በቅርቡ ታሪክ እውነተኛነታቸውን አረጋግጦ ያወጣቸዋል። በጣም የሚያስገርመው ግን በግልፅ የታሪክ ባለቤቶች እየታዋቁ የአማራ ታሪክ ተደርገው እስከ አሁን መወራታቸው ነው። ይህ ታሪካዊ ስህተት ግን እስከ አሁን የጦርነት ምክኒያት መሆኑ ብቻ ሳይሆን በውሸት ትርክት የአማራውን ተስፋፊ ሐይል በማኩራራት የውሸት ታሪክ ባለቤ እንዲሆን አድርጎታል። ለዚህ ነው ዛሬ ተስፋፊ ሐይሉ የሞት ሽረት ጦርነት ውስጥ የገባው።

3፡ 3 የተስፋፊ ሐይሉ ተግባር

ከአማራው ህዝብ የወጣው ተስፋፊ ሐይል በየዘመናቱ ከነበሩ የገዥው መደብ አካላት ላይ ተጠግቶ በህዝቦች ላይ ከፍተኛ የሆነ ግፍና በደል መፈፀሙ ብቻ ሳይሆን ህዝቦች የተናቁ ሁነው እንዲኖሩ አስተዋፅዖው ከፍተኛ ነበር። ለምሳሌ በቅማንት ህዝብ ላይ ንጉሥ ሐይለስላሴ ያድረጉት የጥፋት ዘመቻ ታሪካዊ ጠባሳ ጥሎ ማለፉ

ብቻ ሳይሆን አሁንም ድረስ የጥፋት ተግባሩን የእሱ የመንፈስ ልጆች አጠናክረው ቀጥለውበታል።

ሌላው አጼ ሚኒሊክ በኦሮሞ ህዝብ ላይ አደረጉት ተብሎ በታሪክ የሚነሳው ጥቁር ጠባሳ ብቻ ሳይሆን አሁን እራሱ በሚኒሊክ ስም ፋኖ የሚባል አደረጃጀት ፈጥሮ ያደረገውን አሰቃቂ ድርጊት መጥቀሱ በቂ ነው። የሚገርመው ነገር ግን ጥሩ ታሪካዊ ስራ ሰሩ የተባለ ይመስል በሚኒሊክ ስም ሐይል እያደራጁ ህዝብ ማስፈጀት ምን አይነት እብደት ነው? በሐገራችን ችግሮችን ሁሉ እያወሳሰበ ያለው መሰረታዊ ችግር በታሪክ ውስጥ ተሰርተው ያለፉ ስህተቶችን አርሞ መማሪያ አድርጎ ከማለፍ ይልቅ ይህ ችግር እንዳይወጣ ሌላ ችግር በመፍጠር ለማስተካከል የሚፈልጉ አካላት መኖራቸው ነው።

በትግራይ ህዝብ ላይ በየዘመናቱ የነበሩ የገዥው አካልን የዘር ማጥፋት ዘመቻ በአጋፋሪነት ሲሰራ የቆየው ይህ ተስፋፊ ሐይል ነው። ይህንም ጉዳይ አሁንም እንደቀጠለ ይገኛል። ለማሳያ ያህል በ2008 ዓ•ም ሐምሌ ወር ላይ ተወልደው ባደጉበት ቦታ በጎንደር ከተማ በትግራይ ተወላጆች ላይ የደረሰውን ግፍ እና በደል ማንሳቱ በቂ ነው። የጎንደር ነባር ባለርስቱ ቅማንቱ ነው የሚያዝበት ግን ተስፋፊው ሐይል ነው።

በጉምዝ ህዝብ ላይ የሚደረገው የዘር ማጥፋት ዘመቻ እና አፀያፊ አነጋገር እንኳን ለሰው ልጅ ለአራዊት አይገባም። ጉምዞች ልክ እንደ ቅማንት በጅምላ ተገለው በጅምላ ተቀብረዋል። በቅማንት ህዝብ ላይ የተደረገውን የዘር ማጥፋት ድርጊት ለመዘርዘርም በጣም ብዙ ነው። ቢዘረዘርም ሰብዓዊነትን የሚነኩ ድርጊቶች ስላሉበት የተወሰኑትን ብቻ ለማሳየት መጥቀሱ በቂ ነው። በቅማንት ህዝብ ላይ የዘር ማጥፋት ወንጀሉ የሚፈፀመው በተለያየ መንገድ ነው። የተለያዩ ቃላትን በመጠቀም ሰው ራሱን እንዲጠላ እና እንዲንቅ በማድረግ ማንነትን ማስጣል። ለምሳሌ ጅራት አላቸው፣ ከእንጨት ነው የተገኙት እና ጀሯቸው ትልቅ ነው ወዘተ የመሳሰሉትን አጸያፊ ቃላት ይጠቀማሉ። ጠቅለል ባለ መልኩ ሲታይ ይህ ተስፋፊ ሐይል እንኳን ለሌላው ህዝብ ለአማራው ህዝብ እራሱ አይጠቅምም። ምክኒያቱም በተሳሰተ ትርክት እየተመራ የአማራውን ህዝብ ከሌሎች ህዝቦች ጋር በማጋጨት በሌሎች ህዝቦች እንዲጠላና በሀገሩ ላይ ባይተዋር እንዲሆን እየሰራ ስለሆነ ለሚቀጥለው ትውልድም ታሪካዊ ጠባሳ እያሰቀመጠ ነው ያለው።

3፡ 4 ታሪካዊነት እና ጀግንነት

ተስፋፊው ሐይል የኢትዮጵያ አንድነት መሰራች፡ ታሪካዊ ባለቤት እና የጀግንነት ተምሳሌት እኛ ብቻ ነኝ ይላል። እውነቱ ግን

ሌላ ነው። የተወሰኑትን ጠቅሰን እንይ እስኪ፡ ማየት ማመን ነው ይባላልና።

3፡ 5 አድዋ

ምንም እንኳን የአድዋ ድል ለሁሉም የጥቁር ህዝቦች ኩራት እና የመላው ኢትዮጵያዊያን ታሪካዊ የነጻነት፡ የጀግንነት ተግባር እና መላ ኢትዮጵያዊያን የተዋደቁበት ቢሆንም ባለቤትነትን እየሰነጠቅን እየሰጠን ስንመጣ ግን ሌላው ኢትዮጵያዊ የጦርነት ቦታው ላይ እስኪ ደርሰ ለብዙ ወራት የታገሉ ትግራዊያንና እነርሱ ለነጻነት ተሰውተው እኛን ለድል እና ለኩራት በማብቃት ያከበሩን የኦሮሞ ህዝብ ልጆች የጀግንነት ታሪክ ነው። በወቅቱ ከነበሩት አዋጊ ጀነራሎች ውስጥም አብዛኛው የኦሮሞ ተወላጆች ነው የነበሩት። ለእነዚህ ጀነራሎች እንደዚህ ተብሎ ይዜምላቸዋል።

"ገበየው ቢሞት ተተከ ባልቻ፡

መድፍ አገላባጭ ብቻ ለብቻ"፡ ይባላል።

እነዚህ ጀግኖች የኦሮሞ ልጆች ናቸው። ምን አልባት አጼ ሚኒሊክን አማራ ነው እያሉን ከሆነ አማራ ከላይ በገለጽነው መልኩ ከሆነ አመጣጡ ሚኒሊክ ሌላ ብሔር የነበሩ ተጠምቀው አማራ የሆኑ ሊሆን ይችላል። ሲቀጥል ደግሞ አማራነት እራሱ

የገዥው መደብ የፈጠረው ማንነት ከሆነ እሱ እራሱ አማራ አይደለም ማለት ነው። ስለሆነም ሚኒሊክ ስለተጠመቁ ሐይማኖትን እንጅ ብሔርን አይለውጡም። ያ ማለት የሚኒሊክ ታሪክ የአማራ ታሪክ አይሆንም ማለት ነው። ሚኒሊክ ጥሩ ታሪክም መጥፎ ታሪክም ሰርቱዋል፡ ይህ እውነት ነው። ተስፋፊው ሐይል ግን መልካሙን ታሪክ ብቻ መርጦ የእኔ ነው ይላል። ለምን ይሆን? ከሆነማ ሁሉንም መጋት ነው እንጂ ጀግንነት ማለት። ታሪኮች የአማራ የሚሆኑት የሁሉም ኢትዮጵያዊ ሲሆኑ ብቻ ነው።

3፡ 6 መተማ

የመተማን ታሪክ ብንመለከት በየጊዜው በዚያ በኩል ሲመጡ የነበሩ የውጭ ወራሪዎችን በአብዛኛው ሲመክታቸው የነበረው የቅማንት ህዝብ ነው። በተለየ መልኩ የመተማ ዮሐንስን የጦርነት አውድማ ከተመለከትን ደግሞ አጼ ዮሐኒስ የትግራይ ተወላጅ እንጅ የአማራ ተወላጅ አይደሉም። የዚያ ቦታ ታሪክም እንዲሁ የቅማንቶች የነባር ባለቤቶቹ እንጂ የተስፋፊ ሐይሉ ታሪክ አይደለም።

3፡ 7 መቅደላ

የመቅደላ ታሪክ የቅማንት እንጅ የአማራ አይደለም። ምክኒያቱም የመቅደላ ታሪክ ሲነሳ አብሮ የሚነሳው የመይሳው ካሳ

ታሪክ ነው። መይሳው ካሳ ደግሞ ቅማንት እንጂ አማራ አይደለም። የኢትዮጵያን አንድነት የተለመው፡ ዘመናዊነትን ያበሰረው አፄ ቴዎድሮስ ቅማንት እንጅ አማራ ስላልሆነ መቅደላ ምንም እንኳን የመላ ኢትዮጵያዊያን ታሪክ ቢሆንም በተለየ መልኩ ግን የቅማንት ህዝብ ታሪክ እንጅ የአማራ ህዝብ ታሪክ አይደለም።

"መቅደላ አፋፉ ላይ ጩኸት በረከተ፡

የሴቱን አናውቅም ወንድ አንድ ሰው ሞተ"።

"የመቅደላው ነብር የቋራው አንበሳ፡

ዘላለም ይነሳል ያ መይሳው ካሳ"።

ዛሬ ፋኖው የእሱ ባልሆነ ታሪክ ለመኩራት በቴዎድሮስ ስም ቡድን እየሰየመ ፎቶውን ተሸክሞ እየፎከረ በህዝብ ላይ ይዘምታል። ግን አሸናፊነትን ሳይሆን ተሸናፊነትን እየተከናነበ ነው። በስም ቴዎድሮስ መባል ይቻል ይሆናል በተግባር ግን ቴዎድሮስን መሆን አይቻልም።

3፡ 8 ካራማራ

በዚህ ጦርነት ውስጥ ምንም እንኳን ሁሉም ኢትዮጵያዊን የተሳተፉበት የጦርነት አውድማ ቢሆንም የቅማንት ህዝብ ተሳትፎ

ደግሞ የጎላ ነበር። ለዚህ ምስክር የሚሆነን የቅማንት ቋንቋ በጦርነቱ ወቅት በስራ ላይ ውሎ ለጦርነቱ ውጤታማነት ከፍተኛ አስተዋፅዖ ማበርከቱ ነው። ምክኒያቱም ከድሮው ጀምሮ በነበረው ጭቆና ምክኒያት የቅማንትን ቋንቋ መናገር እንደ ሐጢያት እየተቆጠረ ስለመጣ የሚሰጥር ቋንቋ አድርጎ መጠቀም ተጀመረ። በዚህም ምክኒያት በደርግ ዘመነ መንግሥት ህዝቡ ወጣቶችን ከአፈና እንዲያመልጡ ከአፋኙ ጋር ቆሞ በቋንቋው መለዕክት ያስተላልፍበት ነበር።

በኋላ ግን የሐገራችን ምስራቁ ክፍል በውጭ ጠላት ተወረረ ወደ ጦር ግንባር ዝመት ሲባል የቅማንት አርሶ አደር ጨርቄን ማቄን ሳይል ወደ ጦር ግንባር ዘመተ። በዚህ ወቅት ነበር ጠላት አማርኛ ቋንቋን እየጠለፈ እየተረጎመ ሲያስቸግር መላው የቅማንት ተወላጅ ወታደር በመመካከር መለዕክቱ እንዳይጠለፍ በቅማንት ቋንቋ በመጠቀም ጠላትን ዲባቅ የመታው። ከዚህ ላይ ማየት የሚገባን ነገር ብዛት ያለው የቅማንት ተወላጅ ወታደር እንደነበር ነው። ይህ ቋንቋ ነው እንግዲህ በ 1999 ዓ•ም የለም ጠፍቱዋል የተባለው። ይህ ታሪካዊ ጀብዱ ታዲያ የማን ይሆን? የቆፍጣናው ጀግና የቅማንት ህዝብ የጀግንነት ታሪክ ነው ወዳጀ።

በግለሰብ ደረጃም ቢሆን ከበላይ ዘለቀ ጀምረን የተለያዩ ታሪካዊ ጀግኖችን ብንዘረዝር እራሱ ከአማራነት ማንነት ውጭ

ናቸው። ይህ ከሆነ እውነቱ የተስፋፊው ታሪካዊ ባለቤትነት እና ጀግንነት የቱ ላይ ነው? ነው ወይስ የሌሎች ህዝቦችን ታሪክ እና የጀግንነት ጀብዱ እየዘረፋ እና በተሳሳተ መንገድ እየጻፋ መፎከር እና ማጉራራት ነው። ይህስ መጨረሻው የአማራውን ተስፋፊ ሐይል ጉዳት ላይ የሚጥል አይሆንም ወይ? በተለየ መልኩ የተወሰኑ ማሳያወችን እናንሳ።

ከላይ የተዘረዘሩትን ሐሳቦች ከተረዳን እውነት ተስፋፊነት ለኢትዮጵያ አንድነት የቆመ ሳይሆን የገዥውን መደብ ለማገልገል የቆመ በሀገሪቱ ታሪክ ሀገሪቱን ለተለያዩ ችግሮች ያጋለጠ አደረጃጀት ነው። ይህንን ጉዳይ ለማረጋገጥ ከምን ጊዜውም በበለጠ በዚህ ወቅት ብንመለከት ከኤርትራ መንግሥት ከሻቢያ ጋር በመቆም ሐገሪቱን ሰላም እየነሳ ያለው እና ቤተ ክርስቲያንን አደጋ ውስጥ ያስገባት ይህ ተስፋፊ ሐይል ነው። በሐገሪቱ ያለ ማንኛውም ህዝብ በግለሰብም ሆነ በቡድን ደረጃ ብንመለከት እራሱን መሆን እና ሌሎችን እንዳለ አክብሮ መቀበል ብቻ ነው የሚፈልገው።

በኢትዮጵያ ውስጥ ያሉ ብሔሮች አንዱ አንዱን ያጠለሸበት እና የእኔን ሐሳብ ስትቀበል ብቻ ነው ኢትዮጵያ የምትቀጥለው ያለበት ጊዜ የለም። ሁሉም ህዝብ ራሱን ሆኖ አንዱ የሌላውን አክብሮ መኖር እንደሚችል እና አንድነትን በልዩነት፡ ልየነትን በአንድነት ይዞ አብሮ መሄድ እና መኖር እንደሚችል ያምናል። በአማራ ሊህቃን

ወይም ተስፋፊዎች ፍልስፍና መሰረት ግን ኢትዮጵያን እንደ ሐገር ለማሰቀጠል አሃዳዊነትን ወይም ልሙጥነትን ወይም በሌላ አገላለፅ የእነሱን መሰፋፋት እና የበላይነት አምኖ መቀበልን ይጠይቃል። ታዲያ የትኛው ሐሳብ ነው ለሐገሪቱ እና ለህዝቦቿ የሚጠቅመው? ሲጀመር በሐገሪቱ ውስጥ በሐይማኖት ሰበብም ሆነ ብሔርን መሰረት ያደረገ ጭቆና ምክኒያቱ ተስፋፊነት መሆኑ ግልፅ ነው። እስኪ አንድ ጥያቄ እንጠይቅ ህዝቦች በየዘመናቱ በገዥው መደብ ላይ ጥያቄ ሲያነሱና ሲታገሉ ተስፋፊው ሐይል ከደርግ መንግሥት ውጭ ከህዝቦች ጎን ሲሰለፉ ታይቶ አይታወቅም። አሁንም እራሱ አልሆን ሲል ነው እንጂ በራሱ ለመቆም እየተንደፋደፈ ያለው መጀመሪያ ከመንግሥት ጎን በመቆም ነበር ያዘው በለው ሲል የነበረው።

ምክኒያቱም ይህ ተስፋፊ ሐይል አፈጣጠሩም እራሱ የገዥው መደብ አገልጋይ ሆኖ ስለሆነ ነው። በደርግ ዘመነ መንግሥት ግን ተስፋፊው አካል ከሌሎች ህዝቦች ጋር የተሰለፈው ምክኒያት ደርግ በተለየ መልኩ የተስፋፊውን ሐይል ጥቅም ማሰጠበቅ ይቅርና ከሌላው የሐገሪቱ ህዝቦች ጋር በእኩል ጭቆና ሰላደረገበት የተሰፋፊውን ሐይል የተለያየ ጥቅም ሰላላሰጠበቀለት ነው። ይህ ተሰፋፊ ቡድን ደርግ ከተገረሰሰ በኋላ ባያምንበትም ስለ ፌደራሊዝም የሚያትተውን ህገ መንግሥት ተቀብሎ አጸደቀ።

ካጸደቀ በኋላ ግን ህገ መንግሥቱ በተግባር በስራ ላይ እንዳይውል መሰናክሎችን ይፈጥር ጀመር። ምክኒያቱም እሱ የሚፈልገው ልሙጥነትን ነውና። ይህንን ጉዳይ ደግሞ በተለመደው በድሮው መንገድ በሐይል እንደማያሳካ ያውቃል። ስለሆነም ህገ መንግሥቱ በተግባር በስራ ላይ የሚውልበትን ስራ ከመከወን ይልቅ በእኔ አውቅልሃለሁ መርህ ተመርቶ በትምክህት አስተሳሰብ በመነሳሳት ሐገሪቱን ሲበጠብጥ የኖረ እና አሁንም ያለ ፍልስፍና ነው ተስፋፊነት። አይ ተስፋፊነት፡ ሐገር ምድሩ የእኔ ብቻ፡ ሐይማኖቱ የእኔ ብቻ፡ ባህሉ የእኔ ባቻ፡ የሐሳብ የበላይነት በእኔ ብቻ ይገርማል። አዲስ ራዕይ ላይ ስለዚህ ትምክህታዊ ሐይል እና አካሔዱ የሚከተሉትን ነጥቦች ሰፍረው እናገኛቸዋለን።

3፡ 9 "አዲስ ራዕይ"

አዲስ ራዕይ ማለት በኢህአዲግ ዘመነ መንግሥት ስትታተም የነበረች መጽሃፍ ናት። "የትምክህት አስተሳሰብ ዛሬም እንደ ትላንቱ በማን አለብኝነት መልክ የሚገለጽና ሌሎች ብሔረሰቦችን ዝቅ አድርጎ የሚመለከት አስተሳሰብ ሆኖ ዘልቋል። በተጨማሪም የራስን ብሔር ህዝብ ለይቶ በሌሎች ብሔር ብሔረሰቦች ላይ በጭፍን ጥላቻ በማነሳሳት የሚገለጽ አዝማሚያ ነው። በዚህ ረገድ በአማራ

ክልል በቅማንት ማህበረሰብ እና በትግራይ ተወላጆች ላይ የተሰነዘሩ ጥቃቶች እንደማሳያ ሊቀርቡ ይችላሉ።

የቅማንት ማህበረሰብ እንደ ማንኛውም የኢትዮጵያ ብሔር ብሔረሰብ ህገ መንግሥታዊ ጥያቄዎችን ይዞ የተነሳ እና ተገቢ ምላሽ የሚጠብቅ ህዝብ ቢሆንም ለዚህ ማህበረሰብ የዘገየ እና ያልተሙዋላ ምላሽ ከመስጠት ጀምሮ ጥያቄውን ለአማራ ብሔርተኝነት ፈተና አድርጎ የማሰብ በሒደት ደግሞ የሐይል እርምጃ በመወሰድ ጥያቄውን ለማሰቆም መሞከሩ ትምክህተኝነት ምን ያህል ጸረ ዲሞክራሲ እንደሆነ ያመላክታል። በተመሳሳይ መልኩ በአማራ ክልል የተወሰኑ አካባቢዎች በሚገኙ የትግራይ ተወላጆች ላይ ያነጣጠረ ጥቃት መሰንዘሩ የዚህን አስተሳሰብ ጸረ ዲሞክራሲያዊነት የሚያመላክት ነው። በሌሎች ህዝቦች ላይ ያነጣጠረ የጥላቻ ዘመቻ ማካሄድም በሰፊው ታይቱዋል።

አካላዊ ከሆነው ጥቃት በማይተናነስ ደረጃ በጥላቻ የተሞሉ ጽሁፎች እና መግለጫወችን በመስጠት የተራመደው ትምክህት አስተሳሰቡ በተመሳሳይ አፍራሽና ጸረ ዲሞክራሲያዊ ይዘት እንዳለው ያመላክታል።....... እነዚህ ተጨባጭ ችግሮች እየተሰፋፉ መሄዳቸውን ተከትሎ በህወሃት እና በትግራይ ህዝብ ላይ ያነጣጠረ ዘመቻ ሲካሄድና በቅማንት ህዝብና በትግራይ ተወላጆች ላይ በማንነት ላይ የተመሰረተ ጥቃት ሲሰነዘር ይህን በድፍረትና በጽናት

ማውገዝ አለመቻሉ ትምክህት ምን ያህል በህብረተሰቡ ብቻ ሳይሆን በድርጅታችንም ውስጥ ዳግም እያንሰራራ እንደመጣ አመልካች ነው"፡ ይላል።

በዚህ ሐሳብ ላይ እኔ ብዙ ነገር መጨመር አልፈልግም ምክኒያቱም ከዚህ በላይ መግለጽ ስለማልችል። አንድ ነገር ብቻ ግን መጠየቅ እፈልጋለሁ እነዚህ በዚህ መጽሐፍ የተጠቀሱትም ያልተጠቀሱትም የዚህ ተሰፋፊ ቡድን ተግባራት እና የትምክህት ሐሳቦች እውነት ለሐገር ገንቢ ወይስ አፍራሽ ናቸው? መልሱን ለራሳችሁ መልሱት። በጠቅላላው ከላይ ያለው ሐሳብ ሲታይ ሐይማኖታዊ እንቅስቃሴ አማራነትን ወለደ፡ አማራነት ቡድናዊ ተስፋፊነትን ወለደ፡ ቡድናዊ ተስፋፊነት፡ ጽንፈኛነትን እና ትምክህትን ወለደ። የሐገራችን መሰረታዊው የፖለቲካ ችግር ይህ ጅምላዊ የተበከለ አስተሳሰብ ነው።

ማስታወሻ፡- ስለ አማራነት ሳወራ የአማራን ህዝብ እንደ ህዝብ ከመጥላት አንጻር ሳይሆን እውነቱን ከመፈለግ አንጻር እንደሆነ እንዲታወቅ እፈልጋለሁ። ችግሩንም እየፈጠሩ ያሉት የተወሰኑ የአማራው ሊህቃን እንጅ የአማራው ህዝብ አይደለም። እነዚህ ሊህቃን ግን የሚሰሩት ስራ እንኳን ለሐገሪቱ ሌላው ህዝብ ይቅርና ቁመንለታል ለሚሉት ለአማራው ህዝብም አይጠቅምም።

የአማራውን ህዝቡ ከሰንቱ ጋር አባሉት፡ ለእውነት ከሆነ እነዚህ አካላት የአማራው ህዝብም ቀንደኛ ጠላት ናቸው። እስኪ ምንድን ነው ያመጡት መልካም ውጤት? እነዚህ አካላት የሚጠቀሙት የቤተ ክህነቱን እና የቤተ መንግሥቱን መዋቅር ነው። ምክኒያቱም በቤተ ክህነቱ በኩል በህዝብ ተቀባይነትና ታማኝነት አለ፡ በቤተ መንግሥቱ በኩል ደግሞ አስፈላጊው ፋይናንስ እና ወታደራዊ ሐይል አለ። በዚህ መሰረት በሐይማኖት ሰም ህዝብን እየደለሉ የሚፈልጉትን ያደርጋሉ፡ ካልሆነ ደግሞ በህዝብ ላይ በሐይል ይነሱና ጦር አስማርተው ይዘምታሉ፡ ህዝብንም ያስፈጇሉ ማለት ነው፡ ይህ ነው ነገረ ሰራቸው።

ምዕራፍ አራት

ህገ ወጥ ገዥ እና ህገ ወጥ አደረጃጀት

በትንቢቱ ደረሰ መጽሐፍ ውስጥ እንዲህ ይላል፡ "ሁላችንም በግልጽ ልናውቅ የሚገባን ነገር ሳንፈልግም ሆነ ፈልገን ኢትዮጵያ የብዙ ህዝቦች ሐገር መኖሪያ መሆኑዋ ነው። የእነዚህ የተለያዩ ህዝቦች ማንነት እና የማንነት መገለጫ የሆኑትን በትክክል እስካላከበርን ድረስ በማንኛውም ጊዜ የኢትዮጵያ አንድነት አደጋ ውስጥ ሊወድቅ ይችላል። እንደባለፈው ፋኖ ተሰማራ እና አሳደህ በለው •••••••• እያሸለልን እና እያዘመርን የህዝቦችን አንድነት በዘላቂነት ማስቀጠል አንችልም። ለኢትዮጵያ ሰላምና አንድነት ቆመናል የምንል ሁሉ የህዝቦችን ፖለቲካዊ፡ ኢኮኖሚዊ፡ ስበዓዊ መብት ልናከብር የግድ ይላል"፡ በማለት አሰቀምጦታል።

በእርግጥም እነዚህ ጉዳዮች ተሰተካክለው በህገ መንግሥቱ አግባብ መሰረት መልስ ካላገኙ በስተቀር ኢትዮጵያ አደጋ ውስጥ ለመግባቱዋ ከአሁኑ ወቅታዊ ጉዳይ በላይ ምሰክር ሊሆን የሚችል ነገር የለም። ለዚህ የሐገሪቱ የአንድነት ችግር ደግሞ ከሚገለጽት ምክኒያቶች ውስጥ ህጋዊ ፓርቲ ሁነው ተመዝግበው ህገ ወጥ

ተግባር በሚያከናውኑ አካላት እና በህገ ወጥ የጸጥታ ዘርፍ አደረጃጀቶች የሚፍጥሩዋቸው ችግሮች ዋናዎች ናቸው።

ከእነዚህ ውስጥ ለአሁኑ በአማራ ክልል ውስጥ ያሉትን የተለያዩ ግን ደግሞ አንድ አይነት ፖለቲካዊ አጀንዳ ያላቸው ፓርቲዎች እና እራሱን ፋኖ ብሎ የሚጠራውን ህገ ወጥ ቡድን መጥቀሱ በቂ ነው። እነዚህ አካላት በመናበብ በሰውር የሚሰሩዋቸው ህገ ወጥ ተግባራት በክልሉ ውስጥም ሆነ በሐገሪቱ ውስጥ ከፍተኛ የሆነ ቀውስ እየፈጠረ ነው። እነዚህ አካላት የሚፈጥሩዋቸው ችግሮች ለሌላው የሐገሪቱ ህዝብ ብቻ ሳይሆን እንታገልለታለን ለሚሉት ለአማራ ህዝብ እራሱ አሰቸጋሪ የሆነ መዘዝ እያመጣበት ነው።

ለመሆኑ እነዚህ ፓርቲዎች እነማን ናቸው? ተግባራቸውስ ምንድን ነው? እነዚህ ፓርቲዎች ለአማራው ህዝብ ብሎም ለኢትዮጵያ የቆምን ነን ብለው ያወራሉ፡ ነገር ግን ተግባራቸው የተገላቢጦሽ ነው። ምክኒያቱም ለአማራ ህዝብ የቆሙ ፓርቲዎች ከሆኑ ለምንድን ነው በተለያዩ አካባቢዎች የተለያዩ ችግሮችን እየፈጠሩ የመልሰ ዱላው የአማራ ሕዝብ ላይ እንዲያርፍ የሚያደርጉት? ለኢትዮጵያስ የቆሙ ከሆነ ለምን እኛ ያልነው ብቻ ነው ለሀገሪቱ የሚጠቅመው፡ ኢትዮጵያዊ እኛ ብቻ ነን፡ ኢትዮጵያ ማለት አማራ ነው፡ አማራ ማለትም ኢትዮጵያ ነው ብለው ሌላውን

ኢትዮጵያዊ ወደ ጎን ገሸሽ ማድረጉ ለምን አስፈለገ? ከውጭ ጠላት ጋር በመጣመር የኢትዮጵያ መከላከያ ሰራዊት ላይ መዝመትስ ለምን አስፈለገ? በእውነት ይህ ተግባራቸውስ የአማራውን ህዝብ ታሪክና ኢትዮጵያዊነትን ይገልጻል ወይ? ለመሆኑ ፋኖ ማለት እራሱ ምን ማለት ነው? እውነት ፋኖ ነኝ የሚለው አካልስ ተግባሩ የፋኖነትን ተግባር ይገልጻል ወይ? እንደሚታወቀው ፋኖ የሚለው ቃል በአርበኝነት እና በባህል የሚገለጹ ሁለት ነገሮችን ለመጥራት የሚያገለግል ቃል ነው። ይህ ከሆነ እውነቱ አሁን የአማራ ፋኖ ብሎ እራሱን የሚጠራው አካል ተግባር እነዚህን ነገሮች ይገልጻል ወይ? በእውነት የአሁኑ ፋኖነት አርበኝነት ነው ወይ? የሚሉት ጥያቄዎች መልስ ማግኘት አለባቸው።

በመጀመሪያ ፋኖ ማለት ለኢትዮጵያ ሀገራቸው ሉዓላዊነት እና ለህዝባቸው ሲሉ ከውጭ ጠላት ጋር ሲዋጉ ስጋቸውን ለቆረሱ፡ ደማቸውን ላፈሰሱ እና አጥንታቸውን ለከሰከሱ አርበኞች የተሰጠ የተከበረ ስም እንጂ ለስፈር ጎረምሳ የሚሰጥ ስም አይደለም። በዚህ መሰረት የአሁኑ ፋኖነት ይህንን ትርጉም ሊሰጥ አይችልም። ይህ ከሆነ እውነቱ ይህንን የተከበረ ስም ለአሁኑ ፋኖ መስጠት ማለት በደምና በአጥንት የተከበረውን ስም ማርከስ ነው የሚሆነው።

ሲጀመር የድሮው የአርበኝነቱ ፋኖነት ሙሉ ኢትዮጵያዊያንን የሚገልጽ የአርበኝነት ስም ነው የነበረው። ታዲያ የአሁኑ ፋኖ በምን

ምክኒያት ነው ፋኖነትን የአማራ ብቻ አድርጎ ወሰደው? ነው ወይስ እኛ ብቻ ነንን ኢትዮጵያን የምንወክለው ነው ነገሩ? ነው ወይስ ታሪክ ጥቅለላ እንበለው? ሲቀጥል ፋኖ ማለት በቅማንት ህዝብ ባህል መሰረት አራት በአራት የሆነች እና ታጥፋ ወደ ጎነ ሶሰት ተቀይራ እራስ ላይ የምትታሰር የወንዶች ልብስ ናት። ስለሆነም የአሁኑ ፋኖነት በሁለቱም በኩል ፋኖነትን አይገልጽም ማለት ነው።

ወደ ዋናው ቁም ነገር ስመለስ በሐገራችን ከዚህ በፊት የነበሩት የጭቆና አይነቶች መደባዊ ጭቆና እና ብሔራዊ ጭቆናዎች ነበሩ። አሁን ደግሞ በሐገራችን ውስጥ ኢ_መደበኛ ጨቋኝ በመፈጠሩ ምክኒያት ኢ_መደበኛ ጭቆና ተፈጥሯል። ለዚህም ጥሩ ማሳያ የሚሆነን አማራን ወክለው የተመሰረቱ የተለያዩ ፓርቲዎች ሲሆኑ፡ እነዚህ አካላት ህጋዊ ፖርቲ ሆነው ነገር ግን ኢ_መደበኛ ገዥዎች ናቸው። ከዚህ በተጨማሪ እነዚህ አካላት ፋኖ ከሚባል ኢ_ መደበኛ አደረጃጀት ጋር በመጣመር የቅማንትን ህዝብ ጨምሮ በሐገሪቱ ህዝቦች ላይ እና በሀገሪቱ ላይ እያደረሱ ያሉት ኢ_ፖለቲካዊ፡ ኢ_ሰብዓዊ፡ ኢ_ፍትሃዊ፡ ኢ_ህዝባዊ እና ሌሎችንም አስቃቂ ድርጊቶች መጥቀስ ይቻላል።

ማለትም የአማራ ክልል እንደሌሎች ክልሎች መደበኛ ክልላዊ መንግሥትና መደበኛ ክልላዊ ልዩ ሀይል አለው። ነገር ግን በድሮ አጠራሩ ብአዴን በአሁኑ አጠራሩ ደግሞ የአማራ ብልጽግና ተብሎ

የሚጠራው ፖርቲ እና እነዚህ ፓርቲዎች ምንም እንኳን የየራሳቸው የሆነ የፖለቲካ ርዕዮት ዓለም ቢኖራቸውም በቅማንት ህዝብ ላይ ያላቸው አጀንዳና የክልሉን አካባቢዎች ለማተራመስ ያላቸው አቋም ተመሳሳይ በመሆኑ በጋራ ፋኖ ተብሎ የሚጠራ ኢ_መደበኛ የጸጥታ ዘርፍ በማደራጀት የተለያዩ የጥፋት ህጎችን ያወጣሉ ያወጧቸውን ህጎች ደግሞ በዚህ ኢ_መደበኛ በሆነ አደረጃጀት በኩል በሀገሪቱ ህዝቦች ላይ ወንጀል ያስፈጽማሉ። ለክልሉ አጎራባች የሆኑ ክልሎችን ህዝቦች ወደ ግጭት በማስገባት ትርምስና የሰብአዊ መብት ጥሰትም ይፈጽማሉ። ፋኖ የሚባለው ኢ_መደበኛ ሐይል የሚሰጠው አገልግሎት የአማራውን ህዝብ ከጥፋት ለማዳን በሚል የተሳሳተ አረዳድ የአማራ ክልል መንግሥት እና እነዚህ ኢ_መደበኛ ገዥዎች በሚፈጥሯቸው የተሳሳቱ ሰራዎች የሚቃወም አካል ካለ በሐይል ዝም ማሰኘት ነው።

ይህ ኢ_መደበኛ አደረጃጀት አልፎ አልፎ ራሱን የአማራውን ህዝብና ባለስልጣናቱን ጭምር እየበላ ይገኛል። ከራሱ ክልል አልፎም የሌሎች አጎራባች ክልሎችና ሐገሪቱን እያተራመሰ ይገኛል። ይህ ሐይል በወሰደው አስቃቂ እርምጃ በ2011ዓ.ም ሰኔ ወር በክልሉ ከፍተኛ ባለሰልጣናት የተደረገውን አሳፋሪ ግድያ እና እስከ አሁንም ድረስ እያደረገ ያለውን ጠቅላላ ውድመት ማንሳት ይቻላል። አሁን አሁን እንዲያውም መከላከያን እራሱ እየተገዳደረ ይገኛል።

በእርግጥ ለዚህ ምክኒያቱ መከላከያ ፋኖን የመሰለ ጽንፈኛ ሐይል እንደ መደበኛ የጸጥታ ዘርፍ አድርጎ በመውሰድ በትግራይ፡ በቅማንት እና በኦሮሞ ህዝቦች ላይ በህግ ማስከበር ሰበብ እንዲዘምት ማድረጉ ነው። ይህ ድርጊት አሁን ለመከላከያ "ባጎርሰኩ እጄን ተነከሰኩ"፡ ሁኖበታል ነገሩ።

በሌላ በኩል ኢ_መደበኛ ገዥ ፓርቲዎች ለአማራው ህዝብ ዘብ የቆምን ፓርቲዎች ነን ይላሉ። ነገር ግን ለሌሎች ብሔሮች መጨፍጨፍ ብቻ ሳይሆን ለአማራው ህዝብም መፈናቀልና መጨፍጨፍ ምክኒያት ሆነዋል። ማለትም እነዚህ ፓርቲዎች በተለያዩ ቦታወች በህገ ወጥ አደረጃጀቱ በኩል የሚፈጥሩዋቸው የትንኮሳ ስራወች የመልስ ዱላው እያረፈ ያለው በአማራው ህዝብ ላይ ነው። ማሳያወቹም በክልሉ ውስጥ አማራን ከቅማንት፡ ከጉምዝ፡ ከኦሮሞ፡ ከትግሬ እና ከሌሎችም ህዝቦች ጋር አጋጭተውታል።

ከክልሉ ውጭ አማራ ክልልን ከትግራይ፡ ከቤንሻንጉል ጉምዝ፡ ከአፋር እና ከኦሮሚያ ክልሎች ጋር ለማጋጨት ዋናው ምክኒያቶች እነዚህ ኢ_መደበኛ ገዥዎችና ህገ ወጥ አደረጃጀቱ ናቸው። እረ ለመሆኑ እነዚህ አካላት አማራን ከማን ጋር ሊያኖሩት ፈለጉ? መልሱን እነሱ ይመልሱት። የእነዚህ ፓርቲዎች ዓላማ ሌሎች ብሔሮችን መዋጥና አማራነትን ማስፋፋት ነው። ለዚህም በዋናነት

ማሳያ የሚሆኑት በቅማንት ህዝብ ላይ እና በጉምዝ ህዝብ ላይ የተወሰደው አሰቃቂ ድርጊት እና ወደ ትግራይና ወደ ኦሮሚያ ክልል እንዲሁም ወደ ሁሉም አቅጣጫ እየተሞከሩ ያሉት የመስፋፋት ዘመቻወች ናቸው።

በተለይ በቅማንት ህዝብ ላይ እየተፈጸመ ያለው አሰቃቂ ድርጊት የቅማንትን ህዝብ አደጋ ውስጥ በማስገባት ቅማንትነትን ለማጥፋት ዓላማ ያደረገ ነው። ይህንን ደግሞ የሚፈጽሙት ፋኖ በሚል መጠሪያ ባደራጁት ኢ_መደበኛ ሐይል ነው። የዚህ የዘር ጥፋት ዋና ዓላማ የተስፋፊውን የበላይነት ማረጋገጥ ነው። ይህን ዓላማ ለማሳካትም በመጀመሪያ የቅማንትን ህዝብ በራሱ ጉዳይ እራሱ እንዳይወስን በማድረግ ነው። ነገር ግን ይህ የከሰረ የፓለቲካ አካሄድ ግን እስካሁንም ዋጋ አስከፍሏል ካልተስተካከለ በስተቀር ወደ ፊትም ዋጋ ማስከፈሉ አይቀርም። በአጠቃላይ በቅማንት ህዝብ ላይ እና በሌሎች ህዝቦች ላይ የተፈጸሙና እየተፈጸሙ ያሉ ጥፋቶች በሙሉ የእነዚህ ኢ_መደበኛ ገዥወች እና የህገ ወጡ ጸጥታ ዘርፍ ድርጊት ድምር ውጤቶች ናቸው።

ይህ ህገወጥ ሐይል በቀጥታ የቅማንትን ህዝብ ከሚጎዳው ጉዳት በተጨማሪ በሌላ መንገድ ደግሞ ለህዝብ የተበጀተን በጀት በክልላችንና በሀገራችን ውስጥ በተፈጠረው ችግር ምክኒያት ለፀጥታ ዘርፉ ድጋፍ በሚል ሰበብ በአዘጋጇቸው ባንዳወች ወይም

ሆድ አደሮች በኩል ከህዝቡ አፍ መንትፈው በመውሰድ ህዝቡን እያራቆተ መልሶ ህዝቡን ሲጨፈጭፍ ቆይቱዋል። በሌላ በኩል ግን ፋኖ የሚባለው ሐይል በከፍተኛ የክልሉ መንግሥት በጀት የተደገፈ ነው የነበረው። ይህ ከሆነ የህዝቡን በጀት መቀማት ለምን አስፈለገ?

ነገር ግን አንዳንድ የመሰረተ ልማት ጉዳይ በከተማ ውስጥ ሲጠየቅ ደግሞ በጀት የለንም ይላሉ። ቢሆንም ግን ለእነዚህ ጽንፈኛ ፓርቲዎችም ሆነ ለህገ ወጥ የጸጥታ ዘርፉ ዓላማቸውን ማሳካት ተሰኗቸው ጉዟቸው ሁሉ ከድጡ ወደ ማጡ ሆኖባቸው አሁን እነሱ ገጠሙ። "እውነትና ንጋት እያደረ ይጠራል" ነውና ነገሩ መንጋቱ አይቀሬ ነው። በክልሉም ሆነ በሐገሪቱ እየተፈጸመ ያለው ችግር ተጠያቂዎቹ ሁሉም የዚህ አስተሳሰብ አራማጆች መሆናቸው ግን አይቀሬ ነው።

4፡ 1 ፋኖ ለምን፡ የትና መቸ ተመሰረተ? ዓላማውስ ምን ነበር?

ፋኖ የሚባለው ህገ ወጥ አደረጃጀት መጀመሪያ የተመሰረተው ጎንደር ከተማ በ2011 ዓ.ም ነው። የሰም ስያሜውም የተሰጠው በእነ ኮረኔል ደመቀ ዘውዱ ነው። በወቅቱ የተመሰረተበት ዋና ዓላማው የቅማንትን ህዝብ ለማጥፋት ነበር። ምክኒያቱም በወቅቱ በቅማንት ህዝብ ላይ የሚደረገው የልዩ ሐይልና የፖሊስ ዘመቻ የተፈለገውን

ቅማንትን የማጥፋት ዘመቻ አለማሳካቱ ብቻ ሳይሆን የክልሉን መንግሥት ሰላሰተቸ ለቅማንት ህዝብ ራሱን የቻለ አጥፊ አደረጃጀት መፍጠር አስፈላጊ ስለነበር ነው።

በዚህ እቅድ መሰረት ፋኖ በ2011 ዓ.ም ተመሰርቶ፡ ከ2012 ዓ.ም እስከ 2014 ዓ.ም መጀመሪያ አካባቢ ድረስ በቀጥታ በቅማንት ህዝብ ላይ የዘር ጥፋት ዘመቻ አውጆ በህዝቡ ላይ ከፍተኛ የሆነ እልቂትና የንብረት ውድመት አደረሰ ማለት ነው ። አሁንም ቢሆን ይህንን ታሪካዊ ተልዕኮውን ለመወጣት በተለያየ መንገድ በቅማንት ህዝብ ላይ እየዘመተ ይገኛል። አሁን ባለው ወቅታዊ ሁኔታ ፋኖ በቅማንት ህዝብ ላይ ባገኘው አጋጣሚ ሁሉ ሰው ይገላል፡ ያግታል፡ ያገኘውን ሁሉ ይዘርፋል፡ ከብት ለመዘረፍ ሲል እረኛ ወይ በአሰቃቂ ሁኔታ ይገላል፡ ወይ ደግሞ እስከ ከብቱ ወሰዶ አግቶ ብር ይጠይቃል። ሙሉ ንብረቱን ወሰዶ ለእረኛው ደግሞ ማስለቀቂያ ብር ይጠይቃል። እንዲያውም በባለፈው ደረጀ በላይ የሚባል አንድ የፋኖ መሪ እና ሽጋው የሚባል ሌላ የፋኖ መሪ በራሳቸው ተጣልተው ሲሰዳደቡ አንዳቸው አንዳቸውን ከቅማንት የዘረፍከውን አጋልጣለሁ ሁሉ እየተባባሉ ይሰዳደባሉ። ይህንን እውነታ ሶሻል ሚዲያ ላይ የወጣ ስለሆነ ማረጋገጥ ይቻላል። ሌላው ፋኖ አሁን በቅርቡ የማህበረ ሰላሴን መነኮሳት ይዞ በመቃ ቀበሌ በባርኩርኩር ጎጥ ዘምቶ ብዙ

ቤተሰቦችን እንዳለ እንደ ቤተሰብ አጥፍቱዋል፡ ፋኖ አሁን አሁን ሐይማኖትን ሰበብ አድርጎ ሁሉ መዝመት ጀምሩዋል።

ወደ ሌላው ሐሳብ ልሸጋገርና ከጅምሩ ጀምሮ ፋኖ በክልሉ መንግሥት ያልተቋረጠ ድጋፍ በክልሉ ውስጥ ያሉ ብሔሮችን እና በአጎራባች ክልሎች እየዞረ ትንኮሳወችን እየፈጠረ እያለ በታሪክ አጋጣሚ በትግራይ ህዝብ ላይ የጥፋት ዘመቻ ተጀመረ። በዚህ ጊዜ ፋኖ ይህ እድል እንዳያመልጠው ምታ ነጋሪት ክተት ሰራዊት ሲባል በትግራይ ህዝብ ላይ እጁን ለማንሳት ጊዜ አልወሰደበትም። በዚህ ወቅት ፋኖ ጥምር ሐይል እየተባለ ከሚጠራው ሰብሰብ ውስጥ አንዱ ሁኖ ለሁለት ዓመት በትግራይ ህዝብ ላይ ዘመተ።

በዚህ አጋጣሚ ፋኖ የተለየዩ ግብዓቶችን ለማግኘት እድል ገጠመው፡ የመጀመሪያው በጦር መሳሪያ እራሱን አጎለበተ፡ ሁለተኛው ከነበረው የተሻለ አደረጃጀት ፈጠረ፡ ሶስተኛው ከሐገር ውጭ ፋይናንስ ማግኘት የሚችልበትን መንገዶች ሁሉ አበጀ፡ አራተኛው በተወሰነ መልኩም ቢሆን ፖለቲካዊ ልምድ አገኘ፡ አምስተኛ በሁሉም እውቅና አገኘ። እነዚህ ግብዓቶች ደግሞ በኋላ ፋኖ ከድሮ የጥፋት አጋሩ ከመከላከያ ጋር ወደ ጦርነት ሲገባ እራሱን ችሎ እንዲቆም አስቻለው።

በዚህ መልኩ የመጣ ስለሆነ ነው ዛሬ ፋኖ እስትራቴጅክ ፖለቲካዊ ዕቅድ የለው፡ የአንድነት የመታገያ አጀንዳ የለው፡ ከሌሎች የሐገሪቱ ታጋዮች ጋር የሚግባባበት የፖለቲካ ርዕዮት አለም የለው፡ ከብልጽግና ጋር የገጠመበት ዋናው ፖለቲካዊ ምክኒያት በግልጽ አይታወቅ፡ እንዲሁ ዝም ብሎ የአማራ ህዝብ የህልውና አደጋ ውስጥ ነው እያለ በአንድ በኩል ከመከላከያ ጋር ይዋጋል በሌላ በኩል ደግሞ እርስ በእርሱ ይናጠሳል፡፡

በዚህ መካከል ህዝቡ የሲዖል እሳት ውስጥ ገባ ማለት ነው፡፡ የፋኖ ትግል የመጨረሻ ግቡ እራሱ ግልጽ አይደለም፡፡ አሁን ፋኖ ብልጽግናንን ለመጣል እየታገለ ነው፡ እሽ ከዛስ? ፋኖ ህገ መንግሥቱን አይቀበልም፡፡ ለዚህ ነው ህገ መንግሥቱ መስተካከል አለበት የሚለው፡፡ ሌሎች ሐይሎች ደግሞ ይህንን አይፈልጉም፡፡ ይህ ከሆነ ደግሞ ፋኖ ወዲያው ከሌሎች ሐይሎች ጋር ወደ ጦርነት ውስጥ ይገባል ማለት ነው፡፡

ክፍል - አራት

መንስኤ እና ውጤት

1፡ ምዕራፍ አንድ - ኢትዮጵያ እና ጦርነት

2፡ ምዕራፍ ሁለት - ኦህዲድ መሩ መንግሥት

3፡ ምዕራፍ ሶስት - የሁለት ዓመቱ ጦርነት ወደ ድርድር

4፡ ምዕራፍ አራት - የቅማንት ህዝብ ትግል

5፡ ምዕራፍ አምስት - የኢትዮጵያ ሰምና መገለጫዋ

ምዕራፍ አንድ

ኢትዮጵያ እና የእርስ በእርስ ጦርነት

እንደ አለመታደል ሆኖ ሀገራችን ኢትዮጵያ በየጊዜው በህዝቦች መካከል የእርስ በእርስ ግጭት ውስጥ ትገባለች። ይህ ብቻ ሳይሆን ህዝቦች ከገዥው አካልም ጋር በሚያደርጉት የነጻነት ትግል ሐገሪቱ በጦረነት ስትታመስ ዘመናትን አስቆጥራለች። ይህ እውነታ የማይታበል እውነተኛ የኢትዮጵያ ታሪካ ነው። በእርግጥ በሐገሪቱ ውስጥ ለሚፈጠሩ ግጭቶች ዋናው ምክኒያት በገዥው አካል በሐገሪቱ ላይ የሚሰፍኑ አላግባብ ሰርዓቶች መሆናቸው ግልጽ ነው።

ወደ ኋላ መለስ ብለን የነበሩ ነገሥታትን ስንመለከት ነገሥታቱ በሐይማኖት ሰበብ አንድ አዲስ ህዝብ ፈጥረው አዲስ ማንነት አውርሰው በተሳሳተ መንገድ ሐገር ለመገንባት አንድ ሐገር፡ አንድ ህዝብ፡ አንድ ቋንቋ እያሉ ብዝሐነትን በሐይል አጥፍተው በተሳሳተ መንገድ አንድነትን ለማምጣት የሔዱበት መንገድ ነው ዋናው የአሁኑ የእርስ በእርስ ጦርነት መነሻ ምክኒያቱ። በዚህ የተሳሳተ መንገድ ሐገር ለመገንባት የሔዱበት ርቀት በየዘመናቱ ለሚነሱ ግጭቶች ዋናው ምክኒያት ሆኖ ቀጥሎዋል። ለዚህ ደግሞ ዋናው

ምክኒያት ነገሥታቱ እና ካህናቱ የሔዱበት ሐገርን የመገንባት መንገድ በሐገሪቱ ውስጥ የዜግነት ልዩነትን ስለፈጠረ ነው።

ይህ የዜግነት ልዩነት በነገሥታቱ እና በካህናቱ ይሁንታ ተፈጥሮ ወደ ነገሥታቱ የተጠጋውና ለነገሥታቱ ባለምዋል የሆነው ህዝብ አንደኛ ዜጋ ለመሆን በቅቶ ነገሥታቱ ሌሎችን ህዝቦች ፍቃደኛ የሆነውን የሰነ ልቦና ጫና በማሳደር በሐይልም ቢሆን በሐይማኖት ስም እያጠመቁ፣ ከነጭራሹ ፈቃደኛ ያልሆነውን ደግሞ እየጨፈጨፉ በጦር ሐይል ወደዚህ ህዝብ እያመጡ እንዲጨምሩ ምክኒያት ሆነ።

በዚህ መንገድ አዲሱን ማንነት ለብሰው ከነአካቴው ጠፍተው የቀሩ ህዝቦችም አሉ፣ ለምሳሌ የጋፋት ህዝብ። በሌላ በኩል ደግሞ እራሳቸውን እየተከላከሉ በተለያየ መንገድ ጭቆና ቢደርሰባቸውም እራሳቸውን ያስቀጠሉ ህዝቦችም አሉ። ሌላኛው ደግሞ በአደገኛ ሁኔታ ውስጥ ሁነው ሊጠፉ መታጠፊያ ነጥቡ ላይ ያመለጡ ህዝቦችም አሉ። እነዚህ ህዝቦች አብዛኛው የህዝቡ ክፍል አዲሱን ማንነት ለብሶ ግን ደግሞ ጨርሰው ያልጠፉ ህዝቦች ናቸው። ለምሳሌ ለዚህ በአብነት የሚጠቀሰው የቅማንት ህዝብ ነው።

በዚህ ምክኒያት ሐገራችን ኢትዮጵያ በህዝቦች ፍላጎት ሳይሆን በኃይል የተያዘችና ህዝቦቿ በብሔርም ሆነ በሐይማኖት የተለያየ የዜግነት ደረጃ ተሰጥቷቸው አብዛኛው ህዝቧ ተደፍቆ የተወሰኑ

የነገሥታቱ ባለሟሎች ብቻ የሐገር ባለቤትነት እና መብት ተሰጥቷቸው ቆይተዋል፡፡ ነገሥታቱ ይህንን በኃይል አንድ ሐገር የመገንባት እሳቤ እውን ለማድረግ የሔዱበት መንገድ የተወሰነውን የህዝብ ክፍል የእነሱ ባለሟል በማድረግ ነበር፡፡ ይህንን ህዝብ በሐይማኖት ስም በማደራጀት በአንድ በኩል ሌላው የሐገሪቱ ህዝብ በችርቻሮ እየተጠመቀ ወደዚህ አዲስ ህዝብ በሐይማኖት ስም በመቀላቀል በሌላ በኩል ደግሞ አዲሱን ህዝብ ወደ ሌላ አካባቢ ወሰዶ በማስፈር በሐገር አንድነት ስም ሕዝቦችን ለመጨቆን እና ለመድፈቅ ተጠቅመውበታል፡፡ በዚህም ምክኒያት ነገሥታቱ እና አዲሱ ህዝብ አንዱ የሌለውን ህልውና ለማስጠበቅ እጅና ጓንት ሆነው ዘመናትን አስቆጥረዋል፡፡ ይህ ደግሞ በሒደት መደባዊ እና ብሔራዊ ጭቆናን በሐገሪቱ ወለደ፡፡

በሌላ በኩል ደግሞ የተቀሩት የሐገሪቱ ህዝቦች ህልውናቸውን ለማስቀጠል ባልተደራጀ እና ባልተናበበ መልኩም ቢሆን የተናጠል ትግል ሲያደርጉ ኖረዋል፡፡ ነገር ግን ነገሥታቱና በነገሥታቱ የሚዘወረው ህዝብ በበቂ ሁኔታ የተደራጁ እና የሐገሪቱን ኢኮኖሚ ስለተቆጣጠሩ በትክክል የሚደረጉ የነጻነት ትግሎችን በቀላሉ ሲቀለብሱና የፈለጉትን ሲያደርጉ ኑረዋል፡፡ በዚህ ምክኒያት እስከ ደርግ ዘመነ መንግሥት ድረስ በሐገሪቱ ህዝቦች ላይ መደባዊና ብሔራዊ ጭቆና በሐገሪቱ ላይ ተግባራዊ ሆኖ ቀጥሎዋል፡፡

በዛ ወቅት በጭቆና ቀንበር ውስጥ የሚኖሩት ህዝቦች እንዳሉ እንኳን የሚታሰቡት ሐገር በውጭ ጠላት ሲወረር እና ግብር ለመሰብሰብ ብቻ ነበር። ከዚህ ውጭ ግን ህዝባዊ ጥያቄ በመጠየቃቸው ብቻ እንደ ከሐዲና ሐገር አፍራሽ ሲቆጠሩ እስከ ደርግ ወታደራዊ መንግሥት ድረስ ዘልቀዋል። የደርግ ዘመነ መንግሥት የአገዛዝ ስርዓት ደግሞ ምንም እንኳን ህዝባዊ መንግሥት ባይሆንም ሁሉንም ህዝቦች በእኩል የጭቆና ቀንበር ስር የጣለ በመሆኑ እንደ ቅማንት ያሉ በመጥፋት አፋፍ ላይ የነበሩ ህዝቦች ህልውናቸው እንዲቀጥል እድል የሰጠ ነበር። የደርግ ወታደራዊ መንግሥት ፊውዳሉን የሐይለ ስላሴ አገዛዝ በሐይል ገርስሶ ወደ ስልጣን ሲመጣ የተለያዩ በሐገሪቱ ያልተለመዱ ነገሮች አብረው መጡ።

የመጀመሪያው የፊውዳል ስርዓት አገዛዝ ለአንዴና ለመጨረሻ ጊዜ አከተመ፡ ሁለተኛው በሐይማኖት ስም ሲደረግ የነበረው ብሔሮችን የማጥፋት ዘመቻ ፕሮጀክት ቆመ፡ ሶስተኛ የመሬት ጥያቄ መልስ አገኘ፡ አራተኛ የፊውዳሉን ስርዓት ለመጣል ሲታገል የነበረው ትውልድ ዳግም የወታደራዊ አገዛዙን አልሸከምም በማለት እየተደራጀ ወደ ትጥቅ ትግል እንዲገባ አደረገው። ይህ በየራሱ እየተደራጀ ወደ ትጥቅ ትግል የገባው ሐይል እየቆየ ወደ አንድ በመምጣት ጠንካራ ድርጅት በመፍጠር የደርግን ወታደራዊ አገዛዝ

ይነቀንቀው ጀመር። በጦር ሐይሉ ፈርጣማ ነው የተባለለት ደርግም በአንድ በኩል በውስጡ በሚፈጠር ልዩነት እየተፍረከረከ ሐይሉን እያጣ መጣ በሌላ በኩል ደግሞ በብሔሮች ስም የተደራጀው የነጻነት ታጋይ ክፍል ትግሉን ህዝባዊ እያደረገ በሁሉም ረገድ እየጠነከረ መጣና የደረግ አገዛዝ እንዲያከትም አደረገው።

ከዚህ የደርግ መንግሥት መውደቅ ቀጥሎ የመጣው በብሔሮች ስም ተደራጅቶ የፌደራሊዝም ሰርዓት አቀንቃኙ የኢህአዲግ መንግሥት ነው። የኢህአዲግ መንግሥት የአብዛኛውን የሐገሩቱ ህዝቦች እራሰን በራሰ የማስተዳደር ጥያቄ ከመመለሰ አንጻር ጥሩ ሰራ ሰርቱዋል ተብሎ ይነሳለታል። ነገር ግን የኢህአዲግ መንግሥት የፌደራሊዝም ሰርዓቱን ጨርሶ ከመተግበር አንጻር ግን ችግር ሰላለበት በሐገሪቱ ውሰጥ የነበረውን የነጻነት ትግልና የእርሰ በእርሰ ጦርነት ማሰቀረት አልቻለም።

ለዚህም ማሳያ የሚሆነን የኢህአዲግ መንግሥት ምንም እንኳን የብሔሮችን የራሰን እድል በራሰ የመወሰን መብት እሰከ መገንጠል ድረሰ አሰከብራለሁ ቢልም ከተግባራዊነት አንፃር ግን ከነጭራሹ የሉም በማለት ከብሔር ብሔረሰቦች ሰም መዝገብ የሰረዛቸው ሕዝቦችም አሉ። ከእነዚህ ህዝቦች መካከል አንዱ የቅማንት ህዝብ ነው። ይህ ማለት ኢህአዲግም ሐገሪቱን ከእርሰ በእርሰ ጦርነት እና የነጻነት ትግል አላላቀቃትም ማለት ነው።

የኢህአዴግ መንግሥት በጣም አሰቂኝ ድርጊቱ እራሱ ያጸደቀውን ህገ መንግሥት መሰረት አድርገው ህዝቦች የመብት ጥያቄ ሲያነሱ ህዝባዊ ጥያቄውን በህግ አግባብ ከመመለሰ ይልቅ ለጥያቄው መልሰ የማይሆኑ የተወናበዱና የተጣረሱ ሐሳቦችን እያቀረበ በህዝቦች ላይ በሐይል መዝመትን መልሰ አድርጎ ተያያዘው።

በዚህም ምክኒያት ሐገራችን ኢትዮጵያ በተለያየ ጊዜ በእርሰ የእርሰ ጦርነት የምትታመሰ ሐገር የመሆን ታሪኳን አሰቀጠለች ማለት ነው። ይህም በዓለም አቀፍ ደረጃ መገለጫዋ ነው። የዚህ ጦርነት ዋና ምንጭ በአንድ በኩል ሐገራችን ብዝሐነትን ማሰተናገድ ባለመቻሏ የአንድነት ካባ ለብሰው ብዝሐነትን ለማጥፋት እና እራሳቸውን ከጥፋት ለመከላከል በሚፋለሙ አካላት መካከል የሚመጣ ጦርነት ሲሆን በሌላ በኩል ደግሞ ፍትሃዊ ተጠቃሚነትን ማሰፈን እና የህግ የበላይነትን ማረጋገጥ ባለመቻላችን የሚመጣ ጦርነት ነው።

ብዝሐነትን በተረጋገጠ መልኩ ማሰተናገድ፡ የእኩል ተጠቃሚነት ፍትሃዊነትን ማሰፈን፡ የህግ የበላይነትን ማሰከበር እና ዲሞክራሲን ማረጋገጥ አማራጭ የሌለው መንገድ ከመሆኑ በተጨማሪ ሐገራችን እንደ ሀገር እንድትቀጥል የሚያደርግ ፍቱን መድሃኒት መሆኑ መዘንጋት የለበትም። የሐገርን አንድነት

ለማስጠበቅ ዋናው መንገድ የህዝቦችን መሰረታዊ ጥያቄዎች በአግባቡ መልስ መስጠት አስፈላጊ ነው።

መስኩ የሚያምረው ሁሉም ዓይነት ሳሮች እና አበቦች ሲኖሩት ነው። አንድ ዓይነት አበባ ለመስኩ ውበት አይሆንም፡ የንብ መንጋዎችንም አይስብም። ልክ እንደዚህ ኢትዮጵያም የምታምረው ሁሉም ብሔር ብሔረሰቦች ከእነሁለንተናዊ መገለጫዎቻቸው ሲቀጥሉ ነው። አንዱ ብሔር ሌላውን ብሔር እንዳለ አክብሮ መቀበል እና ማስተናገድ መቻል አለበት። ልሙጥ አስተሳስብ አብሮ አያስቀጥለንም፤ ውበትም አይኖረውም። የተሻለች ሐገር ለመገንባት እና አብሮ ለመኖር የእኔው የተሻለ ነው፡ የእኔውን ተቀበል ከሚል አጉል እብሪት ወጥተን እንዳችን የእንዳችን እምነን መቀበልና ማስተናገድ መቻል አለብን። ያ ሲሆን እንዳችን ለእንዳችን ውበት እንሆናለን፡ አብረን ስንኖርም ያምርብናል።

የጨቋኝነትና የተጨቋኝነት፡ የበላይነትና የበታችነት፡ በገዛ ሐገሩ ከሌላው የተለየ ባይተዋርነትና የተሻለ ባለቤትነት፡ የዜግነት ደረጃ ልዩነት ስሜት ሊያበቃ ይገባዋል፡ ሐገር አፍራሽ ተግባር ነውና። ይህ በተሳሳተ መንገድ የተገነባ ስሜት መጨረሻ ውጤቱም አያምርም። በዚህም ምክኒያት ሐገራችን ኢትዮጵያ ለነፃነታቸው በሚታገሉ እና የሌሎችን ነፃነት ለመቀማትና ለማጥፋት በሚታሉ አካላት መካከል በሚደረግ ትግል ስትታመስ ዘመናት ያስቆጠረችው ታሪክ ሊያበቃ

ይገባዋል። በጣም ብዙ ህዝቦች እስከ አሁንም ድረስ ነፃነታቸውን አጥተው በጭንቅ ቀንበር ውስጥ ነው ያሉት።

እነዚህ ህዝቦች ነጻነታቸውን አግኝተው፡ ከሌላው እኩል ዜግነታቸውና ፍትሃዊ ተጠቃሚነታቸው ተረጋግጦ፡ የህግ የበላይነት ተከብሮ፡ ዲሞክራሲ ሰፍኖ ሁሉንም በእኩልነት የምታስተናግድ ሐገር መገንባት ያስፈልጋል። የሐገር አንድነት ማለት የታወቀ ድንበር ያለው በሆነ ክልል ውስጥ ያለ ጋራው ሽንተረሩ እና የመሬቱ አንድነት ማለት ብቻ ሳይሆን ፖለቲካዊ፡ ኢኮኖሚያዊ፡ ስነ ልቦናዊ እና ማህበራዊ አንድነት ያስተሳሰረው የጋራ የሆነ አንድ ሐገር ለመገንባት የሚያበቃው በተለያዩ ሁኔታዎች የሚገለጥ ማንነት ያለው፡ በሐገራዊ ብሔራዊ መግባባት የተፈጠረ ድምር ውጤት ማለት ነው።

ከዚህ አንጻር ኢትዮጵያን ብናያት በአንድ ሐገራዊ ስሜት መገለጥ የሚችል የጋራ የኢትዮጵያዊነት ስነ ልቦና አለን፡ የጋራ የሆነ ሐገራዊ ታሪክ አለን፡ በተለያየ መንገድ የተሳሰሩና ተሳሰበው የሚኖሩ ሐገራዊ የተለያዩ ሐይማኖቶች አሉን፡ አስተሳሰር የሚይዘን የጋራ ኢኮኖሚያዊ ትስስር አለን፡ በተለያየ መንገድ ቢሸረሸርም የጋራ የሆኑ የተለያዩ ማህበራዊ እሴቶች አሉን። እንዲህ እያልን በጣም ብዙ ሐገራዊ አንድነታችንን የሚያሳዩ ብዙ ነገሮችን መጥቀስ እንችላለን። እነዚህ ነገሮች በአንድነት አንድ የጋራ ሐገር ለመገንባት መሰረት ናቸው። እነዚህን የጋራ የሆኑ ሐብቶቻችን ተጠቅመን ከገባንበት

ሐገራዊ ችግር ሁሉ ወጥተን የሐገራችን አንድነት ማረጋገጥ እንችላለን።

ይህ የሚሆነው ግን በሁሉም ረገድ የሕዝቦችን እኩልነት ለማስጠበቅ እና ለሐገር አንድነት ስንጠቀምባቸው እንጂ በሐገር አንድነት ስም ሕዝቦችን ለመያዣነት ስናውላቸው አይደለም። እነዚህን መልካም የአንድነት መሰረቶች ወደ መሬት አውርደን በተግባር ላይ በማዋል ከገባንበት ታሪካዊ የጦርነት አዙሪት መውጣት አለብን። ዘመን እየቆጠረ በተወሰነ የዓመታት ልዩነት ወደ የእርስ በእሰር ጦርነት እየከተተን ያለው ጥቁር ታሪክ ለአንዴና ለመጨረሻ ጊዜ ምዕራፉ መዘጋት አለበት።

ይህንን የሐገራችን የጦርኝነት ታሪክ በተለይ በአሁኑ ወቅት ያለውን የእርስ በእርስ ጦርነት የተለያዩ አካላት ከተለያዩ ትንቢታዊ ከሚመስሉ ነገሮች ጋር ያያይዙታል። አንዳንዶች ከሐጢያታችን ብዛት የተነሳ የፈጣሪ ቁጣ ነው ይላሉ፡ አንዳንዶች ደግሞ ተነግሮ የቆየ ትንቢታዊ ጦርነት አድርገው ያቀርባሉ። "የረብ ጦርነት ነው" የሚሉም አሉ።

1፡ 1 የረብ ጦርነት

የረብ ጦርነት ምንድን ነው? ከትምህርት እና ከትግል ብቻ ሳይሆን ከእድሜ እና ከአካባቢ ጭምር የተማረ አንድ የቅማንት ታጋይ

ስለረብ ጦርነት ሲናገር "በትንቢቱ መሰረት የረብ ጦርነት አሁን ነው" ይላል። "ይህ ጦርነት ምክኒያቱ የሰው መብዛት እና የፍቅር ማነስ ነው" በማለት ያሰረዳል። የሰው ልጅ በተፈጥሮ ቁጥሩ ሲያንስ ይፋቀራል፤ አብሮ ይኖራል፡ ቁጥሩ ሲበዛ ደግሞ ይጣላል፣ ይጎዳዳል ማለት ነው በማለት ሐሳቡን ያቀርባል። ይህም ማለት በተለምዶ ረብ ተብሎ የሚጠራው ቦታ ጦርነት ማለት ሳይሆን የርቢት(የሰው ቁጥር መብዛት) ማለት መሆኑን ያሰረዳል።

ይህንን ሐሳብ የሚያጠናክር አንድ ጓደኛየ የሆነ ካህን ስለተፈጥሮና ጦርነት አንድ ሐሳብ አካፍሎኝ ነበር። ይህም ምንድን ነው ተፈጥሮ ራሷን በራሷ ታስተካክላለች የሚል ነው። ተፈጥሮ እራሰዋን ከምታሰተካክልበት መንገድ ውሰጥ አንዱ ጦርነትን ጨምሮ የተለያዩ ሰው ሰራሽ ችግሮች እና የተፈጥሮ አደጋዎች ናቸው ይላል። ስለሆነም የሰው ልጅ ቁጥሩ ሲበዛ በተፈጥሮ አሰገዳጅ ሁኔታ ጦርነት ይከፈትና የሰው ልጅን በሞት በመቀነሰ ተፈጥሮ እራሱዋን ታሰተካክላለች እንደማለት ይኖናል ማለት ነው።

ይህንን ጉዳይ በተመለከተ ቋንቋየ ነሽ የሚባል የዩቲቭ ሚዲያ ላይ በሐገር በቀል እውቀት ዙሪያ የሚያጠኑ አካላት እራሱ አሁን ሰላለው ሐገራዊ ጉዳይ አንሰተው መሬት እራሱዋን በተፈጥሮ ታሰተካክላለች የሚል ሐሳብ አቅርበዋል። እንዲያውም አሁን በሐገሪቱ ውሰጥ ያለውን ጦርነት እና የመሬት መንቀጥቀጡን

ጨምሮ የተለያዩ የተፈጥሮ አደጋዎችን አዲስ ተሰፋ ሊያመጡ ይችላሉ ብለው እንደሚያስቡ ገልጠዋል።

ከዚህ በላይ የተነሱ በተጨባጭ መረጋገጥ የማይችሉ ሐሳቦችን ስንረዳ ተፈጥሮ እራሰዋን ለማስተካከል ምክኒያት የሚሆኑ ተወካይ አካላትን ትጠቀማለች እንደ ማለት ነው። ምን አልባት ይህ ነገር በመፅሃፍ ቅዱስ በተለያየ ቦታ የሰው ልጆች ቁጥር ሲበዛ ሐጢያት ይበዛና እልቂት ይሆናል ከሚለው ጋር የተያያዘ ይሁን አይሁን ግን አይታወቅም። ይህንን ሐሳብ እንደ ሐሳብ አሰቀመጥኩት እንጂ እውነት ነውና እንመነው ፈጣሪ መልሱን ያመጣል ዝም ብለን እንቀመጥ እያልኩ አይደለም። ምንም ይሁን ምን የእኛ ድርሻ በምንችለው ሁሉ ከገባንበት ችግር የሚያወጣን የመፍትሔ መንገድ መፈለግ ብቻ ነው።

1፡ 2 የአማራ ብልጽግና

በታሪክ እንደሚታወቀው በዚህ መጽሃፍም በተለያየ ቦታ እንደተገለጸው የአማራው ህዝብ በሐይማኖት ሰበብ አዲስ ማንነት የተሰጠውና እሱም ይህንን አምኖ ተቀብሎ የኖረ ህዝብ ነው። ይህንንም ተከትሎ ከተለያዩ ህዝቦች የመጣውን ህዝብ ካህናቱ አጥመቀው ሲያበቁ አንድ ህዝብ የማድረጊያ አዲስ ማንነት ሰጡት። ይህንን አጋጣሚ ደግሞ ነገሥታቱ ተጠቀሙበትና ከዚህ ህዝብ

ውስጥ የወጡ ሊህቃንን የራሳቸው ባለምዋል አድርጎ ሐገር እንመራለን ብለው ተነሱ። ታዲያ ይህንን ጉዳይ እንደ ጥሩ አጋጣሚ የተጠቀመው የአማራው ሊህቃን ገዥውን መደብ ተገን አድርጎ በሐገሪቱ ህዝቦች ላይ ግፍ ሲፈጽም ለዘመናት ዘለቀ።

ለዚህም ማሳያ የሚሆነን ፋኖ የሚባል ህገ ወጥ አደረጃጀት ፈጥሮ አሁንም ደረሰ ዘልቆ በማያገባው ገብቶ በትግራይ ህዝብ ላይ ያደረሰው የዘር ፍጅት፡ በቅማንት ህዝብ ላይ እያደረሰ ያለውን ያላለቀ የዘር ማጥፋት ዘመቻ፡ በጉምዝ፡ በአገው፡ በወሎና በወለጋ የኦሮሞ ህዝቦች ላይ ያደረሰውና እያደረሰ ያለውን ጥፋት መጥቀስ ይቻላል። ይህንን የሚያደርገው ደግሞ እንደ ልማዱ ገዥውን አካል ተጠግቶ ነው። ከዚህ የግፍ ጭቆና የአማራው ህዝብ እራሱ አላመለጠም።

የአማራው ህዝብ እንደ ህዝብ በታሪክ የተለያዩ መከራዎችን ያሰተናገደ ህዝብ ነው። በአንድ በኩል በገዥው መደብ በሚፈጠሩ ጭቆናወች እንደሌሎች ህዝቦች በሐገሪቱ ውስጥ የሚፈጠሩ ችግሮች ሁሉ ተጋላጭ ነው፡ በሌላ በኩል ደግሞ የነገሥታቱ አገልጋይ ናቸው ተብለው የሚታሰቡ አካላት ከዚሁ ህዝብ ውስጥ የወጡ ሰለሆኑ ከሌሎች ህዝቦች ጋር ወደ ግጭት ሲገባ ቆይቱዋል። ይህ ተሰፋፊ ሐይል እየሔደ የሚፈጥረው አላግባብ ጦርነት ሁሉ የመልሰ

ዱላው የሚያርፈው የአማራው ህዝብ ላይ መሆኑን ነባራዊ እውነታው እራሱ ያስረዳል።

ይህንን ደግሞ ከድሮ እስከ ዘንድሮ የሚያደርጉት እዛው ህዝቡ ውስጥ የወጡ ሊህቃን ናቸው። ነገር ግን የአማራውን ሊህቃን እና የአማራውን ንጹህ ህዝብ ለይቶ የሚያይና የሚረዳ ባለመኖሩ ኮረኔል መንግስቱ ሐይለማሪያም እንደተናገሩት ሁሉን መጥፎ ነገር አድራጊው አማራ እንደ ህዝብ ተደርጎ ተወሰደ። ይህ ግን የተሳሳተ እይታ ስለሆነ መስተካከል አለበት። የአማራን ህዝብ እንደ ህዝብ ጨቋኝ አድርጎ መመልከት ትክክል አይደለም። ችግሩ ያለው የቤተ መንግሥቱን እና የቤተ ክህነቱን መዋቅር ተጠቅሞ ቡድናዊ እና ግለሰባዊ ጥቅሙን የሚያራሩጠው ላይ ነው።

ሌላውን ትተን የብልጽግናውን ዘመነ መንግሰት ወስደን ማየት እንችላለን። በተለያዩ ቦታዎች እንደተገለጸው የአማራው ሊህቃን የኙው መደብ ያለውን ብቻ እየተከተለ ሲያደምቅ የኖረ ሐይል ነው። ይኸውም እስከ አብይ ዘመነ መንግሥት ድረስ ዘልቋል። በዚህ ዘመነ መንግሥትም እንደ አሁን ቀደሙ ያዋጣኛል ብሎ ከአብይ ጎን በመቆም በሁሉም የኢትዮጵያ ህዝቦች ላይ የሚደረገውን ጦርነት እያዋደደና በአጋፋሪነት እያገለገለ ብዙ ታሪካዊ ስህተቶችን ሰርተዋል፡ አሁንም በዚሁ ስራው እንደቀጠለ ነው።

እንደሚታወቀው የብልጽግናው መንግሥት ሰልጣንን የመንግሥተ ሰማየት መግቢያ አድርጎ የሚያስብ፡ ከጦርነት ውጭ ሐገር የሚመራበት ችሎታና ዓላማ የሌለው ስለሆነ ለሚፈጠሩ ልዩነቶች ሁሉ መፍትሔ ብሎ የሚያቀርበው ጦርነትን ነው። ይህንን ጦርነት የሚደረገው ደግሞ የባዕድ ሐገር ጦርንም ጭምር በመጠቀም ህዝቡን በተራ በተራ እየዞሩ እስከ ዘር ማጥፋት በማድረስ ነው። ለዚህ ጦርነት የአጋፋሪነት ቅድሚያውን የሚይዘው ደግሞ የአማራው ሊህቃን ነው።

የአማራው ሊህቃን "27 ዓመታት የህወሃት ተላላኪ ነበርን" ብሎ የተላላኪነት የስራ ድርሻውን አሁንም የአማራ ብልጽግና ተብሎ ለኦህዲድ ብልጽግና እየተላላከ ነው። አሁን የአማራው ብልጽግና የሚላላከው እና የስራ ድርሻው የሐገሪቱን ህዝብ በየተራ በጦርነት ማሰፈጀት ነው። የአማራው ተሰፋፊ ሐይል እኛ ያልነው ካልሆነ ሐገር ትፈርሳለች በማለት ብልጽግናን እና ሻዕቢያን በመጠቀም ሐገሪቱን ለማፍረስ ሲሰራ ከረመ። ለዚህም ስኬት ሲባል እስከ 14 የሚደርሱ የፋኖ ክፍለ ጦሮች ከልዩ ኃይል፣ ከፖሊስና ከሚሊሻ ጋር በመቀላቀል ወደ ሌሎች ክልሎች በማስገባት ሲያስጨፈጭፍ ከረመ።

ለዚህ ሐይል የሐገር አንድነት ማለት ጋራው፡ ሸንተረሩ፡ ሜዳው፡ ወንዙ ወዘተ ነው። በተለየ መንገድ ለአማራው ህዝብ የሚጠቅም ነገር እንዳለው አድርጎ በመሰበክ ከመከላከያ ጋር በመጣመር

በትግራይ ህዝብ ላይ ለሁለት ዓመት ዘመተ፣ ጉሙዝዎችንና ኦሮሞዎችን ክልላቸው ድረስ በመግባት ሲጨፈጭፍ ዘለቀ። በዚህ አካሄድ የአማራ ብልጽግና የመጨረሻ እጣ ፋንታው አይጥ ለሞቷ የድመት አፍንጫ ታሸታለች መሆኑ አይቀርም።

እንዲያውም ይህ አሃዳዊ ተስፋፊ ሐይል የሆነ ወቅት ላይ አክለፍልፎት ሁሉ ነበር። ለዚህም ማሳያ የሚሆነው እዚህም እዛም እየሄደ ችግር መፍጠርን እንደመፍትሔ አድርጎ እየወሰደ ነበር። ሰው አገዳደሉ ደግሞ አሰቃቂ ግድያን ሁሉ ያካትታል። የሰውን ልጅ እስከ ነብሱ መግፈፍ(ቦታ ጭልጋ)፡ እስከ ነብሱ ማቃጠል(ቦታ መተማ)፡ በጅምላ ገሎ በጅምላ መቅበር(ቦታ መተማ)፣ አንገቱን ቀልቶ እራሱን እንደ ባንዴራ እያውለበለበ መውጣት(ቦታ ወለጋ) እና ሌሎችንም አሰቃቂ ድርጊቶች ያደርጋል።

በዚህ አጥፊ ሐይል ምክኒያት ሐገራችን ኢትዮጵያ ከድሮ እስከ ዘንድሮ ያላት ሰምና ተግባሯ የማይገናኝ ሆኖ ቀጥሉዋል። የአማራ ብልጽግና ፋኖ የሚባል ህገ ወጥ አደረጃጀት አደራጅቶ በክልሉ ውስጥ የቅማንትን ህዝብ፡ የአገውን ህዝብ፡ የኦሮሞን ህዝብ፡ የጉምዝን ህዝብ ይጨፈጭፋል። ከክልሉ ውጭ ደግሞ በትግራይ ህዝብ ላይ፡ በኦሮሞ ህዝብ ላይ፡ በጉምዝ ህዝብ ላይ ይዘምታል። ይህንን ሁሉ ሲያደርግ ነገ ለአማራው ህዝብ ከሌሎች ወንድም ህዝቦች ጋር ምን እየፈጠረለት እንደሆነ ግን የሚረዳው

አይመስልም። ዝም ብሎ የኦህዴድ ብልጽግናን ጩኸት ተከትሎ ክተት፡ መክት፡ አንክት እያለ ይዘምራል።

ለትውልዱ የሚቀመጥ ቁርሾ ደግሞ "እኛ እንደነሱ የምንጠላቸው አይመስለኝም ጥላቻን በድንብ ማዳበር አለብን"(ዮሃኒስ ቡዋያለው)፡ እያለ ታሪካዊ ጥላቻ በህዝቦች ላይ እየዘራ ለኦህዴድ ብልጽግና ያለውን ታማኝ አገልጋይነት ሲያረጋግጥ ኖረ። የአማራ ብልጽግና ለኦህዴድ ብልጽግና ያለውን ታማኝነት ለማረጋገጥ የአማራውን ህዝብ መሰዋዕት እስከ ማድረግ ያደረሰ ተላላኪነት ነው። ለምሳሌ የአማራ ብልጽግና ለኦሮሞ ብልጽግና ታማኝ አገልጋይ ነው፡ ነገር ግን የአማራ ህዝብ አዲስ አበባ እንዳይገባ ሲከለከል ግን ያደረገው አንድም ነገር የለም። ይህ አልበቃው ብሎ አሁን ደግሞ በግልጽ ከድሮ ልጁ ከፋኖ ጋር ገጥሞ ጠቅላላ ህዝቡን ሲያል ውስጥ ከተተው ማለት ነው።

1፡ 3 የኦነግ የነጻነት ትግል

የኦሮሞ ህዝብ ከድሮ እስከ ዘንድሮ ከነጻነት ትግል ያረፈበት ጊዜ የለም። ለዛ ነው ከሚኒሊክ ዘመነ መንግሥት ጀምሮ ህዝቡ ትግል ላይ እንደቆየ የሚነገረው። ሌላውን ትተን የኦነግን የትግል ታሪክ እንኳን ብንወሰድ ከፊውዳላዊ አገዛዝ ሰርዓቱ ጀመሮ የነበረ ረዥም እድሜ ያለው የነጻነት ትግል ነው። የኦሮሞ ህዝብ በሐገራችን

ያለውን የተረኛነት ፖለቲካ እንኳን ተጠቃሚ ሆኖ አያውቅም። ምክኒያቱም ከሌላው ብሔር የተወለደው አካል ወደ ስልጣን ሲመጣ እንደ ተለመደው ግለሰባዊ፡ ቡድናዊ እና የራሱን አካባቢ ጉዳይ ስለሆነ ተሸክሞ ወደ ስልጣን የሚመጣው ዋናው ተግባሩም የሚሆነው በራሱ ጥቅም ዙሪያ ነው።

ከራሱ ከኦሮም የተወለደው አካል ወደ ስልጣን ሲመጣ ደግሞ ጠቅላላ የተለመደውን ጭቆና በሐገሪቱ ህዝብ ላይ ስለሚያስቀጥለው የኦሮሞ ህዝብም ያለረፍት በነጻነት ትግል ውስጥ ይኖራል ማለት ነው። እንዲያውም መጀመሪያ በኦሮሞ ህዝብ ላይ ጦርነት ያውጃል። ለምሳሌ የአሁኑ አገዛዝ ከኦሮሞ ህዝብ በወጡ አካላት የሚዘወር አገዛዝ ነው፡ ነገር ግን ለኦሮም ህዝብ የተረፈው ለአሁኑ የጦርነት አዙሪት እና ለነገው ሌላ ታሪካዊ ጠባሳ መሸካም ነው የሆነው። ይህንን ተከትሎ ነገ ሌላው ተረኛው አካል ሲመጣ የኦሮሞ ህዝብ በብልጽግና ተጠቃሚ እንደነበር ሁኖ ይታያል ማለት ነው፡ ልክ እንደ ትግራይ ህዝብ ማለት ነው። የትግራይ ህዝብ በ27 ዓመቱ የኢህአዲግ አገዛዝ ከሌላው የኢትዮጵያ ህዝብ የተለየ ምንም ያገኘው ጥቅም የለም። ነገር ግን እውነት ሆነም አልሆነም ህወሃት ስራ በተባለው ሐጢያት በሙሉ በትግራይ ህዝብ ላይ ጦርነት ታወጀበት። ሁሉንም ሐጢያት ህወሃት ነው የሰራው ለማለት

አስቀድመው "እኛ 27 ዓመት ተላላኪዎች ነበርን" ብለው የተላካኪነት የስራ ድርሻቸውን ይዘው መጡ።

በሐገራችን ካሉት የፖለቲካ መርዞች ግንባር ቀደሙ የተረኛነት ፖለቲካ ነው። የተረኛነት ፖለቲካ ትናንት እነገሌ ነበሩ፡ ዛሬ ደግሞ እነገሌ ናቸው፡ ነገ ደግሞ እኔ ለመሆን ልሰራ እያለ ሁሉም ለሐገሪቱ እና ለህዝቦች በእኩልነት ከማሰብ ይልቅ ለቡድባዊ ጥቅም ብቻ ይሯሯጣል። ይህ ደግሞ በአንድ በኩል ህዝቦች እንዳይተማመኑ አድርጎ የበላይነት እና የበታችነት ስሜት ይፈጥራል፡ በሌላ በኩል ደግሞ በወቅቱ የሚኖረውን ገዥ አካል አብዛኛው የሐገሪቱ ህዝብ ያለውን ፖለቲካዊ አጀንዳ ሳይሆን የመጣበትን አካባቢና ዘሩን ብቻ ስለሚመለከት ከተረኛነቱ ለመቋደስ ሁሉም በየብሔሩ እየተወሸቀ የረባ አጀንዳ ሳይኖረው ወደ ትግል እንዲገባ ያደርገዋል።

ይህ ደግሞ ሐገሪቱን በጦርነት አዙሪት ውስጥ እንድትኖር አደረጋት። በዚህ አካሔድ ሐገር መምራት የሚችል አጀንዳ ያለው አካል እራሱ በመጣበት አካባቢ እና ብሔር ስለሚመዘን የያዘውን ፖለቲካዊ አጀንዳ ወደ ህዝቡ አስርጾ መምራት አይችልም ማለት ነው። ከዚህ የማይረባ አስተሳሰብ ካልወጣን በስተቀር ሐገሩቱን ማዳን አንችልም። ለዚህ ተረኛነት ማስረጃ የሚሆነን አሁን ያለው የኦሮሞ መንግሥት የሚባለውን ብልጽግናን ማየቱ በቂ ነው። ብልጽግና በአንድ በኩል የኦሮሞን ህዝብ "የአንተ መንግሥት ነኝ

ጠብቀኝ" እያለ የኦሮሞን ተረኛነት በሚችለው ቋንቋ ሁሉ ያሰረዳል በሌላ በኩል ደግሞ መጀመሪያ ጦርነት ያወጀው በኦሮሞ ህዝብ ላይ ነው።

በዚህ ምክኒያት ነው የኦሮሞ ህዝብ ከጭቆና የነጻነት ትግል ተላቆ የማያውቀው። ፕሮፌሰር መራራ ጉዲያ በሆነ ወቅት ስለዚህ ጉዳይ ሲናገሩ "ወደ ስልጣን ሲመጡ የህዝቡን ሮሮ ይረሱታል"፡ ያሉት ለዚህ በቂ ማሳያ ይሆናል። ይህንን ጉዳይ የኦሮሞ ሊህቃን ሊያስቡበት ይገባል። ምክኒያቱም ለኦሮሞ የማይሆን አካል ለኢትዮጵያም ሊሆን ስለማይችል። አሁን ባለው እውነታ የኦሮሞ ህዝብ በአንድ በኩል የብልጽግናው ጠንካራ ብትር ያለከልካይ ያርፍበታል በሌላ በኩል ደግሞ መንግሥቱ የኦሮሞ ነው እየተባለ ስለሆነ ለነገ ሌላ መከራ እየተጠመቀለት ነው።

ብልጽግናም "እኔ ከሞትኩ ሰርዶ አይብቀል"፡ ብሎ የዛሬውን የራሱን የስልጣን ማስነበቻ እንጂ የነገውን የህዝቡን መከራ ስለማይመለከት ህዝቡ በነገና በዛሬ መከራ ውስጥ ይገኛል። ከኦሮሞ ውጭ የሆነው ሌላ የሐገሪቱ ህዝብ መረዳት ያለበት ነገር ብልጽግና የኦሮሞ መንግሥት ሳይሆን በሆነ የታሪክ አጋጣሚ በሐገሪቱ ላይ የመጣ የዛሬ መከራ እና የነገ እዳ መሆኑን ነው። ዛሬ የብልጽግናው መንግሥት ለኦሮሞ ከጦርነት ውጭ የሚጠቅም አንድ ነገር ሳያመጣ የእንተ መንግሥት ነው ጠብቀው፡ ሰሜኖች

ተደራጅተው መጡብህ እያለ በአንድ በኩል ከሌላው ህዝብ ጋር ለማጋጨት ይሰራል በሌላ በኩል ደግሞ እራሱ ህዝቡን የጦርነት ሲያል ውስጥ ከቶታል። የዚህ ጦርነት ዋናው ምክኒያቱ አፍቃሪ ታይታው ብልጽግና ለይምሰል ለሁሉም የትጥቅ ትግል ሲያደርጉ ለነበሩት ሁሉ በሰላም ያለውን ልዩነት እንፍታው ብሎ ሰላማዊ ጥሪ ካደረገላቸው አካላት ውስጥ አንዱ የኦሮሞ ነጻነት ግንባር(ኦነግ) ነበር። በዛን ወቅት እውነት ነው ብለው ሐገር ሰላም መስሎአቸው ወደ ሐገር ከገቡት ውስጥ ሌላው ደግሞ ግንቦት ሰባት ነበር።

ግንቦት ሰባት በግለሰብ ደረጃ ስልጣን ተቸረለትና ፓርቲውን የብልጽግና የጦርነት አጋፋሪና አዋዳጅ አደረገው፣ ታጣቂ ሐይሉን ደግሞ በአማራ ክልል ውስጥ ፋኖን ለመገንባት አዋለውና በትግራይ ጦርነት ላይ አሳተፈው ማለት ነው። በእግረ መንገዱ ያገኘውን እድል ተጠቅሞ ፋኖ በክልሉ ውስጥ ያሉ እና ሌሎችን ብሔሮች የሚጨፈጭፍ ሐይል ሆነ። ውሎ አድሮም የአገኘውን እድል ተጠቅሞ አቅሙን አፈረጠመና አሁን ከድሮው የጦርነት አጋሩ ከብልጽግና ጋር ገጥሞት አረፈ ማለት ነው።

የብልጽግናው በሽታ ያለው እዚህ ላይ ነው። የብልጽግናው ፍላጎት ምንድን ነው፣ ሌሎችም በሰላም ጥሪ ተደርጎላቸው የገቡ ሁሉ የያዙትን ህዝባዊ ጥያቄ፣ የፖለቲካ አጀንዳቸውን እና ዓላማቸውን ለእሱ መሰዋዕት አድርጋችሁ የእኔ ባለምዋል ሁኑ እኔ

የምላችሁን ተቀበሉ፡ እኔ አሻግራችኋለሁ ብቻ ተደመሩና ሙሴ ብሉኝ ብሎ አረፈ። ከዚህ ውስጥ እንግዲህ አሜን ብለው ሁሉ ነገራቸውን ይዘው አጋፋሪ የሆኑ አካላት ባለምዋል ሲደረጉ ይህንን እንቀበልም ያሉ አካላት ደግሞ ጥርስ ተነከሰባቸውና በአንድ በኩል ከውስጣቸው እንዲከፋፈሉ ተደረገና የተወሰነው አካል ተገንጥሎ እንዲወጣ ተደረገ በሌላ በኩል ደግሞ በሐይል የሚደረገው ጫና ሲበረታ አማራጩ የትጥቅ ትግል ሆነ።

ኦነግ ያሉ ልዩነቶችን በሰላማዊ መንገድ እፈታለሁ ብሎ ከገባ በኋላ እያደረ እየዋለ ግን ነገሮች እየተበላሹ መጡበት። የብልጽግናው ጥያቄም የልዩነቱ መፍትሔ በውይይት በሐሳብ የበላይነት ሳይሆን በብር፡ በሰልጣን እና በመሳሰሉት ጥቅማጥቅሞች ነው ብሎ እነዚህን በገፍ ይዞ ቀረበ። ኦነግም የልዩነቱ መፍቻ ቁልፍ በጠረጴዛ ዙሪያ ፖለቲካዊ ውይይት እንጂ ይህ አይደለም፡ ዓላማችንም ግለሰባዊ እና ቡድናዊ ጥቅም ማስጠበቅ ሳይሆን የኦሮሞን ህዝብ ጥያቄዎች ማስመለስ ነው ብሎ እንቅጩን አሳወቀ። በዚህ ወቅት ነገሩን ለማስተካከል አባ ገዳወችም ሙህራኑም ታግለው ነበር ሳይሳካ ቀረ፡ በዚህ ምክኒያት ኦነግ ሸኔም ተመልሶ ዱር ቤቴ ብሎ አረፈ።

ከዚህ ሁሉ ትግል በኋላ ኦነግ ሸኔ ብሎ ወደ ትጥቅ ትግል መግባቱን አወጀ። ከዛ ጊዜ ጀመሮ በኦሮሚያ ክልል ጦርነቱ

ተጧጡፎ ቀጠለ። ብልጽግናም ባንክን፣ ቴሌን፣ ሁሉንም የምድር እንቅስቃሴዎች ሁሉ ዘግቶ በምድር እና በሰማይ ጦርነት ከፍቶ ህዝቡን መከራውን ያበላው ጀመር። ይህንን የሚያደርገውም የጦርነት የበላይነት በመውሰድ ነገሩን በጦርነት ለመቋጨት ነበር። ነገር ግን በአንድ በኩል እድል ከግፈኞች ጋር ባለመሆኑዋ በሌላ በኩል ደግሞ ህዝብን ማሸነፍ የሚችል ሐይል የለምና ህዝባዊ ጦርነቱ አድማሱን ከጊዜ ወደ ጊዜ በማስፋት በክብደቱና በስፋቱ እየጨመረ መጥቶ መንግሥት ባልገመተው መልኩ ከቁጥጥሩ ውጭ ሆነ ማለት ነው። እንዲያውም በሆነ ወቅት ላይ ጦርነቱ ተባብሶ የአማራን ክልል ሁሉ እያተራመሰው ነበር። በተለይ ከሰሜን ሸዋ አጣየ፣ ማጀቴና ሌሎችም አካባቢዎች የጦርነቱ ተጋላጭ ሁነው ነበር።

ችግሩን በውይይት ለመፍታት የብልፅግና መንግሥት ከኦነግ ሸኔ ጋር የድርድር ሐሳብ ሲቀርብ ብልጽግና ድርድር ብሎ ነገር የለም ይላል። ለምን ሲባል ደግሞ የተለያዩ ተልካሻና አሳማኝ ያልሆኑ ሐሳቦችን ያቀርባል። በመጀመሪያ ኦነግ ሸኔ የፖለቲካ አጀንዳ የለውም ብሎ የራሱን ቡድናዊ ስሜት ያቀርባል። ኦነግ ሸኔ ከፌደራሊሰት ሐይሎች አንዱ ነው፣ የሚያቀነቅነውም የፌደራሊዝም ሰርዓትን ነው። ይህ ከሆነ እውነቱ ከዚህ ውጭ ምን አይነት ፖለቲካዊ አጀንዳ እንዲኖረው ነው የሚፈልጉት። ሲቀጥል የተቆጠሩ

ብዙ ዘመናትን ያስቆጠሩ የኦሮሞ ህዝብ ጥያቄዎች አሉት፡ ኦነግ ሸኔም እነዚህን ጥያቄዎች ነው ይዞ የተነሳው፡ እነዚህ ጥያቄዎች ደግሞ ለህዝቡ አልተመለሱም።

በዛ ላይ አሁን ባለው ወቅታዊ ሁኔታ የኦነግ ሸኔ አንዱ ጥያቄ ኦሮሞን በሰሙ እየነገዳችሁ ከሌላው ህዝብ ጋር ልዩነት እየፈጠራችሁ ታሪካዊ ቁርሾ ውስጥ አታስገቡት፡ ሐገርም አታፍርሱ ነው እያለ ያለው። ስለሆነም ከዚህ በላይ ምን የተለየ አጀንዳ እንዲኖረው ነው የተፈለገው። ሲጀመር አሁን በሐገሪቱ ያሉት የፖለቲካ አጀንዳዎች ለማንም ግልጽ ናቸው። ይኸውም የብሔር ፌደራሊዝም ያስፈልጋል በሚልና አያስፈልግም በሚሉ አካላት መካከል ነው የልዩነት ትግሉና ጦርነቱ ያለው። መቾም አያልቅበት ብልጽግና ይቀጥልና እንዲህ ይላል የኦነግ ሸኔ ሰራዊት የወያላ ሰብሰብ እንጂ አደረጃጀት የለውም ሰለዚህ ድርድር ብሎ ነገር የለም ይላል።

በመጀመሪያ አደረጃጀቱ ጠንካራ ሆነ አልሆነ ሳይሆን መታየት ያለበት የያዘው ፖለቲካዊ አጀንዳ ነው። ሲቀጥል የኦነግ ሸኔ ሰራዊት አሁን ባለው አቋም ከኢትዮጵያ ሰራዊት የተሻለ አደረጃጀትና አቋም አለው። ይህ ባይሆን ኑሮ ለምን መከላከያ ገሎ አይጨርሰውም ነበር። ብልጽግናስ ይህንን ሁሉ የውሸት ፖለቲካዊ ፕሮፖጋንዳ በኦነግ ሸኔ ላይ መስራት ለምን አስፈለገው ነበር። ይህንን ሁሉ አልፎ

ድርድር የሚባለው ነገር ከበረታበት ብልጽግና በሰበር ዜና የውሸት የድል ፕሮፖጋንዳ መንዛት ይጀምራል።

"ተደምስሰዋል"፡ "የማህበራዊ ችግር ወደ ማይሆኑበት ደረጃ ወርደዋል"፡ "ኦነግ አሁን ጥሩ ቁመና የለውም፡ መለቃቀም ነው የቀረን" የሚሉ እና የመሳሰሉትን የውሸት አጀንዳዎች መዘው ይመጣሉ። የሆነ ጊዜ ተደራደሩ የሚለው ጫና በርትቶ ወደ ታንዛኒያ ዳሬ ሰላም አቅንተው የተጀመረውን ድርድር እራሱ ብልጽግና አፈረሰው ተባለና ቀረ። በዚህ ምክኒያት አሁን የኦሮሚያ ክልል የጦርነት አዙሪት ውስጥ እንደገባ ቀጠለ ማለት ነው። ህዝቡም ሲብሰበት ልጆቹን እንደ በሬ ጠምዶ ሰልፍ እስከ ማድረግ ደርሱዋል። ከዚህ በላይ ጠላትስ ምን ያደርጋል? እሳት ውስጥ ነውኮ ህዝቡ ያለው። በዛ ላይ ደግሞ በሰሙ ይነገድበታል። እዚህ ላይ ጥያቄው መሆን ያለበት ብልጽግና ለምንድን ነው ያሉ ልዩነቶችን ተወያይቶ በሐሳብ የበላይነት መፍታት የማይፈልገው? የሚለው ነው።

1፡ የመጀመሪያው ብልጽግና ሁሉን ነገር አዋቂ፡ አደራጊ፡ ፈጣሪ ለተፈጠሩ ችግሮች ሁሉ እኔ ብቻ ነኝ የመፍትሔ አካል ብሎ ያምናል። በዚህም መሰረት የሌሎች አካላት ሐሳብ እዚህ ግባ የሚባል አይደለም። ለዛ ነው እኮ ዝም ብላችሁ በሽምግልና እጅ ስጡኝ የሚለው እና የሌሎችን ሐሳቦች ዝቅ አድርጎ በማየት የሚያጣጥለው።

2፡ ሁለተኛው ለሐገርም ለህዝብም ደንታ የለውም፡ የሚያልቀው ህዝብ የሚጠፋው የሐገሪቱ አንጡራ ሐብት ለእሱ ምኑም አይደለም። እሱ ቀን ከሌት የሚያሰበው ለሰልጣኑ መሰንበት ብቻ ነው። አሁን ባለው እውነታ ደግሞ የእሱን ሰልጣን ማሰንበት የሚችለው ጦርነት ብቻ ነው። በዚህ መሰረት ህዝቡን እያባላ በሰልጣን መቆየት ነው ዓላማው።

3፡ ሶስተኛው ወደ ድርድር ከገባ የፖለቲካ የሐሳብ የበላይነት ይወሰድበታል። ምክኒያቱም ብልጽግና ይህ ነው የሚባል ቋሚ የሆነ የፖለቲካ አጀንዳ የለውም። እንዲሁ ዝም ብሎ በምናብ የሚኖር ነው። ሰለዚህ በድርድር ቀርቦ ከጨዋታ ውጭ ከመሆን እያምታታ ሰልጣኑን በጦርነት ማሰጠበቅን ይመርጣል ማለት ነው።

4፡ አራተኛው ደግሞ ብልጽግና በሐገሪቱ ውሰጥ ባደረጋቸው ጦርነቶች የጦር ወንጀልን እና የሐገር ክህደትን ጨምሮ በጣም ብዙ ወንጀሎችን ፈጽሙዋል። ለምሳሌ ህዝቡን 360° ድግሪ ዘግቶ መጨፍጨፍ፡ ረሃብን እንደ ጦር መሳሪያ መጠቀም፡ የሴቶችን ሰውነት እንደ ጦር ሜዳ መጠቀም፡ በየአካባቢው የተደረጉ አሰቃቂ ግድያዎች፡ የሐገርን እና የፖሊሲ ሉአላዊነትን አሳልፎ መሰጠት እና የመሳሰሉት ይጠቀሳሉ።

ይህ ማለት ብልጽግና ስልጣኑን በድርድር ሰበብ አሳልፎ ከሰጠ በህግ ይጠየቃል ማለት ነው። በእነዚህ እና በሌሎች ምክኒያቶች ብልጽግና በፍጹም ወደ ድርድር አይመጣም፡ ተገዶ ቢመጣም ልክ እንደ ትግራዩ ድርድር በተለያዩ ምክኒያቶች ተፈጻሚ እያደርገውም ማለት ነው። ጠቅለል ሲል ብልጽግና የኦሮሞ ፓርቲ ሳይሆን በኦሮሞ ስም የመጣ የሐገሪቱ የሁሉም ህዝቦች አሁናዊ እና ታሪካዊ እዳ መሆኑን ተረድተን ተባብረን ችግሩን አስተካክለን የጋራ ሐገር መገንባት ያስፈልጋል። ከዚህ ውጭ ግን ብልጽግና ለስልጣኑ ሲል በሚከፍትልን ቦይ የምንፈስ ከሆነ ሐገሪቱ አደጋ ውስጭ ነች።

1፡ 4 ህወሃት መሩ የትግራይ ትግል

የትግራይ ህዝብ አጥንታቸውን ከስክሰው ደማቸውን አፍሰው ኢትዮጵያን እንደ ሐገር ከገነቡ ህዝቦች መካከል አንዱ ነው። የትግራይ ህዝብ የውጭ ጠላትን ወረራ እየተከላከለ እየቀለበሰ በደሙ እና በአጥንቱ ሐገርን አስከብሮ የኖረ፡ በሐገር ውስጥ የሚፈጠሩ አሃዳዊ እና አምባ ገነን ገዥወችን እየታገለ እያሰወገደ በላቡ በደሙ ሐገር የገነባ ህዝብ ነው። ለአሁኑ ፌደራሊዝም ስርዓትም መሰረቱ የትግራይ ህዝብ ነው።

የትግራይ ህዝብ በሐገሪቱ ሉአላዊነት ላይ የማይደራደር ለማንም የማይንበረከክ ኢትዮጵያን ወደ ዲሞክራሲ ጎዳና ያሰገባ፡

ሁለንተናዊ ሐገራዊ ልማትን ያረጋገጠ ጠንካራ ህዝብ ነው። ከታሪክ አንጻርም ብንመልከተው የኢትዮጵያ የመጀመሪያው የሀገረ መንግሥት ምስረታ የተበሰረበት አሁን የትግራይ ክልል የሚባለው የሐገሪቱ ክፍል ነው። ይህ ማለት ደግሞ የሐገሪቱ ሐገረ መንግሥት ግንባታ ጀማሪና መሰራች ከሆኑት ህዝቦች መካከል አንዱ የትግራይ ህዝብ ነው ማለት ነው። ይህም የሐይማኖት ታሪክንም የሚጨምር ይሆናል። ምክኒያቱም የሐገራችን ሐገረ መንግሥት ግንባታ ከሐይማኖት ጋር የተያያዘ ስለሆነ ማለት ነው።

እንደሚታወቀው የክርስትናው ሐይማኖት ወደ ሁሉም የሐገሪቱ ክፍል የተሰፋፋው ከሰሜኑ የሐገራችን ክፍል በመነሳት ነው። ይህ ብቻ ሳይሆን ከፖለቲካዊ እስትራቴጅክ አንጻርም ይህ አካባቢ የኢትዮጵያ አንጎል የሚባል አካባቢ ነው። በዚህ ምክኒያት ይመስላል ብዙ ጊዜ የውጭ ጠላትም ሐገሪቱን መውረር የሚሞክረው በዚህ አካባቢ ነው። በዚህም ምክኒያት አብዛኛው የሐገራችን የተጋድሎ ታሪካዊ ቦታዎች እና የሐይማኖታዊ መገለጫ የሆኑ ነባር ቅርሶቻችን የሚገኙት እዚህ አካባቢ ነው። ስለሆነም ይህ የሰሜኑ የሐገራችን ክፍል የኢትዮጵያ የታሪክም፡ የሐይማኖትም፡ የሐገረ መንግሥት ግንባታ መሰረትም፡ የጂኦ ፖለቲካል እስትራቴጅም መሰረት ነው ማለት ነው። ይህንን ሁሉ ከአደረጉት ህዝቦች ውስጥ ደግሞ አንዱ የትግራይ ህዝብ ነው።

ይህ በዚህ እንዳለ የትግራይ ህዝብ በሐገር ውስጥ ከሚፈጠሩ አምባ ገነኖች ጠንካራ በትር ግን አምልጦ አያውቅም። የንጉሥ ሐይለ ሰላሴን ዘውዳዊ አገዛዝ መውደቅ ተከትሎ ወደ ሰልጣን የመጣውን የደርግን አምባ ገነን የዝንጀሮ ስርዓት ለመጣል ከተፋለሙት የሐገሪቱ ህዝቦች መካከል አንዱ የትግራይ ህዝብ ነው። ይህ ህዝብ እራሱን ተደራጅቶ መታገል ብቻ ሳይሆን ከሌላው የሐገሪቱ ክፍል ተነስተው ስርዓቱን ለመታገል ወደዛው የሚያመሩ ታጋዮችንም ጭምር እየተቀበለ ታግሎ ያታገለ እና ብሔር ብሔረሰቦችን ነጻ ያወጣ ታሪካዊ ህዝብ ነው።

በዚያ ወቅትም በተደረገው የ17 ዓመት እልህ አስጨራሽ ትግል የዝንጀሮው ስርዓት ተወግዶ ሐገሪቱ የብሔር ብሔረሰቦችን መብት የሚያስከብረውን የፌደራሊዝም ስርዓት እየተከተለች በህወሃት ኢህአዲግ እየተመራች ለ27 ዓመት ዘለቀች። በዚህ ስርዓትም ለሁሉ ህዝቦች እኩል ተደራሽ ባይሆንም የእኩልነት መብትን ለማስከበር ጥሩ ስራ ተሰራቱዋል። በተቃራኒውን ግን ህወሃት ኢህአዲግ የቆሞለትን የራሱን ስርዓት ሽሮ እንደ ቅማንት ያሉ ነባር ሐገር መሰራች ህዝቦች የሉም ብሎ ከብሔር ብሔረሰቦች ዝርዝር እስከ መሰረዝ ደርሱዋል። ይህ ድርጊቱም ለአሁኑ የሐገሪቱ ቀውስ መነሻ ምክኒያት ሆነ።

በህወሃት መሩ ኢህአዲግ ዘመነ መንግሥት የተሻለ ሰላምና የተሻለ ልማት ነበረ። በዛ ዘመን ሐገሪቱ በወሬ ሳይሆን በተግባር ዘመናዊ መከላከያ ገንብታ በዓለም አቀፍ ደረጃ ለሰላም ማስከበር ተፈላጊ የሆነ ስራዊት ነበራት። ይህ ብቻ ሳይሆን ሐገሪቱ በዓለም ላይ ተጽዕኖ ፈጣሪ ሐገር ነበረች። ከ27 ዓመቱ የህወሃት ኢህአዲግ አገዛዝ በኋላ ግን እዛው ኢህአዲግ ውስጥ የበቀለ ሌላ ሐገር አጥፊ ሰርዓት ወደ ስልጣን መጣ። ይህ ሰርዓተ መንግሥት ዓላማው እራሱ ምን እንደሆነ በግልጽ አይታወቅም። የሐገሪቱን ህዝቦች በወረፋ ይጨፈጭፋል፡ ይህንንም የሚያደርገው የውጭ ሐገር የጠላትን ወታደራዊ ሐይልንና የዘመናዊ ቴክኖሎጅ የጦር መሳሪያን ሁሉ በመጨመር ነው። ይህ በህዝብ ላይ የሚደረግ ጦርነት ደግሞ እስከ ዘር ማጥፋት የደረሰ ነው። የዚህ የዘር ጥፋት አንዱ ሰለባ ደግሞ የትግራይ ህዝብ ነው። ይህንን ጉዳይ በኋላ እመጣበታለሁ።

1፡ 5 የአውራ ብሔር አስተሳሰብ በኢትዮጵያ

በሐገራችን ኢትዮጵያ የአውራ ብሔር እሳቤ መስፈኑ በጣም ብዙ ችግሮችን ፈጥሩዋል። ይህ ደግሞ ከድሮው የአጼዎችና የንጉሡ ዘመን ጀምሮ የመጣ ችግር ነው። ይህም ትናንት እነገሌ ነበሩ፡ ዛሬ ደግሞ እነገሌ ናቸው የሚል የተረኛነት ፖለቲካ በሐገሪቱ ተከለ ማለት ነው። በአጼዎቹ ዘመን አማራ ብቻ የበላይ ተጠቃሚ የነበረ ተደርጎ

ተተረከ፡ በህወሃት ኢህአዲግ ዘመን ደግሞ ትግራይ ብቻ የበላይ ተጠቃሚ የነበረ ተደርጎ ተሰበከ፡ በብልጽግና ዘመን ደግሞ ኦሮሞ ብቻ የበላይ ተጠቃሚ ተደርጎ እየተነገረ ነው።

ይህ አስተሳሰብ ግን በፍጹም የተሳሳተ አብሮነትን የሚንድ ሐገር አፍራሻ ፖለቲካዊ ሴራ ነው። እውነቱ አማራም፡ ትግሬም፡ ኦሮሞም እንደ ህዝብ ከሌሎች የሐገሪቱ ህዝቦች በተለየ ተጠቃሚ የሆኑበት ጊዜ የለም፡ አልነበረም። ይህንን የተሳሳተ ትርክት ግን ከእነዚህ ህዝቦች አካባቢ በየተራ ወደ ሰልጣን የሚመጡ አካላት ለወቅቱ ፖለቲካዊ ድጋፍ ይጠቀሙበታል። ይህንን ደግሞ የሚያደርጉበት ምክኒያት በአንድ በኩል በሌላው ጥላቻ ተነድፈው ወደ ስልጣን ስለሚመጡ ሲሆን በሌላ በኩል ደግሞ ህዝቡን ከፋፍሎ ለመግዛት ለወቅቱ ስለሚጠቅማቸው ነው። ይህ ማለት አሁን ብልጽግና እኔ የኦሮሞ መንግሥት ነኝ ኦሮሞ ሊጠብቀኝ ይገባል እንደሚለው ያለ ነው። ይህ የብልጽግናው አባባል ግን እውነት ነው ብለን ብንቀበለው ብልጽግናው ከኦሮሞ ውጭ ላለው ሌላው የሐገሪቱ ህዝብ መንግሥት አይደለሁም ማለቱም ጭምር ነው። ምንም ይሁን ምን ግን እንዲህ አይነት ፖለቲካዊ እሳቤ በሐገሪቱ ውስጥ ብዙ ችግሮችን ፈጥሮ አሁን ለገባንበት ሁሉ አቀፍ ችግርም የራሱ የሆነ አስተዋፅጾ አለው።

የመጀመሪያው ችግር አውራ ተደርገው ከሚታዩ ህዝቦች በሚመጡ አካላት መካከል የሚደረገው ውድድር እነሱን የተረኛነት አስተሳሰብ ውስጥ ከተታቸውና ሐገሪቱን በየዘመናቱ የጦርነት አዙሪት ውስጥ እንድትገባ አደረጋት። ይህ አካሔድ በአንድ በኩል ከእነዚህ አውራ ተደርገው ከሚታሰቡ ህዝቦች የሚመጡ ገዥ አካላት በጥላቻ ተነድፈው ወደ ስልጣን ስለሚመጡና ሌላውን አካል በስጋት ስለሚመለከቱት በህዝብ ላይ በሚከፍቱት ጦርነት፡ በሌላ በኩል ደግሞ በሚፈጠረው የእርስ በእርስ ጦርነት ከተረኛነቱ ውጭ የሆኑ ሌሎች ህዝቦች ጭምር አደጋ ውስጥ እንዲገቡ እያደረገ ቀጠለ።

ይህንንም ተከትሎ ሁሉም በየአካባቢው ነፍጥ አነሳና ዘረኛነት በሐገሪቱ እንዲስፍን አደረገው። የዚህ ዘረኛነት ዋና መነሻዎች ሁለት መሰረታዊ ምክኒያቶች አሉት። እነሱም የመጀመሪያው ለይስሙላ የተተከለው የፌደራሊዝም ስርዓት ሁሉንም ህዝቦች ማርካት ስላልቻለና ይባስ ብሎም የሚደረግ ግልጽ ጭቆናም ስላለ ይህንን ለመቀልበስ ሲባል የሚደረግ የነጻነት ትግል የሚወልደው ዘረኛነት ሲሆን በሌላ በኩል ሁለተኛው ደግሞ ተረኛነቱን ለመውሰድ የሚደርግ የስልጣን ሽኩቻ የሚያመጣው ዘረኛነት ነው። ይህ ደግሞ በተረኛነት መንፈስ የተመረዙ አካላት ያመጡት በሽታ ነው።

እነዚህ ሁለቱ ድርጊቶች ተጣምረው ያመጡት ዘረኝነት ደግሞ ከሮ ጫፍ ወጣና በመሐል ኢትዮጵያ ተረሳች። ይህ አውራ ብሔር ተደርገው ከሚታሰቡ ህዝቦች የወጡ ፖለቲከኞች ያስፈኑት የተረኝነት አስተሳሰብ የሐሳብ ብዝሐነት ሳይሆን የቁጥር ፖለቲካ በሐገሪቱ እንዲሰፍን አደረገ። ዛሬ በሐገሪቱ ፓርላማ ምንም ተወካይ የሌላቸው ህዝቦች በሐገሪቱ የመኖራቸው ሚስጥር ይህ ነው። ይህ የሐሳብ ብዝሐነትን ሳይሆን የሰው ቁጥርን መሰረት ያደረገ ፖለቲካዊ እሳቤ ደግሞ ብሔሮች ጥገኛ እንዲሆኑና እንዲጨቆኑ መሰረታዊ መነሻ ምክኒያት ሆነ ማለት ነው።

ለምሳሌ የቅማንት ህዝብ በዚህ መልኩ ያለና በተወካዮች ምክር ቤትም በፌዴሬሽን ምክር ቤትም ምንም አይነት ተወካይ የሌለው ህዝብ ነው። የሐገሪቱ ፓርላማ ውስጥም ይሁን በየደረጃው ያለ የስልጣን እርከን ምንም አይነት ተወካይ የለውም፡ በዛም ላይ በከባድ የጭቆና ቀንበር ውስጥ የሚኖር ህዝብ ነው የቅማንት ህዝብ። ይህ ብቻ ሳይሆን የሐገሪቱ ብሔሮች ብሔረሰቦች ከጥቅሙ በእኩል ተሳታፊ መሆን ይቅርና መብታቸውም በእኩል ደረጃ ባይሆንም የተረገጠ ነው። ለዚህም ማሳያ የሚሆነን እስከ አሁንም በተለያዩ የሐገሪቱ አካባቢዎች በጭቆና ቀንበር ውስጥ ሁነው ለነጻነት እየታገሉ መሆነቸው ነው። እነዚህ ህዝቦች በጭቆና ቀንበር ውስጥ ሁነው አውራ ብሔሮች ተደርገው ከሚታሰቡ ህዝቦች

የሚወጡ አካላት የሚያመጡት የጦርነት ችግር ደግሞ አብረው ተጋላጭ ናቸው።

ለምሳሌ የቅማንት ህዝብ በአማራ ክልል ውስጥ በጭቆና ቀንበር ውስጥ የሚኖር ህዝብ ነው። ማለትም ቅማንት በክልሉ ውስጥ የአማራ ሊህቃን የግፍ አገዛዝ የጸናበት ህዝብ ነው። ከክሉል ውጭ ደግሞ አማራ ጠል የሆኑ ሐይሎች ቅማንቱንም አብረው ከአማራው ጋር ይደበድቡታል። ይህም ማለት ቅማንት በአማራው ሊህቃንም ይጨቆናል፡ እነሱ በሚያመጡት ችግርም ከአማራው ህዝብ ጋር አብሮ ተጋላጭ ነው ማለት ነው። ይህ ጉዳይ መሬት ያለ ነባራዊ እውነታ ነው።

የሐገሪቱ ችግር ሳይፈታ እየተወሳሰበ የሚቀጥለው ዋናው ምክኒያት ደግሞ የአውራ ብሔር አቀንቃኞች በአንድ በኩል በታሪክ ውስጥ የመጡ ችግሮችን ተወያይቶ ከመፍታት ይልቅ የመከራከሪያ ነጥብ ስለሚያደርጉት ሲሆን በሌላ በኩል ደግሞ እንዳቸው በእንዳቸው ላይ የበላይነትን ለመያዝ የሚያደርጉት የተረኛነት ውድድር ነው። ይህ የተሳሳተ ፖለቲካዊ አካሔድ ካልተሰተካከለ በስተቀር ሐገሪቱን ሊበትናት ሁሉ ይችላል። ለዚህም አሁን ካለው የሐገሪቱ እውነታ በላይ ምስክር የሚሆን ነገር የለም። እነዚህን ታሪክ ጠገብ የሆኑ ውስብስብ ችግሮች ለመፍታት በመጀመሪያ ሶስት ነገሮች መስተካከል አለባቸው፡ እነሱም የሚከተሉት ናቸው።

1፡ የመጀመሪያው ከታሪክ ተጠቂነት ስሜት፡ ከስልጣን ስግብግብነት እና ከምርቃና ፖለቲካ መውጣት ያስፈልጋል። ዛሬ ሐገር እመራለሁ የሚል አካል በአደባባይ ወጥቶ የታሪክ ቁርሾ መዞ በህዝቦች መካከል አብሮነትን የሚሸረሽርና መቃቃርን የሚፈጥር ንግግር ያደርጋል። ሁሌም በስሜት የታጀቡ የጥላቻ ሐሳቦች ናቸው በአደባባይ የሚነገሩት። ይህ አይነት አስተሳሰብ ደግሞ በነበረው እሳት ላይ ነዳጅ መጨመር ነው።

2፡ ሁለተኛው ከሴራ ፖለቲካ እና ከበላይነት ስሜት ፖለቲካዊ አስተሳሰብ መውጣት ያስፈልጋል። በብልሐትና በጥበብ ህዝብ ከማገልገል እና ሐገር ከመምራት ይልቅ በሴራ ፖለቲካ ሌሎችን ጠልፎ ጥሎ ለማለፍ ነው ነገረ ስራው ሁሉ። ከዚህ በተጨማሪ ሁሌም እኛ የበላይ ነን፡ ሁሉ ነገር በእኛ ይለቅ፡ እኛ ያልነው ያምራል እያለ ህዝብ ያስፈጃል ሐገር ያፈርሳል። የሴራ ፖለቲካ ለግለሰቦች ወይም ለቡድኖች ጊዜዊ ጥቅም ማስጠበቅ ካልሆነ በስተቀር ዘላቂ ህዝባዊና ሐገራዊ ጥቅም ማስጠበቅ አያስችልም፡ ለሐገር አንድነትም አይበጅም። የሴራ ፖለቲካ ዲሞክራሲን የሚያቀጭጭ፡ ህዝብን የሚጎዳ አለፍ ሲልም ሐገር አፍራሽ ስለሆነ መነቀል አለበት።

3፡ ሶስተኛው ደግሞ ከሆድ አደርነት አስታሳሰብ፡ ከተስፋፊነትና ከጅምላ አስተሳሰብ ፖለቲካ መውጣት ያስፈልጋል። ነገሮችን ሁሉ

ግለሰባዊ እና ቡድናዊ ጥቅሞቻችን ለማስጠበቅ ብለን የምንሰራ ከሆነና ከህዝብ እና ከሐገር ጥቅም አስበልጠን የምናያቸው ከሆነ አደጋው ከባድ ነው። ዛሬ የሐይማኖት ቆቡን አውልቆ ጥሎ ጦር ሜዳ ላይ እንሰበክ የሚለው ሁሉ የሆድ አደርነትና ስግብግብነት ድምር ውጤት ነው። ዛሬ ቤተ መንግሥቱንና ቤተ ክህነቱን አጣምሮ የሁለቱን መዋቅር ተጠቅሞ ጦር ሜዳውንና አውደ ምህረቱን እየቀላቀለ የሚሰብከው የዚህ ውጤት ነው። ይህ የጅምላ አስተሳሰብ ደግሞ ተሰፋፊነትን ወለደና የሐገሪቱ ምሰሶ ችግር ሆኖ ቀጠለ ማለት ነው።

1፡ 6 የሐይማኖት አባቶች በኢትዮጵያ

በአሁኑ ዘመን ኢትዮጵያ ውስጥ የሐይማኖት አባቶች ከሐይማኖታዊ መግባር እና ከፈጣሪ ትዕዛዝ ወጥተው አለን በሁሉ ሁነዋል። የሐይማኖት አባቶች በኢትዮጵያ ውስጥ ከሰብከቱ አሉ፡ ከቅዳሴው አሉ፡ ከህዝብ አገልግሎቱ አሉ፡ ከጦርነቱ አሉ፡ ከሰላማዊ ድርድሩ አሉ፡ ጦርነት እያዋደዱ ህዝቡን ማፋጀቱ ውስጥ አሉ፡ ከዘረኝነቱ አሉ፡ ከተረኝነቱ አሉ። በጥቅሉ እነሱ የማይቀምሱት ድግስ የለም። እነሱም እኛ ያልቀመስነው ድግስ አይጣፍጥም እያሉ ጦርነትን ሁሉ ህጋዊ ሽፋን እየሰጡ በሐሰት ባርከነዋል ሒዱና ሰውን ግደሉ እያሉ ጦር ያስማራሉ።

"ሒዱና አስተምሩ"፡ የተባለውን ትዕዛዝ ቀይረው ሒዱና ግደሉ ብለው እየላኩ የሐገሪቱን ህዝብ እያፋጁት ነው። የፕሮቴስታንቱ ሰባኪዎች ደግሞ ጠቅላይ ሚኒስተሩ ፕሮቴስታንት ስለሆኑ ብቻ በጭፍኑ ብልጽግናን ደግፉ እያሉ የሐሰት ሐይማኖታዊ ፖለቲካ እየሰበኩ ጦርነትን ሲያዋልዱ ይውላሉ። እዚህ ላይ ውስጣዊ ሚስጥሩ ምን አልባትም የሐይማኖት ተረኝነትን ማቀንቀን ይመስላል። የሙስልሙ የሐይማኖት አባቶች ደግሞ አንዳንዴ ብልጽግናን እየደገፉ፡ አንዳንዴ ደግሞ ዝምታን እየመረጡ መሐል ላይ ቁሙዋል። በዚህ መካከል ደግሞ በተለያየ መንገድ ጥቃትም እያስተናገዱ ነው።

የኦርቶዶክስ ሐይማኖት አባቶች ደግሞ የአማራን አፍንጫ የነካ የእኔን አይን ነካ እያሉ የአዞ እንባ እያነቡ ህዝቡን እያባሉት ነው። እነዚህ አካላት በሁለት መልኩ ነው ጦርነት እያዋለዱ ያሉት። የመጀመሪያው በታሪክ የአማራውን ህዝብ ብቻ የሐይማኖቱ አንደኛ ደረጃ ባለቤት በማድረጋቸው እና ጠቅላላ ሐይማኖታዊ አስተምህሮ ከአማርኛ ቋንቋ ውጭ በሌሎች ህዝቦች ቋንቋዎች ባለመስጠቱ የቤተ ክርስቲያን አገልግሎቱን ከማጓደሉና ለህዝቡ ወንጌል ማዳረስን ማስቸገሩ ብቻ ሳይሆን ይህ ጉዳይ በቀጥታ የቋንቋ እኩልነትን አለማስተናገድም ጭምር ስለሆነ በቀጥታ ከፖለቲካ ጋር ስለተያያዘ እና ፖለቲካዊ ሐይማኖታዊ ችግር በሐገሪቱ ውስጥ

ፈጠረ። ይህ ጉዳይ ደግሞ የሐገሪቱ ህዝብ በቤተ ክርስቲያን ላይ እምነት እንዲያጣ አደረገው። በሌላ በኩል ደግሞ ቤተ ክርስቲያን በታሪኩዋ ከገዥው አካል ጋር ተያይዛ የመጣች ስለሆነ ይህንን አጋጣሚ የሐይማኖት አባቶች እየተጠቀሙ የራሳቸውን እና የቡድናቸውን ጥቅም ሲያሰጠብቁ ኑረዋል፡ የገዡውን አካል መንበርም ሲያጸኑ ኑረዋል። በዚህ መሰረት "የለመደች ጦጣ ሁል ጊዜ ሽምጠጣ" እንደሚባለው የብልጽግናው መንግሥት ወደ ስልጣን ሲመጣም ቤተ ክርስቲያን በሩዋን ከፍታ ሰተት አድርጋ አስገባቸው፡ የሐይማኖት አባቶችም ቤተ መንግሥቱ እንደ ለመዱት ከፈት ብሎ ጠበቃቸው። ይህ አጋጣሚ ደግሞ ለብልጽግናው ጥሩ አጋጣሚ ነበር።

በመጀመሪያ የውስጥ ክፍተታቸውን ተጠቀመባቸውና ነገሩ ሁሉ ተገልብጦ ልዩነት ያለባቸውን የሐይማኖት አባቶች አስታራቂው አብይ አህመድ ሆነ። በስደት በአሜሪካ ሐገር የነበረውን ሲኖዶስ ሁሉ እያመጣ በውስጣቸው በማር የተለወሰ መርዝ ይቀብር ጀመር። ነገሩ ሁሉ ተገለባብጦ ህዝብ ይጠብቅ ዘንድ ከፈጣሪ ትዕዛዝ የተሰጠው አብይ አህመድ ሁኖ "የጠፉ በጎችን ወደ በረታቸው አመጣሁ" ይል ጀመር። የሐይማኖት አባቶችም ከፈጣሪ የተሰጣቸውን ትዕዛዝ ረስተው የሰራ ድርሻቸውን ለአብይ አህመድ አሳልፈው ሰጥተው እሰይ አበጀህ ልጃችን፡ ሙሴያችን፡ አሻጋሪያችን ይሉ ጀመር።

በእርግጥ በወቅቱ ከሰማይ በታች የእውቀት እና የጥበብ ባለቤት የችግሮች ሁሉ መፍትሔ አብይ አህመድ ስለነበሩ ሲኖዶሱም መጂሊሱም የገጠማቸውን ሐይማኖታዊ ውስጣዊ ችግር ሁሉ ሪፈር ወደ አብይ አህመድ እየላኩ ለታሪካዊ ችግሮቻቸው ጭምር ፍጹም መድሃኒት ለማግኘት ይሩዋሩዋጡ ነበር። አብይ አህመድም አንዳንዴ ዘመን አምጥቶ ዘመን እንደሚወሰዳቸው ጠንቋዮች በአደናጋሪ ሐሳቦቻቸው ሁሉንም እያደናገሩ መፍትሔው ይህ ነው እያሉ ሳይሰሰቱ ለማያውቁት ሁሉ መልሰ ይሰጡ ጀመር። ልክ እንደ ጠንቋዩ ይህንን አላውቀውም የሚሉት ነገር የለም፡ እውቀት ከሰማይ እንደ ሙሴ ተገልጦላቸዋልና ለሁሉም ችግሮች የመፍትሔ መልሰ ይሰጡ ጀመር።

በዚህ ወቅት ዶክተር አብይ ግን አንድ ነገር እየሰሩ ነበር ውስጥ ገብተው እነዚህን ሁለት ታላላቅ ሐይማኖቶች እንዴት መምታት እንደሚችሉ ነገሮችን ማመቻቸት። ለዚህም ሁለት መንገዶችን ተጠቀሙ። አንደኛው ውስጥ ገብቶ መፈረካከሰ ነው። ይህም ተሳክቶ አሁን ሁለቱም ሐይማኖቶች ምንም የውሰጥ አንድነት የላቸውም ተፈረካክሰዋል። በሆነ ወቅት ጠቅላይ ሚኒሰተሩ "አማራ ክልል ውሰጥ ህዝቡ የሚገለገለው በአማረኛ ነው፡ እዚህ ሲመጣ ግን እንደዛ አይደልም ነው ችግሩ፡ ይህንን መንግሥት ዝም ብሎ ማየት አይችልም" ያሉት አንዱ የውሰጥ ችግሩን ተጠቅሞ ሐይማኖቱ

ላይ ጫና መፍጠር ነው ዓላማው የነበረው። ምክኒያቱም እሳቸው የሚከተሉት ከፋፍለህ ግዛው ስርዓት ስለሆነ። እዚህ ላይ ያለው የቤተ ክርስቲያኒቱ ችግር ሁለት ነው።

የመጀመሪያው ህዝቡ በራሱ ቋንቋ እንዳይገለገል አድርጎ በሐይማኖት ስም የአንድን ህዝብ እና ቋንቋ የበላይነት ለማረጋገጥ ሲባል በታሪክ የተሰራው የአሻጥር ፖለቲካ ሲሆን ሁለተኛው ደግሞ ይህንን ችግር ሁሉም በራሱ ቋንቋ እንዲገለገል አድርጎ ችግሩን በውስጥ ከመፍታት ይልቅ ችግሩ እንዲቀጥል ከመስራቱም በላይ አንተ መፍትሔ ስጠን ብሎ ለዶክተር አብይ አህመድ አሳልፎ መስጠቱ በእውነትም ቤተ ክርስቲያኒቱ ብቁ የሐይማኖት መሪ እና ተቆርቋሪ የሌላት መሆኑን ያሳያል።

ይህንን ሲጠብቅ የነበረው ዶክተር አብይ አህመድ ደግሞ ክፍተቱን በደንብ ተጠቀመበትና በተለያየ ቦታ፡ በተለያየ ጊዜ፡ በተለያየ ምክኒያት የሚፈነዳ በማር የተቀባ ፈንጅ ይቀብር ጀመር። ይህ ፈንጅም ጊዜው ሲደርስና ሲነካ እየፈነዳ ሲኖዶሱን ብትንትኑን አሰወጣው ማለት ነው። ዛሬ የሐይማኖት አባቶች አንድነት የላቸው፡ በየቋንቋቸውና በየብሔራቸው ተወሽቀው የሰማያዊ ተልዕኳቸውን ረስተው የፖለቲካ አዙሪት ውስጥ ገብተው ወይ ፖለቲካኛ አይባሉ፡ ወይ ሐይማኖተኛ አይባሉ እንዲሁ ዝም ብለው ተወዛግበው ህዝቡንም ያወዛግባሉ።

በዚህ ምክኒያት ከህዝቡ አመኔታ የላቸው፡ የሚሉት አይሰማ፡ ተቀባይነት የላቸው በዛ ላይ የትውልዱ በአዲስ መጤ ጥፋቶች ተበርዞ ሁሉ ነገር የተምታታ እየሆነ ነው። ሌላው እነዚህን የሐይማኖት አባቶች የጦርነት አጋፋሪ ስላደረጋቸው በሐገሪቱ ህዝብም ተጠሉ የውስጣቸው መፈረካከስም ብሶበት የትግራይ ህዝብ የራሱን ሲኖዶስ እስከ መመስረት ደረስ ማለት ነው። ከዚህ በተጨማሪ የብሔር ብሔረሰቦች ሲኖዶስ የሚባል በግልጽ ፖለቲካዊ ሐይማኖታዊ ሲኖዶስ ተመሰርቶ ነበር ዛሬ የት እንደገባ ባይታወቅም።

1፡ 6፡ 1 የሲኖዶሱ መከፋፈል

የኢትዮጵያ የፖለቲካ ችግር ቤተ ክርስቲያኒቱ ውስጥ በአንድ ቡድን ብቻ ቤተ ክርስቲያኒቱ መመራቷ እና በአንድ ቋንቋ ብቻ አገልግሎት በመስጠቱ ምክኒያት የሐገሪቱን ህዝቦች ያማከለ አገልግሎት ባለመስጠቱ ምክኒያት የፖለቲካው ችግርም ከዚያው ቤተ ክርስቲያን ውስጥ ይጀምራል። ይህንንም ችግር ለማስተካከል ህዝቦች ዘመናትን የተሻገረ ትግል ሲያደርጉ ቆይተዋል። ነገር ግን ችግሩን ከማስተካከል ይልቅ የአሃዳዊው ሊህቃን የሰግብግብነት ሐሳብ ተጨምሮበት ችግሩ በጥልቀቱና በሰፋቱ እየተባባሰ ቀጠለ።

ይህ ታሪካዊ ችግርም እስከ ዚህ ዘመን ደርሶ ፖለቲካዊ ሐይማኖታዊ ችግር ፈጥሮ ጦርነት በህዝብ ላይ እስከ ማዋለድ

ሊደርስ ቻለ ማለት ነው። ይህንንም አልፎ ሲኖዶሱ የህዝብ ማስጨፍጨፊያ ገንዘብ እስከ መመደብና የሐይማኖት አባቶችና ዲያቆናት በቀጥታ ጦርነቱን በመዘወር ዋናው የጦርነቱ ተዋናኝ ሆኑ፡ ፡ ይህንም ተከትሎ የትግራይ ክልል ከሲኖዶሱ ተገንጥሎ ወጣ ማለት ነው። በእርግጥ ይህ ድርጊት ከሐይማኖታዊ ጉዳይ እና ከሐገር አንድነት አንጻር ሲታይ በምንም መመዘኛ ስህተት ቢሆንም ከተደረገው አሰቃቂ እልቂት እና ውድመት አንጻር የሐይማኖት አባቶች የዚህ እልቂት እና ውድመት አጋፋሪ ሁነው ሲገኙ ደግሞ ድርጊቱ ትክክል ነው ማለት ብቻ ሳይሆን አማራጭም የሌለው ጉዳይ ሆኖ ይገኛል።

ብልጽግና ምን አልባት የተረኛነት መርዝ አዙሮት፡ የሰልጣን ጥም ይዞት ወይም የቅዠት ህልም ለማሳካት ሐይማኖትን እንደ አንድ መሳሪያ ተጠቅሞ በሐገሪቱ ህዝብ ላይ ቢዘመት ከብልጽግና የሚጠበቅ ሊሆን ይችላል። ነገር ግን የሐይማኖት አባት እንዴት የተፈጠሩ ችግሮች መፍትሔ መድሃኒት ከመሆን ወጥቶ የጦርነቱ ዋናው ተዋናኝ ይሆናል። ይህ ድርጊት ግን በአንድ በኩል የነበረውን ታሪካዊ ችግር ጎልቶ እንዲወጣ አደረገውና ቤተ ክርሰቲያን ላይ ሁሉም እጁን እንዲቀሰር አደረገው በሌላ በኩል ደግሞ ሲኖዶሱን በተነው።

ከዚህ ሁሉ በፊት በቤተ ክርስቲያን ውስጥ ባለው ቋንቋ እና ብሔር አግላይነት ምክኒያት የራሳችን ሲኖዶስ ያስፈልገናል ሲል የነበረው የኦሮሞ ህዝብ ተወላጅ የሆነው የሐይማኖት አባትም ዝም ብሎ ማየትን አልመረጠም። ይልቁንም አድማሱን በማስፋት በድሮው አጠራሩ ደቡብ ክልልን በባለቤትነት እና ሌሎችን ክልሎች ደግሞ ለጊዜው በአጋርነት በመያዝ የኢህአዲግን የፖለቲካ መዋቅር የመሰለ መዋቅር ያለው የራሱን ሲኖዶስ አቋቋመ እንጂ። ይህ ድርጊት ደግሞ በዘመናት ውስጥ ታፍኖ የነበረውን ሐይማኖታዊ ችግር አውጥቶ ፀሐይ ላይ ከማስጣቱ በተጨማሪ የወቅቱ ፖለቲካ እስከምን ድረስ ዘልቆ ገብቶ ቤተ ክርስቲያኒቱን አደጋ ውስጥ እንደከተታት ፍንተው አድርጎ ያሳየ ነበር።

ይህ የአዲሱ ሲኖዶስ አመሰራረት ከፍተኛ የሆነ የካህናት ቁጥር በመያዙ እና በብሔር ብሔረሰቦች ስም በመቋቋሙ ምክኒያት በወቅቱ የነበረው የፖለቲካ ግለት ተጨምሮበት ያፈጀውን እና ያረጀውን ሲኖዶስ ዳግም የውግዘት ሙላት እያሰወረደበት ነበር። ይህ አዲሱ ሲኖዶስ አሁን ሐገሪቱ የምትከተለውን የብሔር ፖለቲካ መሰረት አድርጎ በብሔር ስም የተዋቀረ ስለነበር አሸናፊ ሆኖ መውጣቱ አይቀርም ነበር።

ነገር ግን ይህ ከመሆኑ በፊት በ08/06/2015 ዓ.ም በሐገራችን የተበታተነው ሲኖዶስ ችግሮችን በውይይት ለመፍታት ውሳኔ ላይ

ተደርሷል የሚል ዜና ተሰማ። በዚህ የውይይት ውሳኔ መሰረት አዲሱ ሲኖዶስ የያዛቸው አጀንዳዎች ተግባራዊ መሆናቸው እንደማይቀር ተገልጧል። ይህ ውሳኔ ለሐገሪቱ እና ለቤተ ክርስቲያኒቱ ጠቃሚ ቢሆንም ለአማራው ሊህቃን ግን አደገኛ አካሄድ መሆኑ አይቀሬ ነው፡ ፡ ምክኒያቱም ሁሉም ብሔሮች በየቋንቋቸው የቤተ ክርስቲያን አገልግሎት የሚሰጣቸው ከሆነ ሐይማኖትን መሰረት አድርገው ከተጠመከ አማራ ነህ ሲሉበት የነበረ አማራይዜሽን የማስፋፊያው መንገድ ሙሉ በሙሉ ይዘጋል ማለት ነው። ከዚህ በተጨማሪ እነዚህ አካላት በሐይማኖት ሰበብ ለግላቸው ሲያግበሰብሱ የነበሩትን ሐብት እና ንብረት መንገዱን ይዘጋባቸዋል። ይህንንም ተከትሎ በገንዘብ እየደለሉ ሲያደርጉ የነበሩት የፖለቲካ ቁማር አደጋ ውስጥ ይከተዋል ማለት ነው። ይህ ማለት ደግሞ የአማራይዜሽን የማስፋፊያው መንገድ ሁለተኛ እክል ይገጥመዋል እንደ ማለት ነው፡ ፡

ይህ ክስተትም ሒደቱን ጠብቆ እስከ መጨረሻው ሒዶ ከተሳካ የአሃዳዊ ቡድኑን ፖለቲካ ሊያንኮታኩተውና ሊያፈርሰው ይችላል ማለት ነው። ምክኒያቱም ይህ አሃዳዊ ቡድን ከድሮ እስከ ዘንድሮ ነገረ ሰራው ሁሉ የቤተ ክህነቱን እና የቤተ መንግሥቱን መዋቅር ተጠቅሞ ስለሆነ ሁሉንም ነገር በበላይነት ተቆጣጥሮ የቆየው። በአንድ በኩል የቤተ መንግሥቱን መዋቅር የበላይ ተቆጣጣሪነት

በፌደራሊዝም ስርዓት የሚያጣ ከሆነና በሌላ በኩል ደግሞ የቤተ ክህነት መዋቅርን ተጠቅሞ እንዳይንጠለጠል ገመዱ እንዲበጠስ ከተደረገ እያምታታ ማግበስበሱ ግባ ከመሬቱ ይፈጸማል ማለት ነው።

በእርግጥ እነዚህ ሁለቱ የህልውናው ማስጠበቂያ መሳሪያዎች ከቁጥጥሩ ውጭ ሳይወጡ ነገሩን ለመቀልበስ መፍጨርጨሩ አይቀርም፡ እያደረገ ያለውም እሱን ነው። ለዚህ ሁሉ ችግር መነሻው የሐይማኖት አባቶች ሰነ መግባር መጉደል ነው። በሐገራችን ውስጥ ባለው ሁኔታ የሐይማኖት ሰነ መግባርን መሰረት አድርገን የሐይማኖት አባቶችን በአራት ከፍለን ማየት እንችላለን። ቀጥለን እንመልከታቸው፥-

1፡ የመጀመሪያው መንነው በዓት ዘግተው ከፈጣሪያቸው ጋር ብቻ በመገናኘት ለሐገራቸው፣ ለህዝባቸው እና ብሎም ለዓለም በፀሎት የሚተጉ አባቶች ናቸው። እንዲህ አይነት አባቶች እነሱም ዓለምን የናቁ ዓለምም በበኩሉ እነሱን የናቀና የረሳ ስለሆነ ከዚህ ዓለም ጋር ምንም አይነት ግንኙነት የሌላቸው አባቶች ናቸው።

2፡ ሁለተኛዎቹ የሐይማኖት አባቶች ደግሞ ፈጣሪን በፀሎት እየጠየቁ ከህዝብ እና ከመንግሥት ጋር በመገናኘት ለህዝቡና ለሐገሪቱ ሰላም ለማምጣት የሚተጉ አባቶች ናቸው። እነዚህ አባቶች እዚያም እዚህም በመገናኘት ሰላም ለማውረድ የሚተጉ

ሲሆን ፖለቲከኞች የት የት ቦታ ላይ እንደሚሸውዷቸው ስለማያውቁ ብቻ በንፁህ ህሊና ሁሉን ነገር እውነት ነው ብለው የሚያምኑ በመሆናቸ ሳያስቡት ችግር ይፈጥራሉ።

3፡ ሶስተኞቹ የሐይማኖት አባቶች(ካህናት) ሆነው አሁን ግን በጥቅማጥቅም እና በዘረኝነት ካባ ተሸፍነው ወይም በሌላ ምክኒያት በሐይማኖት በኩል ያላቸውን ተቀባይነት ተጠቅመው ከመንግሥት ጎን በመቆም እውነታውን ክደው ህዝብን ከህዝብ የሚያባሉ ናቸው፡ ፡ "በዉሃ እናጥምቃችሁ ብንል እምብኛ ስላሉ በእሳት አጥምቀናቸዋል፡ እነሱ ከሚገዙን ሰይጣን ይግዛን"፡ እያሉ ጦርነትን የሚሰብኩ የሐይማኖት አባቶች ናቸው። እነዚህ አካላት ከሁሉም ቦታ አጋፋሪዎች ናቸው። ከአንዱ አጋፋሪነት ወደ ሌላው አጋፋሪነት ሲሸጋገሩ ቲኒሽ እንኳን ድንግርግር አይሉም። ዋናው ስራቸውም የመንግሥትን መንበር መጠበቅ እና የግል ጥቅማቸውን ማሳደድ ነው።

4፡ አራተኞቹ የሐይማኖት አባቶች ደግሞ እንኳን ህዝብ አገልጋይ መሆን ይቅርና ሐይማኖታዊ ስርዓት እራሱ የሌላቸው ቆብ ደፍተው ካባ ደርበው እና ሌሎች የሐይማኖት አባቶች መገለጫዎችን በመጠቀም በህዝብ ላይ የሚጫወቱ ቁማርተኞች ናቸው። እነዚህ አካላት ስራቸው የግል ጥቅማቸውን ማሯሯጥ እና ሐይማኖታዊ

ክህደትን መፈጸም ነው፡ ዛሬ በየከተማው ካሳ ረግጠው ቢራ ሲከስክሱ የሚውሉት እነዚህ ናቸው።

1፡ 7 የሻዕቢያ ፍላጎት በኢትዮጵያ

የኤርትራው መንግሥት ሻዕቢያ በኢትዮጵያ ላይ ያለው ግልፅ ዓላማ ሐገሪቱን መበታተን ነው። ለዚህም እንደ ምክኒያት ሆኖ የሚነሳው ሻዕቢያ ከህወሃት መሩ ኢህአዲግ ጋር የነበረው ቁርሾ እና ኤርትራን የበለጸገች ሀገር አደርጋለሁ ብሎ ገንጥሎ ወሰዶ ያሰበው ሳይሳካ መቅረቱና በአንጻሩ ኢትዮጵያ የተሻለች ሐገር መሆኑዋ ነው። በዚህም ምክኒያት ኤርትራን አበልጽጎ ተወዳዳሪ ከማድረግ ይልቅ ኢትዮጵያን ከተሳካ አፍርሶ ካልሆነም አደኽይቶ ከድሃዋ ኤርትራ ጋር ማወዳደርን መረጠ ማለት ነው፡ ምቀኛ ሁሌም ሒሳብ ሲሰራ ቁልቁል ነው። በዚህም መሰረት ኢትዮጵያ ላይ በአንድ በኩል በቀጥታ እራሱ ጦር ሰብቆ ይዘምታል በሌላ በኩል ደግሞ ውስጥ ገብቶ አፍራሽ ተግባራትን ሲሰራ ኖረ፡ አለፍ ሲልም ኢትዮጵያ ውስጥ ከኢህአዲግ ጋር የተቃቃሩ አካላትን በማስታጠቅ ሐገሪቱ ላይ ጉዳት ሲያደርስ ኖረ።

እነዚህን አካላት የሚያስታጥቀው እውነት የእነሱን ብሶት ተረድቶ ሐገር ውስጥ ያለው ሰርዓት ለኢትዮጵያ አይጠቅምም ብሎ አስቦ ሳይሆን ከራሱ ኢትዮጵያን የማፈራረስ የቆየ ዓላማ አፈጻጸም

አንጻር ብቻ ነው። ይህንን እኩይ ዓላማውን በተለያየ ምክኒያት በተለያየ ጊዜ ሞክሮት አልተሳካለትም ነበር። እንዲያውም ኢትዮጵያ የተሻለ ሰላም የሰፈነባት፣ የተሻለ መከላከያ የገነባች፣ የተሻለ ኢኮኖሚ የምታንቀሳቅስ፣ በዓለም አቀፍ ደረጃ ተጽዕኖ ፈጣሪ ሐገር እየሆነች መጣች። በአንጻሩ ኤርትራ ደግሞ ሁሉ ነገሩዋ ከዚህ በተቃራኒው ሆነ፣ ይባስ ብሎም በሻዕቢያው አፍራሽ ተግባራት ሀገሪቱ በማዕቀብ ተሽመደመደች።

ይህ ጉዳይ ደግሞ በመጀመሪያ በኢሳያስ የሚመራውን ሻዕቢያን በሀገሩ ውስጥ የባሰ እምባ ገነን አደረገው ሁለተኛ በኢትዮጵያ ላይ ከእደር አደር ጥላቻና ቁርሾው እየባሰበት መጣ በተለይ በህወሃት ኢህአዲግ ላይ፣ ሶስተኛ በአካባቢው አሸባሪዎችን እያስታጠቀ የወጣለት የአካባቢው አተራማሽ መንግሥታዊ አሸባሪ ቡድን ሆነ ማለት ነው። በዚህም ምክኒያት በኢሳያስ የሚዘወረው ሻዕቢያ የወጣለት እምባ ገነን እና የአካባቢው ህጋዊ አሸባሪ መንግሥት ለመሆን በቃ ማለት ነው።

ይህ በዚህ ሁኔታ እያለ ጦረኛው ሻዕቢያ፣ የኢትዮጵያ ጥላቻ ያናወዘው ሻዕቢያ፣ እምባ ገነኑ ሻዕቢያ፣ ህጋዊ አሸባሪው ሻዕቢያ፣ ኢትዮጵያን ከተሳካ የመበተን ካልተሳካ የማድቀቅ ህልመኛው ሻዕቢያ 2010 ዓ.ም መጋቢት 24 መልካም ዜና ከወደ አዲስ አበባ ሰማ። ይኸውም በኢትዮጵያ የተፈጠረውን ለውጥ፣ በኋላ ነውጥ

የተባለውን ተከትሎ በወቅቱ ወደ ስልጣን የመጡት ጠቅላይ ሚኒስተር ያደረጉት ሰላማዊ ጥሪ ነበር። ይህ ጥሪ የኢትዮጵያን ህዝብ ልብ ለመግዛት እና የዓለምን ህዝብ ቀልብ ለመሳብ ሲሉ ታይታ ወዳጁና ሁሉን ነገር እኔ ብቻ አደረገዋለሁ የሚሉት አደናጋሪው ዶክተር አብይ አህመድ ያደረገት ጥሪ ነበር።

ይህንን መልካም ዜና የሰማው በኢሳያስ የሚዘወረው ሻዕቢያ እንደ ገና ተሰፋ፡ እንደ ገና ሰኬት፡ እንደ ገና ደስታ ሲያውደው፡ በአይነ ህሌናው እንዴት አድርጎ ኢትዮጵያን እንደሚበትን ካልሆነም እንዴት እንደ ሚያደቃት ሲያውጠነጥን፡ ሲያወጣ ሲያወርድ ወሎ አድሮ በመጨረሻም ለዚህ ሁሉ ሰኬት ጥሪውን መቀበል በመሆኑ ጥሪውን መቀበሉን አስታወቀ። በዚህ ቀን የኢትዮጵያው ጠቅላይ ሚኒስተር ከወደ ጉራጌ ነበሩና በዛው መልሱን ሰምተው እሳቸውም በበኩላቸው አመሰግነው መልሰ ሰጡ። ከዚህ በኋላ አዲስ አበባና አሰመራ ሽር ጉዱ ተጀመረ። ሁሉም ነገር በችኮላ ማንም ሳያውቀው በአብይ አህመድ እና በኢሳያስ አፈወርቂ ብቻ ተከናወነ።

ሁለቱ ግለሰቦች ብቻ ሐገር ሁነው ሁሉንም ነገር ፈጸሙ። እነዚህ ሰወች ላይ ላዩን "ኢሱና እኔ ተደምረን ሰንካፈል አሰብ እንሆናለን" እያሉ ውሰጥ ውሰጡን ግን ህወሃትን እና የትግራይን ህዝብ ከምድረ ገጽ የማጥፋት አጀንዳ ሲሰሩ እንደቆዩ በኋላ በተግባር ተገልጡዋል። ይህ ግልጽ ያልሆነ የሁለቱ ሰወች ያልተቀደሰ

ጋብቻ እና በማር የተለወሰ ሐገር አፍራሽ ድብቅ አጀንዳ የዓለምን ህዝብ እራሱ ሸውዶ ጠቅላይ ሚኒስተር አብይ አህመድን የሰላም ኖቬል ተሸላሚ እስከ ማድረግ ደርሱዋል። ይህ ድብቅ ግንኙነት እና ሽልማት በአንድ በኩል ዶክተር አብይ አህመድ በጊዜዊነትም ቢሆን በዓለም አቀፍ ደረጃ ተቀባይነት እንዲኖራቸውና በሐገር ውስጥም ህዝብን እንዲሸውዱበት ሲራዳ በሌላ በኩል ለኢሳያሰ አፈወርቄ ደግሞ ጊዜ አግኝተው ውስጥ ውስጡን የቆየ ዓላማቸውን ለማሳካት እንዲሰሩ ረዳቸው ማለት ነው።

በዚህ ሁሉ ሒደት ውስጥ የኢሳያሰ እና የአብይ አህመድ ቀረቤታ እየጨመረ ሲመጣ በአንጻሩ በሐገር ውስጥ በህወሃትና በፌደራል መንግሥቱ መካከል ያለው ልዩነት በተቃራኒው እየጨመረ መጣ። ይህ ብቻ ሳይሆን በተለያዩ የሐገሪቱ አካባቢወች ተቃውሞዎች ተጀመሩ። ይህ ግን ለብልጽግናው መንግሥት እና ለወቅቱ ተደማሪወች ጀሮ ገብ አልነበረም። በአጋጣሚ እንኳን ከሰሙት በ27 ዓመቱ ውስጥ የተፈጠሩ ችግሮች የወለዱት ወይም ደግሞ የተሸነፈው ህወሃት ነው የፈጠረው በማለት ችግሩን ቀለል ሲያደርጉት፡ ሲገፋትና ሌላ ባለቤት ሲፈልጉለት ይውላሉ። እንዲያውም የሚፈጠሩ ችግሮችን የህወሃትን ደካማ ጎን ለማጉላትና የእነሱን ጠንካራ ጎን ለማሳየት ለመጠቀም ሁሉ ሞከሩ።

ሐገር እንመራለን እያሉ ለተፈጠሩ ችግሮች መፍትሔ ከመፈለግ ይልቅ ሲሆን ለችግሩ እሳትና ነዳጅ ያቀርባሉ ካልሆነም ችግሩ ሲባባስ ዝም ብለው ይመለከታሉ። ለማሳያ ያህል በወቅቱ በቅማንት አካባቢ፡ ሱማሌ ክልል፡ ኦሮሚያ ክልል የነበሩ ችግሮች በዚህ መልኩ የተባባሱ ችግሮች ናቸው። እንዲህ፡ እንዲህ እያለ ሒዶ የብልጽግናው መንግሥት በትግራይ ህዝብ ላይ ጦርነት አወጀና ከህወሃት ጋር ዘው ብሎ ወደ ጦርነት ተገባ። በዚህ ወቅት የኢሳያስ መንግሥት ሲመኘው የነበረው ህወሃትን የማጥፋት፡ ትግራይን የመጨፍጨፍ፡ ኢትዮጵያን የመበተን እና የተወሰነውን የሐገሪቱን መሬት ወደ ኤርትራ የማጠቃለል ተስፋው ነብሰ ዘራ።

ይህ ሲመኘው የኖረው እድል እንዳያመልጠው የፈለገው የኢሳያስ መንግሥት ጊዜ ማጥፋት አልፈለገም። ይልቁንም በማይመለከተው ጦርነት ከአብይ አህመድ ጋር ውል ውሰዶ ዘው ብሎ ወደ ጦርነቱ ገባበት እንጂ። በዛን ወቅት ለኢሳያስ ኢትዮጵያን የመበታተን ዓላማው መሳካት አለመሳካቱ ባይታወቅም ሙከራው ግን በተሳካ ሁኔታ በብልፅግና ዘመነ መንግሥት ወደ ተግባር ተቀይሮለታል። ይህም የሆነው የተረኛነት ስሜት ይዞ ወደ ስልጣን በመጣው በኦህዲድ ብልፅግና ዘመነ መንግሥት ነው።

ይህ አካል ገና ወደ ስልጣን ሲመጣ የህዝብን በተለይ የኦሮሞን ህዝብ ቀልብ ለመሳብ ሲል ትግራይን እንደ ህዝብ፡

ህወሃትን እንደ ፓርቲ ለ27 ዓመት የበላይ ነበሩ አሁን ደግሞ ጊዜው የኛ ነው በማለት ግልፅ ባልሆነ መንገድ በጥላቻ ተመርዞ ወደ ስራ ገባ። ነገር ግን በዛ ወቅት መጀመሪያ ተቋውሞ የገጠመው ከኦሮሞ ህዝብ ነበር። እኔ በወቅቱ ወለጋ ነበርኩና በጠቅላይ ሚኒስተሩ ላይ አሎታዊ ነገሮች ሲነሱ አንዱን የስራ ባልደረባየን ምንድን ነው ችግሩ ብየ ጠየኩት። የጠየኩበት ምክኒያት ችግሩ ሳይገባኝ ቀርቶ ሳይሆን በተወሰነ ጊዜ ውስጥ ነገሩ ከድጋፍ ወደ ተቃውሞ የተቀየረበትን ምክኒያት በትክክል ለመረደት ፈልጌ ነበር። እሱም ሲመልሰልኝ እንዲህ በማለት በቀልድ ነበር።

"አጼ ሚኒሊክ አራት ኪሎ ቤተ መንግሥት ውስጥ ያስቀመጠው ርኩሰ መንፈሰ መለሰ ዜናውን ሴረኛ፡ ዘረኛ፡ ጨካኝና አረመኔ አደረገው፡ ሐይለማሪያምን አፍዞ አደንዝዞ ምንም እንዳይሰራ አሰሮ አሰቀመጠው፡ አሁን ደግሞ ዶክተር አብይን እንደ ተለከፈ ውሻ በሐገር ውስጥም ከሐገር ውጭም ያዞረዋል፡ አሁን በሐገሪቱ ጊዜ የማይሰጡ ብዙ ሰራዎች አሉ"፡ አለኝ። እኔም ይህ ሐሳብ ሰላልተዋጠልኝ የሰውን ሰሜት ለመረዳት ጥረቴን ቀጠልኩ። በመጨረሻም የተቃውሞውን መሰረታዊ ጉዳይ ደረሰኩበት። እሱም አሁን የኦሮሞ ጊዜ ነው ለምን ይህንን እድል ከመጠቀም ይልቅ ያበላሸዋል የሚል ሆኖ አገኘሁት። ይህም አንድ የበረንዳ ቡና ቤት፡ ቡና አዘን ለመጫወት አቅንተን፡ አንድ ከገጠር የመጣ ወጣት

በብስጭት በኦሮሞኛ ቋንቋ ባደረገው ንግግር ነው። አሁን የኦሮሞ ጊዜ ነው ለምን እንዲህ ይሆናል ነው ነገሩ። ከጓዶቹ ጋር ገና መድረሳችን ስለነበር የሰማነው የመጨረሻውን ንግግሩን ብቻ ነበር። ይህንን ጉዳይ እኛ ያዝነውና ወሬውን ቀጠልን፡ መሰረታዊ ጥያቄየን በደፈናው ጠየኩ። እኔ የምፈልገው አንድ ነጥብ አለ እሱም የኦሮሞ ጊዜ የተባለውን ትርጉም ለኦሮሞ በተለየ መልኩ ለመጥቀም ነው ወይስ ለሐገር መልካም ስራ ለመሰራት የሚለውን ለመለየት፡ ግን በግልጽ ለመጠየቅ አልደፈርኩም።

እግዚአብሔር ይባርከውና እንዱ ጓደኛየ የምፈልገውን ነጥብ በዝርዝር አመጣውና እንዲህ አለ፡ "አሁን በኦሮሚያ ውስጥ በጣም ብዙ ችግሮች አሉ ይህ ችግር መፈታት አለበት፡ ህዝቡም የታገለው ለዚህ ነው። በሐገሪቱ ውስጥ በጣም ብዙ መስተካከል ያለበት ነገር አለ፡ የህግ የበላይነትና ዲሞክራሲ መስፈን አለበት። በገዳ ውስጥ የወጣ የኦሮሞ አመራር ይህንን ሊያደርግ ይገባዋል፡ በኦሮሞ ጊዜ በሐገሪቱ የተሻለ ነገር መሰራት አለበት"፡ ብሎ የተቃውሞውን ምክኒያት አሰቀመጠ። የሚገርመው ግን በዛ ወቅት የመንግሥት አመራሩና የጸጥታ ዘርፉ የህወሃትን የበላይነትና በዝባዥነት በአገኙት አጋጣሚ ሁሉ ሲሰብኩ በነበረበት ወቅት ነው ይህ ሁሉ የሚሆነው።

ብልጽግናውም ይህንን እውነት ደፍቆ የኦሮሞ መንግሥት ነኝ እያለ ማደናገሩን ውስጥ ለውስጥ ቀጠለበት። ነገር ግን ብዙም

ሳይጓዝ በሁሉም የሐገሪቱ ህዝቦች ተቃውሞ ገጠመው። ቢሆንም ግን ህዝብን በማደናገርና ለድጋፍ በማሰባሰብ፡ በአማራ ብልጽግና አጋፋሪነት የኤርትራን መንግሥት በግብዣ በማስገባት በትግራይ ህዝብ ላይ ለሁለት ዓመት ዘመተና አሁን በሐገሪቱ ውስጥ የተፈጠሩ ሁሉ አቀፍ ቀውሶች እንዲፈጠሩ እና የኢሳያሱ ሻዕቢያም የተሳካ ሐገሪቱን የመበተን ሙከራ እንዲያደርግ እድል ከፈተለት ማለት ነው።

ምዕራፍ ሁለት

ኦህዲድ መሩ የብልጽግና መንግሥት

በተለያየ ቦታ እንደተገለጸው በሐገራችን የተለየዩ ሰርዓተ መንግሥታት አልፈዋል፡ የአሁኑ የብልፅግናው መንግሥት ሰርዓት እና አካሄዱ ግን በብዙ መልኩ ከሌሎቹ የተለየ ነው። የተወሰኑትን ጠቅሰን እንይ እስኪ፦

1፡ የመጀመሪያው የብልጽግናው መንግሥት ከሌሎቹ የሚለይበት ሁኔታ ለሐገሪቱ ሉአላዊነት ያለው ደንታ ቢስነት ነው። አሁን ባለው እውነታ የሐገሪቱ የድንበር ሉአላዊነት ተብሎ ነገር የለም። የሐገሪቱ ሉአላዊነት በሁሉም ጎረቤቶቹዋ ተደፍሩዋል። ሰሜን ሱዳን እስከ አምሳ(50) ኪሎ ሜትር ወደ ውስጥ ዘልቃ ገብታ የሚበቃትን መሬት ወስዳለች፡ ደቡብ ሱዳን አንድ ወረዳ ሙሉ ጠቅልላ ወስዳለች፡ ኤርትራ በጣም ብዙ የኢትዮጵያ ግዛት ወስዳ ህዝቡን እያሰገደደች በራሱዋ የትምህርት ፖሊሲ እያስተማረች እና ወደ ወታደር እየላከች እያሰለጠነች ነው፡ ኪኒያ፡ ጂቡቲ እና በሱማሊያ አልሸባብ የሐገሪቱን ሉአላዊነት ጥሰው ምክኒያት እየፈጠሩ በህዝቡ ላይ ጥቃት እየፈጸሙ ነው።

ይህ ሁሉ ሲሆን "ድሃ ሐገር ሉአላዊነት የለውም" ያሉት የብልጽግናው ፕረዘዳንት "ቃል በተግባር" ነውና ነገሩ ቃላቸውን ጠብቀው እየተመለከቱ ነው። ከብልጽግናው መንግሥት በፊት የነበሩ የሐገሪቱ መሪዎች ግን ምንም እንኳን በሐገር ውስጥ ጨቋኝ ቢሆኑም በሉአላዊነት ላይ ግን ድርድር አያውቁም ነበር። እንዲያውም ለሐገራቸው ሉአላዊነት እና ለአፍሪካ አንድነት የነበራቸው አቋም የማይቀየር አቋም ነበር፡ ይህ ጉዳይ አሁን የለም ታሪክ ሁኑዋል።

2፡ ሁለተኛው ደግሞ ህዝብን ከቦ በማስራብና ረሃቡን እንደ ጦር መሳሪያ ተጠቅሞ ህዝብን ለማንበርከክ መሞከር ነው። ይህ ተግባር በትግራይ ህዝብ ላይ ለሁለት ዓመት 360° ድግሪ ከቦ ምንም ነገር እንዳይገባ ተከልክሎ የተደረገ የዘማናችን ጥቁር ታሪክ ነው። ይህንን ጉዳይ ይዘን የባለፉትን የሐገሪቱን መንግሥታት ስንመለከት ምንም እንኳን በህዝብ ላይ የተለያዩ ጭቆናዎችን ያደረጉና ጦርነትም በህዝብ ላይ የአወጁ ቢሆንም አንዳቸውም ረሃብን እንደ ጦር መሳሪያ አልተጠቀሙም።

አምባ ገነኑ የደርግ መንግሥት እንኳን "ሽፍታ፡ አሸባሪ" ብሎ ከሚጠራቸው አማጺያን ጋር እየተነጋገረ ለህዝቡ እርዳታ እንዲገባ ያደርግ ነበር። በህልም እና በተረኛነት ተነድፎ ወደ ስልጣን የመጣው የኦህዲድ መሩ የብልጽግናው መንግሥት ግን ህልሙን በተግባር

ይኖር ዘንድ ምንም ነገር ከማድረግ አይመለሰምና ይህንን አሰቃቂ ድርጊት አደረገው። "እናቴ በሰባት ዓመቴ ንጉሥ ትሆናለህ ብላኛለች" በሚል መርህ ሰንት እናቶች አለቀሱ፡ ሰንት እናቶች አለቁ፡ ሰንት እናቶች በግዳጅ ተደፈሩ። የአንዲት እናት ህልም ትንቢት ሆኖ ይፈጸም ዘንድ ሰንቶች መሰዋዕት ሆኑ። ይህም የሐገራችን ታሪክ ነው። ያውም ጥቁር ታሪክ፡ የማይሽር ቁሰል፡ የማይረሳ ጠባሳ። በእርግጥ ግን "ከረሃብ ጦርነት ይሻላል" ነውና ነገሩ የትግራይ ህዝብ ረሃብ ሳይጨርሰው ጦርነትን በጠላቶቹ ላይ ሰላወጀና ድልም ከግፈኞች ጋር ባለመሆኑዋ ብልጽግናው ተሸንፎ ተመለሰ።

3፡ ቴሌን፡ መብራት ሐይልን፡ የምድርና የሰማይ ትራንሰፖርትን እና የመሳሰሉትን የህዝብ አገልግሎቶች ዘግቶ እንደ ጦር መሳሪያ መጠቀም። የብልጽግናው መንግሥት በህዝቡ ላይ ጦርነት ሲጀምር አሰቀድሞ እነዚህን የህዝብ መሰረተ ልማቶች ይዘጋቸዋል። እነዚህ መሰረተ ልማቶች በህዝብ የተገነቡ ለህዝብ አገልግሎት የሚሰጡ ናቸው። ይዘጉ እንኳን ከተባለ ህዝብን እና ሐገርን አደጋ ላይ የሚጥል ችግር ከተፈጠረና እነዚህ መሰረተ ልማቶች ደግሞ ለዚህ አደጋ አጽተዋዕጾ ካላቸው ብቻ መሆን ነበረበት።

የብልጽግናው መንግሥት ግን ይህንን የሚያደርገው ሐገርን እና ህዝብን አደጋ ላይ የሚጥል ችግር ገጥሞት ሳይሆን ሰልጣኑን አደጋ ውሰጥ የሚከት እክል በሐገር ውሰጥ ሰለገጠመው ነው። ህዝቡማ

በመጀመሪያ በተለያዩ ሐገራት እየተወረረ ነው፡ ሁለተኛ ያን ያህል ከባድ ባይሆንም ለተለያዩ የተፈጥሮ አደጋወች እየተጋለጠ ነው። በእነዚህ ጉዳዮች ብልጽግና አንድም ቀን ትንፍሽ ብሎ አያውቅም። እንዲያውም እሱ እራሱ የዚህ ሁሉ ችግር ፈጣሪ እና ተባባሪ ነው።

4፡ የጎረቤት ሐገራትን ጦር ተጠቅሞ የራሰን ህዝብ መጨፍጨፍ። ሐገራችን ኢትዮጵያ ምንም እንኳን በየዘመናቱ የእርሰ በእርሰ ጦርነት የማያጣት ሐገር ብትሆንም የሌሎችን ሐገራት የጦር ሐይል ተጠቅማ ኑ ህዝቤን እንውጋና ውጉልኝ ብላ ጋብዛ የራሱዋን ህዝብ ወግታ ግን አታውቅም። በብልጽግናው ዘመን ግን የኤርትራ ሁሉም አይነት ሰራዊት፡ የተለያዩ ያልተለመዱ ለጠላት የተሰሩ የቴክኖሎጂ ጦር መሳሪያወች፡ የሱማሊያ የተወሰነ የጦር ሐይል ተጋብዞ ገብቶ ለሁለት ዓመት በትግራይ ህዝብ ላይ ያን ሁሉ እልቂት እና ውድመት አደረሰ ማለት ነው።

በነገራችን ላይ "በሌሎች ሲዘንብ ወጨፉ ይተርፋል" እንዲሉ አበው የትግራይን ህዝብ ለማጥፋት የተጋበዘው የኤርትራ ሰራዊት የቅማንትን ህዝብም ጨፍጭፉዋል። ማሳያ 2013 ዓ.ም ሚያዚያ በጭልጋ ወረዳ ጦርነቱን ሸሽተው እያሆ ማሪያም ቤተ ክርሰቲያን የተጠለሉ የቅማንት ተወላጅ መነኮሳትን በጅምላ የገደላቸው የኤርትራ ሰራዊት ነው።

5፡ ሌላው የብልጽግናው አዲስ እይታ ደግሞ የአንድ ብሔር አባልን እንዳለ ሙሉውን ወንጀለኛ ማድረግ ነው። ከትግራይ ህዝብ ጋር በነበረው የሁለት ዓመት ጦርነት ሁሉም እዛ አካባቢ የመጣ ሰው እና ትግረኛ ተናጋሪ ከሆነ በማንነቱ ብቻ ወንጀለኛ እየተባለ ኮረና የያዘው ይመስል ወደ ማቆያ ጣቢያ ይላካል። ይህ ደግሞ የሚያሳየው ህዝቡን እንዳለ እንደ ጠላት ማየት ነው። በታሪክ ህዝብ እንደ ጠላት ተቆጥሮ አያውቅም መቆጠርም የለበትም። በመንግሥታት እና በህዝብ መካከል አለመግባባት ሊፈጠር ይችላል። አንዱ ለአንዱ ግን ጠላት ሁኖም፡ ተብሎም ግን አያውቅም። ህዝብ እና መንግሥት አንዱ ለአንዱ ጠላት ከሆነ እኮ መንግሥት የሚባል ነገር አይኖርም ነበር።

ምክኒያቱም ህዝብ ከመንግሥት ውጭ ምንም ማድረግ አይችል ይሆናል እንጂ መኖር ግን ይችላል፡ መንግሥት ግን ከህዝብ ውጭ ህልውና የለውም። በነገራችን ላይ የፌደራሉ ብልጽግና ይችን ሐሳብ ከአማራው ብልጽግና የኮረጃት ትመስላለች። ምክኒያቱም የአማራ ክልል መንግሥት ነው መጀመሪያ የቅማንትን ህዝብ ህገ መንግሥታዊ ጥያቄ ጠይቀሃል በሚል ሰበብ ሁሉንም የቅማንት ህዝብ በማንነቱ ምክኒያት እንዳለ የወነጀለው።

6፡ ሌላው በብልጽግናው ዘመን ሐገሪቱ አይታው የማታውቀው ጉድ የተከሰተው የፖሊሲ ሉአላዊነት ለገቢያ ቀርቦ መሸጡ ነው።

በአንድ በኩል የሐገሪቱን መሬት ቆርሰው እንዳለ እሰከ ህዝቡ ለኤርትራ አሳልፈው ሰለሰጡት ህዝቡ በግዳጅ የሰው ሐገር ፖሊሲ እንዲቀበል እየተደረገ ነው፣ በሌላ በኩል ደግሞ ብልጽግና እራሱ የሐገሪቱን ፖሊሲ በሐራጅ አውጥቶ ሸጦ ለጦርነት እያዋለው ነው። በተለይ በህዝብ ላይ ለሚደረግ ጦርነት ዶላር ለማግኘት ሲባል ለዓለም ባንክ እና ለአይ ኤም ኤፍ የሐገሪቱ ፖሊሲ ተላልፎ መሸጡ ህዝቡን በኑሮ ውድነት አደጋ ውሰጥ ከቶት ህዝቡም መኖር ተሰኖታል።

7፡ ብልጽግና ለሐገሪቱ ያመጣው ሌላው ትሩፋት የሐገሪቱን መሰረተ ልማት በጦርነት ማውደም ነው። ምን አልባት የትኛውም አይነት ጦርነት ሲኖር ቀድመው ለአደጋ የሚጋለጡት መሰረተ ልማት እና ንጹህ ህዝቦች ናቸው፣ ይህ የጦርነት ተፈጥሮ ነው። የብልጽግናው የመሰረተ ልማት ውድመት ግን እንደዚህ አይደለም። በራሱ ሆን ብሎ መሰረተ ልማት ያወድማል። የዚህ ድርጊት መሰረታዊ ዓላማው በመጀመሪያ ጠላት ተብሎ የተፈረጀውን ህዝብ ለመጉዳት የታሰበ ነው። ለዚህም ማሳያ የሚሆነን በሁለት ዓመቱ የትግራይ ጦርነት ወቅት ክልሉ ውሰጥ ያሉ መሰረተ ልማቶች እንዲወድሙ እና በኤርትራ ሰራዊት እንዲዘረፉ ተደርጓል።

የሐገሪቱ እንዱሰትሪዎች እንዲዘረፉና እንዲወድሙ ተደርጓል ዩኒቨርሰቲዎች እንዲወድሙና እንዲዘረፉ ተደርጓል። የእምነት

ቦታዎች እራሱ ሆነ ተብሎ እንዲወድሙ ተደርጓል። በእርግጥ ይህ የሐይማኖት ውድመት "ሐይማኖት የብልጽግና ጸር ነው" ስለተባለ የዚያ ጥላቻ ውጤት ነው። ይህንን የሚያደርጉት የትግራይን ህዝብ ለማንበርከክና ለመጉዳት ነበር። በዚህ እና በሌሎች አካባቢዎች በሚያደርጉት የጦርነት ድርጊታቸው የሐገሪቱ ኢኮኖሚ ወደ ቁልቁል እየተመዘገዘገ ነው። የሚገርመው ነገር ግን ሐገርን እንዳለ እያወደሙ ኢትዮጵያ እያደገች ነው፡ እየበለጸገች ነው እያሉ ለቀባሪ የማርዳት ያህል ሐሳብ ያቀርባሉ። ይህም የባሰ ታማኝነታቸውን ያወርደዋል። በእርግጥ በእውነትት ለህዝብ እና ለሉአላዊነት ያልታመነ አካል ምኑ ለማን ይታመናል።

8፡ ሌላው የብልጽግናው አድራጎት ደግሞ የሐገሪቱን በጀት በሙሉ ለጦርነት ማዋል እና ወጣቱን ክፍል የስራ መስኩ ውትድርና እንዲሆን ማድረግ ነው። አሁን ባለው እውነታ ሁሉም በሚባል ደረጃ የሐገሪቱ በጀት ለጦርነት እንዲውል ተደርጎ ወጣቱ ክፍልም የተከፈተለት የስራ መስኩ ጦርነት ብቻ ነው። በእርግጥ የሐገሪቱ በጀት ለጦርነት እንደሚውል ቀድሞ በብልጽግናው ሰፈር ተነግሮ ነበር። "ዛሬ ኢትዮጵያ አስር ቢሊዮን ዶላር ካፒታል ፕሮጀክት አላት፡ በህልውናዋ ከመጡ ይህንን አዘገይታ እራሱዋን ትከላከላለች ማለት ነው"፡ በማለት።

9፡ ሌላው ብልጽግናው ጦርነት የሚያደርገው ባላንጣየ ነው በሚለው አካል ላይ ብቻ ለይቶ ሳይሆን እንዳለ በህዝቡ ላይ በመደዳ የፈሪ ዱላ ያወርድበታል። ይህ ደግሞ የዘር ፍጅትን በሐገሪቱ ወለደ። የብልጽግናው መሰረታዊ ችግር በመጀመሪያ ከእሱ የተለየ ሐሳብ ያላቸውን አካላት ሁሉ እንደ ጠላት መፈረጁ ሲሆን ሌላው ደግሞ እነዚህን አካላት በሐሳብ የበላይነት ማሸነፍ ሳይሆን በጦርነት ማጥፋት ስለሚፈልግ ጦርነቱን የእነዚህ አካላት መጠጊያ ሊሆን ይችላል ያለውን ህዝብ እንዳለ በመደዳ ይፈጀዋል ማለት ነው። የሁለት ዓመቱ የትግራይ ጦርነት፡ በአማራ ክልል እና በኦሮሚያ ክልል ያሉ ጦርነቶች ለዚህ በቂ ማሳያዎች ናቸው።

10፡ ብልጽግና ያሉ ልዩነቶችን በሐሳብ ተወያይቶ መፍታትን በጣም ነው የሚፈራው። ምክኒያቱም እሱን የሐሳብ የበላይነት ሊያሰይዘው የሚችል ፖለቲካዊ አጀንዳ ስሌለለው ነው። ለሚያደርጋቸው ነገሮች ሁሉ ምክኒያታዊ አይደለም፡ ምን ሊያስከትል እንደሚችል እንኳን አያሰብም። ነገረ ሰራው ሁሉ በህልም ነው። የሚከተለው መርህ እራሱ የሆነ የጥፋት መንገድ በድንግርግሩ ይመርጥና ይጀምራል፡ አልሆን ሲል የሚችለውን አጥፍቶ ይመለሳል። ለአጠፋው ጥፋት ደግሞ ሌላ ተጠያቂ ባለቤት ይፈልግለታል፡ በዝንጀሮ ሰርዓት ነው ነገሩ ሁሉ የሚሆነው።

ለምሳሌ ከኦነግ ጋር ያሉ ልዩነቶችን በውይይት ለመፍታት ሞከረና በሐሳብ ሲሸነፍ ጦርነት ውስጥ ገባና ህዝቡን መከራ ውስጥ ከተተው። ከዛም ለተፈጠረው እልቂትና ውድመት ሁሉ ደግሞ ኦነግ ሸኔን ተጠያቂ ያደርጋል። ከህወሃት ጋር የነበረውን ልዩነት ተወያይቶ መፍታት ተሰኖት ወደ ጦርነት ገባና ያን ሁሉ እልቂትና ውድመት አድርሶ ሐገሩን አጥፍቶ ተሸንፎ ወጣ፡ አሁን ደግሞ በጠፋው ጥፋት ተጠያቂነትን በመፍራት ሌላ ችግር እየፈጠረ ቀጠለ። ከድሮ የጦርነት አጋሮቹ ከሻዕቢያ እና ከፋኖ ጋር እራሱ አለመግባባት እና ጦርነት ውስጥ ነው ያለው። በእርግጥ እነዚህ አካላት በፊትም የፖለቲካ አጀንዳ ሳይሆን ያጣመራቸው የጦርነት አጀንዳ ነበር። የጦርነት አጀንዳ ይዘው በትግራይ ህዝብ ላይ ዘመቱ ተሸንፈው ሲወጡ ተቃቃሩ። እነዚህ እና ሌሎችም በሐገሪቱ የተፈጠሩ ችግሮች ሁሉ በውይይት በሐሳብ የበላይነት የሚፈቱ ነው የነበሩት። ነገር ግን ብልጽግናው ችግሮችን መፍታት የሚፈልገው በሐሳብ የበላይነት ተወያይቶ ሳይሆን ሐይልን በመጠቀም ነው። የዚህ ደግሞ ምክኒያቱ ለውይይት የሚሆን ምንም አጀንዳ የሌለው በመሆኑ ነው።

ሐገሪቱን ከገባችበት ሁሉ አቀፍ ቀውስ ማውጣት የሚችሉ አንጋፋ ፖለቲከኞች ከሐገር የሚባረሩት እና ወደ ሐገር እንዳይገቡ የሚከለከሉት እኮ ይህንን በመፍራት ነው። ብልጽግና የእነዚህን

አካላት ፖለቲካዊ አጀንዳ ከጦርነት በላይ ነው የሚፈራው። ምክኒያቱም እሱ የሚጨነቀው ለስልጣን እንጂ ለሐገር ግንባታ አይደለምና። ለስልጣን ደግሞ ጦር መሳሪያ በቂ ነው፡ ፖለቲካዊ አጀንዳ ምን ይሰራለታል። ስለሆነም ለችግሩ ሁሉ መፍትሔው ጦርነት ነው ብሎ ገባበትና አሁን አንዱ ችግር ሌላውን እየወለደ እና ከሌላም አቅጣጫ ችግር በራሱ እየተፈጠረ ችግሩ ሁሉ እየተወሳሰበና እየተባበሰ ቀጥሎ ሐገሪቱ ከድጡ ወደ ማጡ ከጊዜ ወደ ጊዜ እየገሰገሰች ትገኛለች።

ብልጽግና ከዚህ የአስተሳሰብ ቀውስ እና የጦረኛነት እሳቤ ካልወጣ ወይ በሐይል ይወገዳል ወይም ደግሞ ሐገሪቱ ትፈርሳለች። ምክኒያቱም ለጊዜው ጦርነትን መፍትሔ ነው ብለን ብንስማማ እራሱ፡ እሱ አንድም የሚያሸንፈው ጦርነት የለም። አንዱ የብልጽግናው የአስተሳሰብ ቀውስ ደግሞ አንዱን ችግር ለመፍታት ሌላ ቀውስ ይፈጥራል። ከህወሃት ጋር የነበሩ ልዩነቶችን በድርድር ለመፍታት ከፋኖ ጋር ገጠመ። ከሱማሌ ላንድ ጋር ለመወዳጀት ከሱማሊያ ፌደራል መንግሥት ጋር ገጠመ። ያንን ችግር ለመፍታት ደግሞ ከኤርትራ ጋር ችግር ውስጥ ገባ። አረ ስንቱ ይነሳል፡ ሁሌም በጦረኛነት አስተሳሰብ አዙሪት ውስጥ መኖር።

11፡ ሌላው የብልጽግናው መንግሥት መሰረታዊ ችግር ደግሞ የሌሎችን ሐሳብ እንደ ትንኝ አሳንሶ ማየቱና የራሱን ሐሳብ እንደ

ዝሆን አግዝፎ ማየቱ ነው። ይህ የተቃወሰ አስተሳሰብ ብልጽግና የሐሳብ ብዝሐነትን እንዳያስተናግድ ስላደረገው ነገሮች ሁሉ ተቃወሱ። የሐሳብ ብዝሐነትን ማስተናገድ ማለት በተወጣጣ ሐሳብ ሐገርን መምራት እንጂ ስልጣን መልቀቅ ማለት አይደለም። የብልጽግናው መንግሥት ግን የሐሳብ ብዝሐነትን ማስተናገድ ማለት ስልጣን መልቀቅ አድርጎ ነው የሚተረጉመው።

በእርግጥ በእውነተኛው አለም የሐሳብ ብዝሐነትን ማስተናገድ ስልጣን መልቀቅ ባይሆንም ብልጽግናውን ግን መንግሥተ ሰማየት ለመግባት ጭምር የሚያስብባትን ስልጣኑን ሊያሳጣው ይችላል። ለዚህም መነሻ ምክኒያቱ ከራሱ ከብልጽግናው መንግሥት ድክመት የሚመነጭ እንጂ ከሌሎች ሐይሎች የሚመነጭ አይደለም። ይህ ማለት የሐሳብ ብዝሐነትን ቢያስተናግድ ብልጽግና ይህ ነው የሚባል ተሻጋሪ ፖለቲካዊ አጀንዳ ስሌለለው በሐሳብ የበላይነት ሊሸነፍና ከስልጣኑ ሊባረር ይችላል። እችን አመሉን የሚያውቀው ብልጽግና ልዩነትን በውይይት ፈትቶ በሐሳብ የበላይነት ማመንን በርቀት ብሎ፡ እንዲህ አይነት ሐሳብ የሚያነሱ አካላትን ግማሹን አስገድሎ፡ ግማሹን ዘብጥያ አውርዶ፡ ግማሹን አሰድዶ ለሚነሱ ጥያቄዎች ሁሉ መፍትሔው ጥይት ነው ብሎ ሐገሩን እንዳለ የጦርነት አውድማ አደረገው። በብልጽግናው ሰፈር የሐሳብ ብዝሐነት ሳይሆን የሚፈለገው "መደመር" የሚል መዝሙር ማቀንቀን ብቻ በቂ ነው።

2፡ 1 "የመደመር" ፖለቲካዊ ፍልስፍና

"መደመር" የሚለው ቃል እኔ ባለኝ የእውቀት ደረጃ በተለያዩ ጉዳዮች ውስጥ እየገባ አንዱ ከአንዱ የሚጨመሩ ነገሮችን ለመግለጽ የሚውል ቃል ነው። ለምሳሌ በአልጀብራ ሒሳብ ብንመለከተው አንድ ሲደመር አንድ ይሆናል ሁለት ነው መልሱ። በድጅታል ሎጅክ ኤንድ(AND) ጌትን(gate) ብቻ ወሰደን ብንመለከተው አንድ ሲደመር አንድ ይሆናል አንድ ነው መልሱ። በሐሳብ ተዋጽዕ ብንመለከተው ደግሞ አንድ ሐሳብ ሲደመር አንድ ሌላ ሐሳብ ይሆናል ሶስት ነው መልሱ። ምክኒያቱም ሁለት ሐሳቦች ሲፋጩ ሶስተኛ አማራጭ ሐሳብም ሊያመጡ ስለሚችሉ ማለት ነው።

ታዲያ ከዚህ ውስጥ "መደመር" የሚለው የትኛውን ሳይንስ ነው የሚከተለው? መቸም የመደመርን ሐሳብ ፖለቲካ ውስጥ ያገኘ አንድ ሰው ይህማ የሐሳብ ብዝሐነትን የሚሸከም ፍልስፍናዊ ፖለቲካዊ ሳይንስ ነው ከማለት አይመለሰም። ነገር ግን ይህም እውነት ሆኖ አናገኘውም። "መደመር" የሚለውን ሐሳብ ይዘን ይህማ የሐሳብ ብዝሐነትን የሚያስተናግድ የፖለቲካ ፍልስፍና ነው እንዳንል የሚያደርጉ ብዙ ነገሮች አሉ።

በመጀመሪያ የመደመሩ ደራሲ እራሳቸው የሰውን ሐሳብ የሚንቁ እና የሚያጣጥሉ የራሳቸውን ሐሳብ ብቻ እውነት ነው ብለው የሚከተሉ፡ "እኔ" እና "የእኔ" ብቻ በሚሉ አደገኛ የስነ ልቦና በሽታዎች የተጠቁ ሁነው እናገኛቸዋለን። ከላይ የተገለጹትን የብልጽግናውን የተቃወሱ አስተሳሰቦች ጨምረን ስንመለከት እና ከብልጽግናውም ተግባር ስንነሳ በፍጹም መደመር የሐሳብ ብዝሐነትን ማስተናገድ ሊሆን አይችልም።

ሌላው የመደመር እሳቤው እራሱ የፖለቲካ ፍልስፍናም አይደለም። መጽሃፋ ዝም ብሎ ስለሆነ ነገር ከመተረክ ውጭ ይህን ነው የሚባል ሐገርን ለመምራት የሚያበቃ አጀንዳ በውስጡ የለውም። በመጨረሻም እንዴት እንደመር? እና ለምን እንደመር? ለሚሉት ጥያቄዎች መልስ የለውም። የመደመርን ፍልስፍና ሳልረዳው ነው ብየ እንዳላሰብ መደመር ተዋህዶናል የሚለው የብልጽግናው ምዕመን እራሱ እያምታታ ሐገሪቱን በጦርነት አዙሪት ውስጥ አስገብቶ እልቂትና ውድመት ከማምጣት ውጭ ምንም አወንታዊ ነገር ጥብ አላደረገም። የመደመር ፍልስፍናን ስናየው ብልፅግና ማለት አቅመ ቢስ ስብስብ መሆኑን የሚያሳይ ፍልስፍና ነው። ችግሩ ያለው አቅመቢስነቱ ላይ ብቻ አይደለም አቅመ ቢስ መሆኑን እራሱ አለማወቁ ጭምርም ነው። ገና ከጅምሩ ሁሉን ነገር በመደመር ፍልስፍና በችኮላና በአፈ ጮሌነት ለማግባባትና

ለመምራት የሞከረው ብልፅግና ተፎካካሪ የፖለቲካ ፓርቲዎችን እና ታሪካዊ ጠላታችን የኤርትራ መንግሥት አብሮ ለመስራት ስላማዊ ጥሪ በማቅረብ ግልጽ ባልሆነ መንገድ ወደ ስራ ገባ።

ነገሩ ብዙም ሳይቆይ እየተወሳሰበና አስቸጋሪ እየሆነ መጣ። ችግሮችን በተሳሳተ መንገድ የተረዳው ብልፅግናም መፍትሔው ላይም ደረጃ በደረጃ በተሳሳተ መንገድ መሔድ ጀመረ። ለምሳሌ ከኤርትራ ጋር የነበረው ስምምነት በሐገራቱ መካከል ሳይሆን በሁለቱ ግለሰቦች መካከል ብቻ ነበር፡ ይህም በኋላ ለመጣው ቀውስ ሁሉ አስተዋፅጸው ከፍተኛ ነበር። ወደ ሐገር የገቡ ሐይሎችንም በራሳችሁ ሐይል ሳይሆን እኔ ስለሆንኩ ያስገባኋችሁ በባለምዋልነት አገልግሉኝ የሚል አይነት ጥያቄ ነው ያቀረበው።

ውለታየ አለባችሁና በነጻ ስልጣኔን ለማጽናት አገልግሉኝ ማለቱ ነው። ይህንንም ተከትሎ በሐገሪቱ የሚፈጠሩት ችግሮች ዘርፈ ብዙና ውስብስብ እየሆኑ መጡ። ይህም የሆነው በተለያየ ምክኒያት ነው። በመጀመሪያ ታሪክ ጠገብ የሆኑ እና የተወሳሰቡ አፋጣኝ መፍትሔ የሚፈልጉ ብዙ ችግሮች በሐገሪቱ ውስጥ ነበሩ። ሌላው በሰላም ወደ ሐገር የገቡ ሐይሎች ያለው ነገር ምቾት አልሰጥ ስላላቸው ከእነሱም ጋር አለመግባባቶች እየጨመሩ መጡ። ከዚህ በተጨማሪ ህወሃት ከውስጥ ከብልጽግና ጋር ያለው ልዩነት

እየሰፋ መጣ። በዛ ላይ የኤርትራው ሻዕቢያ በዚህ ሁሉ ውስጥ እጁ አለበት።

በእነዚህ እና በሌሎች ምክኒያቶች እየተወሳሰቡ የሚመጡ ችግሮችን አፋጣኝ እና አሳታፊ የሆነ መፍትሔ ከመፈለግ ይልቅ ብልጽግና ችግሮችን ሁሉ የ27 ዓመቱ ችግር ውጤት መሆናቸውን ገልጾ እሱ ብቻ የመፍትሔው አካል እንደሚሆን አድርጎ ማፌዝ ጀመረ። ሐገሪቱ የሽግግር መንግሥት ያስፈልጋታል ሲባል እኔ አሻግራችኋለሁ ብቻ ሙሴ በሉኝና ተደመሩ እየተባለ በማይሆን ነገር ማፌዝ ተጀመረና በቀላሉ ልንወጣው ወደማንችልበት አዘቅት ውስጥ ገባን ማለት ነው። በመጨረሻም የመደመር ፖለቲካዊ ፍልስፍና ለኢትዮጵያ ያመጣው ትሩፋት በጦርነት አዙሪት ውስጥ አስገብቶ እልቂትና ውድመት ሆነ።

በጣም ትልቁ የብልፅግና የፖለቲካ የከሰረ አካሔድ ችግሮች ሁሉ የተፈጠሩት በባለፈው 27 ዓመት በተሳሳተ መንገድ ተነድፈው ስለነበረ ወደ ትክክለኛ ቦታቸው ለመመለስ ሰንል ነው ችግሮችን የተፈጠሩት ማለቱ ነበር። ይህም ማለት አንድ ሰው በሆነ አጋጣሚ የሆነ አካሉ ወልቆ አለቦታው ቢይዝ እና ወደ ቦታው ለመመለስ ሲሞከር እንደሚታየው ህመም ያለ ስሜት ነው እንደማለት ነው። ይህንን የተሳሳተ ግንዛቤ የያዘው ብልፅግና ችግሮች እየተደራረቡና እየተወሳሰቡ ሲመጡ መፍትሔ ብሎ የተለያዩ ታሪካዊ ስህተቶችን

ስራ፡፡የመጀመሪያው የብልጽግናው ትልቁ ችግር የአሳታፊነት ጉድለት እና ችግሮችን አቅላይነት ነው፡፡ የብልፅግናው መንግሥት የተለያዩ የሐገሪቱን ችግሮች በአርቆ አስተዋይነት የችግሩን ጥልቀት እና ሰፋት የተገነዘቡ ፓርቲዎች አብረው ለመስራ ፍላጎት ቢያሳዩም እሱ ግን ባለመቀበል ችግሩን ቀለል አድርጎ በመመልከት ችግሩን ሁሉ እኔ እፈታዋለሁ በማለት የአሳታፊነቱን መንድ ጥርቅም አድርጎ ዘጋው፡፡

ይህ ብቻ ሳይሆን እየተሔደበት ያለውን ገደል ለማሳየት ፖለቲካዊ አስተያየት የሚሰጡ ፖለቲከኞችን ማሰር እና ማሳደዱን ሆነ ብሎ ተያያዘው፡፡ በወቅቱ ሐገሪቱ ሊገጥማት የሚችለውን ቀውስ በትክክል የተናገሩና ችግሩን ለመፍታት የመፍትሔው አካል ለመሆን የሞከሩ አካላት በጠላትነትና በሰልጣን ሽሚያነት ተፈረጁና ማሳደዱን ሆኖ ብሎ ተያያዘው፡፡ ይህ ደግሞ ችግሩን የባሰ እያወሳሰበው መጣ ማለት ነው፡፡

ሁለተኛው የብልጽግናው ችግር አታላይነት እና አደናጋሪነት ነው፡፡ የብልፅግናው መንግሥት የሔደበት መንገድ ውጤቱ አላምር ሲል እና ነገሩ አልሳካለት ሲል ህዝቡን ማታለል እና ማደነጋገሩን ተያያዘው፡፡ ማታለሉን እና ማደነጋገሩን ተከትሎ ህዝቡ በመንግሥት ላይ ያለው አመኔታ የተለያየ ሆነ፡፡ ከመጀመሪያው ጀምሮ በመንግሥት ላይ ምንም ዓይነት እምነት ያልነበራቸው አካላት ከነጭራሹ ተሰፋ በመቁረጥ መሪር የሆ ትግል ከማካሄድ ሌላ ምንም አማራጭ

እንደሌለ አመኑ። ለምሳሌ የቅማንት ህዝብ ከዚህ ውስጥ አንዱ ነው።

የቅማንት ህዝብ ከጅምሩ ለውጥ ተብሎ ሐገሪቱን ወደ ነውጥ ይዙዋት የጋለበውን አካል ለአንድ ቀን እንኳን እምነት አልጣለበትም ነበር። ምክኒያቱም ይህ አካል ከኢህአዲግ ፍርሰራሽ ላይ የተገነባ ስለነበር እና ኢህአዲግ ደግሞ በቅማንት ህዝብ ላይ ታሪካዊ ስህተት የሰራ ስለሆነ በአዲሱ የለውጥ ሐይል ላይ ምንም አይነት እምነት አላሳደረም ነበር። በወቅቱ በህዝቡ ዘንድ እስኪ ውሎ አድሮ እንየው ነበር የተባለው።

በ2011 ዓ.ም ከአንድ አንጋፋ ታጋይ ጋር ቁጭ ብለን ስለጉዳዩ ስንወያይ እንዲህ አለኝ "አሁን ለውጥ ተብሎ የመጣው ሐይል ሐገሪቱን ወደ አዘቅት ነው የሚያወርዳት፡ አካሔዱ አሳታፊም አይመስለኝም ስልጣንም አይለቅም በዚህ ምክኒያት በሐገሪቱ ጦርነት ሊኖር ሁሉ ይችላል"፡ አለኝ። ይህንን ሐሳብ በወቅቱ ብዙም ቦታ አልሰጠሁትም ነበር። ዛሬ ላይ ሁኘ ሳሰበው ግን ሰውየው ትንቢት ነበር እንዴ የተናገረው እላለሁ። እንደተባለውም ሐገሪቱ ቅልጥ ወዳለ የእርስ በእርስ ጦርነት ገባች። ያውም የውጭ የጠላትን ሐይል በመጋበዝ እና በዘመናዊ የቴክኖሎጅ የጦር መሳሪያ በመታገዝ። ዛሬ የሐገሪቱ ህዝቦች መንግሥት አቅዶ በወረፋ በጦርነት የሚዘምትባቸው ሁነዋል። በነገራችን ላይ የብልጽግና

መንግሥት ወደ ስልጣን የመጣውም በጦርነት ነው፡ ከመጣ ጀምሮም ያለው በጦርነት ነው። በጦርነት ተወልዶ በጦርነት ያደገ ተግባሩም ያው ጦርነት ሆነ ማለት ነው። ሌላው የመንግሥትን አካሔድ በጥርጣሬ ሲመለከቱት የነበሩት አካላት ከነጭራሹ ከመንግሥት ጋር ያላቸውን ግንኙነት ከጊዜ ወደ ጊዜ በመቀነስ ከነጭራሹ አቋረጡ። ለዚህ ማሳያ የሚሆነው ህወሃት መሩ የትግራይ ህዝብ ነው። ህወሃት ከጅምሩ ለውጥ የሚባለውን ነገር አልተቀበለውም ነበርና የነበረውን ግንኙነት በየጊዜው ሲቀንስ ቆይቶ ኢህአዲግ በግልጽ ሲፈርስ ብልጽግናን አልቀላቀልም "መንቦጫረቅ ነው" ብሎ ወደ መቀሌ ኮበለለ።

በዚህ ምክኒያት ህወሃትን ወልደሃል ተብሎ የትግራይ ህዝብ ለሁለት ዓመት የዘመናችንን አውዳሚ ጦርነት እንዲያስተናግድ ተደረገ ማለት ነው። "ይህ ሐይል የያዘውን ይዞ ብልጽግና ውስጥ ቢቀመጥ ኑሮ ቢያንስ የያዘውን ይዞ መቀጥል ይችል ነበር"(ጠቅላይ ሚኒስተር አብይ አህመድ)። ከዚህ አነጋገር የምንረዳው ነገር የመጀመሪያው ለጦርነቱ ምክኒያቱ ህወሃት ብልጽግናንን አልቀላቀልም ማለቱ ነው ማለት ነው። ይህ ከሆነ ታዲያ አልቀላቀልም ያለው ህወሃት ነው።

ይህ ከሆነ እውነቱ በኋላ "እናቶች እንዳያለቅሱ፡ ወጣቶች እንዳያልቁ፡ ህንጻዎች እንዳይፈርሱ" የሚሉ እና የመሳሰሉትን ነገሮች

በህዝቡ ላይ ምን አመጣቸው። ይህ አነጋገር አስቀድሞ በህዝቡ ላይ የታሰበ ጦርነት እንደነበር አያሳይም ወይ? በጦርነቱ ወቅትስ የትግራይ ህዝብ ለምን እራሱን ከጥፋት ተከላከለ ተብሎ በጠላትነት ለምን ተፈረጀ? ይህ ባይሆን ኑሮ ገና ከጅምሩ የኤርትራን እርዳታ ጠይቆ የራሱን ህዝብ መውረርንስ ምን አመጣው?

የኤርትራ መንግሥት የኢትዮጵያን ህዝብ በተለይ የትግራይን ህዝብ በጠላትነት የፈረጀ መንግሥት መሆኑ እና በቻለው አቅሙ ሐገሪቱን ለማጥፋት ሲታትር የኖረ መሆኑ ይታወቃል። ስለዚህ ከዚህ አካል ጋር ማበር እኮ ከጅምሩ የኢትዮጵያን ህዝብ በተለይ የትግራይን ህዝብ ጠላቴ ነው ብሎ መነሳት ነው የነበረው። ይህ የትግራይን ህዝብ ያጨፋጭፍ ዘንድ የተጋበዘው የኤርትራ ሰራዊት ወደ ጎንደር ጭምር ተጋብዞ በሚያዚያ 2013 ዓ.ም በቅማንት ህዝብ ላይም ጭፍጨፋ አድርሱዋል።

ጭልጋ ወረዳ እያሆ ማሪያም ቤተ ክርስቲያን የተጠጉ የቅማንት ተወላጅ መነኮሳትን በግፍ የጨፈጨፈው እኮ የኤርትራ ሰራዊት ነው። ለሁለት ዓመት በትግራይ ህዝብ ላይ የተደረገው ጦርነት በጦር መሳሪያ በመታገዝ ብቻ አልነበረም። ይልቁንም ረሃብንና አስገድዶ መድፈርን እንደጦር መሳሪያ በመጠቀም እና ባንክ፡ ቴሌ፡ መብራት፡ የአየርና የምድር ትራንስፖርት ጭምር በመዝጋት ለሁለት ዓመት 360° ከበባ ውስጥ በማስገባት ነበር እንጂ።

መንግሥት ሁሉንም ነገር በጠረጴዛ ዙሪያ እንፈታለን ብሎ የተሰፋ ቃል ሲሰጥ እውነት ነው ብለው አምነው ተሰፋ የነበራቸው አካላት ሙሉ በሙሉ ተሰፋቸው ተሟጠጠ። ለምሳሌ ኦነግን እና ኦብነግን መጥቀስ ይቻላል። እነዚህ አካላት ለረዥም ጊዜ የነጻነት ትግል ሲያደርጉ የቆዩ አካላት ነበሩ በሰላማዊ መንገድ መፍትሔ ካለማ ከጦርነት ምን አለን ብለው ሰላማዊ ውይይቱን አምነው ገብተው ነበር። ነገር ግን መንግሥት ከአስገባቸው በኋላ ቃሉን በልቶ ስጠራችሁ አቤት ስልካችሁ ወዴት ነው ማለት የሚገባችሁ አላቸው። በዚህ ምክኒያት ኦነግ ሸኔ ሳይውል ሳያድር ወዲያው ወደ ትጥቅ ትግል ተመልሶ አሁን እየታገለ ይገኛል። ኦብነግም ተሰፋ ባለመቁረጥ ሲያዘግም ቆይቶ አሁን ወደዛው ነው።

ከዚህ ጋር በተያያዘ ግን ይህንን የተሰፋ ቃል ተቀብለው ወደ ሰላማዊ ውይይት ከገቡት ውስጥ ሐሳቡ የተሳካለት የድሮው ግንቦት ሰባት የአሁኑ ኢዜማ ብቻ ነው። ግንቦት ሰባት በኤርትራ በረሃ ሆኖ የሐገሪቱን ታላቅ ፕሮጀክት እራሱ ለግብጽ በመሰዋዕትነት እያቀረበ ነው እየተባለ እየታማ ቢታገልም ዓላማው ሳይሳካለት ቆይቶ ይህንን እድል ግን ተጠቅሞ ገባና የስልጣን ጥም ዓላማውን አሳካ ማለት ነው። ግንቦት ሰባት ከገባ በኋላ ታጣቂ ሐይሉ ፋኖ ሆኖ በተለያዩ የሐገሪቱ ብሔሮች ላይ ጦርነት ከፈተ።

ለምሳሌ በቅማንት፡ በጉምዝ፡ በኦሮሞ እና በትግራይ ህዝቦች ላይ ከፍተኛ የሆነ ዘመቻን አደረገ። የፖለቲካ ሊህቃን ነን የሚለው አካል ደግሞ ለአብይ አህመድ ባለምዋል ሆኖ ሲጠራ አቤት ሲላክ ወዴት እያለ የራሱን ፓርቲ እንኳን ሳይቀር የግል ተቋም አድርጎ የብልጽግና መስዋዕት አቅራቢ አደረገው። ዛሬ የኢዜማው ቁንጮ የሆኑት ፕሮፌሰር ብልሃኑ ነጋ ከፓርቲ መሪነት ላይ የትምህርት ሚኒስተርነት ታክሎላቸው የትህምርት ፖሊሲውን አፈር ዳሜውን አስበልተው ተማሪውን በገፍ እንዲወድቅ እያደረጉ ትውልዱን እየገደሉ በሚችሉት አቅም ሐገሪቱን ወደ ቁልቁለት በመንዳት የድርሻቸውን ሐገር የማጥፋት ተግባር እየተወጡ ይገኛሉ።

ከትህምርት ወድቀሃል የተባለውን ትውልድ ደግሞ ፊልድ ማርሻል ብርሃኑ ጁላ እያነሱ ወደ ጦርነት እየማገዱ የእርስ በእርስ ጦርነቱን እያሳለጡ ሐገር የማፍረስ ድርሻቸውን በብቃት እየተወጡ ነው። እዚህ ላይ ማየት የምንችለው አንድ ዋና ጉዳይ ግን አለ። ይህም ኦነግ እና ኢብነግ በእውነትም ለነጻነት ሲታገሉ የነበሩ መሆናቸውን አሁንም ነገሩ በተባለው ልክ አልሔድም ሲል ያን የተራቡትን ነጻነት ለመጎናጸፍ ወደ ሞት ሽረት ትግል ገብተዋል። የግንቦት ሰባቱ ቁንጮ መሪ ግን የግል ፍላጎታቸው ተሳካላቸው ይችን ከጫካ ሁነው ሲመኙዋት የነበሩትን ህልም አሳክተው ቁጭ ብለዋል፡ ከዚህ በላይ ምንስ ይፈልጋሉ። እውነት ለነጻነት የወጡ ቢሆን ኑሮ አሁን ባለው

እውነታ መሰረት ጠቅላላ የሐገሪቱ ህዝብ ስለነጻነት ማሰብ ብርቅ ሆኖበት የሰላም አየር መተንፈስ የማይችል ሆኑዋል። ለእውነት ከሆነ ከዚህ በላይ ለህዝብ ነጻነት የሚነሱበት ጊዜ የለም ነበር። በመጀመሪያም ከድሮው ቅንጅት የበኋላው ግንቦት ሰባት በ1997 ዓ.ም ያሸነፈው የምርጫ ውጤት በቀትር በአደባባይ በኢህአዲግ ስለተቀማ የሰልጣን ሽኩቻ ውስጥ ገብቶ እንጂ ጫካ የገባው እውነት የህዝቦች ጭቆና ያን ያህል አንገብግቦት አልነበረም ማለት ነው። ያ ቢሆን ኑሮ አሁንም ለነጻነት በእውነት ለእውነት ይቆም ነበርና ነው።

ሌላው ደግሞ የብልፅግናው መንግሥት የገባበት ዓላማ የሌለው ጦርነት ከህወሃት ጋር መጀመሩ የመጨረሻ ሽንፈት ነው ያከናነበው። ምክኒያቱም በመጀመሪያ ጦርነቱ ህዝባዊ ሆነ፡ ህዝባዊ ጦርነት ደግሞ የጊዜ ጉዳይ ነው እንጂ በህዝብ አሸናፊነት ነው የሚጠናቀቀው። ብልፅግና ወደዚህ ጦርነት ዘው ብሎ ሲገባ ዓላማ የሌለው ብቻ ሳይሆን ምን ሊፈጠር እንደሚችል እንኳን አላስተዋለም ነበር። ምክኒያቱም ወደ ጦርነቱ ሲገባ ጦርነት አስፈላጊ ነው ወይ? ያውም ከራስ ህዝብ ጋር የሚለውን ጥያቄ ትተነው፡ ጦርነቱ አስፈላጊ ነው ብሎ እንኳን ካሰበ ከተለያዩ መመዘኛዎች አንጻር በስሌት ሳይሆን በስሜት ስለነበር ነው።

ስለሆነም በስህተት የጀመረውን ጦርነት በዛው በተሳሳተው መንገድ አሸንፎ ለማረም እየሔደበት ያለው ሙከራ ብልፅግናን ብቻ

ሳይሆን የሐገሪቱን ህዘቦች ታሪካዊ ጠባሳ እየጣለባቸው ይገኛል። ከትግራይ ህዝብ ጋር በተደረገው የተለያየ የግፍ ጭፍጨፋ መንግሥት የጦርነት ውሎ ሽንፈቱን ለመሸፈን የኤርትራን ሐገር መከላከያ እና የተለያዩ ሐገራት ድሮን ተጠቅሞ በህዝቡ ላይ ታሪካዊ የዘር ማጥፋት ፈጸመበት። ሌላው ከኦሮሞ ነፃነት ሰራዊት ጋር እያደረገ ያለው ጦርነት እጅግ ውሰብሰብና አስቸጋሪ እየሆነ ሲመጣ የብልጽግናው መንግሥት የቴሌ፡ የመብራት፡ የባንክ፡ የትራንስፖርት እና የመሳሰሉ አገልግሎቶች በሙሉ ዘግቶ ንፁህ የኦሮሞ ህዝብን እየጨፈጨፈ ነው።

በዚህ ጦርነት ብልጽግና በተለያየ መንገድ ሽንፈቱን ለመሸፍን ይታትራል። ለምሳሌ "ደመሰሰናቸው፡ እየለቃቀምናቸው ነው፡ ማህበራዊ ቀውስ ወደ ማይፈጥሩበት ሁኔታ ወርደዋል፡ ትጥቅ እያስፈታናቸው ነው"፡ ይላል። ከዚህ በተጨማሪ በወቅቱ ለብልፅግና አስደንጋጭ ዜና የነበረው የቅማንት ነፃነት ሰራዊት ጉዳይ ነበር። የቅማንት ህዝብ የለህም ከተባለበት ሰዓት ጀምሮ በአንድ በኩል አሃዳዊያኑ የለመዱትን የመከራ ቀንበር በህዝቡ ላይ ለማፅናት ያልሞከሩት መንገድ የለም፡ በሌላ በኩል ደግሞ የህዝቡ ጥያቄ በሰፋቱ፡ በጥልቀቱ፡ በአካታችነቱ ደጋፊዎችንና አድናቂዎችን እየጨመረ አሁን ላይ ደርሷል።

አሁን ባለው ወቅታዊ ሁኔታ የቅማንት ህዝብ የተጋረጠበትን የህልውና አደጋ ለመቀልበስ ፓርቲ መሰርቶ የነፃነት ሰራዊት ገንብቶ ጠላትን በተደራጀ መልኩ በመመከትና በመቀልበስ የህዝቡን ህልውና እየታደገ ይገኛል። ይህ የቅማንት ነፃነት ሰራዊት ዋናውን መደቡን ከኢትዮ-ሱዳን ድንበር አድርጎ በተለያየ መልክ በህዝቡ ውስጥ የሚንቀሳቀሱትን የሰራዊት አባላት ያጠቃልላል። የቅማንት የነፃነት ትግል ጥያቄው ከተጠየቀበት ሰዓት እስከ 2014 ዓ.ም መጨረሻ ድረስ ብዙም የተደራጀ ነው ለማለት የሚያበቃ አልነበረም፡ ፡ በ2014 ዓ.ም ጀምሮ ግን በሱዳን ሲንቀሳቀስ የነበረው የነፃነት ሰራዊቱ በ2015 ዓ.ም መስከረም 2 ቀን የመጀመሪያ የሆነውን ወታደራዊ ርምጃ በመውሰድ "ሀ" ብሎ ጀመረ። በዚህ የጦርነት አውድ በተወሰነ መሰዋዕት ብቻ ከፍተኛ የሆነ የሰው ሐይል እና የጦር መሳሪያ ኪሳራ በጠላት ላይ አድርሷል።

ያላሰበውን ኪሳራ ማስተናገድ ግድ የሆነበት ጠላት በጣም ብዙ ሙትና ቁሰለኛ ሆኗል። ይህ ክሰተት ለጠላት የወቅቱ ኪሳራ ብቻ ሳይሆን በሰራዊቱ ላይ የሚፈጥረው የሞራል ጫና እና ለቅማንት ነጻነት ሰራዊት ደግሞ የሚኖረው የሞራል ፋይዳ ጠላትን አሳሰቦት አልፋዋል። ይህንን የተገነዘበው አሃዳዊ ቡድንም ሲከተላቸው የነበሩ የተለያዩ የሸፍጥ መንገዶችን በመጠቀም በገጠርና በከተማ በተለያዩ ጊዜያት ከፍተኛ የሆነ ጥፋት ሲያደርስ ቆይቷል።

ለምሳሌ አንዳንድ ሆድ አደር የሆኑ አካላትን በመጠቀም በገጠር ቀበሌዎች በመዘዋወር በተለያየ ጊዜና ቦታ ታጋዮች ናቸው በተባሉ ወጣቶች ላይ የግድያ ጉዳት አድርሷል። ይህ ግድያ አስቃቂ ተግባርን ይጨምራል። ለምሳሌ ወድቆ ተሰብሮ በባህላዊ ወጌሻዎች ህክምና ላይ የነበረ ወጣት ልጅ በሰብራቱ ላይ ጋሬጣ እየሰደዱ ሲያናዝዙት ከቆዩ በኋላ ክንዱን በአስቃቂ ሁኔታ ሰብረው ስራባ ካምብ አጠገብ ገለው ጥለውት ሔዱ። በሌላ በኩል በተለያየ መንገድ ተጠቅመው ያሽመደመዱትን የህዝቡን ኢኮኖሚ የቀራቸውን ለወታደር ዱቄት፡ በርበሬ፡ ሽሮ እና ብር እየመደቡ እየዘረፉ ህዝብን ለሚጨፈጭፈው ለፀጥታ ዘርፋቸው ይመግባሉ። ይገርማል ለውጥ ይሉት ነገር መጥቶ ሐገሩን ምስቅልቅሉን አሰወጣውኮ።

2፡ 2 ሶስት በአንድ መንግሥት በኢትዮጵያ

በዛ የሽርሽር ወቅት በነበረው ሁኔታ በኢትዮጵያ ውስጥ በጦርነት አጀንዳ ብቻ የጋራ የሆነ አቋም የነበራቸው እና የተለያየ የፖለቲካ ዓላማ የነበራቸው ሶስት አይነት መንግሥታት በኢትዮጵያ ውስጥ ነበሩ። እነዚህ አካላት ዋናው ዓላማቸው በሐገሪቱ ውስጥ የእርስ በእርስ ጦርነት መጥመቅ ነበር። እነዚህ አካላት የየግላቸውን ዓላማ ለማሳካት በአደረጉት የተቀናጀና ያላሰለሰ ጥረት በሐገሪቱ ውስጥ የተሳካለት የእርስ በእርስ ጦርነት ጠምቀዋል። በኢትዮጵያ

ውስጥ በተጀመረው የእርስ በእርስ ጦረነት ከሐገር ውስጥ ጦርነቱን በበላይነት የሚመሩትም ሆነ ከውጭ ሐገሮች መጥተው በጦርነቱ ተሳታፊ የሆኑ አካላት ዓላማቸው የተለያየ ነው የነበረው። የተወሰኑትን ብቻ ጠቅሸ ልለፍ፡-

1፡ የመጀመሪያው የኤርትራ መንግሥት ነው። የኤርትራ መንግሥት ዋና ዓላማው ኢትዮጵያን መበታተንና ትግራይን በመጨፍጨፍ የተወሰነውን የክልሉን ግዛት ወደ ኤርትራ ሀገር ማካለል ነበር። ለዚህም አሁን እራሱ ኢትዮጵያ ውስጥ የትግራይን መሬት ይዞታየ ነው ብሎ ይዞ ይገኛል። ለዚህ ደግሞ ምክኒያቱ ከህወሃት ጋር የነበረው ቁርሾ እና ከብልጽግና ጋር የፈጸመው ያልተቀደሰ ጋብቻ ነው።

የኢሳያስ አፈወርቄ ዓላማ የቆየ ሰይጣናዊ ምኞት ነበረው። ይህም ኢትዮጵያን በተለይም የትግራይን ህዝብ መጨፍጨፍ ነበር። ለዚህም ቢቻለው ሐገሪቱን መበታተን ካልሆነ ማተራመስ ነበረ። ይህም ምኞቱ በአብይ አህመድ አሊ ዘመነ መንግሥት ነው የተሳካለት። በኢትዮጵያ ውስጥ ያለው የእርሰ በእርሰ ጦርነት ለኢሳያሰ አፈወርቄ በህይወቱ ትልቅ ቦታ ያለው ታሪካዊ ሰኬት ነው ብሎ መውሰድ ይቻላል።

2፡ ሁለተኛው የአማራው ተስፋፊ ሐይል ነው። ይህ ሐይል ዓላማው አጋጣሚውን ተጠቅሞ ሌሎችን የኢትዮጵያ ብሔር ብሔረሰቦች በማጥፋት አሃዳዊ ስርዓትን ማስፈንና የአማራውን የበላይነት ማረጋገጥ ብቻ ነበር። ይህ ቡድን ላይ ላዩን ሲታይ የፌደራሊዝምን ስርዓት የተቀበለ ቢመስልም ውስጥ ውስጡን ስርዓቱን ስለማይፈልገው አሁን ያለውን ግራ የተጋባው አቋም የለሽ ስርዓት ተጠቅሞ ፌደራሊዝሙን መናድ እና አሃዳዊ(ዘውዳዊ) ስርዓት በሐገሪቱ መትከል ነው የነበረው።

3፡ ሶስተኛው የአብይ አህመድ መንግሥት ነው። በኦሮሞ ህዝብ ስም ሐገሪቱን መበዝበዝና ስርዓት አልባ ስርዓትን በማስፈን የረዥም ጊዜ ስልጣንን ማረጋገጥ ነው ዓላማው። ለዚህ ደግሞ ከላይ የተጠቀሱትን አካላት መጠቀም ነው የመረጠው። ምክኒያቱም ይህ አካል እንደስጋት የሚመለከተው ህወሃትን ስለሆነ ህወሃት ጠልነት ያላቸውን አካላት መጠቀም ነበረበት። የብልፅግና ዋና ዓላማው ህወሃት ለ27 ዓመታት ሐገሪቱን በበላይነት መርቷል ብሎ ስለሚያስብ አሁን ደግሞ በኦህዲድ ብልጽግና የሚዘወር መንግሥት በሐገሪቱ መመስረት እና ተረኝነትን በእጁ ውስጥ አስገብቶ ለረዥም ጊዜ ማረጋገጥ ነው የነበረው።

4፡ የዶክተር አብይ አህመድ የግል ዓላማ ነው። የዚህ ሰውየ ዋና ዓላማው የእናቱን ህልም ማሳካትና የስልጣን ጥሙን ማርካት ነው።

እነዚህ አራቱ አካላት በአንድ ነገር ይስማማሉ፡ ሁሉም የአሃዳዊነት አቀንቃኝ በመሆናቸው እና ህወሃት ጠል በመሆናቸው። በዚህም መሰረት ሐሳባቸውን ዳር ለማድረስ መሰናክል ይሆናል ያሉትን አካል በሙሉ ማጥፋ ነበረባቸው። ለዚህም የመጀመሪያ ደግሞ ህወሃት ነበረ፡ ይህንን አካል ለማጥፋት ሶስት በአንድ መንግሥት መሰርተው ወደ ዘመቻ ገቡ ለዚህም የመጀመሪያው ገፈት ቀማሽ የትግራይን ህዝብ የመከራ ፅዋን በሐይል አሰጎነጬት ማለት ነው። በእርግጥ አስቀድሞ "ወጣቶች እንዳያልቁ፡ እናቶች እንዳያለቅሱ፡ ህንጻዎች እንዳይፈልሱ" ተብሎ ስለነበር ቃል በተግባር ነው የተደረገው። ነገር ግን እድል ከግፈኞች ጋር አይደለችምና በትግራይ ህዝብ ላይ ያሰቡትን ሐሳብ ዳር ማድረስ አልቻሉም። ስለሆነም ሶስቱም አካላት የተለያየ መንገድን በመጠቀም ዓላማቸውን ለማሳካት የተለያዩ ሙከራወችን ማድረግ ቀጠሉበት።

የኢሳያስ መንግሥት አጠቃላይ የኢትዮጵያን ሙሉ መከላከያ ስራዊት ከነ መካናይዝዱ፣ አየር ሐይሉን፡ የድሮን መቆጣጠሪያውን እና የአማራን ተሰፋፊ ሐይል እስከ ፋኖ በመያዝ እና በማስተባበር ስልጠና በመሰጠት ለተለያየ ዘር ጦርነት ማዘጋጀቱን ለተወሰነ ጊዜ ተያይዞት ነበር፡ ያም አልሆነም። ለዚህ ደግሞ ዋናው ምክኒያት የሁለት ዓመቱ ጦርነት ወደ ድርድር መምጣቱ ነው።

ምዕራፍ ሶስት

የሁለት ዓመቱ ዘግናኝ ጦርነት ወደ ድርድር

ያ የዘመናችን አውዳሚ ጦርነት፡ ያ 360° ድግሪ ከበባ ጦርነት፡ ያ በባዕድ ሐገር ጦር እና በቴክኖሎጅ ጦር መሳሪያ የታገዘው ጦርነት፡ ያ ረሃብንና የሴቶችን ሰውነት እንደ ጦር መሳሪያ የተጠቀመው ጦርነት፡ ያ "ፖለቲከኞች ስልጣን እንዲይዙ እናቶች ማልቀስ፡ ወጣቶች ማለቅ፡ ህንጻዎች መፍረስ የለባቸውም" ተብሎ በህዝብ ላይ የታወጀው የሰው ዘርን ከምድረ ገጽ ለማጥፋት የተደረገው ጦርነት፡ ያ አምስት ሚሊየን ለዘጠና አምስት ሚሊየን ነው ውጊያው ክተት መክት የተባለለት ጦርነት፡ ያ እነ ቴሌ፡ ባንክ፡ መብራትና ሁሉም አይነት የትራንስፖርት አይነቶች ተዘግተው የተደረገው ጦርነት ይቆም ዘንድ ይህንን ሁሉ አስቃቂ እልቂት እና ውድመት የሚያስቆም ሰፊ ትርጉም ያለው አንድ ቃል ለመድሃኒትነት ይቀነቅን ጀመር። "ድርድር"፡ "ድርድር"፡ "ድርድር" የሚለው ቃል።

ያ የብልጽግናው መንግሥት "በሶስት ሳምንት ጨረስኩት" ያለው ጦርነት፡ ያ "እንደ ዱቄት በንፋስ ላይ በነዋል" የተባለለት ጦርነት፡ ያ "እነዚህ ሰወች ዳግሞ በመሬት ላይ እንዳይታሰቡ

ከመዝገብም፡ ከታሪክም፡ ከህሌናም መጥፋት አለባቸው" የተባለለት ጦርነት፡ ያ "የትግራይ ሐይሎች ሳታልቁ እጅ ሰጡኝ" የተባለበት ጦርነት፡ ሁሉም ነገር በተጋላቢጦሹ ሆነና ጦርነቱ ለሁለት ዓመት ዘልቆ መጨረሻው "ድርድር" ይሉት ነገር መጣ። ብቻ ይህ ድርድር ይሉት ነገር ለብልጽግናው ሰፈር የማይመስል ነገር ነው፡ የማይታመን ነገር ነው፡ ሰው ከሞተ በኋላ ከመነሳት በላይ ነው። ብቻ ሁሉም ነገር እውነት ሆነና ሁሉም ሰው "ድርድር"፡ "ድርድር"፡ "ድርድር" የሚል ሐሳብ አቀንቃኝ ሆነ።

እዚህ ላይ በብልችግናው ሰፈር የታቀደውን የእልቂትና የውድመት ፕሮጀክት ያሰቆም ዘንድ ይህ ድርድር ይሉት ጉዳይ ሲሰማ ብልጽግናው ይህ እንዴት ይሆናል ብሎ ያዞኝ ልቀቁኝ እንዳይል ብዙ ነገሮች ከቁጥጥሩ ውጭ ሁነውበታል። በመጀመሪያ መሬት ላይ ጦርነቱን ማሸነፍ አልቻለም፡ ጥምር ሐይል እየተባለ የሚጠራው ሐይል አልቋል፡ ተዳክሙዋል፡ ተሰላችቱዋል። ሁለተኛው የሐገሪቱ ኢኮኖሚ ባልታሰበ መልኩ ተሽመድምዱዋል። ሶስተኛ ደግሞ ዓለም አቀፍ ጫናው እየጠነከረ መምጣቱ እና ሌሎችም ተግዳሮቶች ለብልጽግናው ሳይወድ በግድ ወደ ድርድር እንዲገባ አሰገደደው።

ስለዚህ በብልጽግናው ሰፈር ይህንን ድርድር የተባለ ሐሳብ ፈጣሪ ለወዳጆቹ ያመጣው ፈተና አድርጎ በመቀበል እንደ መልካም አጋጣሚ ተቀብሎ በድርድሩ ሰበብ ጊዜ አግኝቶ እንደገና ለጦርነት

መዘጋጀት አማራጭ የሌለው ተመራጭ መንገድ ነው። ምክኒያቱም ህወሃት ከምድረ ገጽ ሳይጠፉ እንዴት ብሎ ሰልጣን ይጸናል። ስለሆነም ይህን ድርድር በአዲስ ተዘጋጅቶ ለአንዴና ለመጨረሻ ጊዜ ህወሃትን ለማጥፋት ለመጠቀም ይረዳል ማለት ነው። ለዚህም ሲባል ወጣቱ ከትምህርቱ ወድቀሃል እየተባለ የሰራ መስኩ ውትድርና እና የሐገሪቱ አብዛኛው በጀት ደግሞ የጦር መሳሪያ መግዣ ሆነ ማለት ነው። ለወደፊቱ ለመዘጋጀትና ህወሃትን ለማጥፋት በአንድ በኩል የተፈረመውን ዓለም አቀፍ ሰምምነት ወደ ተግባር እንዳይገባ መሰራት በሌላ በኩል ደግሞ ለጦርነት መዘጋጀት ያስፈልጋል ማለት ነው በብልጽግናው ሰፈር። ከዚህ ሁሉ በፊት ግን ይህን የድርድር መርዶ ለብልጽግናው መንግሥት እንዲመጣ ምክኒያት የሆነው ማን ነው? የብልጽግናው መንበር እንዳይጸና ሰጋት የሆነው ንጉስ ትሆናለህ ተብሎ ለአብይ አህመድ በሰባት ዓመቱ የተነገረው ትንቢት እንዳይፈጸም መሰናክል የሆነው አካል ማን ነው? በብልጽግናው እሳቤ በእውነትም ይህ አካል በሰማይም በምድርም ለፍርድ ቀብሮ መጠየቅ አለበት።

3፡ 1 ቲዲኤፍ ማን ነው?

የብልጽግናው መንግሥት "በሶሰት ሳምንት ህወሃትን ዱቄት አድርጌ ሙሉ ትግራይን ተቆጣጠርኩ" ብሎ እያሰወራ ባለበት በዛን

ወቅት ጥምር ጦር የሚባለው የጥፋት ሐይል በትግራይ ህዝብ ላይ አሉ የተባሉ አሰቃቂ ድርጊቶችን እየፈለገ ይፈጽም ጀመር። በአሰቃቂ ሁኔታ መግደል፡ በጅምላ መግደል፡ ወዘተረፈ። በወቅቱ መቀሌ የነበረ አንድ ወዳጅ የነበረውን የግድያ ትዕይት እንዲህ ብሎ አጫውቶኛ ነበር።

"መከላከያ መቀሌን እንደያዘ ያገኘውን ሰው ሁሉ በመደዳ ገደለው፡ በዛ ወቅት በተለይ የተማረው የህዝቡ ክፍል በጣም ተጎዳ፡ ምክኒያቱም ከህወሃት ጋር ምንም ንክኪ ስለሌለው ይህንን የጅምላ ግድያ ይመጣብኛል ብሎ አላሰበም ነበር። መከላከያ ይህንን አሰቃቂ ነገር ሲያደርግ ግን ህወሃትን ቢደግፍም ባይደግፍም ሞትን በመፍራት ብቻ ሁሉም በረሃ ገባ"፡ በማለት። በኋላም አክሱም ላይ በአንድ ቀን ከሰባት መቶ በላይ ሰው ጨፈጨፋ። አሰገድዶ መድፈር፡ የሚዘረፈውን ንብረት መዝረፍና የማይዘረፈውን ንብረት ደግሞ ማውደም ሆነ ነገሩ ሁሉ። ምክኒያቱም አስቀድሞ በብልጽግናው ስፈር ትግረኛ ቋንቋ ተናጋሪ ሁሉ ጠላት ተደርጎ ተፈርጇዋልና።

በዚህ የጥፋት እሳቤ ነው እኮ የትግራይ ተወላጅ የሆኑ የመከላከያ አባላትም በደማቸውና በአጥንታቸው በገነቡት ተቋም ውስጥ ተለይተው የተጠቁት። ይህ ሁሉ ጉድ በትግራይ ህዝብ ላይ ሲወርድ የተመለከተው ወጣቱ ክፍል ወደ ተንቤን በረሃ ገባና ተደራጅቶ በትግራይ ህዝብ ላይ የተደቀነውን ጥፋት ለመቀልበስ

መፋለምን መረጠ ማለት ነው። በዚህ ምክኒያት በተንቤን በረሃ ቲዲኤፍ ተመሰረተ። የተንቤን በረሃ ህወሃት ደርግን ለመጣል መጀመሪያ የከተመበት፡ የፖለቲካ ንቅሳት የተነቀሰበትና ጥርሱን የነቀለበት፡ ደርግን ለመጣል የሚታገሉ የነጻነት ታጋዮችን በጉያው ሸሽጎ፡ አቅፎ፡ ደግፎ ያታገለና ለድል ያበቃ የትግራይ ህዝብ ብቻ ሳይሆን የሁሉም ኢትዮጵያዊያን የታሪክ ባለውለታ እንደሆነ የሚነገርለት በረሃ ነው የተንቤን በረሃ። ታሪክ እራሱን ይደግማል እንደሚባለው ይህ በረሃ ከብዙ አሰርት ዓመታት በኋላ በትግራይ ህዝብ ላይ የታወጀውን ሁሉ አቀፍ እልቂትና ውድመት ለመታደግ የነጻነት ታጋዮች ከጠላት ይጠብቃቸው ዘንድ ሌላ ታሪካዊ ጥያቄ አቀረቡለት። የከፋውን ሁሉ በመልካም ተቀብሎ፡ በመልካም መስተንግዶ አቆይቶ ቀን አውጥቶ የሚልከው የተንቤን በረሃም ለቀረበለት ጥያቄ ፍቃደኝነቱን አልነፈጋቸውም።

ስለሆነም ህወሃት መሩ የትግራይ ዲፌንስ ፎርስ(ቲዲኤፍ) በዚህ ታሪካዊ እና የከፋውና ቀን የጨለመበት ሁሉ በሚጠጋበት በረሃ ተመሰረተ ማለት ነው። በወቅቱ ገና ቲዲኤፍ ሳይመሰረት ጥምር ሐይል የሚባለው ሐይል በተለይ የኤርትራ ሰራዊት አምሳ ሺ የሚሆን የትግራይ ሐይል ወደ ተንቤን በረሃ ገባ ብሎ ኡኡታውን ሲያሰማ ነበር፡ በረሃውን ያውቀዋልና። "የፈሩት ይደርሳል የጠሉት ይወርሳል" እንዲሉ አበው በተንቤን በረሃ ጉያ የተመሰረተው

ቲዲኤፍ ጥምር ሐይል(የኢትዮጵያ መከላከያ ሰራዊት፡ የኤርትራ መከላከያ ሰራዊት፡ ፋኖ፡ የሁሉም ክልሎች ልዩ ሐይል፡ በተለያየ መንገድ የተለየዩ አጋፋሪዎች የተሳተፉበት) እየተባለ የሚጠራውን ሐይል እንዳመጣጡ እያራገፈ ይመልሰው ጀመር።

ቲዲኤፍ አንዳንዴ "ሰልታዊ ማፈግፈግ" እያለ እያሰገባ ይወግጠዋል፡ አንዳንዴ ደግሞ በጸረ ማጥቃት ዱጋ አመድ ያደርገዋ፡ አንዳንዴ ደግሞ በደፈጣ ውጊያ ለቀባሪ የሚያረዳ ሳያሰቀር ይሸኘዋል። ምክኒያቱም ወደ "ትግራይ መግባት ይቻላል መውጣት ግን አይቻልም" ብለዋልና። "ትግራይ የጠላት መቀበሪያ እንጂ መፈጫ አይደለችም" ብለዋልና። ቃል በተግባር ይሉሃል ይህ ነው። በሰማይም በምድርም ታግሎ የቲዲኤፍን ጠንካራ ብትር አልችል ያለው ጥምር ሐይል ፈርጥጦ ወደ አማራ ክልል ወሎ ገባና የትግራይን ህዝብ ጠላት አድርጎ "መከላከያ ሰራዊታችን ወገን ወደ ሆነው የአማራ ህዝብ ገባ" ብሎ በሚዲያ አሰነገረ።

እዚህ ላይ ሁለት የሴራ ፖለቲካዎች አሉ። የመጀመሪያው የአማራን ህዝብ እና የትግራይን ህዝብ ቁርሾ ውስጥ መክተት ነው። ምክኒያቱም በአንድ በኩል በፊት የአማራውን ህዝብ ርሰትህን ልትቀማ ነው ክተት፡ መከት፡ እንክት እያሉ ጥላቻን ሲዘሩ ከርመዋል፡ አለፍ ሲልም ለአማራ ህዝብ በአደባባይ "ጥላቻን ማዳበር አለብን" (አቶ ዮሃንሰ ቡያለው) እያሉ ሲሰብኩ ከርመዋል። በሌላ በኩል

ደግሞ በትግራይ ህዝብ ላይ ያንን ሁሉ እልቂት እና ውድመት ያደረሰን ሐይል የአማራ ህዝብ ብቻ ወገን አድርጎ ማወራት የትራይ ህዝብ በአማራው ህዝብ ላይ ቁርሾ እንዲይዝ ማድረግ ነው። በእርግጥ ከጦርነቱ ዓላማዎች አንዱ እነዚህን የአንድ ሳንቲም ሁለት ገጽታ የሆኑ ሁለት ህዝቦች ማበላላት መሆኑ ቆይቶም ቢሆን ታይቱዋል። በእርግጥ መከላከያ ከአንድ ሐገር ህዝቦች ውስጥ አንዱን ወገን ብሎ ሌላውን ጠላት ማድረግ የሰርዓቱን ውዳቂነት ማሳያ ነው።

ሁሉተኛው የሴራ ፖለቲካ ደግሞ የትግራይን ህዝብ በሌላው የኢትዮጵያ ህዝብ ማስጠላት ነበር። ምክኒያቱም የትግራይ ህዝብ የመከላከያ ጠላት ከሆነ የሐገሪቱ ህዝብ ለምን ይላል ተብሎ ስለሚታሰብ ነው። ነገር ግን በአሁኑ ወቅት መከላከያን የሚያምንና የእኔ ነው የሚል ህዝብ ያለ አይመስልም። ይህም የሆነው በሶስት መሰረታዊ ምክኒያቶች ነው። የመጀመሪያው በትግራይ ህዝብ ላይ የተደረገውን ጠቅላላ እልቂትና ውድመት ትክክል አለመሆኑን ቆይቶም ቢሆን የሐገሪቱ ህዝብ ተረድቱዋል። ሁለተኛው መከላከያ ስራዊቱ እራሱ ጦርነትን በወረፋ ለሁሉም ህዝብ እያከፋፈለ ስለሆነ ሁሉም ወረፋውን ጠብቆ እየተጨፈጨፈ ነው ያለው። ስለዚህ መከላከያ የሁሉም የጋራ ስጋት ነው የሚሆነው ማለት ነው። ሶስተኛው መከላከያ ስራዊቱ የሐገሪቱን ሉአላዊነት ማስጠበቅ አልቻለም።

ስለሆነም ይህንን መከላከያ ሰራዊት እንደ ህዝብ ማን የእኔ ነው ይለዋል።

ዛሬ መከላከያ በሐገሪቱ ህዝብ ዘንድ የድሮው ክብሩና ታማኝነቱ የለም። ይባስ ብሎም በህዝቡ ዘንድ በስጋት ነው የሚታየው። ለዛ ነው አንድ ጀነራል "በጎሪጥ ነው የምንታየው" ሲሉ ያለውን እውነት ፓርላማ ላይ አፍርጠው የተናገሩት። ይህ ደግሞ የሆነው ፖለቲካው ስለተበላሸ ሁሉም የሐገሪቱ ጉዳይ በመከላያ ስራዊቱ ላይ ስለወደቀና መከላከያው ከራሱ ህዝብ ጋር ደም ተቃብቱዋል፣ የፖለቲካው ድክመት መሸፈኛም ሁኑዋልና ነው።

ለዚህም በአንድ በኩል መንግሥት የህዝቦችን ጥያቄዎች መልሰ መሰጠት ሳይሆን መደፍጠጥ ስለሚፈልግ ለዚህም መሳሪያ ሆኖ የሚያገለግለው መከላከያ ስራዊቱ ስለሆነ ሲሆን ሌላው ደግሞ ከነጻነት ታጋዮች ጋር የሚያደርገው ጦርነት በቀጥታ ከህዝብ ጋር ስለሆነ ነው። ምክኒያቱም አሁን በሐገሪቱ አንድም ህዝብ የማይደግፈው የነጻነት ታጋይ የለም። ለዚህም ማሳያ የሚሆነው በአንዳንድ አካባቢዎች ህዝቡ አምኖና የእኔ ብሎ በነጻነት ታጋዩ እየተዳደረና እየሸፈነው ስለሆነ። ያ ባይሆንማ ከህዝብ የተሰወረ ነገር የለም እያጋለጠ ይሰጠው ነበር።

ይህ ጉዳይ ግን አሰጊ ነው፡ ወይ መንግሥት ልብ አግኝቶ ከህዝቡ ጋር ታርቆ መከላከያም በህዝቡ ዘንድ ታማኝነትን አግኝቶ ይህ ሁሉ ችግር በሰላም ካልተፈታ ወይ ደግሞ ይህንን ሁሉ የነጻነት ታጋይ ወደ አንድ ሐገራዊ አሰተሳሰብ አምጥቶ አሰተባብሮ ታግሎና አታግሎ በድርድርም ሆነ በሌላ መንገድ ሐገርን ማሰቀጠል ካልተቻለ በሰተቀር ህዝቡ አሁን በየአካባቢው ያለውን የየራሱን የነጻነት ታጋይ ያሳድገውና የየራሱ የብቻው ሐይል አድርጎ ሐገሪቱ እንዳትበትን ያሰጋል።

የሆነ ሆኖ ክልሉ ውሰጥ የገባውን ጥምር ጦር እየተባለ የሚሞካሸውን ጨፍጫፊ ሐይል የትግራይ ሐይል እራሱ በፈለገው ሁኔታ እያመቻቸ እያሰገባ ሲያሾቀው ከቆየ በኋላ ጣጥሎ ወደ አማራ ክልል ሲፈረጥጥ ቲዲኤፍ ሰኔ 21 2014 ዓ.ም መቀሌን ተቆጣጠረ። ከዛም ሁኔታዎችን ሲያመቻችና ሲያሰተካክል ቆይቶ ሐምሌ 21 2014 ዓ.ም ወደ አማራ ክልል ገባና ከጥምር ሐይሉ ጋር ፍልሚያውን ጀመረ። ከዛም ከጨፍጫፊው ጥምር ሐይል ጋር ሲፋለም አንድ ወር ጨርሶ ነሐሴ 21 2014 ዓ.ም ደሴን ተቆጣጠረ። በዛ ወቅት እነዚህ በፀሐይ ዙሪት ሲታዩ 21 የሆኑ ሶሰቱም ቁጥሮች በጨረቃ ዙሪት ሲታዩ ደግሞ13፡ 14 እና 15 አካባቢ ነበሩ። ይህም ሙሉ ጨረቃ የሚባለው ነው። ጨረቃ ሙሉ አካባቢ ላይ ሰትሆን ደግሞ በመሬት ላይ በአሉ አካላት ላይ(በሰው ልጆች ላይ፡

በውቅያነስ/ውሃማ አካላት ላይ፡ በመሬት ዙሪት ላይ ሳይቀር እና በመሳሰሉት) ተጽዕኖው የጎላ ነው። ይህ በሐይማኖትም ይነገራል፡ በሳይንሰም የተረጋገጠ እውነታ ነው።

በዛን ወቅት ግን ምን አልባት ይህ ጉዳይ ታውቆ ሆን ተብሎ የተሰራ ነው ወይስ እንዲሁ በአጋጣሚ የሆነ ነው የሚለው ጥያቄ እንዳለ ሆኖ ማለት ነው። ምንም ይሁን ግን ቲዲኤፍ ብልጽግና ለብዙ ዓመታት ያዋጋኛል ያለውን ከባድ ምሽግ ሁሉ እየደረማመሰ ጨፍጫፊውን ሐይል እየቀጣ ቀጠለ። በዚህ መልኩም አዲስ አበባን እንደ ቀለበት የከበበው የሸዋ ምድር ውስጥ ሰተት ብሎ ገባ። ቲዲኤፍ "የሚያቆመኝ ምድራዊ ሐይል የለም" ብሎ ነበርና በቃሉ መሰረት ሁሉንም እየደረማመሰ እየጣለው ሸዋ ገባ። በዚህም ምክኒያት የአዲስ አበባ ህዝብ ድብልቅልቅ ያለ ሰሜት ውስጥ ገባ፡ ሌላው የሐገሪቱ ህዝብ ደግሞ እንደየሚፈልገው በሐሳብ ተለያየ። ብልጽግናን የሚደግፈው በተለይ የወረዳ አመራር ተሰፋ ቆረጠ፡ ብልጽግናን የማይደግፈው ህዝቡ ደግሞ ተደሰተ።

ከዛሬ ዛሬ የመጨረሻውን የድል ዜና እንሰማለን እያለ ይጠብቅ ጀመር። የተለያዩ ሚዲያዎች እና ታዋቂ ሰወች ሳይቀር የብልጽግና መጨረሻ ነው አሉ። አራት ኪሎ የተሰበሰበው ሐይል ግን ጭንቅ ውስጥ ገባ። ጭንቅ ውስጥ የገባው ቲዲኤፍ ከአዲስ አበባ በቀርብ ርቀት ላይ መድረሱ ብቻ አልነበረም። ይልቁንም ቲዲኤፍ እና

ኦነግ ሊጣመሩ ነው ተብሎ መወራቱ ጭምር እንጂ። ነገር ግን ይህ የተወራው የሁለቱ ሐይሎች ጥምረት ምክኒያቱ ባይታወቅም ቀረ ተባለ። አንድ የቅማንት ታጋይ በወቅቱ "ጥምረቱ የቀረበት ምክኒያት ባይታወቅም መቅረቱ ግን ትክክል አይደለም አለ"።

እኔ "እንዴት" አልኩት። "ምክኒያቱም አሁን ብልጽግና ከመከላከያ ሰራዊቱ በተጨማሪ ፋኖን፣ የኤርትራን ሰራዊት እና የክልሎችን ልዩ ሐይሎች ሁሉ አጣምሮ እየተዋጋ ስለሆነ መንግሥትን የሚታገለው ሁሉ ደግሞ በአንድ ሆኖ መታገል ያስፈልግ ነበር፣ በዛ ላይ አሁን እነ አያ ጅቦ ነጣጥለው ይብሉን ወይስ ተባብረን እናጥፋቸው ነው ነገሩ"፣ አለኝ። ይህ የሁለቱ ጥምረት ቀረ ከተባለ በኋላ ምክኒያቱ ምን እንደሆነ ባይታወቅም ቲዲኤፍ ወደ ኋላ ተመልሶ ገሰግሶ ደሴ ገባ ተባለ፣ ከዛም አማራ ክልልን ለቆ ወደ ትግራይ ክልል ገባ። በዚህ ወቅት በአንዳንድ የማህበረሰብ አንቂዎች በኩል፣ "የትግራይ መከላከያ ማንንም ነፃ ስለማያወጣ ሁሉም እየራሱ እየታገለ በየደጃፉ ያለውን ቆሻሻ ያፅዳ" ሲሉ ተደመጡ።ይህ አባባል በእርግጥ እውነት ነው ሁሉም ነፃ መውጣት ያለበት በራሱ አቅምና ተነሳሽነት መሆን አለበት። ነገር ግን በተለያየ ጊዜ፣ ቦታ እና በተለያየ አቅም ከመታገል ይልቅ ትግሉን የተሻለ ለማድረግ የጋራ የሆነ ከሁሉም የተወጣጣ ሲሆን የጋራ ሐገራዊ የፖለቲካ አጀንዳ ካልሆነም የጋራ ወታደራዊ የጦርነት አጀንዳ ግን ያስፈልግ ነበር።

አጥፊ ሐይሉ ለጥፋት እንኳን እየተባበረ ለህዝብ ነጻነት እና ለሐገር አንድነት በአንድነት መቆም ጊዜዊ አስፈላጊነት ብቻ ሳይሆን ታሪካዊ አደራም ጭምር ነበር።

ይህንን የቲዲኤፍን ተመልሶ ወደ ትግራይ መግባቱን ተከትሎ ጠቅላይ ሚኒስተር ዶክተር አብይ አህመድ ወደ ቦታው አቀኑና ወደ ጦር ሜዳ ሔዱ አስብለው በሚዲያ አሰወሩበት፡ ጥምር ሐይል እየተባለ የሚጠራው ጨፍጫፊ ሐይል ደግሞ በአንድ ቀን በመኪና ደሴ ገባና ጁንታውን ከምድረ ገጽ አጠፋነው ብሎ አሰወራ። ከዚህ በኋላ ትንሽ ሰንበትበት ብሎ የተደረገው ሌላኛው በሰማይና በምድር የተጣመረ አውዳሚ ጦርነት ነው እንግዲህ ሁለቱም ሐይሎች በአስገዳጅ ሁኔታ ወደ ድርድር እንዲመጡ ያደረጋቸው።

ያ ድርድር ጅብና አህያ፡ ነብርና ፍየል፡ በግና ተኩላ፡ አንበሳና ጊደር ተወያይተው ያላቸውን ልዩነት እንዲፈቱ የማድረግ ያህል ከባድና የማይታሰብ ነበር። ያ ድርድር ምሰራቅና ምዕራብን፡ ሰሜንና ደቡብን አጥፎ አንድ ላይ የማድረግ ያህል ከባድ ነበር። ምክኒያቱ ሁለቱም ሐይሎች የአንዳቸው ህልውና በአዳቸው መቃብር ላይ የተመሰረተ አድርገው ሰለሚያሰቡት ነው። አሁን ከድርድር በኋላ እራሱ በዛ እሳቤ ውሰጥ ነው ያሉት። ድርድሩ ከጦርነቱ ውጭ ሌሎች ብዙ ችግሮች ነበሩበት። የመጀመሪያው ብልጽግናም ህወሃትም ተያይዘው መተላለቅ እንጂ ድርድሩን እንደ መፍትሔ አልወሰዱትም

ነበር፡ ይህም አሁን በውጤቱ እየታየ ነው። ሁለተኛ ብልጽግናን ከጦርነት አጋሮቹ ጋር የሚያጋጭ ስለነበር ነው፡ ይህም አሁን በውጤቱ እየታየ ነው።

በዛ ወቅት ስለዚህ የሁለቱ ባላንጣወች ድርድር ብዙ ሰወች ብዙ ነገር ብለዋል። ከእነዚህ ወስጥ አንዱ አንጋፋው ፖለቲከኛ አቶ ልደቱ አያሌው ናቸው። አቶ ልደቱ በመጀመሪያ ይህ ጦርነት እንዳይመጣ አዲስ አበባን እና መቀሌን ለማግባባት ሞክረው እንደነበር ይነገርላቸዋል። አቶ ልደቱ ፖለቲካዊ ትንታኔዎችን መሰረት አድርገው ወደ ፊት ሊሆን ይችላል ብለው የተናገሩት አብዛኛው ይይዝላቸዋል ይባላል።

አቶ ልደቱ አያሌው ሰላማዊ ትግልን ብቻ የሚመርጡ ግን ደግሞ የትጥቅ ትግል ለሚያደርጉትም የትጥቅ ትግልን እንደማይደግፉ ገልጸው ምክረ ሐሳባቸውን ከመሰጠት ግን የማይሰስቱ፡ የራሴ የፖለቲካ መሰመር አለኝ ብለው የሚያምኑ፡ ከምንም በላይ ቅድሚያ ለሐገር የሚሰጡ፡ እውነትን ብቻ ይዘው እንደሚታገሉ ጭምር ይወራላቸዋል። ታዲያ እኚህ አንጋፋ ፖለቲከኛ ስለሁለቱ ተጠፋፊ ሐይሎች ድርድር ያሉት ሐሳብ አለ። ስለድርድሩ አጠቃላይ ሁኔታ አንስተው አንጋፋው ፖለቲከኛ አቶ ልደቱ አያሌው ህወሃት ለምን ወደ ድርድር እንደገባ የራሳቸውን ምክኒያት ሊሆኑ ይችላሉ ያሉዋቸውን ሶስት ነገሮች በወቅቱ አቅርበው ነበር።

1፡ "ምን አልባት ህወሃት ጦርነቱን እንደ ጦርነት ይዞ ለመቀጠል የገጠመው ከፍተኛ የሆነ ቸግር ካለ"፡ ብለው ሐሳባቸውን ያስቀምጣሉ።

2፡ "ምን አልባት የትግራይ ህዝብ ከገባባት ዘርፈ ብዙ ችግር እንፃር የተወሰነ እረፍት ለመስጠት እና በተለያየ የአፈፃፀም መንገዶች ድርድሩ ይፈርሳል ብሎ በማመን ከሆነ"፡ ብለው ያስቀምጣሉ።

3፡ "ምን አልባት ህወሃት፣ ብልፅግና እና የኤርትራ መንግሥት እንዳቸው በእንዳቸው ከመጠፋፋት ይልቅ ከህዝብ እውቅና በሰተጀርባ ህልውናቸውን ለማስቀጠል ተሰማምተው ከሆነ"፡ በማለት በወቅቱ የነበራቸውን እይታ አስቀምጠው ነበር።

እነዚህን ከላይ የተዘረዘሩትን የአንጋፋውን ፖለቲካኛ እይታዎች ስንመልከት በአማራጭነት የሚቀመጡ ሳይሆኑ በትክክልም ሁሉም ነጥቦች ለድርድሩ መነሻ ምክኒያት መሆን የሚችሉ ሐሳቦች ናቸው። የመጀመሪያውን ነጥብ ስናየው በዛ ወቅት ህወሃት ብቻ ሳይሆን ብልጽግና እራሱ ጦርነቱን የማስቀጠል አቅሙ ወርዶ ነበር። ጥምር ሐይሉም ቲዲኤፍም እንደ ዶሮ ውጊያ ተዳክመው የልህ ውጊያ ነበር የሚዋጉት። ጥምር ሐይል እየተባለ የሚጠራው ሐይል ሽሬን ዳግም ለመያዝ በጎርፍ መልክ ሲገባ በሁለቱም ወገን የደረሰው እልቂትና ውድመት አስቃቂ ስለነበር እንኳን ድርድር ሌላ ያስመኛል። ስለዚህ

ይህ በሁለቱም ወገን መዳከም እና መሰላቸት ለድርድሩ እንዱ ምክኒያት ይሆናል ማለት ነው። ምን አልባት የማናውቃቸው የውስጥ ችግሮችም ይኖራሉ።

ዋናው ነጥብ ሁለተኛው ሐሳብ ላይ ነው ያለው። ሁለቱም ወገኖች ድርድሩን አገግሞ ለመመለስ ለጊዜ መግዣነት ነው የተጠቀሙበት። ለሁለቱም ወገኖች ድርድሩ እንደ አማራጭ እንጂ የመጨረሻ መፍትሔ አይደለም። በብልጽግናው ጎን ሰናየው ለያዝኩት የተረኛነት ሰልጣን ስጋቴ ህወሃት ነው የሚል እምነት ስላለው ህወሃትን ሞቶ ቢቀበር እራሱ አያምነውም። በዛ ላይ ህወሃት ካለ ነገ ለነበረው እልቂትና ውድመትም ተጠያቂነት ሊመጣ ነው። ስለዚህ የመጨረሻው አማራጭ ህወሃትን ከምድረ ገጽ ማጥፋት ብቻ ነው የሚሆነው ማለት ነው። ይህ ጉዳይ ደግሞ በወቅቱ የማይሳካ ከሆነ በድርድር ሰበብ በሰው ሐይልም በመሳሪያም አገግሞ መመለሱ አዋጭነት አለው ማለት ነው።

ለዚህ ማሳያ የሚሆነው ደግሞ "የፕሪቶሪያ" ሰምምነት እየተባለ ከሚጠራው የድርድር ሰምምነት ነጥቦች አብዛኛው ነጥቦች ወደ መሬት አልወረዱም፡ እንዲያውም ወደ ተግባር ያልመጡት የድርድሩ አንኳር ነጥቦች ናቸው። ዝም ብሎ ወቅታዊ የሆኑ ማሰታገሻ ፓራሰታሞሎች ነው የሚሰጡት። ይህም የተፈለገው ነገር ተሙዋሎቶ ጊዜው እስኪ ደርሰ እና የትግራይን ህዝብም ህወሃትንም ተሰፋ

አሰቆርጦ ወይ ሁሉንም ትተው እንዲሰማሙ ወይ ደግሞ ወደ ጦርነት እንዲገቡ ለማድረግ ያለመ ነው።

በህወሃት በኩል ሁነን ስንመለከተው ደግሞ በአንድ በኩል በሁለት ዓመቱ የከበባ አሰቃቂ ጦርነት ህዝቡ ከሚታሰበው በላይ የህልውና አደጋ ውስጥ ሰለገባ የተወሰነ ረፍት ያስፈልገዋል፡ በሌላ በኩል ደግሞ የተዳከመውን ሐይል አጠናክሮ መመለሱ አዋጭነት አለው። ለዛ እኮ ነው ብልጽግናም ህወሃትም ትኩረታቸው የቲዲኤፍ ትጥቅ መፍታት ወይም አለመፍታት ላይ ብቻ ያደረጉት። በእርግጥ ህወሃት የፕሪቶሪያው ሰምምነት ሙሉው ከተፈጸመ ጦርነት ለምኔ ብሎ ይሰማማል ግን ደግሞ ብልጽግና በተለያየ ዘዴ እንደሚያፈርሰውም ያውቃል። ምንም ይሁን ግን ሁለቱም ሐይሎች በውሰጣዊ ችግሮቻቸው እና በውጫዊ ጫና ብዛት "ሆድ ሲያውቅ ---" ብለው ወደ ድርድር ገቡ ማለት ነው። በመሰረቱ የድርድሩ ውጤት ምንም ይሁን ወይ ተፈጻሚ እንደማይሆን ወይም ደግሞ ሌላ አይነት የጦርነት አሰላለፍ በሐገሪቱ ሊያመጣ እንደሚችል በወቅቱ ጠቋሚ ነገሮች ነበሩ። ነገር ግን ከሁለቱ አንዱ ሳይሆን ሁለቱም ሆኑ።

3፡ 2 የሶሰት በአንዱ መንግሥታት ሐሳብ አለመሳካት

አሁን ያ የጫጉላ ሽር ሽር፡ አሁን ያ የዶክተር አብይና የኢሳያስ አፈወርቂ የግል ስምምነት፡ አሁን ያ በመልካም ሳይሆን በጦርነት አጀንዳ የተደረገው የቀለበት ሰነ ሰርዓት፡ አሁን ያ ለጥፋት የታወጀው ስምምነት ይቆም ዘንድ "ድርድር" የሚል ነገር ታውጆበታል። ይህንን የድርድር አዋጅ ለማስቀረት የተደረገው ጥረትም በውስጥ ችግሮችና በውጭ ጫናዎች ከሽፋዋል። በዚህም ምክኒያት ጦርነት ያጣመራቸው አካላት ከዚህ የጋራ እልቂትና ውድመት ውጭ ሊያስተሳስራቸው የሚያስችል ነገር የለምና የነበረው ግንኙነታቸው አደጋ ውስጥ ገብቱዋል። ማለትም ይህ ድርድር የሚባል ነገር ብዙ ችግሮችን ይዞ መጥቱዋል።

የመጀመሪያው የታቀደው ትግራይን እንደ ህዝብ የማጥፋት ፕሮጀክት ሙሉ ሳይሆን ከሽፎባቸዋል። ምክኒያቱም "ሰይጣን አንድ ጊዜ ከወደቀ በኋላ ሌላ ሰይጣን አልተፈጠረም በእሱ ነው የቀረው፡ እነዚህ ሰወችም ከታሪክም፡ ከህሌናም፡ ከመዝገብም ተሰርዘው መጥፋት አለባቸው" ነበርና የመጨረሻው እቅድ። ይህ የጋራ የጥፋት እቅድ አለመሳካቱ እራሱ ባላንጋራዎችን እራሱ ወደ ጦርነት የሚከት ነው የሚሆነው።

ሲቀጥል ደግሞ ነገ የህግ ተጠያቂነትንም ሊያመጣ ነው። ስለሆነም እነዚህ አካላት የጥፋት እቅዳቸውም ሆነ እነሱ አደጋ ውስጥ ገቡ ማለት ነው። ስለሆነም የቀራቸውን እድል ለመጠቀም

የየራሳቸውን አቅጣጫ ለመከተል ወሰኑ። በዛ ወቅት ከባዱ ፈተና የነበረው የኢሳያስ አፈወርቄን ውለታ መርሳቱ ላይም ጭምር ነበር፡ ሰውየው የሁሉም ነገር ጠማቂ ስለነበሩና በዛ ወቅት ለሐገራችን ጨፍጫፊወች ብዙ ውለታ ውለው ነበርና።

"የኤርትራን ህዝብ እና መንግሥት በጣም እናመሰግናለን"፡ "ውለታውን ገና አጣጥሜ አልጨረሰኩትም" እና የመሳሰሉ ሌሎችንም የኤርትራውን ሰው ውለታ ሲናገሩ ለነበሩ ሁሉ ይህ ድርድር የማይዋጥላቸው ነበር። ሌላው ደግሞ በዛ ወቅት ኢሳያስ አፈወርቄ የፍጅቱ ጠማቂና ጨማቂ፡ ዘር የማጥፋቱ ፕሮጀክት የበላይ ጠባቂና ሰራ አስኪያጅ፡ በተመሳሳይ ጊዜ የሁለቱም ሐገራት ፕረዘዳንት፡ የብልጽግናው እና የጥምር ሐይሉ የነብሰም የደምም አባት ተደርገው የሚወሰዱ ታላቅ የጥፋት ሰው ናቸው። እኒህን የክፉ ቀን ክፉ ሰው መርሳት በእውነትም ከባድ ነው።

ታዲያ እኒህን ሰው ማን ይግፋቸዋል? እንዴት ብሎ? የሚገፋው እኮ ባለቤት ያልሆነ አካል ነው። ለማንኛውም እሳቸውን በድርድር ስም መግፋት የማይሆን ነገር ነው። ይህ ድርጊት በሰማይም በምድርም ያስጠይቃል። ስለሆነም ድርድሩንም ጦርነቱንም አጣምሮ የሚያስኬድ መንገድ መፈለግ አለበት። ሁለቱም አካላት የጋራ የፖለቲካ አጀንዳ የላቸውም፡ ያላቸው ህዝቦችን የመጨፍጨፍ አጀንዳ ነው። ይህ ደግሞ በድርድር ምክኒያት ሊከሽፍ ነው። ስለዚህ

ከዚህ ጉድ የሚያወጣ አንዳች መላ መፈለግ አለበት። ለዚህ ደግሞ የመጀመሪያው የታይታ ድርድር አድርጎ ቲዲኤፍ ትጥቅ የሚፈታበት እድል ካለ ብልጽግናው መሞከር እና ድርድሩን የሚቃወም ሰልፍ ደግሞ ጥፋቱን በሚደግፉ አካላት ማድርግ ነበር።

በነገራችን ላይ ቲዲኤፍ ሲያደርገው የነበረው የህልውና ጦርነት የትግራይን ህዝብ ከጥፋት ለመታደግ ብቻ ሳይሆን የሐገርን ሉአላዊነት አላሰደፍርም ከማለት ጋርም አብሮ መታሰብ አለበት። ምክኒያቱም "ሉአላአላዊነት ብሎ ነገር የለም" ብሎ የኤርትራን ሐይል ሲያስገባ የሐገር ሉአላዊነትም አብሮ ስለተጣሰና ይህንን ሐይል ጭምር ስለሆነ ቲዲኤፍ ሲዋጋው የነበረው። በጣም የሚገርመው ነገር ግን እነዚህ ሁለቱ አካላት የብልጽግናው መንግሥት እና ኢሳያስ አፈወርቂ ይህንን ጦርነት ማሸነፍ መንግሥተ ሰማየት የመግባት ያክል ነው የሚቆጥሩት።

ምክኒያቱም ታሪካዊ ስህተት ስለተሳሳቱ ጦርነቱን አሸንፈው በእነሱ መንገድ ማስተካከል ነው የሚያስቡት። ግን ስህተትን በስህተት ማረም አይቻልም፡ ተፈጥሮም አይፈቅድምና ሳይሳካላቸው ቀረ። ስለሆነም ይህን ሁሉ ለማስታረቅና ነገሩን በጦርነት ለመጨረሰ የብልፅግናው መንግሥት በሰላማዊ ድርድር ስበብ ህወሃት መራሹን የትግራዩን ቲዲኤፍ ትጥቅ ለማስፈታትና ህዝቡን ለማታለል ወይንም ለማጭበርበር እና የጊዜ መግዣነት ለመጠቀም ወደ ሰራ ገባ።

ይህ ጉዳይ በዚህ መልኩ የማይስተካከል ከሆነ ብልጽግናን ከወዳጆቹ እና ከጦርነት አጋሮቹ ጋር ወደ ጦርነት የሚያስገባና ሐገሪቱ ላይ ሌላ አይነት የፖለቲካ እና የጦርነት አሰላለፍ ሊፈጥር እንደሚችል በወቅቱ የሚናገሩ አካላት ነበሩ። ዛሬ ይህ ፖለቲካዊ ግምት ወደ እውነት ተቀይሮ ፋኖ እና ብልጽግና ወደ ጦርነት ከገቡ ከሁለት ዓመት በላይ አስቆጠሩ። ይህ ብቻ ሳይሆን የኢሳያሱ ሻዕቢያ እና ብልጽግናም አሁን የጦርነት ዋዜማ ላይ ናቸው። ለማንኛውም ይህ በእንዲህ እንዳለ ድርድሩን ተቃውሞ ሰልፍ ይሉት ነገር መጣና እልቂቱና ውድመቱ ይቀጥል ዘንድ ተጠየቀ። ይህ ሰልፍ በዛ ወቅት በነበረው ሁኔታ ብልጽግና ነገሩ ሁሉ ከድጡ ወደ ማጡ እየሆነበት ስለነበር የጦር ሜዳ ሽንፈቱንና የፖለቲካ ውድቀቱን ለመሸፋፈን ብልጽግና እራሱ በሰልፍ ደግፉኝ ያለው ነው እየተባለ ነበር። በመሰረቱ የብልጽግናው መንግሥት የተሸነፈው መጀመሪያውኑ የራሱን ህዝብ ለጠላት አሳልፎ በመስጠት ከጠላት ጋር ሲያብር ነው። ይህ ከሆነ ደግሞ በሰልፍ ተደግፎ መዳን አይቻልም ማለት ነው።

በሰልፉ ላይ የነበሩ መሪ ቃሎች አንዳንዶችን ጠቅሸ ልለፍ። አንዱ መሪ ቃል "አንዲት ሉአላዊት ሐገር አንድ መከላከያ ነው ያላት"፡ ይላል። መሪ ቃሉን እንደ መሪ ቃል ስናየው እውነት ነው። አሁንም አንዲት ሐገር አንድ መከላከያ ብቻ ነው ሊኖራት የሚገባው፡

፡ ያም መከላከያ የሐገሪቱን ህዝቦች ደህንነትና የሐገሪቱን ዳር ድንበር ከጠላት መጠበቅ ተቀዳሚ ተግባሩ ነበር። አሁን ባለው እውነታ የኢትዮጵያ መከላከያ ሰራዊት ተቀዳሚ ስራውን ትቶ ህዝብ መጨፍጨፍ ስራው ከሆነ ቆየ።

በተግባሩ ሲታይም ህዝብን ለጠላት አሳልፎ መስጠት ብቻ ሳይሆን ከጠላት ጋር በማበር የሐገሪቱን ሉዓላዊነት ከማስደፈሩም በላይ የትግራይን ህዝብ ከምድረ ገፅ ለማጥፋት የሚሰራ ሁኑዋል። ታዲያ በዚህ ተግባር ላይ የተሰለፈ ሰራዊት እንዴት ብሎ የሐገር መከላከያ ሰራዊት ሊባል እና ሊደገፍ ይችላል? ሲቀጥል እራሰን ከጥፋት መከላከል እንዴት ብሎ ወንጀል ሆኖ ነው ለመወገዝ የበቃው? እንዲያው መቸም ህሌና ይሉት ነገር ጠፍቶ እንጂ በሰልፍ መደገፍ የነበረበት እኮ ሰላም እንጂ ጦርነት ጠማቂ እና የህዝብ እልቂትን አብሳሪው አካል አልነበረም።

ሌላው መሪ ቃል ደግሞ "የምዕራባዊያን ጣልቃ ገብነት ይቁም" ይላል። እዚህ ላይ ያለው ጉዳይ ደግሞ በሐገሪቱ ሉአላዊነትን ጥሳ ጣልቃ ገብታ ያን ሁሉ ጉድ ያደረሰችው ኤርትራ ናት። ስለሆነም ይህ መሪ ቃል በመጀመሪያ ኤርትራን የሚመለከት መሆን ነበረበት። ከዚህ ውጭ ግን ኤርትራ ገብታ በፈጸመችው እልቂትና ውድመት ምክኒያት ችግሩን ለመፍታት ምክረ ሐሳብ የሚሰጡ አካላትን ማውገዝ ትክክል አለመሆኑ ብቻ ሳይሆን ታሪካዊ ተወቃሽም

ያደርጋል። እውነትን መካድና ህሌናን መሸጥ የአገዛዙ ባህሪ ለደጋፊውም ተጋብቶበት ነው እንጂ ለእውነት ከቆምን እኮ ያን ዘግናኝ ጦርነት አስቁሞ ለእውነት ከተገፉት ጎን መሰለፍን የመሰለ እረፍት የሚሰጥ ነገር የለም ነበር።

3፡ 3 ከድጡ ወደ ማጡ

ለማንኛውም በዛ ሰሞን ብልጽግናው ሁለት ረገጥ ሁኖ ስነበተ። በመደራደርና ባለመደራደር መካከል እየተወዛገበ ስነበተ። የሚያወጣው የሚያወርደው፡ የሚያነሳው የሚጥለው በጠቅላላው የሚያወዛግበው ሐሳብ እንዴት ህወሃት ሳይጠፋ ለአንድ ቀን እንኳን ይቀጥላል፡ እንዴትስ ዱቄት ሆኖ በንፋስ ላይ ከተበተነው ህወሃት ጋር ልቀመጥ የሚለው ነው። ቢሆንም ግን በውስጥ ችግርም በውጭ ጫናም ምክኒያቶች ነገሩ ገፍቶ ስለመጣ ብልፅግና በተለያየ ምክኒያት፡ በተለያየ ጊዜ ሆድ ሲያውቅ ዶሮ ማታ ብሎ ለድርድሩ ፍቃደኛ መሆኑን ይገልጻል።

ለዚህ ደግሞ ምክኒያቱ የትግራይ ሐይሎች ጠንካራ መሆናቸውንና በሐገሪቱ ውስጥ ያለውን አጠቃላይ ሁኔታ ትርምስ በመመልከት በጦርነት እሸነፋለሁ ብሎ በመፍራት ለድርድር ዝግጁ መሆኑን ይገልፃል። እንዲያውም በድርድር ሰም ህወሃትን ትጥቅ ለማስፈታት ጥሩ አጋጣሚ መሆኑን ሲያስብ ደስ ይለውና በሙሉ

ልብ እደራደራለሁ ይላል። ግን ደግሞ ሁሌም አንድ ነገር ያሳስበዋል እሱም ውጤቱ ባልታሰበው መልኩ ቢሆንስ የሚለው ነው። ይህ ጉዳይ ድንገት ሲታሰበው፣ እንዴ? ይህማ አይሆንም እንዴት ብሎ ህወሃትን ሳላጠፋ? እናቴ በሰባት ዓመቴ ንጉሥ ትሆናለህ ያለችኝ ስልጣኔስ? የጦርነት አጋሬ ኢሱ እና የብልጽግናየ ሞተር የነበሩት ሁሉ ሊቀየሙኝ አይደል? ይልና አንድ እርምጃ ወደ ኋላ ሁለት እርምጃ ደግሞ ወደፊት ይረግጣል።

ይህን ሁሉ አውጠንጥኖ ሲያበቃ ድርድሩ መደረጉ ስለማይቀር ሒደቱን ግን በአንድ ድንጋይ ሁለት ወፍ ለመምታት መጠቀም አስፈላጊ ነው የሚለውን ሐሳብ በውስጡ አጸደቀ። አደራዳሪዎች በበኩላቸው ጥቅምት 14 ቀን በደቡብ አፍሪካ የድርድር ቀን ይወስናሉ። በዚህ ጊዜ ብልፅግናው በራሱ መንገድ የተሳሳተ ሒሳብ ሰራ። ይኸውም ከድርድሩ መደረግ በፊት የተወሰኑ ቀናትን ቀደም ብሎ ትግራይን ሙሉ በሙሉ መቆጣጠርና በድርድሩ ወቅትና ቦታ ተገኝቶ ህወሃትን ትጥቅ እንዲፈታ መጠየቅ የሚል ነበር። እንቁራሪት እየዘለለች መንገድ ትሔዳለች አሉ፣ በዚህ ጊዜ ሰዎች አግኝተው "የት ልትሔጅ ነው?"፣ አሉዋት እሱዋም "መተማ" ስትል "ትደርሻላሽ?" አሉዋት እሱዋም "ልብማ"፣ አለች ይባላል።

ለዚህ የተሰራው ሒሳብ ደግሞ የመከላከያ ሰራዊቱንና ሎጂስቲክ አቅርቦቱን ለኤርትራ አሳልፎ መስጠትና ጥምር ሐይሉ

ትግራይን ሲቆጣጠር ብልፅግና በድርድሩ ቦታና ጊዜ ተገኝቶ ሁሉንም ነገር ተቆጣጥረነዋል ብቻ አሁን ህወሃት የቀረውን ትጥቅ ይፍታልን የሚል ሐሳብ በድርድሩ ላይ በማቅረብ የአደራዳሪዎችን አጀንዳ ማስቀየር፡ የህወሃትን ተደራዳሪ አባላት በዛው ተበትነው እንዲቀሩ መንገር፡ ጦርነቱን ደግፎ በዓለም አደባባይ ሰልፍ የወጣውን ህዝብ የደስታ ጮቤ ማስረገጥ፡ በቃ ሁሉ ነገር አለቀ ደቀቀ ነበር የታሰበው። በዛ ላይ ደግሞ ህልምን መኖር፡ ንጉሥነትን ማረጋገጥ፡ ስልጣንን ማጽናት፡ ቃልን በተግባር መኖር እና የመሳሰሉ በተጨማሪ የታሰቡ ገጸ በረከቶች ነበሩ። ግን ምን ይሆናል ነገሩ ሁሉ ተገላባበጠና የትግራይ ሐይሎች እንደ ጎርፍ እየተጅመለመለ የመጣውን የጥምር ሐይል ቀሰ አድርገው እያስገቡ ይወቅጡት ጀመር።

ምክኒያቱም ትግራይ የጠላት መፈንጫ ሳትሆን የጠላት መቀበሪያ ናት ብለዋልና ቃላቸውን ለመጠበቅ ጠላትን ከአስገቡት በኋላ በፈለጉት ጊዜ፣ ቦታና ሁኔታ የፈለጉትን ያደርጉት ጀመር። ነገሩ ሁሉ አልሆንልህ ያለው ብልፅግና የተለያየ ምክኒያት በመፍጠር የድርድሩን ቀን ከጥቅምት 14 ወደ ጥቅምት 15 አሸጋገረው። ነገር ግን በድርድሩም ሆነ በጦርነት ግንባሩ ነገሩ ሁሉ ድብልቅልቁ እና ግልብጥብጡ መውጣት ጀመረ። ምንጊዜም ቢሆን አሸናፊነት ከተገፊዎች ጋር መሆኗ አይቀሬ መሆኑ እየተረጋገጠ መጣ።

3፡ 4 ከድርድሩ ግንባር

የድርድሩ ውሎ ለብልፅግና አስደንጋጭ ዜና ይዞ ብቅ አለ። ለብልፅግና የድርድሩ ውሎ የነበሩትን ተግዳሮቶች ከመጥቀሳችን በፊት አንድ አስገራሚ ታሪካዊ ክስተት እናንሳ። ብልፅግና የድርድሩን ጊዜ በአንድ ቀን ሲያራዝም እሱ እራሱ በበኩሉ በዝግ ሰብሰባ ተጠምዶ ውሎ ነበር ይባላል። ታዲያ ከተነሱ ነጥቦች አንዱ የትግራይን መሬት ቆርሶ ለኤርትራ መንግሥት በአሰብ ወደብ መለወጥ የሚል ነበር ይባላል። ይህም እንግዲህ እስከ ህዝቡ መሆኑ ነው። ለዚህም ማሳያ የሚሆነው የብልጽግናው ፕረዘዳንት "ከአልጀርሱ ሰምምነት ውጭ ኤርትራ ይዛ ከሆነ እናየዋለን" ብሎ ለኤርትራ ሲከላከል መሰማቱ ነው። በዚህም ምክኒያት ብልጽግና አሁን የራሱን ሐገር መሬት እስከ ህዝቡ አሳልፎ ሰጥቶ አሰብንም አጥቶ "ሁለት ያሳደደ አንድ ሳይዝ ሔደ" ሁኖበታል ነገሩ።

በነገራችን ላይ የፕሪቶሪያው ሰምምነት ስለ አልጀርሱ ሰምምነት ምንም የሚለው ነገር የለም። የአብይ አህመድ ህልም በምንም መንገድ ይሁን አሰብን አመጣ ተብሎ በታሪክ ሲዘከር መኖር ስለሆነ ነው እንጂ። ለዚህ ነው በሆነ ወቅት አቶ ጌታቸው ረዳ "ለአብይ ሉአላዊነት ደንታው አይደለም እሱ አሰብን ያመጣ ተብሎ ሰው አስልፎ ሲወራለትና ሲዘመርለት ማየት ነው ፍላጎቱ"፡ ያሉት። ነገር

ግን ነገሩ "ጽድቁ ቀርቶ በውሉ በኮነነኝ" እንዳይሆን ጥንቃቄ ያስፈልገው ነበር። ሌላው ግን ብልፅግና የትግራይን ህዝብ እስከ መሬቱ አሳልፎ ሲሰጥ ሁለት መሰረታዊ ነገሮችን አለማንሳቱ ግልጽ አይደለም።

የመጀመሪያው አሁን ባለው ዓለም አቀፍ ፖለቲካዊ እውነታ ድርጊቱ ተቀባይነት የሌለው መሆኑ ሲሆን ሁለተኛው ደግሞ የትግራይ ህዝብና ህወሃት መሬ የትግራይ ስራዊት በምንም መልኩ ይህንን ጉዳይ የማይደራደሩበትና የማይቀበሉት እውነታ መሆኑን ነው።

ሌላው ደግሞ ይህ ጉዳይ ተሳክቶለት አድርገው ብንል የወደፊት የግሉን(እንደ አብይም፡ እንደ ብልጽግናም ማለት ነው) የሐገሪቱን ጥቁር ታሪክ እንዴት አያስብም? ነው ወይንስ የእናቴ ህልም የግድ መሳካት አለበት ነው ነገሩ። ምን አልባ ይህን ሐሳብ ግን ከአማራው ሊህቃን የኮረጀው ይመስላል። የአማራው ሊህቃን ያቋቋመው ህገ_ወጥ ቡድን የቅማትን ህዝብ በግለሰብ ደረጃ አፍኖ ሲያበቃ ለሌላው አማራ ለማስገደል እየሸጠ እንደሆነ ከላይ አንስተናል። ስለሆነም አብይ አህመድ ይህንን ያሰበው ከጎኑ ካሉት መካሪዎች ሊሆን ይችላል። ነገር ግን "እውር እውርን ቢመራ ተያይዞ ገደል"፡ ሆነ ነገሩ ሁሉ።

ምክኒያቱም ያለው ልዩነት የሰው የቁጥር መብዛት እና ማነስ ብቻ ነው። ይህ ደግሞ የአሳልፎ ሰጭዎችን ስልጣን መሰረት ያደረገ ሊሆን ይችላል። ማለትም የአማራ ሊህቃን ክልል ነው እያስተዳደሩ ያሉት ስለሆነም በልካቸው የቅማንትን ህዝብ ተወላጆች እያሸጡ እያስገደሉ ያሉት በህገ ወጥ መንገድ በተደራጁ ቡድኖች ነው፡ ስለሆነ እንደ አቅማቸውና ስልጣናቸው በችርቻሮ ጀመሩ ማለት ነው፡ ፡ አብይ ደግሞ ሐገር ይመራል ስለሆነም ስልጣኑን ተጠቅሞ የአንድን ክልል ህዝብ ቆርሶ እስከ መሬቱ እንዳለ ለኤርትራ መንግሥት ሰጠው ማለት ነው።

ለማንኛውም ወደ ተነሳነበት ነጥብ ወደ ድርድሩ እናምራ። በድርድሩ ውሎ ተነሱ ከተባሉት ነጥቦች ውስጥ ሶስቱን መሰረታዊ ቅድመ ሁኔታዎች እንጥቀስ። የመጀመሪያው ጦርነት በአስቸኳይ ማቆም የሚል ነው። ይህ አባባል ለብልፅግና በጣም አስደንጋጭ ዜና ነው። ምክኒያቱም ጦርነት ይቁም ማለት በብልጽግና አስተያየት ለህወሃት ጊዜ መስጠትና በጊዜዊነት ትጥቅ እንዳይፈታም መርዳት ማለት ነው። ከዚህ በተጨማሪ ህወሃት አቅም ያለው መሆኑን ያሳየ አባባል ነው።

ሁለተኛው ነጥብ ደግሞ የአማራው ፋኖም ሆነ የኤርትራ ወታደሮች ከትግራይ ውስጥ ለቀው ይውጡ የሚለው ነው። በወቅቱ ይህንን ውሳኔ አብይ አህመድ በብዙ መልኩ መቀበል ይከብደዋል።

ምክኒያቱም የዘመናችንን አውዳሚ ጦርነት ያደረገው አብይ አህመድ የኤርትራን መከላከያ ወደ ኢትዮጵያ ትግራይ ክልል አልገባም የሚለውን ውሸት ያጋለጠ ከመሆኑም በተጨማሪ ለቃችሁ ውጡ የሚለው ውሳኔ የህወሃትን የፖለቲካ የበላይነት ያረጋገጠ በመሆኑም ጭምር ነው።

ከዚህም በተጨማሪ አደራዳሪዎች ትግራይ እና ኢትዮጵያ እያሉ ማንሳታቸው ትግራይን እንደ አቻነት መቁጠር ስለሆነ ለአብይ አህመድ አሊ ይህ የሞት ሞት ነው። ይህ የሚሆነው አብይ ለሐገር አንድነት ተጨንቆ ሳይሆን የትግራይን ጥፋት ስለሚፈልግ እና የህወሃትን ሐይል የአቻነት እሳቤና ሐሳብ መቀበል ስለሚከብደውና ስለማይፈልግነው። ሌላውና ሶስተኛው ያልተገደበ እርዳታ ወደ ትግራይ ይግባ መባሉ ነው። ሁሉ ነገር የተገላቢጦሽ ነው የሆነው። አብይ አህመድ እና ኢሳያስ አፈወርቂ ከሚጠቀሙበት የጦር መሳሪያ አንዱ እና የመጀመሪያው ኢኮኖሚውን በማሽመድመድ ህዝቡን ለረሃብ እንዲጋለጥ ማድረግ ነው። ይህ ተሳክቶላቸው ነበር፡ ነገር ግን "በጥባጭ እያለ ማን ጥሩ ይጠጣ" ሆነና ነገሩ በድርድር ሰበብ ዕርዳታ ወደ ትግራይ ይግባ ተባለ። ይህ ውሳኔ በእነ አብይና ኢሳያስ እይታ ፈጣሪ በጊዜዊነት ለወዳጆቹ ያመጣው ፈተና ስለሆነ አምኖ ተቀብሎ ነገሩን ግን ለጦርነት በመዘጋጀት ለበጎ ነገር መጠቀም ነው።

ምክኒያቱም በዛ ወቅት የትግራይን ህዝብ ዕርዳታ ያስፈልገዋል ብሎ መናገር ለአብይና ለኢሳያስ ከህወሃት ጎን ተሰልፎ ከመዋጋት አይተናነስም። እረ መቸ ይህ ብቻ አሜሪካ እራሷ ከላይ የተጠቀሱትን ነጥቦች ሁሉ ለተግባራዊነታቸው እሰራለሁ ማለቷ አብይን እና ኢሳያስን መቀበል ብቻ ሳይሆን መሰማት ይከብዳቸዋል። ይህ ሁሉ መከራ አልበቃቸው ብሎ ደግሞ ከጦር ግንባር ያለው ነገር ደግሞ ሌላው ጉድ ነው። መቸም ይህ ሁሉ ነገር በአብይ አህመድ እና በኢሳያስ አፈወርቄ አስተያየት ፈጣሪ ለወዳጆቹ ያመጣው ፈተና ስለሆነ እሱ እንዳመጣ እሱ እስኪመልሰው ድረስ ከመታገስ ውጭ ሌላ አማራጭ የለውም።

3፡ 5 ከጦርነት ግንባር

መቸም "ጉድ ሳይሰማ መስከረም አይጠባም"፡ ይባላል። መቸም በዛ ሰሞን የብልጽግናውን እና የሻዕቢያውን መሪዎች የሚያሳብድ ነገር አይጠፋም። ይህውም ምንድን ነው ከጦርነት ግንባር ያለው ውጤት በአብይ እና በኢሳያስ እይታ ከፈጣሪ ለወዳጆቹ የተላከ ጊዜያዊ ፈተና ነው። ስለሆነም ተስፋ ሳይቆርጡ እንደሎተሪ እየደጋገሙ እድልን መሞከር ያስፈልጋል። ወደ ትግራይ በጎርፍ መልክ የገባው የጥምር ጦሩ የፈለገውን ማድረግ ሳይሆን የትግራይ ነጻነት ሰራዊት በፈለገው መልኩ ከፍተኛ የጦር መሳሪያ እና

የሰው ሐይል ኪሳራ እያደረሰበትና እያሽመደመደው መሆኑ አስደንጋጭ ዜና አድርጎታል።

የትግራይ ሐይሎች የጎርፍን ሐይል ባህሪ በሚገባ የተገነዘቡት ይመስላሉ። የጎርፍ ሐይል መጀመሪያ ሳይሰበሰብ ሐይል የለውም፡ ከተሰበሰበ በኋላ ደግሞ ሐይሉ ጊዜያ ቢሆንም ከፍተኛ ነው። በዚህም መሰረት በመሬት ላይ ያለን ነገር ሁሉ ሳይቀር ነገ የሚፈስበትን መሬት እንኳን ሳያስቀር ጠራርጎ ይወስደዋል። በመጨረሻም ጎርፉ ሲያልፍና ሲበታተን ሐይሉ ይዳከማል፡ ይጠፋል፡ ፡ ይህንን ተፈጥሮዊ ሳይንሳዊ ፍልሰፍና የትግራይ ሐይሎች በተግባር አውለውታል ማለት ይቻላል። መጀመሪያ በተለያየ ግንባር በየመጡበት የሚገባቸውን ዋጋ በመስጠት አስተናገዳቸው። በአንድ ላይ በእውር ድንብሱ ለማሸነፍ ሳይሆን ለማጥፋት ሲመጡ ደግሞ በሩን ከፈተላቸውና ገብተው በየቦታው ይቀንሳቸው ጀመር። ወደ ትግራይ መሬትም ከገቡ በኋላ ወደ ተለያየ አካባቢ በሚያደርጉት እንቅስቃሴ ያሽመደምዳቸው ጀመር። በመጀመሪያ የኤርትራ ጀኔራሎች የፈሩት የተንቤንን በረሃ ነበር። ግን አሁን ሽሬ፣ አድዋ፣ አክሱም፣ ዛላንበሳ እና ሌሎችም አካባቢዎች ያለው የጦርነት አውድ ስለአስደነገጣቸው ጥቅምት 16 ሙሉ መከላከያው ጦርነቱን አቁሞ አጀንዳው ግልፅ ባይሆንም ስብሰባ ላይ ዋለ ተብሎ ተናፈሰ።

ከአዳርቃይ እና ሁመራ በመነሳት ወደ ሽሬ ሲጓዝ የነበረው መሳሪያ እና የመከላከያ ሰራዊት በመንገድ ላይ እንዳለ በትግራይ ሐይሎች ለወሬ ነጋሪ እንኳን አንድም ሰው ሳይተርፍ ሙሉ በሙሉ መደምሰሱ ሌላው አሳዛኝ ዜና ነበር። ከዚህ ጎን ለጎን ከጊዜ ወደ ጊዜ እየበረታ የመጣው የኦነግ ሸኔ በትርም ሌላው አስቸጋሪ ነገር ነበር ለብልፅግናው።

ምንም እንኳን በወቅቱ ብልፅግና ኦነግ ሸኔን ለጦርነትም ሆነ ለድርድር ቦታ ባይሰጠውም እሱ እየወሰደ የነበረው እርምጃ ግን ለብልፅግናው ራስ ምታት እየሆነ መጣ። ይህንን ሐይል ፊት ለፊት ገጥሞ ማሸነፍ የተሳነው ብልፅግና በተለያየ ምክኒያትና መንገድ ንፁህ የኦሮሞን ህዝብ ደም በከንቱ እያፈሰሰ ቀጠለ። በአንድ በኩል ከወቅቱ አጋሮቹ አንዱ በሆነው ፋኖ በሚባል ህገ ወጥ ቡድን ተጠቀሞ ህዝቡን ያስጨፈጭፋል በሌላ በኩል ደግሞ ሰው አልባ አውሮፕላኖችን ጨምሮ በመካናይዝድ የታገዘ ጦርነት በህዝቡ ላይ ያደርጋል።

በየወቅቱ ጦርነት በሚከፍቱበት ህዝብ ላይ አንድ የሚጠቀሙት ስልት አላቸው። የትግራይን ህዝብ እንደ ህዝብ ለመጨፍጨፍ ሲፈልጉ "ትግራይ ውስጥ ምንም ዓይነት ንፁህ የለም ሁሉም ወታደር ነው አሉ"። ዛሬም ይችን አባባል ኦሮምን እና አማራን እንደ ህዝብ በመደዳ ለመጨረስ ይችን ስልት ሲመዙ ይታያል። ወይ

ጉድ "እያጅቦ ጅቦ ሳታመካኝ ብላኝ"፡ አሉ። እንዲያው ለመሆኑ ህፃናት፣ እናቶች እና አዛውንቶች ከህዝብ ቁጥር አይገቡም እንዴ? ነው ወይንስ እነዚህ አካላት በምን መልኩ ወታደር ሆኑ ለማለት ነው፡ ፡ መልሱን ለእነርሱ ትቸዋለሁ።

"ሞኝ ባያፍር የሞኝ ዘመድ ያፍር"፡ ይላሉ ደጎች። ያሳፍራሉ እነዚህ በታሪክ የኢትዮጵያዊያን ማፈሪያ ናቸው። ይህ ድርጊትና አባባል አስፈሪ፣ አሰፀያፊ እና አሰቀያሚ የሐገራችን ታሪክ ነው። መቸም ያው ህዝቡስ አንድ ጊዜ ለጥፋት ተፈርዶበታል፡ በተለያየ ምክኒያት እና ጊዜ ያልቃል። እናቶች ጀግና ስለሚወልዱ፡ ህፃናት የነገ ጀግኖች ስለሆኑ እና አዛውንቶችም የታሪክ አርበኞች ስለሆኑ በቀጥታም ባይሆን በተዘዋዋሪ መንገድ የጦርነቱ ተሳታፊ ተደርገው ተወሰዱና ተጨፈጨፉ ማለት ነው።

እንዲያውም እንዳንዴ የኦሮሞ ህዝብማ ለመጨፍጨፉ ምክኒያት እንኳን ለማግኘት እድል አያገኝም። እንዲያው በኦነግ ሸኔ የደረሰበትን ሸንፈት ለመሸፈን ሲባል ብቻ ንፁህ የኦሮሞ ህዝብ በቡድንም በግልም ያልቃል እንጂ። የብልፅግና አሰቃቂ የግፍ ግድያ ዓይነቶች መቸም አያልቁበትም እና የአንድ ሰሞኑ ድርጊት ደግሞ እጅግ አሳዛኝ ነበር። ተማሪዎች በትምህርት ላይ እንዳሉ በድሮን በትምህርት ቤቱ ላይ እርምጃ ስለተወሰደ ተማሪዎች እንዳለ በዚያው አለቁ። ሌላውና አደገኛው ነገር በወቅቱ በብልፅግናው ውስጥ

ተፈጥሮ የነበረው ልዩነት ከወደ ሱማሊያ ክልል ምክኒያቱ ምን እንደሆነ በግልፅ ባይታወቅም አዲስ ያልተጠበቀ ክስተት ተከስቶ ነበር። ይኸውም በክልሉ ልዩ ሐይልና በመከላከያ መካከል ግጭት ተፈጥሮ በቁጥር ያልተገለፀ የሰው ሐይል ከሁለቱም ወገን ተጎድቱዋል። ከዚህ ጋር በተያያዘ ተቃውሞም ተነስቶ እንዲት የክልሉ ከፍተኛ ባለሰልጣን እንደሞተች ተዘግቦ ነበር። በወቅቱ ይህንን ጉዳይ አሳፋሪ የሚያደርገው የሱማሌ ክልልፕሬዘዳንት የብልፅግና የጀርባ አጥንት መሆናቸው ነበር።

በፌደራልና በክልሉ የጸጥታ ዘርፍ መካካል ግጭት ተፈጠረ ማለት ምን አልባት በክልሉ መንግሥትና በፌደራል መንግሥት መካከል ልዩነት ተፈጥሮ ሊሆን ይችላል የሚል ሐሳብ አስነስቶ ነበር፡ ፡ ይህ ከሆነ ደግሞ የአንድ ፓርቲ አቀንቃኞች ከዚህ ደረጃ ደረሱ ማለት ልዩነቱ የጎላ ነው እንደማለት ነው። ምክኒያቱም በጥቃቅን ልዩነት ወደ ጦርነት ከመግባት ይልቅ ተደጋግፈው የገጠማቸውን ክፉ ቀን ማለፍ የግድ ይሆን ስለነበር ነው። ልዩነቱ ከጦርነት ደረጃ ላይ ደረሰ ማለት ብልፅግና እየተፈረካከሰ ነው ማለት ነው የሚሉ ሐሳቦች በርክተው ነበር በወቅቱ።

ሌላው ደግሞ የአማራው ብልጽግና ከፌደራሉ ብልጽግና ውጭ፣ የፌደራሉ ብልጽግና ደግሞ ከአማራው ብልጽግና መካሪ ዘካሪ ውጭ ብቻቸውን መቆም አይችሉም ነበር። በዛ ወቅት ግን

በድርድሩ ምክኒያት መቃቃር የገቡና ለየራሳቸው ለመቆም የሚውተረተሩ ይመስሉ ነበር። እንደ ምሳሌ ለማንሳት አብይ አህመድና የተወሰነው የአማራው ሊህቃን ፋኖን ህገ ወጥ ቡድን ነው በማለት ሲኮንኑ ሌላው የአማራው ሊህቃን ደግሞ ከፋኖ ውጭ ሌላ መደበኛ ሰራዊት ለአሳር ነው በማለት የፋኖን አደረጃጀት እያጠናከሩ ነበር። በእርግጥ አሁንም ይህ ነው ያለው። እንዲያውም ብልፅግና የአማራውን ጥቅም ማስጠበቅ ስላልቻለ በድርድሩ በቀጥታ አማራ በተወካይ መሳተፍ አለበት እየተባለ ነበር። ይህ የሚያመለክተው በብልፅግና ውስጥ አሁን እራሱ ያለው መፍረክረክ የዛ ውጤት መሆኑን ነው፡፡

የጥቅምት 16 2015 ዓ.ም ውሎ ምን ይመስላል የሚለውን እንመልከት። በዛ ዕለት በብዙ ቦታዎች ላይ ከባድ ጦርነቶች ሲደረጉ ውለዋል። ለምሳሌ አላማጣ፡ አድዋ፡ በኤርትራ ድንበር ወደ ትግራይ ሲገባ ከነበረው ሐይል ጋር እና በመሳሰሉት ሲደረጉ በዋሉ ጦርነቶች በሁሉቱም ወገን ከፍተኛ የሆነ ኪሳራ ደርሱዋል። ይህ ብቻ ሳይሆን ሱማሌ ክልል የተገደለችዉን የክልሉ የምክር ቤት አባል ተከትሎ ከፍተኛ የሆነ የተቃዉሞ ሰልፍ በክልሉ ሲደረግ ውሎ ነበር።

ከድርድሩ አስቀድሞ ትግራይን በመቆጣጠር ህወሃትን ትጥቅ ለማስፈታት ውሳኔ ሊያስጥ ይችላል ተብሎ የታመነበት የጥምር ጦሩ ጥቅምት 16 ባደረገው አስቸኳይ ስብሰባ ወደ አዲስ አበባ

አሰደንጋጭ ሪፖርት አድርጓል የሚሉ ወሬዎች ተናፈሱ። ሪፖርቱ ትግራይን መቆጣጠር ይቅርና ስተት ብሎ እንደገባ መውጣት ግን ከቶውንም የማይታሰብ መሆኑን የሚያብራራ ነው ተብሉዋል። በዛውን ወቅት የትግራይ ሐይሎች የተቀረው የጥምር ጦሩ ከትግራይ መሬት ለቆ ይውጣ የሚለው ውሳኔ ከመወሰኑ በፊት የጥምር ሐይሉን እስከወዲያኛው ለመሸኘት የቸኮሉ ይመስሉ ነበር።

እንደ ነብር በጥንቃቄና በንቃት እየተከታተሉ፡ እንደ ተኩላ እያሰሉ በአሰፈላጊው ቦታና ጊዜ በፍጥነት እንደ ንሰር እየደረሱ እንደ እንበሳ እምሽክ ድቅቅ እያደረጉ የጥምር ሐይሉን ሰጋውን ከአፈር ጋር ይደባልቁታል። በሌላ በኩል የድርድሩ ሁኔታ ብልፅግናን አጣብቂኝ ውሰጥ ከቶታል። ምክኒያቱም የድርድሩ ውጤት ብልፅግና እንደሚፈልገው እየሆነለት አልነበረም። አልሰማማም ብሎ ጥሎ እንዳይወጣ የሐያላኑ የፖለቲካ ጫና በርትቷል። የታመነበት መከላከያም እየተሸመደመደ ነው። ስለዚህ ብልፅግናን ምን ይዋጠው፤ በድርድሩ የተወከሉ አካላት መልካም ዜና ይዘው ይመጣሉ ሲባል እንዴት አሳዛኝና አሰደንጋጭ ዜና ይዘው ወደ አዲስ አበባ ይመጣሉ፡ የማይመሰል ነገር ነው።

አለማወቅ ደጉ አቶ ደመቀ መኮነን ባለማወቃቸው ምክኒያት ቢያንስ አሳዛኝ ዜና ይዘው ከመምጣት ነጻ ወጥተዋል። ነገሩ እንዲህ ነው ከኢህአዲግ ዘመነ መንግሥት ጀምረው በተለያዩ የሰልጣን

ደረጃዎች ሐገራቸውንና ህዝባቸውን ያገለገሉት አቶ ደመቀ መኮነን አሁን ከእሳቸው የተሻለ ለሰርዓቱ ታማኝ ስለጠፋ የምክትል ጠቅላይ ሚኒስተርነትንና የውጭ ጉዳይ ሚኒስተርነትን በአንድነት አጣምረው የያዙ ደህና የአብይና የብልጽግና ባለምዋል ናቸው፡፡

በአንድ በኩል ለሰርዓቱ ታማኝ በመሆናቸው በሌላ በኩል ደግሞ ሙያቸው ስለሚጋብዛቸው አቶ ደመቀ መኮነን ለድርድሩ እንደሚያስፈልጉ የታመነ ነገር ነው፡፡ ነገር ግን እሳቸው ለአለቃቸው ምን ብለው እንዳሳመኑዋቸው ባይታወቅም ሹልክ ብለው ከድርድሩ ይጠፋሉ፡፡ ሁሉም ነገር ለበጎ ነው ይሉሃል ይኸው ነው፡፡ አሁን አቶ ደመቀ መኮነን ቢያንስ ቢያንስ የመርዶ አሰረጂ ከመሆን ነፃ ወጥተዋል፡፡ በጥቅሉ ሲታይ የፕሪቶሪያው የድርድር መድረክም ሆነ የጦርነቱ ግንባር ብልጽግና በፈለገው መልኩ ከመሔድ ወጥቶ በራሱ መንገድ እየሔደ ያልተጠበቀ ውጤት እያመጣ ቀጠለ፡፡

3፡ 6 የድርድሩ ውጤት

ከጥቅምት 15 እስከ ጥቅምት 20 በደቡብ አፍሪካ ሲካሔድ የነበረው የሰላም ድርድር ያለምንም ውጤት መፍረሱ ተሰማ የሚሉ ወሬወች ሞገዱን ተቆጣጥረውታል፡፡ በመጀመሪያ የድርድሩ ሊቀመንበር የነበረው አካል በውሳኔ ሰጭነት ጉድለት እና በተለያዩ ምክኒያቶች በሚል ሰበብ ከሐላፊነት ተነሰቶ በቦታው የቀድሞው

የኬንያ ፕሬዘዳንት ኡሁሩ ኬኔያታ ተሰይመው ድርድሩ ቀጥሎ ነበር። ነገር ግን በመጨረሻ ድርድሩ ምንም ዓይነት እልባት ሳያገኝ በመቅረቱ ምክኒያት እንደገና ለምን ያህል ቀን እንደሆነ ሳይወሰን ድርድሩ እንደገና እንዲቀጥል ተደረገ።

በሌላ በኩል ደግሞ በሐገር ቤት ኢሳያሰና አብይ በሚሊዮን የሚቆጠር ብር በመመደብ በአሰመራ እና በአዲስ አበባ የሽርሽ ሰብሰባ በማድረግ የወደፊቱን የኢትዮጵያንና የኤርትራን መፃዒ ሁኔታ በመመልከት ወይም በማሰብ ጦርነቱን መቀጠሉ ይሻለናል ብለዋል የሚል መረጃ አፈትልኮ ወጥቶ መወራት ጀመረ። ለዚህ ደግሞ ምክኒያቱ እነሱ የሚፈልጉት ህወሃትን ትጥቅ ማስፈታትና ሽባ አድርጎ ኤርትራን ከሰጋት ነፃ ማድረግና የትግራይን መሬት ለኤርትራ አሳልፎ መስጠት ሰለሆነ ነው የሚል ነበር።

ከዚህ መረጃ ጋር የአብይ አህመድ አንድ እቅድም አብሮ ወጥቷል። እሱም ምንድን ነው የአማራን ክልል እና የሱማሌን ክልል ህዝቦች መምታት የሚል የወደፊት እቅድ ነው። ይኸው ቀኑ ደርሶ በአማራ ህዝብ ላይ እቅዱ ተፈጻሚ እየሆነ ነው። ሌላውን አብረን እናያለን። በዚህ መሰረት እቅዱ ምን አልባት በሁሉም የሐገሪቱ ህዝቦች ላይ በተለያየ ጊዜ እና በተለያየ ምክኒያት የሚፈጸም ይሆናል ማለት ነው።

3፡ 7 የድርድሩ የመጨረሻ ውጤት

ድርድሩ ከብዙ ውዝግብ እና ፈርሶ ቀናነት በኋላ የመጨረሻ ያላቸውን ብዙም ያልተብራሩ እና ግልጽ ያልሆኑ ነጥቦች ይዞ ወጣ። እነዚህም፡-

1፡ የመጀመሪያው ጦርነት ማቆም የሚል ነው። ይህ ነጥብ ሶስት በአንድ የሆነውን መንግሥት መሰረታዊ ፕሮጀክት ያሰቆመዋል ማለት ነው። ይህ ማለት ደግሞ ጦርነት ያዛመዳቸው አካላት ይፋታሉ ማለት ነው። ምክኒያቱም ከጦርነት ውጭ ሌላ ምንም አይነት አስተሳሰር የሚይዛቸው ነገር ባለመኖሩ ነው። በዚህ ምክኒያት ነው ዛሬ ፋኖና የብልጽግናው መንግሥት ጦርነት ውስጥ የገቡት፡ ብልጽግና እና የኤርትራው ሻዕቢያም በጦርነት ዋዜማ ላይ የሚገኙት።

2፡ ሁለተኛው ነጥብ ከሐገሪቱ መከላከያ ሰራዊት ውጭ ያሉ ሐይሎች ትግራይን ለቀው ይውጡ የሚለው ነጥብ ነው። ይህ ማለት ጥምር ሐይል እየተባለ የሚጠራውን እና ያንን ሁሉ እልቂት እና ውድመት ያደረሰውን ሐይል በግልጽ ማፍረስ እና በቃህ ማለት ነው። "ከዚህ በኋላ የኤርትራ ችግር የእኔ ችግር ነው፡ የእኔ ችግር የኤርትራ ችግር ነው" የሚሉ እና የመሳሰሉትን ነገሮች እያነሱ ሲደሰኩሩ የነበሩ ጀነራሎች ሐሳቦች ሁሉ ውድቅ ይሆናሉ ማለት ነው። ነገር ግን ይውጣ የተባለው የኤርትራ ጦር ለቆ መውጣት ሳይሆን የሐገሪቱን

መሬት ቆርሶ ወደ ኤርትራ አካሎ ይዞ ተቀመጠ። ለዚህም "ከአልጀርሱ ስምምነት ውጭ አልያዙም" በማለት ከብልጽግናውም ስፈርም ድጋፍን አላጣም።

ሌላው ፋኖ ነው፡ እሱም ቢሆን ሰሙን ቀይሮ የተከዜ ዘብ ተብሎ የትግራይን ክልል ግዛት አሁንም እንደያዘ ነው ያለው። ይህ ደግሞ ወደ ፊትም ለዳግም ጦርነት የሚዳርግ ነው የሚሆነው። በእርግጥ እነዚህ ይውጡ የተባሉ አካላት በድርድሩ ወቅት ስላልተካተቱ የድርድሩ ነጥቦች አይመለከታቸውም ይሆናል። ለዚህም ነው እነሱን ለማስወጣት ብልጽግና ሐላፊነት የወሰደው። ነገር ግን ብልጽግና ኤርትራን በተመለከተ የሐገሪቱን መሬት እስከ ህዝቡ አስረክቦ ምክኒያቱ ባይታወቅም ዝምታን መርጡዋል፡ አለፍ ሲልም ለኤርትራ በማበር ቦታው የእነሱ ግዛት እንደሆነ ሳይጠራ ምስክር ሆኖ ቀርቡዋል።

የአማራን ሐይሎች በተመለከተ ግን በአንድ በኩል ትግራይን የማዳከም እና ህወሃትን የማጥፋት እቅዱ በድርድር ስለከሸፈ በሌላ በኩል ደግሞ እነዚህን በሁለቱ ክልሎች መካከል የመከራከሪያ ነጥብ የሆኑ ቦታዎችን እንደ መጫዎቻ ካርድ በመጠቀም ሁለቱን የሰሜን ህዝቦች እርስ በእርስ እያዳከመ ስልጣኑን ማስንበት ስለሚፈልግ ችግሩ እንዳይፈታ ምክኒያት እየፈጠረ ነገሩን እያወሳሰበው ቀጠለ።

3፡ ሶስተኛው ነጥብ ያልተገደበ እርዳታ ወደ ትግራይ ማስገባት የሚለው ነው። ይህ ነጥብ በአንድ በኩል ክልሉ እንዲደቅ ብዙ የክልሉን መሰረተ ልማቶች እና የህዝቡን ሐብት ንብረት እያወደመ ያለውን በሌላ በኩል ደግሞ ህዝቡን እንዳለ በረሃብ ጦር መሳሪያነት ጭምር እየጨረሰ ያለውን ሐይል አቁም በቃህ ማለት ነው።

በድርድሩ ወቅት የብልፅግና ተወካዮች ይዘው የቀረቡት የአማራ በድርድሩ ተሳታፊነት ተቀባይነት አላገኘም ተብሉዋል። በአማራው ሊህቃን በኩል ደግሞ በመጀመሪያ በግል ለመደራደር ያቀዱት እቅድም አልተሳካም። በመጨረሻም በአቶ ደመቀ መኮነን በኩል ለድርድር የቀረበው የአብን ሐሳብም ተቀባይነት አላገኘም የሚል ወሬ ወጣ። በተለይ በድርድሩ ወቅት የኤርትራ መከላከያ ከትግራይ እንዲወጣ መወሰኑ እና መንግሥትም ቢሆን በወልቃይት ሁመራ ነገር ላይ ያለውን አቋም ከቀየረ ለአማራው ሊህቃን የሚዋጥ አይሆንም። ይህንንም ተከትሎ የአማራው ሊህቃን ምን አልባት ከብልፅግና ጋር ወደ አለመግባባት ሊደርስ ሁሉ ይችላል።

ምክኒያቱም ያን ያህል ወጣት ያስጨረሱት በህወሃት ጠልነት አቋም ብቻ ሳይሆን የወልቃይትና የሁመራን መሬት ለማስመለስም ጭምር ስለሆነ። ዛሬን እያድርገውና ህወሃት እና በአዲን በአፍላ የሸርሸር ወቅታቸው ከስሩዋቸው የትብብር ስራዎች ውስጥ የአማራ ክልል ግዛት የነበረውን ወልቃይት ሑመራን ወደ ትግራይ ክልል

ግዛት ማካለል ነበር። ይህ ደግሞ የሆነው በወቅቱ ሁሉ በእጄ ሁሉ በደጄ የነበረው ህወሃት የቅማንትን ህዝብ ስርዞ ከምድረ ገጽ በማጥፋት ሊተባበር የአማራ ክልል ደግሞ ይህንን ቦታ አሳልፎ ሊሰጥ ተሰማምተው አደረጉት። ለዚህ ነው የአማራው ሊህቃን ዛሬ የወልቃይትን ጉዳይ ከቅማንት ጉዳይ ጋር እያይዘው የሚያነሱት። ይህ ጉዳይ ነው እንግዲህ ከ2008 ዓ.ም ጀምሮ የሁለቱ ክልሎች ያለመግባባት ምክኒያት ሆኖ የቀጠለው። በዚህ ግዛት ምክኒያት ደግሞ ሌላ ጦርነት ሁሉ ሊኖር ይችላል ማለት ነው።

3፡ 8 ድርድሩን መሰረት ያደረገው ተቃውሞ እንድምታ

የድርድሩ ውጤት ሁለት አይነት ተቃውሞን እያስተናገደ ነበር በወቅቱ፡ የመጀመሪያው የትግራይ ሰራዊት በሒደት ትጥቅ ይፈታል የሚለውን አባባል በግርድፉ የተረዱ ተጋሩ ዲያስፖራዎች ተቃውሞቸውን ስልፍ በመውጣት ጭምር መግለጽ ጀመሩ። ይህም ምን አልባት በደረሰባቸው በደል ምክኒያት አንድ ሉዓላዊ ሐገር መሆንን የፈለጉ ይመስል ነበር። ነገር ግን በኋላ ላይ የዓረፍተ ነገሩን ትርጉም አጠቃላይ በህገ መንግሥቱ መሰረት የትግራይን ህዝብ እንደማይጎዳ የተነገራቸው ይመስላል ተረጋጉ።

ሌላው ከድርድሩ ጅማሮ ጀምሮ የድርድሩ ውጤት ምንም ይሁን ምን አንቀበልም ሲል የነበረው የአማራው ሊህቃን በዛ ወቅት

ለይቶለት ከፌደራል ብልፅግናው ጋር ጭምር ግብግብ የጀመረ መሰሎ ነበር። ለአማራው ዲያስፖራም ቢሆን በመጀመሪያ TDF ትጥቅ ይፈታል ተብሎ ስለተነገረው ቢደሰትም በኋላ ግን በበኩሉ ተቃውሞውን እያሰማ መውጣት ጀመረ። ምክኒያቱም TDF ትጥቅ የሚፈታው የትግራይ ህዝብ አጠቃላይ ችግር በድርድሩ ስምምነት መሰረት ሲፈታ ጎን ለጎን ነው፡ ይህ ደግሞ በህገ-መንግሥቱ የትግራይ ሉዓላዊ ግዛት ሲመለስ ነው የሚፈታው ስለተባለ ነው። በሌላ በኩል ደግሞ ከትግራይ ክልል ሁሉም የክልል ልዩ ሐይሎችና የኤርትራ መከላከያ ይወጣል ተብሎዋል።

ከዚያ በኋላ በሌሎች ሐይሎች የተወረሩ የትግራይ ይዞታ መሬቶች ተለቀው ወደ ባለቤታቸው ይጠቃለላሉ፡ ይህም ወልቃይትን ጨምሮ ማለት ነው። ይህ ነው እንግዲህ የአማራውን ሊህቃን ያሰቆጣውና የአማራውን ዲያስፖራ ስሜቱን ከደስታ ወደ ሐዘን የቀየረው። በነገራችን ላይ በድርድሩ ላይ የኤርትራ መንግሥት እና የአማራው ተሰፋፊ ሐይል ዜሮ ነው የተደረጉት። የኤርትራው መንግሥት ምን አልባት ከደረሰበት ውግዘት፡ የሰው ሐይል እና አጠቃላይ የኢኮኖሚ ኪሳራ ሊሆን ይችላል ከትግራይ ለቆ መውጣትን የፈለገ ይመሰል ነበር። በእርግጥ በኋላ ላይ መውጣት የሚለውን ቆርሶ መውሰድ ወደሚል ቀይሮ አድርጎታል። ተሰፋፊ ሐይሉ ግን በዚህ ጉዳይ ላይ ምን አልባት አሁንም የጥፋት መንገድን

ሊመርጥ ይችላል። ከድርድሩ በኋላ ሻዕቢያ እና የአማራው ሊህቃን ለአንድ አይነት አጀንዳ በተለያየ መንገድ ተሰልፈዋል፡ የኤርትራው መንግሥት ወደ ጦርነት ገብቶ ብልጽግናን ለማስወገድ ሊሰራ ይችላል። የአማራው ሊህቃን ግን በሁለት መልኩ ተሰልፎ እየታገለ ነው።

በአንድ በኩል ከመንግሥት ጎን ተሰልፎ መንግሥትን እየታገለ ነው። ለዚህም ምክኒያቱ በመጀመሪያ ይህ ቡድን በባህሪው ከድሮ ጀምሮ የሚፈልገውን የሚያደርገው ገዥውን አካል ተጣብቆ ስለሆነ አሁንም ያንኑ ተሰፋ ባለመቁረጥ ነው፡ ሁለተኛ እንደ ትግራይ ሐይሎች መከራውን ሁሉ ተቋቁሞ ብቻውን መታገል ስለማይችል ነው። ይህንን ለማካካስ በሚመስል መልኩ በሌላ በኩል ደግሞ ይህንን ለማሳካት ፋኖን አደራጅቶ እያታገለ ነው። አሁን የአማራ ብልጽግና ፊት ለፊት ከፌደራሉ ብልጽግና ጋር ይሰራል፡ ከጀርባ ደግሞ ፋኖን አደራጅቶ እራሱን ብልጽግናን እየተዋጋ ነው።

"መጀመሪያ ከተቋምነት ወደ ግለሰብ አወረደን"፡ አሉ አቶ ገዱ። አይ ጊዜ ሁሉን ያመጣል፡ ሁሉ ይወሰዳል። አቶ ገዱ የብልጽግናው የውስጥ ሞተር ሁነው ቀን ከሌት የደከሙለት ብልጽግና እንዲህ ሆኖ ቀረ። ስለዚህ የፋኖ እና የአማራው ብልጽግና በተለያየ አቅጣጫ ተሰልፈው የሚታገሉት አንድ መዳረሻ ላይ ለመድረስ ነው ማለት ነው። ማለትም የአማራ ብልጽግና የሚባለው ቡድን ውስጥ ከፋኖ

ጋር በግልጽ የሚሰሩ ባለስልጣናት አሉ። የተወሰኑትን መንግሥት ነቃባቸው መስለኝ አሰሮ ያስቀመጣቸው፡ አሰሮ የፈታቸውና ከሰራ ያገዳቸው ሁሉ አሉ። ይህ ጉዳይ ግን ታጥቦ አይጠራም ይሆናል።

3፡ 9 የሁለቱ ጀነራሎች ሰላማዊ ውይይት

የደቡብ አፍሪካውን የፖለቲካ ሰላማዊ ድርድር ተከትሎ የትግራይ ሐይሎች(TDF) ዋና አዛዥ ሌተናል ጀነራል ታደሰ ወረደ እና የኢትዮጵያው የመከላከያ ሰራዊት አዛዥ ኢታማጀር ሹም ጀነራል ብርሃኑ ጁላ በተለያዩ ነጥቦች ዙሪያ ውይይት በኬንያ ዋና ከተማ ናይሮቢ አድርገው ነበር። በወቅቱ የዚህ ድርድር ውጤት በግልጽ ባይታዎቅም የተለያዩ የክልል የፀጥታ አካላትን እና የኤርትራን የመከላከያ ሰራዊት በማስወጣት TDFን በሒደት ትጥቅ ማስፈታት የሚለውን አሰምረውበታል ተብሉዋል።

ይህንን ተከትሎ ግን መውጣት አለባቸው የተባሉ አካላት ለመውጣት ከመዘጋጀት ይልቅ የንፁሃን ግድያ፣ ንብረት ዝርፊያ ተጨማሪ ሐይል እየጨመሩ ተጨማሪ ቦታዎችን ለመያዝ ሙከራ እያደረጉ ነበር። ይህ አካሄድ ደግሞ የድርድሩን ተፈፃሚነት ሊያጩናግፈው ይችላል እየተባለ ስጋት ላይ እንዲወድቅ አድርጎት ነበር። በእርግጥ የጊዜ ጉዳይ ነው እንጂ ያ ድርድር ከጅምሩ ጀምሮ ወደ መሬት ይወርዳል ወይ የሚለው ጉዳይ አጠያያቂ ነበር። በሌላ

በኩል የፌደራል መንግሥት አዳዲስ መሳሪያዎችን እያስገባ መሆኑ ሲታይ ጦርነት ሊቀር ይችላል ብሎ መናገር አያስደፍርም ነበር። እዚህ ላይ ግን ምን አልባት ጦርነቱ በሌላ አቅጣጫ ይፈነዳ ይሆን የሚል ስጋትም በወቅቱ በሰፊት ሲነሳ ነበር። ምክኒያቱም የኤርትራው መንግሥት፡ የብልጽግናው መንግሥት እና የአማራው ተስፋፊ ሐይል ሁሉችም ጦርነትን እንደ ብቸኛ አማራጭ መፍትሔ አድርገው ስለሚወሰዱት ነው።

ስለሆነም ሌላ የሁለትዮሽ ጥምረት በመፍጠር ወደ ጦርነት ውስጥ ሊገቡ ይችላሉ የሚል ነበር። የትግራይ ህዝብም የህልውና ጉዳይ ስለሆነ እንድ ጊዜ ተገዶ ወደ ጦርነት ገብቷል። አሁን ያለየለት የብልጽግናው ነገር ነው። ምክኒያቱም ነገሩ ካልጣመው በመጣው መንገድ በመቀጠል የአማራውን ተስፋፊ ሐይል እና የኤርትራን መከላከያ ስራዊት በማስተባበር የትግራይን ህዝብ የማጥፋት ዘመቻውን እንዳይቀጥል ጫናው በርትቶበታል፡ ከወዳጆቹ ጋር እንዳይገጥም ደግሞ የተለያዩ ሁኔታዎች ላይስተካከሉለት ይችላሉ፡ ስለዚህ ለጊዜው ማህል ስፋሪ ሆነ ማለት ነው።

በነገራችን ላይ አብይ አህመድ አሁን ስለኢትዮጵያና ስለ ህዝቡ የፈለገ ቢሆን ደንታው አይደለም። ለእሱ ዋናው ስራ በምንም መልኩ ስልጣኑን ማቆየት ነው። በዛ ወቅት የነበረው የፓርላማ ውሎ ንግግሩም ይህንን አመላካች ነበር። ሰውየው በንግግሩ ሲያነሳ

የነበረው በአብዛኛው ስለተበታተኑ ሐገራት፡ መፈንቀለ መንግሥት ስላጋጠማቸው መንግሥታት ነበር ሲያወራ የዋለው። መልሶ ደግሞ "እኛ እጃችን ላይ የፈረሰ ሐገር የለንም" ሲል አስተዛዛቢ የሆነ ንግግር ያደርጋል። በመፈንቀለ መንግሥት ስልጣኑን እንዳያጣ የፈራም ይመስል ነበር።

ከዚህ የጠቅላዩ የፓርላማ ውሎ በኋላ የአማራ ክልል ፕረዘዳንት ዶ/ር ይልቃል ከፋለ በ09/03/2015 ዓ.ም ጎንደር ከተማ የሐገር ሽማግሌ በሚል የተሰየሙትን አካላትና ካቢኔውን ሰብስቦ ውሎ ነበር። በውሎው የተለያዩ ርዕሰ ጉዳዮችን የዳሰሰ ሲሆን ስለቅማንት ህዝብና ጥያቄ የቱን መጣል እና የቱን መያዝ የማይመች ሆኖበት ታይቱዋል። በአንድ በኩል ሰላማዊ የሆኑ ወይም የሚመስሉ ከላይ ሲታዩ ማር የተቀቡ ውስጣቸው ግን አደገኛ መርዝ የተቀበረበት ንግግር ሲያደርግ በሌላ በኩል ደግሞ በቀጥታ የቅማንት ታጋዮችን እኛ በምንለው መስመር የማይሄዱ ከሆነ እናጠፋቸዋለን ሲል ተደምጡዋል።

ከትግራይ ጋር ያላቸው የወሰን ውዝግብ እነሱ ባሉት መልኩ የማይፈታ ከሆነ የአማራው ህዝብ ለጦርነት እንዲነሳ መልዕክት አስተላልፉዋል። በዚህ ንግግሩ ውስጥ ከፌደራል መንግሥቱ ጋር በወቅቱ የነበራቸው ተቃርኖ ተሰተውሏል። በጠቅላላው የአማራውን ህዝብ ህልውና አደጋ ውስጥ የከተቱና ታሪካዊ ጠላት ናቸው

ያላቸውን አካላትም ሳይጠቅስ አላለፈም። እነሱም፡- "የቅማንት ፅንፈኛ ቡድን፡ የጉሙዝ ፅንፈኛ ቡድን፡ ወያኔ እና ኦነግ ሸኔ ናቸው"፡ በማለት ገልጹዋል። "እነዚህ አካላት በራሳቸው የተደራጁ እና የአንድነት ኔትወርክ ያላቸው ናቸው"፡ በማለትም ገልጾ አልፉዋል። በእውነት ግን የአማራ ህዝብ ጠላቱ ተሰፋፊው ቡድን አይደለም ወይ? ከማንም በላይ የአማራው ህዝብ ቀንደኛ እና ታሪካዊ ጠላት ከራሱ አብራክ የወጣው ተሰፋፊው ቡድን ነው።

ምክኒያትም የአማራውን ህዝብ ከብዙ የሐገሪቱ ህዝቦች ጋር ያባላው እውነተኛ ያልሆነ እና የተሳሳተ ትርክት በመተረክ እና ፖለቲካዊ ጸባ ጫሪነትና በሌሎች ህዝቦች ላይ ጦርነት በመክፈት የመልስ ዱላው የአማራው ህዝብ ላይ እንዲያርፍ የሚያደርገው ይህ ተሰፋፊ ቡድን ስለሆነ ማለት ነው። ወደ ዋናው ሐሳቤ ወደ ፕሪቶሪያው ድርድር ልመለስ፡ የፕሪቶሪያው ድርድር ምንም እንኳን ያንን ሁሉ አይመርጤ እልቂት እና ሁሉ አቀፍ ውድመት ያሰቆመ ቢሆንም በተለያዩ ምክኒያቶች ተፈጻሚነቱ ዝቅተኛ ስለሆነ ለሌላ ዙር ጦርነት ስጋት እንደዳረገ ነው የቀጠለው።

ምክኒያቱም ድርድሩ ወደ መሬት ወርዶ የክልሉን የግዛት አንድነት የማስጠበቅ ጉዳይ አልተከናወነም። ለዚህ ደግሞ ዋናው ችግር የብልጽግናው መንግሥት በገባው ውል መሰረት ከክልሉ መውጣት የነበረባቸውን ሐይሎች ማስወጣት አለመፈለጉና

አለመቻሉ ነው። የፍላጎት ማጣት ብቻ ሳይሆን እንዲያውም ለኤርትራ ሐይሎች በአልጀርሱ ስምምነት መሰረት ነው የያዙት እያለ አጋርነቱን ሲያሳይ የአማራ ሐይሎችን ደግሞ ከሁለት ከፍሎ ግማሹን የፋኖ ቡድን ጠላቴ ነው ብሎ እየተዋጋው ነው፡ ሌላውን ደግሞ የተከዜ ዞብ እያለ እያስለጠነ ቀጥሉዋል።

በዚህም ምክኒያት በጦርነቱ የተፈናቀለው የትግራይ ህዝብ ወደ ቦታው ተመልሶ መቋቋም አልቻለም። ብልጽግና የፕሪቶሪያው ስምምነት እንዲፈጸም አይፈልገም፡ ህወሃት ደግሞ ይህ ስምምነት ካልተፈጸም ብሎ ይዙዋል። በዚህ መካከል ነገሮች ዥዋዥዌ እየተደረጉ ቀጥለዋል ህዝቡ ደግሞ መከራውን ይበላል ማለት ነው። ብልጽግና የሚፈልገው ቲዲኤፍ ትጥቅ እንዲፈታለት ብቻ ነው። ለትግራይ ህዝብ ምንም ነገር ማሰብ አይፈልግም። ምክኒያቱም አንድ ጊዜ ጠላቴ ነው ብሎ ፈርጆታልና። ከህዝቡ መከራና ሰቆቃ ይልቅ ሁሉም አካላት ቲዲኤፍ ላይ ትኩረታቸውን አድርገዋል። ይህ ደግሞ ቲዲኤፍን የመከራከሪያ ነጥብ አድርጎት ቀጥሉዋል፡ መጨረሻው ምን ሊሆን እንደሚችል አይታወቅም።

3፡ 10 ቲዲኤፍ የመከራከሪያው ነጥብ

ቲዲኤፍ በትግራይ ህዝብ በኩል የሚከበር አለኝታ፡ የክፉ ቀን ደራሽ መከታ፡ ህዝቡን ከጥፋት የታደገ ታሪካዊ ህዝባዊ ዘብ ተደርጎ

ይወሰዳል። በህወሃት በኩል ደግሞ ቲዲኤፍ ለህወሃት ብቻ ሳይሆን ለትግራይ ህዝብም የህልውና ጉዳይ ነው። ብልጽግና ደግሞ ቲዲኤፍን ሲሆን ወደ መከላከያ እንዲቀላቀልለትና እሱ እንዲቆጣጠረው፡ ካልሆነ ደግሞ ለሰልጣን ስጋት እንዳይሆን ትጥቅ እንዲፈታ ይፈልጋል።

ቲዲኤፍ በአማራ ሐይሎች እና በሻዕቢያ ደግሞ ስጋት በማይሆንበት ደረጃ እንዲጠፋ ይፈልጋሉ። በነገራችን ላይ ሻዕቢያ ሶስት ነገሮችን ይፈራል። የመጀመሪያው በትግራይ ህዝብ ላይ የፈጸመውን አሰቃቂ ድርጊት ታሪካዊ የመልሰ ድላውን ነው የሚፈራው፡ ሁለተኛው የህወሃትን አለመጥፋት በጽኑ የሚፈራው ነገር ነው፡ ሶስተኛው ደግሞ የቲዲኤፍን አደረጃጀት ይፈራል። ለማንኛውም ቲዲኤፍ ለሚፈልጉት የሚያከብሩት፡ የሚደግፉት፡ የሚያደንቁትና እንደ አይናቸው ብሌን የሚያዩት ሲሆን ለሚጠሉት ደግሞ የሚፈሩት፡ ስጋት አድርገው የሚቆጥሩት ሆኖ በሁለቱ አካላት መካከል የመከራከሪያ ነጥብ ሆኖ እንደቀጠለ ነው።

ምዕራፍ አራት

የቅማንት ህዝብ ትግል

ያ ቀደምት ሐገር መሰራቹ ህዝብ፡ ያ የዓለማችን የመጀመሪያውን ሐይማኖት ይዞ የሚገኘው ህዝብ፡ ያ የራሱ አስተዳደር፡ ዘመን አቆጣጠር እና የመልካም እሴቶች ባለቤት የሆነው ህዝብ፡ ያ የዓባይ ሸለቆ ሰልጣኔ ባለቤት የሆነ ህዝብ፡ ያ ቀደምት ሐገረ መንግሥት መሰራች ህዝብ፡ ያ ጫካ መንጥሮ ሐገር ቆርቁሮ ያቀናው ህዝብ፡ ያ የቱባ ባህሎችና ሁሉን ነገር ለመተርጎም የተፈጠረ መዝገበ ቃላት(dictionary) የመሰለ ቋንቋ ባለቤት የሆነ ህዝብ፡ ያ የአባቶቹን መቃብር እንደ ህውልት ጠብቆ እዚህ ዘመን ላይ ያደረሰው ህዝብ፡ ያ ታሪከ ጠገቡ ህዝብ፡ ያ ኢትዮጵያን አቅንቶ መሰርቶ እንደ ሙሽራ በተለያየ ሰም የሚጠራት ህዝብ፡ ያ የሉአላዊነት አርበኛ፡ ከጨቋኞች ጋር በሙሉ የሚፋለመውና ህዝብን ነጻ የሚያወጣው ህዝብ የለህም ተባለና በቀትር በአደባባይ ሐገራዊ፡ መንግሥታዊ፡ ህግዊ እና ሞራላዊ ክህደት ተፈጸመበት።

የቅማንት ህዝብ የለህም ከተባለበት ዕለት ጀምሮ በተደራጀ መልኩ ህዝባዊ ሕገ-መንግሥታዊ ጥያቄ በማንሳት እየታገለ ይገኛል፡ ፡ ይህንም ተከትሎ ጥያቄውን በእንጭጩ ለማሰቀረት የክልሉ

መንግሥት በታቀደ መልኩ በህዝቡ ላይ በተለያዩ ዙሮች የተከፋፈሉ ጦርነቶችን አወጀበት። በዚህ ምክኒያት በትግሉ ሒደት ውስጥ በጣም ብዙ ሐብትና ንብረት ወድሟል፡ በብዙ ሺ የሚቆጠሩ ሰወች ተሰውተዋል፣ ብዙወች ተፈናቅለዋል፣ ብዙወች ተሰደዋል፣ ብዙወች ታስረዋል እንዲሁም ተሰቃይተዋል፡ እየተሰቃዩም ይገኛሉ።

በአሁኑ ወቅት በታሪክ አጋጣሚ ልክ እንደ ቅማንት ሕዝብ የየራሳቸውን ፖለቲካዊ አጀንዳ ይዘው በተለያየ አቅጣጫ ተሰልፈው ለአንዴና ለመጨረሻ ጊዜ አሃዳዊውን የአገዛዝ ሰርዓት ለመቅበር አብዛኛው የሐገሪቱ ህዝቦች እየታገሉ ይገኛሉ። አሃዳዊ ቡድኑ ደግሞ በበኩሉ የአሃዳዊ ሰርዓትን ከተቀበረበት አውጥቶ ነፍስ ሊዘራለትና ህልውናውን ለማስቀጠል በሚችለው መልኩ እየተፍጨረጨረ ይገኛል። አሁን በሐገሪቱ ያለው ጦርነት መሰረታዊ ምክኒያቱ በአንድ በኩል የብሔር ፌደራሊዝሙን ለማስቀጠል በሚታገሉ አካላት እና በሌላ በኩል ደግሞ ሰርዓቱን በሒደት ወደ አሃዳዊ አገዛዝ ለመውሰድ በሚታገሉ አካላት መካከል ነው።

የብልጽግናው መንግሥት ለታይታ የፌደራሊዝም ሰርዓት አራማጅ ይመሰላል እንጂ የሚሰራው ለአሃዳዊ ሰርዓት የሒደት ደረጃ መሰራት ነው። ለዚህም ማሰረጃ የሚሆነን ብሔር ጠሉ የአማራ ክልል መንግሥት፡ የአሃዳዊ ሰርዓት አቀንቃኙ ኢብን እና እንደ ሁኔታው ወደ አሃዳዊነት ለመሔድ የሚያኮበኩበው ኢዜማ

በብልጽግናው ዙሪያ መሰባሰባቸው ነው። እውነት ብልጽግና የብሔር ፌደራሊዝም ስርዓት አራማጅ ቢሆን ኑሮ መጀመሪያ ጥሉ የሚመጣው ከአማራይዜሽን አቀንቃኝ አካላት ጋር ነበር። ይህ ቡድን ከብልጽግና ጋር ተጣብቶ የሙት ሙቱን እየታገለ ያለው ተስፋ ስላለው ነው። በሆነ ወቅት የገጠመኝን አንድ ሐሳብ ላካፍላችሁ። "የደበዘዘው ደማቅ ታሪክ ሲገለጥ" ያልኩትን መጽሐፌን ለማሳተም የተሻለ ዋጋ ለማግኘት የተለያዩ አታሚዎችን እተዘዋወርኩ እናግራለሁ። ከአንዱ ጋር በአጋጣሚ ተግባባንና ለረዥም ሰዓታት አወራን። የሔድኩበት ዋና አጀንዳየም ስለሚጋብዘን የሐገራችን ፖለቲካ ማብጠልጠሉን ቀጠልንበት።

ታዲያ በዚህ ወሬ ውስጥ እንዲህ አለኝ "......አሁን ያለው የብሔር ፌደራሊም ስርዓት የሚባለው ለሐገራችን አይበጅም፡ አጥፊ ነው። አንተም ወደዛ እንዳትገባ"፡ አለኝ። እኔም "ህዝቡ ከፈለገውሰ" አልኩት። "ሕዝብ መሪውን ነው የሚመስለው አሁን ያለው መንግሥት ችግር አስቀድሞ ነገሩን ግልጽ ማድረጉ ነው። አንድ ህጻን ልጅ ሰው የሚያየው ተወልዶ ካደገ በኋላ ነው። ይህም ልክ እንደዚህ ነው በውስጥ ተሰርቶ አልቆ ነው ይፋ መሆን የነበረበት። አንተ የምታሳትመው መጽሐፍም ብሔር ምናምን ብሎ የሚያወራ ከሆነ ቢቀርብኝ ይሻላል"፡ አለኝ።

ተያያዥ የሆኑ ብዙ ወሬወችን ስናወራ........."ምንም ችግር የለም በሆነ ምክኒያት በፖለቲካ ብታሰር ከውስጥ ባለኝ ግንኙነት እወጣለሁ"፡ ብሎ በሰርዓቱ ላይ ያለውን ታማኝነት እና እምነት ቁልጭ አድርጎ ነገረኝ። በዚህ ሰርዓት የቅማንት ሕዝብ በጣም ብዙ ግፍና መከራ እያስተናገደ ያለ ህዝብ ነው። ህዝቡን ለማሰቃየት በጣም ብዙ ምክኒያቶችን ይደረድራሉ። ለምሳሌ በፊት ብልፅግናንን አልደገፋችሁም፣ ለምን ኮሚቴ ትደግፋላችሁ፣ ኮሚቴ የህወሃት ተላላኪ ነው በማለት እና በመሳሰሉት ምክኒያቶች ሲያሰቃዩት ከቆዩ በኋላ የክልሉ መንግሥት ከፌደራሉ መንግሥት ጋር በራሱ ጉዳይ መቃቃር ውስጥ ሲገባ ደግሞ ብልፅግናን መደገፍ የለባችሁም ብለው መጡ፡ በሁሉም እሳት ውስጥ ነው ህዝቡ የገባው።

አሁን ሁሉ ነገር በክልላችን፡ የክልላችን ነው፡ በቃ ሁሉም ነገር በእኛ እና የእኛ ነው የፌደራል መንግሥትን ለመጣል የክልላችን የውስጥ አንድነት ማስጠበቅ አለብን ብለው ከተፍ አሉ። ከዛ ታጋዩ ክፍልም ጥያቄያችን ያለው የፌደራሉ መንግሥት እጅ ላይ ስለሆነ ያለን ግንኙነት ይቀጥላል ሲላቸው፡ እነሱ ደግሞ እስኪ ይመጣና የፌደራል መንግሥቱ ያስቀራችሁ ብለው ታጋዩን ሁሉ ወደ ዘብጥያ አወረዱት። በእርግጥም እውነታቸውን ነው በአማራ ክልል ውስጥ የፌደራሉ መንግሥት ምንም ነገር ማድረግ አይችልም፡ "ጥርስ የሌለው ውሻ" ነው። በእርግጥ የአማራ ክልል መንግሥት ከፌደራል

መንግሥቱ ጋር የሚቀጥለው የእርሱ የተሰፋፊነት ስርዓት ተሰፋ እስካለው ድረስ ብቻ ነው፡ ከዛ ውጭ ሁሉም ፋኖ ነው።

ስለሆነም እሉ ሲነግሩን የክልሉ አመራሮች በተለይ የወረዳ አመራሮች ሁሉም የቅማንት ህዝብ ከጎናችን ሊቆም ይገባዋል። የቅማንት ህዝብ የማንነት ጥያቄው በኋላ ይታያል ካልሆነ ግን የፌደራሉ መንግሥት በክልላችን ውስጥ ጣልቃ መግባት ስለማይችል እርምጃ እንወሰዳለን በማለት ህዝቡን ከጊዜ ወደ ጊዜ መከራውን ያፀኑበት ጀመር። አሁን ባለው ወቅታዊ እውነታ ወደ ቅማንት አካባቢ መከላከያን መደገፍ እራሱ አይቻልም ወንጀል ነው፡ ምክኒያቱም ከፋኖ ጋር ገጥሙዋልና። ፋኖ እስከ አሁን ጦርነቱን የቻለውም እኮ አመራሩ የውስጥ አርበኛ ሆኖ ከፋኖ ጋር ስለሚሰራ ፋኖ ቀድሞ መረጃ ስለሚደርሰው ነው እንጅ እውነት የመከላከያውና የፋኖ አቅም ተመጣጣኝ ሆኖ አይደለም።

በዚህ ምክኒያት የወረዳ አመራሮች እና መከላከያ አይግባቡም። እንዲያውም መከላከያው ውስጥ ያሉ የአማራ ተወላጅ የመከላከያ አባላት እና የወረዳ ካቢኔዎች በመግባባት የቅማንት ወጣት ታጋዮችን ያስገድላሉ። ምክኒያቱም ከአማራ ተወላጆች ውጭ የሆኑ የመከላከያ አባላት የቅማንትን ጥያቄ ህዝባዊ ጥያቄ ነው ብለው ስለሚያምኑ በአካባቢው ያሉ ወጣት ታጋዮችን አያሳድዱዋቸውም። በአንጻሩ የአማራ ተወላጅ የሆኑት የመከላከያ

አባላት ደግሞ የቅማንትን ጥያቄ የመድፈቂያ አንድ መሳሪያ ስለሆኑ፡ ምክኒያት እየፈለጉ ወጣቱን ታጋይ ያለምንም ርህራሄ መግደል ነው ነገረ ስራቸው ሁሉ። ትዕዛዝ ምናምን አይጠብቁም በአገኙት አጋጣሚ ሁሉ ይገላሉ።

ይህንን ደግሞ የሚያቀነባብሩት ከክልሉ መንግሥት ተልኮ ተቀብለው የአካባቢው የወረዳ አመራሮች ናቸው። ጭልጋ ወረዳ ስራባ የነበረው መከላከያ ስራዊት አንዳንድ አባላቱ ከካቢኔ ጋር በመተባበር የቅማንትን ህዝብ ወጣት ታጋዮች ማሳደድ፡ መግደልና ትጥቅ ማስፈታት ይፈልጋል፡ በአንጻሩ መተማ ወረዳ ገንደውሃ የነበረው መከላከያ ስራዊት ደግሞ ይህንን ጉዳይ ደጋፊ አይደለም፡ በአንድ በኩል ህዝቡ ጥያቄ ስላለው ነው ጥያቄው ፖለቲካዊ መፍትሔ አግኝቶ ሲመለስ የወጣት ታጋዩም ጉዳይ ያኔ እልባት ያገኛል ይላል፡ በሌላ በኩል ደግሞ አሁን ዋናው ስራችን ፋኖ ላይ እንጂ ለራሳችን አላስፈላጊ ሌላ ስራ መፍጠር የለብንም የሚል ሐሳብ ሲያቀርብ ይደመጣል።

እዚህ ላይ ግን አንድ ነገር አለ እሱም ምንድን ነው፡ የአማራ ተወላጁ የመከላከያ አባላት አካባቢውን ወደ ቀውስ አስገብቶ ለፋኖ አካባቢውን አሳልፎ የመስጠት ፍላጎት ያለው ይመስላል፡ በሌላ በኩል ያለው የመከላከያው አባላት ደግሞ እነዚህን ወጣት ታጋዮች መንካት ፋኖን ወደ አካባቢው እንዲገባ እድል መስጠት ነው የሚል

ሐሳብ ያለው ይመስላል። እዚህ ላይ ለመከላከያ ሰራዊቱም ሆነ ለፋኖ የአካባቢውን እስትራቴጅካዊ አስፈላጊነት ልብ ይለዋል። አካባቢው በጦርነት ከምትናጠው ሱዳን ጋር ሰፊ ድንበር መጋራቱ ብቻ ሳይሆን ዋናው ወደ ሱዳን የሚሔደው አስፓልት መንገድም የሚገኘው በዚሁ አካባቢ ነው። ይህ አካባቢ ደግሞ የቅማንት አካባቢ ነው፡ ለዚህ ነው እንደ ሌላው አካባቢ ፋኖ እዛም አካባቢ እግር ተክሎ መቆም ያቃተውና ለመከላከያው ደግሞ የተሻለ አካባቢ የሆነው። ለዛ ነው በሆነ ወቅት ላይ ፋኖ ድሮ ያደረኩትን ሐጢያት ስርዙልኝና አብረን እንታገል የሚል ሐሳብ ያቀረበው። የሆነው ሆኖ በሌላ በኩል የወረዳ አመራሮች ከፋኖ ጋር የነበረው የድሮው መሰመራዊ ግንኙነታቸው አለ። ይህ ማለት የክልሉ የብልጽግና አመራሮች፡ አንዳንድ የአማራ ተወላጅ የመከላከያ አባላት እና ፋኖ አብረው ይሰራሉ ማለት ነው። ለዚያ ነው በክልሉ ውስጥ ያለው ጦርነት መንግሥት በፈለገው መልኩ ግብ የማይመታው። ይህ ብቻ ሳይሆን የሐይማኖት አባቶችም የፋኖ ከለላ ናቸው። ስለሆነም አመራሩ ፋኖ ከሆነ፡ የሐይማኖት አባቶች ፋኖ ከሆኑ፡ ህዝቡ እንዳለ ሲሆን ፋኖ ነው፡ አለዚያም የፋኖ ደጋፊ ነው ማለት ነው።

ይህ የማይካድ እውነት ነው፡ ማንም ፋኖን ስለጠላ ስለወደደ አይደለም እውነት መሆኑን ማወቅ ያስፈልጋል። ይህ እውነት ባይሆን ኑሮ ፋኖን ህዝቡ እያጋለጠ ያስጨርሰው ነበር፡ ፋኖም ከባህር የወጣ

አሳ ነበር የሚሆነው። ይህ ብቻ ሳይሆን ፋኖ ከተለያዩ አካላት የአጋፋሪነት ስራ ይሰራለታል። ለምሳሌ ከቅማንት የማንነት እና የራስ አስተዳደር ኮሚቴ የተባረሩ አካላት ዋና የፋኖ አጋፋሪዎች ናቸው። በሆነ ወቅት በታች አርማጭሆ አካባቢ የተወሰኑ የፋኖ አባላት በሚኒሻ ተይዘው መሳሪያቸውንም አውርደው እያለ ይህ ቡድን ነው ከብት የጠፋባቸው ገብሬዎች ናቸው በሉ ብሎ ለሚኒሻዎች ነግሮ ያስለቀቃቸው።

በአጠቃላይ ሲታይ የፋኖ ምድራዊ ነብስ አባት(በመከላከያ እንዳይመታ ማለት ነው) የሐይማኖት አባቶች ናቸው፡ የፋኖ መረጃ ክፍሉ የክልሉ አመራሮችና ጽንፈኛ የመከላከያ አባላት ናቸው፡ የፋኖ ሎጅስቲክ አቅራቢዎች ደግሞ ህዝቡና ዲያስፖራው ነው። ከዚህ በተጨማሪ እንግዲህ በጣም ብዙ አጋፋሪዎች ደግሞ ከፖሊስም፡ ከሚኒሻም፡ ከአድማ በታኝም አለው። ወደ ፋኖ የሚኮበልለው ሁሉ በውስጥ ሲሰራ የነበረ የፋኖ የውስጥ አርበኛ የነበረ አካል ነው። ወደ ተነሳሁበት ሐሳብ ልመለስና የቅማንት ህዝብ በብዙ መከራ ውስጥ ነው እያለፈ ያለው።

በዚህ የግፍ ተግባር ውስጥ ደግሞ የፌደራሉ መንግሥት እጅም አለበት። ለአብነትም ያህል አንዳንድ ጊዜ የክልሉን መንግሥት በጦር መሳሪያ በማገዝ አለፍ ሲልም የመከላከያ ሰራዊት በቀጥታ ህዝቡን በመጨፍጨፍ ተግባር ላይ እንዲሳተፍ ሲደረግ አንዳንድ

ጊዜ ደግሞ እያየ እንዳላየ፡ እየሰማ እንዳልሰማ፤ እያወቀ እንዳላወቀ በመምሰል ህዝቡን አውሬ ሲበላው ዝምታን መርጧል። በተለያየ ጊዜ ደግሞ ታጋዩን በማታለል በምህረት ሰም በማስገባት ታጋዮች እንዲታሰሩ በማድረግ ለክልሉ መንግሥት ያለውን ታማኝነት ለማረጋገጥ ሲል በቅማንት ህዝብ በኩል ደግሞ ታማኝነቱን እያጣ ዘልቋል።

ይህ አካሄድ የህዝቡን ጥያቄ በምንም መልኩ ሊቀለብሰው አይችልም። አሁን ሁሉም ታጋይ ነው፤ ህዝቡ ኑሮ ከመሞት ሞቶ ህያው መሆንን መምረጡ አይቀርም። አሁን ህዝቡ እንደ አንድ ልብ መካሪ እንደ አንድ ቃል ተናጋሪ በመሆን ከብረት የጠነከረ አንድነት ፈጥሯል። ትግላችንም ያስተማረን ይህንን ነው፤ ሲመቱ እንደ ሚሰማር መጠንከር። አሁን ሁሉም ታጋይ ነው። በእርግጥ የቅማንት ህዝብ ጥያቄ በባህሪው ከመነሻው ጀምሮ በተለያዩ ችግሮች የተተበተበ ነው። ከእነዚህ ችግሮች ውስጥ አንዱ ተደጋጋሚ የሆነ የነፃነት ታጋዩ አላግባብ መሰዋዕትነት መክፈል እና ከፍተኛ የሆነ የንብረት ውድመት ነው። ይህ ችግር ደግሞ በመሰረታዊነት የሚነሳው ከጥያቄው አፈፃጸም ሒደት ጋር ነው። የጥያቄውን በጊዜ አለመመለስ ተከትሎ የጥያቄው ውስብስብነት እየጨመረ መሄዱ እና በሒደቱ ውስጥ ከበፊቶቹ የባሱ ሌሎች ችግሮች መፈጠራቸው ነው። ትግሉ ከጅምሩ ምንም ዓይነት ፋይናንስ ያልነበረው መሆኑና

ገንፈድሎ ወደ ትግል የወጣው ወጣት ምንም ዓይነት የሎጅስቲክ አቅርቦት የሌለው በመሆኑ ችግሩን እያወሳሰበው መጣ።

ይህ ደግሞ በትግሉ ላይ ከፍተኛ አሉታዊ ጫና ይዞ መጣ። ሌሎች ችግሮች ደግሞ በአመራር ጥበብ ማነስ የመጡ ናቸው። ከመጀመሪያው ጥያቄውን እመራዋለሁ ብሎ የተደራጀው ኮሚቴ ከጥያቄው መጓተትና ውስብስብነት አንፃር ከጊዜ ወደ ጊዜ የሚታሰረው እየታሰረ በአቋምም እየተሸረሸረ እና እየተሰላቸ መጣ፡ ይህ ሁኔታ ትመሩናላችሁ ብሎ የመረጣቸውንና የተከተላቸውን ወጣት ታጋይ ራሱ ተሰፋ አሰቆርጦ አትመሩንም እስከ ማለት አደረሰው፡ እናም በኮሚቴውና በታጣቂው ወጣት ታጋይ መካከል በተወሰነ መልኩ መቃቃርን ፈጠር ማለት ነው።

ይህ ችግር እንዲፈጠር የክልሉ መንግሥት ረዥም እጆች አሉበት፡ ነገር ግን ይህንን ችግር በጥበብ እየፈታ የሚመራ አካል አልነበረም። በዚህ ወቅት የክልሉ መንግሥት የህዝቡን ጥያቄ ለማስጣል የተለያዩ መንገዶችን ይጠቀም ነበር። የመጀመሪያው ህዝባዊ እና ህገ መንግሥታዊ የህዝቡን የመብት ጥያቄ የያዙ ታጋዮችን በየአገኘው አጋጣሚ ሁሉ ያሳዳል፡ ያሰራል፡ ይገላል፡ ሁለተኛ አልገኘው ያሉ ታጋዮችን የሐይማኖት አባቶችን እና መከላከያ ሰራዊቱን ተጠቅሞ በሰላማዊ ውይይት ሰም ያሰገባና ወደ ዘብጥያ ያወርዳቸዋል፡ በሶስተኛ ደረጃ በተለያየ መንገድ ያዳከመውን፡

ያስላቸውንና በኢኮኖሚ ያሽመደመደውን ታጋይ ውስጥ ይገባና በተለያዩ ጥቅማጥቅሞች እየፈረካከሰ ይጥለዋል።

በዚህ ወቅት ነበር እንግዲህ ጥበበኛ መሪ ታጋይ እና አታጋይ የሚያስፈልገው። ይህ ሁኔታ ደግሞ የነበረውን ሁሉ በክልሉ መንግሥት ያጣውን እና ወደ ነጻነት ትግል የወጣውን ታጋይ ወጣት ወደ ተስፋ መቁረጥ አስገባውና ዱር ቤቴ ብሎ አረፈ። በዚህም ምክኒያት ህዝቡ ዳግም ችግር ውስጥ ገባ። ምክኒያቱም ይህ ወጣት ታጋይ የፖለቲካ መሪ ስሌለለው እና በመርህ ስለማይመራ ምንም እንኳን በአካባቢው ላይ ፋኖ የሞካራቸውን ትንኮሳዎች ቢቀለብሰም እራሱ ህዝቡ ላይ ችግር መፍጠሩ ግን አልቀረም። ይህ ሁሉ ሲሆን ከሰር የተፈቱ የኮሚቴው አባላት እንኳን ትናንት መሪ እንዳልነበሩ ሁሉንም ነገር በገለልተኛነት መመልከትን መረጡ። የዚህ ምክኒያት ደግሞ አስቀድሞ በወጣቱ ታጋይ እና በኮሚቴው መካከል ልዩነት ተፈጥሮ ስለነበር ነው። ይህም የክልሉ መንግሥት ምህረት ግቡ ባለበት ወቅት የተፈጠረ ልዩነት ነበረ። እንደሚታወቀው የቅማንት የማንነት እና የራስ አስተዳደር አስተባባሪ ኮሚቴ ህዝባዊ እና ህገ መንግሥታዊ ጥያቄ በመጠተቁ ብቻ እንደወንጀል ተቆጥሮበት አሳደው ጫካ ያስገቡትና ምህረት ጠይቀህ ግባ ማለት የተለመደ ጉዳይ ነው። በእርግጥ ምህረት መጠየቅ የነበረበት ህዝባዊና ህገ መንግሥታዊ ጥያቄ የሚደፍቅ አካል መሆን ነበረበት። ግን ጉዳዩ

በህግ አግባብ ሳይሆን በሐይል ስለሆነ የሚሆነው ነገሩ ሁሉ ተገለባበጠ ማለት ነው።

4፡ 1 በሰላም በምህረት ግቡና እንወያይ

በ2015 ዓ.ም ህዳር ላይ ይህንን ሐሳብ ያቀረበው የአማራ ክልል መንግሥት፡ የፌደራሉን መንግሥትና መከላከያ ሰራዊትን እንደ መተማመኛ ዋስትና በመያዝ እና የሐይማኖት አባቶችን ደግሞ በአጋፋሪነት በመጠቀም ለቅማንት ህዝብ ታጋዮች ነበር። ምክኒያቱም በዚያ ወቅት የቅማንት ታጋዮች በመጀመሪያ የክልሉ መንግሥት አይታመንም ሲቀጥል ጥያቄው ፌደራል መንግሥት ላይ ስለሆነ ያለው የምንወያየው ከፌደራል መንግሥት ጋር ነው የሚል አቋም ነበራቸው።

ወቅቱ የሁለት ዓመቱ ደም አፋሳሽ የዘመናችንን ጦርነት ለማሰቆም በህወሃት እና በብልፅግና መካከል ድርድር የሚደረግበት ወቅት ነበር። በዛን ወቅት ብልጽግና ከሁሉም የነጻነት ታጋዮች ጋር ያሉ ልዩነቶችን በሰላማዊ ውይይት ይፈታል የሚል ተሰፋ ስለተነዛ ይህንን ተከትሎ የቤንሻንጉል ጉሙዝ ሐይሎች ወደ ክልሉ በመግባት ከክልሉ የፀጥታ ዘርፍ ጋር ለመሰራት ተሰማምተዋል የተባለበት ወቅትም ነበር። ምንም እንኳን በወቅቱ የግል የቡድን ጥያቄን ምክኒያት አድርገው ያልገቡ ታጋዮች ቢኖሩም ማለት ነው።

በተመሳሳይ መልኩ ይህ እድል ለቅማንት ህዝብ የነጻነት ታጋዮችም እንዳያልፋችሁ ተጠቀሙበት በሚል አይነት ስሜት መጣ። ይህ ጉዳይ በተሰፋና በስጋት የታጀበ ስለነበር ታጋዩን ክፍል በመግባት እና ባለመግባት ከሁለት ከፈለው። በአንድ በኩል ትግሉን ትቶ ህወሃት እና ኦነግ ሊያመጡ የሚችሉትን ጠቅላላ ውጤት በተሰፋ ሲጠባበቅ የነበረው የተወሰነው የኮሚቴ አባላት በጭፍን መግባት አለብን ብሎ ወሰነ።

በሌላ በኩል የተወሰነው የኮሚቴ አባላትና ወጣቱ ታጋይ ምህረት መግባት ብሎ ነገር የለም አለ። በተለይ ወጣቱ ታጋይ ትጥቅ ያስፈቱናል የሚል ስጋት አደረበት። ከዚህ ጎን ለጎን አብዛኛው የህዝቡ ክፍል ምህረት አያስፈልገውም ይህ ጉዳይ ተደጋግሞ ታይቱዋል ምንም ውጤት አላመጣም ሲል፡ አንዳንድ ወደ አዲስ አበባ የተሰደዱ ታጋዮች ደግሞ ምህረቱ ያዋጣል እመኑን ማለቱን ተያያዙት። ይህ በዚህ እንዳለ በአንድ በኩል ምህረት መግባት ያስፈልጋል ብለው ወጥረው የያዙት የበላይ የኮሚቴው አመራሮችና የትግሉ መሪዎች ስለሆኑ መግባት አለብን የሚለውን ወሰነው አሸነፉ፡ በሌላ በኩል ደግሞ መከላከያ ሰራዊቱ የሚፈታ ትጥቅ የለም አስተማማኝ ዋስትና እሰጣለሁ በማለቱ በምህረት መግባት አማራጭ የሌለው ነገር ሆነ። በዚህ ወቅት ማንም አይገባም የሚገባውን ሁሉ እንመታለን ሲል የነበረው ወጣት ታጋይ ተሸነፈና

በእየግሉ በምን መልኩ አንገቱን ደፍቶ ተረግጦ መኖር እንደሚችልና እንዳለበት ወይም ደግሞ ምን ማድረግ እንዳለበት ለእየግሉ ያሰላሰል ጀመር። ይህ በእንዲህ እንዳለ ሁሉም ነገር በችኮላ ተከናወነና የቅማንት ታጋዮች ሙሉ በሙሉ ወደ ሰራባ ካንፕ በመግባት ውይይት እንዲጀምሩ ተደረገ።

ይህ ውይይትም በተለያዩ ምክኒያቶች በተሰፋ እና በሰጋት መካከል የሚደረግ ውይይት ነበር። ምክኒያቱም ውይይቱ በመተማመን ላይ ተመሰርቶ ውጤታማ ከሆነ ሁሉንም አካላት አሸናፊ በማድረግ ችግሮችን ለመፍታት የሚያሰችል የነበር ቢሆንም፡ ነገር ግን በአንድ በኩል የቅማንት ህዝብ እያደረገ ያለውን ትግል የክልሉ መንግሥት የሰርዓት ለውጥ ለማምጣት የሚደረግ ትግል ነው ብሎ ሰለወሰደው ጫናዎች የሚበዙበት ሲሆን በሌላ በኩል ደግሞ የቅማንትን ህዝብ የራሰን እድል በራሰ የመወሰን ህገ መንግሥታዊ የመብት ጥያቄ የክልሉ መንግሥት የማይቀበለው ሰለሆነ ነው። በዚህም ምክኒያት ውይይቱ ውጤታማ እንዳይሆን የሚያደርጉ ብዙ ችግሮች ነበሩት። ከነበሩት ችግሮች ውሰጥ የተወሰኑትን ብቻ ለማሳያ ያህል እንያቸው።

1፡ በውይይቱ ወቅት ግልፅ የሆነ ሐሳብ አለመቅረቡ እና አወያዩ አካላት ወደ ዋናው የህዝቡ ጥያቄ ለመግባት አለመድፈር የመጀመሪያው ተግዳሮት ነበር። ከዚህ አለፍ ሲልም ከዋናው ከወቅቱ

አጀንዳ ጋር የማይገናኙ ሐሳቦችን እያቀረቡ የህዝቡን ታሪክ በውሸት ያጠለሹት ጀመረ። "ሊበሉዋት የፈለጓትን አሞራ ዥግራ ናት ይሉዋታል"፡ እንደተባለው የአማራው ክልል ባለሰልጣናት እንኳን ከወቅቱ የውይይት አጀንዳ ጋር ይቅርና ከቅማንት መሰረታዊ የመብት ጥያቄ ጋር እራሱ የማይገናኙ የውሸት ትርክቶችን እያቀረቡ ዋናውን አጀንዳ ወደ ጎን ማድረጉን ቀጠሉበት።

በዚህ ውይይት ላይ አጋፋሪው የሐይማኖት አባት ብን ብሎ ሁሉም ጠፋ፡ ሐላፊነት የወሰደው መከላከያ ሰራዊቱ ደግሞ ብቅ እልም እያለ ለነገሩ ትኩረት መስጠቱን ተወው። እንዲያውም በኋላ ሙሉ በሙሉ ለክልሉ ባለሰልጣናት እና የፀጥታ ዘርፍ ነገሩን አስረክቦ ጠፋ። ይህንን እድል በጉጉት ሲጠብቅ የነበረው አካልም ማድረግ የሚፈልገውን ሁሉ ማድረግ ነበረበትና አደረገ።

2፡ ሁለተኛው መሰረታዊ ተግዳሮት የነበረው ደግሞ በአደራ የተረከቡትን የጦር መሳሪያ በገቡት ቃል መሰረት ለታጋዩ ያልመለሱ እንደሆነ የሚፈጠረው ችግር ነበር። ይህን ካደረጉ በአንድ በኩል የህዝቡ የህልውና መጠበቂያ እና የእያንዳንዱ ግለሰብ የጥጃ መጠበቂያ የእጅ ብረቱ ስለሆነ ንብረትነቱ ሲሆን በሌላ በኩል ደግሞ ከበፊት ጀምሮ ሰጋት የነበረበት ሰለነበር በታጋዩ መካከል መከፋፈልን ይፈጥራል የሚል ነበር። የተፈራውም ሳይቀር ይህ ሆኖ ችግሩም ተከሰተ ማለት ነው። ማለትም መከላከያ ሰራዊት እመኑኝ

ትጥቅም አይፈታም ነገሩ በውይይት ያልቃል ያለውን ቃል ክዶ የህዝቡ የህልውና ማስጠበቂያና የወጣቱ ታጋይ የግል ንብረት የሆነውን መሳሪያ የክልሉ መንግሥት ወረሰው ማለት ነው።

3፡ ሶስተኛው የውይይቱ ስጋት የነበረው የወረዳዎች እና የዞኑ የካቢኔ አባላት በግል ፍራቻ ብቻ የሆነ ያልሆነ የውሸት የውንጀላ ሐሳብ ይዘው መቅረባቸው ነው። በአንድ በኩል እራሳቸውን ከተፈጠረው ችግር ሁሉ ከተጠያቂነት ነጻ ለማድረግ ሲሉ በሌላ በኩል ደግሞ ታጋዩን በውሸት ወንጅሎ ከትግል ውጭ ለማድረግ ያልቆፈሩት ጉድጓድ አልነበረም፡ እሱም ተሳክቶላቸው አሁን አንጋፋ የትግሉ መሪዎች በውሸት ተከሰው በእሰር ቤት ይገኛሉ ማለት ነው።

4፡ አራተኛው የውይይቱ ስጋት የአማራ ክልል መንግሥት ጥያቄውን ህዝቡ በሚፈልገው መንገድ ሳይሆን እሱ በሚፈልገውና በሚመቸው መንገድ ስለሚሞክር ነበር። ይህም የነበረው ስጋት እውነት ሆኖ የአማራ ክልል መንግሥት የሚፈልገው የህዝቡን የመብት ጥያቄ መመለስ ሳይሆን በተለያየ ምክኒያት ማስጣል ስለሆነ እሱን ነው ያደረገው።

5፡ የመጨረሻውና ትልቁ የውይይቱ ተግዳሮት የነበረው የክልሉም ሆነ የፌደራሉ ጨፍላቂ አካላት የራሳቸውን ፍላጎት ለማሳካት የሚያደርጉት የተሳሳተ ሙከራ ነበር። ምክኒያቱም

የፌደራሉ መንግሥት እና የክልሉ መንግሥት በቅማንት ጥያቄ ዙሪያ የየራሳቸው ፍላጎት አላቸው። በነገራችን ላይ በቅማንት ህገ መንግሥታዊ የመብት ጥያቄ ዙሪያ ብዙ የተለያዩ የየራሳቸው ፍላጎት ያላቸው አካላት አሉ። የቅማንትን ህዝባዊ ትግል አስመልክቶ የተለያዩ አካላት የየራሳቸው የሆነ ፍላጎት አላቸው።

እነዚህ ፍላጎቶች በተናጠል ሲታዩ የየራሳቸውን ዓላማ ይዘው የሚንቀሳቀሱ አካላት የፈጠሩዋቸው ተናጠላዊ ፍላጎቶች ናቸው። መሬት ላይ ሲወርዱ ግን ተመጋጋቢ ሆነው የትግሉን ችግር ውስብስብ እና ተደራራቢ አደረገውታል። ህዝቡም በዚህ ምክኒያት ከፍተኛ ጉዳት እያስተናገደ ይገኛል ማለት ነው። የቅማንት ህዝብ የመብት ጥያቄ በማንሳቱ ወደ ፖለቲካ ተቀይሮበት በተለያየ ችግር ውስጥ ይገኛል።

ሀ፡ የቅማንት ህዝብ ጥያቄ እንዲንኮላሽ እና እንዲቀር የሚፈልጉ አካላት አሉ። እነዚህም የክልሉ መንግሥት እና ከእርሱ ጋር የተያያዙ አካላትን ፋኖን ጨምሮ ማለት ነው። በእርግጥ አሁን ባለው ሁኔታ ፋኖ ከክልሉ መንግሥት የተለየ ፍላጎት አለው። ይህም አብረን እንታገል መንግሥት ነው በውስጣችን ችግር የፈጠረው የሚል ሐሳብ አለው። ይህ ግን "ጅብ እስኪነክስ ያነክስ" ነው ነገሩ። በእርግጥ "እኛም አውቀናል ጉድጓድ ምሰናል" የሚል አይነት መልስ ነው የተሰጠው።

ለ፡ የቅማንት ህዝብ እራሱን ችሎ ሳይሆን ክላስተራዊ አስተዳደር እንዲኖረው የሚፈልጉና የሚሰሩ አካላት አሉ። እነዚህ አካላት ደግሞ የህዝቡን ታሪክ መሰረት ያላደረገ እና ህዝቡ የማይፈልገውን ፖለቲካዊ አጀንዳ ይዘው የሚንቀሳቀሱ አካላት ናቸው።

ሐ፡ የቦታን ስም ከጎሳ ስም ጋር በማጣረስ ህገ መንግሥታዊ ጥያቄውን አቅጣጫ ለማስቀየር የሚሰሩ አካላት አሉ። እነዚህ ደግሞ በቅማንት መሬት ስም ቅማንትን መደለል የሚፈልጉ የአገበያይ አይነት ስራ የሚሰሩ አካላት ናቸው። እነዚህ አካላት "ቅማንት" የሚለውን የብሔር ስም በ"ጎንደሬነት" መቀየር የሚፈልጉ ናቸው። እዚህ ላይ የሚነሳው ሐሳብ ግን መሰረታዊ ችግሩ ከህገ መንግሥቱም ጋር ጭምር የተጣላ ሐሳብ መሆኑ ነው። ምክኒያቱም ህገ መንግሥታዊ ስርዓቱ የቦታ ፌደራሊዝም ሳይሆን የብሔር ፌደራሊዝም ስለሆነ ማለት ነው።

መ፡ ዓላማው በውል የማይታወቅ እንቅስቃሴ የሚያደርጉ አካላትም አሉ። እነዚህ አካላት በተለያየ ጊዜ ከኮሚቴው የተባረሩ አካላት ናቸው። የእነዚህ አካላት ዓላማቸው እራሱ በግልጽ አይታወቅም። ምክኒያቱም ኮሚቴ ናቸው እንዳይባል ከኮሚቴ ተባረዋል፡ የመንግሥት አመራር ናቸው እንዳይባል በየአካባቢው ያሉ የመንግሥት አመራሮች ከድሮ እስከ ዘንድሮ ይታወቃሉ፡ የሆነ ፓርቲ

አባላት ናቸው እንዳይባል የትኛውም ፓርቲ አባላት እንደሆኑ ገልጸው አያውቁም። ስለሆነም ጉዳያቸው እራሱ ግልጽ አይደለም። ብቻ የህዝቡ ጥያቄ ላይ ግን አሉታዊ ጫና ያደርጋሉ።

ሠ፡ በሒደት ነጻ እንወጣለን የሚል ሐሳብ ያላቸውም አካላት ደግሞ አሉ። አሁን ባለው ሁኔታ ትግሉን እየሸረሸረው ያለው አዲሱ ችግር ይህ ነው። ትግል ውስጥ ሆኖ ትግሉ እንዲዘገይ የሚጠይቅ እሳቤ ነው። ይህ ደግሞ አዘናግቶ ህዝባዊ ትግሉን ለማስጣል ለሚፈልጉ አካላት ማመቻቸት ነው የሚሆነው። አሳማኝ ሐሳብ ካለ አቅርቦ አስረድቶ በሐሳብ የበላይነት መግባባት ይቻላል፡ ዝም ብሎ ትግሉ ላይ ጫና ሊያመጡ የሚችሉ ነገሮችን ማውራት ግን ችግሩን ከማባባስ ያለፈ ምንም ትርጉም ላያመጣ ልዩነት የመፍጠሪያ ምክኒያት ይሆናል።

ረ፡ የህዝቡ ጥያቄ ህዝቡ በሚፈልገው እና ህገ መንግሥቱ በሚፈቅደው መስረት አሁን እንደተያዘ ቀጥሎ ማለቅ አለበት ብለው የሚያምኑ እና የሚሰሩ አካላትም አሉ። ይህ አይነት አስተሳሰብ ያላቸው አካላት በእርግጥ ህዝባዊ ጥያቄው ሳይሸራረፍ ለአንዴና ለመጨረሻ ጊዜ ማለቅ አለበት ለነገ ለሌላ ትግል የሚዳርግ ነገር መቀመጥ የለበትም ብለው የሚያምኑ አካላት ናቸው። ይህ አይነት አስተሳሰብ በህዝቡ ተቀባይነት ያለው መሆኑ ብቻ ሳይሆን በሁሉም መመዘኛዎች ቢመዘን ትክክል ነው። ነገር ግን እነዚህ አካላት አንድ

ችግራቸው ትክክለኛ ሐሳብ ስለያዙ ብቻ እነሱ ብቻቸውን የሚጨርሱት ይመስላቸዋል። ስለሆነም ሌሎችን የመግፋት አይነት ስሜት አላቸው። ይህ ግን በፍጹም ስህተት ነው። ምክኒያቱም ሌላውን ስታቀርበው እና ስታስረዳው ያግዝሃል ባያግዝህ እንኳን እንቅፋት አይሆንም። ደግሞም እኮ የመጨረሻው የድል ውጤቱ የሁላችን ስለሆነ ሁላችንም አሁን ተባብሮ መስራቱ የተሻለ ሒደቱንም ያፈጥነዋል አፈጻጸሙንም ያሳምረዋል።

ሰ፡ የፌደራሉ መንግሥት የራሱ የሆነ ፍላጎት አለው። በቅማንት ህዝባዊ ጥያቄ ዙሪያ ከመጀመሪያው ጀምሮ የፌደራል መንግሥቱ የራሱ የሆነ ፍላጎት ነው የነበረው፡ አሁንም ያለው። ለማሳያም ያህል በህዝቡ ላይ የክልሉ መንግሥት ያደረሰውን ጉዳት አስመልክቶ የፌደራሉ መንግሥት ቋሚ የሆነ አቋም አልነበረውም፡ የለውም። ሌላው ጥያቄው ከክልሉ መንግሥት ወጥቶ ወደ ፌደራል መንግሥት ከተላለፈ ዘመናትን አስቆጥሩዋል ነገር ግን እስከ አሁን ምንም ያለው ነገር የለም።

ይህም የሚጠቁመን የፌደራሉ መንግሥት የራሱ የሆነ ፍላጎት እንዳለው ነው። ምን አልባትም የፌደራሉ መንግሥት የቅማንትን ህገ መንግሥታዊ ጥያቄ የቅማንቱንና የአማራውን ህዝብ ሊያቃቅርበት ሁሉ ይችላል። ምክኒያቱም ህዝብን መከፋፈል የሰልጣን መሰንበቻው አድርገው እየወሰዱት ስለሆነ ማለት ነው። ከዚህ

በተጨማሪ በቅማንት ህዝባዊ ትግል ስም ግለሰቦች እራሱ የራሳቸውን ጥቅም ለማግኘት ሲሉ የሚሰሩዋቸውን ስራዎች ማየት ይቻላል።

4፡ 1፡ 1 ታጋዮችን ወደ ዘብጥያ 22/05/2015ዓ.ም

ገና ከጅምሩ ህገ-መንግሥታዊ ህዝባዊ የመብት ጥያቄ አንግበው ተንቀሳቅሰዋል ተብሎ ምህረት እንዲጠይቅ የተፈረደበት የቅማንት ህዝብ ታጋይ በሰራባ የወታደር ካምፕ ከገባ በኋላ የተወሰነው ወጣት ታጋይ መሳሪያውን እስከ ሙሉ ትጥቁ ተነጥቆ ሲለቀቅ ሌላው ታጋይ እዚያው እንዲቀር ተደረገና ለብዙ ቀናት ከአሹት በኋላ በቀን 22/05/2015 ዓ.ም ወደ ገንደዉሃ፣ አይከል፣ ጎንደር እና ላይ አርማጭሆ እስር ቤቶች እንዲወረወር ተደረገ። እነዚህ ታጋዮች ወንጀል ሆኖ የተገኘባቸው ህገ መንግሥታዊ እና ህዝባዊ የመብት ጥያቄ መጠየቃቸው ብቻ ነው።

ይህ ድርጊት የፌደራል መንግሥቱ እና የክልሉ መንግሥት በተለያየ ካርድ አንድ አይነት ጨዋታ እየተጫወቱ እንደሆነ ያሳያል። ምክኒያቱም ገና ከጅምሩ የክልሉን መንግሥትና የፀጥታ ዘርፍ አናምንም ስለሆነም የፈደራሉ መንግሥት ጋር ነው የምንጨርሰው ሲል የነበረን ታጋይ የፌደራል መንግሥት በራሱ ስም በመከላከያ በማስገባ ለክልሉ መንግሥትና የፀጥታ ዘርፍ አሳልፎ ሰጥቶ ጠፋ።

ይህ የሸፍጥ ፖለቲካዊ የመንሥት ስራ ግን ለመንግሥት እምነትን ያጠፋል ለህዝቡ ደግሞ እንደ አለት የጠነከረ አንድነትን መፍጠሩ አይቀሬ ነው። ይህ የቅማንት ህዝብ ህገ መንግሥታዊ ጥያቄ ተፈጥሮዊ ባህሪ ነውና።

4፡ 2የቅማንት ህዝብ ጥያቄና ባህሪው

የቅማንት ህዝብ ህገ-መንግሥታዊ ጥያቄ ከአነሳ ብዙ ዓመታትን አስቆጥሯል። ይህ ህገ-መንግሥታዊ ጥያቄ በተጓዘባቸው ዓመታት የክልሉ አሃዳዊያን ጥያቄውን ለማስጣልና ለአንዴና ለመጨረሻ ጊዜ ህገ-መንግሥቱ የሰጠውን መብት ብቻ ሳይሆን ፈጣሪ የሰጠውንም የነፃነት መብት ጭምር በመቀማትና በመንፈግ የህዝቡን ህገ መንግሥታዊ ጥያቄ ለማጥፋት የቻሉትን ሁሉ አድርገዋል። ነገር ግን እድልና ድል ከግፈኞች ጋር አይደለችምና የህዝቡ ጥያቄ ከማንነት ወደ ራስ አስተዳደርነት እያደገ መጣ። አሁንም ጥያቄው ሊያድግ ይችላል።

ይህ ሁሉ ሲሆን ግን የህዝቡን ጥያቄ በሰርዓት ከመመለስ ይልቅ የሚያደርገውን የማያውቀው እና የማያውቀውን የሚያደርገው የክልሉ አሃዳዊ መንግሥት ሕዝቡን በተለያየ መንገድ በማሰቃየትና ታጋዮችን በተለያየ ምክኒያት በማሰር ሰይጣናዊ ዓላማውን ለማሳካት ላይ ታች ይረግጥ ጀመር። አሁንም ድረስ በምህረት ሰበብ

ታጋዮችን በማታለል ከአሰገባ በኋላ በተለያዩ የማጎሪያ እስር ቤቶች አጉሮ እያሰቃያቸው ይገኛል። ለካ ሰውም ከትላንት አይማርም፤ በጉልበት ቢሆን ኖሮ ደርግ ይሳካለት ነበር። ይህ አጉል ድርጊታቸው ግን ምን አልባት ሶስት ነገሮችን ይዞ ብቅ ሊል ይችላል። ጥያቄው የቅማንት ህዝባዊ ጥያቄ ነውና።

1፡ የመጀመሪያው የመሸነፊያ ካርድ መምዘዝ ነው የሚሆነው። በፖለቲካው አለም የሆነ አካል አታሎ፣ ዋሽቶ፣ ሸውዶ ወይም በሌላ ሰልታዊ በሆነ ሐይል ተጠቅሞ ባላንጣዎቸ ናቸው የሚላቸውን አካላት በማሸነፍ ጊዜያዊ ድል ያገኝ ይሆናል። ይህ አካሄድ ግን ዘላቂ የሆነ መፍትሔ ሊያመጣ አይችልም። ምክኒያቱም ዘላቂ ሆነ መፍትሔ ማምጣት የሚቻለው ምክኒያታዊ ሆኖ አስረድቶ በማሳመን ነው። አለበለዚያም ለጥያቄው መልስ በመስጠት ነው። ከዚህ ውጭ ያሉት የተሳሳቱ መንገዶች ግን ምን አልባትም የመሸነፊያውን ካርድ መምዘዝ ያደርጉታል ነገሩን ሁሉ።

2፡ ሁለተኛው የተቀበረ ፈንጅ ማሰቀመጥ ነው የሚሆነው። የተቀበረ ፈንጅ በሁለት መንገድ ሊፈንዳ ይችላል። አንደኛ የተያዘለት ጊዜ ሲደርስ ይፈነዳል ሁለተኛ ደግሞ የሆነ አካል ሲረግጠው ይፈነዳል። የአማራ ክልል መንግሥት በቅማንት ህዝብ ላይ እያደረገ ያለው ግፍ እና የፖለቲካ አካሔድ መጨረሻው ወይም እነሱ ሲረግጡት ፈንድቶ ይፈጃቸዋል ወይም ደግሞ ጊዜው ሲደርስ በራሱ

ጊዜ ፈንድቶ ይጠራርጋቸዋል። ከላይ እሳት አይታም ማለት ጠፍቷል ማለት አይደለም ረመጥ ከውስጡ አለውና።

3፡ ሶስተኛው ደግሞ የመጨረሻው መጀመሪያ ይሆናል ነገሩ። በተፈጥሮ ውስጥ ሁሉም ነገሮች ጎን ለጎን ይንቀሳቀሳሉ። የበደለ ይበደላል፤ የመታ ይመታል፤ የገደለ ይገደላል፡ በሰው ላይ በሐሳት ሲመሰክር በሐሰት ይመሰከርበታል። ሌሎችም በጎም ሆኑ ክፉ ነገሮች እንዲህ ናቸው። በዚህ የተፈጥሮ ህግ መሰረት የአሃዳዊያን ካቢኔዎች አሁን የቅማንትን ቁንጮ ፖለቲከኞች በማሰር የህዝቡን መሰረታዊ ጥያቄ ለማሰጣል እየታተሩ ናቸው። ነገር ግን ይህ መንገድ ለእነሱ የመጨረሻቸው መጀመሪያ ሊሆን ይችላል። አሰቸጋሪ ወቅት የተሻለ ሰው ያወጣልና። እኔም ኮሚቴ ነኝ የሚለውን ሰንኝ ቀልድ ባያደርጉት ይሻል ነበር።

4፡ 3 በፊት ይጮ ሃል ዶሮ በኋላ ይነሳል ዶሮ

በኢትዮጵያ አሁን ያለውን መንግሥት ለአንድ ቀን እንኳን ድጋፍ ያልሰጠ ብቸኛው ህዝብ የቅማንት ህዝብ ነው። ምክኒያቱም በወቅቱ የቅማንት ህዝብ ይህ መንግሥት የመጣው በጓሮ በር እንደሆነ ጠንቅቆ ያውቅ ስለነበር ነው። የተቀረው የሐገሪቱ ህዝብ ግን በወቅቱ አነሰም አደገም ድጋፍ ሰጥቷል። እየዋለ እያደረም ተከድኖ የሚቀር የማይጋለጥ ነገር የለምና የብልፅግናው ሚስጥራዊ ዓላማ በገሃድ

መውጣት በመጀመሩ ምክኒያት በተለያየ ጊዜ፡ የተለያዩ የሐገሪቱን ህዝቦች ድጋፍ በማጣቱ ብሎም ከህዝብ ጋር ወደ ጦርነት በመግባቱ አሁን እርቃኑን ቆሞ ቀረ እንጅ።

ሌሎች የሐገሪቱ ህዝቦች ከቅማንት ህዝብ በኋላ የነጻነት ትግል ጀምረው አሁን ግን የቅማንትን ህዝብ የትግል ቀዳሚነት ቀምተውታል። ለዚህም ዋና ዋና ምክኒያቶች የፋይናንስ እጥረት፣ ቅድመ ዝግጅት አለመኖር፣ የአሳታፊነት ጉድለት፣ የአመራር ጥበብ ልዩነትና ሌሎችንም መጥቀስ ይቻላል። በዚህም ምክኒያት የቅማንት ህዝብ ትግል "በፊት ይጮሃል ዶሮ በኋላ ይነሳል ዶሮ" ሊሆንበት ሁሉ ይችላል።

4፡ 4በአሁኑ ወቅት ያለው የዥዋዥዌ ፖለቲካ

በብልጽግናው ዘመነ መንግሥት ኢትዮጵያ ውስጥ የሰፈነው የዥዋዥዌ ፖለቲካ ነው። ማለትም ያለውን የተወሳሰበ እና የተደራረበ ሐገራዊ ሁሉ አቀፍ ችግር አንዱ በታሪካችን ወሰጥ የመጣ ችግር አድርጎ ሲገፋው፡ ሌላው ደግሞ በ27 ዓመቱ በህወሃት መሩ ኢህአዲግ የዘር ፖለቲካ ምክኒያት የመጣ ችግር አድርጎ ሲገፋው፡ ሌላው ደግሞ የብልጽግናው መንግሥት በፈጠረው የተሳሳተ አካሔድ የመጣ አድርጎ ይገፋዋል። ሁሉም ተባብሮ ለችግሩ መፍትሔ ከመፈለግ ይልቅ ትኩረቱ የችግሩን ባለቤት ፍለጋ ላይ

አድርጎታል። በዚህም ምክኒያት ሐገሪቱ ውስጥ ያለው ችግር ከመሻሻል ይልቅ እየተባባሰ ሒዶ ሐገሪቱን በተለያየ አቅጣጫ የተለያየ ብዙ አይነት የችግር ማዕበል እየናጣት ቀጥሉዋል።

ችግሩን ማንም ይፍጠረው የብልጽግናው መንግሥት እራሱ ችግር ፈጣሪ ከመሆን ወጥቶ ሁሉን አካታች ባደረገ መልኩ ወደ ጋራ ውይይት ቢያመጣው ኑሮ የመፍትሔው ቁልፍ በቀላሉ ይገኝ ነበር። በዚህ ወቅት ከምንጊዜውም በተሻለ መልኩ የሚመለከተው አካል ሁሉ ለችግሩ መፍትሔ ይሆናል ያለውን ሁሉ ለማቅረብ ዝግጁ ነበር። ነገር ግን ብልጽግና በአንድ በኩል ለተፈጠሩ ችግሮች ሁሉ መፍትሔው በእጄ ነው እናንተ ዝም ብላችሁ ተደመሩ ብቻ የሚል ጽኑ አቋም ያዘ፡ በሌላ በኩል ደግሞ ይህ አካሔድ ትክክል አይደለም መዳረሻው ገደል ነው የሚሉ አካላትን በሙሉ አሳደዳቸው፡ አሰራቸውና በሩን ሁሉ ጥርቅም አድርጎ ዘጋው።

ጥያቄ አለን የሚሉ አካላትንም ገፋቸው እነሱም ወደ ትጥቅ ትግል ገቡና ሐገሪቱ የጦርነት አውድማ ሆነች ማለት ነው። ይባስ ብሎም ብልጽግና የገጠመውን ችግር አይቶና ገምግሞ ወደ ኋላ ተመልሶ አካታች ውይይት ከማድረግ ይልቅ አንዱን ችግር ለመፍታት ሌላ ችግር መፍጠርን እንደ መፍትሔ ወሰደውና ይህንን ሆነ ብሎ ተያያዘው። ይህ አካሔድ ደግሞ የነበረውን ችግር እንደ ባክቴሪያ

እንዲራባ አደረገውና ሐገሪቱን ከጊዜ ወደ ጊዜ ከድጡ ወደ ማጡ እያስገባት ቀጠለ።

ብልጽግናው ግን አሁንም ካለፈ ስህተቱ ላለመማር ወስኖ ተቀመጠና ችግሩም በእሱ አቅም ብቻ እንደማይፈታ ሲረዳ ለስልጣን ማስንበቻ ይሆናሉ ያላቸውን የተለያዩ አጀንዳዎችን እየፈጠረ እና የተለያዩ የመጫዎቻ ካርዶችን እየመዘዘ ህዝቡን እያደናገረ ለሐገር እና ለህዝብ ከማሰብ ይልቅ ህዝቡን እሱ በእሱ እያበላላ ሐገሪቱን ወደ ማትወጣበት አዘቅት ውስጥ እየከተታት ቀጥሎዋል።

1፡ የመጀመሪያው የአሻጥር የፖለቲካ የመጫወቻ ካርድ የኦሮምን ህዝብ የአንተ መንግሥት ነኝና ጠብቀኝ ማለቱ ነው። በተረኝነት እና በዘረኝነት መንፈስ ተመርዞ ወደ ስልጣን የመጣው ብልጽግና የህግ የበላይነትን አስጠብቆ፡ ፍትህን እና እኩልነትን አረጋግጦ ሐገር መምራት ሲሳነው ከሐገሪቱ ህዝብ ጋር ሲጣላና ህዝቡ ሲነሳበት የኦሮሞን ህዝብ እንደ መደበቂያ ለመጠቀም ይሞክር ጀመር። የኦሮሞን ህዝብ በእሳት እየለበለበው ያለው ብልጽግናው በምን ህግ፡ በምን ሞራልና በምን ምክኒያት ይህን እንዳለ ባይታወቅም የኦሮምን ህዝብ የአንተ መንግሥት ነኝና ጠብቀኝ እያለ እየደለለው ቀጥሎዋል። በዚህ አጋጣሚ እሱ የሌሎች ህዝቦች መንግሥት አለመሆኑንም እያስረዳ ነው። ይህ ከሆነ ደግሞ ሌሎች ህዝቦችም መንግሥታችን አይደለህም እያሉ እየታገሉ ያሉት ድርጊት

ትክክል ነው ማለት ነው። ነገር ግን የኦሮሞ ህዝብ አይቶት በማያውቀው እሳት ውስጥ እንዲገባ ተደርጎ በየቀኑ ያልቃል፡ በየቀኑ ይደቃል፡ የኦሮሞ ሙህራን እራሱ በስደትና በሰር ቤት ኑሩ ተብለው ተወሰኖባቸው መከራ እየበሉ ነው ያሉት።

ታዲያ ይህንን ሁሉ መከራ የተሸከመው የኦሮሞ ህዝብም ወደ ትግል ገብቶ እየታገለ ነው። በዚህ ምክኒያት ብልጽግና ህዝቡን ለማንበርከክ ኔትወርክና መብራት ዘግቶ እና የምድርና የአየር ትራንስፖርት አሰቁሞ ህዝቡን በሰማይና በምድር ጦርነት ከፍቶ የጥይት በረዶ ያወርድበት ጀመር። ይህ ከሆነ ነቫራዊ እውነታው ብልጽግና በምን መልኩ ነው የኦሮሞ መንግሥት የሚሆነው። ይህን ካርድ መምዘዝ ያሰፈለገበት ዋናው ምክኒያት ግን ለሰልጣን ማስንበቻ ብቻ ነው።

ብልጽግና ምን ያህል አረመኔ መሆኑን ግን እዚህ ላይ መገንዘብ ይቻላል። ህዝቡን እሱ መቸም አንድ ጊዜ በሰልጣን ታውሮ ይበድለው፡ ይህ አልበቃ ብሎት እንዴት ለኦሮሞ ህዝብ ለነገ የሚቀመጥ ታሪካዊ ጠባሳ ይጥልበታል። ይህም የሚያሰረዳን ብልጽግና "እኔ ከሞትኩ ሰርዶ አይብቀል" አይነት ፍልሰፍና እንደሚከተል ነው። ይህች ካርድ ግን ብልጽግናን የባሰ ታጋልጠዋለች እንጂ አታዋጣውም። ምክኒያቱም ህዝቡ

የሚመዝነው የአፍ ድለላውን ሳይሆን በተግባር የሚገለጸውን ድርጊቱን ስለሆነ ማለት ነው።

2፡ ሁለተኛው የብልጽግናው የፖለቲካ ቁማር መጫወቻ ካርዱ ደግሞ ወልቃይትን እና የመሳሰሉትን የወሰን አከራካሪ ጉዳዮች እልባት አለመሰጠትና በተንጠልጠል ማሰቀጠል ነው። እንዲህ አይነት ጉዳዮች ለብልጽግናው መንግሥት ጥሩ የሰልጣን ማጽኛ መሳሪያዎች ናቸው። ምክኒያቱም ለእነዚህ ጉዳዮች እልባት ቢሰጥ በአንድ በኩል ህዝቡ ውሰጥ በዚህ ምክኒያት የሚፈጠረው አጀንዳ ያቆማል በሌላ በኩል ደግሞ ነገሩ እልባት ከአገኘ ህዝቡ እርሰ በእርሱ የሚያደርገውን መናከሰ ያቆምና በአንድነት ወደ መንግሥት ፊቱን ያዞራል። ስለዚህ በብልጽናው ቤት እነዚህን ነገሮች በፍጽም መልሰ መሰጠት አያሰፈልግም።

እሰኪ በተለየ መልኩ ለዚህ ጉዳይ እንደ ማሳያ ወልቃይትን እንውሰድና ከወልቃይት ጀርባ ያለው ምንድን ነው የሚለውን ነገር እንመርምር። በመጀመሪያ ወልቃይት ለተለያዩ አካላት ምንድን ነው የሚለውን እንየው። ወልቃይት ለብልጽግና የትግራይ እና የአማራ ህዝቦች ውሰጥ ታሪካዊ የጠላትነት ጥቁር ጠባሳ የሚጥልበት መሳሪያው ነው። ምክኒያቱም እነዚህ ህዝቦች በታሪክ በተለያየ መንገድ የተጋመዱ ህዝቦች ስለሆኑ በቀላሉ በሌላ ምክኒያት ሰለማይለያዩ በርሰትህን ልትቀማ ነው ሰልት ተጠቅሞ ያላቸውን

ታሪካዊ ግንኙነት መበጣጠስ ነው መፍትሔው ብሎ ያምናል። ለዛ ነው እኮ የኦሮሞን ህዝብ እኔን ካልደገፍክ ሰሜኖች ተጣምረው ይመጡብሃል እያለ የሚደልለው። እዚህ ላይ ሁለት መሰረታዊ ሴራዎች አሉ፡ የመጀመሪያው የሰሜን ህዝቦችን አንድነት ለኦሮሞ ህዝብ ስጋት አድርጎ በማቅረብ በህዝቦቹ መካከል ቁርሾ ማስቀመጥ ሲሆን ሁለተኛው ደግሞ በድለላ ፖለቲካ የኦሮሞን ህዝብ ድጋፍ ለማግኘት መሞከሩ አደገኛ አካሔዶች ናቸው። ሌላው ወልቃይት ብልጽግና ህወሃትን እና የአማራውን ሊህቃን አንድ ጊዜ ለአንዱ ሌላ ጊዜ ለሌላው እንደ ስጦታ እያቀረበ የሚያሻኩትበት እና እነሱ እንዲገጥሙ የሚሰራበት መሳሪያው ነው።

በአማራው ሊህቃን በኩል ትናንት የኛ ነበር በሐይል ተወሰዶብን ነው ብለው የሚያምኑ መሆናቸው ብቻ ሳይሆን ህወሃትን እናጠፋለን ብለው የአማራውን ህዝብ ቀስቅሰው በትግራይ ህዝብ ላይ ሲዘምቱ ዋናው መቀስቀሻ መሳሪያቸው የነበረው ወልቃይት ስለነበር አሁን ለህወሃት አሳልፎ መስጠትን የህልውና ጉዳይ አድርገው ነው የሚወስዱት በሌላ በኩል ህወሃት ደግሞ ወልቃይት የትግራይ ህገ መንግሥታዊ ግዛት ስለሆነ፡ ታሪካዊ እርስታችን ስለሆነ የሚሉና የመሳሰሉትን ሐሳቦች አንስቶ የወልቃይት ጉዳይ የህልውና ጉዳይ ነው ይላል።

እንዲህ ያለውን የከረረ የሁለቱ ለቦታው የባለቤትነት ስሜት የሚያውቀው ብልጽግና ደግሞ ነገሩን እልባት ሳያገኝ የስልጣን ማስጠበቂያ መሳሪያ አድርጎ መቀጠሉ አይቀርም፡ እያደረገ ያለውም እሱን ነው። ዋናው የዚህ መሬት አስፈላጊነት የሚመነጨው ከሁለት መሰረታዊ ጉዳዮች ነው። የመጀመሪያ ቦታው ከፍተኛ የሆነ የእርሻ ልማት ቦታ ስለሆነ እና ወደ ሱዳንም ወደ ኤርትራም ደረቅ ወደብ በመሆኑ ነው። ስለሆነም ብልጽግና ይህንን ቦታ እልባት ሰጥቶ ስልጣኑን ከሚያጣ እንዲሁ በአየር ላይ እንዲቆይ ማድረግን መምረጡ አይቀርም።

ይህንን የሚያደርገው ደግሞ በተለያየ ምክኒያት የፕሪቶሪያው ስምምነት እንዳይፈጸም በማድረግ የትግራይን ህዝብ እያሸ፡ የአማራውን ሊህቃን ደግሞ ተስፋ እየሰጠ ነው። የሁለቱ ክልሎች መሪዎች ደግሞ ሁለቱም የህልውና ጉዳይ አድርገው ስለሚወስዱት በፍጹም ቦታውን መልቀቅ ብሎ ነገር አይኖርም። በዛ ላይ ያ ቦታ የፕሪቶሪያው ስምምነት ከተፈጸመ በጦርነቱ ወቅት የተደረገ አሰቃቂ ወንጀል ስላለበት ይህ የተቀበረ ወንጀል እንዲጋለጥ ብልጽግናም የአማራው ተስፋፊም አይፈልጉም።

3፡ ሶስተኛው የብልጽግናው መንግሥት ስልጣን ማራዘሚያ መንገድ ደግሞ ለራሱ የምክክር ኮሚሽን አቋቁሞ ህዝብን ማታለል እና ጊዜ መግዣ መጀመሩ ነው። ገና ከጅምሩ የገለልተኝነት ጥያቄ

ሲነሳበት የነበረው እና ከደካማ ፓርቲዎች ውጭ ሌሎች ጠንካራ ፖርቲዎችና እንጋፋ ፖለቲከኞች የብልጽግና የግል ተቋም ነው በማለት ጥለውት የወጡት የምክክር ኮሚሽን እሁን በግልጽ መሆን ያለበትን ውጤት አስቀድሞ ያሰቀመጠ ወይም ውጤቱን የወሰነ በሚመስል መልኩ የመረጃ መሰብሰብ ስራ ላይ ነኝ እያለ ነው። ነገር ግን በመረጃ ሰብሰባ ወቅት የምክክር ኮሚሽኑ የበላይ ሐላፊወች ወገንተኛነትን መሰረት ያደረገ መረጃ እየሰበሰቡ ነው። ለምን ተብለው ሲጠየቁ ደግሞ አትንጫጩ የሚል መልሰ በመሰጠት ያላቸውን ጽንፈኛነት እና ተቋሙም አስቀድሞ ለወሰነው ውጤት የሚያሰፈልጉትን መረጃወች ብቻ የሚሰበሰብ ያሰመሰለዋል።

ለዚህ ምርጥ ማሳያ የሚሆነን ባህር ዳር ላይ በነበረው የአጀንዳ አሰባሰብ ላይ በክልሉ ውስጥ ያሉትን ብሔሮች አጀንዳወች ለይቶ አውጥቶ በመጣል የአማራ አጀንዳ ብቻ እንዲያዝ የተደረገበት መንገድ ነው። የምክክር ኮሚሽኑን ብልጽግና ለሁለት መሰረታዊ ዓላማወች ሊጠቀምበት ይችላል። እንደኛው ያሉ ችግሮችን በምክክር ኮሚሽን ልንፈታ ነው እያለ ህዝቡን መደለልና ጊዜ መግዛት ሲሆን ሁለተኛው ደግሞ ምን አልባት ከተሳካ ብልጽግና የሚፈልገውን ፖለቲካዊ ጉዳይ በምክክር ኮሚሽኑ አሰፈጽሞ ሲያበቃ ኢትዮጵያ መክራ ይህንን ውጤት አመጣች ብሎ ህጋዊ ሽፋን በመስጠት ስልጣኑን ማጽናት ነው።

ይህ የምክክር ኮሚሽን አካታች ባለሆነ መንገድ ሒዶ ውጤት አመጣሁ ብሎ ያነኑ ውጤት ይዞ የሚመጣ ከሆነ በሐገሪቱ አሁን ካለው የጦርነት አሰላለፍ ሌላ አሰላለፍ ይፈጠርና ከፍተኛ የሆነ እልቂት ሊሆን ይችላል። ለዚህ ደግሞ የመጀመሪያው የጦርነት ምክኒያት የሚሆኑት የወሰን እና የማንነት ጉዳዮች ናቸው። ምክኒያቱም ለምክክር እየሰበሰቡ ያሉት መረጃ የብሔሮችን አጀንዳ ብዙም ትኩረት ያደረገ አይደለም። ስለሆነም እዚህ አካባቢ ጉድለት ቢፈጠር ችግር ይፈጠራል ማለት ነው።

ከወሰን ጋር የተያያዘው ጉዳይም ሁሉን አካታች ባላደርገ ምክክር ውስጥ ችግር መፍጠሩ አይቀሬ ነው። እነዚህ ነገሮች በትክክል እንኳን ቢወሰኑ ያልተወሰነለት አካል ጥያቄ ማንሳቱ አይቀርም። ለምሳሌ ወልቃይት፡ ድሬድዋ እና የመሳሰሉት ቦታዎች ምንም ይወሰን፡ ለማንም ይወሰን ጥያቄ ማስነሳቱና ችግር መፍጠሩ አይቀሬ ሊሆን ይችላል። ይህንን ችግር ለማስቀረት የምክክር ኮሚሽኑ ቢያንስ ጊዜ ወስዶ ሁሉንም አካቶ መሰራት ነበረበት።

4፡ አራተኛው የብልጽግናው የአጀንዳ ማስቀየሪያ መሳሪያ ደግሞ የባህር በር አጀንዳን ወደ ፊት አምጦቶ ለፖለቲካ ፍጆታ መጠቀም ነው። የባህር በር አጀንዳን ብልጽግና ለሁለት መሰረታዊ ዓላማዎች ነው የሚጠቀመው። የመጀመሪያው ሐገር ውስጥ ያለውን የፖለቲካ ቀውስ ለመሸፈንና ለህዝቡ አጀንዳ ፈጥሮ ካለው ችግር ጊዜዊ ረፍት

ለማግኘት ሲሆን ሁለተኛው ደግሞ እድል ገጥሞት የባህር በሩ ከተሳካ የሰልጣን ማደላደያ መሳሪያ አድርጎ መጠቀም እና ታሪካዊ ጀግና ተብሎ ሲዘከር ለመኖር ታሳቢ ያደረገ ነው።

ይህችን ጉዳይ ለማሳካት ብልጽግና አንድ ጊዜ ወደብ ሌላ ጊዜ ደግሞ የባህር በር እያለ ሱማሊያም በተለይ ሱማሌ ላንድ ጋር ብዙ ጥሮ ነበር ግን አልተሳካም። ምክኒያቱም ብልጽግና እንደኛ የፈለገውን የባህር በር ለማግኘት ዓለም አቀፍ ህጉን ተከትሎ ሳይሆን እንዲሁ ዝም ብሎ በጓሮ በር ስለሆነ የሚሔደው ችግር ይገጥመዋል፡ ሁለተኛ ደግሞ ነገሮችን በዲፕሎማሲያዊ መንገድ ሳይሆን በሐይል ለመፈጸም ስለሚሞክር ብዙ ችግር ይገጥመዋል ሐገሪቱን አሰወግዞ ባደውን ይመለሳል።

ሲጀመር ዘላቂ ሐገራዊ ጥቅም ለጊዜዊ የፖለቲካ ፍጆታ ተብሎ፡ ለግል ዝናም ተብሎ በዛ ላይ በይድርስ ይድርስ ሳይሆን ሐገሪቱ ውስጥ የሚመለከታቸውን አካላት ሁሉ ፓርቲዎችን፡ ፖለቲከኞችንና ሌሎችንም የሚመለከታቸውን አካላት ያካተተ መሆን አለበት። ለማንኛውም አሁን ብልጽግና ቀልቡ ዞሮ ዞሮ ቀይ ባህር(አሰብ) ወደብ ላይ አርፉዋል። ለዚህም ታሪክን መዞ አሰብ የኢትዮጵያ መሆኑን አረጋግጦ ማፈግፈግ የለም እያለ ነው። ጦረኛው ሻዕቢያም ለጦርነት ዝግጁ ነኝ እያለ ነው።

ስለሆነም የትናንት ወዳጆች ዛሬ ባላንጣ ሁነው በጦርነት ዋዜማ ላይ ይገኛሉ። ብልጽግና እና ሻዕቢያ ሁሉቱም በተለያየ ምክኒያት ለጦርነት ሊፈላለጉ ይችላሉ። ብልጽግና የውሰጥ ቀውሱን ለመሸፈን እና አሰብን አምጥቶ ታሪካዊ ጀግና ሆኖ ስልጣኑን ለማጽናት በሻዕቢያ ላይ ጦርነት ሊያውጅ ይችላል። በሌላ በኩል ሻዕቢያም በትግራይ ጦርነት ወቅት ብልጽግና ክዶኛ ለራሱ ተደራድሩዋል የሚል ቁርሾ ስለሚኖረውና እሱም በበኩሉ የውሰጥ ችግሩን ለመሸፈን ሲል ጦርነቱን ላይጠላው ይችላል።

ለኢትዮጵያ የባህር በር ያስፈልጋታል የሚለው እውነት ነው ያስፈልጋታል፡ ያውም ከተቻለ አሰብ ነው የሚያስፈልጋት። ነገር ግን አካሔዱ በብልጽግናው መንገድ መሆን የለበትም። ሁለቱን ሐገሮች በሚያቃቅር መንገድ ሳይሆን በዲፕሎማሲ መንገድ የሁለቱን ሐገራት ህዝቦችን በልማት በማስተሳሰር መሆን ነው ያለበት። በጦርነት የሚረጋገጥ ዘላቂ የሐገር ጥቅም አይኖርም። ሐገሪቱን ለፖለቲካ ኪሳራ መዳረግ ነው የሚሆነው።

ለመሆኑ ሐገሪቱን የሚመለከቱና የህዝብ የሆኑ የልማት ስራዎችኮ መንግሥት ባለቤት ሆኖ የሚሰራቸው ቢሆኑም የህዝቡ ስለሆኑ ሌሎችን ፓርቲዎችም ይመለከታል። እነዚህን ሁሉ አካቶ ማማከር ያስፈልገዋል። ምክኒያቱም ሲሆን ያግዛሉ አለዛም

የሚያጎሉት ነገር አይኖርም። ሐገራዊና ህዝባዊ ጥቅምን ለጊዜዊ ስልጣን መጠቅም አያስፈልግም።

5፡ አምስተኛው የብልጽግናው መንግሥት የስልጣን ማራዘሚያ መንገድ በተለያዩ የሐገሪቱ ክፍሎች የሚፈጠሩ ችግሮችን ለስልጣን አስጊ እስካልሆኑ ድረስ ትኩረት አለመስጠት ነው። ለብልጽግና ሐገራዊ ችግር ማለት የእሱን ስልጣን የሚያሰጉ እና ህልሙን እንዳይኖር የሚያደርጉ ነገሮች ብቻ ናቸው። ከዚህ ውጭ የሆኑ ሐገራዊ ህዝባዊ ችግሮች ለብልጽግና ምኑም አይደሉም። እንዲያውም እነዚህ ችግሮች ህዝቡ ዋናውን አጀንዳውን በጊዜዊነትም ቢሆን አጀንዳ ስለሚያስቀይሩ ብልጽግና ውሃ እያጠጣ ያሳድጋቸዋል። ለዚህ ነው እኮ እዛው ብልጽግናው ውስጥ እራሱ የሚፈጠሩ ችግሮች የማይታረሙት። ለምሳሌ ከሙስና ጋር የተያያዙ እጅግ በጣም ብዙ ችግሮች በሐገሪቱ አሉ። ነገር ግን እነዚህን ነገሮች አርሞ መልካም አስተዳደርን ከማስፈን ይልቅ ነገሩን በቸለልታ በማለፍ ችግሩ ችግር ሆኖ እንዲቀጥል ያደርጉታል።

6፡ ስድስተኛው የብልጽግናው መንግሥት ተግባር ደግሞ በሐገሪቱ እየታገሉ ያሉ የነጻነት ታጋዮችን ውስጥ ገብቶ በፕሮፖጋንዳ ለመፈረካከስ መሞከር ነው። የእነዚህን የነጻነት ታጋዮች መነሻ ምክኒያታቸውን፡ ያላቸውን አጀንዳ፡ የሚከተላቸውን ህዝብ እና የመሳሰሉትን ነገሮች አጥንቶ ለጋራ ሐገር የጋራ መፍትሔ ከመስጠት

ይልቅ ለተፋላሚዎች የተለያየ ስም እየሰጠ ሐገሪቱን የጦር ሜዳ አድርጎ ህዝቡን የመሬት ሲዖል ውስጥ ከተተው። ይህንን የሚያደርገው በአንድ በኩል እኔ ከሁሉ የተሻለ ሐሳብ አለኝ ብሎ ስለሚያስብ፡ በሐሳብ የበላይነት ስለማያምን እና ቀርቦ ቢወያይ ምንም እዚህ ግባ የሚባል ፖለቲካዊ አጀንዳ ስለሌለው የሐሳብ የበላይነት ስለሚወስድበት ነው።

ስለዚህ በሐገሪቱ ለሚነሱ ጥያቄዎች ሁሉ መልሱ ጦርነት መክፈትን አደረገው። ይህ የብልጽግናው ጦርነት ደግሞ ስልጣንን በጊዜዊነት ከማራዘም ያለፈ ሐገራዊ ፖለቲካዊ አጀንዳ ስሌለለው በሚያደርጋቸው ጦርነቶች ሁሉ አሸንፎ አያውቅም። ምክኒያቱም በአንድ በኩል ድልም እድልም ከተገፊዎች ጋር ስለሆነች ሲሆን በሌላ በኩል ደግሞ ብልጽግናው የሚያደርገው ዓላማ የለሽ የውር ድንብስ ጦርነት ህዝቡን የህልውና አደጋ ውስጥ ስለሚከተው ህዝቡ ለህልውናው ሲል የነጻነት ታጋዮችን ደግፎ ስለሚዋጋ ነው።

ለምሳሌ የቅማንት፡ የኦሮሞ እና የትግራይ ህዝቦች የታገሉትና እየታገሉ ያሉት ጦርነቱ የህልውና አደጋ ስላመጣባቸው ነው። ይህ ጦርነት በዚህ የሚቀጥል ከሆነ ምን አልባት ህዝቦችን ወደ አንድ እያመጣ የብልጽግናውን እድሜ ሊያሳጥረው ይችላል። ይህ ግን የነጻነት ታጋዮችን መተባበር ይጠይቃል። ይህንን ለማድረግ ተፋላሚ ሐይሎች በመጀመሪያ ለብልጽግናው የሴራ ፖለቲካ አደጋ

እንዳይጋለጡ መጠንቀቀ ሲሆን ሁለተኛው ደግሞ የጋራ ሐገራዊ አጀንዳ ቀርጸው በመተማመን ላይ የተመሰረተ የትብብር ትግል ሲያደርጉ ብቻ ነው።

7፡ ሰባተኛውና አደገኛው የብልጽግናው ተግባር ደግሞ ህዝቡ ውስጥ አለመተማመን እና ጥርጣሬ መፍጠር ነው። በፊት የትግራይን ህዝብ የሐገር ጠላት በማድርግ ማንም እንዳይጮኽለት አድርጎ ሁለት ዓመት ዘግቶ ዘመተበት፡ አሁን ደግሞ ሰሜኖች ተደራጅተው ሊዘምቱብህ ነው ተነሰ፡ ታጠቅ፡ ከጎኔ ቁም እያለ የኦሮሞን ህዝብ ይሰብካል። ይህ አይነት አካሔድ የከፋፍለህ ግዛው አይነት ሰርዓት ነው። ህዝብን ከፋፍለህ ግዛው ሰርዓት ደግሞ ምንም አይነት ሐገር መምራት የሚያስችል ፖለቲካዊ አጀንዳ የሌላቸው ገዥዎች ባህሪ ነው። ብልጽግናው ደግሞ በዚህ አይታማም። በተደጋጋሚ እንደተገለጸው ብልጽግና ሐገር የመምራት ፍላጎት ሳይሆን ሰልጣን የማስንበት ዓላማ ብቻ ነው ያለው። ይህንን ደግሞ የሚያደርገው የሚፈጠሩ ችግሮችን እየፈታ አረጋግቶ በመምራት ሳይሆን የተለያዩ ችግርን እየፈጠረ መስንበት ነው የሚፈልገው። ምክኒያቱም ሐገር የመምራት አቅምና ፍላጎት ሳይሆን ያለው ጦርነት እየጠመቀ በዛ ሰልጣኑን ማሰንበት ነው። ለዚህ ደግሞ የመጀመሪያው ህዝቡን ውሰጥ ገብቶ መከፋፈል ነው።

፰፡ ስምንተኛው የብልጽግናው ተግባር ሐይማኖትን መከፋፈል፡ ማዳከምና በህዝብ ማስጠላት ነው። ብልጽግና ሐይማኖትን መሰረት አድርጎ ከሚንቀሳቀሰባቸው መንገዶች የተወሰኑት፡ የአንዱ ሐይማኖት በሌላው የመጠቃት ስሜት እንዲሰማው ያደርጋል፡ ሐይማኖቱ ውስጥ ገብቶ የሐይማኖት አባቶችን ይከፋፍላል፡ የሐይማኖት አባቶች በህዝቡ እንዲጠሉ ያደርጋል። ለምሳሌ የኦርቶዶክስ ሐይማኖት ውስጥ ገብቶ የሰራውን የመከፋፈል እና በህዝብ የማስጠላት የሴራ ፖለቲካ ማየቱ በቂ ነው። በነገራችን ላይ ይህ አካሔድ ህዝቡንም በከፍተኛ ደረጃ ይከፋፍለዋል። የዚህ ሴራ ውጤት ነው እኮ የትግራይ ህዝብ የራሱን ሲኖዶስ እንዲመሰረት ያደረገው።

ይህ ማለት ደግሞ ቤተ ክርስቲያኒቱ ህዝቡዋን በአንድነት ይዛ የመጣባትን ጥፋት ታግላ የመቀልበስ አቅም ታጣለች ማለት ነው። በእርግጥ የተፈለገውም አቅሙዋን ማሳጣት ነው። ሐይማኖት ውስጥ እንደፈለገ ገብቶ ለመፈትፈት ደግሞ ብልጽግናው የተጠቀመው እዛው ቤተ ክርስቲያን ውስጥ ያሉ አካላትን ነው። ይህም ቶሎ እንዳይነቃበትና የፈለገውን ሁሉ እንዲፈጽም ለብልጽግናው ህጋዊ ሽፋን ሰጥቶታል። ሌላው በአደባባይ ወጥቶ በመድረክ ላይ ሐይማኖቶች የእድገት ጸር መሆናቸውን ይሰብካል። የእድገት ጸር ናቸው ብሎ ሲያበቃ ደግሞ ጥፋት አወጀባቸውና "ቤተ ክርስቲያን ትናንት ሲቃጠል ነበር አሁንም ይቀጥላል፡ መስጊድ

ትናንት ሲቃጠል ነበር አሁንም ይቀጥላል"፡(ዶክተር አብይ አህመድ የብልጽግናው ፕረዘዳንት)፡ እያለ ያፈርሳቸዋል።

9፡ ዘጠነኛው የብልጽግናው ተግባር ደግሞ የሐገሪቱን ኢኮኖሚ በማሽመድመድ ህዝቡ በኑሮ ውድነት አረብቋ ውስጥ ገብቶ እጅ እንዲሰጥ አድርጎ አጀንዳ ማስቀየር ነው። በሐገሪቱ የነበሩ ሁሉም በሚባል ደረጃ የነበረው መሰረተ ልማት በጦርነት ወድሙዋል፡ አዳዲሰም እየተሰራ አይደለም፡ የነበረው ኢኮኖሚ ተሽመድምዷዋል። ሰራ አጥነት በከፍተኛ ደረጃ ጨምሩዋል። በእርግጥ ብልጽግና ለወጣቱ ያቀረበው የሰራ መሰክ ወታደርነት መሆኑን በተደጋጋሚ አሳይቱዋል። በሐገሪቱ የነበሩ እንሸስትመንቶች ከጊዜ ወደ ጊዜ እያሽቆለቆሉ ነው። ምንዛሬ ሰማይ ጠቀሰ ከሆነ ሰነበተ፡ ይባስ ብሎ ብልጽግና በመንግሥት ሲደጎሙ የነበሩ የህዝብ አገልግሎት መሰጫዎችን ድጎማውን እያነሳ በአለው እሳት የኑሮ ውድነት ላይ ነዳጅ እያርከፈከፈበት ይገኛል። በእነዚህ እና በሌሎችም የብልጽግናው አካሔድ የህዝቡ ኑሮ ከጊዜ ወደ ጊዜ ከድጡ ወደ ማጡ እየሆነ ነው። ይህም ህዝቡን በኑሮ ውድነት አጀንዳ ጠምዶ መንግሥት ረፍት ለማግኘት የተለመው ሴራ ነው። ችግሩ ግን የኑሮ ውድነትን ጨምሮ የተለያየ ችግር ናላውን ያዞረው ህዝብ ሞትን ምርጫው አድርጎ በመንግሥት ላይ ከተነሳ ነው። ያኔ

ብልጽግና በቆፈረው ጉድጓድ እራሱ ይገባና "ያልሸውንም አጣሽ ከዝምድናም ወጣሽ"፡ ይሆንበታል ነገሩ ሁሉ።

10፡ የብልጽግና ከባዱ ታሪካዊ ስህተት ወጣቱን ክፍል ተምሮ ጨርሶ ወደ ዩኒቨርሲቲ ገብቶ ተመርቆ ስራ አጥ ከሚሆን ይልቅ ወደ ዩኒቨርሲቲ እንዳይገባ በፈተና በመጣልና ወታደርነት የመጀመሪያም የመጨረሻም የስራ ድርሻው እና እድሉ እንዲሆን ማድረጉ ነው። የሐገሪቱን የድንበር ሉአላዊነት አሳልፎ ለጎረቤት ሐገራት የሰጠው፡ የኢኮኖሚውን ፖሊሲ ደግሞ ለሩቅ ሐገራት በዶላር የሸጠው ብልጽግና የትምህርት ፖሊሲውን ደግሞ እንደ ህዝብ ጭፍጨፋው ማንንም ሳይፈልግ፡ እንደ ሉአላዊነቱ ለማንም አሳልፎ ሳይሰጥ ለዚህማ እኔ እበቃለሁ ብሎ እራሱ ገደለውና ትውልዱን ተሰፋ ቢስ አደረገው።

ብልጽግና ማለት እንዲህ ነው ሁሉን ነገር እያጣህ መበልጸግ። የትምህርት ፖሊሲውን መግደል ሁለት መሰረታዊ ዓላማዎች ያለው ይመስላል። የመጀመሪያው ወጣቱ ተመርቆ ስራ አጥ ሆኖ ስራ አምጡ ከሚል ይልቅ በትምህርት ወድቀሃል ተብሎ ምርጫው ውትድርና እንዲሆን ማድረግና የእርስ በእርስ ጦርነቱን ማፋፋም ሲሆን ሁለተኛው ደግሞ ጥያቄ የማያነሳ ጥገኛ ትውልድ በመፍጠር ብልጽግናን ዘላለማዊ መንግሥት፡ አብይን ደግሞ ዘላለማዊ ንጉሥ

ማድረግ ነው። ትምህርትን ገሎ ትውልዱን አጥፍቶ ብልጽግና በጣም ይገርማል።

11፡ ሌላው ብልጽግና ሐገር የሚመራበት ፖለቲካዊ አጀንዳም፡ ፍላጎትም፡ አቅምም፡ ዕቅድም፡ ፖሊሲም ስሌለለው በሐገሪቱ ውስጥ የሚፈጠሩ ፖለቲካዊ ውጥረቶችን እና ህዝባዊ ጥያቄዎችን በተለያየ መንገድ የተለያየ የሐሰት የፖለቲካ ፕሮፖጋንዳ ስርቶ ጊዜያዊ ማደናገሪያ አጀንዳ በመፍጠር ጊዜ ይገዛል። ለሚፈጠሩ ሐገራዊ ችግሮች ጦርነትን እንደ አማራጭ ይወስድና ይህ አልሳካ ሲል ደግሞ አንዳንዴ ሌላ ችግር በመፍጠር እንደ መፍትሔ አድርጎ ይዞ ይቀርባል፡ አንዳንዴ የመጨረሻ መፍትሔ ከመሰጠት ይልቅ ማሰታገሻ መድሃኒት ይዞ ይቀርባል፡ ሌላ ጊዜ ደግሞ ማደናገሪያ የሐሰት ፕሮፖጋንዳዎችን ይዞ ይቀርባል። በዚህ ምክኒያት ሐገሪቱ ሁሉ አቀፍ የሆነ ቀውስ ውስጥ ገባች ማለት ነው።

12፡ የብልጽግናው ዋናው የመግዣ መሳሪያው በተሰፋ ተረኝነትን በመሰጠት አግላይነትን እና ጠቅላይነትን ማቀንቀን ነው። ብልጽግና የሐሳብ ብዝሐነትን ማስተናገድ ስለማይችልና ስለማይፈልግ፡ ቢፈልግም በሐሳብ የበላይነት ተወስዶበት ከጨዋታ ውጭ ስለሚሆን ልክ ህዝቡን ከፋፍሎ እንደሚገዛው የፖለቲካ አመራሩን ደግሞ በጠቅላይነት እና በአግላይነት ይይዘዋል። ለምሳሌ ህወሃትን አገለለው በአዲንን ደግሞ ጠቀለለውና የዘመናችንን አስቃቂ

ጦርነት አዋለደ። እንዲህ እያለ አንዱን ሲያገል ሌላውን ሲጠቀልል ይኸው ቀጥሎዋል።

13፡ ብልጽግና የተለያዩ በሽታዎች አሉበት። የመጀመሪያው ታይታ ወዳጅነት ነው። የብልጽግና ህልውና የተመሰረተው በታይታ ላይ ነው። ከሚደረጉ ንግግሮች ብንነሳ ህዝብን የእርጎ ባህር አሳይተው ለማማለል ብቻ የሚደረጉ ናቸው። ለምሳሌ ነዳጅ አውጥተናል፡ የባህር በር ባለቤት ልንሆን ነው የሚሉና የመሳሰሉትን ብንመለከት እውነት ያልሆኑ የታይታ ፍላጉት ማሳያዎች ናቸው። ሌላው ደግሞ ብልጭልጭ የኮሪደር ልማት የሚባለው ነገር ነው።

ከኮሪደር የብልጭልጭ ልማት በፊት በረሃብ የሚሞትን ሰው ከመታደግ ጀምሮ በጣም ብዙ ቅድሚያ የሚሰጣቸው ነገሮች በሐገሪቱ አሉ። ነገር ግን ብልጽግና በአንድ በኩል በታይታ ስልጣኑን ማጽናት ስለሚፈልግና በሌላ በጉል ደግሞ ለህዝቡ ደንታ ስሌለለው ምንም ገቢ በማያመጣ ብልጭልጭ ፕሮጀክት ላይ ህዝብን ከቤቱ እያፈናቀለ ለአደጋ እየዳረገ የሐገሪቱን ሐብት ትርፍ በሌለው ነገር ላይ ያፈሳል። ይህ ተግባር ንጉሥ ሐይለ ስላሴ ህዝብ በረሃብ እያለቀ ለአንበሳና ለነብር ስጋ ሲያበሉ እንደነበረው ያለ ነው።

14፡ በብልጽግናው ሰፈር በሐሳብ የበላይነት ማመን እና ምክኒያታዊነት ተብሎ ነገር የለም። የብልጽግና ዓላማው ስልጣን

ማጽናት ሲሆን የመመሪያ ህገ ደንቡ ደግሞ ህልም፡ የጅምላ አስተሳሰብ እና ስሜታዊነት ናቸው። የማስፈጸሚያ መንገዶቹ ደግሞ ሐይማኖታዊ ፍልስፍናን ከፖለቲካ ጋር እያቀላቀሉ ማደናገር እና ጦርነት ናቸው።

15፡ ሌላው የብልጽግናው ዋናው የስልጣኑ ማስጠበቂያ መሳሪያ ደግሞ ለዘመናት የኖረ የሐገሪቱን ህዝብ ማህበራዊ አንድነትን በመስባበር ጭምር ነው። ለዘመናት የተገነቡ ማህበራዊ አንድነቶች ዛሬ ተሸርሽረው አልቀዋል። ለምሳሌ አንዱ ህዝብ በሌላው ላይ ክተት መክት እየተባለ ስለዘመተ በህዝቦች መካከል መተማመን የለም። ይህ የከፋፍለህ ግዛው አካሔድ አሁንም እንደቀጠለ ስለሆነ አንዱ ህዝብ አንዱን ህዝብ በጥርጣሬ ነው የሚመለከተው። ሌላው በሐገሪቱ ነባር ሐይማኖቶች ላይ የተደረገው የአሻጥር ፖለቲካ ሐይማኖቶችን እንደ ተቋም የአብሮነት አንድነታቸውን አስጠብቆ ለመሔድ ይቅርና በውስጣቸው ግብቶ ፈረካክሶ አደጋ ውስጥ ከቱዋቸዋል። እነዚህና የመሳሰሉትን ለሐገር አንድነት መሰረት የሆኑ ነገሮችን ብልጽግናው ለስልጣን ሲል አዳክሞቸዋል። ምክኒያቱም የእነዚህን ተቋማት ተቀባይነት፡ አብሮነት እና ጥንካሬ ብልጽግናው የስልጣኑ ስጋት አድርጎ ስለሚመለከታቸው ነው። ምክኒያቱም ሐይማኖቶች በአንድ በኩል እውነትን ስለሚሰብኩ በሐሰት ላይ ሊዘምቱ ስለሚችሉ፡ በሌላ

በኩል ደግሞ ህዝባዊ ተቀባይነት ስላላቸው ህዝቡን ሊያስነሱበት ስለሚችሉ ለብልጽግናው ህልምና ስልጣን ስጋት ናቸው። በነገራችን ላይ ብልጽግና በሐገሪቱ ያሉ ጠንካራ ተቋማትን ሁሉ እንደ ስጋት ያያቸዋል።

16፡ የመጨረሻው ነጥብ ደግሞ ብልጽግና የህገ መንግሥቱ የመጨረሻ መጠጊያ ምሽግ፡ የሐገሪቱ አለኝታና መከታ፡ የህዝቦች ጠባቂ ዘብ የሆነውን የሐገሪቱን መከላከያ ሰራዊት በአንድ በኩል ብሔርን መሰረት አድርጎ የትግራይ ተወላጅ የሆኑ አባላቱን ነቅሎ አውጥቶ ውስጥ ለውስጥ አዳከመው፡ የቀረውን የመከላከያ ሰራዊት ደግሞ እርስ በእርሱ የማይተማመን አደረገው፡ በሌላ በኩል ደግሞ ከህዝብ ጋር ደም አቃባውና መከላከያውን ደጀን አልባ አደረገው። በዚህ ምክኒያት መከላከያ ከደጀኑ ህዝብ ተነጥሎ ለራሱ ለህልውናውም ሲል ጭምር የብልጽግና አገልጋይ እንዲሆን ተደረገ። ይህ ደግሞ ታሰቦበት በሰራዊቱ ላይ የተሰራ ታሪካዊ የሴራ ፖለቲካ ነው።

ያ ጀግና መከላከያ፡ ያ ህዝብ ሲያከብረው የነበረው መከላከያ፡ ያ ህዝባዊ መከላከያ፡ ያ ይምጣልንና መጣልን ሲባል የነበረው መከላከያ፡ ያ በዓለም አቀፉ ማህበረሰብ ለሰላም ማስከበር ሲፈለግ የነበረ መከላከያ፡ ያ ተወዳጁና ተፈላጊው መከላከያ፡ ዛሬ ግን ጀግንነቱ ወርዶ፡ ክብሩን አጥቶ፡ ከራሱ ህዝብ ጋር ደም ተቃብቶ፡

ህዝባዊነቱን አጥቶ፡ በሁሉም ተጠልቶ ብቻውን እንዲቀር ተደረገ። ይህ ብቻ ሳይሆን ትናንት ለሰላም ማስከበር ጠንካራ ክንዱን ፈልገው ይምጣልን ሲሉት የነበሩ ሐገራት ዛሬ ይውጣልንና እንዳይመጣብን ሲባል መስማት የሰው ልጅ ውለታ ቢስ ፍጡር መሆኑን ያሳያል፡ በጣም ያማል፡ ይቆጫል፡ ይሰማል። እንደ ሐገር ሲታሰብ በታሪካችን ከፍተኛ ውርደት ነው የገጠመን።

በአጠቃላይ የብልጽግናው ከፋፍለህ ግዛው ስልት አንዱን ህዝብ በሌላው ላይ እያስነሳ፡ አንዱን ህዝብ ለአንተ ነው የምሰራው ሌሎች ሊመጡብህ ነው እያለ ህዝብን ይከፋፍላል፡ ሐይማኖታዊ ተቋማትን በአንድ በኩል ውስጥ ገብቶ ይፈረካክሳል በሌላ በኩል ደግሞ አንዱ ተቋም በሌላው ላይ እምነት እንዲያጣ አድርጎ ይከፋፍላል፡ በሐገሪቱ ያሉ የፖለቲካ ፓርቲዎችም አንዱን በአንዱ ላይ ያስነሳል ውስጥ ገብቶ ደግሞ እየከፋፈለ ለራሱ አንጃ ይፈጥራል። አሁን ከሁሉም ፓርቲዎች በሚባል ደረጃ አንጃ እየፈጠረ የወሰደው የራሱ ባለምዋል የፓርቲ ክፋይ አለው። በዚህም ምክኒያት በሐገሪቱ ውስጥ የነበሩ ታሪካዊ ችግሮች እና ብልጽግና ወለድ የሆኑ ችግሮች ተደምረው፡ የተደራረበ እና የተወሳሰበ ሁሉ አቀፍ የዥዋዥዌ ፖለቲካዊ ቀውስ ውስጥ ቀጥለናል። የሐገሪቱ ህዝብ ደግሞ መፍትሔውን ከፈጣሪ የሚጠብቅ አለ፡ ከብልጽግና የሚጠብቅ አለ፡ ከተፋላሚወች የሚጠብቅ አለ፡ ግራ ገብቶት ቁጭ ያለ አለ። በዛ ልክ

የድንግርግር፡ የድንግዝግዝ እና የድንብርብር የዥዋዥዌ ፖለቲካዊ ትዕይቱ ደግሞ እንደቀጠለ ነው። ከዚህ የዥዋዥዌ ፖለቲካ ለመውጣት ከየግል የነጻነት ትግል በተጨማሪ አንድ የሚያደርግ በአንድነት የሚያታግል አንድ የጋራ ሐገራዊ ፖለቲካዊ፡ ማህበራዊ፡ ኢኮኖሚያዊ፡ የታክቲካልና የቴክኒካል የትግል አጀንዳ ያስፈልጋል። አሁን ባለው ሁኔታ ብልጽግና ቢፈርስ ሐገሪቱ ትበተናለች። ምክኒያቱም ሁሉም በየግሉ ለነጻነት እየታገለ ያለው ብልጽግናንን ለመጣል ብቻ ስለሆነ ነው። ቀጣይ ሐገራዊ ጉዳዩስ ለሚለው የጋራ የሆነ ሐገራዊ አጀንዳ ያለው አንድም አካል የለም።

ከዚህ በፊት በሐገሪቱ እንደነበረው ልማድ በሐይል ፈርጠም ያለው አካል አሸንፎ መጥቶ እራሱ በነበረው የተረኛነት መንፈስ አሁን ሐገር መምራት የሚችልበት ፖለቲካዊ ሁኔታ እንኳን የለም። ምክኒያቱም በአንድ በኩል ሐገሪቱ የመበተን አደጋ ውስጥ ስለገባች ለማዳን የሁሉን የመፍትሔ አጋርነት ትፈልጋለች፡ በሌላ በኩል ደግሞ እንደ ከዚህ በፊቱ የሆነ አካል ወጥቶ በሐይል የራሱን ተረኛነት ለማስቀጠል ቢፈልግ ሌላው አካል አይፈቅድም፡ ይህንን የማድረግ እድልም የለውም።

ማለትም እንደ ከዚህ ቀደሙ አቅም ያለው ብልጽግናንን አባሮ በተረኛነትም ቢሆን ሐገሪቱን መምራት የሚችልበት እድል ቢኖር ኑሮ ተረኛነቱ ሌላ ትግል የሚፈልግ ቢሆንም ሐገሪቱ ግን ትቀጥል ነበር፡

ግን አሁን ይህንን እድልም አጥተናል። ስለዚህ አስቀድሞ ለጋራ ሐገር በጋራ መስራት ያስፈልጋል። ለመጣላትም ለመታረቅም መጀመሪያ የጋራ ሐገር ያስፈልገናል። ይህ ደግሞ ጊዜው ሳያመልጠን አሁን ነው። ይህንን ጉዳይ በአግባቡ ለመረዳት የደርግን እና የብልጽግናን የእርስ በእርስ ጦርነት እናወዳድር እስኪ።

1፡ በደርግ ዘመነ መንግሥት ጦርነቱ የነበረው በወታደራዊ መንግሥቱና በተፋላሚዎች መካከል ስለነበር ተፋላሚዎች አልፎ አልፎ በራሳቸው አጀንዳ ቢዋጉም ህዝባዊ መሰረት ስለሌለው በአንድነት ወታደራዊ ሐይሉን ማሰወገድ ችለዋል። በብልጽግናው ዘመን ግን ብልጽግና በሰራው የሴራ ፖለቲካ ተፋላሚዎች ያላቸው ልዩነት ህዝባዊ መሰረት ያለው ነው። ስለሆነም ተፋላሚዎችን ወደ አንድ አምጥቶ አንድ ሐገራዊ አጀንዳ ለመቅረጽ ብዙ ስራ የሚጠበቅ ይሆናል ማለት ነው።

2፡ ደርግ የዘመተው በቀጥታ በህዝቡና በኢኮኖሚው ላይ ሳይሆን በተፋላሚዎች ላይ ብቻ ነበር። አሁን ግን ሆን ተብሎ በወረፋ ህዝቡ እያለቀ ነው፡ ኢኮኖሚውም እየወደመ ስለሆነ ይህም ወደ አንድ ሐገራዊ አጀንዳ ለመምጣት የራሱ የሆነ ከፍተኛ ተጽዕኖ አለው። በዛ ላይ ብልጽግና የዘመተው በከፋፍለህ ግዛው ሰርዓት ግማሹን ህዝብ ወዳጅ ግማሹን ህዝብ ደግሞ ጠላት እያደረገ

ስለሆነ የህዝቡ የአብሮነት እሴት ላይ ከፍተኛ ጉዳት አድርሱዋል፡ የሐይማኖት ተቋማትን በከፍተኛ ደረጃ አቃቅሩዋቸዋል።

3፡ በደርግ ዘመነ መንግሥት በቀጥታ ገብቶ በእርስ የእርስ ጦርነቱ የተሳተፈ አካል አልነበረም፡ በተለየ መልኩ የዘር ጥፋት የታወጀበት ህዝብም አልነበረም። በብልጽግናው ዘመን ግን በሐገር ውስጥ ጦርነት በቀጥታ የተሳተፉ የውጭ ሐይሎች አሉ፡ በተለየ መልኩ ጠላት ተብሎ ተለይቶ እንደ ህዝብ የተጠቃ ህዝብም አለ። ያውም የዘር ጥፋት የታወጀበት ህዝብ። ስለዚህ ይህንን ሁሉ አስቦ ለሐገር አንድነት መስራት ያስፈልጋል።

ለሐገር ሉአላዊነት፡

ለሐገር አንድነት፡

ለህዝቦች አብሮነት፡

ለእምነቶች ተግባቦት፡

ለመከላከያው ህዝባዊነት፡

ለዲሞክራሲና እድገት፡

ለፍትህና እኩልነት፡

ለህግ የበላይነት፡

ለመኖር በአንድነት፡

ለመከራው ማብቃት፡

እንሰራ በአንድነት።

መልክታችን ነው እናመሰግናለን፡

ለተግባራዊነቱ ደግሞ የምንችለውን ሁሉ እንሰራለን።

እኛ ከሐገር በላይ ምንም ነን።

ይህንን ሁሉ ጉድ እንመልከትና ብልጽግና "መደመር መንገዳችን ብልጽግና መዳረሻችን" እያለ እሱ ለውጥ ይለው ነገር ነውጥ ሆኖ ሐገሪቱን እዚህ ሁሉ ጉድ የከተታትን የመደመር ፍልሰፍና ከብልጽግናው ትርክት ወጥተን በተግባር ስንመረምረው የጥፋት መንገድና የመፍረስ መዳረሻ ሆኖ እናገኘዋለን። በነገራችን ላይ ብልጽግና የሚናገረውን ሰምቶ በተቃራኒው የተረጎመ ሰው ነው ትክክል የሚሆነው።

ምዕራፍ አምስት

የኢትዮጵያ ስም እና መገለጫዋ

ኢትዮጵያ በተለያየ መንገድ በተለያየ እና ወጥነት በሌለው አገላለጥ የምትገለጥ ሐገር ናት። በጣም የሚገርመው ነገር ግን የሚነገርላት እና በሐገሪቱ ውስጥ የሚታዩ የተግባር ስራዎች የተለያየ መሆናቸው ነው። እስኪ ብዙ ገፍተን ባንሔድበትም ለማሳያ ያህል የተወሰነ ነገር እንበል።

1፡ በሐይማኖታዊ አገላለፅ ኢትዮጵያ፡- ኢትዮጵያ በሐይማኖታዊ አሰተምሮ ሀገረ እግዚአብሔር፣ የቃል ኪዳን ሀገር፣ ሀገረ ገነት፣ የድንግል ማሪያም የአሰራት ሀገር፣ የቅዱሳን ሀገር፡ የሁለቱ ታላላቅ ሐይማኖቶች ሐገርና የመሳሰሉ መልካም መገለጫዎች አሏት። እውነታውን ሰንመልከተው ግን ሐይማኖታዊ ተግባራት ለታይታ የሚከወኑበትና የፖለቲካ መጠቀሚያ የሚሆኑበት፡ በሐገሪቱ በእግዚአብሔር የተጠሉ ተግባራት የሚከናወኑበት፡ የፈጣሪ ቃል የማይጠበቅበት፡ ለህዝቦቹዋ በተወሰነ የዓመታት ልዩነት የእርሰ በእርሰ ጦርነት እየተነሳ ህዝቦች የመከራ ሲያል የሚገቡበት፡ ሐይማኖቶች በእኩልነት የማይስተናገዱበት፡ ጦርነት ለህዝቦች በወረፋ የሚከፋፈልበት ሁኔታ ነው ያለው።

ለማሳያ ያህልም በሐይማኖት አባቶች ጦርነት የሚሰበክበት(በዚህ መጽሃፍ ውስጥ በተለያየ ቦታ የተጠቀሱትን መመልከቱ በቂ ነው)፡ ክቡር የሆነው የሰው ልጅ እስከ ነፍሱ በእሳት የሚቃጠልበት፡ ተዘቅዝቆ የሚሰቀልበት፡ በአስቃቂ ሁኔታ የሚገደልበት(ለምሳሌ ሻሸመኔ ተዘቅዝቆ የተሰቀለው፡ ወለጋና መተማ እስከ ነብሳቸው የተቃጠሉትን ማንሳት ይቻላል)፡ ረሃብ የጦርነት አንዱ ህዝቡን የማንበርከኪያ መሳሪያ ሆኖ የሚያገለግልበት፡ የሰው ልጅ ሰውነት የጦርነት ሜዳ ሆኖ የሚታወጅበት(በትግራይ ጦርነት ወቅት በሴቶች ላይ የደረሰው አስገድዶ መድፈርና ረሃብ መመልከቱ በቂ ነው) እና የመሳሰሉትን እጅግ ብዙ ነገሮችን መጥቀስ ይቻላል።

ሌላው ሐይማኖትን መሰረት አድርገን ስናይ በሐገሪቱ ያሉ ሐይማኖቶች እኩል የማይታዩበት ሁኔታ ነው ያለው። ለምሳሌ በአሁኑ ወቅት የቅማንትን ህዝብ የህገ ልቦና እምነት ለማጥፋት እየተሰራ ያለውን ፖለቲካዊ ሴራ እና ሰይጣናዊ ሰራ ማየቱ በቂ ማሳያ ነው(ስለዚህ ጉዳይ ከላይ የተገለጸውን ተመልከቱ)።

2፡ በታሪካዊ አገላለፅ ኢትዮጵያ፡- ኢትዮጵያ በታሪካዊ አገላለፅ ስትገለፅ ወጥነት የሌለው እና የተሳሳተ ታሪክ የሚነገርላት፣ የታሪኩ ባለቤት ተክዶ ሌላው ባለታሪክ የሆነበት፣ የሀገሪቱ ህዝቦች በየዘመናቱ በጦርነት የሚማቅቁባት ሀገር ናት ኢትዮጵያ። ለምሳሌ

የውሸት ስለሞናዊ ታሪክ ተሰርቶ ይነገርላታል፡ በዚህም ህዝቦች ያልሆኑትን እንደሆኑ ተደርጎ ይተረካል፡ ህዝቦችም የማይሆኑትን እንዲሆኑ ተገደው የእነሱ ያልሆነው ታሪክ ይነገርላቸዋል። የሰለሞናዊ የዘር ታሪክ በዚህ ሐገር ውስጥ የለም ውሸት ነው። ሰለሞናዊ አቀንቃኞች ግን አሉ ይህ የሰለሞን ሰርዓተ መንግሥት የሚባለውም ለሐገሪቱ ህዝቦች ታሪካዊ እና ፖለቲካዊ መመሰቃቀል ዋናው መነሻ ምክኒያቱ እሱ ነው። ሌላው በሐገሪቱ ውስጥ በደም እና አጥንት ደማቅ ታሪክ የሰሩ ህዝቦች ተክደው ታሪካቸው ተዘርፉዋል፡ እንዲጠፋ ተደርጓል፡ ተበላሽቶ ተጽፉዋል። ወደ ኋላ ተመልሳችሁ ተመልከቱ።

3፡ ከተግባር አንፃር ኢትዮጵያ፡- ኢትዮጵያ ህዝቦች በፈለጉት መንገድ ሳይሆን በሐይል ስትመራ የኖረች፣ በተለያየ ጊዜ ጀግና ልጆቿን ያሰበላች እና ህዝቦቿን የበላች በተለያዩ የታሪክ አጋጣሚዎች ህዝቦቿ የሚባሉባት በዓለም አቀፍ ደረጃ ህዝቦቿ በአሰቃቂ ሁኔታ የሚገደሉባት ሐገር ናት። ለሐገር አንድነትና እድገት የቆመው አጼ ቴውድሮሰ በከሃዲዎች አሰተባባሪነት በጠላት እጅ እንዲወድቅ ተደርጎ እራሱን ያጠፋበት፡ በሁሉም ረገድ የኢትዮጵያዊነት አባት የሆነው ቅማንት የተካደበት፡ የውጭ ወራሪ ጠላትን ሰለተፋለመ በላይ ዘለቀ የተሰቀለበት ወዘተ።

5፡ 1 ኢትዮጵያ በስም እና በተግባር

ሐገራችን ኢትዮጵያ የሰው ልጅ መገኛ ምድር መሆኑዋ በሳይንሳዊ ጥናት የተረጋገጠ እውነት ነው። ነገር ግን እውነታው ይህ ቢሆንም በሐገሪቱ ሰው እንደ ሰው የማይቆጠርባት እና የሰው ልጅ ከእንስሳትም በታች ሆኖ የሚታይባት ሐገር መሆኑዋ ደግሞ በታሪክ የታወቀ ነው። ይህ ጉዳይ በዚህ መጽሃፍም በተለያየ ቦታ ተገልጹዋል። መቸም የሰውን ልጅ በአሰቃቂ ሁኔታ ከመግደል በላይ ወንጀል የለም።

ኢትዮጵያ የሰው ልጅ መገኛ ብቻ ሳትሆን በብዙ የተፈጥሮ እና በሰው ሰራሽ ሐብትም የበለጸገች ሐገር ናት። በምድር ወገብ አካባቢ ስለምትገኝ የተስተካከለ መልካምና ሁሉንም ያካተተ(ደጋ፡ ወይና ደጋ፡ ቆላ፡ በረሃ) የአየር ንብረት ያላት ሐገር፡ ነገር ግን ለህዝቦችዋ መልካም የሆነ ንፋስ የማይነፍስባት ሐገር ናት ኢትዮጵያ፡ ይህ የሆነው ደግሞ በሰው ሰራሽ ችግር ነው። ለልማት የሚሆኑ ሐይቆች እና ታላላቅ ወንዞች ያላት፡ የተለያየ አይነት ማዕድን ያላት፡ ለመድሃኒት የሚውሉ(እጽዋት፡ አዝርዕት፡ ቅመማት) ያላት፡ በሌላ ሐገራት የማይገኙ እንስሳትና እጽዋት እና ሌሎችንም ብንዘረዝር የታደለች ሐገር ናት ኢትዮጵያ።

እነዚህ ነገሮች ደግሞ የሐገር እድገት ዋና መሰረት ናቸው። ነገር ግን እንዱንም እንኳን ወደ ተግባር ለውጦ ለእድገት ያዋለው አካል የለም። የሚገርመው ነገር በሐገሪቱ ውስጥ በቢሊዎን የሚቆጠር የስራ እድል መፍጠር ይቻላል፡ በሚሊዎን የሚቆጠር ስራ አጥ ወጣት ደግሞ በሐገሪቱ አለ። ነገር ግን ይህንን ሁለቱን ለማገናኘት የሚያሰብ አካል የለም፡ እኛ ሁሌም በትንሹም በትልቁም ጦርነት ላይ ነን። በዚህ ምክኒያት ሀገሪቱም ሀገረ እግዚአብሔር እየተባለች እየተጠራች የሰይጣን ሐገርና ቤተ ሙከራው ሆነች። ይህ ብቻ ሳይሆን ሐገሪቱ ወደፊት ሳይሆን ወዳኋላ የምትጓዝና የህዝቦችም እሰር ቤት ሆነች።

አሁን ባለው ሁኔታ ደግሞ ልትበተን አፋፍ ላይ ደርሳለች ኢትዮጵያ። ሐገራችን ኢትዮጵያ በየዘመናቱ በጣም ብዙ ጀግኖችን ትወልዳለች፡ ነገር ግን እነዚህን ጀግኖች ብዙ ጊዜ ሐገሪቱ እንደ ድመት የምትበላ ሁና ልጆቹዋም እንደ እፉኝት ልጅ እናታቸውን የሚበሉበት ሐገራዊ ሁኔታ ነው ያለው። በዚህ በኩል በጣም ብዙ ጀግኖች እድሜያቸውን ሳይጨርሱ፡ የተማሩትን እውቀት ለሐገር እድገት እና ለህዝብ ብልጽግና ሳያበረክቱ፡ ሐገሪቱም ለፍታ ደክማ በልጆችዋ ሳትጠቀምና ሳትኮራ ትቀራለች።

እንደዚህ እያልን ብንቆጥር ሐገርንና ዓለምን መቀየር የሚችል ስንት ጀግና በየአካባቢው አልቋል። ይህ የሚሆነው ደግሞ የተረጋጋ

ፖለቲካ እና ሰላማዊ እንቅስቃሴ የተሞላበት ዲሞክራሲ በሐገሪቱ ባለመኖሩ ነው። ይህ ብቻ ሳይሆን የሐገር ስሜት ያላቸው፡ ለሐገርና ለወገን መሆን የሚችሉ የቁርጥ ቀን ልጆች ሐገሪቱን መምራት የሚችሉበት እድል የለም። ሐገራዊ ስሜት የሌላቸውና በብስለት የማይመሩ አካላት በሆነ አጋጣሚ ወደ ስልጣን ይመጡና ለሐገር እና ለህዝብ ሸክም ሁነው ሐገር እያጠፉ ይቀጥላሉ።

ይህንን የጥፋት ስራቸውን በሳል አመራር መስጠት የሚችሉ የነበሩት እንዳያጋልጡዋቸውና እንዳይነሱባቸው ስለሚሰጉ ያሳድዱዋቸዋል፡ ያስሩዋቸዋል። ይህንን መሸካም የማይችለው አካልም ወደ ትግል ይገባል። በዚህ ምክኒያት የዲሞክራሲ መነሻ መሆን የሚችሉ ባህሎች እና እምነቶች የሚበዙባት ሐገር ህዝቦችዋ በመልካም አስተዳደር እጦት የሚሰቃዩባት እና ሁሌም የመንግሥት ለውጥ በሐይል የሚመጣባት ሆነ ማለት ነው።

ይህ ደግሞ ሁሉንም ነገር ከዜሮ ስለሚያስጀም በድህነት አረንቋ ውስጥ ለመቀጠል እንድንገደድ አደረገን ማለት ነው። በዚህ ምክኒያት በአንድ ወቅት የሰልጣኔ ቁንጮ የነበረች ሐገር አሁን የድሐ ድሐ የሚል የስም ገላጭ ተጨምሮላት በረሃብ ምሳሌነት የምትጠራና ለህዝቦቹዋ እስር ቤት እየተባለች የምትገለጽ ሆነች ሐገራችን። ልጆቹዋ የሚበሉት አጥተው በረሃብ እያለቁ ከረሃብ የተረፈውን ህዝብ የምትጨርስበት የጦር መሳሪያ እየገዛች

በህዝቦችዋ ላይ የምትዘምት እና ልጆቹዋን የምትጨፈጭፍ ሐገር ሆነች ኢትዮጵያ። ይህ ነው ወልዶ እንደ ድመት ልጅን መብላት ማለት፡ ይህ ነው ልጅ እናትን እንደ ፉኝት ልጅ መብላት ማለት።

የተለያዩ የሳይንስ(የተፈጥሮና የማህበራዊ ሳይንስ) እና የቴክኖሎጅ መሰረት መሆን የሚችሉ መዛግብት፡ መልካም እሴቶችና ባህሎች ያላት ሐገር እንዱንም መጠቀም ያልቻለች ይባስ ብሎም በየዘመናቱ በእርስ የእርስ ጦርነት የምትታመስ ሐገር ሆነች ኢትዮጵያ። ለዚህ ደግሞ ዋናው መነሻ ምክኒያት በሆነ አጋጣሚ ወደ ገዥነት የመጣው አካል ህዝብን አማክሎ እና ነገሮችን አስተካክሎ መምራት ስለማይችል የሚነሱበትን ህዝባዊ ጥያቄዎች በሐይል ስለሚያፍናቸው ነው።

ይህንን ተከትሎ ህዝባዊ ተቃውሞ ይነሳል በዚህ ጊዜ ገዥው አካል በህዝቡ ላይ ጦርነት ይከፍታል። በመጀመሪያ የሐገር መከላከያውን በህዝብ ላይ ያዘምታል፡ ይህ አልሳካ ብሎ በህዝብ የሚሸነፍ ከሆነ ደግሞ የተለያዩ የሐሰት አጀንዳዎችን ፈጥሮ በህዝቦች መካከል መቃቃርን ይፈጥርና እንዱን ህዝብ ደግፎ ሌላውን ህዝብ ነቅፎ ህዝብን በህዝብ ላይ የሚያዘምትባት ሐገር ሆነች ኢትዮጵያ።

ለዚህ ማሳያ የሚሆነን ከዚህ ዘመን ውጭ ምንም ሌላ ጊዜ የለም። በዚህም ምክኒያት ወላጅ ይጠቅመኛል ብሎ ጫንቃውን ገፎ አልብሶ፡ ከአፋ ትቶ አጉርሶ ያስተማረው ልጅ በወላጁ ላይ ምላጭ የሚሰብባት ሐገር ሆነች ኢትዮጵያ። ዛሬ ሐገራችን ውስጥ ወገን በወገኑ ላይ የሚያደርሰውን የጭቃኔ ድርጊት ተረጋግቶ ለሚመለከት አስቃቂ ድራማ እንጂ እውነት ሰው በሰው ላይ የእውነት የሚፈጽመው አይመስልም።

ይህ ብቻ ሳይሆን የሐይማኖት አባቶች እራሱ በሰማይም በምድርም ይጠብቁት ዘንድ ከፈጣሪ የተሰጣቸውን ህዝብ ከጦረኛው አካል ጎን ተሰልፈው ህዝቡን የሚያበላሉበት ተግባር ሲከውኑ ሲታይ እርማ ጌዶን የሚባለው ደረሰ እንዴ? ያሰኛል። ሐገረ እግዚአብሔር የተባለችው ሐገር የሰይጣን ቤተ ሙከራ ሆነች። ሌላው ይቅር እንዴት ህዝብ እንደ ህዝብ ወንጀለኛ ሆኖ ይፈረጃል?

በዚህ ሐገር ውስጥ ህዝብ እንዳለ ወንጀለኛ ሆኖ ይፈረጃል። ለምሳሌ በሐገር ደረጃ ስናይ የትግራይ ህዝብ ህወሃት ውስጥ ያሉ ሰዎችን ስለወለደ ብቻ ወንጀለኛ ሆኖ ሁለት ዓመት ከዓለም ተለይቶ፡ ተዘግቶ ተዘመተበት፡ አሁን ደግሞ የአማራ ህዝብ እጣው ደርሶት መከራውን እየበላ ነው። በክልል ደረጃ ስናይ ደግሞ የቅማንት ህዝብ ህገ መንግሥታዊ የመብት ጥያቄ በመጠየቁ ብቻ

በአማራ መንግሥት ተወንጅሎ ከ2007 ዓ.ም ጀምሮ መከራው እየበላ ነው።

5፡ 2 ኢትዮጵያ እና ቅማንት

ሐገራችን ኢትዮጵያ በዓለማችን ላይ ታሪክ ጠገብ ከሆኑት ሐገራት ውስጥ አንዷዋ ናት። ኢትዮጵያ የሰው ልጅ መገኛ፡ የስልጣኔ መጀመሪያ፡ የሐይማኖት ሐገር፡ ባለብዙ የተፈጥሮና ሰው ሰራሽ ሐብቶች ባለቤት፡ ባለዘርፈ ብዙ ታሪካዊ ሐገር፡ አልደፈርም ባይና የነጻነት ፋና ወጊ፡ የመልካም እሴቶች እና የየራሳቸው አስተዳደራዊ ስርዓት ያላቸው ህዝቦች ሐገር ናት ኢትዮጵያ። ከእነዚህ መልካም ነገሮች ጋር ከሚነሱ ህዝቦች መካከል አንዱ ታሪከ ቀለመ ደማቅ ህዝብ አብሮ የሚነሳው የቅማንት ህዝብ ነው። የቅማንት ህዝብ ሐገሪቱን ጫካ መንጥረው ከአቀኑዋት ህዝቦች መካከል አንዱ ነው። ለማሳያ የሚሆኑ የተወሰኑ ነጥቦችን እንጥቀስ።

1፡ የሐገራችን ስም "ይቶቢያ"(ውብ ምድር ማለት ነው) እና የህዝቦቹዋ ስም ደግሞ "አበሻ/አበሽያ"(ባላባት ማለት ነው) በቅማንተኛ ቋንቋ የተሰየመ እና ትርጉም ያለው መሆኑና አሁንም በተለያዩ የሐገሪቱ ክፍሎች በቅማንተኛ ቋንቋ የሚጠሩ ቦታዎች መኖራቸው እና ታሪክ አጥፊዎችና ዘራፊዎች እንደሚሉት ሳይሆን ይቶቢያ(ኢትዮጵያ) የተመሰረተችው በቅማንት ህዝብና

የተሰየመችውም የቅማንተኛ ቋንቋ መሆኑን ይገልጻል። ይህ ደግሞ የቅማንትን ህዝብ ቀደምትነት፡ ሐገር መሰራችነት እና ዘርፈ ብዙ ባለደማቅ ታሪክ ባለቤትነት ያሳያል።

2፡ ሐገራችን ይቶቢያ(ኢትዮጵያ) በሳይንሰም በታሪክም የሰው ልጅ መገኛ መሆኑዋ የተረጋገጠ እውነታ ነው። ይህንን እውነታ በታሪክ ጠገቡ የቅማንት ህዝብ ታሪክም ማረጋገጥ ይቻላል። ለምሳሌ አረቢያ ማለት በቅማንተኛ ቋንቋ የእህል መሬት ማለት ነው። ይህም ከጥፋት ውሃ በፊት የነበረውን የመሬቱን ባህሪና ሁኔታ የሚያመላክት መሆኑ በታሪክ መዛግብት ተዘግቦ ይገኛል። ልክ እንደዚህ የቅማንትን የህገ ልቦና ሐይማኖትን፡ የቅማንትን ቋንቋ ትርጉምን፡ የቅማንትን ታሪክ፡ የቅማንትን ቀደምት ሰልጣኔ ይዘን ወደኋላ ብንጓዝ ይህንን እውነታ ማረጋገጥ እንችላለን።

ሌላው ምንም እንኳን በሳይንሰ አሳማኝ ባይሆንም በሐይማኖት በኩል የመጀመሪያው ሰው አዳም ነው። አንዳንድ የቤተ ክርስቲያ መዛግብት እንደሚያሳዩት ይህ ሰው ከኢትዮጵያ አፈር እንደተሰራ እና ኢትዮጵያ ውሰጥም እንደኖረ ዘግበዋል። በዚህም ምክኒያት ገነት በጣና ሐይቅ በኩል ናት ይላሉ። ሰለሆነም ከጥፋት ውሃ በኋላ ያለውን ጠቅላላ የሰው ልጅ ታሪክ የሚያሳየውን የቅማንት ታሪክ ይዘን ወደ ላይ ብንሔድ ነገሩን እናረጋግጣለን። ይህ ማለት ግን

ሳይንሳዊ እና ሐይማኖታዊ የሆነው አከራካሪ ልዩነት እንደተጠበቀ ሆኖ ማለት ነው።

3፡ ሐገራችን ኢትዮጵያ የቀደመች የስልጣኔ ማማ እንደ ነበረች ይነገራል። ለዚህ ደግሞ ማሳያ የሚሆነው የአባይ ሸለቆ ስልጣኔ እና የተለያዩ ቤተ መንግሥታት ህንጻዎችን ማየት እንችላለን። ለዚህ ደግሞ ባለቤቱ የቅማንት ህዝብ ነው። ሌላው "የአውሮፓ ስልጣኔ መነሻው የሮም ስልጣኔ ነው፡ የሮም ስልጣኔ መነሻው የግሪክ ስልጣኔ ነው፡ የግሪክ ስልጣኔ መነሻው የግብጽ ስልጣኔ ነው፡ የግብጽ ስልጣኔ መነሻው የዓባይ ሸለቆ ስልጣኔ ነው"፡ ይላል፡ ስለሞን ሙሉጌታ ሳይቴክ ባለው መጽሃፉ ላይ። የዓባይ ሸለቆ ስልጣኔ ደግሞ ባለቤቱ የቅማንት ህዝብ ነው። ለዚህም ማስረጃ የሚሆነን የመጀመሪው ይህ ስልጣኔ በእንግሊዘኛው Qiment civilization ተብሎ በቅማንት ስም መጠራቱ ሲሆን ሁለተኛው ደግሞ የቅማንት ህዝብ ሁሉ አቀፍ ቀደምት መሰራችነት ነው። አቶ ነጋ ጌጤም የቅማንት ስልጣኔ መሆኑን ጠቅሰዋል። ስለዚህ የቅማንት ህዝብ የዓለም ስልጣኔ መሰረት ነው ማለት ነው። የቅማንት ህዝብ የዓለም ሚስጥር ነው።

4፡ የሐይማኖት ሁሉ መነሻው የህገ ልቦና እምነት ነው። ይህም እምነት ለአዳም የተሰጠና በተለምዶ የአብርሃም እምነት እየተባለ የሚጠራው ሐይማኖት እስከ ሙሉ ስርዓቱ በቅማንተኛ ቋንቋ እየተቀደሰ በቅማንት ህዝብ ልብ ውስጥ ተይዞ በተግባር እየተከወነ

ይገኛል። ይህም የቅማንትን ህዝብ ቀደምትነት፡ ስልጣኔ እና ሐገር መስራችነት ያሳያል።

5፡ ሐገራችን ይቶቢያ(ኢትዮጵያ) ታሪክ ጠገብ ከሆኑት ሐገራት ተርታ እንደምትሰለፍ ከላይ አይተናል። የሐገር ታሪክ ማለት ደግሞ የህዝቦች የተለያዩ ታሪኮች ድምር ውጤት መሆኑ የታወቀ ነገር ነው። ይቶቢያን(ኢትዮጵያን) ታሪክ ጠገብ ከአደረጉዋት ህዝቦች መካከል ደግሞ አንዱ የቅማንት ህዝብ መሆኑ የአደባባይ ሚስጥር ነው። ከዚህ በተጨማሪ ህዝቦች የየራሳቸው የሆነ አስተዳደራዊ ስርዓት አላቸው። ከዚህ ውስጥ ለሐገር መትረፍ የሚችል አስተዳደራዊ ስርዓት ያለው አንዱ የቅማንት ህዝብ ነው።

6፡ አልደፈርም ባይነት፡ በሉአላዊነት ላይ አለመደራደር እና ነጻነትን አሳልፎ አለመስጠት የኢትዮጵያዊነት መገለጫ ነው። ከዚህ ውስጥ አንዱ የቅማንት ህዝብ ነው። የቅማንት ህዝብ ለነጻነት ሲባል ከተደረጉ ተጋድሎዎች ጋር ስሙ አብሮ የሚነሳ ቢሆንም በጠቅላላው የጦር ውሎ፡ ከሱማሊያ ጋር የተደረገውን ጦርነት፡ በመተማ በኩል ሲደረጉ ከነበሩ የተለያዩ ተጋድሎዎች ጋር፡ ከእንግሊዝ ጦር ጋር መቅደላ ላይ የተደረገው የነጻነት ተጋድሎ እና ከኢጣሊ ጋር የተደረጉ የነጻነት ተጋድሎዎችን በደማቅ ቀለም በቅማንትም ህዝብ ስም የተጻፉ ናቸው። እነዚህ ታሪኮች ደግሞ የሐገሪቱም ደማቅ ታሪኮች ናቸው።

7፡ የቅማንት ህዝብ ሐገርን የሚጠቅሙ የተለያዩ መልካም እሴቶች እና የራሱ የሆነ አስተዳደራዊ ሰርዓት ያለው ህዝብ ነው። ህዝቡ ጫካ መንጥሮ ሐገር ቆርቁሮ መንግሥት መሰርቶ፡ ሐገረ መንግሥት መርቶ ዘመናትን ያሰቆጠረ ህዝብ ነው። የቅማንት ህዝብ የራሱ የሆነ ዲሞክራሲያዊ አስተዳደራዊ ሰርዓት ያለው ህዝብ ነው።

ከዚህ ሁሉ በተጨማሪ የቅማንት ህዝብ በሐገር ውስጥ የሚፈጠሩ ጨፍላቂ አገዛዞችንም ሲታገል የኖረ ህዝብ ነው። ምንም እንኳን እነዚህን ሁሉ ያበረከተ ቢሆንም የቅማንት ህዝብ በታሪክ ሒደት ውስጥ ግን የተለያዩ የጭቆና አገዛዞች ገጥመውት የተለያዩ መከራዎችን ማስተናገዱ አልቀረም። በተለይ የሐይማኖትን መሰፋፋት ምክኒያት በማድረግ ቤተ መንግሥት እና ቤተ ክህነት በመጣመር ያደረሱበትን መከራ ታሪክ አይዘነጋውም። በእነዚህ እና በሌሎችም ችግሮች ህዝቡ ከጊዜ ወደ ጊዜ እየሙዋሸሸ ቁጥሩ አንሶ በኢህአዲግ ዘመነ መንግሥት ከእነ አካቴው ቅማንት የሚባል ህዝብ የለም ተብሎ ከብሔር ብሔሮች ሰም ዝርዝር ለመሰረዝ በቃ። እዚህ ላይ በጣም የሚገርመው ነገር ግን የብሔር ብሔረሰቦችን መብት እስከብራለሁ ለብሔር ብሔረሰቦች የቆምኩ ነኝ ከሚል አንድ መንግሥት ይህ አጸያፊ ተግባር መታየቱ ነው። ነገሩን በጥልቀት ለሚመረምር ሰው ከጀራባ የተደበቀ ፖለቲካዊ እና ታሪካዊ ሴራ ያለበት መሆኑን ያሳያል። ይህ የብሔሩ መካድ ግን በህዝቡ ዘንድ

ቁጣን ቀሰቅሶ ወደ ትግል እንዲገባ አድርጎታል። የቅማንት ህዝብ መንግሥታዊ፡ ሐገራዊ እና ታሪካዊ ክህደት ከተፈጸመበት ጊዜ ጀምሮ ህልውናውን ለማስጠበቅ በአደረገው ተጋድሎ ከየለም ተመልሶ የተለያዩ የውሳኔ ደረጃዎችን አልፎ መነሻው 72 ቀበሌዎችን መሰረት ያደረገ ልዩ ዞን ማዋቀር እንደሚችል አረጋገጠ።

ይህም የመተማን እና የቋራ ወረዳዎችን ጨምሮ የተለያዩ ወረዳዎችን በማካተት ነው። ይህ እውነት አልዋጥለት ያለው የጽንፈኛው ቡድን ግን የቋራን እና የመተማን ቅማንቶች ቆርጦ አስቀርቶ ከበባ ውስጥ የገባች እና ምንም ልማት የሌላት ዞን ለመመስረት የተለያዩ የሴራ እና የግፍ ሰራዎችን በህዝቡ ላይ እየሰራ ይገኛል። ከዚህ ውስጥ የተወሰኑትን ነጥቦች ጠቅሸ ልለፍ።

ሀ፡ የመጀመሪያው በሴራ ፖለቲካ ታጋዮችን በተለያየ ጥቅማጥቅም በመደለል ታጋዩን ከሁለት በመክፈል የቋራን እና የመተማን የቅማንት ህዝብ በአስተዳደር መዋቅሩ ውስጥ እንዳይካተቱ ማድረግ ነበር።

ለ፡ ህዝቡን በሐይል ለማንበርከክ ጦርነት ከፍቶ በህዝቡ ላይ በመዝመት በጅምላ መጨፍጨፍ፡ በጅምላ ማፈናቀል እና በጅምላ የንብረት ውድመት በማድረግ የህዝቡን የመብት ጥያቄ ለማፈን የተሰራው የሸፍጥ ፖለቲካዊ ሴራ ነበር።

ሐ፡ አሁን ደግሞ የክልሉ መንግሥት ወቅቱን ያልዋጀ፡ በትክክል ያልተጠና እና የአንድን ታላቅ ፕሮጀክት መመዘኛዎች ያላሙዋላ የግድብ አቅድ ይዞ መጥቶ በሸንፋ ወንዝ ላይ ልገድብ ነው እያለ እያሸበረ ይገኛል። ይህም በሌሎች መንግዶች አልሳካለት ያለውን ቅማንትን የማንበርከክ ዓላማ ለማሳካት ህዝቡን በልማት ሰበብ ለማፈናቀል እየሰራ የመሆኑ አንዱ ማሳያ ነው። የሸንፋን ፕሮጀክት እቅድ ስንመለከተው ከ85 እስከ 105 ሔክታር ይሸፍናል ተብሎዋል። ይህ ማለት መተማ ወረዳና ቋራ ወረዳ ያሉ የቅማንት ቀበሌዎችን(ሌንጫን፡ ጀጀቢትን፡ ጉባይን፡ ዘውዴ ባድማን፡ አደራ አቦን፡ እንኮይ ውሃን፡ ኮዘራን እና ሌሎችን በአካባቢው በኑዋሪነት ያለው የቅማንት ህዝብ የሚገኝባቸውን ሁሉ) በሙሉ ለማስነሳት የታቀደ የሴራ ፖለቲካ ነው።

ሌላው ይህ ፕሮጀክት የሚሰራበት ቦታ ከሱዳን በጣም በቅርብ እርቀት ላይ የሚገኝ ነው። ስለሆነም ከፕሮጀክቱ በታች ለልማት የሚሆን በቂ መሬት የሌለው መሆኑ ብቻ ሳይሆን ለአደጋም የተጋለጠ ጭምር ነው። በመጨረሻም የዚህን ፕሮጀክት እቅድ ስናየው በጣም ትልቅ ፕሮጃክት ነው። እንዲህ አይነት ፕሮጀክት ለመሰራት አሁን ከታሰበ እና የሚቻል ከሆነ ከዚህ የተሻሉ ህዝባዊ የመብት እና ፖለቲካዊ ጥያቄ የሌለባቸው፡ የተሻሉ ዓመቱን ሙሉ የሚፈስ ውሃ

ያላቸው፡ ከሱዳን በቂ ርቀት ያላቸው፡ ለመልማት የሚሆን የተሻለ ለም መሬት ያላቸው አንገረብ እና ጓንግ ወንዞች አሉ።

ይህ ከሆነ የክልሉ መንግሥት ለምንድን ነው እነዚህን ወንዞች ለልማቱ ቅድሚያ መስጠት ያልፈለገው ብለን ስናይ እነዚህ ወንዞች ላይ ልማት ቢለማ የቅማንትን ህዝብ አለማፈናቀላቸው ብቻ ሳይሆን ህዝቡን የልማቱ ተጠቃሚ ነው የሚያደርጉት። የክልሉ መንግሥት ደግሞ የቅማንትን ህዝብ ማልማት ሳይሆን ማፈናቀልና ማጥፋት ነው ዓላማው። ስለሆነም ህዝቡ የሚለማበትን ሳይሆን የሚፈናቀልበትን መንገድ ነው የሚፈልገው ማለት ነው። ልማት ከሆነ ለአማራው ህዝብም አያለማ እንኳን በጠላትነት ለፈረጀው የቅማንት ህዝብ።

ምን አልባት የክልሉ መንግሥት የቅማንትን ህዝብ በጠላትነት ፈርጁዋል ስል ማጋነን ሊመስል ይችላል። ይህንን እውነታ ለማረጋገጥ በዚህ መጽሃፍ የተጻፉትንም ያልተጻፉትንም የክልሉ መንግሥት የቅማንት ህዝብ ላይ ያደረሰውን የዘር ጥፋት አይቶ ማረጋገጥ ይቻላል። ይህ ከሆነ እውነቱ እንዲህ አይነት ፕሮጀክት ህዝቡን አጣብቂኝ ውስጥ በማስገባት ለማፈናቀል የታለመ የሴራ አካሔድ ነው ማለት ነው። ማለትም ህዝቡ ከተስማማ በፍቃዱ ከቦታው ይፈናቀላል ማለት ነው። ካልተስማማም በጸረ ልማት ተፈርጆ በሐይል ተጨፍጭፎ ይነሳል ማለት ነው። እስኪ የተወሰኑ ጥያቄዎችን እናንሳ እና እንወያይባቸው።

1፡ በሐገሪቱ የተረጋጋ ሰላም እና ለፕሮጀክት የሚሆን በጀት በሌለበት ወቅት ለምን ይህንን አጀንዳ መምዘዝ አሰፈለገ ብለን ብንጠይቅ፡ መልሱ ከተሳካ ህዝቡን ማፈናቀል ካልተሳካም አካባቢውን ወደ ግጭት አስገብቶ ህዝቡን ማፈናቀል ስለሆነ ሰላም እና በጀት የሚባል ነገር አያስፈልግም የሚል ይሆናል። ለዚህም ማሳያ የሚሆነው ሚኒስተር መሰሪያ ቤቱ እራሱ እንኳን አዲስ ፕሮጀክት ለመጀመር ቀርቶ የተጀመሩትን ፕሮጀክቶችም ለመጨረስ የሚበቃ በጀት የለኝም እያለ ባለበት ወቅት እነሱ የሚፈልጉት ትርምስ ስለሆነ አሁን ባለው ወቅታዊ ሁኔታ በአንጻራዊነት ሰላም የነበረውን አካባቢ ወደ ትርምስ እያስገቡት መሆኑን ማየት ይቻላል።

2፡ ጥናቱ ያልተጠናቀቀ ፕሮጀክት ማራገብ ለምን አሰፈለገ ብለን ብንጠይቅ፡ መልሱ የሚሆነው ለማልማት ሳይሆን ህዝቡን ለማሸበር እና ለማፈናቀል ስለሆነ ይህ ይበቃል የሚል ይሆናል። ጥናቱ አለመጠናቀቁ ብቻ አይደለም መሙዋላት ያለባቸውን የፕሮጀክቱ ጥናቶች ከጅምሩ ጀምር አላካተተም። ይህም የሚያሳየው በእውነትም ለልማት ሳይሆን የሚፈልጉት ህዝቡን ለማፈናቀል ስለሆነ ነው። ሌላው ደግሞ ፕሮጀክቱ የሚሰራው በፌደራል መንግሥቱም ትብብር ነው ይላሉ፡ ይህንንም አብረን እየሰራን ነው ይላሉ፡ የፌደራል መንግሥቱ በራሱ ደግሞ ከዚህ በተቃራኒው ፕሮጀክቱ ከሆነ እንኳን አሁን ሳይሆን ከጊዜ በኋላ ያም ህዝቡ

አምኖበት መሆኑን ይገልጻል። ይህም የሚያሳየን ፕሮጀክቱ ህዝቡን ማፈናቀያ መሳሪያ መሆኑን ነው።

3፡ እንዲህ አይነት ግድብ ድንበር አካባቢስ ይሰራል ወይ ብለን ብንጠይቅ፡ መልሱ አረ በፍጹም አይሰራም ዓላማው የቅማንትን ህዝብ ከነጋዴ ባህር በታች እንዳይወርድ ማድረግ እና ማደኸየት ስለሆነ ነው የሚል ይሆናል።

4፡ የቅማንት ህዝብ በሚገኝበት አካባቢ ወንዙን ለመገደብ የክልሉ መንግሥት ያወያየው ሌላ አካባቢ ያለውን እና የማይመለከተውን የአማራው ህዝብ ነው። እዚህ ላይ ተነስተን የክልሉ መንግሥት ለምንድን ነው የሚመለከተውን የቅማንትን ህዝብ ማወያየት ያልፈለገው የሚል ጥያቄ ብናነሳ፡ መልሱ በአንድ በኩል ህዝቡ እንደማይስማማ ስለሚታወቅ ነው የሚል ሲሆን በሌላ በኩል ደግሞ ልማት የተባለው የእውነት ከልብ ሳይሆን በሴራ ማፈናቀል ስለሆነ ነው የሚል ይሆናል።

ከዚህ በተጨማሪ የቅማንትን ህዝብ በሚመለከት ጉዳይ ላይ ለምን ነው የአማራው ህዝብ ተወያይቶ እንዲወስን የተፈለገው ብለን ብንጠይቅ መልሱ በሁለቱ ህዝቦች መካከል እንደተለመደው ግጭት ለመጥመቅና በሰበቡ የቅማንቱን ህዝብ ጨፍጭፎ የፖለቲካ ፕሮፖጋንዳ ለመሰራት ነው የሚል መልስ ነው የምናገኘው። ምክኒያት

እየፈጠሩ ሁለቱን ህዝቦች ማጋጨት እና ቅማንትና አማራ ውስጥ ችግር ስላለ እስታራዊ ነን ብሎ መምጣት ልማዳቸው መሆኑን ከላይ ተመልክተናል።

5፡ ጽንፈኛው ቡድን የቅማንትን ህዝብ ልማትስ ይፈልጋል ወይ ብለን ብንጠይቅ ደግሞ አረ በፍጹም አይፈልግም በእቅድ ይዞ ያን ሁሉ የህዝቡን ሐብት እና ንብረት ያወደመውና ለዚህ ሁሉ መከራ የዳረገው እሱ አይደል? ዓላማው የልማትን ሽፋን ተጠቅሞ ህዝቡን ማፈናቀል ስለሆነ ነው የሚል ይሆናል።

በአጠቃላይ ሐገር መስራቹ የቅማንት ህዝብ፡ ቀደምቱ የቅማንት ህዝብ፡ ታሪክ ጠገቡ የቅማንት ህዝብ፡ ጀግናው እና የዋሁ የቅማንት ህዝብ፡ የሐገር ባለውለታው የቅማንት ህዝብ ጥፋት ታውጀበት በተለያየ መንገድና ምክኒያት ይገደላል፡ ይፈናቀላል፡ ይሳደዳል፡ ይታሰራል፡ ሐብት ንብረቱ ሆነ ተብሎ ይወድማል፡ የታቀደና የታሰበ ብዙ የመከራ በረዶ በላዩ ላይ ይወርድበታል። ይህን ሁሉ አድራጊዎችን ታሪክ ይፋረዳቸው።

5፡ 3 ዘመናዊ ዘመነ መሳፍንት በኢትዮጵያ ምድር

ሐገራችን ኢትዮጵያ በተለያዩ ወጥነት የኀደላቸው እና ባለቤቱ ተክዶ አፈ ቀላጤው ባለቤት የሆነባት ታሪክ ባለቤት ናት። ይህ የሐገራችን የተሳሳተ ትርክ በአብዛኛው ሐይማኖታዊ መንግሥታዊ

የአስተዳደር ሰርዓት በአንድነት ሰፍኖ በነበረበት ወቅት የተፈጠረ ነው። ይህ የተሳሳተ ትርክት በሐገራችን በየዘመናቱ ለሚነሱ የእርስ በእርስ ጦርነቶችም ምክኒያት መሆኑ አልቀረም። ምክኒያቱም የታሪኩ ባለቤት ተክዶ በመሰረታት ሐገሩ ባይተዋር ሲሆን ሌላው ደግሞ ዘርፎ ወይም ቀምቶ የታሪኩ ባለቤት እና የሐገር ባለውለታ በመሆኑ በሚመጣ ተቃርኖ ነው። ይህ የእርስ በእርስ ጦርነትም በየዘመናቱ ሐገሪቱን በተለያየ ጊዜ የመበተን አደጋ ሁሉ እየደቀነባት ዘልቋዋል።

ለአብነት ያህልም የባለፈው በባላባት ዘመነ መሳፍንት የነበረውን እና በአሁኑ ወቅት ያለውን ዘመናዊ ዘመነ መሳፍንት ማንሳቱ በቂ ማሳያ ነው። እንደሚታወቀው በባላባታዊ ዘመነ መሳፍንት(የጨለማው ዘመን) ሐገራችን ኢትዮጵያ ተቆራርጣ ብዙ ትኒኒሽ ኢትዮጵያ ሁና በየአካባቢው ባሉ ባላባቶች ወይም መሳፍንቶች የምትገዛ የተበታተነች ሐገር ነበረች። ለዚህ ችግር ዋናው ምክኒያት ደግሞ የሰለሞን የደም ዘር አለን የሚል የተሳሳተ ሐሳብ ያላቸው አካላት የመንግሥትን አስተዳደር እና የሐይማኖት መዋቅራዊ ሰርዓትን በመቀላቀል ተጠቅመው ያመጡት የጅብ ሰርዓት ነው።

ይህ ሰርዓት መልኩን እና ቀርጹን ለውጦ አሁንም በዚህ በእኛው ዘመን ሐገሪቱን ሊበትናት የገደል አፋፍ ላይ አድርሱዋታል። አሁን በሐገራችን የህግ የበላይነት የሚባል ነገር የለም ሁሉም ነገር

የዝንጀሮ አይነት ስርዓት ነው ያለው። በየአካባቢው ሁሉም የሚገዛው ህዝብ አለው፡ ሁሉም እንደፈለገ ይዘርፋል፡ ሁሉም የፈለገውን ያደርጋል፡ ብቻ ብዙ ጉድ ነው በሐገሪቱ ያለው።

በዚያ ዘመን የነበረችውን የተበታተነች ኢትዮጵያ አንድነት ለማምጣት ከግላዊና ቡድናዊ ጥቅም ይልቅ ለጋራ ጥቅም የሚቆም፡ ከመነጣጠል እሳቤ ይልቅ ለትብብር የሚያስብ፡ ከአካባቢነት እና ከጎጠኝነት ይልቅ ሁሉን አካታች የሆነ አስተሳሰብ ያለው፡ ከመበታተን ይልቅ ስለአንድነት የሚተጋ፡ ከአጭር ጊዜ ጥቅም ይልቅ ለዘላቂ ጥቅም እና ለመሳሰሉት ሐገራዊ ጉዳዮች የሚሰራ አርቆ አሳቢ አንድነትን እና እድገትን ናፋቂ ሁለገብ አስተሳሰብ ያለው ቆራጥ ጀግና ያስፈልጋት ነበር ሐገራችን ኢትዮጵያ።

ይህንንም ፈጣሪ ረድቱዋት እና ጊዜው ደርሶ ከቅማንቶች አብራክ የተፈጠረው የኢትዮጵያ አንድነት መሰረት ጣዩ፡ አንድነትና ዘመናዊነት(እድገት) ናፋቂው አጼ ቴውድሮስ ተነሰቶ የቅማንትን ህዝብ ከጎኑ አሰልፎ ያችን ውጥን ቅጡዋ የበዛ ህዝቦቹዋ በአንድነት በመከራ የሚሰቃዩባትን ሐገር አንድነት መልሰው የመንግሥት መተዳደሪያ ህገ መንግሥት ቀርጾ መሰረቱን አሰቀምጠው አልፈዋል። ያ የሐገሪቱ እና የህዝቦች መከራ ዘመናትን ሰፍሮ፡ ድርጊቶችን ቀጥሮ አሁንም በዚህ ትውልድ ሐገሪቱ ላይ አደጋ ተደቅኖባታል። አሁን ሐገሪቱ መንግሥት ነኝ ከሚል አካል ውጭ መንግሥት አልባ ሐገር

ሁናለች። ለዚህም የተወሰኑ ማሳያዎችን ማንሳቱ አስፈላጊ እና አሳማኝ ነውና እንጥቀስ።

1፡ የህግ የበላይነት ተብሎ ነገር በሐገሪቱ የለም። በሐገሪቱ የህግ የበላይነት የሚያረጋግጥ አካል ስሌለለ ህዝቡ በወሮ በሎች እየተዘረፈ፡ እየተገደለ እና እየታፈነ ብዙ ብር ለምኖ ከፍሎ እየተለቀቀ ነው። ከፍሎ መለቀቅም የእድለኞች ብቻ ነው፡ ከፍሎ መሞትም አለና። ይህ ማለት የሰው ልጅ እየተሸጠ ነው ማለት ነው። ምክኒያቱም አንድ ሰው ብር ከፍሎ ሲያስለቅቅ እየገዛ ስለሆነ፡ ካልከፈለ ስለሚገደል ማለት ነው። ይህ አጸያፊ ጥቁር ጠባሳ የዚህ መንግሥት እና ትውልድ ታሪክ ነው።

2፡ በየአካባቢው የሚታገሉ አካላት ሁሉም የሚገዙት ህዝብ አላቸው። አሁን ባለው እውነታ ኢትዮጵያ ውስጥ መንግሥት የሚያስተዳድረውን እና በየአካባቢው ያለው ታጋይ የሚያስተዳድረውን ብንመለከት መንግሥት የሚያስተዳድረው በጣም ውሱን ነው። አሁን በሐገሪቱ ከመሳሪያ ተመጣጣኝነት በስተቀር በአደረጃጀታቸው ከመከላከያ በላይ የሆኑ ቢያንስ አራት ታጣቂዎች አሉ። እነዚህ አካላት የሚመሩትም፡ የሚታገሉለትም፡ የሚዘርፉትም የየራሳቸው ህዝብ አላቸው። ዘመናዊ ዘመነ መሳፍንት ማለት ይህ ነው። መንግሥትም የተለያየ ምክኒያት እየፈጠረ ህዝቡን ያለ ርህራሄ እየዘረፈው ነው ያለው።

3፡ ሁሉም እንደፈለገ የህዝቡን እና የሐገሪቱን ሐብት ይዘርፋል፡ ያወድማል። አሁን ባለው ሁኔታ በሐገሩቱ ውስጥ ሁሉም እንደሚመቸው ይዘርፋል፡ ይቀማል። በአንድ በኩል የመንግሥት አገልጋዩ የተለያየ ምክኒያቶችን እየፈጠረ ከህዝቡ ገንዘብ እየሰበሰበ ይከፋፈላል፡ ይህ አልበቃው ሲል ደግሞ ከዚህ በፊት የነበረውን የሐገሪቱን ጥሪት ይቀራመታል፡ ያወድማል። በሌላ በኩል ደግሞ ለህዝቦች ነጻነት ታጋይ ነኝ የሚለው አካል እና በሰሙ የተደራጀው ዘራፊ ቡድን ህዝቡን ይዘርፋል የሐገሪቱን ንብረት ያወድናል። አለፍ ሲልም ሰው እያፈነ ብር ያስከፍላል። በዚህ ምክኒያት የምድር ሲዖል ሆነች ሐገራችን።

4፡ የዳር ድንበር ሉአላዊነት ብሎ ነገር የለም፡ አሁን ባለው ወቅታዊ ሁኔታ ኢትዮጵያ ማንም እንደፈለገ የሚገባባት፡ የሚወጣባት፡ ሲፈልግ የፈለገውን ያህል መሬት ቆርሶ የሚወስድባት ሐገር ሁናለች። ይህም የሆነው የመጀመሪያው መንግሥት ነኝ ባዩ አካል የትግራይን ህዝብ እንደ ህዝብ ጠላት ነው ብሎ ፈርጆ ኤርትራን ጎትቶ አስገብቶ ህዝቡን አስጨፍጭፎ ሲያበቃ አሁን የሐገሪቱን መሬት ወደም ይሁን ወይም ተገዶ ቆርሶ ለኤርትራ አስይዞታል፡ በሌላ በኩል ደግሞ መንግሥት ከራሱ ህዝብ ጋር በሚያደርገው ጦርነት ምክኒያት አድርገው ሁለቱ ሱዳኖች የሐገሪቱን መሬት ቆርሰው ወሰደዋል።

5፡ የፖሊሲ ሉአላዊነት የሚባል ነገር የለም። ኢትዮጵያ አሁን በየዘመናቱ ልጆችዋ አጥንታቸውን ከስክሰው፡ ደማቸውን አፍስሰው ያቆዩት ዳር ድንብር ብቻ ሳይሆን የፖሊሲ ሉአላዊነቱዋም እራሱ የውጭ ሐይሎች የራሳቸውን ህዝብ እና ሐገር ፍላጎት ለማሳካት ሲሉ እንደፈለጉት የሚያደርጉት ሁኑዋል። የኢትዮጵያ መንግሥት ደግሞ የራሱን ህዝብ እና ሐገር ፈላጎትና ጥቅም አሳልፎ ሰጥቶ ሲጠሩት አቤት ሲልኩት ወዴት እያለ ይገኛል። በዚህም ምክኒያት የሐገሪቱ ህዝቦች በኑሮ ውድነት መከራ ይበላሉ፡ የሐገሪቱ ታላላቅ ኢንዱስትሪዎችም ስራቸውን አቁመዋል። ጠቅለል ሲል አሁን ኢትዮጵያ በጎረቤቶቹዋ የዳር ደንበር ሉአላዊነቱዋ የሚደፈር፡ ራቅ ባሉት ሐገራት ደግሞ የፖሊሲ ሉአላዊነቱዋ የሚደፈር ሐገር ሁናለች። ሐገራችን የገዥዋ ብዛት!

6፡ የህዝቡ የስነ ልቦና አንድነት እየተሸረሸረ እያለቀ ነው። አንዳንድ አምባ ገነን መንግሥታት በህዝብ ላይ ሲዘምቱ ስራዊታቸውን ይዘው ራሳቸው ብቻ በፈለጉት ህዝብ ላይ ይዘምታሉ። ይህ አይነት ዘመቻ ህዝቡን ስለማይከፋፍለው ምን አልባትም በጊዜ ሂደት ህዝቡ በአንድነት ተነሰቶ ሊያሰወግዳቸው እና ሐገሩን በአንድነት ሊያሰቀጥል ይችላል። አንዳንዶቹ አምባ ገነን መንግሥታት ደግሞ በህዝብ ላይ ሲዘምቱ ህዝቡን የጎንዮሽ ጦርነት ውስጥ እንዲገባ ስለሚፈልጉ አንዱን ህዝብ በሌላው ህዝብ ላይ

እያሰነሱ አብረው እያዘመቱ አለፍ ሲልም ለነገ የሚተርፍ ቁርሾ በህዝቦች ውስጥ እየፈጠሩ ነው የሚገዙት።

ይህ ሰልታቸው ህዝቡ እርስ በእርሱ እንዲጠራጠርና እንዳይተማመን፡ ትኩረቱን ወደ ጓደኛው ህዝብ እንዲያደርግ፡ ህዝቡ አንድነቱን እንዲያጣ እና እንዲዳከም ስለሚያደርገው ሰልጣናቸውን ለማራዘም እና የፈለጉትን እንዲያደርጉ ይረዳቸዋል። ይህ አይነት ችግር ነው አሁን ኢትዮጵያን የገጠማት።

ህዝቡ ውስጥ መተማመን የለም፡ የአንድነት ሰነ ልቦናው ተሸርሽሩዋል፡ እንፋለማለን የሚሉ አካላት እራሱ በሐሳብ ስለማይግባቡ እና ስለሚጠራጠሩ ቅድሚያ በሐገራዊ አጀንዳዎች ላይ ትኩረት ከማድረግ ይልቅ በየግል ፍላጎቶቻቸው ላይ ስለሚጠመዱ እንዱ አንዱን እያዳምጠውም። ይህ ደግሞ ችግሩ እየተራዘመ እንዲሄድ ስለሚያደርግ ምን አልባት የመበታተን አደጋ ሁሉ ሊገጥመን ይችላል። እውነት እንነጋገ ከተባለኮ አሁን ኢትዮጵያ እንደ ሐገር ያለችው ድሮ በነበረው የህዝብች የአብሮነት ጥሪት ላይ ተንጠልጥላ ብቻ ነው።

7፡ ሐገርን እና ህዝብን ይጠብቃል የተባለው የመከላከያ ስራዊት ህዝቡን እየጨፈጨፈ ነው፡ ሐገሩንም እያወደመ ነው። ዛሬ የሐገሪቱ መከላከያ ስራዊት ከዛ ሁሉ ክብሩ እና ዝናው ወርዶ የራሱን

ህዝብ እየጨፈጨፈ ከህዝብ ጋር ደም ተቃብቱዋል። በአንድ በኩል የሐገሪቱን ዳር ድንበር የተለያዩ ሀገራት ሲደፍሩ ባላየ እያለፈ በሌላ በኩል ደግሞ ያለስራው ገብቶ የፖሊስ እና የሚሊሻ ስራ እየሰራ ከሌባ ጋር ሲራገጥ ይውላል። ከዚህ በላይ ውርደት እና ሸንፈት የለም። የመከላከያ ስራዊቱ ዋና ስራውን የሐገርን ዳር ድንበር መጠበቅ ምኑም አይደለም ረስቶታል።

8፡ በመንግሥት የሚመሩ እና በግል የሚተዳደሩ የሐገሪቱ አመራች ተቋማት የሚጠበቅባቸውን ተግባር እየተወጡ አይደለም። በሐገሪቱ ያሉ ታላላቅ አመራች ተቋማት የበጀት እጥረትን እና የሰላም እጦትን ጨምሮ በተለያዩ ምክኒያቶች ሰራተኞቻቸውን እየበተኑ ስራ እያቆሙ ከሐገር ጭምር እየወጡ ነው። ይህ ደግሞ የስራ አጥ ቁጥሩን እና የድህነት መጠኑን በፍጥነት ይጨምረዋል። በእርግጥ መንግሥት ስራ አጥ ወጣት ቢበዛለት ይፈልጋል ወደ ጦርነት ለመማገድ፡ ህዝቡ በድህነት ቢማቅቅም ደንታው አይደለም፡ ምክኒያትም ህዝቡ አሜን መጀን ብሎ እንዲገዛለት ስለሚፈልግ ማለት ነው።

9፡ በሐገሩ ሰላም ብሎ ነገር ከጠፋ ሰነባበቱዋል። ኢትዮጵያ ውስጥ ዛሬ ህዝቡ ሰላም ውሎ ለመግባቱ፡ ሰላም አድሮ ለመዋሉ እርግጠኛ አይደለም። አፈናው እና ግድያው ከጊዜ ወደ ጊዜ

እየጨመረ ነው፡ ዛሬ መኖር ብርቅ እና የእድለኞች ብቻ ሁኑዋል በሐገሩ።

10፡ ህዝቡ በኢኮኖሚ እየተዳከመ እና በኑሮ ውድነት እየተሰቃየ ነው። የህዝቡ ኢኮኖሚ ከጊዜ ወደ ጊዜ እየተሸመደመደ ነው። በአንድ በኩል የነበረውን የሐብት ጥሪት በጦርነት አጥቱዋል፡ የቀረችውንም ጨርሱዋል። በዛ ላይ ባለው ጦርነት ምክኒያት ስርቶ መጨመር የለም። ሁሉም ነገር ወደ ቁልቁለት እየተመዘገዘገ ስለሆነ ከዚህ የባሰ ረሃብ ሊከሰት ሁሉ ይችላል በሐገሪቱ።

5፡ 4 መፍትሔው ምን ይሁን?

የዚህ ሁሉ ውስብስብ እና ተደራራቢ ችግር መፍትሔው ከብዙ አቅጣጫዎች የሚጠበቅ ቢሆንም ለጊዜው ዋና የሚባሉትን ሁለቱን ብቻ ጠቅሸ ልለፍ።

1፡ መንግሥት ነኝ የሚለው አካል ይህን ሁሉ ጥፋት አይቶ እንደማያሸንፍም አውቆ ሁሉን አካታች ወደ ሆነ ድርድር ከገባ ነው። ገዥው መንግሥት ጠቅላላ ከህዝብ ጋር ደም ስለተቃባ ጦርነትን እንደ ስልጣን ማስነበቻ እና ከተጠያቂነት ማምለጫ አድርጎ ከማሰብ መላቀቅና ወደ ትክክለኛ መሰመር መግባት ቢመርጥ መልካም ነው። መንግሥት አሁን በአንድ በኩል ከህዝብ ጋር እየተዋጋ ነው በሌላ በኩል ደግሞ ህዝብን የጎንዮሽ እያዋጋ ነው። ያም

ሆኖ ግን መንግሥት በምንም መልኩ ህዝብን ማሸነፍ ስለማይችል ለእውነተኛ ሁሉ አቀፍ ድርድር አስፈላጊነቱ ላይ ሰርቶ ቢያስተካክል ለሁሉም አዋጭነት አለው። ነገሮች መመዘን ያለባቸው ከስልጣን አንጻር ሳይሆን ከሐገርና ህዝብ አንጻር ብቻ ነው።

2፡ ለህዝቦች ነጻነት እንታገላለን ከሚሉ ሁሉም አካላት የሚመጣ መፍትሔ ነው። ለህዝቦች ነጻነት እንታገላለን የሚሉ አካላት ያላቸውን የጎንዮሽ ልዩነት ፈትተው ወይም አቆይተው በአንድነት ለጋራ ሐገራቸው መታገል አለባቸው። መስማማትም መጣላትም የምንችለው ሐገሪቱ ስትኖር ስለሆነ አሁን ያለንን መጠራጠር ወደ መተማመን ለውጠን የጋራ አጀንዳው ላይ መስራት አለብን የሚለው ላይ መስራት ያስፈልጋል። ያ ሳይሆን ከቀረ ግን ታንኩም ባንኩም የእሱ ለሆነው አካል እድል መስጠት ነው የሚሆነው። ለሁሉም ሐገራዊ አጀንዳ መቅደም አለበት፡ ይህ ካልሆነ ግን ነገሩ እየተባባሰ ከድጡ ወደ ማጡ መሆኑ አይቀርም።

ይህ ደግሞ መጨረሻው የተፈራውን መጠፋፋት እና እየተላለቁ መበታተን ያመጣል። አሁን ባለው እውነታ ሁሉም በየራሱ አጀንዳ ብቻ ነው ተጠምዶ ያለው፡ ስለጋራ ሐገር አጀንዳው አድርጎ የሚታገል አካል የለም። ምን አልባት በዚህ ውስጥ አጋጣሚውን ተጠቅሞ የመገንጠል አጀንዳ ያለው አካል ሁሉ ያለ ይመስላል። ነገር ግን

መገንጠል መፍትሔ ሊሆን አይችልም፡ ይህ ብቻ ሳይሆን መሸነፍም ጭምር ነው።

5፡ 5 መገንጠል በኢትዮጵያ ምድር

በሌላ ርዕስ ስር ለመግለጽ እንደተሞከረው በሐገራችን ያለው የፖለቲካ ስርዓት ተረኛነትን መሰረት ያደረገ ነው። ይህ ተረኛነት ፖለቲካዊ ስርዓት ደግሞ ተረኛው አካል የሚፈልገውን አካል ወደ ራሱ አስጠግቶ በሐሳብ የበላይነት ሳይሆን በጠቅላይነት ይይዘውና የማይፈልገውን አካል ደግሞ ያገለውና ተገላዩን አካል ለስልጣኔ አደጋ ነው ብሎ ሲያስብ ጦርነት ይከፍትበታል። በዚህ ምክኒያት የተገለለው አካል የመገንጠል አጀንዳ ይዞ ይነሳል። ሌላውን ትተን በኢህአዲግ ዘመነ መንግሥት ተገላይነት የተሰማቸው አካላት እንገነጠላለን ሲሉ ቆዩ፡ አሁን ደግሞ ተራው ደርሱዋቸው የተገለሉ አካላት የመገንጠል እንቅስቃሴ እያደረጉ ነው የሚባል ሐሳብ ሲነሳ ይደመጣል። ከዚህ ሐሳብ ላይ ተነስተን የተለያዩ ጥያቄዎችን እናንሳና ሐሳብ እንስጥ እስኪ።

ሀ፡ መገንጠል በራሱ መፍትሔ ይሆናል ወይ? የሚለውን ጥያቄ ይዘን ስንጠይቅ መገንጠል መፍትሔ ሳይሆን መሸነፍ ነው የሚሆነው። አሃዳዊያን ብሔርተኛነትን እንደ ስጋት ከሚቆጥሩበት አንዱ ምክኒያት ሐገሪቱን ይበትናታል ነው የነበረው። ስለሆነም

በታሪክ ውስጥ በሐገሪቱ እና በህዝቦች ላይ በመጣ እዳ ምክኒያት ተሸንፎ መገንጠልን እንደ መፍትሔ ይዞ መቅረብ የአሃዳዊያኑ አባባል ትክክል እንደ ነበር ከማሳየቱም በላይ መሸነፍም ጭምር ነው የሚሆነው። ሲጀመር ለሁሉም የሚበጀው አብሮነት እንጂ መለያየት አይደለም። ኤርትራ ተገንጥላ ምንድን ነው ያተረፍነው? ትርፋችን ጦርነት ነው?

ለ፡ ከብዙ መመዘኛዎች አንጻር ለሐገሪቱ ህዝብስ መገንጠል ይሻላል ወይ? የሚለውን ጥያቄ ይዘን ስንጠይቅ ለህዝቡ መገንጠል ሳይሆን የሚሻለው ያሉ ልዩነቶችን እና ችግሮችን ፈትቶ አብሮ መኖር ነው የሚል ይሆናል። ሐይላችን መለያየት ሳይሆን በአብሮነት መኖሩ ስለሆነ።

ሐ፡ ነው ወይስ መበታተን ነው ነገሩ? የሚለውን ጥያቄ ይዘን ስንጠይቅ ደግሞ አቶ ልደቱ አያሌው እንደተናገሩት እየተላለቁ መበታተን ከሆነ ነገሩ ጉልበት ያለው ሊያደርገው ይችላል። ይህ ደግሞ ጊዜያዊ እልቂትን እና ዘላቂ ጠላትነትን ይፈጥራል። በጊዜዊነት እልቂቱ በጣም ከባድ ነው የሚሆነው፡ በተለይ የሐገሪቱ ማዕከላዊ አካባቢዎችና የወሰን ይገባኛል ጥያቄ ያለባቸው አካባቢዎች ለእልቂቱ ዋና ምክኒያት ይሆናሉ። በዘላቂነት ደግሞ በዚህ መልኩ የተለያየ ህዝብ ቀጣዩ ትውልድ እንደተበላላ

ይቀጥላል ማለት ነው። ልክ እንደ ኢትዮጵያ እና ኤርትራ ያለ የጠላትነት ስሜት ይሰፍናል ማለት ነው።

እነዚህን ጥያቄዎች ማንሳት ያስፈለገው ምንም እንኳን በሐገራችን ህዝቦች ከጭቆና ነጻ የሆኑበት ጊዜ ነበረ ባይባልም እስከ ውስኑነቱም ቢሆን አንድ ፖለቲካዊ፡ አንድ ማህበራዊ እና አንድ ኢኮኖሚ ያስተሳሰረው ማህበረሰብ መገንባት ግን ተችሉዋል። ይህ ማለት ከልዩነታችን ይልቅ ለአንድነት የሚያግባባን ነገር ይበልጣል ማለት ነው። ስለሆነም የጋራ የሆነውን ችግር አስተካክሎ ወይም አስወግዶ አብሮ መኖሩ ያዋጣል ማለት ነው። ይህ ብቻ ሳይሆን ወደ ፊትም ለእርስ በእርስ ጦርነት የሚዳርጉ ምክኒያቶችን ሁሉ ማስተካከል ያስፈልጋል።

5፡ 6 ነጥቦችን አንድ በአንድ እንመልከታቸው

1፡ ሐገሪቱ ውስጥ ፖለቲካዊ አንድ ማህበረሰብ ተፈጥሩዋል። ይህ ማለት እስከ ችግሩም ቢሆን ኢትዮጵያዊነትን ያለማንም አስገዳጅነት ወዶ እና ፈቅዶ ማንነቱ አድርጎ የለበሰ አንድ ፖለቲካዊ ማህበረሰብ ተፈጥሩዋል። ሁሉም ኢትዮጵያዊ ከሚያለያየው ፖለቲካዊ እሳቤ ይልቅ አንድ የሚያደርገው ፖለቲካዊ እሳቤ ይበልጣል። የሐገሪቱ ፖለቲካዊ አንድነት በደም እና በአጥንት የተመሰረተ አንድነት መሆኑ ግልጽ ነው። ስለሆነም ይህንን ችግር

ፈትቶ የህዝቦችን አንድነት አስጠብቆ ሐገሪቱን ማስቀጠል ከአደዋ የነጻነት አንድነት በብዙ ይበልጣል። ምክኒያቱም አደዋ ላይ የተዋጋነው ከውጭ ጠላት ጋር ነው፡ አሁን ግን እርስ በእርስ አንዱ አንዱን ጠላት አድርጎ ነው እየተዋጋን ያለነው። የውስጥ ችግር ደግሞ ከውጭ ችግር ይበጣል፡ ለአንድነታችን ከባዱ ፈተና እሱ ነውና። ስለዚህ በዚህ ዘመን የገጠሙንን ሁሉ ችግሮች ፈትቶ በአንድነት መቆም የዚህ ትውልድ ታሪካዊ አደራ እና ተጋድሎ ይሆናል ማለት ነው።

2፡ ማህበራዊ አንድነት ተፈጥሩዋል። ህዝቡ ያለው የተሳሰረ ማህበራዊ አንድነት ከፖለቲካዊ አንድነቱ የጠነከረ ነው። ሐገሪቱ በእየጊዜው የሚያጋጥማትን የመበታተን አደጋ የምታልፈው እራሱ ህዝቦች ባላቸው ማህበራዊ አንድነት ነው። ይህንን ለመረዳት አሁን ያለውን ወቅታዊ ሁኔታ መመልከቱ በቂ ነው። ምክኒያቱም በዚህ ወቅት ሐገሪቱ ያለችው የህዝቦችን አንድነት አጠናክሮ ሐገሪቱን የሚመራ መንግሥት ኑሮ ሳይሆን የሐገሪቱ ህዝቦች በነበራቸው የጠነከረ ማህበራዊ መስተጋብር ነው። ይህንን የህዝቦች ማህበራዊ አንድነት ሰብሮ ከመበታተን ይልቅ የሐገሪቱን አንድነት ለማስጠበቅ እንደ መሰረት መጠቀም ያስፈልጋል።

3፡ የሐገሪቱ ህዝቦች የኢኮኖሚ አንድነት ከፍተኛ ነው። ህዝቡ ከሚታሰበው በላይ በኢኮኖሚ የተሳሰረ ነው። አንዱ ከሌላው

የሚጠብቀው እና ለሌላው የሚሰጠው በጣም ብዙ ነው። ይህም የተፈጥሮ ሐብትን ጨምሮ ነው። ኤርትራ ከተገነጠለች በኋላ ችግሮች እየተፈጠሩ ያሉት እኮ ሁለቱም ሐገራት አንዱ ከአንዱ የሚፈለገው ስላለው ነው። በትግራይ ህዝብ ላይ የደረሰውን የዘር ጥፋት ሳይገልጹ ማለፋቸውን ትክክል ነው ብየ ባላምንም በሆነ ወቅት አቶ ጀዋር መሃመድ ስለሁለቱ ሐገራት የተሳሰረ ጥቅም ያነሱት ሐሳብ ግን አሳማኝ ነጥብ አለው።

ለዚህም ማሳያ የሚሆነው በኢትዮጵያ በኩል የወደብ ፍላጎት፡ በኤርትራ በኩል ደግሞ ከምግብ ምርት ጀምሮ በጣም ብዙ ከኢትዮጵያ የምትፈልገው ነገር አለ። ስለሆነም ይህንን የኢኮኖሚ ህዝባዊ ትስስር ከማንኮታኮት ይልቅ የአብሮነት የመሰረት ድንጋይ አድርጎ መጠቀም ያስፈልጋል ማለት ነው።

4፡ ምንም እንኳን በሐገሪቱ ውስጥ ተዛብተው የተጻፉ ታሪኮች ቢኖሩም እንደ ኢትዮጵያዊነት ጠቅለል አድርገን ስንመለከተው ግን ታሪካዊ አንድነታችን የማይለያይ መሆኑን ያሳያል። የቀደምትነት ስልጣኔ፡ የሰው ልጅ መገኛነት፡ የጀግንነት ታሪካችን፡ የነጻነት ተጋድሎችን እና የመሳሰሉትን ብንዘረዝር ሁላችን አንድ የሚያደርጉን ታሪኮቻችን ናቸው።

5፡ የሐይማኖት የትስስር ታሪካችን አንድነታችን ያሳያል። ሁለቱ ታላላቅ የክርስትና እና የእስልምና ሐይማኖቶች ተሳሰበው፣ ተግባብተው እና ተረዳድተው የኖሩ ሐማኖቶች ናቸው። ምንም እንኳን በታሪክ ውስጥ የነበሩ እና ያሉ ችግሮች ቢኖሩም ከልዩነቱ ይልቅ አብሮነቱ ዘመን ያስቆጠረ ስለሆነ ለህዝቡ አንድነት መሰረት የጣለ ክስተት ነው።

6፡ ከላይ በተዘረዘሩት እና በሌሎችም ምክኒያቶች ሁሉም ኢትዮጵያዊ ከፍተኛ የሆነ እና የተሳሰረ ስነ ልቦናዊ አንድነት አለው። ብሔር እና ሐይማኖት ሳይለያየው ሁሉም ኢትዮጵያዊነትን የኩራት ልብሱ ያደረገው በስነ ልቦናዊ አንድነት መሆኑ ግልጽ ነው።

7፡ ሐገሪቱ ውስጥ ያሉ ብሔሮች ሁሉም የተዋለዱ እና የተዛመዱ በመሆናቸው መነጣጠል አይችሉም። በደም ሐረግ የተሳሰረ ኢትዮጵያዊነት ከልዩነቱ ይልቅ አንድነቱ የጠነከረ መሆኑ ግልጽ ነው።

8፡ በሐገሪቷ ውስጥ ያሉ ታሪካዊ ቦታዎችን ጨምሮ ዛሬ በህዝቦች ተይዘው ያሉ ቦታዎች ትናንት በሌሎች ህዝቦች ተይዘው የነበሩ ናቸው። ይህም ማለት ህዝቦች በተለያየ ምክኒያት ከነበሩበት ቦታ ወደ ሌላ ቦታ ለቀው ሲሔዱ ሌላው እየተከተለ የሰፈረባቸው ናቸው። ይህ ማለት የመሬት ጉዳይ በታሪኳ የትግል መጀመሪያም

መጨረሻም ለሆነባት ሐገር መሬት እንዲሁ በቀላሉ የሚታይ ነገር አይሆንም ማለት ነው።

የመሬት ጉዳይ ነው እኮ የወሰን ችግር ባለባቸው አካባቢዎችና በቀይ ባህር እያተራመሰን ያለው። ያሉትን ታሪካዊ ቦታዎችስ ለማን ሰጥተህ ለማን ትተዋለህ። ስለሆነም አብሮነት ይበጃል ማለት ነው። በጥቅሉ ሲታይ በብዙ መመዘኛወች መገንጠል የሚለው ሐሳብ ከጥቅሙ ይልቅ ጉዳቱ ያመዝናል ማለት ነው። ምክኒያቱም በመጀመሪያ ከልዩነት ይልቅ አንድነት ይበልጣል ሲቀጥል ደግሞ ቢሆን እንኳን እንደ ተንቆራቆሰን መኖር ነው የሚሆነው፡ ይህ ደግሞ ታሪካዊ ችግር ሆኖ ይቀጥላል።

መበታተን ከሆነ ግን ነገሩ ሊሆን ይችላል ምክኒያቱም ሁሉም ከህግ አግባብ ውጭ ወደ ሚፈልገው ስለሚሔድ ለጊዜው ይቻል ይሆናል፡ ነገር ግን አንዱ ለአንዱ ጠላት ሆኖ እየተባላ ይቀጥላል ማለት ነው። ይህንን ችግር ፍትቶ አብሮ መኖር የዚህ ትውልድ ታሪካዊ ሐላፊነት እና ተጋድሎ ነው ማለት ነው። ያሉ ልዩነቶችን በአንድነት ፈትቶ አብሮ መኖር ያስፈልጋል። በታሪክ ውስጥ የተፈጠሩ ችግሮችን ሁሉ ፈትቶ ምዕራፋን ዘግቶ እንዳይደገሙ ታሪክ አድርጎ አብሮ መኖር ነው መፍትሔው።

5፡ 7 የኢትዮጵያ ፖለቲካዊ ውስብስብ ችግሮች

በሐገራችን ውስጥ ያለው ፖለቲካዊ ችግር ዘርፈ ብዙ፡ ውስብስብ እና አንዱ በአንዱ ላይ የተደራረቡ እና የተመጋገቡ ናቸው። ያለው ፖለቲካዊ ችግር ውል የለሽ የሆነውም በዚህ ምክኒያት ነው። ይህንን ለመረዳት የተወሰኑ ነጥቦችን አንስቶ መመልከቱ በቂ ነው።

1፡ በብዙ ዘመናት በታሪካችን ውስጥ የመጡ ዘርፈ ብዙ ችግሮች አሉ። እነዚህ ችግሮች ቤተ መንግሥት እና ቤተ ክህነት በአንድነት በሚመሩበት ጊዜ የመጡ ታሪካዊ ችግሮች ናቸው። እነዚህ ችግሮች ሐይማኖታዊ ስርዓትን ሁሉ ጨምረው የመጡ ስለሆኑ አሁን ችግሩን በውል ተረድቶ ለመፍታት እራሱ አዳጋች አድርጎታል። ከዛ ስርዓት ተጠቃሚ የነበሩ አካላት ደግሞ ችግሩ እንዳይፈታ ስለሚፈልጉ ችግሩ እንዲወሳሰብ ያደርጉታል።

2፡ በብሔር ብሔረሰቦች ስም የሚዘምሩ አካላት በሐገሪቱ ቁጥርን መሰረት አድርገው አውራ ብሔራዊ እሳቤ መፍጠራቸው ነው። ማለትም ሁሉም ብሔሮች እኩል ናቸው ብለው እየደሰኮሩ ነገር ግን ደግሞ ቁጥርን መሰረት አድርገው በቁጥር ያነሱ ብሔሮች ድምጻቸው እንዳይሰማ እና እንዲታፈኑ ያደርጋሉ። ይህ አካሔድ ደግሞ ሁለት መሰረታዊ ችግሮችን እያመጣ ነው።

የመጀመሪያው በቁጥር ያነሱ ብሔሮች ስለማይደመጡ ሐገራዊ ፖለቲካዊ የሐሳብ ተዋዕጾውን ጎደሎ ያደርገዋል። ሁለተኛው

በቁጥር ብዙ ነን የሚሉ ብሔሮች የበላይነት እንዲሰማቸው በቁጥር ያነሱት ደግሞ የበታችነት እንዲሰማቸው እና ተወካይም እንዳይኖራቸው ስለሚያደርግ ይታፈናሉ። በዚህም ምክኒያት መብታቸውን አስከብረው እኩል ለመሆን እና ለመደመጥ ሲሉ ወደ ነጻነት ትግል ይገባሉ። በዚህም አላስፈላጊ የሆነ ቀውስ በሐገሪቱ ይፈጠራል ማለት ነው። በዚህም ምክኒያት ሐገሪቱ ውስጥ የሚደረጉ የነጻነት ትግሎች የህልውና ጉዳይ እንዲሆኑ አደረገው ማለት ነው።

3፦ የአማራው ፖለቲካ የብሔር ይሁን ወይም የሐይማኖት በግልጽ አለመታወቁ። የአማራው ታጋዮች ትግላቸውን የብሔር ቢያደርጉት ቢያንስ በሐይማኖት በኩል ያለው ችግር ይቀንስ ነበር፡ እነሱም ከሌሎች ብሔሮች ጋር ተባብረው በጋራ ፖለቲካዊ አቋም ይታገሉ ነበር። ወይም ደግሞ ትግላቸው የሐይማኖት ቢሆን የአማራውን ታሪክ መሰረት አድርጎ የሚመጣው ፖለቲካዊ ችግር መፍትሔ ያገኝ ነበር፡ እነሱም በሐገሪቱም በዓለምም እየዞሩ ሐይማኖቱን ይሰብኩ ነበር።

ነገር ግን መሃል ላይ ቁመው አንዴ አማራን የነካ ቤተ ክርስቲያንን ነካ ብለው ሐይማኖታዊ ፖለቲካ ይዘው ይነሳሉ። ለሐይማኖት ስብከት እንጂ ፖለቲካ አያስፈልገውም፡ ስብከቱም በፍላጎት ላይ የተመሰረተ እንጂ በሐይልም አይደለም። በሌላ ጊዜ ደግሞ "ብሔረ አማራ፡ ቤተ አማራ" እያሉ ይመጣሉ። ይህ ደግሞ

እንኳን ለሌላው ለእነሱ እራሱ ያስቸገረ ነገር ይመስላል። ስለሆነም ግልጽ የሆነ የሐይማኖት ወይም የብሔር አቋም ቢይዙ መልካም ነው። ከዛ ውጭ ነገሩን መፍታት ቀርቶ በውል መረዳት እራሱ ይከብዳል። አማራጭ መንገድ የሚያስፈልገው ለትግሉ እንጂ ለህዝቡ መሰረታዊ ታሪካዊ መነሻ መሆን የለበትም።

4፡ የተረኛነት ፖለቲካ በሐገሪቱ መስፋፋቱ። የኢትዮጵያ ፖለቲካ ከትናንት በፊት እነገሌ ነበሩ፡ ትናንት እነገሌ ነበሩ፡ ዛሬ ደግሞ እነገሌ ናቸው የሚባል ፖለቲካዊ አካሔድ ነገሩን ከድጡ ወደ ማጡ እያደረገው ነው። በነገራችን ላይ ተረኛነት ለወረፋ ወይም ለሰልፍ እንጂ ለፖለቲካ መዋል አልነበረበትም። የመሪነት ጉዳይም በህዝብ ተረኛነት ወይም በግለሰቦች የብሔር ማንነት ላይ የተመሰረተ ሳይሆን በችሎታ ነበር መሆን የነበረበት። የሆነው ሆኖ ይህ አይነት የተረኛነት ፖለቲካ በአንድ በኩል እድሉ ያልደረሳቸው አካላት ከተረኛነቱ ለመቋደስ እየተደራጁ እንዲታገሉ ሲያደርጋቸው በሌላ በኩል ደግሞ በወቅቱ ተረኛነቱን የያዘው አካል ሙጭጭ ብሎ ስልጣን አለቅም እንዲል አድርጎታል። ይህ ደግሞ መጠራጠርን እና አለመተማመንን በሐገሪቱ ፈጥሩዋል። በዚህ ምክኒያት እኮነው ተረኛው አካል በዙሪያው የሰፈሩን ልጆች ብቻ የሚያሰባሰበውና በአጉል ጀብደኛነት እያቅራራ ሐገር የሚያፈርሰው።

5፡ የሐገሪቱ ፖለቲካ በሴራ(በመሰሪነት)፡ በሰግብግብነት፡ በአግላይነት፡ በጠቅላይነት፡ በእኔ አውቅልሃለሁ እና በመሳሰሉት የተመሰረተ መሆኑ። የሴራ ፖለቲካ በመጠራጠር፡ በመጠላለፍ፡ በመጠፋፋት፡ በመገፋፋት እና በመሳሰሉት ላይ የተመሰረተ ስለሆነ የሐሳብ የበላይነትን ያጠፋል፡ የችግሩ የመፍትሄ አካል የሚሆኑ አካላትን ከጨዋታ ውጭ ያደርጋል ወይም ያጠፋል በመጨረሻም ችግሩን አባብሶ ሐገሩን እና ህዝቡን አደጋ ውስጥ ያስገባል። የሴራ ፖለቲካው ብቻ ሳይሆን ከላይ የተዘረዘሩት ሁሉም የፖለቲካ አካሔዶች ለሐገር አንድነት ካንሰር ናቸው። በዚህ ምክኒያት ነው እየተበላላን ያለነው።

6፡ በብሔር ፌደራሊዝም ስርዓት ስም የፖለቲካ ፓርቲ መዓት በሐገሪቱ መፈልፈሉ። አሁን ባለው መረጃ መስረት በሐገሪቱ ከብሔሮች ቁጥር በላይ የፖለቲካ ፓርቲ ቁጥር አለ። ይህ ሁሉ ጉድ ለተፈጠረው ሁሉ አቀፍ ሐገራዊ ችግር ምንም መፍትሔ የለውም። እንዲያውም ከእኛነት የወጡ እና የእኔ የሚሉትን ህዝብ በሌላው ህዝብ ላይ እያሰነሱ በእሳት ላይ ነዳጅ የሚጨምሩ ናቸው።

ይህ ሁሉ ፍልፍል ፓርቲ ምንም አይነት ጠንካራ አደረጃጀት እና አወዳዳሪ የሆነ የተለየ ሐሳብ የለውም። በመሰረቱ የፌደራሊዝም ስርዓታዊ ፖለቲካ እኮ አንድ እሳቤ ነው። ይህ ከሆነ እውነቱ ይህ ሁሉ ፓርቲ ምን የተለየ ሐሳብ አለው? እንዴትስ ሊኖረው ይችላል?

ለእውነት ለህዝብ የሚታገሉ ከሆነ ከእኛ እና እነሱ እሳቤ ወጥተው በአንድ ጠንካራ አደረጃጀት ውስጥ ገብተው የተወጣጣና የተሻለ ሐሳብ ይዘው ቀርበው ለህዝቡ መታገል ይችሉ ነበር። በእርግጥ ይህንን ለማድረግ የተለያዩ ችግሮች አሉ።

የመጀመሪያው ፖለቲካን ከህዝብ ማገልገያ እና ከሐገር ማሳደጊያ አውጥተው የፋይናንስ ማግኛ ምንጭ ስላደረጉት ነው፡ ሁለተኛ ሁሉም ተረኝነት ስለሚጠብቅ ነው፡ ሶስተኛ ስለማይተማመኑ እና እንዱ እንዱን የእኔን ብሔር ጥቅም አያስጠብቅም ብሎ ስለሚያስብ ነው። በእርግጥ እሱም አያስጠብቅምና ሌሎችም ምክኒያቶች ሙልተዋል። ይህ ሁሉ ፓርቲ ግን በሁለት መልኩ የታሪክ ተጠያቂ ነው። በአንድ በኩል እራሱ ችግር ፈጣሪ በመሆኑ ሲሆን በሌላ በኩል ደግሞ የመፍትሔ አካል ባለመሆኑ ነው።

7፡ ፖለቲካው ህዝብን የማገልገያ ሐገርን የማሳደጊያ ሳይሆን እንደ ፋይናንስ ምንጭነት መታይቱ። አሁን ባለው ነባራዊ ሁኔታ ኢትዮጵያ ውስጥ በየብሔሩ ውስጥ ተደብቆ ምንም አማራጭ ሐሳብ ሳይኖረው የተደራጀው ሐይል ሁሉ ፍላጎቱ ገንዘብ መሰብሰብ እና እራሱን ባለሃብት ማድረግ ብቻ ነው። ይህ ማለት ፖለቲካው አንድ የስራ መፈለጊያ መንገድ ነው የሆነው ማለት ነው። ለዛ ነው ሁሉም ምክኒያት ፈልጎ ወደ ፖለቲካ የሚገባው። ይህም ከምርጫ ቦርድ የሚመደብለትን ገንዘብ እና ከህዝቡ በተለያየ መንገድ ብር

እየሰበሰበ መከፋፈል ነው ዋና ዓላማው። በዚህ ምክኒያት ነው በሐገሪቱ ያለው ፓርቲ ሁሉ ወደ አንድ አደረጃጀት ገብቶ የመፍትሔ አካል መሆን የማይፈለገው እና የማይችለው።

8፡ በሐገሪቱ የሚመሰረተው መንግሥት በልምዱ ተረኛነት እና ጦረኛነት የተጠናወተው በሐሳብ የበላይነት የማያምን የሐገሪቱን ህዝቦች እኩል የማያገለግል መሆኑ እና እንደ ዝንጀሮ አውራ ሌሎችን ፓርቲዎች የሚደፈጥጥ እና የሚደፍቅ መሆኑ። በዚህም ምክኒያት አምባገነን መንግሥት በሐገሪቱ የመፈጠር እድሉ ሰፊ ስለሆነ ወዲያውኑ ተንደርድሮ ወደ ጨፍላቂነት ይቀየራል። የሐገሪቱ ህዝቦች የሚፈልጉትን እና ለህዝቦች የሚበጀውን ሳይሆን የእራሱን ቡድናዊ እና ግለሰባዊ ፍላጎት በህዝቦች ላይ በሐይል ለመጫን ይነሳል ህዝቡ ደግሞ አልቀበልም ይላል ያኔ ወደ ጦርነት ይገባል ማለት ነው።

5፡ 8 ያሉ ልዩነቶችን ፈትቶ በአንድነት ለመቆም

1፡ እጅህን እጂህ ያውጣህ፡ መከራህን በራስህ ጨርስ ከሚል እሳቤ ወጥተን እንዳችን ለእንዳችን መቆም መቻል አለብን። የጋራ ችግር እስካለን ድረሰ ቅድሚያ የሚሰጣቸውን ችግሮች ቅድሚያ እየሰጠን ሌሎችን እያስከተልን ተባብረን ችግሮችን እየፈታን መታገል አለብን። ለምሳሌ አሁን በተለየ መልኩ የሐገሪቱ ህዝብ ከትግራይ

ህዝብ ጎን መቆም ያስፈልጋል። ትናንት "ወጣቶች እንዳያልቁ፡ እናቶች እንዳያለቅሱ፡ ህንጻወች እንዳይፈርሱ" ወዘተ እየተባለ እልቂት ተፈርዶበት የሐገሪቱ የጸጥታ ዘርፍ ሁሉም፡ የኤርትራ ሰራዊት በሙሉ አቅሙ፡ የባዕድ ሐገራት ዘመናዊ ጅምላ ጨራሽ መሳሪያዎች ታክለውበት የትግራይ ህዝብ መከራ በልቱዋል። ይህ ህዝብ ኢትዮጵያዊ እንዳልሆነ ሁሉ በተጣመረ ሐይል ከዓለም ተለይቶ ተጨፍጭፏዋል።

ያ ብቻ ሳይሆን "አሁንም የሚመጣው እንዳይብስ ንገሩዋቸው" እየተባለ የተደረሰው ዓለም አቀፍ ስምምነት እንዳይተገበር ፖለቲካዊ ሴራ እየተሰራ ነው። ይህ የተደረሰው ስምምነት ዳር ይደርስ ዘንድ ሁሉም የድርሻውን መወጣት አለበት፡ ከህዝቡ ጎንም መሰለፍ ያስፈልጋል። ታሪካዊ የመሬት ባለቤትነት ጉዳይ ሌላ ጉዳይ ነው፡ አሁን ዋናው ነገር ሐገርን የማስቀጠልና ያለማስቀጠል ጉዳይ ነው። ይህ ሳይሆን ቀርቶ ዳግም ጦርነት ቢከፈት ግን የሚደርሰው እልቂት ከበፊቱ የባሰና ምን አልባትም ሁላችንም የታሪክ ተጠያቂ ከመሆን አናመልጥ ይሆናል። ምክኒያቱም ምንም እንኳን የችግሩ ባለቤት ባንሆንም የመፍትሔው አካል የመሆን ግዴታ ግን አለብን። ይህ ስምምነት እንዲተገበር መሰራት ማለት የሐገርን አንድነት ማስጠበቅ፡ ለእውነት መቆም፡ ለተበደሉ መጮህ፡ ለፍትህ መታገል፡ የሰው እልቂትን፡ ጥፋትንና ውድመትን ማስቀረት እና

ወንድማማችነትን ማጠንከር ብሎም የሐገርን አንድነት ማስጠበቅ ነው። በቀላል አገላለጽ አንዳችን ለአንዳችን መቆም ማለት ሐገርን የማቆም ዋናው ክፍል ነው።

2፡ በሐገሪቱ ውስጥ ያለ ማንኛውም የፖለቲካ እንቅስቃሴ የሚያደርግ አካል ከተረኛነት እሳቤ መውጣት አለበት። በአንድነት ቆሞ አምባ ገነኑን አካል ለመፋለም አንዱ ችግር ከተረኛነት እሳቤ አለመውጣት ነው። ትናንት እነ እገሌ ነበሩ፡ ዛሬ ደግሞ እነ እገሌ ናቸው፡ ነገ ደግሞ እኔ ወይስ ማን ይሆን የሚል የተሳሳተ ፖለቲካዊ ስሌት ውስጥ መውጣት አለብን። መጪው ጊዜ ለሁሉም ኢትዮጵያዊ እንዲሆን ሁላችንም መሰራት አለብን። የተረኛነት እሳቤ በውስጣችን እንዳንተማመን ከፍተኛ የሆነ ችግር እየፈጠረ ነው። ይህ ደግሞ በአንድነት ለአንድነት ለመቆም በጣም አስቸጋሪ ነገር ነው የሚሆነው።

3፡ በፋኖ የሚመራው የአማራው ትግል ያለውን ፖለቲካዊ አቋም በግልጽ ማሳወቅ አለበት። ማለትም የፋኖ የትግል መሰመር በይዘቱ ከሌሎች ተፋላሚዎች ጋር አብሮ የሚሔድ አይደለም። ምክኒያቱም የፋኖ የትግል መሰመር የብሔር ብሔረሰቦችን መብት የሚያሰከብር ሳይሆን የሚጨፈልቅ ነው። ይህ ከሆነ ደግሞ አሁን መንግሥትን እየታገሉ ከአሉት አካላት ይልቅ ለብልጽግና እና ለኢዜማ የፖለቲካ ሰርዓት ይቀርባል። ስለሆነም ፋኖ አሁን እሱ እንደሚለው

መንግሥትን ቢያሸንፍ ወዲያውኑ ከሌሎች ህዝቦች ጋር ወደ ጦርነት ይገባል። ይህንን ችግር ለማስወገድ ፋኖ የሚከተሉትን ነጥቦች ቢያስተካክል እና ግልጽ የሆነ የፖለቲካ ርዕዮት ዓለም ቢቀይስ መልካም ነው።

ሀ፡ ፋኖ በክልሉ ውስጥ ቅማንትን ጨምሮ ስላሉት ሌሎች ብሔሮች እና ትግላቸው አምኖ መቀበል፡ ለሰራቸው የግፍ ጭፍጨፋዎች በግልጽ ይቅርታ መጠየቅእና እውቅና መስጠት አለበት። ትግላቸው ህዝባዊ እና ህገ መንግሥታዊ የመብት ጥያቄ ስለሆነ ይህንን አምኖ ተቀብሎ መታገል ያስፈልጋል። የእነዚህ ህዝቦች ጥያቄ የራሳችን እራሰን በራስ የማስተዳደር መብት ይከበር አሉ እንጂ አማራው አይጠይቅ አላሉም። ስለሆነም የህዝቦቹን ጥያቄ ለአማራው ህዝብ አደጋ አድርጎ ማቅረብ በፍጹም በየትኛውም መመዘኛ ትክክል አይደለም።

ይህ አይነት የተሳሳተ ፖለቲካዊ ሰሌት እንኳን ለጋራ አጀንዳ አብሮ ለመሰራት ይቅርና ህዝቦች አብረው እንዳይኖሩ የሚያደርግ አካሔድ ስለሆነ ሊስተካከል እና ለህዝቦች የትኛውም ህጋዊ ጥያቄ እውቅና ሰጥቶ መስራቱ ለሁሉም ጠቀሜታው የጎላ መሆኑን መቀበል እና ለተገባራዊነቱ መስራት ከሌሎች ህዝቦች ይልቅ ለአማራው ህዝብ ይጠቅማል። ምክኒያቱም ይህ አይነት ፖለቲካዊ አካሔድና

የተስፋፊነት ፍላጎት አማራውን ከሁሉ ጋር አጣልቶ ብቻውን እያስቀረው ስለሆነ ማለት ነው።

ለ፡ ፋኖ ከሌሎች የሐገሪቱ ህዝቦች ጋር ያለውን ፖለቲካዊ ልዩነት እና አንድነት በግልጽ ማስቀመጥና ማሳወቅ አለበት። ምክኒያቱም የፋኖ ትግል በአንድ በኩል ሐይማኖታዊ ይዘት አለው፡ በሌላ በኩል ደግሞ የንጉሣዊ ሰርዓተ መንግሥት አይነት ይዘት አለው። ይህ ደግሞ አሁን ኢትዮጵያ ውስጥ አያዋጣም። ስለሆነም ፋኖ "ሁለት አጉራ ትከል አንዱ ቢሰበር ከአንዱ ተንጠልጠል" ከሚል የተምታታ አይነት ትግል ወጥቶ ጥርት ያለ መስመር መያዝ አለበት። በእኔ እምነት የፋኖ ትግል እንደ አማራጭ የተቀመጡ ሶስት መሰመሮች አሉት። እነዚህ መሰመሮች እንደ ሁኔታው ከአማራጭነት ወደ አንድ መሰመር መጥተው የፋኖን የመጨረሻ መዳረሻ የሚወስኑ ደረጃዎች ሊሆኑም ይችላሉ።

የመጀመሪያው የነበረውን ሐይማኖታዊ ንጉሣዊ አስተዳደር መመለሰ ነው፡ ሁለተኛው የብሔር ፌደራሊዝምን አፍርሶ አንድ ዘውዳዊ ወይም ንጉሣዊ መንግሥት መመሰረት ነው፡ ሶሰተኛው በክልሉ ውስጥ ያሉ ብሔሮችን አጥፍቶ አማራን እንደ አንድ ብሔር ማቆም ነው። እነዚህ ሶስቱም ሐሳቦች የተሳሳቱ ናቸው። ምክኒያቱም አማራ መቆም ካለበት እንደ ሁሉም የሐገሪቱ ብሔሮች በራሱ መቆም አለበት፡ ፋኖም የፌደራሊዝም ሰርዓቱን አክብሮ መታገል አለበት።

ይህ ካልሆነ ግን ፋኖም ከሁሉም የሐገሪቱ ታጋዮች ጋር ይገጥማል፡ አማራውም አደጋ ውስጥ ይገባል ማለት ነው።

ሐ፡ ፋኖ ስለሐገሪቱ ህገ መንግሥት ያለውን ፖለቲካዊ አቋም በግልጽ ለሌሎች ማሳወቅ አለበት። ከላይ ለመግለጽ እንደተሞከረው ፋኖ የፌደራሊዝም ስርዓቱን የማፍረስ እቅድ አለው፡ ይህ ከሆነ ደግሞ ፋኖን ብቻውን እንዲቆም ያደርገውና ሽንፈትን ያከናንበዋል። በነገራችን ላይ ህገ መንግሥቱን አለመቀበል ማለት አለማክበር ማለት አይደለም። ህገ መንግሥቱን አልቀበልም መስተካከል ወይም መቀየር አለበት ማለት ይቻላል፡ ነገር ግን መጀመሪያ ያለውን ህገ መንግሥት አክብሮ እንጂ ማስተካከል የሚቻል ከሆነም የሚሞከረው ገና ህገ መንግሥቱን አልቀበለውም በማለት የሌሎችን ህዝቦች መብት በመርገጥ አይደለም። ህገ መንግሥቱን እና የሌሎችን መብት አክብሮ የራሱን ጥያቄ መጠየቅ ይቻላል ይህ ህገ መንግሥታዊ መብት ስለሆነ ማለት ነው።

መ፡ ፋኖ አማራነት ምንድን ነው? ሐይማኖት ነው ወይስ ብሔር ነው? የሚለውን ለይቶ ማሳወቅ አለበት። አማራነት ሐይማኖት ከሆነ ፋኖ በፖለቲካ ስም ምንም አይነት ትግል አያስፈልገውም ለሐይማኖት አባቶች እና ለህዝቡ መተው ነው። ቢፈልግ ህዝቡ ያስቀጥለው ባይፈልግ ይጣለው። አማራነት ብሔር ከሆነ ደግሞ በአንድ በኩል ከሐይማኖታዊ ይዘት ትግል ይውጡ፡ ሐይማኖቱ

የአማራ ብቻ ሳይሆን የሌላውም ህዝብ ነው። በሌላ በኩል ደግሞ ከተሰፋፊነት እና ከጨፍላቂነት እሳቤ ወጥተው የሁሉንም ብሔሮች እኩልነት ተቀብለው "እማራው ተራራው" ከሚል አጉል መዝሙር ወጥተው ከሁሉም ጋር በእኩልነት መታገል ያስፈልጋል። ያ ሳይሆን ከቀረ ግን የአማራው ህዝብ መጨረሻ እጣ ፈንታ ከሁሉ ጋር መናከስ ይሆናል ማለት ነው።

ሠ፡ ፋኖ ስለኢትዮጵያዊነት፡ አማራው እና ሌሎች ህዝቦች ያለውን ድርሻ በሚገባ ለይቶ ማስቀመጥ አለበት። ምክኒያትም አንዱ የሐገሪቱ ችግርም የተሳሳተ የታሪክ ባለቤትነት ትርክት ስለሆነ። አሁን አማራ ሁሉንም የሐገሪቱ ታሪክ እና መሬት የእኔ የግሌ ነው እንዲል አድርገውታል። የሚገርመው ግን መጥፎ ታሪኮችን እና በመሬቱ ላይ ያለውን ህዝብ የእኛ ነው አይሉም። በእርግጥ ታሪኮችንም መርጠው ደህናውን ብቻ ስለሚያነሱ እና ህዝቡንም በ60 ሚሊየኑ ውስጥ ስለሚያካቱት ይሆናል።

በነገራችን ላይ ከዚህ የልክፍት በሽታ መታከም ያለባቸው ፋኖ ብቻ ሳይሆን የአማራው ሁሉም ሊህቃን ናቸው። ታሪኩ የእኔ ብቻ፡ መሬቱ የእኔ ብቻ፡ ጀግናው ሁሉ የእኔ ብቻ፡ ሐይማኖቱ የእኔ ብቻ፡ ሁሉ ነገር የእኔ ብቻ በእውነት ይህ ግልጽ የሰነ ልቦና በሽታ ነው። የሚገርመው ነገር ግን የእነሱ የግላቸው ብቻ የሆነ እንድም ነገር

የለም፡ ወይም ደግሞ እንደ ኢትዮጵያዊነት ሁሉን ነገር የእኛ ቢሉን እንቀበላቸው ነበር እንጂ።

ረ፡ ፋኖ ያለፉት ነገሥታት ስለፈጠሩት ታሪካዊ ጥፋት በግልጽ አቋሙን ማሳወቅ አለበት፡ ደጋፊ ወይም ነቃፊ መሆኑን ማለት ነው። ያለፉ ነገሥታት ሰርተውት ያለፉት ታሪካዊ ጠባሳ ዛሬ ድረስ ዘልቆ የልዩነት ምክኒያት እንደሆነ ቀጥሎዋል። እነዚህ ታሪካዊ ጠባሳ የጣሉ ነግሥታት በሐገር አንድነት፡ በሐይማኖት ጥምቀት እና በመሳሰሉት ሰበቦች ነው ችግሮችን የፈጠሩት። እነዚህ አካላት በፋኖ በሚቀነቀነው የአማራው ትግል ደግሞ ውዳሴ እና ሙገሳ ይቀርብላቸዋል።

"የአባታችን ቤተ መንግሥት ምናም" እና የመሳሰሉት ታሪካዊ ውዳሴ ይቀርብላቸዋል። ይህ ደግሞ የፋኖውን ትግል ብቻ ሳይሆን አማራውን እንደ ህዝብ በሌሎች ህዝቦች እንዲጠላ የሚያደርግ ተግባር ነው። እነዚያ ነገሥታት የሰሩትን መጥፎ ነገርም፡ ጥሩ ነገርም እንደ ሐገር መቀበሉ የተሻለ ሳይሆን አይቀርም። ለማንኛውም ስለዚህ ጉዳይ የፋኖው ትግል ያለው አቋም ከሌሎች ታጋዮች ጋር የሚኖረውን ግንኙነት የሚወስን እና የአማራውን አብሮነትም ጥርጣሬ ውስጥ የሚከት ወይም ወደ መተማመን የሚያመጣ ይሆናል ማለት ነው።

ስ፡ ፋኖ ስለህዝቦች የመሬት ባለቤትነት አቋሙን ማሳወቅ አለበት። ምክኒያቱም የፋኖ አንዱ ችግር ተስፋፊነት ስለሆነ ማለት ነው። ሑመራ የእኔ ብቻ፡ ወልቃይት የእኔ ብቻ፡ መተማ የእኔ ብቻ፡ ወለጋ የእኔ ብቻ፡ ሁሉም የእኔ ብቻ፡ ሁሉም ደግሞ ውሸት። እንደ ኢትዮጵያ ከሆነ እውነት ነው፡ እናንተ እንደምትሉት እንደ አማራ ብቻ ከሆነ ግን በፍጹም ውሸት ነው። ፋኖ ከዚህ ሁሉ የእኔ ብቻ እና ከነገሥታቱ የወረሸኝ በሽታ ወጥቶ አቋሙን ማሳወቅ እና የእሱ ለሆነው ብቻ መታገል አለበት። "የቆጡን አወረድኩ ብላ የብብቱዋን ጣለች" እንዳይሆን ነገሩ ጥንቃቄ ማድረግ ያስፈልገዋል።

4፡ ስላለፉት ታሪካዊ ስህተቶች በግልጽ ተነጋግረን ያለውም ሆነ የሌለው አጥፊ አካል በሰራው ጥፋት ልክ ታሪካዊ ተጠያቂ መሆኑን ተማምነንና የተበደሉ ህዝቦችንም በደላቸው እውቅና ማግኘትና መካስ መቻል አለባቸው። ይህ ከሆነ የነበሩ የተሳሳቱ ትርክቶች እና ጥፋቶች ላይ የጋራ መግባባት ላይ መድረስ እንችላለን። ያ ካልሆነ ግን እንደ ጅብ ጎን ለጎን ነው ነገሩ አሁንም የሚሆነው።

5፡ ስንታገል በሐገሪቱ ውስጥ ለተጨቆኑ ህዝቦች ሁሉ በእኩልነት እና በባለቤትነት ስሜት መሆን አለበት። የእኛ እና የእነሱ የሚል ምክኒያት አልባ ፖለቲካ መቆም አለበት። የአንዳችን ህመም የሁላችን ህመም መሆን አለበት። ስንታገል መርጠን የእኔ ለምንለው ህዝብ ብቻ ሳይሆን ለሁሉም መሆን አለበት። ስንታገል ለፍትህ፡

ለነጻነት፡ ለእኩልነት፡ ለሰበዓዊነት፡ ለህግ የበላይነት፡ ለብዝሐነት፡ ለኢትዮጵያዊነት፡ ለሰላም፡ ለዲሞክራሲ፡ ለልማት፡ ለእውነት እና ለመሳሰሉት መሆን አለበት።

6፡ የየግል የብሔር ማንነታችን እና ኢትዮጵያዊ ማንነታችን ተሰናሰለው እና ተጣጥመው መሔድ አለባቸው። አንድነታችን ከብዝሐነታችን ውጭ፡ ብዝሐነታችን ከአንድነታችን ውጭ ሊመጡ አይችሉም፡ የኢትዮጵያዊነት ውበትም እሱ ነው። አንድነታችን ብዝሐነታችን ሳያጠፋው፡ ብዝሐነታችን ደግሞ አንድነታችን ሳይበትነው ተመጋግበው እና ተጣጥመው መሔድ አለባቸው። ኢትዮጵያዊ ማንነታችን መሰረቱ እኮ የየግል ማንነታችን እና ለሐገር ነጻነት፡ ሉአላዊነትና አንድነት በአንድነት የከፈልነው መሰዋዕትነት ድምር ውጤት ነው። ከዚህ በተረፈ ደግሞ እኔ ብቻ ነኝ ኢትዮጵያዊ የሚል የዜግነት ደረጃ የሚመድብ አስተሳሰብ መነቀል መቻል አለበት።

7፡ ከሴራና ከበቀል ፖለቲካ ነጻ መውጣት አለብን። አሁን በሐገራችን የተሰፋፋው በሽታ የበቀልና የሴራ ፖለቲካ ነው። የበቀል ፖለቲካ ትናንት እንዲህ አድርገውናል የሚሉትን አካላት በማጥቃት ላይ የተመሰረተ ፖለቲካ ነው። እዚህ ላይ ግን መነሳት ያለባቸው የተወሰኑ ነገሮች አሉ።

የመጀመሪያው በየወቅቱ ጉዳቱን ያደርሱ አካላት ህዝቦች ሳይሆኑ ከዛ ህዝብ ውስጥ የወጡ አካላት መሆናቸውን መረዳት ያስፈልጋል። ሲቀጥል በወቅቱ ችግሩ ሲፈጠር ተበደልን የሚሉ ህዝቦች ተወካዮችም አብረው እንዲያውም በመሪነት ጉዳቱን ሲያደርሱ ነበር። ከዚህ በተጨማሪ የሴራ ፖለቲካም አደጋ ውስጥ ከቶናል። የሴራ ፖለቲካ እራስን አሻሽሎ ገንብቶ በመገኘት ላይ ሳይሆን የተሻሉትን ጠልፎ በመጣል እና በማጥፋት ላይ የተመሰረተ በመሆኑ የችግሩ የመፍትሔ አካል የሚሆኑ አካላትን ከማጥፋቱ በላይ የተፈጠረውን ችግር የተወሳሰበና ውል የለሽ እያደረገው ነው የቀጠለው።

8፡ ከአለፈው የስህተት እና የውድቀት ታሪካችን መማር እና መነሳት አለብን። ሲሆን ከሌሎች ውድቀት መማር ነበረብን ካልሆነ ደግሞ እንዴት ከራሳችን ውድቀት መማር እና መንሳት ይሳነናል? ነገሩን አስቸጋሪ የሚያደርገው ደግሞ ሁሌም የምንወድቀው በተመሳሳይ ነገር መሆኑ ነው። አንዳንዴ ሌሎችን ጠልፈን ለመጣል የቆፈርነው የሴራ አካሔድ እራሳችን ጠልፎ ይጥለናል። አንዳንዴ ደግሞ ከውድቀታችን መማር ባለመቻላችን ዳግም እንወድቃለን።

9፡ የየግል ቡድናዊ(እንደ ብሔር ማለት ነው) ፍላጎቶቻችን በእኛ ብቻ ሳይሆን በሌሎችም የሚወሰኑ መሆኑን አምነን መቀበል መቻል አለብን። እንደ ኢትዮጵያዊነት በአንድነት በአንድ ላይ ስንኖር

የምንፈልገው ማህበራዊ፡ ፖለቲካዊ፡ ኢኮኖሚያዊ እና ሌሎችም ነገሮች በእኛ ብቻ ሳይሆን አብሮን ባለው ሌላው ህዝብም የሚወሰኑ መሆኑን አምነን መቀበልና ይህንን ለማስተናገድ መዘጋጀት ያስፈልጋል። ብዝሐነትን ያቀፈ አንድነት የሚያስፈልገውም ለዚህ ነው። በዚህ ምክኒያት የጋራ መስተጋብሮቻችን ላይ መስራት መቻል አለብን ማለት ነው። አሁን በየፊናው በየግል የምናደረው ትግል የተፈለገውን ውጤት ከማዘግይቱ በላይ አብሮነትን የሚያዳክም ተግባር ነው። ለጋራ ሐገራዊ አጀንዳ በጋራ መስራቱ ደግሞ አብሮነታችን ከማጠናከሩ በላይ የተፈለገውን ውጤት በተፈለገው መንገድና ፍጥነት ያመጣል ማለት ነው።

10፡ በሐገሪቱ ያለውን ያልተቀደሰ የሐይማኖት እና የፖለቲካ ጋብቻ ሁላችንም ጉዳቱን ተረድተን መከላከል እና ማስተካከል ያስፈልጋል። እርግጥ ነው ሐይማኖቶች በተለያየ መንገድ ለሐገር የሚያበረክቱት ጠቀሜታ ከፍተኛ ነው፡ እንዲያውም እንደ ኢትዮጵያ ባሉ ባለብዙ ሐይማኖት ሐገራት። ነገር ግን አሁን ያለው ነገር መንግሥትም ሐይማኖትን ተጠቅሞ ህዝቡን እያጠቃ ነው፡ አንዳንድ የሐይማኖት አባቶችም ከወንጌል ስብከት ወደ ጦርነት ስብከት ተሸጋግረው በጥቅሉ የደረሰው ሁሉ እንዲደርስ ተደርጓል፡ አሁንም እንደቀጠለ ነው።

በተለይ በትግራይ እና በቅማንት ህዝቦች ላይ የተደረገውን አሰቃቂ ድርጊት ታሪክ አይዘነጋውም። ይህ አይነት ድርጊት ለሐይማኖቱም፡ ለመንግሥቱም አይጠቅምም፡ ለህዝብም ጥፋት እና ውድመት ስለሆነ የጋራ አረዳድ ይዘን በጋር ችግሩን መጋፈጥ አለብን። ከዛ ውጭ ግን ግማሻችን የጥቃቱ ሰለባ፡ ግማሻችን ደግሞ ለጥቃቱ እሳት አቀባይ ከሆነን ችግሩ ለሁላችንም ይደርሳል። በዚህም ምክኒያት የሐይማኖት ተቋማት ላይ ጉዳት ይደርሳል፡ ሐገር ያፈርሳል፡ ህዝብ ይበተናል። የሐገራችን አብዛኛው ፖለቲካዊ ችግር በዚህ ያልተቀደሰ የሐይማኖት እና የፖለቲካ ጋብቻ የመጣ ስለሆነ ማለት ነው።

ኢትዮጵያ የሰው ልጅ መገኛ እና የሰልጣኔ ቁንጮ ሐገር

ክፍል - አምስት

መፍትሔ

ምዕራፍ አንድ - መፍትሔ ክፍል አንድ

ምዕራፍ ሁለት - መፍትሔ ክፍል ሁለት

ምዕራፍ ሶስት - መፍትሔ ክፍል ሶስት

ምዕራፍ አራት - መፍትሔ ክፍል አራት

ምዕራፍ አምስት - የተለያየ ጭቆና በአፍሪካ ምድር

ምዕራፍ አንድ

መፍትሔ - ክፍል አንድ

1፡ 1 ጊዜ እና ክንውን

ሁሉም ነገሮች የሚከናወኑት በጊዜ ነው። ይህ ማለት ለሁሉም ነገሮች ለመከናወን ጊዜ ያስፈልጋቸዋል ማለት ብቻ ሳይሆን የመከናወኛ ጊዜም ጭምር አላቸው ማለት ነው። ይህም ማለት የዘር ወቅት ለዘር፡ የመኸር ወቅት ለመኸር እንደማለት ነው። ወደ ዋናው ዓላማየ ስመለስ የኢትዮጵያን ሁሉ አቀፍ ችግሮች ከሰሩ ነቅሎ ለመጣል ለእያንዳንዱ ችግር ጊዜ መመደብ እና የትኛው ነገር መቸ ላይ መተግበር እንዳለበት የጊዜ መደብ እና ገደብ ማውጣት ያስፈልጋል። በዚህም መሰረት የተግባሮችን የጊዜ አመዳደብ ቅደም ተከተል አስይዞ መንደፍ ቅድሚያ የሚሰጠው ተግባር ይሆናል ማለት ነው።

1፡ 2 የሙህራን ተሳትፎ

የተፈጠሩ ችግሮችን ለማስተካከል የተለያዩ የምክክር አደረጃጀቶችን በተቋም ደረጃ መመሰረት ያስፈልጋል። ለአንድ ሐገራዊ ምክክር ውጤታማነት የተለያዩ አደረጃጀቶችን መመሰረት አስፈላጊ ነገር ነው። ይህ የተደራጀ ማህበር ወይም ተቋም ሁሉንም

አካላት ያካተተ ለገዥው አካልም ሆነ ለነጻነት ታጋዮች እኩል በፍትሐዊነት እና በገለልተኛነት የሚሰራ፡ ለሐገሩ እና ለህዝቡ በሐላፊነት እና በታማኝነት የሚያገለግል መሆን አለበት። ከዚህ ውጭ ግን እንዲሁ ገዡው ፓርቲ ለፖለቲካ ፍጆታ የሚያደራጀው አይነት ከሆነ እሱ ያለው ይበቃል አያስፈልግም።

የሐገራችን ችግር ለመፍታት ቁርጠኛ ከሆንን ሁሉንም እየወከለ ከታች ወደ ላይ እየተደራጀ መምጣት አለበት። ይህም ማለት ገዡው ፓርቲም፡ ተፎካካሪ ፓርቲዎችም፡ የነጻነት ታጋዮችም በመነጋገር፡ በመግባባት፡ በመናበብ ከወረዳ ጀምረው ወደ ዞን፡ ከዞን ወደ ክልል፡ ከክልል ወደ ፌደራል የሚደርስ የሐገርን ህልውና የሚያስጠብቅ አደረጃጀታዊ ሰንሰለት መሰራት ያስፈልጋል። ለዚህ ደግሞ ዋናው ሙህራንን አደራጅቶ ተሳታፊነቱን መጨመር ነው። የሐገሪቱ ሙህራን በተለያዩ ምክኒያቶች ለሐገሪቱም ለራሱም መጥቀም አልቻለም። በአንድ በኩል በሐገር ውስጥ ባሉ ገፊ ምክኒያቶች እና ከውጭ ባሉ ሳቢ ምክኒያቶች ለሐገሩ መሰራት እየፈለገ ለስደት የሚዳረገው ሙህር ብዙ ነው፡ በሌላ በኩል ደግሞ ያልተሰደደው ሙህርም ቢሆን ነገሩ ተመቻችቶለት ለሐገሩና ለአስተማረው ህዝብ መሰራት ያለበትን እየሰራ አይደለም።

ለዚህ ደግሞ ዋናው ምክኒያት በሐገሪቱ ያለው ፖለቲካዊ አውድ አለመመቻቸት ነው። የሐገራችን ፖለቲካ ሙህሩን ክፍል

በራሱ እንዲቆም የሚፈቅድ ሳይሆን ጥገኛ ወይም ሰደተኛ እንዲሆን የሚጋብዝ ነው። ለዚህ ሲባል ደግሞ ከኢህአዲግ ዘመነ መንግሥት ጀምሮ ፖለቲካው የትምህርት ፖሊሲዋን ገሎ ትውልዱን ጥገኛ እንዲሆን ሁሉ ሲሰራ ቆይቱዋል። በኢህአዲግ ዘመነ መንግሥት እኮ የተማረው ክፍል ሰራ የሚያገኘው በውጤቱ ሳይሆን በኢህአዲግ አባልነት ነው የነበረው። ሙህሩ ተደራጅቶ ይህንን ችግር ፈትቶ ለእሱም ለሐገሩም መሆን መቻል አለበት።

1፡ 3 የሙህራን አደረጃጀት አስፈላጊነት

በየትኛውም ቦታ የሙህራን አስፈላጊነት አጠያያቂ ጉዳይ አይደለም። ሙህር፡ ሰው ሰራሽም ሆነ የተፈጥሮ ችግሮችን ለመፍታት ያስፈልጋል። የችግሮቹ ሰፋት ምን አልባት አካባቢያዊ፡ ክልላዊ፡ ሐገራዊ፡ አህጉራዊ ወይንም ዓለም አቀፋዊ ሊሆኑ ይችላል፡ ፡ በሌላ በኩል የችግሮች አይነት ምን አልባትም ፖለቲካዊ፡ ማህበራዊ፡ ሐይማኖታዊ፡ ኢኮኖሚዊ፡ ተፈጥሮዊ እና የመሳሰሉት ሊሆኑ ይችላሉ። በሌላ አንገል ደግሞ ችግሮች ከጥልቀት አንጻር ቀላል እና ከባድ ሊሆኑ ይችላሉ።

አሁን ያለው የሐገራችን ህዝብ ችግር ከላይ የተዘረዘሩትን የችግር አከፋፈል አይነቶች ሁሉ ያካለለ ሆኖ ይገኛል። ስለሆነም ከላይ የተዘረዘሩትን ችግሮች ሁሉ በየደረጃው ለመፍታት በየደረጃው

የሙህራን አደረጃጀት እና ተሳትፎ እጅግ አስፈላጊ ነው ማለት ነው። የሙህራን አደረጃጀቱም በራሱ በእውቀትና በልምድ የዳበረ፣ ሐገርን እና ህዝብን ለመምራት እና ለማገልገል ጥበብን የተላበሰ መሆን አለበት። ለዚህ ደግሞ አንድ አመራር ወደ አመራርነት ከመምጣቱ በፊት የአመራር ጥበብን የተላበሰ መሪ እንዲሆን መስራት አለበት ማለት ነው። መጀመሪያውኑ የሐገራችን ችግር መሰረቱ የአመራር ጥበብ ማነስ ነው። የአመራር ጥበብ ወይም እውቀት የሌለው መሪ የሚከተሉትን ተግባራት ሲፈጽም ይታያል።

1፡ 4 አግባብነት የሌለው አመራር ስጭነት

በየደረጃው ወደ አመራርነት የሚመጡ አካላት በተለያየ መንገድ ወደ ጥፋት ጎዳና ሲያመሩ ይታያልና የተወሰኑትን እንጥቀስ፡
፡

1፡ 4፡ 1 በቂ እውቀት(ጥበብ) አለመኖር

አንድ ግለሰብ ወደ ህዝብ መሪነት ሲመጣ ለደረጃው የሚመጥን እውቀት እና ህዝብን የመምራት ጥበብ ኑሮት ሳይሆን እንዲሁ በተለያየ መንገድ በአጋጣሚ ነው የሚመጣው። እውቀትና ጥበብ ኑሮት ለመሪነት ያልተዘጋጀ ግለሰብ ደግሞ ከተወሰነ ሒደት በኋላ ችግሮች ይገጥሙታል። ይህንን ችግር ተከትሎ ህዝቡን

ከማዳመጥና ችግሩን ከማስተካከል ይልቅ የጥፋት መንገድን ምርጫው ያደርጋል።

1፡ 4፡ 2 የጥፋት መንገድ

አንድ መሪ የመጀመሪያውን ስህተት የሚፈጥረው እኔ ያልኩት ትክክል ነው፣ የሌሎች ሐሳብ ያን ያህል ጠቀሜታ የለውም፣ በእኔ ሐሳብ ውስጥ ይጠቃለላል ብሎ ሲያስብ ነው። ይህ መጥፎ ሐሳብ የተጠናወተው ሰው ደግሞ እሱ ካለው በተቃራኒ የቆሙ ግለሰቦችንም ሆነ ቡድኖችን ከእሱ የተሻሉ እንዳልሆኑ ይረዳል ማለት ነው። ይህን የማያዋጣ መንገድ የሚመርጠው እራሱን ብቻ በመመልከት ነው። ይህንም ተከትሎ ችግሩን ለማስተካከል ሲል ያልተጠና እና አዋጭነት የሌለው በደመ ነብስ አግባብነት የሌለው እርምጃ መውሰድ ይጀምራል።

1፡ 4፡ 3 እርምጃ መውሰድ

አንድ መሪ እራሱ በፈጠረው ስህተት የመጣን ችግር በሌሎች ላይ በማላከክ በሐይል ለመፍታት ሲጀምር ለአለበት የመሪነት ደረጃ የሚመጥን የፀጥታ ዘርፍ ማንቀሳቀስና መጠቀም ስለሚችል ጊዜያዊ ውጤት ያስገኝለታል። ይህንንም ተከትሎ ርምጃ ወሳጁ ውጤት ያስገኘለት እራሱ ትክክለኛ መሰመር በመያዙ መስሎ

ስለሚታየው እና ስለሚሰማው አጉል ጀብደኛነት ውስጥ ይገባና ነገሮችን ሁሉ በሐይል ለማስተካከል ይሞክራል።

ይህ አጉል ጀብደኛነት ግን የባሰ ከድጡ ወደ ማጡ ያስገባዋል፡ ፡ በመጨረሻም ራሱን ብሎም ህዝቡን አደጋ ውስጥ ይከተዋል። ስለሆነም ይህንን ችግር ለመፍታት መጀመሪያ በጥበብ የተካነ መሪ መፍጠር ያስፈልጋል። በፖለቲካዊ ጥበብ የተካነ መሪ ለማውጣት ደግሞ የሙህራን አደረጃጀት አስፈላጊ ነው። ይህንን ሐሳብ ለመረዳት እስኪ ከዚህ በታች ያለውን ሐሳብ እመልከተው።

1፡ 5 የአመራር ጥበብ

አመራር በሚለው ቃል ውስጥ ሁለት መሰረታዊ ነገሮችን እናገኛለን። እነሱም መሪ እና ተመሪ ናቸው። መሪው በትክክል ተመሪውን ለመምራት የአመራር ፖለቲካዊ ጥበብ ያስፈልገዋል። ነገር ግን በአብዛኛው አመራር ተመሪውን በትክክል ሲመራ አይስተዋልም። ይህውም የሚሆነው በተለያዩ ምክኒያቶች ነው። የተወሰኑትን እናንሳ።

1፡ የመጀመሪያው ነጥብ የአመራር ፍላጎትም ሆነ ብቃት ሳይኖረው በተለያዩ አጋጣሚዎች ሳያስበው ወደ ስልጣን የሚመጣ አመራር ስለሚሆን ነው። ይህ አይነት አመራር በእውቀት እራሱ ከተመሪው ያነሰ ስለሚሆን በትንሽ በትልቁ የሚደነግጥ እና

የሚበረግግ አይነት አመራር ነው የሚሆነው። ከተመሪው ተቃውሞ እንኳን ቢገጥመው በእራሱ እምነት ስለሌለውና በጥበብ ችግሩን ፈትቶ ህዝቡን ማሳመን ስለማይችል አረመኒያዊ እርምጃ በመውሰድ ይጀምራል። ይህ አይነት አመራር ከኋላ ሆኖ ከፊት እመራለሁ የሚል አይነት አመራር ነው። ይህ አይነት አመራር "ደህና ሲታጣ ይመለመላል ጎባጣ"፡ የሚባል አይነት አመራር ነው።

ምክኒያቱም በሐገሪቱ ፖለቲካዊ አመራርነት የሚገኘው በችሎታ ሳይሆን ለስርዓቱ ባለው ታማኝነት ስለሚሆን ሙህራን ይህንን ጉዳይ አይጠጉትም። በዚህም ምክኒያት የተሻሉ ሙህራን ወይ ስደተኛ ናቸው ወይ ደግሞ ተደፍቀው ነው የሚኖሩት። በዚህ ምክኒያት ነው በሐገሪቱ ስልጣን ላይ ያሉ አካላት አቅም የሌላቸው ሁነው የተሰደዱትና የተደፈቁት ደግሞ የተሻለ አቅም ያላቸው። ይህንንም ተከትሎ ገዥው አካል እነዚህን አካላት ማሳደድ፡ ማሰር፡ መግደልና የመሳሰሉትን ነገሮች ያደርሰባቸዋል፡ በዚህም ምክኒያት የተረጋጋ ፖለቲካ በሐገሪቱ የለም።

2፡ አመራረ የመሆን ፍላጎት ያለው ነገር ግን የመምራት ብቃት የሌለው። ይህ አይነት አመራር በአብዛኛው በግል ሒወቱ ስለተሳካለት ብቻ ህዝብን ብመራም ይሳካልኛ ይሆናል ብሎ የሚያስብ አይነት አመራር ነው። ይህ አይነት አመራር የተመሪን ፍላጎት እና ያለውን ነባራዊ ሁኔታ ተመልክቶ ህዝብን አሳምኖ

ከመምራት ይልቅ የራሱን ግላዊ እና ቡድናዊ አመለካከት በህዝብ ላይ በሐይል ለመጫን የሚታትር እና አጉል የጀብደኝነት ስሜት ያለው የአመራር አይነት ነው።

ይህ አይነት አመራር የስልጣን ዘመኑን ለማራዘም እና ሐሳቡን ለማስፈጸም የተለያዩ መንገዶችን ይጠቀማል። ለምሳሌ በመጀመሪያ ተመሪውን በማታለል፡ በማጭበርበር እና በማደናገር ይጀምራል። በሁለተኛ ደረጃ የመጀመሪያው ካልተሳካለት በሐይል ህዝቡን ማንበርከክ እና የሚፈልገውን ሐሳብ ለማስፈፀም ይሞክራል። ይህም ሳይሳካለት ከቀረ እና በህዝብ ከተሸነፈ መሸነፉን እንደ ውርደት ስለሚቆጥረው ለሽንፈቱ ሶስተኛ አካል የሚፈልግ አይነት አመራር ነው።

3፡ አመራር የመሆን ፍላጎትም ሆነ ብቃት ያለው አመራር። ይህ አይነት አመራር ከግላዊ እና ከቡድናዊ ሐሳብ ይልቅ ለህዝብ ሐሳብ ቅድሚያ የሚሰጥ፡ ከራስ ፍላጎት ይልቅ የተመሪን ፍላጎት የሚያስቀድም፡ ስልጣን የሚይዝ ሳይሆን ሐላፊነት የሚሸከም፡ ተገልጋይ ሳይሆን የህዝብ አገልጋይ የሚሆን፡ ለራሱ ሳይሆን ለህዝብ የሚኖር አይነት አመራር ነው። ይህ አይነት አመራር በተለየ መልኩ ለተለየ ህዝብ ወገንተኝነት የማያጠቃው፡ የአምባገነንነት ባህሪ የሌለው፡ ነገሮችን አቅልሎም ሆነ አክብዶ የማየት ችግር የሌለበት የአመራር አይነት ነው።

የዚህ አይነት አመራር የሚገጥሙትን ፈተናዎች በሙሉ ህዝቡን ከጎኑ በማሰለፍ በውይይት የመፍታት ባህሪ አለው። የሚያጋጥሙ ችግሮችን ሁሉ ከተለያዩ አንግሎች በመመልከት በውይይት ይፈታል። ይህ አይነት አመራር ነው በሐገራችን መፈጠር ያለበት። እንዲህ አይነት አመራር ሲፈጠር ነው ያሉብንን ሁሉ አቀፍ ልዩነቶች በውይይት ፈትተን ማለፍ የምንችለው። ምክኒያቱም ይህ አይነት አመራር አካታች እና በውይይትና በሐሳብ የበላይነት የሚያምን፡ ለተግባራዊነቱም የሚሰራ ሰለሆነ። እንዲህ አይነት አመራር ሲፈጠር ነው በሐገራዊ ፖለቲካችን ውስጥ የሚፈጠሩ ልዩነቶችን በአግባቡ ማስተናገድና መፍታት የምንችለው።

1፡ 6የፖለቲካ አምድ ልዩነቶች

በፖለቲካው አለም ውስጥ የተለያዩ ዓይነት ፖለቲካዊ ልዩነቶች ያሉ ሲሆን የተወሰቱን ልዩነቶች እንሰተን እንያቸው።

1፡ 6፡ 1 የሐሳብ ልዩነት

የሐሳብ ልዩነት ግለሰብን ጨምሮ በሁሉም ቦታ እና እንቅስቃሴ ውስጥ ይኖራል። የሐሳብ ልዩነት ነገሮችን ከተለያየ አቅጣጫ እና ሁኔታ በመመልከት መረጃ በማሰባሰብ ነገሮችን ለማስተካከል ያገለግላል። በአንድ የፖለቲካ እንቅስቃሴ ውስጥ የሚመጣ የሐሳብ

ልዩነት ነገሮችን በጥራት፣ በብቃት እና በፍጥነት በማከናወን እንደ ስለት ሆኖ የተፈለገውን ግብ ለመምታት ያገለግላል። ልክ ብረትና ብረት ተፋጭቶ ስለት ለማውጣትና የተለያዩ ስራዎችን ለማከናወን እንደሚያገለግለው ሁሉ በፖለቲካ ውስጥ ያለ የሐሳብ ልዩነትም አፋጭቶ ስለት በማውጣት ችግሮችን ቆራርጦ የተፈለገውን ግብ ለመምታት ያገለግላል። ለዚህ ደግሞ የሐሳብ ልዩነትን በጤነኛ መንገድ መያዝ ያስፈልጋል።

ይህ የሚሆነው ግን የሐሳብ ልዩነቱ አንድ የጋራ የሆነ ዓላማ ኑሮት ወደ መሰመር ልዩነት እንዳያመራ በጥንቃቄ ሲመራ ብቻ ነው። ምክኒያቱም ብዙ ጊዜ ችግር የሚፈጠረው የሐሳብ ልዩነት በመኖሩ ብቻ ሳይሆን የሐሳብ ልዩነቱን በሰላዊ መንገድ ለማስተናገድ ካለመፈለግ የሚፈጠር ክፍተት ስለሚኖር ነው። የሐሳብ ልዩነት በራሱ ተፈጥሮዊ ከመሆኑ በተጨማሪ ስራን በአግባቡ አከናውኖ ግብ ለመምታት ያስፈልጋል። ግን ደግሞ የሐሳብ ልዩነትን ጤነኛ አድርጎ መያዝንም ይጠይቃል። የሐሳብ ልዩነት የሚያመጡ ሐሳቦችን በባህሪያቸው ሰንመለከታቸው ብዙ አይነት ናቸው፡ የተወሰኑትን እንሆ።

ሀ፡ ሸፍ(ወሸላ) የሆነ ሐሳብ፦ ይህ የሐሳብ አይነት ምንም አይነት ግልጸኝነት የሌላውና የተድቦቀቦቀና የተሸፋፈነ የግልን እና የቡድንን ጥቅማጥቅም ለማስጠበቅ ሲባል ብቻ ውስጥ ውስጡን የሚፈጠር

የሐሳብ ልዩነት ነው። ይህ የሐሳብ ልዩነት ብዙ ጊዜ በታጋዮች ወይም በተፋላሚዎች ውስጥ የሚፈጠር አይነት የሐሳል ልዩነት ነው። በዚህ ምክኒያት ነው ታጋዮች ወይም ተፋላሚዎች ብዙ ጊዜ የውስጥ ችግር እየገጠማቸው እየተፈረካከሱ የሚወድቁት እና ትግላቸውን አደጋ ውስጥ የሚከቱት።

ለ፡ ፍናፍንት የሆነ የሐሳብ አይነት፡- ይህ አይነት የሐሳብ ልዩነት በግልጽ ይታወቃል ነገር ግን ልዩነቱን አይቶ ተወያይቶ ለመፍታትና ልዩነቱን ለማስተናገድ የተያዘና የተጨበጠ ሐሳብ የለውም። የሐሳብ ልዩነቱ እራሱ ከመኖሩ ውጭ ውል የለሽ ስለሆነ መፍትሔውን እራሱ በቀላሉ ለማግኘት ከባድ ነው የሚሆነው። ይህ አይነት የሐሳብ ልዩነት ነው አሁን ሐገራችን እየበጠበጣት ያለው። ለዚህ ማሳያ የሚሆነው ደግሞ የብልጽግናው መንግሥት ከተፋላሚዎች ጋር ያለው የሐሳብ ልዩነት ነው። አሁን ብልጽግናው ሐገር እያፈረሰ ያለው በፍናፍንታዊ አይነት አስተሳሰብ ነው። ፍናፍንት ማለት አንድ ፍጡር ሰውም ሊሆን ይችላል በተፈጥሮ ሁለቱም አይነት ጾታዎች ያሉት ሆኖ ነገር ግን ሁለቱም ደግሞ ልፍስፍስ ስለሚሆኑ ምርታማ አይደሉም፡ ለመራባትም አይሆኑም። የብልጽግናው ፖለቲካም እንዲሁ ያለየለትና ልፍስፍስ ስለሆነ ምርታማ ወይም ውጤታማ አይደለም ማለት ነው፡ በእርግጥ በህልም አለም ያለ ስርዓት ምኑን ውጤታማ ይሆናል።

ሐ፡ ዘር የለሽ የሐሳብ ልዩነት፦ ይህ አይነት የሐሳብ ልዩነት ሐሳቡ በደንብ የተጨበጠ፡ የሚታወቅ ሆኖ ሳለ ነገር ግን ሐገራዊ ነባራዊ ሁኔታውን ያላገናዘበና ዘመኑን ያልዋጀ ስለሚሆን የሐሳብ ልዩነቱን ለማስተናገድ አስቸጋሪ ነው። ለማሳያ ያህልም በተሰፋፊነት አቀንቃኞች በኩል የሚፈለገው ሞቶ የተቀበረው የዘውዳዊ የአገዛዝ ሰርዓት አይነት ነው። ይህ አይነት ሐሳብ ነው ከድሮ እስከ ዘንድሮ ሐገሪቱን ችግር ውስጥ የከተታት። ይህ ሐሳብ ወደፊት እያሳየ ወደ ኋላ የሚጎትት አይነት ሐሳብ ነው።

መ፡ ተሻጋሪ የሆነ ሐሳብ፦ ይህ አይነት ሐሳብ ሐገራዊና ዓለም አቀፋዊ እውነታውን ያገናዘበና ዘመኑን የዋጀ ለሐገር ግንባታና ለህዝብ አብሮነት የሚጠቅም የሐሳብ አይነት ነው። ይህ አይነት ሐሳብ ወደ መሬት ወርዶ ተግባራዊ ለመሆን ብዙ ስራ የሚጠይቅ፡ በአብዛኛው ተፋላሚዎች እና ፖለቲከኞች የሚቀነቀን የሐሳብ አይነት ነው። ይህንን ተሻጋሪ ሐሳብ ወደ መሬት ለማውረድ ግን ከ "ሀ" እስከ "ሐ" የተዘረዘሩት መካን እሳቤዎች ከፍተኛ የሆነ ተግዳሮት ሁነው እንደቀጠሉ ናቸው።

በአጠቅላይ ሲታይ በሐገራችን ያሉትን ፖለቲካዊ የሐሳብ ልዩነቶች ለመፍታትና ለማስተናገድ ሐሳቦችን እየለየ የሚገረዙትን እየገረዘ ማስተካከል እና ተሻጋሪ የሆኑ ሐሳቦችን ደግሞ ለሐገር ግንባታ በአብሮነት እና በመግባባት ማሳደግ ያስፈልጋል።

1፡ 6፡ 2 የመስመር ልዩነት

የመስመር ልዩነት ማለት ከሐሳብ ልዩነት ስፊ ያለ ሆኖ የጋራ የሆነ ዓላማ ኑሮት ዓላማውን ዳር ለማድረስ ግን የተለያዩ አማጮችን ለመጠቀም የተሻለውን መምረጥ አስቸጋሪ በሚሆንበት ጊዜ አከራካሪ የሆኑ ነጥቦችን በማንሳት በግለሰቦች ወይም በቡድኖች መካከል የሚፈጠር የመዳረሻ መንገድ ልዩነት ነው። በዚህ ጊዜ ተከራካሪዎች ልዩነቱን ልክ እንደ ኳስ ጨዋታ መመልከት አለባቸው፡ ፡ በኳስ ጨዋታ ጊዜ በአንድ ቡድን ውስጥ ያሉት ተጫዋቾች ግብ ለማስቆጠር ኳሷን በተለያየ መስመር እየተቀባበሉ ያንከባልላሉ።

የመጨረሻው ግባቸው ግን ጎል ማስቆጠር ነው። የመስመር ፖለቲካዊ ልዩነትም በዚህ መልኩ ቢያዝ አዋጭነት አለው፡ ይህንም በሁለት መንገድ ማድረግ ይቻላል። የመጀመሪያው በመቻቻል፤ በመደማመጥ እንዲሁም ባለመግባባት በመግባባት ሲሆን ሁለተኛ ግን ምን አልባት የተነሱት የመስመር ልዩነት ሐሳቦች ከፖለቲካዊ አውድ ተፈጥሮዊ ባህሪ እና ከአለው ነባራዊ ሁኔታ በመነሳት ቅደም ተከተል የሚኖራቸው ከሆነ በቅደም ተከተል የመስመር ልዩነቶችን እንደ አማራጭ የፖለቲካ መንገድ በመጠቀም ነው። ይህ ሳይሆን ከቀረ ግን የመስመር ፖለቲካዊ ልዩነቱ ከፍተኛ ወደ ሆነው የፖለቲካ ርዕዮት አለም ልዩነት ሊያድግ ይችላል።

1፡ 6፡ 3 የፖለቲካ ርዕዮት ዓለም ልዩነት

ይህ የፖለቲካዊ እንቅስቃሴ ሁለት እና ከዚያ በላይ የሆኑ የፖለቲካ ቡድኖች በተለያየ የፖለቲካ ዘውግ ላይ ቆመው አንዱ ለሌላው ፀር በመሆን የሚታገሉበት፣ የሚፋተጉበት እና በመጨረሻም ምን አልባት ወታደራዊ ሐይልንም በመጨመር አንዱ ሌላውን በሐይል አሸንፎ በማሳመን ወይም በማጥፋት የራሱን ህልውና የሚያስጠብቅበት የፖለቲካ እንቅስቃሴ ነው። ይህ አይነት የፖለቲካ እንቅስቃሴ ብዙ ጊዜ ፖለቲከኞች ለሐገር የሚያስፈልገው እና ህዝቡ የሚፈልገው ይህ ነው ብለው የእራሳቸውን ይበጃል የሚሉትን ሐሳብ ብቻ ባላንጣወቻቸውን በሐይል በማሸነፍ በህዝብ እና በሐገር ላይ ተግባራዊ ለማድረግ ስለሚሞክሩ ከውይይት ይልቅ ሐይልን ይጠቀማሉ። ይህ የሐይል አጠቃቀም ግን ስሜትን በመከተል በእልህና መስመሩን በሳተ መልኩ ስለሚሆን በንፁሃንና በንብረት ላይ የሚያደርስው ጉዳት የከፋ ይሆናል። በተለይ ሁለቱ ተፋላሚ ሐይሎች ተመጣጣኝ የሆነ ሐይል ካላቸው ጉዳቱ የከፋ ይሆናል። ምክኒያቱም አንዱ በአጭር ጊዜ ማሸነፍ ስለማይችል ማለት ነው። በዚህ ምክኒያት ነው የተለያዩ ሐገራት እየታመሱና እየፈረሱ ያሉት። በዚህ ላይ ደግሞ የየራሳቸውን ፍላጎት ለማስጠበቅ በተለያየ ጎራ የሚሰለፉ የውጭ ሐገራት በእሳቱ ላይ ነዳጅ ይጨምራሉ። አሁን ያለው የእኛም ሐገር ችግር ይህ ነው።

1፡ 7 የሐገራችን ፖለቲካ መሰረታዊ ችግሮች

የሐገራችን የፖለቲካ እንቅስቃሴ በጣም ብዙ ችግሮች ቢኖሩበትም የተወሰኑትን ብቻ አንስተን እንወያይባቸው።

1፡ አንዱ ችግር ፖለቲካችን ሐገር በቀል ሳይሆን ከሌሎች ሐገሮች የተቀዳ መሆኑ ነው። ፖለቲካ ማለት በጥበብ የተዋጀ ፍልሰፍናዊ ሳይንሰ ማለት ነው። ሳይንሰ እና ፍልሰፍና ደግሞ መሰረታቸው የሕዝቦች እምነት፡ ልምድ፡ መልካም እሴቶች እና ባህል ነው። ሰለዚህ እሳቤ መምህር ተፈሪ ታከለ ሲገልጹ፡ "አንድ መንግሥት ሕዝብን የሚመራበት ሕግ የሚተገብረው በሚመራው ሕዝብና ሀገር የአኗኗር ዘዩ፡ ባህል፡ እምነትና ማህበራዊ ተራክቦ መሰረት ነው። የእርሱ ባልሆነ ሕግና ሰርዓት ነዋሪውን ሕዝብ እመራለሁ የሚል ከሆነ ሕጉም ሥረወ መንግሥቱም የእርሱ አይደለም። ሕዝቡንም አይመለከትም"፡ ይላል። የሐገራችን የፖለቲካ መሰረታዊ ችግሮች ውሰጥ አንዱ ይህው ነው።

የህዝቦች ባህል ደግሞ ከሐገር ሐገር ይቅር እና በአንድ ሐገር ውሰጥ ያሉ ህዝቦች ባህል እንኳን የተለያየ ነው። ህዝቦች ከእምነታቸው፡ ከልምዳቸው እና ከባህላቸው ተሰባጥሮ የወጣ ደንብ እና መመሪያ በቀላሉ ሰለሚገባቸው ወደ ተግባር ለመለወጥ ይቀላቸዋል። በአንጻሩ የማያዉቁት እና የሌሎች ህዝቦች መገለጫ

የሆነው ነገር ደግሞ ስለማይገባቸው በስራ ላይ ለማዋል ይከብዳቸዋል። ስለሆነም ከሌሎች ህዝቦች እምነት ባህል እና ልምድ የተቀዳ ፖለቲካዊ ስርዓት ለኢትዮጵያ በቀጥታ በስራ ላይ ለማዋል መሞከር ውጤቱ ኪሳራ ይሆናል ማለት ነው። ይህ ስርዓት ለባለቤቶች ሊጠቅም ይችላል። ለእኛ ደግሞ ላይጠቅም ይችላል። መታየት ያለበት የፖለቲካል ስርዓቱ የአወቃቀር ወጥነት እና ጥንካሬ ብቻ ሳይሆን በስራ ላይ የሚውልበት የህዝብ ጠቅላላ የአናኑዋር ሁኔታም ጭምር መታየት አለበት። ይህ ሳይሆን ከቀረ ግን "ሱሪው ሱሪ ነበር ግን እግር አያስገባም"፡ ይሆናል ነገሩ። ኢትዮጵያዊያን ግን እኮ በጣም የምንገርም ህዝቦች ነን። የኦሮሞን ህዝብ የገዳ ስርዓት የመሰለ ዲሞክራሲያዊ የመተዳደሪያ ደንብ እያለን፡ በአስተዳደር ስርዓቱ በእጅጉ ከገዳ ስርዓት ጋር የሚቀራረብ የቅማንት ህዝብ የወምበር አስተዳደራዊ ስርዓት እያለን እና የሌሎችም ህዝቦች የተለያየ አይነት የባህል፡ የእምነት እና የልምድ አስተዳደራዊ ስርዓቶች እያሉን ወደ ዘመናዊ የፖለቲካዊ ሳይንስ እና ፍልስፍና አደራጅተን አበልጽገን ሐገር በቀል ዲሞክራሲያዊ አስተዳደራዊ መዋቅር መገንባት አቅቶን በሰው ተቀነጫጭቦ የተቀዳ መጤ ስርዓት እንሰቃያለን።

አስተውሉ ይህንን ስል ግን በጭራሻ የሌሎች ልምድም ፖለቲካዊ ስርዓትም አያስፈልገም እያልኩ አይደለም። መስጠት እና

መቀበል ያለና የሚኖር ነገር ነው። ዋናው ነገር መሆን ያለበት በመጀመሪያ ለእኛ የሚጠቅመንን ብቻ መምረጥ አለብን ሲቀጥል ከሐገር በቀል እውቀታችን ጋራ አዋህደን መጠቀም መቻል አለብን። ለዚያ ደግሞ ቅድሚያ የሐገር በቀል እውቀታችን ማሳደግ አለብን። እራስነት የሚገኘው በራስ ውስጥ ብቻ ነው። ኢትዮጵያዊነትም የሚገኘው በኢትዮጵያዊነት ውስጥ ብቻ ነው።

"ከሰው ቤት እንጀራ ከተደረደው የእናቴ ይሻላል ከድስቱ ያደርው"፡ ይላሉ እህቶች ሰሰትን ሲገልጹ። ዲሞክራሲ በኢትዮጵያ ውስጥ በተለያዩ ህዝቦች በተለይ በኦሮሞ ህዝብ ዘንድ ዳብሮ እያለ በእነገሌ ሀገር እነገሌ ፈለሰፉት ብሎ ማስተማር ምን አይነት አዚም ነው? ዲሞክራሲን እገሌ ለህዝብ በህዝብ የህዝብ ብሎ ተቀኘው ብሎ ከማስተማር በፊት እውነት በኦሮሞ ህዝብ ዘንድ ስለዲሞክራሲ ብዙ ነገር ሳይባል ቀርቶ ነው? አይደለም እውነቱ ወዲህ ነው። የራሳችን ወርቅ ናቂ የሰው ብር አድማቂ ስለሆንን ነው። ችግራችን ያለው እና የሚፈጠረው ኢትዮጵያ ውስጥ የችግሩን መፍትሔ ለማግኘት የምንፈልገው ወደ ወጭ መሆኑ ችግሩን የባሰ ያወሳሰበዋል።

እረ እባካችሁ የሁሉም ችግር መፍትሔው ያለው እዛው ችግሩ ውስጥ ነው። እንድ የሰረገላ ቁልፍ የመክፈቻ ሲሰተሙ ያለው እዛው ስረገላው ውስጥ ነው። የምናሰገባት የመክፈቻ ቁልፍ በውስጠኛው

የሰረገላው ሲሰተም ልክ ተቀርጾ የወጣች የመግባብያ መልክት ነች። ስለሆነም ምልክቱዋ ከተቀየረች ሌባ ነው ማለት ነው ሲሰተሙ አይከፍትም። ለእኛም በውስጣችን ያለውን ችግር ለመፍታት የራሳችን የሆነ መፍቻ ምልክት ያስፈልገናልና በእሱ ለእሱ እንስራ። የእራሳችን ጥለን የሰው እንጠልጥለን የጦርነት አዙሪት ውስጥ ገብተን ሰንዳክር እንኖራለን።

2፡ አላግባብ በሰራ ላይ ለማዋል መሞከር። ሌላው እና ሁለተኛው የሐገራችን የፖለቲካ ግንባታ ችግር ደግሞ ከሌሎች ሐገራት ተቃርሞ የመጣን የፖለቲካ መዋቅራዊ ስርዓት በሐገሪቱ ህዝብ ላይ በቀጥታ ተግባራዊ ለማድረግ መሞከሩ ነው። በዚህ ሰዓት በተለያየ ጊዜ እና በተለያየ ምክኒያት በተለያዩ የፖለቲካ ድርጅቶች እና የሐገሪቱ ሕዝቦች ሙሉ ተቀባይነት ስለማያገኝ ተቃውሞ ይገጥመዋል። በዚህ ጊዜ ገዡው አካል በጥናት ተደግፎ ሁሉንም ተፎካካሪ እና የህዝብ ጥያቄ ያላቸው አካላትን ባካተተ መልኩ የችግሩን ምንጭ በትብብር ፈልጎ ከማድረቅ ይልቅ ተቃውሞውን በሐይል ለመቀልበሰ በመጀመሪያ በመዋሸት እና በማጭበርበር ይጀምርና አልሆን ካለው በሁለተኛ ደረጃ ዛቻና ፉከር(ማንገራገር) ያክልበታል። አለፍ ብሎም የተቃውሞው መሪ ናቸው ያላቸውን አካላት ማሰርን እና ማሳደድን እንደ መፍትሔ ይወሰደዋል። ይህም ሆኖ ተቃውሞው ከቀጠለ ሁለት መሰረታዊ

መንገዶችን ተጠቅሞ በህዝብ ላይ ጦርነት ይጀምራል። ይህ በሐገራችን የፖለቲካ ታሪክ የተለመደ ተግባር ነው።

ሀ፡ የመጀመሪያው በቀጥታ ከህዝብ የተወለደን የሐገር የመካላከያ ሐይል በመጠቀም ህዝቡን በመጨፍጨፍ ለማሳመን መሞከር ነው። ለምሳሌ በደርግ ዘመነ መንግሥት የነበረውን የህዝቦች ስቆቃ ብንመለከት የቻይናን የሶሻሊስት ስርዓት በኢትዮጵያ ውስጥ በሐይል ተግባራዊ ለማድረግ የተሞከረ ሙከራ ነበር። ይህ የተሳሳተ ልምድ አሁን ድረስ "በህልም" ተቀይሮ እንደቀጠለ ነው።

ለ፡ በሐገራችን ውስጥ ሐይማኖት እና ብሔር በጣም ስስ ብልቶች ናቸው። ገዥው አካል ከህዝብ ተቃዉሞ የሚመጣበት ከሆነ እነዚህን ስስ ብልቶች በመጠቀም ህዝቡን እርስ በእርሱ እንዲበላላ አጀንዳ ይፈጥርለታል። ይህንን ሴራ ያላወቀው የሐገሪቱ ህዝብም በተፈጠረለት አጀንዳ ተጠልፎ ጎራ በመለየት እርስ በእርሱ ይገጥማል። በዚህ ጊዜ ሐገሪቱ ወደ የእርስ በእርስ ጦርነት ዘው ብላ ትገባለች ማለት ነው።

ገዥው አካልም ዋናው ዓላማው ከተሳካለት መከላከያን ተጠቅሞ የእርስ በእርስ ጦርነቱን ያስቆምና መፍትሔ የማይሆኑ እና የተወናበዱ ሐሳቦችን እንድ መፍትሔ አስመስሎ በማቅረብ እየተመጻደቀ የስልጣን ጊዜውን ያራዝማል። የገዥው አጀንዳ ሙሉ

በሙሉ ወይም በከፊል ሳይሳካ ከቀረ እና ህዝቡ እርስ በእርሱ እየተበላላ ወደ ገዥው አካል ተቃዉሞውን ከቀጠለ ገዥው አካል በህዝብ ላይ በጦርነት ይነሳል። በዚህ ጊዜ በሐገሪቱ ሁለት አይነት ጦርነት ይፈጠራል ማለት ነው።

የመጀመሪያው ህዝብ እና መንግሥት ሲሆን ሁለተኛው ደግሞ ህዝቡ ወደ ጎን እርስ በእርሱ የሚያደርገው ጦርነት ነው። በዚህ ምክኒያት ህዝቦች ከመኖሪያ ቦታቸው መፈናቀል፡ በጦርነት ማለቅ፡ ከጦርነት ውጭ ያለው ህዝብ ረሃብን ጨምሮ በተለያየ በሽታ ያልቃል። ሐገሪቱ እንኳን በልማት ጎዳና ልትጓዝ ይቅርና የለማው ጥሪ ሐብት ለጦርነት ይውላል፡ የተገነባው መሰረተ ልማት እንዳለ ይወድማል። በኢህአዲግ ዘመነ መንግሥት ሲታይ የነበረው እና አሁን በብልጽግናው ዘመነ መንግሥት የሚታየው ይህ አይነት አካሔድ ነው።

1፡ 8 የኢትዮጵያን ፖለቲካዊ ችግር ለመፍታት

ችግሩን ለመፍታት በመጀመሪያ የችግሩን መንስኤ አፈንፍኖ ማግኘት አስፈላጊ ነው። ችግሩ በግልጽ ከታወቀና ከልብ ችግሩን መፍታት ከተፈለገ መፍትሔው ቀላል ነው። ለዚያ ነው የችግሩ መንስኤና ችግሩ በግልጽ ከታወቀ የመፍትሔውን ግማሽ መንገድ መጓዝ ነው የሚባለው።

1፡ 8፡ 1 የፌደራሊዝም ስርዓቱ የአፈጻጸም ጉድለት

በሐገራችን ከፊውዳሉ የሐይለስላሴ ዘመነ መንግሥት ጀምሮ የፌደራሊዝም ስርዓት በአንድም በሌላም መንገድ በህዝቡ ዘንድ በተለይ በተማሪዎች እንቅስቃሴ ወቅት ሲንጸባረቅ ነበር። ለማሳያ ያህል ባላባቶች ይውረዱ፣ ሕዝባዊ መንግሥት ይቋቋም፣ መሬት ለአራሹ የሚሉትን እና ሌሎችንም ብንጠቅስ ለፌደራሊዝም ስርዓት አወቃቀር መነሻ መሰረት ሁነው እናገኛቸዋለን። ነገር ግን አሁን የፌደራሊዝም የመንግሥት አወቃቀር ስርዓት በሐገሪቱ ተዘርግቶ እያለ ችግሩ ጠቅላላ ተባብሶ ቀጠለ እንጅ የተሻለ ነገር የለም።

ምንም እንኳን የነጻነት ጥያቄዎች ባይፈቱም የእኩልነት ጥያቄዎች ከነውስንነታቸውም ቢሆን ለመፍታት ተሞክሮ ነበር። ነገር ግን በአንድ በኩል ከጅምሩ የእኩልነት ጥያቄውን ያልተቋደሱ

ህዝቦች ለእኩልነታቸው ሲሉ በሚያነሱዋቸው ጥያቄዎች እና እስከ ነፍጥ ማንገብ ድረስ የደረሰ ትግል እያደረጉ መሆናቸው፡ በሌላ መልኩ ደግሞ የእኩልነት ጥያቄ ተመለሰላችሁ የተባሉ ህዝቦች ጥያቄያቸው ሙሉ መልስ ስላላገኘ እና ጥያቄው መልሶ ሌላ ጥያቄ እየወለደ እነዚህም ህዝቦች ቢሆን ወደ ትግል መግባታቸው ተርምሱን አባብሶታል።

ይህንን ህገ መንግሥታዊ ጥያቄ ገዥው አካልም እየደፈቀ ችግር ይጨምራል። አለፍ ብሎም የሐገሪቱን ህገ መንግሥትና የፈደራሊዝም ስርዓቱን አወቃቀር ለሚፈጠሩት ችግሮች መንስኤ ነው የሚሉ አካላትም አልጠፉም። ለዚህም እንደ መፍትሔ እያነሱ ያሉት ህገ መንግሥቱን ማሻሻል የሚል ነው። ይህ ግን ያልተጠና እና ሁሉን ያላማከለ ስለሆነ ችግሩን የባሰ ከድጡ ወደ ማጡ ያወርደዋል። ማለትም ይህንን ችግር ያመጣው እውነት ፌደራሊዝም ስርዓቱ ነው ወይስ አተገባበሩ ነው የሚለው ቀድሞ በትክክል በጥናት መረጋገጥ አለበት። ለዚህ ደግሞ ቀድሞ ህገ መንግሥቱን አክብሮና አስከብሮ በትክክል በስራ ላይ ማዋል ያስፈልጋል። ምክኒያቱምእኛ በስራ ላይ ያዋልንበት መንገድ እራሱ ችግር ስላለበት። ከዚህ ወስጥ የተወሰነትን ጠቅሸ ልለፍ።

ሀ፡ የአያያዝ ችግር፦ እንደሚታወቀው ሐገራችን ኢትዮጵያ እስከ ኢህአዲግ መምጣት ድረስ ህዝቡ በሐይል በጭቆና ተረግጦ ተይዞ

አንድ ዋልታ ላይ ነው የነበረው። ልክ የፌደራሊዝም ስርዓት ሲዘረጋ የተወሰነው ህዝብ ከዚያው ሲቀር የተቀረው አብዛኛው የሐገሪቱ ህዝብ በቀጥታ ተሰፈንጥሮ ከዛኛው ከተቃራኒው ዋልታ ላይ ተቀመጠ። ለዚያ ነው ዛሬ በሐገራችን የተወሰነው ህዝብ የዚያን ያረጀ እና ያፈጀ ስርዓት ናፋቂ ሆኖ ከተቀበረበት ቆፍሮ ለማውጣት ሲታትር ሌላው ደግሞ የፌደራሊዝም ስርዓቱ ሙሉ በሆነ መንገድ አላረካኝም በማለት እየተንጠራራ ብሔርተኝነትን ከሐገር በላይ አድርጎ በማሰብ እየተብላላን ያላነው።

አሁን ሐገሪቱ በአንድ በኩል በአንድነት ስም ህዝቦችን ጨፍልቆ ልዩነትን በማጥፋት በአንድ ቋት ውስጥ ከቶ ልሙጥ ለማድረግ በሚታገሉ አካላት እና በሌላ በኩል ደግሞ ይህንን ጭፍለቃ ለመቀልበስ ሲሉ ብሔርተኝነትን ከሐገር በላይ አድርገው በሚታገሉ አካላት መካከል ተወጥራ ትገኛለች። በዚህ ላይ ደግሞ ለስልጣን መሻኮቱና የብልጽግና የተረኝነት እና የዘረኝነት የፖለቲካ መርዝ አለበት።

ለ፡ የመንግሥት የአፈጻጸም ጉድለት ስላለበት፦ የፌደራሊዝም ስርዓቱ በሚጠበቀው መልኩ ለሁሉም የሐገሪቱ ህዝቦች እኩል በተግባር ላይ አልዋለም። አንድ ስርዓት ለአንድ ሐገር ያዋጣል ተብሎ ከተቀረጸ በኋላ ለሁሉም የሐገሪቱ ህዝቦች እኩል ማገልገል አለበት። ስርዓቱ ትክክል ነው ወይስ አይደለም የሚለው ሌላ ጉዳይ

ሆኖ እስኪስተካከል ወይም እስኪወገድ ድረስ ግን ለሁሉም የሐገሪቱ ህዝቦች በእኩል ሁኔታ አገልግሎት መስጠት መቻል አለበት።

ለተወሰነው ህዝብ በተሸራረፈ መልኩም ቢሆን በተግባር ላይ ለማዋል ተሞክሩዋል። ከአካቴው በሰርዓቱ ምንም አይነት ጠቀሜታ ያላገኘ ህዝብም አለ። ይባስ ብሎም ሰርዓቱ ከቆመለት ዓላማ በተቃራኒው ከነጭራሹ ከብሔር ብሔረሰቦች ስም ዝርዝር የተሰረዘ ብሔርም አለ። ይህ ሁሉ ተዳምሮ ግን ጠቅላላ የሐገሪቱ ብሔሮች በየራሳቸው እየተደራጁ ጥያቄ እንዲያነሱ እና ጉርፕ እንዲፈጥሩ ምክኒያት ሆነ። ይህ ጉርፕ ደግሞ ቀስ እያለ ወደ ፓርቲነት እያደገ መጣ ማለት ነው።

ሐ፡ የፓርቲ መብዛት ችግር፦ አሁን በሐገራችን በአለው ነቫራዊ ሁኔታ ከብሔሮች ቁጥር በላይ የፓርቲ ቁጥር አለ። በዚህ ከቀጠለ ከሚመርጠው ህዝብ የሚመረጠው ፓርቲ ሊበልጥ ይችላል። ደግነቱ በምርጫ ወቅት መሐከላዊ መንግሥቱ ያሰራቸዋል። ኢትዮጵያ በፓርቲ ብዛት ሐብታም ሐገር ናት። ማንም ሐገር ቢወዳደር አይበልጣትም። ለዚህ ችግር ዋናው ምክኒያት በተራ ቁጥር ሁለት ላይ የአነሳነው የአፈጻጸም ችግር ነው። ምክኒያቱም በሐገሪቱ ውስጥ ፓርቲ እየተመሰረተ የመጣው በብሔር ስም ነው። ይህ ማለት ደግሞ የአንዱ ብሔር ፓርቲ የሌላውን ብሔር ጥቅም አያስጠብቅም፡ ቢያስጠብቅም ታማኒነትን አያገኝም እንደ ማለት

ነው። ምክኒያቱም በስሙ ውስጥ መጀመሪያ ሌሎችን ብሔሮች መች አካተተና ነው። ይልቁንም ሌላኛውን ብሔር አጥፍቶ በራሱ ብሔር ውስጥ ጨፍልቆ አሰገብቶ አንድነትን ለማምጣት ይሞክራል። በዚህም መሰረት ሌላኛው ብሔርም የራሱን ጥቅም ለማስጠበቅ እና ህልውናውን ለማስቀጥል ሲል የራሱ የሆነ ፓርቲ በብሔሩ ስም ይመሰርታል ማለት ነው። ችግሩ ይህ ብቻ ሳይሆን ምንም አይነት የተለየ ሐሳብ ሳይኖራቸው ለአንድ ብሔር የተለያየ ስም ያላቸው የተለያዩ ፓርቲዎች ይመሰረታሉ።

እንዲህ እንዲህ እያለ አሁን በሐገራችን ውስጥ ያለው ፓርቲ ብዛት እራሱ አንድ የፖለቲካ ችግር ሁኑዋል። ጠቅለል ባለ መልኩ ሲታይ ኢትዮጵያ አሁን ያለችው በዘመናዊ ዘመነ መሳፍንት ስርዓት ውስጥ ነው። የድሮው ዘመነ መሳፍንት በባላባቶች የተዋቀረ ነበር። የአሁኑ ደግሞ በብሔር ስም የተዋቀረ መሆኑ ነው ልዩነቱ። አሁን ባለው ሁኔታ ሁሉም ፓርቲ በየአካባቢው የወከለውን ብሔር ይመራል፡ ሁሉም በየብሔሩ ውስጥ ተወሽቆ ይፎክራል፡ ያቅራራል፡ አቅም ካገኘም በሌላው ብሔር እና ፓርቲ ላይ ይዘምታል። ለዚህ ደግሞ አሁን ዋና ችግር የሆነው እያንዳንዱ ፓርቲ የሐገሪቱን አንድነት እንኳን ካሰበ የሚፈልገው ሌሎችን ጨፍልቆ ለእሱ በሚመቸውና በሚፈልገው መልክ ጠፍጥፎ በመስራት መሆኑ ነው።

ለዚህ ደግሞ ማሳያ የሚሆነው ሁሉም በየደረጃው ከእኔ በታች ነው የሚለውን አካል በሐይል ጨፍልቆ በስሩ ማስገባት ነው የሚፈልገው። ይህ ስብስብ በብሔር ስም የተደራጀ ሁሉም ፓርቲ እንደ ዘመነ መሰፍንቱ ከመተራመስ ውጭ ሁሉን አካታች ሐገራዊ ሆኖ የመምጣት ዓላማውም፡ ህልሙም፡ አቅሙም የለውም። ለዚህ ደግሞ ማሳያ የሚሆነው ሁሉም እዛው ብሔሩ ውስጥ ተወሽቆ ከመጮህ ውጭ ስለጋራ አጀንዳ እና ስለጋራ ሐገር ሲናገር አይደመጥም። የሐገሪቱን አንድነት እንኳን ካሰበ የሚፈልገው የእሱ ቡድናዊ ሐሳብ ተቀባይነትን አግኝቶ ለእሱ ብሔር በሚመች መልኩ ብቻ ነው። ምክኒያቱም ለአንድ ብሔር ጥቅም ማስጠበቅ ብቻ ነዋ የቆሙት።

መ፡ የመንግሥት የፖለቲካ ፍጆታ፡- መንግሥት እራሱ የፖለቲካ ፓርቲዎችን ለፖለቲካ ፍጆታ ነው የሚጠቀምባቸው። እነዚህን ፓርቲዎች መንግሥት ይሰበስባቸዋል ስለመድበለ ፓርቲ ግንባታ እና አስፈላጊነት ይተረጉምላቸዋል፡ የሚከፋፈሉት ብር ይመድብላቸዋል ተከፋፍለው ወደየመጡበት ይመለሳሉ። ቅስቀሳ ምናምን የሚሉ ከሆነ መንግሥት እነዚህን ፓርቲዎች ስጋቴ ይሆናሉ በሚል ፍራቻ በተለያየ መንገድ እርግጥ ያደርጋቸዋል፡ አለፍ ሲልም ያጉራቸዋል። ምክኒያቱም መንግሥት እራሱ ለፖለቲካ ፍጆታ ብቻ እያወራ እራሱን

አንድ አውራ ፓርቲ አድርጎ የበላይነትን እንደያዘ መቀጠል ስለሚፈልግ ማለት ነው።

በኢትዮጵያ ውስጥ የሚፈጠረው አውራ ፓርቲ እና የዝንጀሮ አውራ አንድ አይነት ባህሪ ያላቸው ናቸው። ሁለቱም ስልጣንን በብቸኝነት መያዝ እንጂ የሚፎካከራቸው አካል አይፈልጉም። በሚፎካከራቸው አካል ላይ የሚወስዱት እርምጃ ደግሞ በተሳሳተ መንገድ መሆኑ ብቻ ሳይሆን ለራሳቸው ስልጣን ስጋት ነው ያሉትን አካል ለማረም ሳይሆን ለማጥፋት መሆኑ ነው። ለመንጋው ምንም አይነት ጭንቅ የላቸውም፡ እነሱን ሁሌም የሚያስጨንቃቸው ስልጣናቸው ብቻ ነው። ኢህአዲግ እንዲህ ሲያደርግ ቆይቶ ነው መጨረሻ እራሱም መጥፎ አማሙዋት ሞተ፡ ህዝቡንም እሳት ውስጥ ከተተው፡ ሐገሪቱም አደጋ ውስጥ ገባች።

እነዚህን ፓርቲዎች በአንድ ወቅት ጠቅላይ ሚኒስተሩ ተመሳሳይ አጀንዳ ያላቸው ወደ አንድ እየመጡ እየተዋህዱ ወደ አንድ በመምጣት ጠንካራ እንዲሆኑና ቁጥራቸው እንዲቀንስ ለማድረግ ሲሞክሩ ነበር። ግን በፊት ሲቀረጹ እንዳይግባቡ ሁነው ስለተቀረጹ በተባለው ልክ መሔድ አልቻሉም። ይባስ ብሎም እነሱ እራሳቸው አቅማቸው የሚፈቅደውን ያህል አንዳቸው በአንዳቸው ላይ ተነሱ እንጂ።

በእርግጥ ጠቅላይ ሚኒስተሩም ለእውነት ለፖለቲካው እድገት ብለው ሳይሆን ለፖለቲካ ፍጆታ አስበው ነበር ይህንም ያሉት። ምክኒያቱም እሳቸው እራሱ ፓርቲያቸውን አውራ ፓርቲ ማድረግ ብቻ ሳይሆን ዘላለማዊ ንጉሥ የመሆን ህልም ስላላቸው ማለት ነው። ለዚህ ማሳያ የሚሆነን "በሰባት ዓመቴ እናቴ ንጉሥ ትሆናለህ ብላኛለች"፡ ብለው በአደባባይ የተናገሩት ጉዳይ ነው። ዛሬ እንደ ዝንጀሮ አውራ የሚፎካከራቸውን ሁሉ የሚያሳድዱት እኮ በዚህ ምክኒያት ነው።

መፍትሔ

ይህንን ሁሉ ችግር ለመፍታት ሒደቱን የጠበቀ ደረጃ በደረጃ የሚሰራ ክንውን በሐገሪቱ ያስፈልጋል። ይህም ክንውን ሁሉም የተግባባበት መሆን አለበት።

1፡ የመጀመሪያው ህገ መንግሥቱን መሰረት አድርጎ ፓርቲዎች በሰላማዊ መንገድ ወደ ውይይት እንዲመጡ እና የወከሉት ህዝብ ጠቅላላ ጥያቄ መፍትሔ እንዲያገኝ መስራት ያስፈልጋል።

2፡ ለአንድ ህዝብ እንታገላለን የሚሉ አካላት(ፓርቲዎች) ቅድሚያ የስልጣን ሽኩቻን ወደ ጎን በመተው ለቆሙለት ህዝብ በአንድነት መቆም አለባቸው። ምክኒያቱም ለዚያ ህዝብ በአንድነት መቆም ካልቻሉ ለሐገሪቱም አንድነት ከሌላው ጋር በአንድነት

መቆም አይችሉም። ለዚህም ሲባል ወደ መስመር ልዩነት የሚወስዱ ሐሳቦችን ለይቶ በማውጣት በልዩ ትኩረት በመወያየት መፍትሔ ላይ መድረስ ያስፈልጋል። ካልሆነ ግን ህዝቡን ከፋፍሎ ማበላላት ነው የሚሆነው።

3፡ በአንድ በኩል ህዝቡ ወደ ነበረበት አብሮ የመኖር እሴት እንዲመለስ ማድረግ እና በሌላ በኩል ደግሞ ተመሳሳይ እና ተቀራራቢ አጀንዳ ያላቸውን ፓርቲዎች እየተወያዩ ወደ አንድ እንዲመጡ ማድረግ እና ምንም አይነት አጀንዳ የሌላቸው ፓርቲዎች ካሉ ከሌላው ፓርቲ ውስጥ ማካተት ያስፈልጋል።

4፡ ለሐገሪቱ አንድነት እንታገላለን የሚሉ የክልሎች ፓርቲዎች በመጀመሪያ የራሳቸውን የውስጥ ችግር በመፍታት ከሌሎች መሰል ክልሎች ፓርቲዎች ጋር በጋራ መቆም አለባቸው። ይህ ሲሆን የሀገሪቱን የችግር ምስሶ ለይቶ ማግኘት ይቻላል።

5፡ ወደ አንድ የመጡ የክልል ፓርቲዎች ከፌደራል መንግሥቱ ጋር የሚኖራቸውን ግንኙነት እና የወደፊት የሐገሪቱን ቀጣይ እጣ ፈንታ ምን ሊሆን እንደሚችል በጠረጴዛ ዙሪያ ቁጭ ብለው ተወያይተው አቅጣጫ አስቀምጠው ለሐገሪቱ አንድነት በአንድነት መቆም አለባቸው። በዚህ ወቅት እያንዳንዱ ፓርቲ እየጎመዘዘውም ቢሆን ተጨፍኖ ሊውጠው የሚገደደው ሐቅ ሊኖር ይችላል።

ምክኒያቱም አሁን ሁሉም የሐገሪቱን አንድነት ለማምጣት እየሞከረ ያለው ለራሱ በሚመቸው መንገድ ስለሆነ ወደ ጋራ አንድነት ስንመጣ ግን የሚያዝልን ነጥብ ይኖራል፡ የሚጣልም ነጥብ ይኖራል። ይህ የሚጣል ነጥብ ነው እንግዲህ መራራ ነገር የሚሆነው። ይህንን መራራ ነገር መዋጥ ለሐገር አንድነት ሲባል የሚከፈል መስዋዕትነት ይሆናል ማለት ነው።

6፡ በየጊዜው ሁሉንም ህዝቦች እያሳተፉ፡ በጥንካሬቸው እየጨመሩ፡ በቁጥራቸው እየቀነሱ የሚመጡ ፓርቲዎችን መገንባት እና በዚያ ልክ ህዝቦች እኩል ውክልና እያገኙ እንዲሔዱ መስራት ያስፈልጋል። ከዚህ በተጨማሪ ከጊዜ ወደ ጊዜ የሁሉንም ህዝቦች እሴቶች በእኩልነት እያገለበቱና እያሳደጉ የሚሔዱ ተቋማትን መገንባት ያስፈልጋል።

7፡ ከዚህ ሁሉ በኋላ በረዥም ጊዜ እቅድ የሐገሪቱን የፓርቲ ብዛት እና የፖለቲካ አደረጃጀት ወደ ተመረጡ ሶስት የፖለቲካ ስርዓቶች ማውረድ እና ህዝቡ የሚፈልገውን በየደረጃው እያወዳደረ እንዲመርጥ እድል መስጠት ያስፈልጋል ማለት ነው።

በዚህ ልክ የሐገሪቱ የፖለቲካ ፓርቲዎች ቁጥራቸው ቀንሶ ግን ደግሞ በሁሉም የሐገሪቱ ክፍል የሚወክሎት ህዝብ ሲኖራቸው ከተረኝነት፡ ከሴራ ፖለቲካ፡ ከዘረኝነትና ከመሳሰሉት ፖለቲካዊ

ችግሮች እንላቀቃለን ማለት ነው። ለምሳሌ በሐገሪቱ ሰለብሔር ፌደራሊዝም የሚያቀነቅን አንድ ሐገራዊ ፓርቲ ቢመሰረት፡ ይህ ፓርቲ በሁለም የሐገሪቱ ክፍል ተወካይና የሚደግፈው ህዝብ ይኖረዋል። ሰለዚህ ይህ ፓርቲ ተወዳድሮ ሲመረጥ በሁሉም የሐገሪቱ ክፍል ባለው ህዝብ ፍቃደኝነት ሰለሚሆን ከአሸነፈ የሁሉም የሐገሪቱ ህዝብ ተራ ይሆናል ማለት ነው። በዚህ መሰረት ተረኛነት ካለ እንኳን በህዝቦች መካከል ሳይሆን በፓርቲዎች መካከል ነው የሚሆነው፡ ይህ ደግሞ ተፎካካሪነት ነው መሆን አለበት። ከዚህ ውጭ ግን ነገሩ ሁሉ ድሆኖ አጠባ ነው የሚሆነው።

ምዕራፍ ሁለት

መፍትሔ - ክፍል ሁለት

2፡ 1 አንድ እና አንድነት

"አንድ" እና "አንድነት" ምንም እንኳን ልዩነታቸው የቅጥያ ቢመስልም በዚህ አሁን በምንጠቀመው አገላለጽ መሰረት ግን በፍጹም የማይገናኙ የተለያዩ ሁለት ቃላት ናቸው። "አንድ" ማለት በተለምዶ አንድን ነገር ለመግለጽ ብቻ የምንጠቀምበት አሃዛዊ መለኪያ ሆኖ ያገለግላል። በዚህ "አንድ" የሚገለጹ ነገሮች የተለያዩ ከመሆናቸው አንጻር ምንም እንኳን አሃዛዊ መለኪያው አንድ ቢሆንም የሚገለጹት ነገሮች ከመለያየታቸው የተነሳ አሃዛዊ ቁጥሩ ላይም ተጽዕኖ ያሳድራሉ። ለምሳሌ አንድ ኪሎ ሜትር እና አንድ ኪሎ ግራም ብንወስድ የተለያዩ ነገሮች ከመሆናቸውም በላይ የማይገናኙ ነገሮች ናቸው።

በዚህ መሰረት ምንም እንኳን የመለኪያ አሃዛቸው አንድ ቢሆንም ነገሮቹ የተለያዩ እና የማይመጣጠኑ ስለሆኑ አሃዛዊ መለኪያው እራሱ ከሰሙ ውጭ እኩል እንዳይሆን ያደርገዋል ማለት ነው። ሌላም ምሳሌ እንጨምር በመጠን የተለያዩ ሁለት በሬወችን ብንወስድ ለየራሳቸው አንድ በሚል አሃዝ ይገለጻሉ። ነገር ግን

እኩል አይደሉም፡ በቀለም እና በሌሎች በመሳሰሉት ነገሮችም ሊለያዩ ይችላሉ። በዚህ መሰረት አሃዛዊ መገለጫውም ላይ ተጽዕኖ አላቸው ማለት ነው። በሌላ በኩል ግን አንድ ነገርን ብቻ ብንወሰድ ከራሱ ጋር ሁልጊዜም እኩል ነው። አሃዛዊ መለኪያውም ያው "አንድ" ነው። ከዚህ በላይ የተገለጹትን በምሳሌ የተነሱ ሐሳቦች ስንመለከት አንድ ቁጥር ከራሱ ጋር እኩል የሚሆንበትም፡ ተመጣጣኝ የሚሆንበትም ሁኔት አለ ማለት ነው። በዚህ ምክኒያት አንድ ከራሱ ጋር እኩል ለመሆን ሁኔታዎች ይወስኑታል እንደ ማለት ነው።

"አንድነት" ማለት ደግሞ በውስጡ ሁለት እና ከዚያ በላይ የሆኑ ነገሮችን አጭቆ የያዘ አሃዛዊ የአብሮነት መገለጫ ነው። እነዚህ በአንድነት በውስጥ የታጨቁ ነገሮች የየራሳቸው የሆነ መገለጫወች ያሉዋቸው እና የጋራ የሆነ መገለጫወችም ያሉዋቸው ነገሮች ናቸው። የየግል የሆኑ መገለጫወቻቸው አንድ አይነት እንዳይሆኑና የተለያዩ ያደርጓቸዋል፡ የጋራ የሆኑ መገለጫወቻቸው ደግሞ አንድ እንዲሆኑ እና ተባብረው በአንድነት እንዲኖሩ ያደርጓቸዋል ማለት ነው።

ስለሆነም እነዚህ ሁለት አይነት መገለጫወች ያሉዋቸው አካላት ያሉዋቸው መገለጫወች አንዱ አንዱን ሳይውጠው ወይም አንዱ አንዱን ሳይበትነው በጋራ የሚኖሩበት የስምምነት መርህ "አንድነት" ይባላል ማለት ነው። አንድነት የሚለው መርህ የተለያዩ

አካላት በጋራ መገለጫወቻቸው አብረው ለመኖር በተፈጥሮ ተወሰኖባቸው ወይም በራሳቸው ወስነው አብረው የሚኖሩበት መርህ ነው ማለት ነው። ሁለንታችን ወይም ዩኒቨርሳችን እራሱ በዚህ በአንድነት መርህ የሚመራ ነው። በሁለንታ(በዩኒቨርስ) ውስጥ ሁሉም ነገር የተለያየ ነው። በአካባቢያችን ከምናየው ተነስተን እንስሳትን እና እጽዋትን ብንመለከት የተለያዩ ነገሮች ሁነው ግን ደግሞ አንዱ ከአንዱ ውጭ መኖር አይችልም። ምክኒያቱም እንስሳት ከእጽዋት ምግብ እና ኦክዝጅን ይፈልጋሉ፡ እጽዋትም በበኩላቸው ከእንስሳት ካርቦዳይ ኦክሳይድ እና እንክብካቤ ይፈልጋሉ።

ስለሆነም እነዚህ ሁለቱ አካላት ህልውናቸውን ለማስቀጠል በጋራ መርህ "በአንድነት" አንዱ አንዱን ሳያጣፋው እንዲያውም አንዱ የአንዱ የህልውናው ማስቀጠያ ምክኒያት በመሆን አለቃ እና ጠበቃ ሁነው ይኖራሉ ማለት ነው።ሌላውን ትተን አንድ ላይ በመንትያ የተወለዱ ፍጥረታትን እንኳን ብንመለከት የተለያዩ ናቸው። ግን ደግሞ የጋራ የሆነ ነገርም አላቸው። የጋራ እና የግል የሆኑ መገለጫወችን አስተባብረው ለመኖር የአንድነት መርህ ያስፈልጋቸዋል ማለት ነው።

ወደ ተነሳሁበት ጉዳይ ስመለስ አንድ ሀገር፡ አንድ የፖለቲካ፡ የኢኮኖሚ እና የማህበራዊ ማህበረሰብ ለመፍጠር የህዝቦችን አንድነት አስተባብሮ ከማስቀጠል ውጭ ሌላ አማራጭ የለውም።

ምክኒያቱም ህዝቦች የተለያዩ የሚያደርጓቸውም በጋራ የሚጋሩዋቸውም ነገሮች ስላሉ ነው። በዚህ መሰረት የኢትዮጵያ ህዝቦች የተለያዩ እና የተለያዩ የየራሳቸው መገለጫወች ያሉዋቸው፡ ግን ደግሞ አንድ ሀገር ለመገንባት የሚሆን የጋራ የሆነ ሀገራዊ የአንድነት መገለጫወችም ያሉዋቸውም ናቸው።

ነገር ግን በሀገራችን በአንድነት ስም "አንድ ሀገር፡ አንድ ቋንቋ" ምን ምን እየተባለ ሀገሪቱ በህዝቦች ፍላጎት ላይ ተመሰርታ ሳይሆን ህዝቦች በሐይል ተደፍቀው እንድትቀጥል መደረጉ እስከ አሁን ድረስ ዋጋ እያስከፈለን ነው። ምክኒያቱም ሐገሪቱ በሐይል አንድ ሁና እንድትቀጥል ሲደረግ ከውስጥ ያልተፈታ የታፈነ ችግር ነበረ።ሀገሪቱ በእዲህ አይነት መልኩ እንድትቀጥል ያደረጉ አካላትም የእነሱ ሐሳብ እና እውነት ብቻ ለሀገሪቱ እና ለህዝቦቹዋ ያዋጣል ብለው ያምናሉ። ትንቢቱ ደረሰ ስለዚህ ጉዳይ ሲገልጽ እንዲህ ይለዋል።

"••••••••ሀቁ ይህ ሆኖ ሳለ ኢትዮጵያን እና ኢትዮጵያዊነትን የተወሰኑ የህብረተሰብ ክፍሎች ብቻ የሚቆረቆሩለት እነሱ በዚህ ረገድ ማሰብ ካቆሙ ሐገሪቱ በአንድ ቀን ጀንበር ተከፋፍላ ወደ ድሮው ዘመነ መሳፍንት የምትመለሰ የሚመስላቸው የዋህ ብጤ ሰውች አሁንም አሉ። ስጋታቸው እንዳይከሰት ለማድረግ እንደመፍትሔ ብለው የሚያሰቡት ደግሞ ሁሉንም ኢትዮጵያዊ በፋብሪካ እንደተመረተ ሳሙና አንድ አይነት መጠሪያ በመስጠት

ምንም አይነት የባል፡ የቋንቋ፡ እና መስል ልዩነት ሳይኖር እንዲኖሩ ማድረግ ነው። ይህ አይነት ድርጊት ግን በሐገራችንም ሆነ በዓለም ላይ ባሉ ሐገሮች የተፈለገውን ውጤት አላስገኘም። በዚህ መንገድ ሔደው የህዝቦቻቸውንም ሆነ የሐገራቸውን ዘላቂ እና አስተማማኝ አንድነት ማረጋገጥ አልቻሉም። ነገር ግን ልዩነትን ተቀብለው ህዝቦቻቸውን በእኩልነት መንፈስ ተከባብረው እንዲኖሩ አስፈላጊውን ሁሉ ያደረጉ ሐገራት ዛሬ የተሻለ ውስጣዊ መረጋጋትና ሰላም አስፍነዋል"፡ ይላል። የኢትዮጵያ አንድነት ሲነሳ ሁሉም አካል በግለሰብም ሆነ በቡድን ደረጃ የሐገሪቱን አንድነት ያምናል። ችግሩ ያለው ለኢትዮጵያ አንድነት የሚጠቅመው የእኔ ሐሳብ ብቻ ነው ብሎ ማመኑ ላይ ነው። ሁሉም ስለኢትዮጵያ አንድነት ይዘምራል። አንድነቱን የሚፈልገው ግን ለእሱ እና እሱ ለመጣበት የህብረተሰብ ክፍል በሚመች መልኩ ብቻ ነው። ይህ ደግሞ አይሆንም፡ የሐገሪቱን አንድነትም አያሰቀጥልም።

የኢትዮጵያን አንድነት ቀጣይነት ለማረጋገጥ ከሁሉም ህዝቦች የተወጣጣ ሁሉንም ህዝቦች ያማከለ ለሁሉም የምትሆን ሐገር መገንባት የሚችል አስተሳሰብ ያስፈልጋል። ለዚህ ደግሞ አንዱ እና ዋናው መንገድ የህዝቦችን መሰረታዊ ጥያቄች በህገ መንግሥቱ መሰረት መልስ መስጠት እና አንዱ ብሔር ሌላውን ብሔር እንዳለ መቀበልና ማስተናገድ እንዲችል መሰራት ያስፈልጋል። ከዚያ ውጭ

ግን የህዝቦችን ፍላጎት ወደ ጎን በማለት የራስን ግለሰባዊ እና ቡድናዊ አመለካከት እና ፍላጎት በህዝብ ላይ ለመጫን መሞከር በዚህ ዘመን ኢትዮጵያ ውስጥ አይሰራም። አንዱ ብሔር አንደኛ ዜጋ ሆኖ ሌላው በተዋረድ ሁለተኛ ዜጋ ተደረጎ እና አንዱ የእኔው ነው ትክክል እኔ አውቅላችኋለሁ የእኔውን ብቻ ተቀበሉ እያለ በአሃዳውያን ድጋፍ እያቅራራ ባለበት ሁኔታ የህዝብን አንድነት አመጣለሁ ማለት እብደት ነው የሚሆነው።

2፡ 2አንድነት እና ብዝሐነት

የሐገራችን ኢትዮጵያ የህዝቦች አንድነት በፍላጎት እና ብዝሐነትን በተሙዋላ መልኩ የያዘ ነበር ማለት አይቻልም። የሐገራችን አንድነት እየተባለ የሚነገረው ሐይልን መሰረት ያደረገ እንጂ የህዝቦችን የእርስ በእርስ የመፈቃቀድን ሁኔታ መሰረት ያደረገ አልነበረም። ስለዚህ ጉዳይ ትንቢቱ ደረስ እንዲህ ብሎ አስፍሮት እናገኛለን።

"በኢትዮጵያ ብዙ ብሔር ብሔረሰቦችና ህዝቦች የራሳቸውን ታሪክ፡ ባህል፡ ቋንቋ ለዘመናት በግድ እንዲረሱ ተደርገው ለዘመናት ከኖሩ በኋላ ወደ እውነተኛ ማንነታቸው እንዲመለሱ እድሉን አግኝተዋል"፡ ይላል። ይህ አይነት የጨፍላቂነት ስሜት ነው በየዘመናቱ ለሚነሱ የእርስ በእርስ ጦርነቶች ዋናው ምክኒያት።

ስለዚህ ጉዳይ ትንቢቱ ደረሰ እንዲህ እያለ ይቀጥላል። "በሐገራችን ለዘመናት የተካሔደው የእርስ በእርስ ጦርነት መነሻው ሐገር ማለት ሰው መሆኑን በመርሳት ሁሉንም ኢትዮጵያዊ በአንድ የህዝብ ስም፡ ቋንቋ፡ ባህል በመጥራት የቦታ አንድነት ለማረጋገጥ ሲተጉ በነበሩ ገዥወች እና ይህንን በመቃወም ማንነታቸውን ለማስቀጥል በታገሉ ብሔረሰቦች መካከል የተደረገ ነበር"፡ ይለዋል። እስከ አሁንም ድረስ የሚታየው ይህ አይነት የጨፍላቂነት ስሜት ነው። የሐገራችን ብዝሐነት በተጨፍላቂነት የቆየ እንጂ የህዝቦችን መሰረታዊ ጥያቄዎች መሰረት አድርጎ የመለሰ አልነበረም። ሌላውን ትተን ኢህአዲግን እንኳን ብናነሳ ለህዝቦች(ለብሔር ብሔረሰቦች) የቆምኩ ድርጅት ነኝ ቢልም ሙሉ አልነበረም። እንዲያውም ይባስ ብሎ በዚህ ዘመነ መንግሥት ከነአካቴው የለም ተብሎ የተሰረዘ ህዝብም አለ።

የሐገሪቱን አንድነት ለማስቀጠል በሐይማኖትም፡ በባህልም፡ በቋንቋም፡ በብሔርም እና በሌሎችም ብዝሐነትን የምታሰተናግድ አንድነትን በልዩነት፡ ልዩነትን በአንድነት ተሸክማ መጓዝ የምትችል፡ በሁሉ የምትገነባ ለሁሉ የምትሆን ኢትዮጵያ ታስፈልገናለች። አንድነታችን ብዝሐነታችን ሳይውጠው፡ ሳይጠቀልለውና ሳያጠፋው፡ ብዝሐነታችን ደግሞ አንድነታችንን ሳይበትነው አንድነትንና ልዩነትን አስተባብራ ይዛ መጓዝ የምትችል ሐገር መገንባት ያስፈልገናል። ይህ

ካልሆነ ግን "እየተላለቁ መበታተን"(አቶ ልደቱ አያሌው) ነው የሚሆነው። የብዝሃነት መኖር ተፈጥሮዊ መሆኑን አመነን መቀበልና ማስተናገድ የምርጫ ጉዳይ ሳይሆን የግድ የሐገሪቱ የህልውና ጉዳይ ነው የሚሆነው።

2፡ 3 ማንነት

በሐገራችን ኢትዮጵያ ውስጥ በግልጽ የሚታዩ ሁለት አይነት ማንነቶች አሉ። የትንሳኤው መንገድ በሚል ርዕስ በቴውድሮስ ጸጋየ የተጻፈው መጽሐፍ በኢትዮጵያ ውስጥ ሁለት አይነት ማንነቶች እንዳሉ ይገልጻል። እነሱም ኢትዮጵያዊ ማንነት እና የብሔር ብሔረሰቦች ማንነት እንደሆኑ ያብራራል። ከዚህ መሰረታዊ ጽንሰ ሐሳብ ተነስተን በሐገራችን ስላሉት ማንነቶች የተወሰነ ነገር እንበል እስኪ።

2፡ 3፡ 1 የእያንዳንዱ ብሔር ማንነት

ሁሉም የኢትዮጵያ ብሔር ብሔረሰቦች የራሳቸው የሆነ ባለብዙ መገለጫ ማንነት አላቸው። ይህ አይነት ማንነት የሰው ልጅ እራሱ ፈልጎት የሚሆኑት ሳይሆን በአብዛኛው በደም ላይ ተመሰርቶ በተፈጥሮ የሚገኝ ማንነት ነው። ይህ የማንነት አይነት አንዱ ብሔር ከሌላው የሚለይበት እና በራሱ መቆም የሚችል የማንነት አይነት

ነው። በሐገራችን ላለው የብሔር መዋቅር ፌደራሊዝም ስርዓት እራሱ መሰረቱ ይህ ቡድናዊ የህዝቦች ማንነት ነው። ይህ የህዝቦች የየራሳቸው ማንነት ነው በሐገሪቱ ብዝሐነትን እንድናስተናግድ የግድ የሚያደረገው።

2፡ 3፡ 2 ኢትዮጵያዊ ማንነት

ይህ አይነት ማንነት ከሁሉም የብሔር ማንነቶች የሚቀዳና የእያንዳንዱ ብሔር ማንነት ድምር ውጤት የሆነ እና በራሱ ብቻውን መቆም የማይችል የማንነት አይነት ነው። ምክኒያቱም ኢትዮጵያዊ ማንነት(ኢትዮጵያዊነት) ከሁሉም ብሔረሰቦች ተቀድቶ የሚወጣ ማንነት ስለሆነ። ከዚህ በተጨማሪ ኢትዮጵያዊ ማንነት ለነጻነት፣ ለሉአላዊነትና ለሐገር አንድነት ሲባል በተከፈለ መስዋዕትነትም ላይ ጭምር የተመሰረተ ማንነት ነው። ይህንን ኢትዮጵያዊ ማንነት የቀድሞው ጠቅላይ ሚኒስተር አቶ መለስ ዜናዊ ሲገልጹት እንዲህ ብለው ነበር። "ኢትዮጵያዊነት በአንድ ህዝብና ዜጋ ላይ ከውጭ የሚጫን ሸክም ሳይሆን እያንዳንዱ ዜጋ በፍላጎቱ የኩራቱ እና የክብሩ ምንጭ መሆኑን አምኖበት የሚለብሰው ማንነት ነው"፡ ብለውት ነበር። ይህ ማንነት ነው ከብዝሐነት ጋር ተሰናስሎ ለሐገራችን አንድነት መሰረቱ። አንድነት ማለት ብዙ መገለጫዎች

ባሉት በህብረ ብሔር ያጌጠ የአቃፊነት አንድነት ማለት ነው። ኢትዮጵያዊ ማንነት ማለት ኢትዮጵያዊ ዜግነት ነው።

ትንቢቱ ደረሰ ደግሞ እንዲህ ገልጾት እናነባለን፡ "ዘሩ ወይም ጎሳው ምንም ይሁን ምን በእያንዳንዱ ኢትዮጵያዊ ዜጋ ቅድሚያ ወደ አዕምሮው የሚመጣው ከተገኘበት ጎሳ ይልቅ ኢትዮጵያዊነቱ መሆኑ አያጠራጥርም። ይህ የኢትዮጵያዊነቱ ስሜት ደግሞ በውጫዊ ሐይል ተጽዕኖ የተፈጠረ ሳይሆን በእያንዳንዱ ደምና አጥንት ውስጥ በተፈጥሮ የሚገኝ የማንነት መገለጫ ነው። ክብሩዋንና ዳር ደንበሩዋን ለመጠበቅ ሁሉም መሰዋዕትነትን ከፍሉዋል። ለአብዛኛውቹ ኢትዮጵያዊነት ያለቁሳዊ ትርፍ የሚከፈል ዋጋ ነው"፡ ይላል። ከዚህ በላይ ከተገለጹት ሁለት መሰረተ ሐሳቦች በመነሳት ሁለት መሰረታዊ ሐሳቦችን አንሰተን መተንተን እንችላለን።

የመጀመሪያው ኢትዮጵያዊነት በውጭ ሐይል የማይጫን መሆኑ ሲሆን ሁለተኛው ደግሞ በፍላጎታችን የምንለብሰው ማንነት መሆኑ ነው። ለዚህ ነው ኢትዮጵያዊ ማንነት ብቻውን መቆም አይችልም እያልን ያለነው። ስለሆነም ኢትዮጵያዊ ማንነት በመፈቃቀድ የሚለበስ ማንነት ነው ማለት ነው። ይህ የማንነት አይነት ብቻውን ችሎ ለመቆም የብሔሮችን ውህደት ይፈልጋል ወይም ይጠብቃል ማለት ነው። የወደፊቷን ኢትዮጵያ ለመሰራት እነዚህን ነገሮች ታሳቢ ያደረገ መሆን አለበት። ስለሆነም ኢትዮጵያዊ ማንነትን ማስቀጠል

የምንችለው ተነጋግረን፣ ተግባብተን፣ ተቻችለን፣ ተባብረን እና በስቶ መቀበል መርህ ላይ ተመስርተን መሆን አለበት ማለት ነው። ከዚህ ውጭ ግን አንዱ ብቻ "ኢትዮጵያ፣ ኢትዮጵያ" ስላላ ሊያመጣ የሚችለው ምንም ነገር የለም።

አንዱ የብሔር ማንነት ሲጎድል ኢትዮጵያዊ ማንነት የዚያኑ ያክል ይጎላል። ለምሳሌ ኤርትራዊያን ሳይገነጠሉ ኢትዮጵያዊ ማንነት ነበራቸው። ከተገነጠሉ በኋላ ግን ኢትዮጵያዊ ማንነትን ትተው የሌላ ሐገር ማንነት ነው የመሰረቱት። የእያንዳንዳቸው የግል የብሔር ማንነታቸው ግን ድሮም አሁንም አልተቀየረም ያው ነው። የወደፊቷን ኢትዮጵያ ለመመስረት የህዝቦቿን ፍላጎት እና ያለውን የሀገሪቱ ነባራዊ ሁኔታ ግምት ውስጥ ያስገባ መሆን አለበት። አንዱ ብሔር ሌላውን ብሔር እንዳለ መቀበል እና ማክበር መቻል አለበት፡ ፡ ያ ካልሆነ ግን ኢትዮጵያ እንደ ሀገር የመቀጠል እድሏ በጉልበት ካልሆነ በስተቀር በፍላጎት አይሆንም ማለት ነው፡ ጉልበት ደግሞ ጊዜው ስላለፈበት በዚህ ዘመን ኢትዮጵያ ውስጥ አይሰራም። ኢትዮጵያዊ ማንነት ወይም ኢትዮጵያዊነት(ዜግነት) እና የእያንዳንዱ ብሔር ማንነት ተስናስለውና ተጣጥመው መሔድ መቻል አለባቸው።

ስለሆነም ጉልበታም ነን፡ ጉልበታም ከእኛ ወዲያ ላሳር ነው ባዮች ቋም ብለው ቢያስቡበት እና ይህንን እውነታ ቢረዱት መልካም

ይሆናል። መስኩ የሚያምረው ሁሉም አይነት ሳሮች እና አበቦች ሲኖሩት ነው። አንዱ ብቻውን ለመስኩ ውበት አይሰጥም። ሁሉም ግን በአንድነት የመስኩ ውበት ናቸው። የኢትዮጵያ ብሔር ብሔረሰቦች እንደዚሁ ናቸው፡ አንዱ ብሔር ለሌላው ብሔር ውበቱ ነው። ስለሆነም አንድነትን በልዩነት፡ ልዩነትን በአንድነት የምታስተናግድ ኢትዮጵያን መፍጠር ግድ ይሆናል ማለት ነው።

በሌላ አገላለፅ ብዝሐነታችን አንድነታችን ሳይበትነው፡ አንድነታችን ደግሞ ብዝሐነታችን ሳያጠፋው ሁሉን አስተባብራ የምታስተናግድ ሐገር ታስፈልገናለች ማለት ነው። ከዚህ ውጭ ግን የህዝቦችን ፍላጎት ወደ ጎን አድርጎ አንድነትን ለማምጣት መሞከር ቆይቶ የሚፈነዳ ፈንጅ መቅበር ነው የሚሆነው። ምክኒያቱም አሁን በሐይል ቢታፈን እንኳን ጊዜ ጠብቆ ነገሩ መንደዱ አይቀርም። ስለሆነም የሐገሪቱን አንድነት ለማምጣት የመጀመሪያው ወሳኙ መንገድ የህዝቦችን የተለያዩ ጥያቄዎች በህገ መንግሥቱ መሰረት መልስ መስጠት ያስፈልጋል ማለት ነው።

ከዚህ ውጭ ግን ምንም እንኳን ህዝብ ከመንግሥት ውጭ ፍጻሜ ባይኖረውም መኖር ግን ይችላል፡ መንግሥት ግን ከህዝብ ውጭ ከነጭራሹ መኖር አይችልም። ስለሆነም ህዝብን እመራለሁ የሚል አካል ህልውናውንም ለማስቀጠል ጭምር የህዝቦችን

የፍላጎት እና የህልውና ጥያቄዎች በትክክል መልስ መስጠት አለበት፡
፡

ያ ሲሆን ህዝብ እና መንግሥት አለቃ እና ጠበቃ ሁነው መኖር ይችላሉ ማለት ነው። ማለትም ህዝብ እና መንግሥት በተፈጥሮዊ ግንኙነታቸው አለቃ እና ጠበቃ ናቸው። ህዝብ ለመንግሥት ስልጣን ስለሚሰጥ እና ስለሚቀማ ለመንግሥት አለቃ ሲሆን መንግሥትን በስልጣን ላይ እንዲሰነብት ስለሚፈቅድ እና ስለሚጠብቅ ጠበቃ ይሆናል። በሌላ በኩል ደግሞ መንግሥት ህዝብን ስለሚመራ አለቃ ሲሆን ህዝብን ስለሚጠብቅ ጠበቃ ይሆናል ማለት ነው። እነዚህ ሁለቱ ከተሳኩ ህዝባዊ መንግሥት ተመሰረተ ይባላል ማለት ነው።

ምዕራፍ ሶስት

መፍትሔ - ክፍል ሶስት

3፡ 1 የተወሰኑ መሰረታዊ ውስብስብ ችግሮች

1፡ ከሐገሪቱ ታሪክ ጋር ተያይዘው የመጡ ችግሮች እና ከታሪክ ሽሚያ ጋር የተያያዙ ችግሮች። እንደሚታወቀው አብዛኛው የሐገራችን ችግር አሁን የተፈጠረ ሳይሆን ድሮ ከነገሥታቱ ዘመን ጀምሮ የተሰበሰበ ችግር ነው። እነዚህ ችግሮች አንዱ በአንዱ ላይ የተደራረቡ እና ተመጋጋቢ ስለሆኑ ለመፍታት ብዙ ጥረት እና ጊዜ ይፈልጋሉ። የሐገራችን ታሪክ እንደሚያመለክተው ላይ ላዩን የፖለቲካ የመሰለ ነገር ግን ደግሞ የሐይማኖት ጦርነት ሁሉ ስለነበር ነገሩ እጅግ ውስብስብ ነው።

ለዚህም ማሳያ የሚሆነን ደግሞ አንድን ሐይማኖት ወስዶ ብሔራዊ ሐይማኖት አድርጎ ነገሥታቱ በሌሎች ሐይማኖቶች ላይ ሲያደርጉ የነበረው ጭቆና ነው። ይህ የነገሥታቱ አካሔድ ፖለቲካዊ ውሳኔዎችን ለማስፈጸም ህዝቡን በሐይማኖት ሰበብ ይይዙት ነበር። ለዚህ ደግሞ እንዲመቻቸው ሌሎችን ሐይማኖቶች በጭቆና ቀንበር በማስገባት ሐይማኖታቸውን እና ጠቅላላ ማንነታቸውን ያሰጥሉዋቸው ነበር።

ለዚህም ማሳያ የሚሆነን በጥምቀት ምክኒያት በጣም ብዙ የሆኑ እምነቶች፡ ቋንቋዎች እና ባህሎች አደጋ ውስጥ መግባታቸው ነው። ችግሩ በዚህ ብቻ ሳያበቃ ይህንን ተከትሎ የዜግነት ደረጃ ልዩነት ስለፈጠረ በህዝቦች ላይ አስቃቂ የሆነ ታሪካዊ ጠባሳ ጥሎ አልፋል። ችግሩ ይህ ብቻ ሳይሆን በዜግነት ሁለተኛ ደረጃ ተደርገው ሲታዩ የቆዩ ህዝቦች የሰሩትን የራሳቸው የሆነ የጀግንነት የሐገሪቱ ታሪካዊ የውለታ ስራ፡ ራሳቸውን የሐገሪቱ አንደኛ ዜጋ አድርገው በሚቆጥሩ አካላት እየተቀሙ ታሪካቸውን አጥተው እንዲኖሩ አድርገዋል። እነዚህ የታሪክ ዘራፊዎችም የሌሎችን ታሪክ የራሳቸው ታሪክ አድርገው ሲጽፉ እና በተለያየ መንገድ የሌሎችን ታሪክ አበላሽተው ሲጽፉ እና ሲያጠፉ ኑረዋል።

ለምሳሌ ብንወሰድ የቅማንትን ህዝብ ታሪክ አጥፍተዋል አበላሽተው ጽፈዋል፡ የአገውን ህዝብ ታሪክ እና የኦሮሞን ህዝብ ታሪክ አበላሽተው ጽፈዋል። "እነገሌ ጅራት አላቸው"፡ "የእነገሌ ቋንቋ ወንዝ አያሻግርም"፡ "የእነገሌን ቋንቋ ሰይጣን ነው ያስተማራቸው" ይላሉ። እረ ሰንቱን ልጥቀስ ተከድኖ ይበሰል ነው ነገሩ። በግለሰብ ደረጃም ቢሆን ታሪክ ተቀምቱዋል፡ ተዘርፋዋል። ለምሳሌ ያህል የአጼ ቴውድሮስን ታሪክ መመልከት እንችላለን። የአንድ ግለሰብም ሆነ የቡድን ታሪክ የሁሉ ታሪክ መሆን የሚችለው በመቀማት ሳይሆን የሐገሪቱን አንድነት አስጠብቆ ሁሉን ነገር የጋራ

ወይንም የሁሉ በማድረግ ብቻ ነው። ከዚህ ውጭ ያለው መንገድ ግን "እኛ ምስኪኖች እንዘራለን እናጅሬ ሲደርስ አለን" የሚለው ያረጀ እና ያፈጀ አባባል ዘመን ሽሮታል አይሰራም። በእንደዚህ አይነት መንገድ የመጡ ችግሮችን ሁሉም በባለቤትነት ስሜት ከማስተካከል ውጭ ሌላ አማራጭ መንገድ የለንምና ይህንን አምነን መቀበልና ማስተካከል አለብን።

2፡ ከድሮ እስከ ዘንድሮ የሐይማኖት እና የፖለቲካው በተግባር አለመለያየት እና አንዱ በአንዱ ላይ በአንድም በሌላም መንገድ የሚያሳድረው ከፍተኛ የሆነ ተጽዕኖ ነው። በሐገራችን ታሪክ ውስጥ ቤተ መንግሥት እና ቤተ ክህነት እጂና ጓንት ሁነው እንደኖሩ ይታወቃል። ለዚህ ደግሞ ዋናው ምክኒያት ነገሥታቱ ህዝቡን ለመያዣነት ሐይማኖትን እንደ መሳሪያ ስለሚጠቀሙበት ነበር። የአሁኑ ዘመን የመንግሥታት እና የቤተ ክህነት ግንኙነት ደግሞ እከከኝ ልከክህ መርህ ላይ የተመሰረተ ነው። ለዚህ ደግሞ ማሳያ የሚሆነው መንግሥት የቤተ ክርስቲያኒቱ የውስጥ ጉዳይ ጣልቃ ሲገባ መገኘቱ እና የቤተ ክርስቲያን አገልጋዮችም በመንግሥት የውስጥ ጉዳይ ጣልቃ ገብተው ሲፈተፍቱ መታየታቸው ነው።

ለምሳሌ፥ የቤተ ክርስቲያን አባቶች ከመንግሥት ጎን ተሰልፈው "በእሳት አጠመቅናቸው" ሲሉ እና "እነገሌ ከሚገዙን ሰይጣን ይግዛን" ሲሉ ተደምጠዋል። መንግሥትም በበኩሉ በቤተ

ክርስቲያን ሰራ ውስጥ ገብቶ "የጠፉ በጎችን ፈልገን አመጣን" እስከ ማለት ደርሱዋል። በመሰረቱ የህዝብ እረኞች የሚባሉት የሐይማኖት ሰዎች ናቸው። ታዲያ ማን ፈላጊ ማን ተፈላጊ ሊሆን ነው? ይህ አንዱ በአንዱ የውስጥ ጉዳይ ጣልቃ ገብነት መቆም እና የሁለቱ አካላት ግንኙነት በመርህ ላይ እና በህግ አግባብ የተመሰረተ እና የተገደበ ብቻ መሆን አለበት።

3፡ የማንነት፡ የራስ አስተዳደር እና አዲስ አበባን ጨምሮ የባለቤትነት እና የወሰን ጥያቄዎች በአግባቡ አለመፈታታቸው። በሐገራችን ዋናው የፖለቲካ ችግር የማንነት፡ የራስ አስተዳደር እና የክልሎች የወሰን ጥያቄዎች ናቸው። እነዚህን ጥያቄዎች በታሪካዊ ዳራቸው እና በህገ መንግሥቱ መሰረት በአግባቡ መመለስ ማለት የሐገሪቱን የችግር ምሰሶ ነቅሎ መጣል ማለት ነው። እነዚህን መሰረታዊ ጥያቄዎች መመለስ ማለት ህገ መንግሥቱን ሙሉ በሙሉ በሚባል ደረጃ ማስከበር እና የሐገሪቱን አንድነትም በአስተማማኝ ሁኔታ ማረጋገጥ ማለት ነው።

ከዚህ በተቃራኒው ግን እነዚህን ጥያቄዎች ላለመመለስ ሲባል ህገ መንግሥቱን ለመቀየር ማሰብ ምን አልባት ሐገሪቱን ወደ ባሰ ችግር ውስጥ ማስገባት ማለት ነው የሚሆነው። ህገ መንግሥቱን ለመቀየር መጀመሪያ ህገ መንግሥቱ መከበር አለበት። ይህ የሚሆነው ደግሞ የህዝቦች መሰረታዊ ህገ መንግሥታዊ

ጥያቄዎች በአግባቡ መፍትሔ ማግኘት ሲችሉ ብቻ ነው። ህገ መንግሥቱን ለመቀየር እራሱ ህገ መንግሥቱን አክብሮ ማስከበርና የአብዛኛውን ህዝብ ፍላጎት ማክበር እና ለሀገሪቱ የሚያዋጣውን ለመወሰን ለህዝቦች እየታገሉ ያሉ አካላትን ሁሉ ማካተት ያስፈልጋል። ከዚህ ውጭ በሆነ መንገድ ህገ መንግሥቱን ለመቀየር መጣር ግን አስቀድሞ ሀገሩን ማፍረስ ይሆናል።

4፡ በሐገሪቱ ውስጥ የፍትህ እና የሐብት እኩል ተጠቃሚነት በአግባቡ አለመተግበሩ። የፍትህ እና የእኩል ተጠቃሚነት ጥያቄዎች በአግባቡ ካልተመለሱ በስተቀር የመልካም አስተዳደር ችግር ከአለበት የበሸቀጠ ደረጃ ይጨምራል። ይህ ከሆነ ደግሞ በአጠቃላይ የህዝቡ ማህበራዊ ኑሮ የባሰ ይናጋል ማለት ነው። ዛሬ በሐገራችን በሐሰት እና በገንዘብ ተገዝቶ የሚመሰከርበት ሁኔታ ተፈጥሩዋል። አካባቢ ተጠንቶ መስረተ ልማት የሚከለከልበት ሐገር ውስጥ ነው ያለነው። ለዚህም ምርጥ ማሳያ የሚሆነን የቅማንትን ህዝብ እና አካባቢውን ማየቱ ነው።

5፡ ከአማራው ህዝብ ጋር በተያያዘ የሚፈጠሩ ችግሮችን በባለቤትነት የሚታገልለት እና ትግሉን በጠላትነት የሚፈርጅ የፖለቲካ አውድ መፈጠሩ። የተለያዩ ሙህራን እንደገለጹትና ከዚህም መጽሐፍ በተለያየ ቦታ እንደተመላከተው አማራነት በጥምቀት ምክኒያት ከተለያዩ ጎሳዎች ተሰባስቦ የመጣ እንጅ በደም

ጥራት ላይ የተመሰረተ ማንነት አለመሆኑ ተገልጹዋል። ይህንንም እውነታ ተከትሎ በሐይል ታፍነው አማራ የተባሉ ህዝቦች በአሁኑ ወቅት የየራሳቸውን የማንነት እና የራስ አስተዳደር ህገ መንግሥታዊ ጥያቄ እንግበው እየተንቀሳቀሱ ይገኛሉ። ይህ እውነት ግን የአማራውን ሊህቃን አልዋጥላቸው ከማለቱ በላይ ሁለት ቦታ ላይ እንዲረግጡ አስገድዱዋቸዋል።

የአማራው ሊህቃን የአማራውን ህዝብ ታሪክ መሰረት አድርጎ ሁለት ቦታ ላይ ረገጥው ቁመዋል። በታሪክ እንደሚታቀው የአማራው ህዝብ ሐይማኖትን መሰረት አድርጎ የተፈጠረ ህዝብ ነው። በሐይማኖት ከተፈጠረ በኋላ ግን ወደ ብሔር ተቀይሮ በሐገሪቱ የብሔር ብሔረሰቦች ሰም ዝርዝር ተካቱዋል። ለዚህም ዋናው ምክኒያት የነገሥታቱ ዘመን አገዛዝ ነው። የነገሥታቱን ሰርዓት መወገድ ተከትሎ በሐገሪቱ የፌደራሊዝም የመንግሥት መዋቅር መመስረቱ ሲበሰር በሐይል አማራ ተብለው ጊዜ ሲጠብቁ የነበሩ ህዝቦች በራሳቸው የማንነት እና የራሰ አስተዳደር መጠየቅ ከጀመሩ ውለው አድረዋል። ይህንንም እውነታ ተከትሎ የአማራው ሊህቃን ሁለት ረገጥ ሆኖ የሚመርጠውን አጥቶ ለሐገሪቱ ፖለቲካ እና ህዝብ ደንቀራ ሆኖ ይገኛል።

ለዚህም ዋናው ምክኒያት በአንድ በኩል አማራነትን ብሔር ነው ብለው ይሞግቱና ሌሎች ከውሰጥ ተዳፍነው በሐይል አማራ

ተብለው ያሉ ብዙ ብሔሮች በየጊዜው የራሳቸው የሆነ ማንነት እና አስተዳደር እየመሰረቱ እንደሚወጡ እና መጨረሻ አማራ የሚለው ስም አየር ላይ ተንሳፎ እንደሚቀር ተውሰ ሲላቸው ደግሞ ትንሽ መልስ ብለው አማራን ወደ እምነት ይወሰዱትና ኦርቶዶክስ እምነት ተከታዩን ሁሉ አማራ ነው ለማለት ይዳዳቸዋል። በዚህ ሒሳባዊ ስሌት ነው እኮ ከሐገሪቱ ህዝብ 60%ቱ አማራ ነው የሚሉት። ይህም ቢሆን ግን ቀዝቃዛ ውሃ በሰውነታቸው ይለቅባቸዋል። ምክኒያቱም ኦርቶዶክሱ ሁሉ አምኖ አማራ ነኝ ስለማይልና ይባስ ብሎ በጦርነት ስለሚነሳና በክልሉ ውስጥ ያሉትን ሙሰልሞችን እንደሚያጡ ያሰቡና ወደ ኋላ ይረግጣሉ። ይህ አስተሳሰብ ግን ሒዶ ሒዶ ለአማራው ህዝብ እታገላለሁ የሚል አካልን እና ትግሉን በጠላትነት የሚፈርጅ አካልን ፈጠረ። አማራ ውስጥ ቅማንት ካለ፡ አማራ ውስጥ አገው ካለ፡ አማራ ውስጥ ትግሬ ካለ፡ አማራ ውስጥ ኦሮም ካለ፡ እየተዋጋ ያለው አማራ ነኝ የሚል ቅማንት እና ቅማንት፡ አማራ ነኝ የሚል አገው እና አገው፡ አማራ ነኝ የሚል ትግሬ እና ትግሬ፡ አማራ ነኝ የሚል ኦሮሞ እና ኦሮሞ ነው ማለት ነው።

ይህ ከሆነ እውነቱ ነገሩን የመከራከሪያ ነጥብ አድርጎ ወደ ጦርነት ከመውሰድ ይልቅ ችግሩን ወደ ጠረጴዛ ዙሪያ ማምጣቱ ውጤታማነቱ አያጠራጥርም። ይህ ካልሆነ ግን ዞሮ ዞሮ ጦሱ ለአማራው ህዝብ ነው የሚተርፈው፡ እርሰ በእሱ ያባላዋል ማለት

ነው። ለዚህ ደግሞ "ሁለት አጉራ ትከል አንዱ ቢሰበር ከአንዱ ተንጠልጠል"፡ በሚለው ፈሊጥ አማራነትን ሁለት ቦታ ላይ አስቀምጦ ከመወዛገብ አንዱን መምረጥ አስፈላጊ ነገር ነው። ይህ ድርጊትም የሚጠቅመው ለማንም ሳይሆን ለራሱ ለአማራው ህዝብ ነው። ስለሆነም የአማራው ሊህቃን አንዱን ቢመርጡ መልካም ነው። ይህን ካደረጉ ለሐገሪቱም ለአማራውም ህዝብም መፍትሔው እሱ ነው።

"ሁለት እግር አለኝ ተብሎ ከሁለት ዛፍ አይወጣም"ና፡

"ሁለት ያሳደደ አንድ ሳይዝ ሔደ"፡ እንዳይሆን ነገሩ ጥንቃቄ ያስፈልግዋል።

በዚህ ጉዳይ ላይ ቤተ ክርስቲያን እራሱ ግልጽ የሆነ አቋምዋን ማሳወቅ አለባት። ማለትም በአማራነት ጉዳይ ምክኒያት የሐይማኖት መሪወች ግራ ተጋብተው ግራ እያጋቡን ነው ያሉት። ቤተ ክርስቲያን አማራውን ወይ የእምነት ስም ነው ብላ በፊት እንደመሰረተችው መቀበል አለባት። ምክኒያቱም ይህ ከሆነ አማራነት የብሔር ስም መሆኑ ቀርቶ የእምነት ስም ይሆናል ማለት ነው። ይህ ከሆነ ደግሞ አማኙ ህዝብ ቢፈልግ ይከተለው ባይፈልግ ይጣለው። ይህ ሲሆን ከአማራነት ጋር ተያይዞ ያለው የብሔር ውጅንብር ችግር ይፈታል ማለት ነው።

ወይም ደግሞ ቤተ ክርስቲያን አማራነት የእምነት መገለጫ አይደለም ብላ እንቅጩን ትናገርና ለሁሉም የእምነቱ ተከታዮች እና ለሐገሪቱ ህዝቦች እኩል የሆነ እይታ ትያዝ። ከዚህ ውጭ ግን አማራን የነካ ቤተ ክርስቲያንን ነካ ማለት ነው እያለ እየፎከረ በሌላው ህዝብ ላይ ማዝመት ሁሉም ህዝብ የየራሱን ሲኖዶስ እየመሰረተ ከዋናው ቤተ ክህነት እንዲወጣ ማስገደድ ነው የሚሆነው። ይህ ደግሞ ቤተ ክርስቲያንን የትግል ነጥብ ያደርጋታል፡ ለአማራው ህዝብም አይበጅም።

6፡ በታሪካችን እየጊዜው ተሰብሰበው አንድ ትልቅ ተራራ የገነቡትን ውስብሰብ ችግሮች አሁን ያለው መንግሥት ብቻውን እፈታዋለሁ ብሎ ማሰቡ፡ ያውም በማንኛውም ሁኔታ ቅደም ተከተል እንኳን ሳይበጅላቸው በአጭር ጊዜ ውስጥ ለመፍታት መታሰቡ። በሐገራችን ውስጥ ያሉ የተለያዩ እና የተመጋገቡ ታሪካዊ ችግሮችን ለመፍታት በግለሰብም ሆነ በቡድን ደረጃ የሁሉንም አካላት ርብርብ ይጠይቃል። የቆዩ የተለያዩ የህዝቦችን የችግር አፈታት እሴቶችን፡ የተለያዩ የሐይማኖት ተቋማትን፡ የተለያዩ የፖለቲካ ድርጂቶችን፡ የተለያዩ የሲቪክ ተቋማትና የመሳሰሉትን አካላት ተሳትፎ ማጠቃለል ያስፈልጋል።

ምንም እንኳን ችግሩን የፈጠሩት የተወሰኑ ግለሰቦች እና ቡድኖች ቢሆኑም የተፈጠረው ችግር ግን የሁላችን ስለሆነ

መፍትሔውም የሁሉን ተሳትፎ ይጠይቃል። ስለሆነም አሁን ያለው መንግሥት ይህንን ሁሉ ችግር ብቻውን ስለማይፈታው መፍትሔው አካታችና አሳታፊ አሰራር ነው የሚሆነው።

7፡ መንግሥትም ሆነ ሌሎች አካላት ጦርነትን እንደ አማራጭ መጠቀማቸው። አሁንም የትኛውንም የነጻነት ታጋይ ሳያሳትፍ ህገ መንግሥቱ መስተካከል አለበት እየተባለ ነው። ይህ ደግሞ ምን አልባትም ሌላ ትርምስ እንዳያመጣ ጥንቃቄ ማድረግ ያስፈልገዋል። ለማንኛውም ችግር ጦርነትን እንደ አማራጭ መውሰድ አግባብነት የለውም። ጦርነት ችግሩን ከማባባስ እና ከማወሳሰብ ውጭ መፍትሔ አይሆንም። ጦርነቱ በተለያዩ ሐገራት መካከል የሚደረግ ቢሆን አቅም ያለው ያሸንፋል አቅም የሌለው ጊዜውን ይጠብቃል፣ ችግር ችግር ቢሆንም እንዲህ እያለ ይቀጥላል።

በአንድ ሐገር ውስጥ የሚደረግ የእርስ በእርስ ጦርነት ግን አንዱ እንኳን ቢያሸንፍ ጥሎት የሚያልፈው ታሪካዊ ጠባሳ እና ቀጣይ የጦርነት የቤት ስራ አውዳሚነቱን እና አስቃቂነቱን ከእኛ ከኢትዮጵያዊያን በላይ ምስክር የሚሆን አካል የለም። ጦርነት መፍትሔ አለመሆኑን ለማየት የጦርነት መጨረሻው በድርድር ነው የሚያልቀው። ስለሆነም ጦርነት ለምኔ ብሎ ሰላማዊ ውይይትን ቅድሚያ መስጠቱ መፍትሔ ነው።

ምዕራፍ አራት

መፍትሔ - ክፍል አራት

4፡ 1 ሐይማኖትን መሰረት ያደረገ ግጭት

አሁን በሐገራችን ውስጥ ያለው ችግር የፖለቲካ እና የሐይማኖት አባቶች እይታ አለመስተካከል ብቻ ሳይሆን የብሔርም ጭምር ነው። ይህ የብሔር ግጭት ደግሞ ምክኒያቱ ሐይማኖት ነው። አሁን የኢትዮጵያ እና የቤተ ክርስቲያን ባለቤቶች እኛ ብቻ ነን ባዮች በተለያየ አቅጣጫ ከሁሉ ጋር ጦርነት ከፍተዋል። ይህንንም የሚያደርጉት የኢትዮጵያን አንድነት ለማስጠበቅ ብለው እንደሆነ ያወራሉ። ነገር ግን የኢትዮጵያን አንድነት ለማስጠበቅ በመጀመሪያ እኛ ያልነው ብቻ ነው ለሐገሪቱ የሚያዋጣው የእኛን ብቻ ተቀበሉን ማለትን ማቆም አለባቸው አፍራሽ ተግባር ነውና።

ሲቀጥልም የኢትዮጵያን አንድነት ለማስጠበቅ ሁሉ ኢትዮጵያዊ እንጂ እነሱ ብቻቸውን አይችሉም። ኢትዮጵያ የሁሉ እናት ናት የልጆቹዋን የሐሳብ ተዋዕጾ ትፈልጋለች። ይልቁንም እነዚህ አካላት በዚህ ሐሳባቸው ከሁሉም ጋር ተጋጭተዋል፡ ሐገርም እያፈረሱ ነው። ይህንን ችግር ሲሆን ለማስተካከል አለዚያም ችግሩን ለመቀነስ የሚከተሉት ነጥቦች እንደመፍትሔ ቢወሰዱ መልካም ነው።

1፡ የኦርቶዶክስን ሐይማኖት(እምነት) እና የአማራነትን ልዩነት በትክክል ለይቶ ማሳወቅ ያስፈልጋል። ምክኒያቱም በጣም ብዙ ሰዎች አማራነትን ከእምነት ጋር እያይዘው ስለሚያነሱት ነው። ተስፋፊው ቡድን እራሱ የሐገሪቱን 60% ህዝብ አማራ ነው የሚለው በዚህ ሒሳብ ስለሆነ ነው። ነገር ግን አማራነት ከተለያዩ ጎሳወች የተወሰዱ ህዝቦች በቋንቋ እና በሐይማኖት ምክኒያት የመሰረቱት ህዝብ እንጅ እምነትም ብሔርም አለመሆኑን በክፍል አንድ በምዕራፍ ሰባት ውስጥ የተለያዩ መረጃወችን መሰረት አድርገን አይተናል። ስለሆነም ከእምነት ጋርም የሚያገናኘው ነገር የለም።

ይህ ከተለያየ ጎሳ መጥቶ የተሰባሰበ ህዝብ ደግሞ ልክ እነሱ አሁን እንደሚሉት አንድ የሚያደርገው ምንም ነገር የለውም። ለዛ ነው እኮ ዛሬ ትግል ውስጥ እንኳን ሁነው የሸዋ ፋኖ፡ የወሎ ፋኖ፡ የጎጃም ፋኖ፡ የጎንደር ፋኖ የሚሉት። ምንም አንድ የሚያደርገው የሰነ ልቦና አንድነትም የለውም። "እማራ እና እስላም ሁነን ነው የኖርነው"፡ የሚለው የሐገሬው ብሒል እራሱ ህዝቦችን በብሔራቸው ሳይሆን ሐይማኖታቸውን መሰረት አድርጎ ግን ደግሞ እንደ ብሔር የሚጠሩበት አባባል ለዚህ ምርጥ ማሳያ ነው።

አማራነት በአብዛኛው በየጊዜዉ ከነበሩ የገዥ መደቡ ጋር ከፍተኛ የሆነ ቁርኝት የነበረው አካል በመሆኑ እና የገዥ መደቡ ደግሞ በህዝብ ላይ የተለያዩ ችግሮችን የፈጠረ በመሆኑ ምክኒያት

አማራም አብሮ በዳይ ተደርጎ እየተወሰደ ይገኛል። ስለዚህ ጉዳይ ኮረኔል መንግስቱ ሐይማርያም ያነሱትን ሐሳብ እናንሳ። "----- መሰረተ ቢስ እና እጅግ ያሰለቸ ነገር ቢኖር እያንዳንዱ ብሔር በውስጥ የራሱ የሆነ ገዥ መደብ እንዳለ እና እነዚህም የተለያዩ ብሔረሰብ ገዥ መደቦች በጥቅም እና በመደብ ተሳሰረው የሐገሪቱን ህዝብ እንዳልገዙ እና እንዳልመዘበሩ ሁሉ ጨቋኝ አማራ፡ በዝባዥ አማራ፡ ገዥው አማራ፡ ሁሉን ክፉ ነገ አድራጊ አማራ እየተባለ የሚነገረው ነገር ነው"፡ ይላል።

ይህንን ነገር በትክክል መለየት ያስፈልጋል። የቤተ ክህነቱን እና የቤተ መንግሥቱን መዋቅር እየተጠቀሙ ሁሉን አቀፍ ችግር የሚፈጥሩ አካላትን እና የዋሁን የአማራ ህዝብ ለይቶ ማወቅ ያስፈልጋል። ስለሆነም ይህንን ችግር ለመፍታት የሚያስፈልገው ነገር ችግሩን የጋራ አድርጎ መሰራት ነው። ይህ ነው ለአማራውም የሚጠቅመው። የአብን እና የክልሉ ብልጽግና አካሔድ ወንዝ አያሻግርም። ይህንን ችግር ለመፍታት አማራነት ከተቀረው የሀገሪቱ የብሔርተኛነት ችግር ጋር አብሮ መታየት የለበትም። ለራሱ እንደ አንድ አጀንዳ መያዝ አለበት።

ማለትም አማራነት የምንዋጋበት የጦርነት አውድማ ሳይሆን መሆን ያለበት ሁላችንም ተወያይተን መፈትሔ የምንፈልግለት መሆን አለበት። ይህንን ችግር ለመፍታት የሚያስፈልገው ነገር

ችግሩን የጋራ አድርጎ ውይይት እንጅ ነገሩን የመከራከሪያ ነጥብ አድርጎ በባለቤትነት የሚታገሉለት አካላት እና በጠላትነት የሚፈረጁት አካላትን በመፍጠር አይደለም። ለአማራነት የተለየ ተቆርቋሪ ባለቤትም ሆነ ችግሩ የአማራ ነው የሚል አካል አያስፈልገውም። ይልቁንም ችግሩን የጋራ አድርገን ሁላችንም በባለቤትነት ስሜት ተወያይተን መፍታት ያስፈልጋል።

ይህ ሳይሆን ከቀረ ግን መጨረሻው በአማራ ህዝብ ላይ ጉዳት ማድረስ ነው የሚሆነው። ይህ ደግሞ የተለያዩ ችግሮችን ከመፍጠሩና ታሪካዊ ጠባሳ ጥሎ ከማለፉ በተጨማሪ ውርደት ነው የሚሆነው። ይህንን ጉዳይ የክልሉ አመራሮችም ሆኑ ለአማራው ነጻነት እንታገላለን የሚሉ አካላት ቋም ብለው ቢያስቡበት መልካም ይሆናል። ከዚህ በተጨማሪ ደግሞ የአማራነትን እና የእምነትን ልዩነት በትክክል ለይቶ ማሳወቅ ያስፈልጋል። ይህንን ልዩነት ማሳወቅ የተለያዩ ችግሮችን ለመፍታት ይረዳል።

ለምሳሌ፦ የአንድ ብሔር ተወላጆች በእምነታቸው ልዩነት እንዳይጋጩ ያደርጋል፡ ወደ እምነት የሚያመሩ ችግሮችን ያስወግዳል፡ ችግሩን ወደ እምነት ለመውሰድ የሚሞክሩ አካላትን አፍ ያዘጋል፡ በታሪካችን ውስጥ የባለፈውን ችግር የፈጠሩ አካላት በሐይማኖት ስም የተደራጁ ግለሰቦች እንጅ ቤተ ክርስቲያን እና የአማራው ህዝብ አለመሆናቸውን ያሳያል፡ በእነዚህ አካላት እና በቤተ ክርስቲያን

መካከል ያለውን ልዩነት ያሳያል ማለት ነው። ይህ ደግሞ የመፍትሔው መሰረት ነው።

2፡ ህዝቦች እኛ እገሌ ነን ብለው በሚያምኑበት የብሔር ስም እንዲጠሩ ማድረግ ያስፈልጋል። ምክኒያቱም በሚፈልገው የብሔር ስም የመጠራት ህገ መንግሥታዊ መብት ስላለው ማለት ነው።

3፡ የባለፈውን ስርዓት እና የስርዓቱ አራማጆች ለተፈጠረው ታሪካዊ ስህተት ታሪካዊ ተጠያቂ ማድረግ ያስፈልጋል። ከዚህ በተረፈ ግን የባለፉት አባቶቻችሁ በድለውናል እያለ የአሁኑን ትውልድ መወንጀል ተጨማሪ ችግር ከመፍጠሩ ባሻገር አግባብነት የሌለው ተግባር ነው።

4፡ የነፍጠኝነትን እና የአማራነትን ወይም ደግሞ የአማራን ህዝብ እና የመደባዊ ገዡወችን ልዩነት በትክክል ማሳወቅ ያስፈልጋል። ነፍጠኛው ሐይል ከገዡው መደብ ላይ ተለጥፎ የፈጠረውን ችግር ሁሉ እንደ ህዝብ ችግር አድርጎ መፈረጅ አዋጭነት የለውም። ከዚህ በተረፈ ግን ገዳዮችም ገዳይነት ጥፋት እንጅ ቅጣት አለመሆኑን አውቀው ከድርጊታቸው ቢቆጠቡ መልካም ነው።

4፡ 2 ህገ መንግሥቱ መስተካከል አለበት

በቀን 8/9/2015 አጋጣሚ ከአራት ኪሎ ወደ ለገሀር ስወርድ በሬዲዮ ህገ መንግሥቱ መስተካከል እንዳለበት አንድ ጥናት አመለከተ ይላል። የሚገርመው ነገር ይህንን ጥናት አጥንተው አቀረቡ የተባሉት አካላት ለፖለቲካዊ ዓላማ ሳይሆን ለስልጣን ጠቅላይ ሚኒስተሩን ደጅ የሚጠኑ አካላት መሆናቸው ነው። ጥናቱ ተደረገበት ተብሎ የተጠቀሰው ቦታ ከሶስት ክልሎች አይበልጥም። ከእነዚህ ውስጥ የኦሮሚያ እና የሱማሌ ክልሎች ይገኙበታል።

ጥናቱ አመላከተ የተባለው ሐሳብ በህገ መንግሥቱ መጀመሪያ ላይ ያለው ሐሳብ፡ አንቀጽ 39 እና ሌሎችንም አላስፈላጊ የሆኑ አንቀጾች እንዲስተካከሉ አብዛኛው የሐገሪቱ ህዝቦች ይፈልጋሉ ይላል። አክሎም ህገ መንግሥቱ እራሱ የግጭት መንስኤ መሆኑን ያትታል። ህገ መንግሥቱ ለግጭት ምክኒያት ነው ወይ? በመሰረቱ በሐገሪቱ የሚከሰቱ ግጭቶች የሚከሰቱት ህገ መንግሥቱ ሳይሸራረፍ ለሁሉም ህዝቦች በትክክል በተግባር ባለመተርጎሙ ነው እንጂ የህገ መንግሥቱ ችግር አይደለም።

በሐገሪቱ ያለው ነቫራዊ እውነታም ይህንን አያሳይም። የሆነው ሁኖ ጥናቱ 52% የሱማሌ ክልል ህዝብ ህገ መንግሥቱ እንዳይነካባቸው ይፈልጋሉ ይላል። በኦሮሚያ ክልልም ብዙ ህዝብ ህገ መንግሥቱን እንዳይነካ ይፈልጋሉ ይላል። አንድ ጥያቄ እናንሳ፡ አብዛኛው የሐገሪቱ ህዝብ ህገ መንግሥቱ እንዲስተካከልለት

ይፈልጋል የተባለው የቱ ነው? እንበልና የሁለቱ ክልሎች ህዝቦች ሙሉ በሙሉ ህገ መንግሥቱ እንዲስተካከልላቸው ከፈለጉ፡ እንኳን አንድ ክልል ተጨምሮበት የሁለቱ ክልሎች ህዝቦች አብዛኛውን የሐገሪቱን ህዝብ ቁጥር ስለሚሸፍን አብዛኛው የሐገሪቱ ህዝብ ህገ መንግሥቱ እንዲስተካከል ይፈልጋል ቢባል ያስኬዳል። ነገር ግን ጥናቱ አመላከተ የተባለው ከሁለቱ ክልሎች አብዛኛው ህዝብ ህገ መንግሥቱ እንዳይነካ ይፈልጋሉ ነው የሚለው።

የትኛው ነው ታዲያ አብዛኛው ህዝብ የተባለው? ጥናቱ በዝርዝር የሚያመለክተው ጉዳይ እና በመጨረሻ የተቀመጠው ሐሳብ እርስ በእርስ የተጣረሱ ናቸው። ይህንን ጥናት ያጠኑ አካላት ሐገሪቱን ከድጡ ወደ ማጡ ማስገባት ያሰቡ ይመስላሉ። ምክኒያቱም አሁን ሐገሪቱ ያለችው በህዝቦች አብሮ የመኖር እሴት ላይ ብቻ ተንጠልጥላ ነው። ስለሆነም በአንዱ ብንሞክር ስላልተሳካልን ህገ መንግሥቱን በማስተካከል ሰበብ የህዝቦችን አብሮ የመኖር እሴት በመናድ ሐገሪቱን እንበትናት የሚል ሐሳብ ያላቸው ይመስላሉ።

ይህንን ጥናት እየመሩ ያሉ አካላት እራሳቸው ለሐገሪቱ ይህ ነው የሚባል ሊፈይድ የሚችል ሐሳብ የሌላቸው፡ ያንን ያላቸውን ተልካሻ ሐሳብ እንኳን በትክክል መግለጽ የማይችሉ በግል ሒወታቸው ስለተስተካከለላቸው ብቻ ሐገር ብንመራም ይዋጣልን ይሆናል

ብለው የሚያስቡ አካላት ናቸው። እርግጥ ነው ህገ መንግሥቱ እንደ መጽሃፍ ቅዱስ ቋሚ አይሆንም መስተካከል ብቻ ሳይሆን ከነጭራሹ ሙሉ በሙሉ ሊቀየር ይችላል። አሁን ያለው የቡድን ወይም የብሔር የፌደራሊዝም ሰርዓትም በዜግነት ፌደራሊዝም ሊቀየር ይችል ይሆናል፡ ግን ጊዜው አሁን አይደለም።

ምክኒያቱም ጊዜው ሲደርስ ሕዝቡ እራሱ ጥያቄ አድርጎ ያነሳዋልና። አሁን በሐገሪቱ ያለው አብዛኛው መሰረታዊ ህዝባዊ ጥያቄ እኮ ህገ መንግሥቱ አላረካኝም፡ የቀረኝ አለ ነው። ለማሳያም ያህል የማንነት ይከበርልኝ ጥያቄዎችን እና የቋንቋ የእኩልነት ጥያቄዎችን አንስተን ማየት እንችላለን። እነዚህ ደግሞ መሰረታዊ ህገ መንግሥታዊ የመብት ጥያቄዎች ናቸው። እነዚህ ደግሞ ያሉት አንቀጽ 39 ላይ ነው። ታዲያ ይህንን አንቀጽ መንካት ለድህነት ነው ወይስ ለሞት እንበለው?

4፡ 2፡ 1 አሁን ምን መከናወን አለበት

1፡ አሁን ባለው ህገ መንግሥት መሰረት የህዝቦችን ሁሉ አቀፍ ህገ መንግሥታዊ የሆኑ የፍትህ፡ የዲሞክራሲ፡ የነጻነት፡ የእኩልነት፡ የእኩል ተጠቃሚነት እና የመሳሰሉትን ጥያቄዎች በአግባቡ መልስ መስጠት እና ማረጋገጥ ያስፈልጋል። ሲጀመር የህግ የበላይነት ተብሎ ነገር በሐገሩ የለም።

2፡ የህዝቦችን ባህል፡ እምነት፡ ቋንቋ እና ሌሎችንም መገለጫዎች በየደረጃው ተቋማዊ አድርጎ መያዝ ያስፈልጋል። በመሰረቱ የህዝቦች ባህል፡ እምነት፡ ቋንቋ እና ሌሎችም መልካም እሴቶች መጎልበት በአጠቃላይ ሁሉ አቀፍ ፖለቲካዊ ችግሮችን ከመፍታት ባለፈ የማህበራዊ ሳይንስን ጨምሮ ፍልስፍናን፡ ለተፈጥሮ ሳይንስ እና ለቴክኖሎጅ ጥናትና ምርምር ድርሻቸው የላቀ ነው። ምክኒያቱም የሳይንስ እና የቴክኖሎጅ መሰረቶች እነዚህ ናቸውና።

3፡ ከላይ የተጠቀሱት ሐሳቦች በተግባር ላይ ከዋሉ ህዝቡ በራሱ ጊዜ ከጊዜ ወደ ጊዜ እየተዋህደ ስለሚሔድ የፖለቲካ ርዕዮት አለም ወይም የስርዓት ለውጥ እንዲደረግ በራሱ ጊዜ ይጠይቃል። "ለሁሉም ጊዜ አለው"፡ ነው ነገሩ። ከዚህ ውጭ በደመ ነፍስ እና በስሜት የሚደረግ ሙከራ ግን የተፈራው አደጋ እንዲከሰት ከማድረግ በስተቀር ምንም አይነት ጥቅም የለውም። ህገ መንግሥቱ መስተካከል አለበት ብለን ብንስማማ እንኳን ቅድሚያ መስተካከል ያለባቸው መስፈርቶች አሉ፡ የተወሰኑትን ጠቅሰን እንያቸው።

ሀ፡ ሁሉም የነጻነት ታጋዮች ወደ አንድ መጥተው ከገዥው ፓርቲ ጋር ተወያይተው የሽግግር መንግሥት መመስረት አለበት። አሁን ባለው ሐገራዊ ሁኔታ አንድ ፓርቲ ብቻውን ህገ መንግሥት አሻሽላለሁ ብሎ መነሳት ምን ሊያስከትል እንደሚችል መገመት

ቀላል ነው። እንዲያው ዝም ብሎ የሽግግር መንግሥት ይመስረት ሲባል "እሁን ያለው የሽግግር መንግሥት ነው"፡ "እናንተ ተደመሩና ሙሴ ብሉኝ"፡ እያለ በሐገሪቱ ሌላ ተጨማሪ ችግር መፍጠር አግባብነት የለውም።

"የፊተኛው እንኳን ተሰካሩ ሳይወጣ፥

እዳ አይከብደው ጠይም ዛሬም ገሎ መጣ"፡ ይባላል።

ለ፡ ህገ መንግሥቱን አስተካክላለሁ የሚል አካል በሙሉ በመጀመሪያ ህገ መንግሥቱን ማክበር እና ማስከበር ይጠበቅበታል። ህገ መንግሥቱ እኮ እራሱን በምን መልኩ መስተካከል እንዳለበት መንገድ አስቀምጡዋል። ከዚህ ውስጥ የመጀመሪያው እራሱን ህገ መግሥቱን ማክበር እና ማስከበር ነው። በህገ መንግሥቱ ውስጥ ያሉ ድንጋጌዎችን ሳያከብሩ ህገ መንግሥቱን አሻሽላለሁ ብሎ መነሳት እኔ ከህገ መንግሥቱ በላይ ነኝ ብሎ ማሰብ ነው፡ ይህ ደግሞ ሊሆን አይችልም። ህገ መንግሥቱን ሳያከብሩ እሱን ለማሻሻል መነሳት የማይሆን ነገር ነው። በጠቅላላው ህገ መንግሥቱን ለማሻሻል እነዚህ እና ሌሎች ጉዳዮች ቅድሚያ ሊሰጣቸው ይገባል ማለት ነው።

4፡ 3 በትጥቅ ትግል የሚመጣ ለውጥ እና ውጤቱ

እንዳለመታደል ሆኖ ሐገራችን ኢትዮጵያ ሁል ጊዜም ለውጥ የሚመጣው በትጥቅ ትግል ነው። ይህ የህዝቦች የትግል ውጤት ግን ለሁሉም የሐገሪቱ ህዝቦች ሁለንተናዊ እኩል ተጠቃሚነትን ከማረጋገጥ ይልቅ በአብዛኛው በትግሉ ቀደምት ነን በሚሉ ቡድኖች ወይም አካላት በመጠለፍ እነሱ የመጡበትን ወይም የወጡበትን አካባቢ ህዝብ ተጠቃሚነት ቅድሚያ እንሰጣለን ሲሉ ይስተዋላል። ለዚህ ድርጊታቸው ደግሞ የተለያየ መሰረታዊ ዓላማዎች አላቸው። ከእነዚህ ውስጥ የተወሰኑትን ጠቅሸ ማለፍ እፈልጋለሁ።

1፡ መጀመሪያውኑ ወደ ትግል ሲገቡ የራሳቸውን ግለሰባዊ እና ቡድናዊ ሁለንተናዊ ጥቅም ለማስጠበቅ ስለሚሆን እና የራሱን ቡድናዊ ህዝብ መጥቀም ስለሚፈልግ ነው። ምክኒያቱ ደግሞ በሐገራችን ፖለቲካ ከመላው የሐገሪቱ ህዝብ ይልቅ የግል እና ቡድናዊ ጥቅም ማስጠበቂያ ተደርጎ ስለሚወሰድ ነው። ይህ ደግሞ የተረኛነት እሳቤን ወለደ።

2፡ የሌሎችን የትግል አጋሮች በጥርጣሬ መልክ ስለሚያዩና የሌሎችን ህዝቦች ተወላጆች ማስጠጋቱን እንደ ስጋት ስለሚቆጥሩት እና ሌሎችም ምክኒያቶች አይጠፉም። ይህ ፖለቲካዊ ልምድ ደግሞ ህዝቦች የራሳቸውን ጥቅም ለማስጠበቅ ሲሉ እየተደራጁ በየጊዜው ትግል እንዲያደርጉ ያደርጋቸዋል።

ይህ ከሆነ ደግሞ ሐገሪቱ በማያባራ ጦርነት ውስጥ እንድትኖር ስለሚያደርጋት ከሁለንታናዊ አንድነት እና እድገት ይልቅ ሁለንተናዊ ውድቀትን በማከናነብ በመጨረሻም ሐገሪቱዋን ለመበታተን ያደርሳታል። ይህ ብቻ ሳይሆን በትጥቅ ትግል የሚመጣ ለውጥ በሐገሪቱ ውስጥ የተረኛነት ፖለቲካ ለመስፋፋቱ ዋናው ምክኒያት ሆኖ በየጊዜው ለእርስ የእርስ ጦርነት ዳርጎናል።

4፡ 3፡ 1 ተረኛነት

በሐገራችን አንዱ ከፍተኛ ችግር እያመጣ ያለው የፖለቲካ አካሄድ የተረኛነት ትርክት ነው። ይህ የተሳሳተ የፖለቲካ ልምድ እና ትርክት ደግሞ በስልጣን ላይ ያለውን አካል መሰረት አድርጎ ህዝቡ በተለያየ ጎራ እንዲሰለፍ ያደርገዋል። ለዚህ ዋናው ምክኒያት ደግሞ የተወሰነው ህዝብ የእኔ መንግሥት ነው ብሎ ያምናል፡ የቀረው ህዝብ ደግሞ ተቃዋሚ በመሆን እርሱ በእሱም ሳይስማማ ተከፋፍሎ በተለያየ ጎራ ለነጻነት ትግል ይሰለፋል ማለት ነው። ይችን ክፍተት ደግሞ ገዥው አካል ይጠቀምባታል። በመጀመሪያ የተወሰነው ህዝብ ከጎኑ ተሰልፋዋል፡ ሲቀጥል ታንኩም ባንኩም በእጁ ስለሆነ መከላከያ ሰራዊቱን ተጠቅሞ በህግ ማስከበር ሰበብ በህዝቡ ላይ ይዘምታል። በዚህ ጊዜ ሀገሪቱ ወደ እርስ በእርስ ጦርነት ዘው ብላ ትገባለች። የነጻነት ታጋዮችም በአንድ በኩል በአንድነት ቁመው የጋራ

አጀንዳ ቀርጸው ጠንካራ ሐይል ስለማይገነቡ እና በተናጠል ስለሚታገሉ በሌላ በኩልም የጎንዮሽ ጦርነትም ስለሚገቡ ለገዥው አካል አመችነትን ይፈጥርና ጦርነቱን አሰቃቂ እና የረዥም ጊዜ ያደርገዋል፡፡

ይህ ክስተት ደግሞ እውነት እና ጊዜዊ የሐይል ሚዛን የተለያየ ቦታ ላይ እንዲሆኑ ያደርጋል፡፡ እውነት ከነጻነት ታጋዮች ጋር ትሆናለች፡ ጊዜዊ የሐይል ሚዛን ደግሞ የገዥው ጎን ትሆናለች፡፡ ስለሆነም እነዚያ እውነትን ይዘው እነዚህ ደግሞ የሐይል ሚዛንን ይዘው ቅልጥ ወዳለ ጦርነት ውስጥ ይገባሉ፡፡ በዚህ ምክኒያት ህዝቦች ያልቃሉ፡ መሰረተ ልማት ይወድማል፡ ኢኮኖሚው ይደቃል፡ በጠቅላላው ሀገሪቱ ሁሉ አቀፍ ችግር ይገጥማታል፡፡

በመጨረሻም እውነት ታሸንፍና የነጻነት ታጋዮች ያሸንፋሉ፡፡ ያም ሁኖ የነጻነት ታጋዮችም የሚመሰርቱት መንግሥትም በትግል ወቅት የተሻለ ውጤታማ የነበረው አካል የተመሰረተውን መንግሥት መሪ ስለሚሆን የተረኝነት ችግሩ ይቀጥልና እንደገና ለሌላ ዙር ጦርነት ምክኒያት ይሆናል ማለት ነው፡፡ ይህ የቀውስ አዙሪት ነው ሐገሪቱን በየዘመናቱ ለሚነሱ የእርስ በእርስ ጦርነቶች ዳርጎ ፖለቲካዊ፡ ኢኮኖሚያዊ እና ማህበራዊ ችግሮችም እየተመጋገቡ እና እየተደራረቡ አሁን ላለንበት አደገኛ ሁኔታ የዳረገን ማለት ነው፡፡

4፡ 3፡ 2 ዘር፡ ዘረኝነት፡ ብሔር እና ብሔርተኝነት

በሐገራችን በፍጥነት እየተስፋፋ እያጠቃን እና ሐገሪቱን ሊበትናት የደረሰው አጥቂ በሽታ ዘረኝነት ነው። ይህ የዘረኝነት በሽታ በአንድ በኩል የእኔ የሚሉትን ህዝብ ከሌላው የሀገሪቱ ህዝብ ከፍ አድርጎ በመመልከት የሚመጣ ሲሆን በሌላ በኩል ደግሞ ከእውቀት ማነስና ጠባብ አስተሳሰብ የሚመጣ ነው። እኔ ያልኩት ይሁን፡ እኔ አውቅልሃለሁ፡ የእኔው ያምራል እና የመሳሰሉት አመለካከቶች በብሔር ስም ህዝቡ ውስጥ ተወሽቀው የዘርኝነትን መርዝ እየረጩ ከእኛነት አስወጥተው ከሰውነት ደረጃ ያወረዱን በሽታዎች ሲሆኑ በሌላ በኩል ደግሞ ዘርን እና ዘረኝነትን፡ ዘረኝነት እና ብሔርተኝነትን፡ ብሔርን እና ብሔርተኝነት ለይቶ ባለማወቅ የሚመጣ ወጥነት የሌለው እና ግራ የተጋባው በሽታም አለ።

ዘር ማለት እያዳንዳችን የመጣንበትን የዘር ሐርግ የሚጠቁም ቃል ነው። ብሔር ማለት ደግሞ ተመሳሳይ የሆኑ ባህል፡ ቋንቋ፡ አመለካከት፡ የሰነ ልቦና አንድነት አወቃቀት እና ሌሎችም የጋራ የሆነ መገለጫዎች ያላቸው ህዝቦች መጠሪያ የጋራ ቡድናዊ ስም ነው። ስለዚህ ጉዳይ በሌላ ርዕሰ ሰር ሰላላ መመልከት ይቻላል።

ብሔርተኝነት ማለት ደግሞ በቡድን ደረጃ ተደራጅቶ ስለሆነ ብሔር ወይም ብሔሮች ሊሆኑ ይችላል የእኩልነት፡ የነጻነት፡

የዲሞክራሲ፡ የፍትህዊ እኩል ተጠቃሚነት እና የመሳሰሉትን ጥያቄዎች አንግበው ሲንቀሳቀሱ የሚፈጠር ቡድናዊ ስም ነው። ብሔርተኝነት በአብዛኛው ከሌሎች እኩል ልሁን እና የቀረብኝ ሊስተካከልልኝ የሚገባ ጉዳይ አለኝ የሚሉ አካላት ከሚያነሱዋቸው ጥያቄዎች ጋር የተያያዘ ስለሚሆን በራሱ ችግር አይኖረውም፡ ሌሎችን ህዝቦችም አይነካም። ነገር ግን ይህ ጉዳይ በፈለጉት መልኩ የማይሳካ ከሆነ ብሔርተኝነቱን በቀጥታ ወደ ዘረኝነት እንቅስቃሴ ይለውጡታል፡ ችግሩ ያለው እዚህ ላይ ነው።

ዘርኝነት በብሔር ስም በህዝብ ውስጥ ተወሽቆ የግል እና የቡድን ጥቅምን ለማስጠበቅም ጭምር ሲባል የሚመጣ አደገኛ በሽታ ነው። ዘረኝነት በአንድ በኩል ከብሔርተኝነት የሚወለድ ሲሆን በሌላ በኩል ደግሞ ለዘመናት በሌሎች ብሔሮች ላይ የበላይ ሁነው አዛዥ እና ናዛዥ የነበሩ አካላት ከጭቁን ብሔሮች የሚነሳውን የነጻነት፡ የእኩልነት፡ የዲሞክራሲ እና የፍትሃዊ ጥያቄዎች አፍነው ለማስቀረት በሚያደርጉት ትንቅንቅ የሚመጣ መርዛማ በሽታ ነው።

የዘረኝነት በሽታ ምልክት እኔ ያልኩት ይሁን፡ እኔ አውቅልሃለሁ፡ የእኔው ይሻላል እና የመሳሰለትን ያጠቃልላል። በጣም የሚገርመው ግን ዘረኞች የእነሱን እኩይ ድርጊት ዘንግተው ለነጻነት፡ ለእኩልነት፡ ለዲሞክራሲ መጎልበት እና ለፍትሃዊ ተጠቃሚነት የሚታገሉትን አካላት ዘረኛ ብለው መፈረጃቸው ነው። በዚህ ምክኒያት ይህን

የነጻነት ትግል ለማፈንም የተለያዩ የሴራ መንገዶችን ይጠቀማሉ። የተወሰኑትን እንመልከት።

4፡ 3፡ 3 የሴራ ፖለቲካ

የሀገራችን የፖለቲካ ችግር ከስር መሰረቱ እንዳይፈታ እያደረጉ ካሉት ችግሮች ውስጥ ግንባር ቀደሙ የሴራ ፖለቲካ ነው። የሴራ ፖለቲካ እውነትን ላለመቀበል እና በአጠፉት ልክ ተጠያቂ ላለመሆን የሚደረግ የአሻጥር የፖለቲካ እንቅስቃሴ ነው። የሴራ ፖለቲካ የተሻሉ አማራጭ ሐሳቦችን ይዞ ቀርቦ ተወዳድሮ ከሌሎች የተሻለ ተቀባይነት ከማግኘት ይልቅ የተሻለ ሐሳብ ያላቸውን አካላት በተለያየ ሰበባሰበብ ከጨዋታ ውጭ በማድረግ እና ነገሮችን በማወሳሰብ እራስን አማራጭ የሌለው ተመራጭ ለማድረግ የሚደረግ የፖለቲካ የአሻጥር እንቅስቃሴ ነው። በዋናነት የሴራ ፖለቲካ እራስን በማሻሻልና በመገንባት ላይ የተመሰረተ ሳይሆን ተሸለው የተገኙትን አካላት ጠልፎ በመጣል፡ በመከፋፈል እና ከጨዋታ ውጭ በማድረግ እራስን የተሻለ ሆኖ ለመገኘት የሚደረግ ጥረት ነው። የሴራ ፖለቲካ ሁሉ አቀፍ ጥፋት ወላጅ አባትና የቁልቁለት ድንጋይ ነው።

4፡ 3፡ 4 ጦረኝነት

በሐገራችን ሁሌም ለውጥ ለማምጣት የሚሞከረው በሐይል አማራጭ ተጠቅሞ ነው። ይህ ደግሞ ሐገሪቱ በየዘመናቱ ለሚነሱ ጦርነቶች ብቻ ሳይሆን በድህነት አርንቋ ውስጥ እንድትኖር ዳርጉዋታል። የሚደረጉ የመንግሥታት ለውጦች ሲሆን በዲሞክራሲያዊ መንገድ መሆን ነበረባቸው፡ ይህ ካልሆነ እንኳን በሰላማዊ ህዝባዊ ትግል ማስተካከል ይቻል ነበር። ነገር ግን ከጦረኝነት ባህሪያችን የተነሳ ሁሉንም ነገር በሐይል ለመፍታት ስለምንሞክር በሐገራችን ከጊዜ ወደ ጊዜ ዲሞክራሲው እየቀጨጨ፡ የፖለቲካ ምህዳሩ እየጠበበ፡ ኢኮኖሚው እየወደመ፡ የሀገሪቱ ህዝቦች እልቂት እና ሁሉ አቀፍ መከራ ውስጥ ገብተው ሀገሪቱም እንደ ሀገር በጦርነት አዙሪት ውስጥ ትኖራለች። ይህ አደገኛ በሽታ እንደ ፈንጅ አምካኝ አንድም ቀን አስተምሮን አያውቅም።

4፡ 3፡ 5 እውነትን አለመቀበል

በሐገራችን በታሪክ በጊዜ ሒደት ውስጥ የተፈጠሩ ብዙ የተሳሳቱ ትርክቶች አሉ። እነዚህ በስህተት ላይ የተመሰረቱ ትርክቶች በጊዜ ሒደት ውስጥ እውነት እየመሰሉ መምጣታቸው ብቻ ሳይሆን አሁን ላለው ለሐገሪቱ ፖለቲካዊ ቀውሶች እራሱ እንደ መነሻ ምክኒያት ተደርገው የሚወሰዱ ናቸው። በእነዚህ የተሳሳቱ ትርክቶች

ምክኒያት የመጣውን ፖለቲካዊ ችግር ለመፍታት እነዚህ ትርክቶች መስተካከል አለባቸው። ነገር ግን እነዚህን የተሳሳቱ ትርክቶች ለመፍታት ሁሉም የሐገሪቱ ሊህቃን ተመሳሳይ አቋም የላቸውም። ምክኒያቱም በእነዚህ የተሳሳቱ ትርክቶች ላይ ታሪካቸውን የመሰረቱ አካላት ስላሉ እውነቱን ተቀብሎ የተበላሸውን ትርክት አርሞ የገጠመንን ፖለቲካዊ ችግር ለመፍታት ነገሩን አዳጋች አድርጎታል።

"ውሸት ሲደጋገም እውነት ይመስላል" እንደሚባለው እነዚህ የውሸት ታሪኮች እውነት መስለው ሐገሪቱን አደጋ ውስጥ ከተዋል። ስለሆነም የህዝቦችን አንድነት አስጠብቆ ሐገሪቱን ለማስቀጠል እውነቱን ተቀብለን የተበላሸውን ትርክት አስተካክለን የገጠመንን ፖለቲካዊ ችግር ከመፍታት ውጭ ሌላ አማራጭ የለንም። እውነቱን ተቀብሎ ለእውነት በእውነት መስራት አስፋላጊ ብቻ ሳይሆን ግድ ነው የሚሆነው። በአጠቅላይ ይህንን ሁሉ ችግር በማስተካከል የሐገሪቱ ህዝቦች እኩል ተጠቃሚነታቸው የሚጠበቅበት፡ ዲሞክራሲ የሚጎለብትበት፡ ሐገሪቱ በሁለንተናዊ እድገቱዋ የምትገስግስበት መንገድ መቀየስ አለበት፡ ለዚህ ደግሞ ያገባኛል የሚሉ አካላትን ሁሉ ያካተተ አሰራር ያስፈልጋል።

ምዕራፍ አምስት

አፍሪካ

5፡ 1 በየደረጃው ጭቆና

አፍሪካ ውስጥ የተለያየ አይነት ጭቆናዎች አሉ፡ የተወሰኑትን እንመልከት።

1፡ የህዝቦች ጭቆና፡- ይህ የጭቆና አይነት መንግሥታት በህዝቦች ላይ እና አንዱ ህዝብ በሌላው ህዝብ ላይ የሚያደርገውን የጭቆና አይነት ይመለከታል። ይህንን የጭቆና አይነት ከስሩ ነቅሎ ለመጣል እልህ አስጨራሽ ትግል ያስፈልጋል። ለተግባራዊነቱ ደግሞ የየሐገራቱ መንግሥታት ቁርጥኝነት እና በየሐገሩ ያሉ ጭቁን ህዝቦች በአንድነት መቆም ያስፈልጋል። በየሐገሩ ያሉ ጭቁን ህዝቦች ነጻ ካልወጡ በስተቀር ያች ሐገር ልታድግ እና ልትበለጽግ አትችልም። ሐገራቱ ካላደጉ ደግሞ አህጉሪቱ ልትበለጽግ አትችልም። ምክኒያቱም ጭቁን ህዝቦች በተደራጀ መልኩ ወይም ባልተደራጀ መልኩ ነጻ እስኪወጡ ድረስ ትግላቸውን ስለማያቋርጡ ማለት ነው።

ሐገርን ለማልማት በመጀመሪያ የሰው ልጅ እራሱ መልማት መቻል አለበት። የሰው ልጅ ለመልማት ደግሞ በመጀመሪያ እራሱን

ሆኖ መቆም መቻል አለበት። እራሱን ሆኖ ለመቆም ደግሞ በመጀመሪያ በራሱ ማንነት ሊኮራ ይገባል። በየደረጃው የግል የቡድን የብሔር ማንነታችን፣ የሐገር የዜግነት ማንነታችን እና የአህጉር አህጉራዊ ማንነታችን መሸተት አለብን። እነዚህ በየደረጃው ያሉ መገለጫወቻችን በየደረጃው የኩራት ምንጮቻችን ሊሆኑ ይገባል። ከዚህ ውጭ ግን በአንድም በሌላም መንገድ እርስ በእርሳችን እየተባላላን ከአለብን ችግር ልንወጣ እና ከእጅ አዙር ቀኝ ግዛት ልንላቀቅ አንችልም።

2፡ የአህጉራት እና የሐገራት ጭቆና፡ ይህ አይነት ጭቆና ሌሎች አህጉራት ወይም ሐገራት በአፍሪካ አህጉር ላይ ወይም በየሐገራቱ ላይ የሚያደርጉትን ጭቆና ይመለከታል። ይህንን ችግር ከሰሩ ነቅሎ ለመጠል የአፍሪካ ሐገራት በአንድነት መቆም የምርጫ ጉዳይ ሳይሆን የህልውና ጉዳይ ነው። ለዚህ ደግሞ ታሪካችንም እንደሚያሳየን ኢትዮጵያ ቅድሚያ ፋና ወጊ በመሆን ታሪኳን ማስጠበቅና ለሌሎችም የአፍሪካ ሐገራት አራያ መሆን መቻል አለባት። ለዚህ ደግሞ በመጀመሪያ የውስጥ የሐገራችን ችግር መፍታት አለብን። መላ አፍሪካዊያንም በሐገራት ደረጃ እነሱ በእነሱ ያላቸውን የውስጥ ችግር እና አንዱ ሐገር ከሌላው ሐገር ጋር ያለውን ችግር መፍታት አለባቸው። አለበለዚያ ግን አፍሪካን ካለባት ችግር ማላቀቅ አንችልም። በሐገር ደረጃም ሆነ በአህጉር

ደረጃ የውስጥ ችግራችን በራሳችን ሰንፈታ የውጭ ተጽዕኖንና ጣልቃ ገብነትን እንቀንሳለን።

5፡ 2 የውጭ ተጽዕኖ እና ጣልቃ ገብነት

ኢትዮጵያ እንደ ሀገር፡ አፍሪካ እንደ አህጉር የጣልቃ ገብነት ችግር እያተራመሰን ያለው የራሳችን የሳይንስ፡ የቴክኖሎጅ፡ የፖለቲካ፡ የማህበራዊ ፍልሰፍና አመለካከት ገንብተን በራሳችን መቆም ስላልቻልን ነው። ሰለሞን ሙሉጌታ ስለዚህ ጉዳይ እንዲህ በማለት አስፍሩዋል። "አፍሪካ የራሱዋን የሳይንስ የቴክኖሎጅ ተቋማት በማስፋፋት ለረዥም ጊዜ ከዘለቀባት ችግሩዋ ለመላቀቅ የምዕራቡን አለም የበጎ አድራጎት መጠበቅ ማቆም አለባት። ይህ ሲባል ግን ከተረጅነት እና ከሰው እጅ ጠባቂነት ነጻ መውጣት እንጂ ከእኛ የተሻለ ልምድ ካላቸው ሐገራት ልምድን፡ የገንዘብ ድጋፍን፡ ትምህርትን እና ስልጣኔን ለመቀበል የተከፈተ አዕምሮ እና ለትብብር የተዘጋጀ አሰተዋይ ልብን መያዝ ምን ጊዜም መዘንጋት የለብንም"፡ ይላል።

አፍሪካ የራሱዋ የሆነ ስልጣኔ ያላት አህጉር ነበረች። የአፍሪካን ስልጣኔ ሰለሞን ሙሉጌታ እንዲህ ጽፎታል። "የአፍሪካ ህዝብ ለስልጣኔ መነሻ ከፍተኛ አሰተዋፅዖ ያደረገ ሆኖ ሳለ የኋላ ኋላ መፍጠር ማቆም ብቻ ሳይሆን የተፈጠረውን እንኳን በአግባቡ

ከሌላው እኩል መጠቀም እቅቶት እንዴት ወደ ኋላ ሊቀር እንደቻለ ምክኒያቱን ለማግኘት እና ለማስተካከል የአፍሪካን ሁኔታ ከሳይንስ እና ከቴክኖሎጅ ርዕስ ወጥቶ የፖለቲካውን፡ የማህበራዊን ፡ የሐይማኖቱን እና የኢኮኖሚዊ ጉዳዩችን በጥልቀት መመርመር ያስፈልጋል። ይህ ካልሆነ ግን የእህጉሪቱን የድህነት ማነቆ መፍታት አይቻልም።

ከጥቁር ህዝብ የፈለቁ የጊዜ እና የወቅት መፈራረቅ ግኝት፡ የቀን አቆጣጠር፡ ቋንቋ፡ የእሳት አፈጣጠር ግኝት፡ የሒሳብ እውቀት፡ የእደ ጥበብ ብቃት፡ የግብርና እና የመሳሰሉት እስተዋጽዖወች ኋላ ለተፈጠሩት የሰው ልጅ የፈጠራ ስራዎች ወሳኝ መሰረትን የጣሉ ናቸው። የሒሳብ ትምህርት መነሻ ምንጩ እና የመጀመሪያ የቁጥር አቆጣጠር ሰርዓት የተጀመረው በአፍሪካ ውስጥ ነው። የጥንት ኢትዮጵያዊያን ከዜሮ እና ከክፍልፋይ ውጭ የሆነ ሒሳብ ይጠቀሙ ነበር። ይህ የቁጥር ስሌት ከአሁኑ ፓወር ኦፍ ቱ ከሚባለው የኮምፒዉተር ቁጥር ጋር በጣም ተመሳሳይ እና አንድ አይነት ነው።

የአፍሪካ ጥበብ እና ባህል ከስነ ከዋክብት ግኝት ጋር በጣም የተያያዘ ነው። ከዋክብት በጥንት የኩሽ ህዝቦች ዘንድ ወቅትን ለመለየት እና ቀንን ለመቁጠር መጠቀሚያ እንደ ዋና ግብዓት ሆነው ያገለግሉ ነበር። የጥንት ኢትዮጵያዊን የሰልጣኔ ማሳያ ከሆኑት ውስጥ የሒሳብ ስሌትን፡ የስነ ከዋክብትን፡ የስነ ጨረቃን፡ የስነ

ፀሐይን፡ የሰነ ህንጻን እና የመሳሰሉትን መጥቀስ ይቻላል። የጥንት የኬኒያንን እና የማሊን የሰልጣኔ ማሳያ ከሆኑት ውስጥ የሰነ ከዋክብት አቆጣጠርን መጥቀስ ይቻላል"፡ በማለት ያሰቀምጣል። እነዚህ ከላይ የተቀመጡት የተለያዩ አንቀጾች በቀጥታ ከሳይቴክ መጽሐፍ በተለያየ ቦታ የወጡ የጸሐፊው ሐሳቦች ናቸው።

እውነቱ ይህ ሁኖ ሳለ አሁን ሁሉ ነገራችን ከሌሎች አህጉራትና ሐገራት የተቀዳ ነው። ምን አልባት ከሌሎች ያልተቀዳ ነገር ቢኖር አፍሪካዊነታችን ወይም የየሐገር ዜግነታችን ብቻ ነው። ሌሎች ሐገራት ደግሞ የራሳቸውን ጥቅም ለማሰጠበቅ እና አንዳቸው በአንዳቸው ላይ በልጠው ለመታየት ሲባል እኛን ያተረማምሱናል። በራሳችን መቆም ብንችል ኑሮ ሁላችንም በሰምምነት ለጋራ ተጠቃሚነት በጋራ በመሰራት አህጉራችንም አለምንም እናሳድግ ነበር። ነገር ግን እኛ እራሳችንን በእነርሱ ውስጥ ማግኘት ስለምንፈልግ እነሱ ደግሞ ቁራሽ ዳቦ እየወረወሩልን ጥቅማቸውን ለማሰጠበቅ በተለያየ መንገድ ያተራምሱናል። የዚህ ሁሉ ነገር መሰረታዊ የሆኑ ብዙ ጉዳዮች ቢኖሩም ከዓላማዎች ወይም ከፍላጎቶች ውስጥ ሁለቱን ብቻ ጠቅሸ ልለፍ።

1፡ አፍሪካን በተለያየ መንገድ ለመበዝበዝ እና ለማራቆት ነው።

2፡ እኛን አፍሪካዊነን አራቁተው እነሱ እራሳቸው አንዳቸው በአንዳቸው ላይ የበላይ ለመሆን ታሳቢ ያደረገ ነው።

እነዚህ ሁለቱ መሰረታዊ ዓላማዎች በቀጥታም ሆነ በተዘዋዋሪ መንገድ ለረዥም ጊዜ የታቀዱ ጥቅም ማስጠበቅያ መንገዶች ናቸው። የቀጥታ እና የአጭር ጊዜ ዓላማቸው እና ጥቅማቸው ግን በቀጥታ ከሚፈጠረው ትርምስ እና ጦርነት ጋር የተያያዘ ነው። እነሱ በአዘጋጁልን ወጥመድ ውስጥ ገብተን ወደ የእርስ በእርስ ጦርነት(እንደ ሐገርም እንደ አህጉርም ማለት ነው) ስንገባ እነሱ በተለያየ ጎራ ተሰልፈው ይገቡና።

ሀ፡ አንዳቸው ለአዳችን፡ ሌላቸው ደግሞ ለሌላችን መሳሪያ እያቀረቡ በመሸጥ ገቢያቸውን ከፍ ያደርጋሉ።

ለ፡ በተለያየ ጎራ ተሰልፈው በዓለም ላይ በፖለቲካው መስክ ያላቸውን ተሰሚነት እና ተቀባይነት ያወዳድራሉ፡ ከፍ ያደርጋሉ።

ሐ፡ ችግሩን በፈጠሩት መንገድ መፍትሔው ይህ ነው ይሉንና የእኛን ችግር ፈጣሪነት የእነሱን ደግሞ የመፍትሔ አካልነት እና ባለቤትነት በማረጋገጥ የእኛን የበታችነት እና የእነሱን የበላይነት በቀጥታም ሆነ በተዘዋዋሪ መንገድ ያሳዩናል፡ ይነግሩናል።

መ፡ በተለያየ መንገድ ከእኛ የወሰዱትን ገንዘብ በእርዳታ መልክ ይዘው ይገቡና በአንድ በኩል ያለንን የኢኮኖሚ ልዩነት ያሳዩናል፡ በሌላ በኩል ደግሞ በፍርፋሪ ዳቦ ሲጠሩን አቤት ሲልኩን ወዴት እድንል ያደርጉናል።

ሠ፡ በራሱዋ መቆም የማትችል የሰው እጅ ጠባቂ ህዝብ ያላት ሐገር ወይም አህጉር በመፍጠር የረዥም ጊዜ እቅዳቸውን ለማሳካት መደላድሉን ያመቻቻሉ። ይህንን ታሪካዊ ችግር ለመፍታት እያንዳንዱ ሐገር እንደ ሐገር፡ አፍሪካ እንደ አህጉር የራሳችን ሐገር እና አህጉር በቀል እውቀት የጥናት እና ምርምር ተቋማትን ለመገንባት ቆርጠን መነሳት እና ለተግባራዊነቱ ለዚህ የሚሆን ጠንካራ ማህበር/ተቋም(association) መመስረት እና መገንባት ያስፈልጋል። "የሐገሩን ሰርዶ በሐገሩ በሬ"፡ ይሉሃል ይህ ነው ወዳጄ። ስለዚህ ሀሳብ ሰለሞን ሙሉገታ ምን አለ? "እኛ አፍሪካዊያን የቀደመ ክብራችንን ለመመለስ እንዲሁም ከራሳችን አልፈን ለሌላው ዓለም ተገቢውን አስተዋጽዖ ማድረግ እንድንችል የተዛባውን ታሪካችንን አስተካክለን እንደገና መጻፍ አለብን። ይህንንም ለማድረግ የምንችለው የሚከተሉትን መንገዶች በማስተካከል ነው። በምንቀርጸው የሰርዓተ ትምህርት ፖሊሲያችን፡ በምናዳበረው የስራ ትጋታችን፡ በምናደርገው የምርምር ሒደታችን፡ በቴክኖሎጅ ፈጠራ አበረታችነታችን፡ በምናስፍነው መልካም

አስተዳደራችን፡ በባህል ግሰጋሴዓችን ወደ ውጤት የሚመራንን አቅጣጫ መትለም ሰንችል ብቻ ነው። ስለዚህ የአፍሪካን ዳግም ውልደት እና ህዳሴ እውን ሆኖ ማየት የህዝቦቹዋን የአስተሳሰብ መንገድ መቀየር የግድ ይሆናል"፡ ይላል።

አፍሪካ የራሱዋ የሆነ የስልጣኔ ሒደት እንደነበራት ከዚህ በላይ ተመልክተናል። ስልጣኔ ደግሞ የሐያልነት መለኪያ ከሆኑት መሰፈርቶች ውሰጥ አንዱ ነው። ስልጣኔ ማለት የሰው ልጅ ከጊዜ ወደ ጊዜ የሚያደርገውን ሁሉ አቀፍ የተሻሻል የኑሮ ሒደትን የሚያመላክት ክዋኔ ማለት ነው። ስለዚህ ይህንን አድርጎ መቀየር የእኛ ሐላፊነት ነው። በአጠቃላይ አፍሪካ የሌሎች አህጉራት ወይም ሐገራት የወታደራዊ አቅም መለኪያ፡ በዓለም አቀፍ ደረጃ የፖለቲካዊ አቅም ተቀባይነት መለያ፡ የወታደራዊ የሳይንሰና የቴክኖሎጂ የብልጫ ውድድር ማሳያ ከመሆን፡ በጣልቃ ገብነት ከሚመጣ ጦርነት እና ከእጂ አዙር የቀኝ ግዛት ነጻ መውጣት አለባት። ይህ ደግሞ የሚሆነው የሌሎችን ፍቃድኝነት በመጠበቅ ሳይሆን በራሳችን ተነሳሽነት እና ቁርጠኝነት ላይ የተመሰረተ ነው።

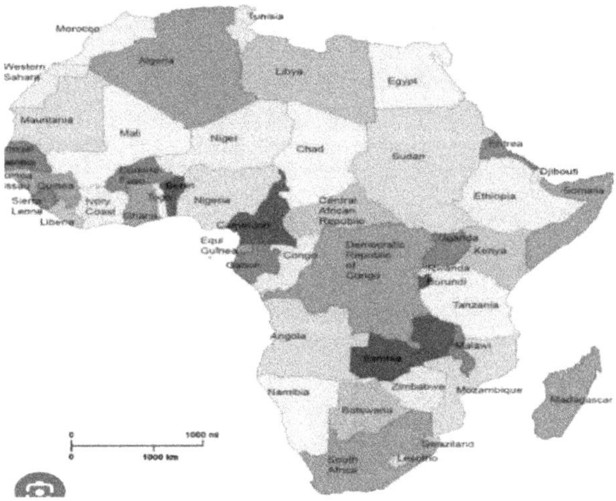

አፍሪካ የሰው ልጅ መገኛ እና የሰልጣኔ ቀደምት አህጉር

ዋቢ መጽሐፍት

ይህ መጽሃፍ የጥናትም በመሆኑ ምክኒያት ከታተሙ መጽሃፍት ውጭ የሆኑ መረጃዎችንና ማስረጃዎችን ሁሉ ስለተጠቀምኩ የታተሙበት ጊዜ ያልተጠቀሰላቸው ዋቢ ማስረጃዎች ሁሉ አሉ።

1፡ መቅ ዘፍጥረት 18/19፡ ዘፀዓት 20፡ እና ሌሎችም ተጠቅሰዋል

2፡ ታቦተ ጺወንን ፍላጋ በግራም ሐንኮክ 1993 ዓ•ም፡ ትርጉም በጌታቸው ተሰፋዬ

3፡ የቤተ ክርስቲያን ታሪክ ቁጥር ሁለት በዲ/ን መንግሥቱ ጎበዜ እና በዲ/ን አሳምነው ካሣ 2000 ዓ• ም

4፡ ግርምተ ሳይቴክ በሰለሞን ሙሉገታ 2010 ዓ•ም

5፡ አዲስ ራዕይ 11ኛ አመት መጋቢት 2009 ዓ•ም

6፡ አረማዊ ኦሪታዊ ኢትዮጵያዊ ገበሬ በፕሮፌሰር ሲጋሞስት ትርጉም በባዩ ቦጋለ የተተረጎመ 1993 ዓ•ም

7፡ ነገረ ሐይማኖት በሳሙኤል ፍቃዱ 2008 ዓ•ም

8፡ የቅማንት ህዝብ ታሪክ በነጋ ጌጤ 1993 ዓ•ም

9፡ የቅማንት ህዝብ የትግል ሒደት የተለያዩ ጥናቶች

10፡ የአማራ ክልል መንግሥት ለቅማንት ህዝብ ትግል የሰጣቸው የተጻፉ እና ያልተጻፉ የተለያዩ ውሳኔወች

11፡ የኩሽ እና የኢትዮጵያ አንድነት በመምህር ተፈሪ ታከለ 2015 ዓ•ም

12፡ የብሔር ጥያቄ አፈታት በኢትዮጵያ እና የቅማንት ማንነትን የማቆየት ረዥም የትግል ጉዞ በቆያቸው ሙሉየ 2006 ዓ•ም

13፡ እውነተኛ ታሪካዊ ትውፊቶች

14፡ ፍቅር እስከ መቃብር በሐዲስ አለማየሁ 1958 ዓ•ም የተወሰደ አንድ ግጥም ብቻ

15፡ ስም የለሽ ምንጭ ሰለዋለልኝ መኮነን የፌደራሊዝም ጽንሰ ሐሳብ በ1960 ቹ ዓ•ም

16፡ የአማራ ክልል መንግሥት በ2008 ዓ•ም አሳትሞ ያሰራጨ ው የበአዲንን የተግል ህይወት የሚቃኝ መጽሐፍ

17፡ አምደ ሐይማኖት በብርሃኑ ጎበና 2003 ዓ•ም

18፡ የቅማንት ህዝብ የህገ ልቦና ሐይማኖት

19፡ ከኖህ እስከ ኢህአዲግ የ5000 ዘመን የኢትዮጵያ ታሪክ ቁጥር 1 በፍስሐ ያዜ 2003 ዓ•ም

20፡ የተከለከለው የኢትዮጵያ ታሪክ በአሸናፊ ፈንቴ 2015 ዓ•ም

21፡ ስለዘር ጥፋት (about genocide) 1987 እ. ኤ. አ የተደነገገ

22፡ ቃለ መጠየቅ ያደረኩላቸው አካላት

23፡ አሑናዊ የሐገራችን የፖለቲካ እንቅስቃሴ

24፡ ፋክት መጸሔት ቅጽ 2 2006 ዓ•ም

25፡ የትንሳኤው መንገድ በቴውድሮስ ጸጋየ 2011 ዓ•ም

26፡ የኢትዮጵያ ፌደራላዊ ስርዓት እና የቅማንት ብሔረሰብ የራስ አስተዳደር ጥያቄ ከየት ወደ የት 2005 ዓ• ም በትንቢቱ ደረሰ

27፡ አባ ዜስማስ እና ማሪያም ግብጻዊት በሐይቅ እስጢፋኖስ ውስጥ የተደረሰው

28፡ https://www.facebook.com/100075149840230/vi

deos/1312252929353111/?sfnsn=wa&mibextid=5 Ufylb በተለያዩ ሙህራን የተደረገ ታሪካዊ የጽሁፍ ስራ እና ንግግር

29፡ ኢትዮጵያ የአለም መፋረጃ በሚል ርዕስ ንቡረ እድ ኤርምያስ ከበደ ወልደ እየሱስ በጻፋት መጽሐፍ ላይ ኢትዮጵያ ስለ አምሐራነት ስትፈርድ በሚል ርዕስ ስለ አምሐራነት የጻፋት

30፡ አዲስ አድማስ ጋዜጣ

31፡ የቅማንት ህዝብ የተለያዩ መልካም እሴቶች

32፡ የቅማንት ህዝብ አስተዳደራዊ ስርዓት

33፡ የቅማንት ህዝብ የዘመን አቆጣጠር

34፡ የተለያዩ ስራዎች በአቶ ይዘንደር ኪዴ

35፡ የተለያዩ ሰዎች ያደረጓቸው ንግግሮች

www.ingramcontent.com/pod-product-compliance
Lightning Source LLC
LaVergne TN
LVHW060359091026
849580LV00037B/2077
* 9 7 9 8 9 0 0 1 9 5 7 5 9 *